ਮਾਲਾ ਮਣਕੇ

ਲੇਖਕ ਦੀਆਂ ਕੁਝ ਹੋਰ ਪੁਸਤਕਾਂ :

ਲੇਖ ਸੰਗ੍ਰਹਿ	:	ਦਰ-ਦਰਵਾਜ਼ੇ
		ਡੂੰਘੀਆਂ ਸਿਖਰਾਂ
		ਰਾਹ ਰਸਤੇ
		ਅੰਤਰ ਝਾਤ
		ਆਹਮੋ-ਸਾਹਮਣੇ
		ਬੂਹੇ-ਬਾਰੀਆਂ
		ਸੁਖ਼ਨ-ਸੁਨੇਹੇ
		ਵਿਆਖਿਆ ਵਿਸ਼ਲੇਸ਼ਣ
		ਸੱਚੋ-ਸੱਚ
		ਤਰਕਵੇਦ
ਆਲੋਚਨਾ ਅਤੇ ਖੋਜ	:	ਪੰਜਾਬੀ ਕਵਿਤਾ ਵਿਚ ਰਾਸ਼ਟਰੀ ਏਕਤਾ ਦੀ ਭਾਵਨਾ
		ਗਿਆਨ ਦਿੱਤ ਸਿੰਘ-ਜੀਵਨ ਤੇ ਰਚਨਾ
		ਪੰਜਾਬੀ ਪੱਤਰਕਾਰੀ ਦਾ ਵਿਕਾਸ
ਅਨੁਵਾਦ	:	ਤੁਰਗਨੇਵ: ਪਿਉ ਪੁੱਤਰ
		ਜਵਾਹਰ ਲਾਲ ਨਹਿਰੂ: ਗਾਥਾ ਭਾਰਤ ਦੇਸ਼ ਦੀ
		ਜੱਸਾ ਸਿੰਘ ਆਹਲੂਵਾਲੀਆ
		ਮਾਰਟਿਨ ਲੂਥਰ ਕਿੰਗ
		ਭਾਈ ਵੀਰ ਸਿੰਘ: ਬਾਬਾ ਨੌਧ ਸਿੰਘ

ਮਾਲਾ ਮਣਕੇ

ਨਰਿੰਦਰ ਸਿੰਘ ਕਪੂਰ

Thoughts and Reflections

MALA MANKE
(Thoughts and Reflections)
by
NARINDER SINGH KAPOOR

4245, Phase II, Urban Estate,
PATIALA-147 002 (India)
kapoorns@gmail.com
narindersinghkapoor.com

Revised & Enlarged Edition

2013
Published by Lokgeet Parkashan
S.C.O. 26-27, Sector 34 A, Chandigarh-160 022
India
Ph.0172-5077427, 5077428
Punjabi Bhawan Ludhiana, 98154-71219
visit us at : www.unistarbooks.com
Type Setting & Design PCIS
Printed & bound at Unistar Books (Printing Unit)
11-A, Industrial Area, Phase-2, Chandigarh (India)
98154-71219

© 2013

Produced and bound in India

ਮੁੱਢਲੇ ਸ਼ਬਦ

ਗਿਆਨ ਵਿਚ ਮਨੁੱਖ ਦੀ ਸੋਚ ਅਤੇ ਵਿਹਾਰ ਦੋਹਾਂ ਨੂੰ ਬਦਲਣ ਦੀ ਅਮੁੱਕ ਤਾਕਤ ਹੁੰਦੀ ਹੈ।

ਜਦੋਂ ਕੁਰੂਕਸ਼ੇਤਰ ਵਿਚ ਅਰਜਨ ਨੂੰ ਗਿਆਨ ਹੋ ਗਿਆ ਤਾਂ ਉਸਨੇ ਸੁੱਟੇ ਹੋਏ ਹਥਿਆਰ ਚੁੱਕ ਲਏ ਸਨ ਅਤੇ ਜਦੋਂ ਕਾਲਿੰਗਾ ਵਿਚ ਅਸ਼ੋਕ ਨੂੰ ਗਿਆਨ ਹੋ ਗਿਆ ਤਾਂ ਉਸਨੇ ਚੁੱਕੇ ਹੋਏ ਹਥਿਆਰ ਸੁੱਟ ਦਿੱਤੇ ਸਨ।

ਅਰਥ-ਪੂਰਣ ਸ਼ਬਦ ਅਤੇ ਸੁਹਿਰਦ ਕਾਰਜ, ਮਨ ਦੇ ਲੱਛਣ ਅਤੇ ਸਰੀਰ ਦੇ ਗੁਣ ਬਦਲ ਦਿੰਦੇ ਹਨ ਅਤੇ ਮਨ ਦੇ ਬਦਲਣ ਨਾਲ ਜੀਵਨ ਦਾ ਉਦੇਸ਼ ਅਤੇ ਕਾਰਜ ਕਰਨ ਦਾ ਢੰਗ ਬਦਲ ਜਾਂਦਾ ਹੈ। ਮਨੁੱਖ ਜਦੋਂ ਵੀ ਬਦਲਿਆ ਹੈ ਅਤੇ ਜਦੋਂ ਵੀ ਬਦਲੇਗਾ, ਇਸ ਢੰਗ ਨਾਲ ਹੀ ਬਦਲਿਆ ਹੈ ਅਤੇ ਇਸ ਢੰਗ ਨਾਲ ਹੀ ਬਦਲੇਗਾ।

ਦਾਰਸ਼ਨਿਕ ਗਹਿਰਾਈ ਵਾਲੇ ਕੀਮਤੀ ਸ਼ਬਦਾਂ ਦਾ ਆਪਣਾ ਨਿਆਰਾ ਤੇਜ-ਪ੍ਰਤਾਪ ਅਤੇ ਪ੍ਰਭਾਵ ਹੁੰਦਾ ਹੈ। ਇਹ ਸ਼ਬਦ ਮਨੁੱਖੀ ਮਨ ਅਤੇ ਸੋਚ ਨੂੰ ਟੁੰਬਦੇ ਹੀ ਨਹੀਂ, ਸਗੋਂ ਰੁਸ਼ਨਾਉਂਦੇ ਵੀ ਹਨ। ਸੋਚਾਂ ਦੇ ਨਿੱਕੇ-ਨਿੱਕੇ ਜੁਗਨੂੰ, ਮਨੁੱਖੀ ਸੋਚ ਅਤੇ ਵਿਹਾਰ ਵਿਚ ਬਦਲਾਓ ਹੀ ਨਹੀਂ, ਇਨਕਲਾਬ ਵੀ ਲੈ ਆਉਂਦੇ ਹਨ।

ਆਪਣੇ ਜੀਵਨ ਦੇ ਸਫ਼ਰ ਦੌਰਾਨ ਮੈਂ ਜੋ ਕੁਝ ਸੁਣਿਆ-ਸਮਝਿਆ, ਪੜ੍ਹਿਆ-ਪਰਖਿਆ, ਵੇਖਿਆ-ਵਿਚਾਰਿਆ ਅਤੇ ਲਿਖਿਆ-ਲੱਭਿਆ ਹੈ, ਉਸਨੂੰ ਸੰਖੇਪ ਵਿਚਾਰਾਂ, ਟਿੱਪਣੀਆਂ, ਸਲਾਹਾਂ, ਟੂਕਾਂ, ਰਾਵਾਂ, ਸੁਨੇਹਿਆਂ ਆਦਿ ਦੇ ਰੂਪ ਵਿਚ ਇਸ ਸੰਗ੍ਰਹਿ ਵਿਚ ਸਾਂਭਣ ਦਾ ਯਤਨ ਕੀਤਾ ਹੈ।

ਇਹ ਮੇਰੇ ਨਿੱਜੀ ਵਿਚਾਰ ਹਨ, ਸੋ ਇਨ੍ਹਾਂ ਵਿਚੋਂ ਮੇਰੇ ਜੀਵਨ ਦ੍ਰਿਸ਼ਟੀਕੋਣ ਅਤੇ ਪੱਖਪਾਤਾਂ ਦਾ ਝਲਕਣਾ ਸੁਭਾਵਕ ਹੈ ਅਤੇ ਅਨੇਕ ਥਾਈਂ ਤੁਹਾਡੀ ਰਾਇ ਦਾ ਮੇਰੀ ਸੋਚ ਨਾਲੋਂ ਵੱਖਰੇ ਹੋਣਾ ਵੀ ਸੁਭਾਵਕ ਹੋਵੇਗਾ। ਵਾਸਤਵ ਵਿਚ ਕੋਈ ਵੀ ਸਹੀ-ਗਲਤ ਨਹੀਂ ਹੁੰਦਾ, ਹਰ ਕੋਈ ਆਪਣੇ ਪਿਛੋਕੜ ਅਤੇ ਅਨੁਭਵਾਂ ਦੇ ਵੱਖਰੇਵੇਂ ਕਾਰਨ ਵੱਖਰੇ ਢੰਗ ਨਾਲ ਸੋਚਦਾ ਅਤੇ ਵਿਚਰਦਾ ਹੈ ਅਤੇ ਜਿਹੜੇ ਵਿਚਾਰ ਅਤੇ ਅਨੁਭਵ ਕਿਸੇ ਨੂੰ ਛੋਹ ਜਾਂਦੇ ਹਨ, ਉਹ ਉਸ ਦੇ ਜੀਵਨ-ਫ਼ਲਸਫ਼ੇ ਅਤੇ ਉਸ ਦੇ ਸਮੁੱਚੇ ਦ੍ਰਿਸ਼ਟੀਕੋਣ ਦਾ ਆਧਾਰ ਬਣ ਜਾਂਦੇ ਹਨ।

ਇਹ ਵਿਚਾਰ, ਕਿਸੇ ਨੂੰ ਕੁਝ ਸਿਖਾਉਣ ਲਈ ਨਹੀਂ, ਸਗੋਂ ਜ਼ਿੰਦਗੀ ਤੋਂ ਜੋ ਆਪ ਸਿਖਿਆ ਹੈ, ਉਸਨੂੰ ਪ੍ਰਗਟਾਉਣ ਲਈ ਦਰਜ ਕੀਤੇ ਗਏ ਹਨ।

ਜ਼ਿੰਦਗੀ ਬਾਰੇ ਜੋ ਕੁਝ ਕਿਹਾ ਜਾਵੇ, ਉਸ ਦਾ ਉਲਟ ਵੀ ਉਤਨਾ ਹੀ ਸਹੀ ਹੁੰਦਾ ਹੈ। ਮਨ ਦੀਆਂ ਵੱਖ-ਵੱਖ ਹਾਲਤਾਂ ਵਿਚੋਂ ਅਤੇ ਅਨੁਭਵ ਦੇ ਵੱਖ-ਵੱਖ ਪੜਾਵਾਂ 'ਤੇ ਉਪਜੇ ਹੋਣ ਕਾਰਨ, ਕਈ ਥਾਈਂ ਕੁਝ ਵਿਚਾਰ ਸਵੈ-ਵਿਰੋਧੀ ਪ੍ਰਤੀਤ ਹੋਣਗੇ। ਸਵੈ-ਵਿਰੋਧ ਜੀਵਨ ਦੇ ਬਹੁ-ਪਰਤੀ ਅਤੇ ਬਹੁ-ਦਿਸ਼ਾਈ ਹੋਣ ਦਾ ਸਬੂਤ ਹੁੰਦੇ ਹਨ ਅਤੇ ਜ਼ਿੰਦਗੀ ਵਿਚ ਅਣਗਿਣਤ ਸਵੈ-ਵਿਰੋਧਾਂ ਨੂੰ ਸਮੋ ਲੈਣ ਅਤੇ ਇਕ-ਸੁਰ ਕਰਨ ਦੀ ਸਮਰੱਥਾ ਅਤੇ ਯੋਗਤਾ ਵੀ ਹੁੰਦੀ ਹੈ।

ਜ਼ਿੰਦਗੀ ਦੀ ਰੌਣਕ ਇਸਦੇ ਖੁੱਲ੍ਹੇ ਪ੍ਰਵਾਹ ਵਿਚ ਹੁੰਦੀ ਹੈ। ਇਸ ਆਧਾਰ 'ਤੇ ਇਸ ਸੰਗ੍ਰਹਿ ਵਿਚਲੀਆਂ ਧਾਰਣਾਵਾਂ ਨੂੰ ਕਿਸੇ ਪ੍ਰਕਾਰ ਦੇ ਵਰਗੀਕਰਣ ਜਾਂ ਕਿਸੇ ਤਰਤੀਬ ਤੋਂ ਮੁਕਤ ਰੱਖਿਆ ਗਿਆ ਹੈ। ਮਾਲਾ ਦੇ ਮਣਕਿਆਂ ਵਾਂਗ ਹਰ ਵਿਚਾਰ ਦੀ ਆਪਣੀ ਸੁਤੰਤਰ ਪਛਾਣ ਹੈ ਪਰ ਇਨ੍ਹਾਂ ਵਿਚ ਸਾਂਝਾ ਸੂਤਰ ਇਹ ਹੈ ਕਿ ਇਹ ਸਾਰੇ ਜ਼ਿੰਦਗੀ ਦੇ ਹੌਕਿਆਂ-ਹਾਸਿਆਂ ਨਾਲ ਸਬੰਧਤ ਹਨ।

ਇਸ ਸੰਗ੍ਰਹਿ ਵਿਚਲੀਆਂ ਟਿੱਪਣੀਆਂ ਅਤੇ ਧਾਰਣਾਵਾਂ, ਮਨੁੱਖੀ ਜੀਵਨ ਦੇ ਵੱਖ-ਵੱਖ ਪੜਾਵਾਂ, ਸਰੀਰਕ ਵਰਤਾਰਿਆਂ, ਪਿਆਰ ਹੁਲਾਰਿਆਂ, ਆਦਰਸ਼ਾਂ, ਮਾਨਸਿਕ ਉਲਝਣਾਂ, ਰਿਸ਼ਤਿਆਂ-ਨਾਤਿਆਂ, ਕਦਰਾਂ-ਕੀਮਤਾਂ, ਸਭਿਆਚਾਰਕ ਵੇਰਵਿਆਂ, ਰਾਜਨੀਤਕ ਪੈਂਤੜਿਆਂ, ਆਰਥਿਕ ਪੱਖਾਂ, ਇਤਿਹਾਸਕ ਘਟਨਾਵਾਂ ਅਤੇ ਨਿੱਤ-ਦਿਨ ਦੀਆਂ ਵੰਗਾਰਾਂ ਨਾਲ ਸੰਬੰਧਤ ਹਨ। ਮਨੁੱਖੀ ਜੀਵਨ ਨਾਲ ਜੁੜੇ ਇਨ੍ਹਾਂ ਸਾਰੇ ਪੱਖਾਂ ਦੀ ਵਿਸ਼ੇਸ਼ਤਾ ਇਹ ਹੈ ਕਿ ਇਹ ਸਾਰੇ ਮਿਲ ਕੇ ਮਨੁੱਖੀ ਮਨ, ਚਰਿੱਤਰ ਅਤੇ ਸ਼ਖ਼ਸੀਅਤ ਨੂੰ ਸਿਰਜਦੇ ਅਤੇ ਜੀਵਨ-ਢੰਗ ਅਤੇ ਜੀਵਨ-ਦ੍ਰਿਸ਼ਟੀਕੋਣ ਦਾ ਨਿਰਮਾਣ ਕਰਦੇ ਹਨ।

ਸੰਖੇਪ ਵਾਕ, ਅਛੋਪਲੇ ਹੀ ਸਾਡੇ ਚੇਤਿਆਂ ਵਿਚ ਬਹਿ ਜਾਂਦੇ ਹਨ, ਇਸ ਲਈ ਵੇਰਵਿਆਂ ਤੋਂ ਸੰਕੋਚ ਕੀਤਾ ਗਿਆ ਹੈ ਅਤੇ ਵਾਕ-ਬਣਤਰ ਸਿੱਧੀ, ਸਰਲ ਅਤੇ ਸਪਸ਼ਟ ਰੱਖੀ ਗਈ ਹੈ। ਇਸ ਸੰਗ੍ਰਹਿ ਵਿਚਲੇ ਕਈ ਵਾਕ ਜ਼ਿੰਦਗੀ ਦਾ ਨਿਚੋੜ, ਕਈ ਅਨੁਭਵ ਦੀ ਇਕ ਕਾਤਰ ਅਤੇ ਕਈ ਦਰਦ ਦਾ ਇਕ ਫੰਬਾ ਹੀ ਪ੍ਰਤੀਤ ਹੋਣਗੇ; ਕਈ ਸੋਚਾਂ, ਪੂਰਨ-ਭਾਂਤ ਸਪਸ਼ਟ ਹੋਣਗੀਆਂ ਅਤੇ ਕਈਆਂ ਦੇ ਅਰਥਾਂ ਨੇ ਘੁੰਡ ਕੱਢਿਆ ਹੋਵੇਗਾ; ਕਈ ਵਿਚਾਰ ਤਿਤਲੀ ਵਾਂਗ ਲੰਘ ਜਾਣਗੇ ਪਰ ਕਈ ਸ਼ਹਿਦ ਦੀ ਮੱਖੀ ਵਾਂਗ ਡੰਗ ਵੀ ਮਾਰਨਗੇ।

ਇਹ ਮੇਰਾ ਵਿਸ਼ਵਾਸ ਹੈ ਕਿ ਇਸ ਸੰਗ੍ਰਹਿ ਵਿਚਲੇ ਕਈ ਛੋਟੇ-ਛੋਟੇ ਵਾਕ, ਆਪਣੇ ਆਕਾਰ ਤੋਂ ਉਲਟ, ਮਨ ਨੂੰ ਵੱਡੀ ਧਰਵਾਸ ਦੇਣਗੇ। ਕੁਝ ਵਿਚਾਰ ਦਾਦਾ-ਦਾਦੀ, ਨਾਨਾ-ਨਾਨੀ ਦੀ ਗੋਦ ਦਾ ਨਿੱਘ, ਮਾਤਾ-ਪਿਤਾ ਦੀ ਨਸੀਹਤ ਅਤੇ ਸੱਚੇ ਦੋਸਤ ਦੀ ਨੇਕ-ਸਲਾਹ ਪ੍ਰਤੀਤ ਹੋਣਗੇ ਅਤੇ ਕੁਝ ਡੁੱਬਦੇ ਨੂੰ ਤਿਨਕੇ ਦਾ ਸਹਾਰਾ

ਬਣ ਕੇ ਵੱਡਾ ਨੁਮਣਾ ਸਾਬਤ ਹੋਣਗੇ। ਕੁਝ ਵਿਚਾਰ ਵਧੇਰੇ ਆਪਣੇ-ਆਪਣੇ ਅਤੇ ਜਾਣੇ-ਪਛਾਣੇ ਜਾਪਣਗੇ, ਜਦੋਂ ਕਿ ਕੁਝ ਅਸਲੋਂ ਓਪਰੇ ਵੀ ਪ੍ਰਤੀਤ ਹੋਣਗੇ।

ਇਸ ਸੰਗ੍ਰਹਿ ਵਿਚਲੀਆਂ ਕਈ ਸੋਚਾਂ, ਵਿਚਾਰਾਂ, ਟਿੱਪਣੀਆਂ ਅਤੇ ਧਾਰਣਾਵਾਂ ਤੁਹਾਡੇ ਵਿਚਾਰਾਂ ਦੀ ਪੁਸ਼ਟੀ ਕਰਨਗੀਆਂ ਅਤੇ ਕਈ ਟਿੱਪਣੀਆਂ ਵਿਰੋਧ ਵੀ ਉਪਜਾਉਣਗੀਆਂ ਪਰ ਇਨ੍ਹਾਂ ਦਾ ਸਾਂਝਾ ਉਦੇਸ਼ ਜੀਵਨ ਪ੍ਰਤੀ ਸੰਤੁਲਤ, ਉਦਾਰ, ਸੁਤੰਤਰ, ਸਿਹਤਮੰਦ ਅਤੇ ਖੁਸ਼ਹਾਲ ਦ੍ਰਿਸ਼ਟੀਕੋਣ ਉਸਾਰਨਾ ਹੈ ਤਾਂ ਜੁ ਸਮਾਜ ਵਿਚ ਸਖੀ, ਸਹਿਯੋਗੀ, ਸੁਖਾਵੇਂ ਅਤੇ ਸਥਾਈ ਰਿਸ਼ਤੇ ਉਪਜਣ, ਪਰਸਪਰ ਸੂਝ-ਬੂਝ ਵਧੇ ਅਤੇ ਅਸੀਂ ਦੂਜਿਆਂ ਦੀ ਅਤੇ ਦੂਜੇ ਸਾਡੀ ਤਾਕਤ ਬਣਨ।

ਇਹ ਪੁਸਤਕ ਚੰਗਿਆਂ ਨੂੰ ਹੋਰ ਚੰਗੇ ਲੱਗਣ ਦੀ ਰੀਝ ਨਾਲ ਵਿਉਂਤੀ ਗਈ ਹੈ ਤਾਂ ਕਿ ਪਾਠਕ ਵਿਚ ਸਵੈ-ਵਿਕਾਸ ਦੀ ਲਗਨ ਅਤੇ ਵਿਸ਼ਵਾਸ ਉਪਜੇ।

ਆਸ ਹੈ, ਇਨ੍ਹਾਂ ਵਿਚਾਰਾਂ ਵਿਚੋਂ ਕਿਸੇ ਮੁਸ਼ਕਿਲ ਅਤੇ ਮੁਸੀਬਤ, ਕਿਸੇ ਉਦਾਸ ਅਨੁਭਵ ਅਤੇ ਕੌੜੇ ਤਜਰਬੇ, ਕਿਸੇ ਦੁਖਦਾਈ ਫ਼ੈਸਲੇ ਅਤੇ ਮਾਨਸਿਕ ਉਲਝਣ ਆਦਿ ਵਿਚੋਂ ਬਾਹਰ ਨਿਕਲਣ ਲਈ ਕੋਈ ਸੰਕੇਤ ਜ਼ਰੂਰ ਮਿਲ ਜਾਵੇਗਾ, ਜਿਸ ਨਾਲ ਪਾਠਕ ਵਿਚ, ਚੜ੍ਹਦੀ ਕਲਾ ਦੀ ਭਾਵਨਾ ਨਾਲ, ਆਪਣੇ ਅੰਦਰਲੇ ਖਜ਼ਾਨਿਆਂ ਨੂੰ ਫਰੋਲਣ ਦਾ ਸਾਹਸ, ਆਪਣੀਆਂ ਸੁੱਤੀਆਂ ਹਿੰਮਤਾਂ ਨੂੰ ਵਰਤਣ ਦੀ ਦਲੇਰੀ ਅਤੇ ਦਲੇਰ ਹੋ ਕੇ ਕਿਸੇ ਧੁਆਂਖੀ ਅਤੇ ਸਰਾਪੀ ਜ਼ਿੰਦਗੀ ਦਾ ਰੰਗਲਾ ਸਿਰਨਾਵਾਂ ਬਣਨ ਦੀ ਸੰਭਾਵਨਾ ਉਜਾਗਰ ਹੋਵੇਗੀ।

ਦਿੱਖ ਅਤੇ ਸੁਭਾਓ ਪੱਖੋਂ, ਇਹ ਸੰਗ੍ਰਹਿ ਇਕ ਪ੍ਰਕਾਰ ਦੀ ਸੋਚਾਂ ਦੀ ਖੁਲ੍ਹੀ ਬਾਰ੍ਹਾਂਦਰੀ ਹੈ, ਜਿਸ ਦਾ ਸੰਸਾਰ ਅਤੇ ਜੀਵਨ ਵਾਂਗ, ਨਾ ਕੋਈ ਆਰੰਭ ਹੈ ਨਾ ਕੋਈ ਅੰਤ। ਪਾਠਕ ਜਿਥੋਂ ਚਾਹੇ ਇਸ ਵਿਚ ਪ੍ਰਵੇਸ਼ ਕਰ ਸਕਦਾ ਹੈ। ਇਸ ਸੰਗ੍ਰਹਿ ਵਿਚੋਂ ਜੇ ਕੁਝ ਧਾਰਣਾਵਾਂ ਕਿਸੇ ਨੂੰ ਛੋਹ ਗਈਆਂ ਅਤੇ ਉਹ ਸੋਚਣ ਲੱਗ ਪਿਆ ਤਾਂ ਜ਼ਿੰਦਗੀ ਵਿਚੋਂ ਗੁਆਚਿਆ ਹੋਇਆ ਉਤਸ਼ਾਹ ਅਤੇ ਸਫਲਤਾ ਦਾ ਭਰੋਸਾ ਮੁੜ ਪ੍ਰਾਪਤ ਹੋ ਸਕਦਾ ਹੈ।

ਇਸ ਪੁਸਤਕ ਦੀ ਤਿਆਰੀ ਵਿਚ ਜਿਹੜੇ ਸੈਂਕੜੇ-ਹਜ਼ਾਰਾਂ ਸੁਹਾਗ-ਦਿਨ ਗੁਜ਼ਰੇ ਹਨ, ਉਨ੍ਹਾਂ ਦੀ ਕਮਾਈ ਨੂੰ ਸੂਝ, ਨੀਝ ਅਤੇ ਰੀਝ ਨਾਲ ਪੜ੍ਹਨ ਵਾਲੇ ਪਾਠਕਾਂ ਨੂੰ ਅਰਪਣ ਕਰਨ ਦੀ ਮੌਜ ਮਾਣਨ ਦੀ ਆਗਿਆ ਮੰਗਦਾ ਹਾਂ।

- ਨਰਿੰਦਰ ਸਿੰਘ ਕਪੂਰ

ਸਾਬਕਾ ਪ੍ਰੋਫੈਸਰ, ਜਰਨਲਿਜ਼ਮ ਵਿਭਾਗ,

ਪੰਜਾਬੀ ਯੂਨੀਵਰਸਿਟੀ, ਪਟਿਆਲਾ

ਸਤੰਬਰ, 2010

ਮਾਲਾ ਮਣਕੇ

ਜੇ ਅੰਦਰ ਆਨੰਦ ਹੋਵੇ ਤਾਂ ਗੂੰਗੇ ਵੀ ਗਾਉਣ ਲਗ ਪੈਂਦੇ ਹਨ।

ਪੰਛੀਆਂ ਦੀਆਂ ਪੈੜਾਂ ਦੇ ਨਿਸ਼ਾਨ ਨਹੀਂ ਹੁੰਦੇ, ਹਰ ਪੰਛੀ ਨੂੰ ਆਪਣੀ ਉਡਾਣ ਆਪ ਤਲਾਸ਼ਣੀ ਪੈਂਦੀ ਹੈ।

ਵਿਦਵਾਨ ਨਾਲ ਬਹਿਸ ਨਹੀਂ ਕੀਤੀ ਜਾ ਸਕਦੀ, ਉਸ ਨੂੰ ਸੁਣਿਆ ਹੀ ਜਾ ਸਕਦਾ ਹੈ, ਵਿਦਵਾਨ ਨੂੰ ਸੁਣਨਾ ਹੀ ਚਾਹੀਦਾ ਹੈ।

ਜਿਹੜਾ ਲੜਨ ਲਈ ਤਿਆਰ ਹੋਵੇ, ਉਹ ਨਹੀਂ ਵੇਖਦਾ ਕਿ ਦੂਜਾ ਲੜਨ ਲਈ ਤਿਆਰ ਹੈ ਕਿ ਨਹੀਂ।

ਜੇ ਵਰਤੀ ਨਾ ਜਾਵੇ ਤਾਂ ਯੋਗਤਾ, ਅਯੋਗਤਾ ਬਣ ਜਾਂਦੀ ਹੈ।

ਦੁਕਾਨ ਖੋਲ੍ਹਣੀ ਸੌਖੀ ਹੁੰਦੀ ਹੈ ਪਰ ਖੁਲ੍ਹੀ ਰਖਣੀ ਔਖੀ ਹੁੰਦੀ ਹੈ।

ਚੰਗਾ ਕਲਾਕਾਰ, ਪੱਥਰ ਵਿਚੋਂ ਮੂਰਤ ਵੇਖ ਕੇ, ਹਥੌੜੀ ਅਤੇ ਛੈਣੀ ਨਾਲ ਵਾਧੂ ਦਾ ਪੱਥਰ ਲਾਹ ਕੇ, ਮੂਰਤੀ ਨੂੰ ਸਾਕਾਰ ਕਰ ਦਿੰਦਾ ਹੈ।

ਹਰ ਸਫਲਤਾ ਦੀ ਕੀਮਤ ਹੁੰਦੀ ਹੈ, ਜਿਹੜੀ ਮਿਹਨਤ ਨਾਲ ਅਦਾ ਕੀਤੀ ਜਾਂਦੀ ਹੈ।

ਸਿਆਣੇ ਸਹਿਮਤ ਹੁੰਦੇ ਹਨ, ਮੂਰਖ ਬਹਿਸ ਕਰਦੇ ਰਹਿੰਦੇ ਹਨ।

ਸਫਲ ਬੰਦੇ ਇਵੇਂ ਕਾਰਜ ਕਰਦੇ ਹਨ ਕਿ ਅਸਫਲਤਾ ਅਸੰਭਵ ਹੋ ਜਾਂਦੀ ਹੈ।

ਯੋਗਤਾ ਗਰੀਬ ਦੀ ਦੌਲਤ ਹੁੰਦੀ ਹੈ, ਜਿਸ ਦੀ ਯੋਗ ਵਰਤੋਂ ਨਾਲ ਗਰੀਬ, ਅਮੀਰ ਹੋ ਜਾਂਦੇ ਹਨ।

ਹਨੇਰੀਆਂ, ਵਾਤਾਵਰਣ ਨੂੰ ਸਾਫ਼-ਸੁਥਰਾ ਕਰ ਦਿੰਦੀਆਂ ਹਨ।

ਹਿਮਾਲਾ ਇਸ ਲਈ ਚੰਗਾ ਲਗਦਾ ਹੈ, ਕਿਉਂਕਿ ਇਸ ਵਰਗਾ ਕੋਈ ਹੋਰ ਨਹੀਂ ਹੈ।

ਮਹਾਨ ਵਿਅਕਤੀਆਂ ਦੀ ਸੋਚ ਵਿਚ, ਨਵੇਂ ਯੁਗਾਂ ਦੇ ਦਿਸਹੱਦੇ ਹੁੰਦੇ ਹਨ।

ਇਕੱਲੇ ਰਹਿ ਜਾਣ ਦਾ ਤੌਖ਼ਲਾ, ਸਾਨੂੰ ਰਿਸ਼ਤੇ ਉਸਾਰਨ ਅਤੇ ਪ੍ਰਵਾਨ ਕਰਨ ਲਈ ਮਜਬੂਰ ਕਰਦਾ ਰਹਿੰਦਾ ਹੈ।

ਜੇ ਰਿਸ਼ਤੇਦਾਰਾਂ ਤੋਂ ਵਧੇਰੇ ਸਿਆਣੇ ਬਣਨ ਦਾ ਯਤਨ ਕਰੋਗੇ ਤਾਂ ਤੁਸੀਂ ਉਨ੍ਹਾਂ ਨੂੰ ਅਤੇ ਉਹ ਤੁਹਾਨੂੰ ਨਫ਼ਰਤ ਕਰਨਗੇ।

ਗੁੱਸਾ ਕਦੇ ਵੀ ਦਲੀਲ ਨਹੀਂ ਹੁੰਦੀ, ਜਦੋਂ ਦਲੀਲ ਮੁੱਕ ਜਾਂਦੀ ਹੈ, ਉਦੋਂ ਗੁੱਸਾ ਆਉਂਦਾ ਹੈ।

ਤਾਕਤਵਰ ਵਿਅਕਤੀ ਸ਼ਾਂਤ ਹੁੰਦੇ ਹਨ, ਕਿਉਂਕਿ ਸ਼ਾਂਤ ਹੋਣਾ ਆਪਣੇ ਆਪ ਵਿਚ ਇਕ ਤਾਕਤ ਹੁੰਦੀ ਹੈ।

ਧਰਮ ਸਾਨੂੰ ਪ੍ਰਸੰਨ ਹੋ ਕੇ ਦੁੱਖ ਸਹਿਣ ਦੀ ਜਾਚ ਸਿਖਾਉਂਦਾ ਹੈ।

ਦੰਗਲ ਤੋਂ ਪਹਿਲਾਂ ਦੋਵੇਂ ਭਲਵਾਨ ਫੜ੍ਹਾਂ ਮਾਰਦੇ ਹਨ, ਕੁਸ਼ਤੀ ਮਗਰੋਂ ਜਿੱਤਣ ਵਾਲਾ ਹੀ ਚੁੱਪ ਰਹਿੰਦਾ ਹੈ।

ਆਪਣੀ ਸਮਰੱਥਾ ਨੂੰ ਜਾਣੋ, ਗੜਵੀ ਵਿਚ ਬਾਲਟੀ ਨਹੀਂ ਉਲਟਾਈ ਜਾ ਸਕਦੀ।

ਦਲੀਲ ਨੂੰ ਜ਼ੋਰ ਨਾਲ ਪ੍ਰਗਟਾਉਣ ਦੀ ਥਾਂ, ਜ਼ੋਰਦਾਰ ਦਲੀਲ ਨੂੰ ਧੀਰਜ ਨਾਲ ਪ੍ਰਗਟਾਉਣ ਨਾਲ, ਉਸ ਦੀ ਤਾਕਤ ਵੱਧ ਜਾਂਦੀ ਹੈ।

ਜੇ ਅਚਾਨਕ ਬਹੁਤ ਧਨ ਮਿਲ ਜਾਵੇ ਤਾਂ ਉਤਨਾ ਕੁ ਹੀ ਬਚਦਾ ਹੈ, ਜਿਤਨੇ ਨੂੰ ਸੰਭਾਲਣ ਦੀ ਯੋਗਤਾ ਹੁੰਦੀ ਹੈ।

ਪ੍ਰਸੰਸਾਯੋਗ ਚਰਿਤਰ, ਨੀਵੇਂ ਅਨੁਭਵਾਂ ਨਾਲ ਨਹੀਂ ਉਸਰਦਾ, ਇਸ ਚਰਿਤਰ ਨੂੰ ਮੁਸ਼ਕਿਲਾਂ ਅਤੇ ਮੁਸੀਬਤਾਂ ਸਿਰਜਦੀਆਂ ਹਨ।

ਅਜੇ ਤਕ ਕੋਈ ਵੀ ਸਬੱਬ ਨਾਲ ਅਤੇ ਅਚਾਨਕ ਸਿਆਣਾ ਨਹੀਂ ਬਣਿਆ।

ਕਿਸਾਨ ਕੋਲ ਜ਼ਮੀਨ ਸੰਭਾਲਣ ਦੀ ਯੋਗਤਾ ਹੁੰਦੀ ਹੈ, ਧਨ ਸੰਭਾਲਣ ਦੀ ਨਹੀਂ; ਮਹਾਜਨ ਕੋਲ ਪੈਸਾ ਸੰਭਾਲਣ ਦੀ ਸਮਰੱਥਾ ਹੁੰਦੀ ਹੈ, ਜ਼ਮੀਨ ਸੰਭਾਲਣ ਦੀ ਨਹੀਂ।

ਕਿਸੇ ਦੀ ਨਿਰੰਤਰ ਮਦਦ ਨੁਕਸਾਨ ਕਰਦੀ ਹੈ, ਜਿਤਨੀ ਜਲਦੀ ਹੋਵੇ, ਮਦਦ ਲੈਣ ਤੋਂ ਮੁਕਤ ਹੋਣਾ ਚਾਹੀਦਾ ਹੈ।

ਇਸ ਸੰਸਾਰ ਨੂੰ ਮਹਿਲ ਜਾਂ ਜੇਲ੍ਹ ਬਣਾਉਣਾ ਸਾਡੇ ਹੱਥ ਹੈ।

ਲੰਘ ਗਏ ਕੱਲ੍ਹ ਦੇ ਕਾਰਜ, ਅੱਜ ਦੇ ਸਿੱਟੇ ਬਣ ਜਾਂਦੇ ਹਨ।

ਜੇ ਘਰ ਵਿਚ ਕੇਵਲ ਪੁੱਤਰ ਹੀ ਪੁੱਤਰ ਹੋਣ ਤਾਂ ਘਰ ਹੋਸਟਲ ਵਰਗਾ ਲਗਣ ਲਗ ਪੈਂਦਾ ਹੈ।

ਸਿਆਣਪ ਨੂੰ ਹਰ ਕੋਈ ਪਸੰਦ ਕਰਦਾ ਹੈ, ਚਲਾਕੀ ਨੂੰ ਚਲਾਕ ਆਪ ਵੀ ਪਸੰਦ ਨਹੀਂ ਕਰਦੇ।

ਜਿਸ ਨੇ ਆਤਮ-ਵਿਸ਼ਵਾਸ ਗੁਆ ਲਿਆ ਹੈ, ਉਸ ਕੋਲ ਗੁਆਉਣ ਲਈ ਬਚਿਆ ਹੀ ਕੁਝ ਨਹੀਂ ਹੁੰਦਾ।

ਸਫਲਤਾਵਾਂ, ਮੁਸ਼ਕਿਲਾਂ ਦੇ ਅਨੁਪਾਤ ਵਿਚ ਹੀ ਮਹੱਤਵਪੂਰਨ ਹੁੰਦੀਆਂ ਹਨ।

ਪਰਿਵਾਰ ਦੀ ਤਾਕਤ 'ਮੈਂ' ਵਿੱਚ ਨਹੀਂ, 'ਅਸੀਂ' ਵਿੱਚ ਹੁੰਦੀ ਹੈ।

ਚੀਜ਼ਾਂ ਨੂੰ ਠੀਕ ਢੰਗ ਨਾਲ ਵਰਤਣ ਨੂੰ ਸਲੀਕਾ ਕਹਿੰਦੇ ਹਨ।

ਲੋਕ ਅਕਸਰ ਮੌਕਿਆਂ ਦੀ ਘਾਟ ਕਰਕੇ ਨਹੀਂ, ਦ੍ਰਿੜ੍ਹ ਇਰਾਦੇ ਦੀ ਅਣਹੋਂਦ ਕਰਕੇ ਅਸਫਲ ਹੁੰਦੇ ਹਨ।

ਯੋਗਤਾ ਦੇ ਪੰਜ ਪੜਾਓ ਹਨ: ਵੇਖਣਾ, ਪਰਖਣਾ, ਸਮਝਣਾ, ਸਿਖਣਾ ਅਤੇ ਕਰਨਾ।

ਪੁੱਤਰ ਉਦੋਂ ਸਿਆਣਾ ਹੋ ਗਿਆ ਸਮਝਿਆ ਜਾਂਦਾ ਹੈ, ਜਦੋਂ ਉਹ ਆਪਣੇ ਪਿਤਾ ਤੋਂ ਪੈਸੇ ਮੰਗਣ ਦੀ ਥਾਂ ਉਧਾਰ ਮੰਗਦਾ ਹੈ।

ਉਹੀ ਪਤਨੀਆਂ ਆਤਮਘਾਤ ਕਰਦੀਆਂ ਹਨ, ਜਿਨ੍ਹਾਂ ਦੇ ਪਤੀਆਂ ਵਿਚ, ਪਤੀ ਬਣਨ ਦੀ ਯੋਗਤਾ ਨਹੀਂ ਹੁੰਦੀ।

ਕਾਲਜਾਂ-ਯੂਨੀਵਰਸਿਟੀਆਂ ਵਿਚ ਹਰ ਸਾਲ ਦਾਖਲਿਆਂ ਵੇਲੇ ਆਸ ਕੀਤੀ ਜਾਂਦੀ ਹੈ ਕਿ ਇਸ ਵਾਰੀ ਸ਼ਾਇਦ ਕੁਝ ਚੰਗੇ ਵਿਦਿਆਰਥੀ ਵੀ ਦਾਖਲ ਹੋ ਜਾਣ।

ਜੇ ਪੁਰਸ਼, ਇਸਤਰੀ ਨੂੰ ਘਰੋਂ ਕੱਢੇ, ਉਹ ਬਰਦਾਸ਼ਤ ਕਰ ਲੈਂਦੀ ਹੈ ਪਰ ਜੇ ਇਸਤਰੀ, ਪੁਰਸ਼ ਨੂੰ ਕੱਢ ਦੇਵੇ ਤਾਂ ਪਤੀ ਆਪਣੀ ਚੂਲ ਤੋਂ ਹਿਲ ਜਾਂਦਾ ਹੈ।

ਮਹਾਨ ਕਾਢਾਂ ਭਾਵੇਂ ਚਮਕਾਰੇ ਵਿੱਚ ਉਪਜਦੀਆਂ ਪ੍ਰਤੀਤ ਹੁੰਦੀਆਂ ਹਨ ਪਰ ਇਨ੍ਹਾਂ ਪਿਛੇ ਹਮੇਸ਼ਾ ਇਕ ਲੰਮਾ ਸੰਘਰਸ਼ ਹੁੰਦਾ ਹੈ।

ਯੋਗਤਾ ਰਾਹੀਂ ਅਸੀਂ ਜ਼ਿੰਦਗੀ ਦੇ ਨੇਮ ਸਮਝਦੇ ਹਾਂ, ਤਜਰਬੇ ਰਾਹੀਂ ਅਸੀਂ ਉਹ ਵਰਤਾਰੇ ਚੁਣਦੇ ਹਾਂ, ਜਿਨ੍ਹਾਂ ਉੱਤੇ ਇਹ ਨੇਮ ਲਾਗੂ ਹੁੰਦੇ ਹਨ।

ਜਿਹੜਾ ਅਦਿਖ ਨੂੰ ਵੇਖ ਸਕਦਾ ਹੈ, ਉਹ ਅਸੰਭਵ ਨੂੰ ਸੰਭਵ ਵੀ ਬਣਾ ਸਕਦਾ ਹੈ।

ਕਿਸੇ ਵਿਦਵਾਨ ਨੂੰ ਮਿਲਣ ਲਈ, ਸੁਹਿਰਦ ਅਗਿਆਨਤਾ ਦਾ ਹੋਣਾ ਜ਼ਰੂਰੀ ਹੈ।

ਨਵਾਂ ਕੰਮ ਕੋਈ ਵੀ ਹੋਵੇ, ਉਹ ਸਾਡੀ ਸਮੁੱਚੀ ਯੋਗਤਾ ਅਤੇ ਸਮਰੱਥਾ ਦੀ ਮੰਗ ਕਰਦਾ ਹੈ।

ਜਦੋਂ ਜ਼ਿੰਮੇਵਾਰੀ ਦਿਉਗੇ ਕੁਝ ਵਿਕਾਸ ਕਰਨਗੇ, ਕੁਝ ਮੁਰਝਾ ਜਾਣਗੇ, ਕੁਝ ਕੰਮ ਕਰਨ ਲਈ ਵਧੇਰੇ ਹਾਜ਼ਰ ਰਹਿਣਗੇ, ਕੁਝ ਪੂਰਨ ਭਾਂਤ ਲੋਪ ਹੋ ਜਾਣਗੇ।

ਚੰਗੇ ਵਿਚਾਰਾਂ ਨਾਲ, ਪ੍ਰਾਪਤ ਸਹੂਲਤਾਂ ਨੂੰ, ਮਾਣਨ ਦੀ ਯੋਗਤਾ ਵੱਧ ਜਾਂਦੀ ਹੈ।

ਜਿਨ੍ਹਾਂ ਲੋਕਾਂ ਦਾ ਵਾਹ ਪੈਸੇ ਨਾਲ ਪੈਂਦਾ ਰਹਿੰਦਾ ਹੈ, ਉਹ ਚੁਸਤ ਅਤੇ ਸੁਚੇਤ ਰਹਿੰਦੇ ਹਨ।

ਸੰਸਾਰ ਦੀਆਂ ਸਮੂਹਿਕ ਸਮੱਸਿਆਵਾਂ, ਵਿਅਕਤੀਗਤ ਸਮੱਸਿਆਵਾਂ ਨਾਲ ਹੀ ਸ਼ੁਰੂ ਹੁੰਦੀਆਂ ਹਨ।

ਹਰ ਵਿਕਾਸ ਦੇ ਤਿੰਨ ਨੇਮ ਹੁੰਦੇ ਹਨ: ਚਲੋ, ਚਲਦੇ ਰਹੋ ਅਤੇ ਹੋਰਾਂ ਨੂੰ ਚਲਣ ਵਿਚ ਸਹਿਯੋਗ ਦਿਓ।

ਆਪਣੀ ਚਾਲ ਪਛਾਣੋ ਅਤੇ ਆਪਣੀ ਰਫ਼ਤਾਰ ਨਾਲ ਚਲੋ, ਜਲਦੀ ਹੀ ਬੜੀ ਦੂਰ ਨਿਕਲ ਜਾਓਗੇ।

ਕਿਤਾਬਾਂ ਸੋਚਣ, ਮਹਿਸੂਸਣ ਅਤੇ ਕੰਮ ਕਰਨ ਦਾ ਢੰਗ ਬਦਲ ਦਿੰਦੀਆਂ ਹਨ।

ਭਾਵੇਂ ਸਿੱਧੇ ਅਤੇ ਸਹੀ ਰਾਹ 'ਤੇ ਹੀ ਹੋਈਏ, ਜੇ ਬਹਿ ਗਏ ਤਾਂ ਕੁਚਲੇ ਜਾਵਾਂਗੇ।

ਜ਼ਿੰਦਗੀ ਸਾਨੂੰ ਵਕਤ ਦਿੰਦੀ ਹੈ, ਉਸ ਨੂੰ ਵਰਤਣਾ ਕਿਵੇਂ ਹੈ, ਇਹ ਸਾਡੀ ਜ਼ਿੰਮੇਵਾਰੀ ਹੈ।

ਮਨੁੱਖ ਮਾਲਗੱਡੀ ਦੇ ਡੱਬਿਆਂ ਵਰਗੇ ਹੁੰਦੇ ਹਨ, ਖਾਲੀ ਬੜਾ ਖੜਾਕ ਕਰਦੇ ਹਨ, ਭਰੇ ਹੋਏ ਚੁੱਪ ਕਰਕੇ ਲੰਘ ਜਾਂਦੇ ਹਨ।

ਜਿਸ ਉਤੇ ਵੀ ਸੂਰਜ ਦੀ ਰੋਸ਼ਨੀ ਪੈ ਰਹੀ ਹੈ, ਉਹ ਜਾਂ ਪੱਕ ਰਿਹਾ ਹੈ ਜਾਂ ਮੁਰਝਾ ਰਿਹਾ ਹੈ।

ਜ਼ਿੰਦਗੀ ਕੁਝ ਕਰਨ ਦੀ ਇੱਕ ਮੁਹਲਤ ਹੈ, ਇਸ ਵਿੱਚ ਰੌਣਕ ਅਤੇ ਬਰਕਤ ਅਸੀਂ ਆਪ ਭਰਨੀ ਹੁੰਦੀ ਹੈ।

ਗਲਤੀਆਂ ਤੋਂ ਬਚਣ ਲਈ ਤਜਰਬੇ ਦੀ ਲੋੜ ਹੁੰਦੀ ਹੈ ਪਰ ਤਜਰਬਾ ਅਸੀਂ ਗਲਤੀਆਂ ਤੋਂ ਹੀ ਪ੍ਰਾਪਤ ਕਰਦੇ ਹਾਂ।

ਇੱਛਾਵਾਂ ਕਾਰਨ ਹੀ ਮਨੁੱਖ ਨੇ ਵਿਕਾਸ ਕੀਤਾ ਹੈ, ਜੇ ਇੱਛਾਵਾਂ ਨਾ ਹੁੰਦੀਆਂ ਤਾਂ ਮਨੁੱਖ ਹੁਣ ਵੀ ਗੁਫ਼ਾਵਾਂ ਵਿਚ ਹੀ ਰਹਿ ਰਿਹਾ ਹੋਣਾ ਸੀ।

ਵਿਦਿਆਰਥੀ ਨਾਲਾਇਕ ਨਹੀਂ ਹੁੰਦੇ, ਜਿਨ੍ਹਾਂ ਦੀ ਯੋਗਤਾ ਜਗਾ ਦਿਤੀ ਜਾਂਦੀ ਹੈ, ਉਹ ਲਾਇਕ ਬਣ ਜਾਂਦੇ ਹਨ, ਬਾਕੀਆਂ ਨੂੰ ਨਾਲਾਇਕ ਕਿਹਾ ਜਾਂਦਾ ਹੈ।

ਆਸ਼ਾਵਾਦੀ ਹਨੇਰੇ ਵਿਚ ਵੀ ਵੇਖ ਲੈਂਦਾ ਹੈ, ਨਿਰਾਸ਼ਾਵਾਦੀ ਦੀਵੇ ਨੂੰ ਫੂਕ ਮਾਰ ਕੇ ਬੁਝਾ ਦਿੰਦਾ ਹੈ।

ਕਿਸੇ ਲਈ ਕੋਈ ਵਿਸ਼ੇਸ਼ ਅਵਸਰ ਨਹੀਂ ਹੁੰਦਾ, ਸਾਰੇ ਅਵਸਰ ਮਨੁੱਖ ਦੀ ਯੋਗਤਾ ਵਿੱਚ ਹੁੰਦੇ ਹਨ।

ਪ੍ਰਵਾਹ ਨਾ ਕਰੋ ਕਿ ਲੋਕਾਂ ਦੀ ਤੁਹਾਡੇ ਬਾਰੇ ਰਾਇ ਕੀ ਹੈ, ਮਹੱਤਵਪੂਰਨ ਇਹ ਹੈ ਕਿ ਤੁਹਾਡੀ ਆਪਣੇ ਆਪ ਬਾਰੇ ਰਾਇ ਕੀ ਹੈ?

ਅਜੇ ਤਕ ਸੰਸਾਰ ਵਿਚ ਇਕ ਵੀ ਬੰਦਾ ਪਸੀਨੇ ਵਿਚ ਨਹੀਂ ਡੁੱਬਿਆ।

ਜਿਹੜਾ ਆਪ ਸੁਤੰਤਰ ਰੂਪ ਵਿੱਚ ਨਹੀਂ ਵਿਚਰ ਸਕਦਾ, ਉਹ ਕਿਸੇ ਨੂੰ ਚੰਗਾ ਸਹਿਯੋਗ ਵੀ ਨਹੀਂ ਦੇ ਸਕਦਾ।

ਜਿਥੇ ਸਾਰੇ ਜਾ ਸਕਦੇ ਹੋਣ, ਉਥੇ ਕਿਸੇ ਦਾ ਵਿਸ਼ੇਸ਼ ਸਤਿਕਾਰ ਨਹੀਂ ਹੁੰਦਾ।

ਆਸ਼ਾਵਾਦੀ ਜੇ ਵੀਹਵੀਂ ਮੰਜ਼ਿਲ ਤੋਂ ਡਿੱਗੇ ਤਾਂ ਹਰ ਮੰਜ਼ਿਲ 'ਤੇ ਕਹੇਗਾ, ਅਜੇ ਮੈਂ ਠੀਕ-ਠਾਕ ਹਾਂ।

ਜਿਨ੍ਹਾਂ ਦੇ ਅਸੀਂ ਸੰਪਰਕ ਵਿਚ ਆਉਂਦੇ ਹਾਂ, ਉਨ੍ਹਾਂ ਤੋਂ ਹੀ ਸਾਨੂੰ ਆਪਣੇ ਬਾਰੇ ਪਤਾ ਲਗਦਾ ਹੈ।

ਕੰਮ, ਪੁਰਸ਼-ਸੰਕਲਪ ਹੈ; ਕਲਾ, ਇਸਤਰੀ-ਸੰਕਲਪ ਹੈ।

ਨਾਚ, ਗੀਤ ਅਤੇ ਸੰਗੀਤ, ਕੰਮ ਮੁੱਕਣ ਦੀ ਖ਼ੁਸ਼ੀ ਵਿਚੋਂ ਉਪਜਦੇ ਹਨ ਅਤੇ ਇਹ ਸਾਰੇ ਹੋਰ ਕੰਮ ਕਰਨ ਦੀ ਪ੍ਰੇਰਨਾ ਦਿੰਦੇ ਹਨ।

ਹਰ ਸਮਾਜ ਅਤੇ ਹਰ ਵਰਗ ਦੀਆਂ ਰਸਮਾਂ, ਰੀਤੀਆਂ ਅਤੇ ਕੁਰੀਤੀਆਂ ਦੀ ਕਿਸਮ ਵੱਖਰੀ ਹੁੰਦੀ ਹੈ।

ਨਿਰਾਸ਼ਾਵਾਦੀ ਕਦੇ ਮਹੱਤਵਪੂਰਨ ਨਹੀਂ ਹੁੰਦੇ ਅਤੇ ਮਹੱਤਵਪੂਰਨ ਕਦੇ ਨਿਰਾਸ਼ਾਵਾਦੀ ਨਹੀਂ ਹੁੰਦੇ।

ਸੰਸਾਰ ਨਾ ਸਿਆਣਾ ਹੈ ਨਾ ਹੀ ਤਰਕਪੂਰਨ, ਕਿਉਂਕਿ ਸੰਸਾਰ ਤਰਕ ਨਾਲ ਨਹੀਂ, ਭਾਵਨਾਵਾਂ ਦਾ ਚਲਾਇਆ ਚਲਦਾ ਹੈ।

ਚਮਕਦੇ ਸੂਰਜ ਵਲ ਕਿਸੇ ਦਾ ਧਿਆਨ ਨਹੀਂ ਜਾਂਦਾ, ਜਦੋਂ ਗ੍ਰਹਿਣ ਲੱਗਾ ਹੋਵੇ, ਸਾਰੇ ਸੂਰਜ ਵਲ ਵੇਖਦੇ ਹਨ।

ਜੇ ਕੁਦਰਤ ਨੇ ਮਨੁੱਖ ਨੂੰ ਆਪਣੇ ਸਰੀਰ ਦੇ ਅੰਗ ਅੱਗੇ-ਪਿਛੇ ਕਰਨ ਦੀ ਖੁਲ੍ਹ ਦਿਤੀ ਹੁੰਦੀ ਤਾਂ ਹਰ ਕਿਸੇ ਨੇ ਹਾਸੋ-ਹੀਣਾ ਬਣੇ ਹੋਣਾ ਸੀ।

ਦੁਰਭਾਗ ਇਹ ਹੈ ਕਿ ਮਨੁੱਖ ਪ੍ਰਸੰਸਾ ਕਰਨ ਵਾਲੇ ਦੀ, ਸੇਵਾ ਕਰਨ ਵਾਲੇ ਨਾਲੋਂ ਵੀ, ਵਧੇਰੇ ਕਦਰ ਕਰਦਾ ਹੈ।

ਭਾਈਵਾਲੀਆਂ ਇਸ ਲਈ ਨਹੀਂ ਨਿਭਦੀਆਂ, ਕਿਉਂਕਿ ਕੰਮਾਂ ਨੂੰ ਠੀਕ ਢੰਗ ਨਾਲ ਵੰਡਿਆ ਨਹੀਂ ਗਿਆ ਹੁੰਦਾ।

ਇਸਤਰੀਆਂ, ਭਰਾਵਾਂ ਨੂੰ ਆਪਸ ਵਿੱਚ ਨਹੀਂ ਲੜਾਉਂਦੀਆਂ, ਉਹ ਆਪਣੇ ਪਤੀਆਂ ਦੇ ਹੱਕਾਂ ਦੀ ਰਾਖੀ ਕਰਦੀਆਂ ਹਨ।

ਮਿਹਰਬਾਨੀਆਂ ਨਾਲ ਵਫ਼ਾਦਾਰੀਆਂ ਨਹੀਂ ਉਪਜਦੀਆਂ, ਮਿਹਰਬਾਨੀਆਂ ਬੰਦ ਹੋਣ 'ਤੇ ਅਜਿਹੇ ਵਫ਼ਾਦਾਰ ਸਭ ਤੋਂ ਪਹਿਲਾਂ ਬਗ਼ਾਵਤ ਕਰਦੇ ਹਨ।

ਭੋਗ ਸਮੇਂ, ਸ਼ਰਧਾਂਜਲੀ ਵਿਚ, ਵਿਛੜੇ ਬੰਦੇ ਦੇ ਗੁਣ ਗਿਣ ਕੇ, ਬੋਲਣ ਵਾਲੇ ਅਸਲ

ਵਿਚ ਇਹ ਕਹਿ ਰਹੇ ਹੁੰਦੇ ਹਨ ਕਿ ਇਹ ਗੁਣ, ਉਸ ਵਿੱਚ ਹੋਣੇ ਚਾਹੀਦੇ ਸਨ।

ਜੇ ਅਸੀਂ ਕੁੜੀਆਂ ਨੂੰ ਮੁੰਡਿਆਂ ਵਾਂਗ ਪਾਲਾਂਗੇ ਤਾਂ ਮਾਪਿਆਂ ਦੇ ਬੁਢਾਪੇ ਵਿਚ, ਉਹ ਧੀਆਂ ਵਾਲਾ ਨਹੀਂ, ਪੁੱਤਰਾਂ ਵਾਂਗ ਹੀ ਵਿਹਾਰ ਕਰਨਗੀਆਂ।

ਧਾਰਮਿਕ ਸਥਾਨ ਤੇ ਹੱਸਣ ਦੀ ਆਗਿਆ ਨਾ ਹੋਣ ਕਰਕੇ, ਉਥੇ ਹਰ ਕੋਈ ਆਪਣੀ ਉਮਰ ਨਾਲੋਂ ਵੱਡਾ ਨਜ਼ਰ ਆਉਂਦਾ ਹੈ।

ਚਾਪਲੂਸ ਨਾ ਆਪਣੀ ਕਦਰ ਕਰਦਾ ਹੈ, ਨਾ ਹੀ ਉਸ ਦੀ ਕਦਰ ਕਰਦਾ ਹੈ, ਜਿਸ ਦੀ ਉਹ ਚਾਪਲੂਸੀ ਕਰ ਰਿਹਾ ਹੁੰਦਾ ਹੈ, ਚਾਪਲੂਸ ਆਪਣਾ ਢਿੱਡ ਵਜਾਉਂਦਾ ਹੈ।

ਬਹੁਤ ਅਮੀਰ, ਤਾਕਤਵਰ ਅਤੇ ਪ੍ਰਸਿੱਧ ਬੰਦੇ ਅਤੇ ਬਹੁਤ ਕਮਜ਼ੋਰ, ਗਰੀਬ ਅਤੇ ਬਦਨਾਮ ਵਿਅਕਤੀ, ਤਰਕਸੰਗਤ ਸੋਚ ਦੇ ਧਾਰਣੀ ਨਹੀਂ ਹੁੰਦੇ।

ਨੀਵੀਆਂ ਥਾਵਾਂ ਤੋਂ ਉੱਠੇ ਲੋਕਾਂ ਵਿਚ, ਵੱਡੇ ਬਣਨ ਦੀ ਕਾਹਲ ਹੁੰਦੀ ਹੈ।

ਸ਼ਰਧਾਂਜਲੀਆਂ ਵੇਲੇ ਬੋਲਣ ਵਾਲੇ ਨੂੰ ਆਪਣੀ ਅਵਾਜ਼ ਅਤੇ ਪਰਿਵਾਰ ਨੂੰ ਆਪਣੀ ਪ੍ਰਸੰਸਾ ਸੁਣਨੀ ਚੰਗੀ ਲਗ ਰਹੀ ਹੁੰਦੀ ਹੈ, ਹੋਰ ਕਿਸੇ ਦੀ ਸ਼ਰਧਾਂਜਲੀਆਂ ਵਿੱਚ ਕੋਈ ਦਿਲਚਸਪੀ ਨਹੀਂ ਹੁੰਦੀ।

ਕਿਸੇ ਨੂੰ ਸਬਕ ਸਿਖਾਉਣ ਦੀ ਜ਼ਿੱਦ ਨਾ ਕਰੋ, ਕੋਈ ਨਹੀਂ ਸਿਖਦਾ, ਕਿਉਂਕਿ ਸਬਕ ਸਿਖਾਏ ਨਹੀਂ ਜਾਂਦੇ, ਸਿੱਖੇ ਜਾਂਦੇ ਹਨ।

ਜੇ ਕਿਸੇ ਤੇ ਹੱਸਿਆ ਜਾ ਸਕਦਾ ਹੋਵੇ ਤਾਂ ਉਸ ਦੀ ਆਲੋਚਨਾ ਕਰਨ ਦੀ ਲੋੜ ਨਹੀਂ ਪੈਂਦੀ।

ਪਿਆਰਾ ਸਭ ਕੁਝ ਸਮਝਦਾ ਹੁੰਦਾ ਹੈ, ਦੁਸ਼ਮਣ ਸ਼ਭ ਕੁਝ ਜਾਣਦਾ ਹੁੰਦਾ ਹੈ।

ਕਿਸੇ ਸਾਹਮਣੇ ਪ੍ਰਸੰਸਾ ਦੋ ਉਦੇਸ਼ਾਂ ਅਧੀਨ ਕੀਤੀ ਜਾਂਦੀ ਹੈ, ਪਹਿਲਾ ਇਹ ਕਿ ਉਹ ਜਾਣ ਜਾਵੇ ਕਿ ਅਸੀਂ ਉਸ ਦੀ ਪ੍ਰਸੰਸਾ ਕੀਤੀ ਹੈ, ਦੂਜਾ ਇਹ ਕਿ ਉਹ ਵੀ ਸਾਡੀ ਪ੍ਰਸੰਸਾ ਕਰੇ।

ਪਰੰਪਰਾ, ਪਰਿਵਰਤਨ ਦੀ ਦੁਸ਼ਮਣ ਹੁੰਦੀ ਹੈ।

ਇਸ ਸੰਸਾਰ ਵਿਚ, ਅਸੀਂ ਜਿਊਣ ਹੀ ਨਹੀਂ ਆਏ, ਮਰਨ ਵੀ ਆਏ ਹਾਂ।

ਉਦਾਰ ਹੋਣ ਤੋਂ ਪਹਿਲਾਂ, ਨਿਆਂ-ਪੂਰਣ ਹੋਣਾ ਜ਼ਰੂਰੀ ਹੁੰਦਾ ਹੈ।

ਜਿਸ ਲਈ ਸਜ਼ਾ ਨਾਲੋਂ ਪਛਤਾਵਾ ਵੱਡੀ ਗੱਲ ਹੋਵੇ, ਉਸ ਨੂੰ ਸਜ਼ਾ ਦੇਣ ਦੀ ਲੋੜ ਨਹੀਂ ਪੈਂਦੀ।

ਕਈ ਮਿਹਨਤ ਨਾਲ ਸਿਫ਼ਰਾਂ ਵਿਚ ਹਿੰਦਸਾ ਬਣ ਜਾਂਦੇ ਹਨ, ਕਈ ਸੁਸਤੀ ਕਾਰਨ ਹਿੰਦਸਿਆਂ ਵਿਚ ਸਿਫ਼ਰ ਹੀ ਬਣੇ ਰਹਿੰਦੇ ਹਨ।

ਮਹਾਨ ਬਣਨਾ ਚੰਗੀ ਗੱਲ ਹੈ ਪਰ ਕੇਵਲ ਆਪਣੇ ਆਪ ਨੂੰ ਮਹਾਨ ਸਮਝਣਾ ਨੀਵੀਂ ਸੋਚ ਦਾ ਪ੍ਰਮਾਣ ਹੁੰਦਾ ਹੈ।

ਬੇਈਮਾਨ, ਉਹ ਕੁਰਬਾਨੀਆਂ ਕਰਦੇ ਹਨ, ਜਿਨ੍ਹਾਂ ਦੀ ਲੋੜ ਨਹੀਂ ਹੁੰਦੀ ਤਾਂ ਕਿ ਉਹ, ਉਹ ਕੁਰਬਾਨੀਆਂ ਕਰਨ ਤੋਂ ਬਚ ਜਾਣ, ਜਿਨ੍ਹਾਂ ਦੀ ਲੋੜ ਹੁੰਦੀ ਹੈ।

ਮੇਜ਼ ਦਾ ਆਕਾਰ, ਆਲੇ-ਦੁਆਲੇ ਬੈਠਿਆਂ ਵਿਚਕਾਰ, ਗੱਲਬਾਤ ਦੀ ਕਿਸਮ ਨੂੰ ਨਿਰਧਾਰਤ ਕਰਦਾ ਹੈ।

ਵਪਾਰੀ ਵਾਸਤੇ, ਈਮਾਨਦਾਰੀ ਵੀ ਇਕ ਸੌਦਾ ਹੁੰਦੀ ਹੈ।

ਜਦੋਂ ਲੋਕ ਸਾਡੇ ਕੋਲ ਆਉਂਦੇ ਹਨ ਤਾਂ ਅਸੀਂ ਉਨ੍ਹਾਂ ਨੂੰ ਉਤਨੇ ਚੰਗੇ ਢੰਗ ਨਾਲ ਨਹੀਂ ਸਮਝਦੇ, ਜਦੋਂ ਅਸੀਂ ਉਨ੍ਹਾਂ ਕੋਲ ਜਾਣ ਵੇਲੇ ਉਨ੍ਹਾਂ ਨੂੰ ਸਮਝਦੇ ਹਾਂ।

ਬਚਪਨ ਵਿਚ ਬੂਟ ਨਾ ਹੋਣ ਕਾਰਨ, ਨੰਗੇ ਪੈਰਾਂ ਨਾਲ ਟੁਰਨ ਕਰਕੇ, ਪੈਰਾਂ ਦੀਆਂ ਉਂਗਲਾਂ ਫੈਲ ਜਾਣ 'ਤੇ, ਜੀਵਨ ਭਰ ਕੋਈ ਬੂਟ, ਪੂਰੇ ਨਹੀਂ ਆਉਂਦੇ।

ਆਪਣੇ ਸਹੀ ਹੋਣ ਦੇ ਵਿਸ਼ਵਾਸ ਕਾਰਨ ਇਸਤਰੀ ਚੁੱਪ ਹੋ ਜਾਂਦੀ ਹੈ ਪਰ ਆਪਣੇ ਸਹੀ ਹੋਣ ਦੇ ਵਿਸ਼ਵਾਸ ਵਾਲਾ ਪੁਰਸ਼, ਬੋਲੀ ਹੀ ਜਾਂਦਾ ਹੈ।

ਬਹੁਤ ਘੱਟ ਅਮੀਰ ਲੋਕ ਇਹ ਜਾਣਦੇ ਹਨ ਕਿ ਕੋਈ ਗਰੀਬ ਕਿਵੇਂ ਸੋਚਦਾ ਹੈ।

ਜਿਹੜਾ ਪੁਰਸ਼, ਇਸਤਰੀ ਜਾਤੀ ਦੀ ਨਿੰਦਾ ਕਰਦਾ ਹੈ, ਅਸਲ ਵਿਚ ਉਸ ਨੂੰ ਕਿਸੇ ਇਕ ਇਸਤਰੀ ਪ੍ਰਤੀ ਰੋਸ ਹੁੰਦਾ ਹੈ।

ਬਾਹਰ ਬੜਾ ਸਿਆਣਾ ਸਮਝਿਆ ਜਾਣ ਵਾਲਾ ਲਗਭਗ ਹਰ ਪੁਰਸ਼, ਘਰ ਵੜਦਿਆਂ ਹੀ ਮੂਰਖਾਂ ਵਾਂਗ ਵਿਹਾਰ ਕਰਨ ਲਗ ਪੈਂਦਾ ਹੈ।

ਇਸਤਰੀ ਜੇ ਸੋਹਣੀ ਬਣਨ ਦਾ ਉਚੇਚ ਕਰੇ ਤਾਂ ਉਹ ਹੋਰ ਵੀ ਕੋਹਜੀ ਲਗਦੀ ਹੈ।

ਮਨੁੱਖ ਆਦਤਾਂ ਦਾ ਚਲਾਇਆ ਚਲਦਾ ਹੈ, ਹਰ ਚੀਜ਼ ਦੀ ਆਦਤ ਪੈ ਜਾਂਦੀ ਹੈ।

ਪਿੰਡ ਵਿਚ ਕਿਸੇ ਦਾ ਪਿਆਰ ਜਦੋਂ ਨਸ਼ਰ ਹੋ ਜਾਵੇ ਤਾਂ ਉਸ ਪਿਆਰ ਦੀ ਚਮਕ ਅਤੇ ਉਸ ਦਾ ਨਿੱਘ ਘੱਟ ਜਾਂਦਾ ਹੈ।

ਸਭ ਕੁਝ ਕਰਕੇ ਵੀ ਪੁਰਸ਼ ਹੈਰਾਨ ਹੁੰਦਾ ਹੈ ਕਿ ਆਖਰ ਇਸਤਰੀ ਚਾਹੁੰਦੀ ਕੀ ਹੈ ?

ਇਸਤਰੀਆਂ ਨੂੰ ਹੱਕ ਕੁਦਰਤ ਨੇ ਹੀ ਦਿਤੇ ਹਨ, ਸਮਾਜ ਨੇ ਉਨ੍ਹਾਂ ਦੇ ਹੱਕ ਖੋਹੇ ਹੀ ਹਨ।

ਪਿਆਰ ਦਾ ਮੁੱਢਲਾ ਅਨੁਭਵ ਸਿਆਣਿਆਂ ਨੂੰ ਮੂਰਖ ਅਤੇ ਮੂਰਖਾਂ ਨੂੰ ਫ਼ਿਲਾਸਫ਼ਰ ਬਣਾਉਣ ਦਾ ਭੁਲੇਖਾ ਪਾਉਂਦਾ ਹੈ।

ਸ਼ੀਸ਼ਾ, ਚੁੱਪ ਰਹਿ ਕੇ ਆਪਣਾ ਫੈਸਲਾ ਸੁਣਾਉਂਦਾ ਹੈ।

ਜਿਹੜੇ ਪੁਰਸ਼, ਇਸਤਰੀਆਂ ਦਾ ਬਹੁਤ ਅਧਿਕ ਸਤਿਕਾਰ ਕਰਦੇ ਹਨ, ਉਹ ਇਸਤਰੀਆਂ ਵਿਚ ਅਧਿਕ ਹਰਮਨ ਪਿਆਰੇ ਨਹੀਂ ਹੁੰਦੇ।

ਚਲਾਕ ਬੰਦਾ, ਝੂਠ ਬੋਲ ਕੇ ਆਪਣੇ ਆਪ ਨੂੰ ਸੱਚਾ ਸਾਬਤ ਕਰਨ ਦਾ ਉਪਰਾਲਾ ਕਰਦਾ ਹੈ ਪਰ ਸਾਬਤ ਉਸ ਦੀ ਚਲਾਕੀ ਹੀ ਹੁੰਦੀ ਹੈ।

ਇਸਤਰੀ ਦੀ ਵਿਦੇਸ਼ ਨੀਤੀ ਵਿਚ ਨਹੀਂ, ਘਰੇਲੂ ਅਤੇ ਸਮਾਜਿਕ ਰਾਜਨੀਤੀ ਵਿਚ ਦਿਲਚਸਪੀ ਹੁੰਦੀ ਹੈ।

ਇਸਤਰੀ, ਕਵਿਤਾ ਵਾਂਗ ਸੋਚਦੀ ਹੈ ਅਤੇ ਚਾਹੁੰਦੀ ਹੈ ਕਿ ਉਸ ਦਾ ਵਿਆਹ ਕਿਸੇ ਨਾਵਲ ਨਾਲ ਹੋ ਜਾਵੇ।

ਆਪਣੀ ਉਮਰ ਵਿਚੋਂ ਇਸਤਰੀ ਜਿਤਨੇ ਸਾਲ ਘਟਾ ਕੇ ਦਸਦੀ ਹੈ, ਉਤਨੇ ਸਾਲ ਉਹ ਉਸ ਇਸਤਰੀ ਦੀ ਉਮਰ ਵਿੱਚ ਜੋੜ ਦਿੰਦੀ ਹੈ, ਜਿਹੜੀ ਉਸ ਨੂੰ ਚੰਗੀ ਨਹੀਂ ਲਗਦੀ।

ਜੇ ਮਨੁੱਖ ਕੋਲ ਕਲਪਨਾ ਨਾ ਹੁੰਦੀ ਤਾਂ ਉਸ ਨੂੰ ਜਮਾਦਾਰਨੀ ਜਾਂ ਮਹਾਰਾਣੀ ਵਿਚ ਕੋਈ ਅੰਤਰ ਨਹੀਂ ਸੀ ਦਿਖਾਈ ਦੇਣਾ।

ਅਨਪੜ੍ਹ ਪਤਨੀ ਦੀ, ਵਿਦਵਾਨ ਪਤੀ ਨਾਲ ਨਿਭ ਜਾਂਦੀ ਹੈ ਪਰ ਪੜ੍ਹੀ ਲਿਖੀ ਪਤਨੀ ਦੀ, ਅਨਪੜ੍ਹ ਪਤੀ ਨਾਲ ਕਦੇ ਨਹੀਂ ਨਿਭਦੀ।

ਪੁਰਸ਼, ਇਸਤਰੀ ਲਈ ਤਾਂਘਦਾ ਹੈ ਅਤੇ ਇਸਤਰੀ ਨਿਰੰਤਰ ਚਾਹੁੰਦੀ ਹੈ ਕਿ ਪੁਰਸ਼ ਉਸ ਲਈ ਤਾਂਘੇ ਅਤੇ ਤਾਂਘਦਾ ਰਹੇ।

ਰੰਗ, ਰੋਸ਼ਨੀ ਦੀ ਜ਼ਬਾਨ ਹੁੰਦੇ ਹਨ।

ਪਿਆਰੇ ਦੇ ਦਿੱਤੇ ਦੁੱਖ ਵੀ, ਸੁੱਖਾਂ ਵਾਂਗ ਹੰਢਾਏ ਜਾਂਦੇ ਹਨ।

ਮਨੁੱਖ ਸੋਚਣ ਅਨੁਸਾਰ ਨਹੀਂ ਜਿਊਂਦਾ, ਉਹ ਜਿਊਣ ਅਨੁਸਾਰ ਸੋਚਦਾ ਹੈ।

ਜੇ ਪੁਰਸ਼, ਇਸਤਰੀ ਦੀ ਸਿਫ਼ਤ ਕਰੇ, ਸਮਝੋ ਸਭ ਕੁਝ ਠੀਕ ਹੋ ਜਾਵੇਗਾ, ਜੇ ਇਸਤਰੀ, ਪੁਰਸ਼ ਦੀ ਸਿਫ਼ਤ ਕਰੇ, ਸਮਝੋ ਸਭ ਕੁਝ ਠੀਕ ਹੈ।

ਪੁਰਸ਼ਾਂ ਕਾਰਨ, ਇਸਤਰੀਆਂ ਇਕ-ਦੂਜੀ ਨਾਲ ਸਾੜਾ ਕਰਦੀਆਂ ਹਨ; ਇਸਤਰੀਆਂ ਕਾਰਨ, ਪੁਰਸ਼ ਇਕ-ਦੂਜੇ ਨਾਲ ਮੁਕਾਬਲਾ ਕਰਦੇ ਹਨ।

ਸੱਚਾ ਪਿਆਰ ਕਰਨਾ ਭੂਤ ਵੇਖਣ ਵਾਂਗ ਹੁੰਦਾ ਹੈ, ਭੂਤ ਦੀਆਂ ਗੱਲਾਂ ਸਾਰੇ ਕਰਦੇ ਹਨ ਪਰ ਵੇਖਿਆ ਕਿਸੇ ਨੇ ਨਹੀਂ ਹੁੰਦਾ।

ਪੁਰਸ਼ਾਂ ਨੂੰ ਖੁਸ਼ੀ ਵੱਧ ਪੈਸੇ ਕਮਾ ਕੇ ਮਿਲਦੀ ਹੈ; ਇਸਤਰੀਆਂ ਚੰਗੇ, ਢੁੱਕਵੇਂ ਅਤੇ ਧਿਆਨ-ਖਿੱਚਵੇਂ ਲਿਬਾਸ ਪਹਿਨਣ ਨਾਲ ਪ੍ਰਸੰਨ ਹੁੰਦੀਆਂ ਹਨ।

ਜੇ ਸਾਰਿਆਂ ਦੀ ਪ੍ਰਸੰਸਾ ਗੁਆ ਕੇ ਕੇਵਲ ਇਕ ਦੀ ਆਲੋਚਨਾ ਸਹੇੜਨੀ ਹੋਵੇ ਤਾਂ ਵਿਆਹ ਕਰਾ ਲਓ।

ਇਸਤਰੀ, ਜਿਸ ਨੂੰ ਭਰਮਾਉਣਾ ਚਾਹੁਣ ਦੇ ਬਾਵਜੂਦ ਭਰਮਾ ਨਾ ਸਕੇ, ਉਸ ਨੂੰ ਉਹ ਕਦੇ ਮੁਆਫ਼ ਨਹੀਂ ਕਰਦੀ।

ਪਿਆਰ ਦੇ ਅਸੂਲ ਨਹੀਂ ਹੁੰਦੇ, ਪਿਆਰ ਸਾਰੇ ਅਸੂਲ ਤੋੜ ਕੇ ਕੀਤਾ ਜਾਂਦਾ ਹੈ।

ਜੇ ਨੌਕਰੀ ਲਈ ਮੁਲਾਕਾਤ ਦੀ ਚਿਠੀ ਆ ਜਾਵੇ ਤਾਂ ਪੁਰਸ਼ ਸੋਚਦਾ ਹੈ ਕੀ ਕੀ ਕਹਾਂਗਾ, ਇਸਤਰੀ ਸੋਚਦੀ ਹੈ ਕੀ ਕੀ ਪਹਿਨਾਂਗੀ।

ਵੱਡੇ ਬੰਦਿਆਂ ਦੀਆਂ ਸਵੈਜੀਵਨੀਆਂ ਸੰਖੇਪ ਹੁੰਦੀਆਂ ਹਨ।

ਕਿਸੇ ਕਵੀ ਦਾ ਕਹਿਣਾ ਕਿ ਉਸ ਨੂੰ ਹਰ ਨਵੀਂ ਕਵਿਤਾ ਲਈ ਨਵੇਂ ਪਿਆਰ ਦੀ ਲੋੜ ਹੈ, ਉਵੇਂ ਹੀ ਹੈ ਜਿਵੇਂ ਸੰਗੀਤਕਾਰ ਕਹੇ ਕਿ ਉਸ ਨੂੰ ਹਰ ਨਵੀਂ ਧੁਨ ਲਈ ਨਵੇਂ ਹਾਰਮੋਨੀਅਮ ਦੀ ਲੋੜ ਹੈ।

ਪਿਆਰ ਦਾ ਜਵਾਨੀ ਨਾਲ ਸਿੱਧਾ ਸਬੰਧ ਹੈ, ਪਿਆਰ ਕਰਦਿਆਂ ਆਪਣੇ ਆਪ ਨੂੰ ਜਵਾਨ ਨਾ ਸਮਝਣਾ ਅਸੰਭਵ ਹੁੰਦਾ ਹੈ।

ਜਸ਼ਨ, ਅਕਸਰ ਕਿਸੇ ਮੁਹਿੰਮ ਵਿਚ ਸਫਲ ਹੋਣ 'ਤੇ ਮਨਾਏ ਜਾਂਦੇ ਹਨ, ਕੇਵਲ ਵਿਆਹ ਵਿਚ, ਜਸ਼ਨ ਮੁਹਿੰਮ ਦੇ ਆਰੰਭ ਵਿਚ ਮਨਾਏ ਜਾਂਦੇ ਹਨ।

ਪੁਰਸ਼ ਪਾਣੀ ਵਾਂਗ ਲੰਮੇ ਵਹਿਣ ਵਿਚ ਵਿਚਰਦਾ ਹੈ, ਇਸਤਰੀ ਹਵਾ ਵਾਂਗ ਨਿੱਕੇ-ਨਿੱਕੇ ਹਵਾਲਿਆਂ ਨਾਲ ਛੂੰਹਦੀ ਹੈ।

ਵਿਕਾਸ ਕਰਨ ਦੀ ਇੱਛਾ, ਆਪਣੀ ਆਮਦਨ ਤੋਂ ਵਧੇਰੇ ਖਰਚ ਕਰਨ ਦੀ ਇੱਛਾ ਵਿਚੋਂ ਉਪਜਦੀ ਹੈ।

ਪਿਆਰ ਕਰ ਰਹੇ ਪ੍ਰੇਮੀਆਂ ਨੂੰ, ਵਿਆਹਿਆਂ ਨਾਲੋਂ ਵੀ ਵਧੇਰੇ ਸਮੱਸਿਆਵਾਂ, ਤੌਖਲਿਆਂ ਅਤੇ ਮੁਸ਼ਕਿਲਾਂ ਦਾ ਸਾਹਮਣਾ ਕਰਨਾ ਪੈਂਦਾ ਹੈ।

ਪ੍ਰਸੰਸਾ ਸੁਣਨੀ ਅਤੇ ਦੂਜਿਆਂ ਦੀ ਨਕਲ ਕਰਨੀ ਕੇਵਲ ਮਨੁੱਖ ਦੇ ਲੱਛਣ ਹਨ।

ਜਦੋਂ ਬੱਚਿਆਂ ਨੂੰ ਨਾਲਾਇਕਾਂ ਹੱਥੋਂ ਇਨਾਮ ਦਿਵਾਏ ਜਾਣ ਤਾਂ ਉਸ ਸਮੇਂ ਉਨ੍ਹਾਂ ਨੂੰ ਅਸੀਂ ਭ੍ਰਿਸ਼ਟਾਚਾਰ ਸਿਖਾ ਰਹੇ ਹੁੰਦੇ ਹਾਂ।

ਅਸਮਾਨ ਅਤੇ ਦਰੱਖਤਾਂ ਨੂੰ ਰੋਜ਼ ਵੇਖਣ ਨਾਲ, ਦ੍ਰਿਸ਼ਟੀ ਤੰਦਰੁਸਤ ਰਹਿੰਦੀ ਹੈ।

ਬਹੁਤ ਘੱਟ ਲੋਕ ਹੁੰਦੇ ਹਨ, ਜਿਹੜੇ ਸਾਨੂੰ ਨੇੜਿਓਂ ਪ੍ਰਭਾਵਿਤ ਕਰਦੇ ਹਨ।

ਇਕ ਭਰੋਸੇਯੋਗ ਦੋਸਤ, ਇਕ ਵਿਦਵਾਨ ਅਧਿਆਪਕ, ਇਕ ਸੋਹਣਾ ਪਿਆਰ, ਇਕ ਚੰਗਾ ਸ਼ੌਕ ਆਦਿ ਜੀਵਨ ਨੂੰ ਸਵਰਗ ਬਣਾ ਦਿੰਦੇ ਹਨ।

ਹਰ ਪਾਲਤੂ ਜਾਨਵਰ ਦੀ ਸ਼ਕਲ ਅੰਤ ਨੂੰ ਆਪਣੇ ਮਾਲਕ ਦੀ ਸ਼ਕਲ ਨਾਲ ਮਿਲਣ ਲਗ ਪੈਂਦੀ ਹੈ।

ਜਵਾਨ ਮੁੰਡੇ-ਕੁੜੀਆਂ ਜਿਥੇ ਵੀ ਇਕੱਠੇ ਹੋ ਜਾਣ, ਮਹਿਫ਼ਲ ਸ਼ੁਰੂ ਹੋ ਜਾਂਦੀ ਹੈ, ਜਿਹੜੀ ਜੋੜੀਆਂ ਬਨਣ ਤਕ ਜਾਰੀ ਰਹਿੰਦੀ ਹੈ।

ਦੋਸਤਾਂ ਨੂੰ ਗਿਣਨਾ ਨਹੀਂ ਚਾਹੀਦਾ, ਕਿਉਂਕਿ ਦੋਸਤ ਕਦੀ ਇਤਨੇ ਹੁੰਦੇ ਹੀ ਨਹੀਂ ਕਿ ਗਿਣਨ ਦੀ ਲੋੜ ਪਵੇ।

ਪਤਨੀ ਚਾਹੁੰਦੀ ਹੈ, ਜਿਤਨਾ ਚਿਰ ਉਹ ਚਾਹਵੇ, ਪਤੀ ਉਸ ਕੋਲ ਰਹੇ; ਪਤੀ ਚਾਹੁੰਦਾ ਹੈ, ਜਿਤਨਾ ਚਿਰ ਉਹ ਚਾਹੇ, ਘਰੋਂ ਬਾਹਰ ਰਹਿ ਸਕੇ।

ਜਿਤਨੇ ਦੋਸਤ ਹੋਣ ਦਾ ਅਸੀਂ ਭਰਮ ਪਾਲਦੇ ਹਾਂ, ਉਤਨੇ ਹੁੰਦੇ ਨਹੀਂ।

ਲੰਗਰ ਵਿਚ, ਸੰਗਤ-ਪੰਗਤ ਬਦਲਦੀ ਹੈ, ਦਾਲ ਉਹੀ ਰਹਿੰਦੀ ਹੈ।

ਜਦੋਂ ਵੀ ਕੋਈ ਇਸਤਰੀ-ਪੁਰਸ਼ ਚੰਗੇ ਮੌਸਮ ਦੀ ਗੱਲ ਕਰਨ ਤਾਂ ਉਨ੍ਹਾਂ ਦਾ ਉਦੇਸ਼ ਕੇਵਲ ਮੌਸਮ ਵਿਚਾਰਨਾ ਨਹੀਂ ਹੁੰਦਾ।

ਚੰਗੀਆਂ ਚੀਜ਼ਾਂ ਦੀ ਸਿਫ਼ਤ ਕਰਨ ਨਾਲ, ਸਵੈ-ਵਿਸ਼ਵਾਸ ਵੱਧਦਾ ਹੈ।

ਪ੍ਰੇਮੀ-ਪ੍ਰੇਮਿਕਾ ਇਕ-ਦੂਜੇ ਨੂੰ ਵਫ਼ਾਦਾਰ ਹੋਣ ਦਾ ਪੂਰਾ ਅਵਸਰ ਦਿੰਦੇ ਹਨ।

ਪੱਖਪਾਤੀ ਹੋਏ ਬਿਨਾਂ ਕਿਸੇ ਨੂੰ ਪਿਆਰ ਨਹੀਂ ਕੀਤਾ ਜਾ ਸਕਦਾ, ਇਹ ਨੇਮ ਨਫ਼ਰਤ ਉਤੇ ਵੀ ਲਾਗੂ ਹੁੰਦਾ ਹੈ।

ਸਾਨੂੰ ਆਪਣੇ ਦੋਸਤਾਂ ਦੇ ਨੁਕਸ ਪਤਾ ਹੁੰਦੇ ਹਨ ਪਰ ਦੋਸਤੀ ਕਾਰਨ ਅਸੀਂ ਦਸਦੇ ਨਹੀਂ।

ਜਦੋਂ ਡਾਕਟਰ ਨੂੰ ਬੀਮਾਰੀ ਸਮਝ ਨਹੀਂ ਪੈਂਦੀ ਤਾਂ ਉਹ ਲਾਭ ਪਹੁੰਚਾਉਣ ਦੀ ਥਾਂ ਨੁਕਸਾਨ ਵਧੇਰੇ ਕਰਦਾ ਹੈ।

ਦਰਦ, ਸਾਨੂੰ ਆਗਿਆਕਾਰੀ ਬਣਾ ਦਿੰਦਾ ਹੈ।

ਜਿਉਂ-ਜਿਉਂ ਪੁਲੀਸ ਦਾ ਅਮਲਾ ਵੱਧਦਾ ਹੈ, ਜੁਰਮ ਘਟਦੇ ਨਹੀਂ, ਵਧਦੇ ਹਨ।

ਡਾਕਟਰੀ ਇਕ ਵਿਗਿਆਨ ਹੈ, ਡਾਕਟਰੀ ਚਲਾਉਣੀ ਕਲਾ ਹੈ।

ਜਿਹੜੇ ਆਪਣੀ ਬੀਮਾਰੀ ਦੇ ਵੇਰਵੇ ਦਿਲਚਸਪੀ ਨਾਲ ਸੁਣਾਉਂਦੇ ਹਨ, ਉਨ੍ਹਾਂ ਲਈ ਮਹੱਤਵਪੂਰਨ ਬੀਮਾਰੀ ਨਹੀਂ ਹੁੰਦੀ, ਉਹ ਆਪ ਹੁੰਦੇ ਹਨ।

ਅਕਸਰ ਪੁਜਾਰੀ ਦਾ ਦੋਸਤ ਨਾਸਤਕ, ਡਾਕਟਰ ਦਾ ਦੋਸਤ ਰੋਗੀ, ਦਲਾਲ ਦਾ ਦੋਸਤ ਕੰਗਾਲ ਅਤੇ ਥਾਣੇਦਾਰ ਦਾ ਦੋਸਤ ਅਪਰਾਧੀ ਹੋ ਨਿਬੜਦਾ ਹੈ।

ਵਡਿਆਉਣ ਅਤੇ ਭੰਡਣ ਵੇਲੇ ਸਾਧਾਰਨ ਸ਼ਬਦ ਸਫਲ ਨਹੀਂ ਹੁੰਦੇ, ਇਸ ਲਈ ਖੁਲ੍ਹ ਕੇ ਵਿਸ਼ੇਸ਼ਣ ਵਰਤੇ ਜਾਂਦੇ ਹਨ।

ਵਧੇਰੇ ਵਿਆਕਰਣ ਜਾਣਨ ਵਾਲੇ, ਬੜੀ ਅਕਾਊ ਗੱਲਬਾਤ ਕਰਦੇ ਹਨ।

ਦਰਜ਼ੀਆਂ ਨੂੰ ਆਪਣਾ ਵਾਅਦਾ ਇਕੀਵੀਂ ਵਾਰ ਨਹੀਂ ਤੋੜਨਾ ਚਾਹੀਦਾ।

ਹਰ ਵਿਕਾਸ ਵਿਚ ਕੁਝ ਨਾ ਕੁਝ ਨਿਘਰਦਾ ਹੈ।

ਮੋਮਬੱਤੀਆਂ ਵੇਚਣ ਵਾਲਿਆਂ ਦੀ ਸੂਰਜ ਦੀ ਰੋਸ਼ਨੀ ਵਿਚ ਕੋਈ ਦਿਲਚਸਪੀ ਨਹੀਂ ਹੁੰਦੀ।

ਕਿਸੇ ਨਾ ਕਿਸੇ ਵੇਲੇ ਸਾਡੇ ਯੁੱਗ ਨੂੰ ਅਗਿਆਨਤਾ ਦਾ ਯੁੱਗ ਕਿਹਾ ਜਾਵੇਗਾ।

ਇਤਿਹਾਸ ਉਨ੍ਹਾਂ ਘਟਨਾਵਾਂ ਨੂੰ ਪੇਸ਼ ਕਰਦਾ ਹੈ, ਜਿਹੜੀਆਂ ਮੁੜ ਵਾਪਰਨੀਆਂ ਨਹੀਂ ਹੁੰਦੀਆਂ।

ਪੁਰਾਣੇ ਲੋਕਾਂ ਕੋਲ ਵਿਚਾਰਾਂ ਦੀ ਘਾਟ ਨਹੀਂ ਸੀ, ਸੰਚਾਰ-ਸਾਧਨਾਂ ਦੀ ਘਾਟ ਸੀ।

ਜ਼ਮਾਨਾ ਭਾਵੇਂ ਹਜ਼ਾਰ ਵਾਰ ਬਦਲੇ, ਮਨੁੱਖ ਦਾ ਬੁਨਿਆਦੀ ਸੁਭਾਓ ਉਹੀ ਰਹੇਗਾ।

ਗਰੀਬ ਅਤੇ ਉਦਾਸ ਲੋਕ, ਵੱਡੇ-ਵੱਡੇ ਦੁੱਖਾਂ ਨੂੰ ਵੀ ਧੀਰਜ ਨਾਲ ਸਹਿ ਲੈਂਦੇ ਹਨ।

ਜੇ ਆਸ਼ਾਵਾਦੀ ਪ੍ਰਸੰਨ ਨਹੀਂ ਤਾਂ ਉਸ ਦੇ ਆਸ਼ਾਵਾਦ ਦਾ ਕੋਈ ਅਰਥ ਨਹੀਂ ਹੁੰਦਾ।

ਠੀਕ ਢੰਗ ਨਾਲ ਦੌੜ ਰਿਹਾ ਇਕ ਲੰਗੜਾ, ਗਲਤ ਤਰੀਕੇ ਨਾਲ ਦੌੜ ਰਹੇ ਇਕ ਦੌੜਾਕ ਨੂੰ ਵੀ ਪਿੱਛੇ ਛੱਡ ਜਾਂਦਾ ਹੈ।

ਤੁਸੀਂ ਜਿਤਨਾ ਮਰਜ਼ੀ ਦੇਵੋ, ਕੁਝ ਜ਼ਰੂਰ ਕਹਿਣਗੇ: ਸਾਨੂੰ ਕੁਝ ਨਹੀਂ ਮਿਲਿਆ।

ਆਧੁਨਿਕਤਾ ਦੇ ਥੱਕਦਿਆਂ ਹੀ ਪਰੰਪਰਾ ਮੁੜ ਸਥਾਪਤ ਹੋ ਜਾਂਦੀ ਹੈ।

ਅਸੰਤੁਸ਼ਟਤਾ ਮਨ ਦਾ ਰੋਗ ਹੈ, ਜਿਹੜਾ ਸਰੀਰ ਨੂੰ ਨਿਤਾਣਾ ਕਰ ਦਿੰਦਾ ਹੈ।

ਗਿਆਨ ਨੂੰ ਹਮੇਸ਼ਾ ਸਮੇਂ ਦੇ ਕਿਸੇ ਕਾਲ ਨਾਲ ਪ੍ਰਗਟਾਇਆ ਜਾਂਦਾ ਹੈ, ਅਗਿਆਨਤਾ ਕਾਲ-ਮੁਕਤ ਹੁੰਦੀ ਹੈ।

ਧਰਮ, ਇਕ ਰੂਹਾਨੀ ਰੁਝੇਵਾਂ ਹੁੰਦਾ ਹੈ।

ਜਦੋਂ ਤਕ ਮਨੁੱਖ ਦੀ ਅਦਭੁਤ ਵਿਚ ਦਿਲਚਸਪੀ ਰਹੇਗੀ, ਉਦੋਂ ਤਕ ਧਰਮ ਵੀ ਰਹੇਗਾ।

ਤਾਕਤਵਰ ਹੋਣ ਦੀ ਇੱਛਾ ਹੋਰਾਂ ਨਾਲ ਲੜਨ ਅਤੇ ਉਨ੍ਹਾਂ ਨੂੰ ਹਰਾਉਣ ਦੀਆਂ ਇੱਛਾਵਾਂ ਵਿਚੋਂ ਉਪਜਦੀ ਹੈ।

ਪਰਮਾਤਮਾ ਨੇ ਇਸ ਸੰਸਾਰ ਵਿਚ ਸਾਨੂੰ ਸਾਡੀ ਮਰਜ਼ੀ ਪੁੱਛੇ ਬਿਨਾਂ ਭੇਜਿਆ ਹੈ, ਸੋ ਸਾਨੂੰ ਵਾਪਸ ਬੁਲਾਉਣ ਵੇਲੇ, ਉਹ ਸਾਡੀ ਮਰਜ਼ੀ ਕਿਉਂ ਪੁੱਛੇਗਾ?

ਜਿਥੇ ਆਰਥਿਕ ਬਰਾਬਰੀ ਹੋਵੇਗੀ, ਉਥੇ ਰਾਜਨੀਤਕ ਸੁਤੰਤਰਤਾ ਨਹੀਂ ਹੋਵੇਗੀ; ਜਿਥੇ ਰਾਜਨੀਤਕ ਸੁਤੰਤਰਤਾ ਹੋਵੇਗੀ, ਉਥੇ ਆਰਥਿਕ ਬਰਾਬਰੀ ਨਹੀਂ ਹੋ ਸਕਦੀ।

ਜੇ ਸੰਸਾਰ ਦੀ ਸਾਰੀ ਦੌਲਤ ਸਾਰਿਆਂ ਵਿਚ ਬਰਾਬਰ ਵੰਡ ਦਿਤੀ ਜਾਵੇ ਤਾਂ ਕੰਮ ਕੌਣ ਕਰੇਗਾ, ਕਿਉਂ ਕਰੇਗਾ ?

ਕਾਣੀ ਵੰਡ ਧਨ ਦੀ ਨਹੀਂ, ਗਿਆਨ ਦੀ ਹੈ।

ਆਜ਼ਾਦੀ ਦੇ ਅਰਥ ਜ਼ਿੰਮੇਵਾਰੀ ਮਾਣਨ ਤੋਂ ਹਨ।

ਨਿਰੋਲ ਪ੍ਰਸ਼ਨ ਕਰਨ ਜਾਂ ਨਿਰੋਲ ਭੰਡਣ ਦੇ ਉਦੇਸ਼ ਨਾਲ ਕੁਝ ਵੀ ਲਿਖਿਆ, ਕਦੇ ਵੀ ਉੱਚੀ ਪੱਧਰ ਦਾ ਨਹੀਂ ਹੁੰਦਾ।

ਵਰਤ ਦੇ ਦੌਰਾਨ ਰੱਜ ਕੇ ਗੱਲਾਂ ਵੀ ਨਹੀਂ ਕੀਤੀਆਂ ਜਾ ਸਕਦੀਆਂ।

ਭਾਵੇਂ ਲੋਕ ਵੇਖ ਨਹੀਂ ਸਕਦੇ ਕਿ ਸਰਕਾਰ ਕਿਵੇਂ ਕੰਮ ਕਰਦੀ ਹੈ ਪਰ ਉਹ ਮਹਿਸੂਸ ਜ਼ਰੂਰ ਕਰਦੇ ਹਨ।

ਜੇ ਪਰਜਾ ਬਾਗੀ ਹੋਵੇਗੀ ਤਾਂ ਹਾਕਮ ਜ਼ਾਲਮ ਹੋਣਗੇ।

ਸੱਚ ਸਾਵਧਾਨੀ ਨਾਲ ਬੋਲਣਾ ਚਾਹੀਦਾ ਹੈ, ਬੋਲਣ ਵਾਲੇ ਦੀ ਰੱਖਿਆ ਸੱਚ ਨਹੀਂ ਕਰੇਗਾ, ਸਾਵਧਾਨੀ ਕਰੇਗੀ।

ਸਰੋਤੇ ਸਿਆਣੀਆਂ ਗੱਲਾਂ ਦੇ ਉਤਨੇ ਕਾਇਲ ਨਹੀਂ ਹੁੰਦੇ, ਜਿਤਨੇ ਵਰਤੀ ਗਈ ਸ਼ੈਲੀ ਅਤੇ ਸ਼ਬਦਾਵਲੀ ਤੋਂ ਪ੍ਰਭਾਵਿਤ ਹੁੰਦੇ ਹਨ।

ਭ੍ਰਿਸ਼ਟਾਚਾਰ ਇਸ ਲਈ ਭੈੜਾ ਸਮਝਿਆ ਜਾਂਦਾ ਹੈ, ਕਿਉਂਕਿ ਇਸ ਰਾਹੀਂ ਭੈੜੇ ਬੰਦੇ ਹਾਕਮ ਬਣ ਜਾਂਦੇ ਹਨ।

ਜਿਨ੍ਹਾਂ ਨੇਮਾਂ, ਅਸੂਲਾਂ ਬਾਰੇ ਬਹਿਸ ਕੀਤੀ ਜਾਂਦੀ ਹੈ, ਉਨ੍ਹਾਂ ਦੀ ਪਾਲਣਾ ਘੱਟ ਹੀ ਕੀਤੀ ਜਾਂਦੀ ਹੈ।

ਰਫ਼ਤਾਰ ਨਾਲੋਂ ਦਿਸ਼ਾ ਵਧੇਰੇ ਮਹੱਤਵਪੂਰਨ ਹੁੰਦੀ ਹੈ।

ਪਿਆਰ ਦੇ ਅਨੁਭਵ ਤੋਂ ਕੋਰਾ ਵਿਅਕਤੀ ਕੁਝ ਬਣ ਜਾਵੇ, ਕਵੀ ਨਹੀਂ ਬਣ ਸਕਦਾ।

ਕਵਿਤਾ ਵਿਚ ਸਭ ਕੁਝ ਪ੍ਰਗਟਾਉਣਾ ਔਗੁਣ ਹੁੰਦਾ ਹੈ, ਗੁਣ ਨਹੀਂ।

ਚੰਗੀ ਕਿਤਾਬ ਭਾਵੇਂ ਸਮਾਜ ਦੇ ਵਿਰੁੱਧ ਹੀ ਹੋਵੇ, ਜੇ ਉਹ ਚੰਗੀ ਹੈ ਤਾਂ ਸਮਾਜ ਵਿਚ ਉਸ ਦਾ ਮੁੱਲ ਜ਼ਰੂਰ ਪਵੇਗਾ।

ਪਰੰਪਰਾ ਨੂੰ ਪਰਿਵਰਤਨ ਦੇ ਲੜ ਲਾਉਣਾ, ਚੰਗੇ ਸਮਾਜ ਦਾ ਲੱਛਣ ਹੁੰਦਾ ਹੈ।

ਹਰ ਲੇਖਕ ਸ਼ਬਦਾਂ ਵਿਚ ਆਪਣੇ ਅਰਥ ਪਾਉਂਦਾ ਹੈ, ਹਰ ਪਾਠਕ ਸ਼ਬਦਾਂ ਵਿਚੋਂ ਆਪਣੇ ਅਰਥ ਕਢਦਾ ਹੈ।

ਸਾਹਿਤਕਾਰ, ਕਲਾਕਾਰ, ਸੁਭਾਵਕ ਹੀ ਚੁੱਪ ਰਹਿਣੇ ਹੁੰਦੇ ਹਨ, ਕਿਉਂਕਿ ਉਨ੍ਹਾਂ ਨੇ ਆਪਣੀ ਗੱਲ, ਸਾਹਿਤ ਅਤੇ ਕਲਾ ਦੀ ਭਾਸ਼ਾ ਵਿਚ ਕਰਨੀ ਹੁੰਦੀ ਹੈ।

ਕਵਿਤਾ ਵਿਚ ਸ਼ਬਦਾਂ ਨੇ ਘੁੰਡ ਕਢਿਆ ਹੁੰਦਾ ਹੈ।

ਜਿਸ ਲੇਖਕ ਨੂੰ ਤੁਸੀਂ ਜਾਣਦੇ ਹੋ, ਉਸ ਦੀ ਰਚਨਾ ਦਾ ਤੁਸੀਂ ਸਹੀ ਮੁੱਲ ਨਹੀਂ ਪਾ ਸਕਦੇ।

ਮਹਾਨ ਸਭਿਆਤਾਵਾਂ ਦੀ ਉਮਰ ਉਤਨੀ ਲੰਮੀ ਨਹੀਂ ਹੁੰਦੀ, ਜਿਤਨੀ ਲੰਮੀ ਉਨ੍ਹਾਂ ਦੇ ਖੰਡਰਾਂ ਦੀ ਹੁੰਦੀ ਹੈ।

ਹਰ ਕਵੀ ਜ਼ਿਆ ਆਲੋਚਕ ਵੀ ਹੁੰਦਾ ਹੈ ਪਰ ਹਰ ਆਲੋਚਕ ਕਵੀ ਨਹੀਂ ਹੁੰਦਾ।

ਅਕਲ ਸਭ ਥਾਂ ਰਾਜ ਕਰਦੀ ਹੈ ਪਰ ਇਹ ਸਰਕਾਰ ਕਿਧਰੇ ਨਹੀਂ ਚਲਾ ਸਕਦੀ।

ਭੋਜਨ ਵਿਚ ਲੂਣ ਦੀ ਸਹੀ ਮਾਤਰਾ, ਪੁਲੀਸ ਵਾਂਗ, ਬਾਕੀ ਮਸਾਲਿਆਂ ਵਿਚ ਅਮਨ-ਸ਼ਾਂਤੀ ਬਣਾਈ ਰਖਦੀ ਹੈ।

ਸਮਾਗਮ ਕੋਈ ਵੀ ਹੋਵੇ, ਮਹਿਮਾਨ ਪੰਜਾਹ ਕੁ ਹੀ ਹੁੰਦੇ ਹਨ, ਬਾਕੀ ਭੀੜ ਹੁੰਦੀ ਹੈ।

ਪਾਠਕ ਭਾਸ਼ਾ ਤੋਂ ਵਿਚਾਰ ਵਲ ਵੱਧਦਾ ਹੈ, ਲੇਖਕ ਵਿਚਾਰ ਤੋਂ ਭਾਸ਼ਾ ਵਲ ਵੱਧਦਾ ਹੈ।

ਯੋਰਪ ਅਮੀਰ ਹੈ, ਇਸ ਕਰਕੇ ਚਰਚ ਵਿਚ ਅਮੀਰੀ ਨੂੰ ਨਿੰਦਿਆ ਨਹੀਂ ਜਾਂਦਾ।

ਅਧਿਆਪਕ ਦੇ ਗੁੱਸੇ ਹੋਣ ਦੀ ਹਾਲਤ ਵਿਚ ਬੱਚੇ ਨੂੰ ਸਜ਼ਾ ਦੇਣੀ ਜਾਇਜ਼ ਹੈ ਪਰ ਵਿਉਂਤ ਬਣਾ ਕੇ ਬੱਚੇ ਨੂੰ ਦਿੱਤੀ ਸਜ਼ਾ ਮੁਆਫ਼ ਨਹੀਂ ਕੀਤੀ ਜਾ ਸਕਦੀ।

ਜੰਗ ਦੌਰਾਨ, ਗੱਲਬਾਤ ਦੀ ਵੰਨ-ਸੁਵੰਨਤਾ ਨਹੀਂ ਰਹਿੰਦੀ।

ਸੈਰ-ਸਪਾਟੇ ਨਾਲ ਸਿਆਣੇ ਹੋਰ ਸਿਆਣੇ ਅਤੇ ਮੂਰਖ ਹੋਰ ਮੂਰਖ ਬਣ ਜਾਂਦੇ ਹਨ।

ਕਿਸੇ ਵੀ ਸਿਆਣੇ ਬਜ਼ੁਰਗ ਨੇ ਦੁਬਾਰਾ ਜਵਾਨ ਹੋਣ ਦੀ ਇੱਛਾ ਨਹੀਂ ਕੀਤੀ।

ਜੇ ਚੰਗੀ ਤਰ੍ਹਾਂ ਜੀਵਿਆ ਜਾਵੇ ਤਾਂ ਇਕ ਜੀਵਨ ਹੀ ਬਹੁਤ ਹੈ।

ਸੌ ਸਾਲ ਦੀ ਉਮਰ ਹੋਣ ਮਗਰੋਂ, ਮਿਲਣ ਵਾਲੇ ਹਰ ਕਿਸੇ ਨਾਲ, ਇਤਨੀ ਲੰਮੀ ਉਮਰ ਦੀਆਂ ਹੀ ਗੱਲਾਂ ਹੁੰਦੀਆਂ ਹਨ।

ਨਵੀਆਂ ਕਾਢਾਂ ਜੀਵਨ ਨੂੰ ਦਿਲਚਸਪ ਬਣਾਉਂਦੀਆਂ ਹਨ, ਨਵੀਆਂ ਕਾਢਾਂ ਰੁਕ ਜਾਣ 'ਤੇ ਜੀਵਨ ਦਾ ਪਦਾਰਥਕ ਨਿਘਾਰ ਆਰੰਭ ਹੋ ਜਾਵੇਗਾ।

ਕਿਸੇ ਨੂੰ ਸਨੇਹ, ਹਮਦਰਦੀ ਅਤੇ ਪਿਆਰ ਨਾਲ ਕਹੇ ਸ਼ਬਦ, ਤੋਹਫ਼ੇ ਨਾਲੋਂ ਵੀ ਚੰਗੇਰਾ ਪ੍ਰਭਾਵ ਪਾਉਂਦੇ ਹਨ।

ਇਕੋ ਯਤਨ ਵਿਚ ਸਿਖਰ 'ਤੇ ਪੁਜ ਜਾਣ ਦੀ ਇੱਛਾ ਨੂੰ ਹਾਰ ਕਹਿੰਦੇ ਹਨ।

ਅੱਖਾਂ ਸਾਰਿਆਂ ਕੋਲ ਹੁੰਦੀਆਂ ਹਨ, ਨੀਝ ਕਿਸੇ-ਕਿਸੇ ਕੋਲ ਹੁੰਦੀ ਹੈ।

ਜੇਕਰ ਕੋਈ ਹਰ ਕਿਸੇ ਨਾਲ ਨਿਮਰਤਾ ਨਾਲ ਪੇਸ਼ ਆਉਂਦਾ ਹੈ ਤਾਂ ਇਸ ਦਾ ਅਰਥ ਇਹ ਨਹੀਂ ਕਿ ਉਸ ਕੋਲ ਵਕਤ ਹੀ ਵਕਤ ਹੈ।

ਸਾਧਾਰਨ ਇਸਤਰੀਆਂ ਦੀ ਦਿਲਚਸਪੀ ਗਹਿਣਿਆਂ ਤੋਂ ਅੱਗੇ ਨਹੀਂ ਜਾਂਦੀ।

ਕਿਸੇ ਨੂੰ ਧਿਆਨ ਨਾਲ ਸੁਣਨਾ, ਉਸ ਤੋਂ ਆਪਣੀ ਗੱਲ ਮੰਨਵਾਉਣ ਦਾ ਪੱਕਾ ਢੰਗ ਹੁੰਦਾ ਹੈ।

ਜਿਸ ਕੰਮ ਵਿਚ ਸਾਰਿਆਂ ਨੂੰ ਘਾਟਾ ਪਵੇ, ਉਸਨੂੰ ਵਪਾਰ ਨਹੀਂ ਕਿਹਾ ਜਾ ਸਕਦਾ।

ਜਿਸ ਚੀਜ਼ ਨੂੰ ਵਰਤਿਆ ਨਹੀਂ ਜਾਣਾ, ਉਹ ਮੁਫ਼ਤ ਵਿਚ ਵੀ ਮਹਿੰਗੀ ਹੋਵੇਗੀ।

ਜੋ ਆਪ ਕਮਾ ਸਕਦੇ ਹੋ, ਉਹ ਕਿਸੇ ਤੋਂ ਮੰਗੋ ਨਾ, ਮੰਗਣਾ ਕਿਸੇ ਵੀ ਪੱਖੋਂ ਕਮਾਉਣ ਨਾਲੋਂ ਸੌਖਾ ਨਹੀਂ ਹੁੰਦਾ।

ਗੰਭੀਰ ਹਾਦਸੇ ਵਿਚੋਂ ਬਚ ਨਿਕਲਣ ਨਾਲੋਂ ਵੱਡਾ ਤੋਹਫ਼ਾ ਹੋਰ ਕੀ ਹੋ ਸਕਦਾ ਹੈ ?

ਡਸਿਪਲਨ ਤੋਂ ਬਿਨਾਂ ਕੋਈ ਵੀ ਮਾਣਯੋਗ ਪ੍ਰਾਪਤੀ ਕਰਨੀ ਅਸੰਭਵ ਹੁੰਦੀ ਹੈ।

ਜੇ ਸਕੂਲ ਖੁਲ੍ਹਾ-ਡੁਲ੍ਹਾ ਹੋਵੇ ਤਾਂ ਬੱਚਿਆਂ ਨੂੰ ਆਪਣਾ ਆਕਾਰ ਵੱਡੇਰਾ ਅਤੇ ਹਿਰਦਾ ਵਿਸ਼ਾਲ ਜਾਪਣ ਲਗ ਪੈਂਦਾ ਹੈ।

ਜਿਹੜੇ ਪਤੀ, ਆਪਣੀਆਂ ਪਤਨੀਆਂ ਨੂੰ ਤੰਗ ਕਰਦੇ ਹਨ, ਉਹ ਉਨ੍ਹਾਂ ਦੀ ਪ੍ਰਸੰਨ ਕਰਨ ਵਾਲੀ ਮਾਨਸਿਕ ਸੁੰਦਰਤਾ ਵੇਖਣ ਤੋਂ ਵਿਰਵੇ ਰਹਿ ਜਾਂਦੇ ਹਨ।

ਮਹਾਨ ਵਿਅਕਤੀਆਂ 'ਤੇ ਹਕੂਮਤ ਨਹੀਂ ਕੀਤੀ ਜਾ ਸਕਦੀ।

ਵਿਗਿਆਨ ਨੇ ਅਨੇਕਾਂ ਭਰਮ-ਭੁਲੇਖੇ ਦੂਰ ਕੀਤੇ ਹਨ, ਇਹ ਇਸ ਦੀ ਅਨੇਕਾਂ ਵਿਚੋਂ ਇਕ ਵੱਡੀ ਪ੍ਰਾਪਤੀ ਹੈ।

ਨਵੇਂ ਵਿਚਾਰ ਦੇਣ ਵਾਲਿਆਂ ਨੂੰ ਵਿਰੋਧਤਾ ਅਤੇ ਵਿਵਾਦ, ਨਿੰਦਾ ਅਤੇ ਈਰਖਾ ਦਾ ਸਾਹਮਣਾ ਕਰਨਾ ਹੀ ਪੈਂਦਾ ਹੈ।

ਇਸਤਰੀਆਂ ਵਿਆਹ ਦਾ ਵਿਸ਼ਲੇਸ਼ਣ ਨਹੀਂ ਕਰਦੀਆਂ, ਵਿਆਖਿਆ ਕਰਦੀਆਂ ਹਨ।

ਕਾਲਪਨਿਕ ਸੰਸਾਰ, ਵਾਸਤਵਿਕ ਦੁਨੀਆ ਨਾਲੋਂ ਬੜਾ ਵਿਸ਼ਾਲ ਹੁੰਦਾ ਹੈ।

ਗੁੱਸੇ ਦੀ ਹਾਲਤ ਵਿਚ ਮੂੰਹ ਲੋੜ ਨਾਲੋਂ ਵੱਧ ਖੁਲ੍ਹਣ ਕਾਰਨ ਅਤੇ ਅੱਖਾਂ ਬੰਦ ਹੋਣ ਕਰਕੇ, ਕੁਝ ਦਿਸਦਾ ਨਹੀਂ।

ਖੇਡਾਂ ਵਿਚ ਜਿੱਤਣਾ ਮਹੱਤਵਪੂਰਨ ਨਹੀਂ ਹੁੰਦਾ, ਮਹੱਤਵਪੂਰਨ ਜਿੱਤ ਦੀ ਭਾਵਨਾ ਨਾਲ ਖੇਡਣਾ ਹੁੰਦਾ ਹੈ।

ਹਰ ਸਿਆਣਾ ਪੁਰਸ਼ ਇਸਤਰੀ ਦਾ ਸਤਿਕਾਰ ਕਰਦਾ ਹੈ, ਉਹ ਸਿਆਣਾ ਹੋਣ ਕਰਕੇ ਸਤਿਕਾਰ ਨਹੀਂ ਕਰਦਾ, ਉਹ ਸਤਿਕਾਰ ਕਰਨ ਕਾਰਨ ਸਿਆਣਾ ਹੋ ਜਾਂਦਾ ਹੈ।

ਸਭ ਕੁਝ ਪ੍ਰਾਪਤ ਕਰਕੇ, ਆਪਣੀ ਪਛਾਣ ਸਮੇਤ ਸਭ ਕੁਝ ਤਿਆਗ ਦੇਣਾ, ਮੁਕਤੀ ਹੈ।

ਦੁੱਖ, ਸਾਡੀਆਂ ਇਛਾਵਾਂ ਵਿਚੋਂ ਉੱਛਲਦੇ ਹਨ, ਇੱਛਾਵਾਂ ਅਗਿਆਨ ਵਿਚੋਂ ਉਪਜਦੀਆਂ ਹਨ।

ਬਹਾਦਰੀ ਦਾ ਸਬੂਤ ਮੈਡਲ ਨਹੀਂ, ਸਰੀਰ 'ਤੇ ਪਏ ਜ਼ਖਮਾਂ ਦੇ ਨਿਸ਼ਾਨ ਹੁੰਦੇ ਹਨ।

ਜ਼ਿੰਦਗੀ ਦੇ ਬਹੁਤੇ ਪਛਤਾਵੇ ਮਹਿਸੂਸ ਕਰਨ ਦੀ ਥਾਂ ਸੋਚਣ ਕਾਰਨ ਅਤੇ ਸੋਚਣ ਦੀ ਲੋੜ ਵੇਲੇ, ਵੇਖਦੇ ਰਹਿਣ ਕਾਰਨ ਉਪਜਦੇ ਹਨ।

ਪਰਮਾਤਮਾ ਨੇ ਜਿਸ ਨੂੰ ਪ੍ਰਸਿਧ ਕਰਨਾ ਹੁੰਦਾ ਹੈ, ਉਸ ਨੂੰ ਪਹਿਲਾਂ ਮਿਹਨਤ ਕਰਨ ਦਾ ਅਵਸਰ ਦਿੰਦਾ ਹੈ ਤਾਂ ਜੁ ਉਸ ਦੀ ਬੁੱਧੀ ਅਤੇ ਮਨ ਪ੍ਰਪੱਕ ਹੋ ਕੇ ਪ੍ਰਸਿਧੀ ਦੇ ਯੋਗ ਹੋ ਜਾਣ।

ਉਨ੍ਹਾਂ ਤੋਂ ਡਰਨ ਦੀ ਲੋੜ ਨਹੀਂ ਜਿਹੜੇ ਸਾਡੇ ਸਾਹਮਣੇ ਅਸਹਿਮਤੀ ਪ੍ਰਗਟਾਉਂਦੇ ਹਨ, ਡਰਨ ਦੀ ਲੋੜ ਉਨ੍ਹਾਂ ਤੋਂ ਹੈ ਜਿਹੜੇ ਹੁੰਦੇ ਅਸਹਿਮਤ ਹਨ ਪਰ ਪ੍ਰਗਟਾਉਂਦੇ ਸਹਿਮਤੀ ਹਨ।

ਕੋਈ ਵੀ ਵਿਅਕਤੀ ਹੁਕਮ ਦਿਤੇ ਜਾਣਾ ਪਸੰਦ ਨਹੀਂ ਕਰਦਾ।

ਕੁਝ ਕੰਮਾਂ ਨੂੰ ਕਰਨ ਦਾ ਸਾਡਾ ਦਿਲ ਨਹੀਂ ਕਰਦਾ ਪਰ ਜੇ ਸਾਰੇ ਕੰਮ ਅਜਿਹੇ ਹਨ ਤਾਂ ਨੁਕਸ ਸਾਡੇ ਵਿਚ ਹੈ, ਸਾਡੇ ਕੰਮਾਂ ਵਿੱਚ ਨਹੀਂ।

ਇਕੱਠਿਆਂ ਪੜ੍ਹਨ ਅਤੇ ਖੇਡਣ ਨਾਲੋਂ ਪਰਿਵਾਰ ਦਾ ਇਕੱਠਿਆਂ ਭੋਜਨ ਖਾਣਾ ਅਤੇ ਰਲ ਕੇ ਗਾਉਣਾ ਚਰਿੱਤਰ ਦੇ ਨਿਰਮਾਣ ਲਈ ਵਧੇਰੇ ਲਾਭਕਾਰੀ ਹੁੰਦਾ ਹੈ।

ਆਪਣੇ ਜੀਵਨ ਦਾ ਉਦੇਸ਼ ਮਿੱਥਣਾ ਸਾਡੇ ਸਿਆਣੇ, ਜ਼ਿੰਮੇਵਾਰ ਅਤੇ ਭਵਿਖਮਈ ਹੋਣ ਦਾ ਪ੍ਰਮਾਣ ਹੁੰਦਾ ਹੈ।

ਜਿਹੜਾ ਵਰਤਮਾਨ ਬਾਰੇ ਸੁਚੇਤ ਨਹੀਂ, ਉਹ ਅਤੀਤ ਤੋਂ ਜਾਣੂ ਅਤੇ ਭਵਿੱਖ ਬਾਰੇ ਵੀ ਸਪਸ਼ਟ ਨਹੀਂ ਹੋਵੇਗਾ।

ਜਿਨ੍ਹਾਂ ਦਾ ਨਿਸ਼ਾਨਾ ਕੇਵਲ ਧਨ ਕਮਾਉਣਾ ਹੁੰਦਾ ਹੈ, ਉਹ ਉਨ੍ਹਾਂ ਚੀਜ਼ਾਂ ਨੂੰ ਨਜ਼ਰ-ਅੰਦਾਜ਼ ਕਰ ਦਿੰਦੇ ਹਨ, ਜਿਹੜੀਆਂ ਸੱਚੀ ਖੁਸ਼ੀ ਅਤੇ ਤਸੱਲੀ ਦਾ ਆਧਾਰ ਹੁੰਦੀਆਂ ਹਨ।

ਅਮੀਰੀ ਦਿਲ ਦੀ ਹੁੰਦੀ ਹੈ ਨਾ ਕਿ ਪੈਸੇ ਦੀ; ਸੁੰਦਰਤਾ ਮਨ ਦੀ ਹੁੰਦੀ ਹੈ ਨਾ ਕਿ ਚਮੜੀ ਦੀ; ਬਜ਼ੁਰਗੀ ਅਕਲ ਦੀ ਹੁੰਦੀ ਹੈ ਨਾ ਕਿ ਉਮਰ ਦੀ।

ਜਿਨ੍ਹਾਂ ਨੂੰ ਜੱਸ ਦੀ ਲਾਲਸਾ ਹੁੰਦੀ ਹੈ, ਉਹ ਵਿਰੋਧੀ ਆਵਾਜ਼ ਸੁਣ ਕੇ ਪ੍ਰੇਸ਼ਾਨ ਹੀ ਹੁੰਦੇ ਹਨ।

ਲਾਈਨ ਦਾ ਟੇਢ, ਲਾਈਨ ਵਿਚ ਖਲੋ ਕੇ ਨਹੀਂ ਦਿਸਦਾ।

ਸੋਚ ਸਮਝ ਕੇ ਪਾਈਆਂ ਦੋਸਤੀਆਂ, ਸੁਆਰਥ ਤੋਂ ਪ੍ਰੇਰਿਤ ਹੁੰਦੀਆਂ ਹਨ।

ਜਿਨ੍ਹਾਂ ਕੋਲ ਕਰਨ ਲਈ ਕੁਝ ਨਹੀਂ ਹੁੰਦਾ, ਉਹ ਚੁੱਪ ਨਹੀਂ ਰਹਿ ਸਕਦੇ।

ਸਿਆਣਾ ਉਸ ਨੂੰ ਕਹਿੰਦੇ ਹਨ, ਜਿਹੜਾ ਕਿਸੇ ਸਮੱਸਿਆ ਨੂੰ ਸੰਕਟ ਬਣਨ ਤੋਂ ਪਹਿਲਾਂ ਪਛਾਣ ਲਵੇ।

ਜਵਾਨੀ ਵਿਚ ਮਨੁੱਖ ਮੁਸੀਬਤਾਂ ਸਹੇੜਦਾ ਹੈ, ਬੁਢਾਪੇ ਵਿਚ ਮੁਸੀਬਤਾਂ ਮਨੁੱਖ ਨੂੰ ਲਭਦੀਆਂ ਹਨ।

ਜਿਨ੍ਹਾਂ ਦੇ ਵਿਚਾਰ ਨੀਵੇਂ ਹੋਣ, ਉਨ੍ਹਾਂ ਦੀ ਆਵਾਜ਼ ਉੱਚੀ ਹੁੰਦੀ ਹੈ।

ਪੁਰਸ਼, ਜਿਸ ਇਸਤਰੀ ਨੂੰ ਪਿਆਰ ਕਰਦਾ ਹੈ, ਉਸ ਨਾਲ ਬਹਿਸ ਨਹੀਂ ਕਰਦਾ ਅਤੇ ਜਿਸ ਨਾਲ ਬਹਿਸ ਕਰਦਾ ਹੈ, ਉਸ ਨੂੰ ਪਿਆਰ ਨਹੀਂ ਕਰ ਸਕਦਾ।

ਕਵੀ ਦੀ ਕਲਾ, ਉਸਦੇ ਦੁੱਖਾਂ ਨੂੰ ਕਲਿਆਣਕਾਰੀ ਸੋਚ ਵਿਚ ਬਦਲ ਦਿੰਦੀ ਹੈ।

ਹਰੇਕ ਨਵਾਂ ਦਿਨ, ਇਸ ਆਸ ਨਾਲ ਚੜ੍ਹਦਾ ਹੈ ਕਿ ਅਸੀਂ ਲੰਘ ਗਏ ਦਿਨ ਤੋਂ, ਕੁਝ ਤਾਂ ਚੰਗਾ ਸਿਖਿਆ ਹੀ ਹੋਵੇਗਾ।

ਜੇ ਕੋਈ ਉਦੇਸ਼ ਨਾ ਹੋਵੇ ਤਾਂ ਕਿਸੇ ਕੰਮ ਨੂੰ ਕਰਨ ਵਿਚ ਰੁਚੀ ਨਹੀਂ ਹੁੰਦੀ, ਕੰਮ ਦੀ ਪੱਧਰ ਚੰਗੀ ਨਹੀਂ ਹੁੰਦੀ ਅਤੇ ਕੰਮ ਦਿਲਚਸਪੀ ਨਾਲ ਨਹੀਂ ਕੀਤਾ ਜਾਂਦਾ।

ਉਬਾਸੀ, ਚੁੱਪ ਦੀ ਆਵਾਜ਼ ਵਿਚ ਮਾਰੀ ਗਈ ਦਹਾੜ ਹੁੰਦੀ ਹੈ।

ਆਪਣੀਆਂ ਗੱਲਾਂ ਨਾ ਕਰੋ, ਕਿਉਂਕਿ ਤੁਹਾਡੇ ਜਾਣ ਮਗਰੋਂ, ਤੁਹਾਡੀਆਂ ਗੱਲਾਂ ਹੀ ਹੋਣੀਆਂ ਹਨ।

ਵੱਸਣ ਅਤੇ ਉਜੜਨ ਦਾ ਸਭ ਤੋਂ ਵੱਧ ਤਜਰਬਾ ਟੱਪਰੀਵਾਸਾਂ ਕੋਲ ਹੁੰਦਾ ਹੈ।

ਕੇਵਲ ਸਮਝਦਾਰ ਬੰਦਿਆਂ ਨੂੰ ਹੀ ਸ਼ਰਮ ਆਉਂਦੀ ਹੈ।

ਪਿਆਰ, ਪ੍ਰੇਮੀ ਅਤੇ ਪ੍ਰੇਮਿਕਾ ਦੋਹਾਂ ਨੂੰ ਸਦੀਵਤਾ ਦੇ ਦਰਸ਼ਨ ਕਰਵਾਉਂਦਾ ਹੈ।

ਸੂਰਜ ਅਤੇ ਪਾਣੀ ਸਾਡੇ ਜੀਵਨ ਦਾ ਆਧਾਰ ਹਨ, ਭਾਰਤ ਵਿਚ ਇਨ੍ਹਾਂ ਦੋਹਾਂ ਦੀ ਪੂਜਾ ਹੁੰਦੀ ਹੈ।

ਕੇਵਲ ਕਲਾਕਾਰਾਂ ਨੂੰ ਨੇਮ ਤੋੜਨ ਦਾ ਅਧਿਕਾਰ ਹੁੰਦਾ ਹੈ, ਕਿਉਂਕਿ ਉਨ੍ਹਾਂ ਨੇ ਕੁਝ ਨਵਾਂ ਸਿਰਜਣਾ ਹੁੰਦਾ ਹੈ।

ਸਿਆਣੇ ਬੰਦੇ, ਸਿਆਣੇ ਹੋਣ ਕਰਕੇ, ਬੜੇ ਔਖੇ ਫੈਸਲੇ, ਬੜੀ ਸੌਖ ਨਾਲ ਕਰ ਲੈਂਦੇ ਹਨ।

ਜ਼ਿੰਦਗੀ ਦੇ ਮੁੱਢਲੇ ਸਾਲ, ਬਾਕੀ ਜ਼ਿੰਦਗੀ ਦੀ ਕਿਸਮ ਨਿਰਧਾਰਤ ਕਰਦੇ ਹਨ।

ਜਿਹੜੇ ਆਪਣੇ ਆਪ ਨੂੰ ਮਹੱਤਵਪੂਰਨ ਸਮਝਦੇ ਹਨ, ਉਨ੍ਹਾਂ ਨੂੰ ਪੁੱਛ ਵੇਖੋ ਕਿ ਉਨ੍ਹਾਂ ਦੇ ਚਲਾਣਾ ਕਰਨ ਨਾਲ ਸੰਸਾਰ ਨੂੰ ਕਿਹੜਾ ਘਾਟਾ ਪਵੇਗਾ ?

ਜਿਸ ਪੁਰਸ਼ ਕੋਲ, ਪਤਨੀ ਤੋਂ ਛੁਪਾਏ ਭੇਤ ਨਹੀਂ ਹਨ, ਉਸ ਕੋਲ ਜਾਂ ਤਾਂ ਭੇਤ ਹੀ ਨਹੀਂ ਹਨ ਜਾਂ ਪਤਨੀ ਹੀ ਨਹੀਂ ਹੈ।

ਪਿਆਰ ਦੇ ਖੇਤਰ ਵਿਚ ਸਿਆਣੇ ਅਤੇ ਮੂਰਖ ਵਿਚ ਕੋਈ ਅੰਤਰ ਨਹੀਂ ਹੁੰਦਾ।

ਉਦੇਸ਼ ਜਾਂ ਨਿਸ਼ਾਨੇ ਮਿਥਣ ਨਾਲ, ਜੀਵਨ ਨੂੰ ਰੁਝੇਵੇਂ ਮਿਲ ਜਾਂਦੇ ਹਨ।

ਵਿਆਹ ਕਰਵਾਉਣ ਨਾਲ ਮਨੁੱਖ, ਸੰਸਾਰ ਨੂੰ ਦੋ ਦੀ ਥਾਂ ਚਾਰ ਅੱਖਾਂ ਨਾਲ ਵੇਖਣ ਲਗ ਪੈਂਦਾ ਹੈ।

ਪਤੀ ਨੂੰ ਉਹ ਪਤਨੀ ਬਹੁਤ ਚੰਗੀ ਲਗਦੀ ਹੈ, ਜਿਹੜੀ ਸਾਰਾ ਬਜ਼ਾਰ ਘੁੰਮ ਆਵੇ ਪਰ ਖਰੀਦੇ ਕੁਝ ਨਾ।

ਜਿਹੜਾ ਮਨੁੱਖ ਜਿਸ ਦੇਸ਼ ਵਿਚ ਜਨਮਿਆ ਨਾ ਹੋਵੇ, ਉਸ ਲਈ ਉਸ ਦੇਸ਼ ਨੂੰ ਮਹਾਨ ਕਹਿਣਾ ਸੰਭਵ ਨਹੀਂ ਹੁੰਦਾ।

ਕਈ ਜੋੜੇ ਅਜਿਹੇ ਹੁੰਦੇ ਹਨ, ਜਿਥੇ ਪਤੀ ਵਿਚ ਇਸਤਰੀਆਂ ਵਾਲੇ ਸਾਰੇ ਗੁਣ ਹੁੰਦੇ ਹਨ ਅਤੇ ਪਤਨੀ ਵਿਚ ਪੁਰਸ਼ਾਂ ਵਾਲੇ ਸਾਰੇ ਔਗੁਣ ਹੁੰਦੇ ਹਨ।

ਸਿਆਣੇ ਬੋਲਦੇ ਹਨ, ਕਿਉਂਕਿ ਉਨ੍ਹਾਂ ਕੋਲ ਕਹਿਣ ਅਤੇ ਦੱਸਣ ਲਈ ਬਹੁਤ ਕੁਝ ਹੁੰਦਾ ਹੈ; ਮੂਰਖ ਬੋਲਦੇ ਹਨ, ਕਿਉਂਕਿ ਉਨ੍ਹਾਂ ਨੇ ਆਪਣੀ ਮੂਰਖਤਾ ਨੂੰ ਸਾਬਤ ਕਰਨਾ ਹੁੰਦਾ ਹੈ।

ਵਿਆਹ ਤੋਂ ਪਹਿਲੇ ਇਸਤਰੀ ਦੀ ਇਕ ਗੱਲ 'ਤੇ ਪੁਰਸ਼ ਸਾਰੀ ਰਾਤ ਜਾਗਦਾ ਰਹਿੰਦਾ ਹੈ, ਵਿਆਹ ਮਗਰੋਂ ਇਸਤਰੀ ਉਡੀਕਦੀ ਹੈ ਕਿ ਉਹ ਜਾਗੇ ਤਾਂ ਜੁ ਉਹ ਇਕ ਗੱਲ ਕਰ ਸਕੇ।

ਜੇ ਭਾਸ਼ਣ ਸੰਖੇਪ ਹੋਵੇ ਤਾਂ ਉਹ ਨੀਰਸ ਹੋਣ ਦੇ ਬਾਵਜੂਦ ਸਲਾਹਿਆ ਜਾਂਦਾ ਹੈ।

ਭੈੜੇ ਡਾਕਟਰਾਂ ਦੀਆਂ ਗਲਤੀਆਂ ਨੂੰ ਛੁਪਾਉਣ ਦਾ ਕਾਰਜ ਸ਼ਮਸ਼ਾਨਘਾਟ ਕਰਦੇ ਹਨ।

ਪੁਰਸ਼ ਉਦੋਂ ਤਕ ਇਸਤਰੀ ਦਾ ਪਿੱਛਾ ਕਰਦਾ ਹੈ, ਜਦੋਂ ਤਕ ਉਹ ਉਸ ਨੂੰ ਫੜ ਨਹੀਂ ਲੈਂਦੀ।

ਦੂਜਿਆਂ ਦੀ ਨੀਅਤ ਉਤੇ, ਕਿਸੇ ਵੀ ਹਾਲਤ ਵਿਚ, ਆਪਣੀ ਨੀਅਤ ਨਾਲੋਂ ਵਧੇਰੇ ਸ਼ੱਕ ਨਹੀਂ ਕਰਨਾ ਚਾਹੀਦਾ।

ਸੋਹਣੀ ਇਸਤਰੀ, ਅਕਸਰ ਹੀ ਰਿਸ਼ਤਿਆਂ ਦੀ ਤਿਕੋਨ ਦਾ ਹਿੱਸਾ ਹੁੰਦੀ ਹੈ।

ਸਵਰਗ ਵਿਚ ਉਨ੍ਹਾਂ ਦਾ ਹੀ ਵਿਸ਼ਵਾਸ ਹੁੰਦਾ ਹੈ, ਜਿਨ੍ਹਾਂ ਨੇ ਆਪਣੀ ਜ਼ਿੰਦਗੀ ਨੂੰ ਨਰਕ ਬਣਾਇਆ ਹੋਇਆ ਹੈ।

ਅਖਾਣਾਂ-ਮੁਹਾਵਰਿਆਂ ਵਿਚ ਗਰੀਬੀ ਵਡਿਆਈ ਗਈ ਹੈ ਪਰ ਅਸਲੀ ਜੀਵਨ ਵਿਚ ਇਹ ਬੜੀ ਦੁੱਖਦਾਈ ਹੁੰਦੀ ਹੈ।

ਸੁਆਰਥ ਅਜਿਹਾ ਵਰਤਾਰਾ ਹੈ, ਜਿਹੜਾ ਅਸੀਂ ਦੂਜਿਆਂ ਵਿਚ ਸਹਿਣ ਨਹੀਂ ਕਰਦੇ ਅਤੇ ਆਪਣੇ ਵਿਚ ਇਸ ਦੀ ਹੋਂਦ ਤੋਂ ਜਾਣੂ ਨਹੀਂ ਹੁੰਦੇ।

ਕਈ ਕੇਵਲ ਸੁੱਤੇ ਹੋਏ ਹੀ ਸਿਆਣੇ ਵਿਖਾਈ ਦਿੰਦੇ ਹਨ।

ਸੁਸਤੀ ਵੀ ਧਨ ਵਾਂਗ ਹੁੰਦੀ ਹੈ, ਬੰਦਾ ਰੱਜਦਾ ਹੀ ਨਹੀਂ।

ਅਨੇਕਾਂ ਵਿਦਿਆਰਥੀ ਕਾਲਜ-ਯੂਨੀਵਰਸਿਟੀ ਵਿਚ ਲੈਣ ਤਾਂ ਗਿਆਨ ਜਾਂਦੇ ਹਨ ਪਰ ਗਿਆਨ ਤੋਂ ਸਿਵਾਇ ਸਭ ਕੁਝ ਲੈ ਆਉਂਦੇ ਹਨ।

ਦੁਸ਼ਮਣ ਹੋਣੇ ਅਮੀਰੀ ਦੀ ਨਿਸ਼ਾਨੀ ਹੁੰਦੀ ਹੈ, ਪਰ ਦੁਸ਼ਮਣੀ ਦਾ ਸਿੱਟਾ ਗਰੀਬੀ ਹੁੰਦਾ ਹੈ।

ਪ੍ਰਸ਼ੰਸਾ ਉਸ ਦੀ ਹੀ ਕੀਤੀ ਜਾਂਦੀ ਹੈ, ਜਿਸ ਨੂੰ ਅਸੀਂ ਆਪਣੇ ਵਰਗਾ ਸਮਝਦੇ ਹਾਂ।

ਜਾਣੂ ਉਸ ਨੂੰ ਕਹਿੰਦੇ ਹਨ, ਜਿਸ ਤੋਂ ਉਧਾਰ ਲਿਆ ਜਾ ਸਕੇ ਪਰ ਜਿਸ ਨੂੰ ਉਧਾਰ ਦਿਤਾ ਨਾ ਜਾਵੇ।

ਸਬੂਤ ਤੋਂ ਬਿਨਾਂ ਵਿਸ਼ਵਾਸ ਨੂੰ, ਧਰਮ ਕਹਿੰਦੇ ਹਨ।

ਪੁਰਸ਼ ਕੁਝ ਗੁਆਉਣ ਦਾ ਪਛਤਾਵਾ ਕਰਦੇ ਹਨ, ਇਸਤਰੀਆਂ ਕੁਝ ਨਾ ਮਿਲਣ ਦੀ ਸ਼ਿਕਾਇਤ ਕਰਦੀਆਂ ਹਨ।

ਬਚਪਨ ਦਾ ਸਭ ਤੋਂ ਮੁਸ਼ਕਿਲ ਸਮਾਂ ਗਲਤੀ ਕਰਨ ਅਤੇ ਦੰਡ ਮਿਲਣ ਦਾ ਵਿਚਕਾਰਲਾ ਸਮਾਂ ਹੁੰਦਾ ਹੈ।

ਪਹਾੜਾਂ ਵਿਚ ਸਰਦੀ ਜੁਲਾਈ ਵਿਚ ਮੁੱਕਦੀ ਹੈ ਅਤੇ ਅਗਸਤ ਵਿਚ ਸ਼ੁਰੂ ਹੋ ਜਾਂਦੀ ਹੈ।

ਜੇ ਪੁਰਸ਼ ਦੇ ਮਨ ਵਿਚ ਇਸਤਰੀ ਪ੍ਰਤੀ ਸਤਿਕਾਰ ਨਹੀਂ ਹੈ ਤਾਂ ਉਸ ਨੂੰ ਵਿਆਹ ਵਿਚੋਂ ਸੁੱਖ-ਆਨੰਦ ਨਹੀਂ ਮਿਲੇਗਾ।

ਅਨੇਕਾਂ ਪੁਸਤਕਾਂ ਪਾਠਕਾਂ ਦੀ ਪਸੰਦ ਦੇ ਨੀਵੇਂ ਹੋਣ ਕਾਰਨ ਪ੍ਰਸਿੱਧ ਹੋ ਜਾਂਦੀਆਂ ਹਨ।

ਜੇ ਕਹਿਣ ਲਈ ਕੁਝ ਨਹੀਂ ਤਾਂ ਬੋਲੋ ਨਾ, ਕਿਉਂਕਿ ਜੇ ਤੁਸੀਂ ਬੋਲੋਗੇ ਤਾਂ ਸਰੋਤਿਆਂ ਨੂੰ ਵੀ ਤੁਹਾਡੇ ਬਾਰੇ ਬੋਲਣਾ ਪਵੇਗਾ।

ਚੰਗੇ ਕੰਮਾਂ ਨਾਲ ਨਹੀਂ, ਥਕਾਵਟ ਹਮੇਸ਼ਾ ਭੈੜੇ ਕੰਮਾਂ ਨਾਲ ਹੁੰਦੀ ਹੈ।

ਹੱਸਣ ਨਾਲ ਸਰੀਰ ਨੂੰ ਸ਼ਕਤੀ ਮਿਲਦੀ ਹੈ।

ਜਿਹੜੇ ਯਾਤਰਾ ਨਹੀਂ ਮਾਣਦੇ, ਉਹ ਜੀਵਨ ਵਿਚ ਨਿਸ਼ਾਨਾ ਪ੍ਰਾਪਤ ਕਰਕੇ ਵੀ ਪ੍ਰਸੰਨ ਨਹੀਂ ਹੁੰਦੇ।

ਆਪਣੇ ਆਪ 'ਤੇ ਵਿਸ਼ਵਾਸ ਕਰੋ, ਤਾਂ ਹੀ ਦੂਜਿਆਂ 'ਤੇ ਵਿਸ਼ਵਾਸ ਕਰ ਸਕੋਗੇ।

ਗੱਲਬਾਤ ਦੀ ਕਲਾ ਵਿਚ ਹਰ ਕਿਸੇ ਦਾ ਸਾਰੇ ਸੰਸਾਰ ਨਾਲ ਮੁਕਾਬਲਾ ਹੁੰਦਾ ਹੈ।

ਪੁਰਾਣਾ ਜ਼ਮਾਨਾ ਇਸ ਲਈ ਚੰਗਾ ਲਗਦਾ ਹੈ, ਕਿਉਂਕਿ ਇਹ ਗੁਜ਼ਰ ਚੁੱਕਾ ਹੁੰਦਾ ਹੈ।

ਜੋ ਕੁਝ ਕਰਨ ਦੇ ਪੈਸੇ ਮਿਲਣ ਤਾਂ ਉਹ ਕੰਮ ਹੈ, ਜੇ ਕੁਝ ਕਰਨ ਦੇ ਪੈਸੇ ਦੇਣੇ ਪੈਣ ਤਾਂ ਉਹ ਮਨੋਰੰਜਨ ਹੈ।

ਖਾਣਾ-ਖਾਣ ਮਗਰੋਂ, ਹਰ ਕੋਈ ਆਰਾਮ-ਪਸੰਦ ਅਤੇ ਸਮਝੌਤਾਵਾਦੀ ਹੋ ਜਾਂਦਾ ਹੈ।

ਕਿਸੇ ਨੂੰ ਕੋਈ ਕਿਤਾਬ ਉਧਾਰ ਨਾ ਦਿਓ, ਕੋਈ ਨਹੀਂ ਮੋੜਦਾ, ਨਿਜੀ ਲਾਇਬ੍ਰੇਰੀਆਂ ਦੀਆਂ ਕਿਤਾਬਾਂ ਇਸ ਗੱਲ ਦਾ ਸਬੂਤ ਹਨ।

ਜਿਹੜੇ ਲੋਕ ਹਰ ਥਾਂ ਬਹਾਨੇ ਚੰਗੇ ਲਾ ਲੈਂਦੇ ਹਨ, ਉਹ ਬਹਾਨੇ ਹੀ ਲਾਉਂਦੇ ਹਨ, ਹੋਰ ਕੁਝ ਨਹੀਂ ਕਰਦੇ।

ਅਨੁਮਾਨ ਲਾਓ ਜੇ ਧਰਮ ਦੇ ਬਾਵਜੂਦ ਲੋਕ ਇਤਨੇ ਬੇਈਮਾਨ ਹਨ ਤਾਂ ਧਰਮ ਤੋਂ ਬਿਨਾਂ ਕਿਤਨੇ ਹੋਣੇ ਸਨ!

ਘਮੰਡੀ ਲੋਕ ਦੂਜਿਆਂ ਦੇ ਆਤਮ-ਵਿਸ਼ਵਾਸ ਨੂੰ ਗੁਸਤਾਖ਼ੀ ਸਮਝਦੇ ਹਨ।

ਇਕ ਹੋਰ ਪਰਿਵਾਰ ਉਸਾਰਨ ਵਾਸਤੇ, ਧੀ ਆਪਣਾ ਪਰਿਵਾਰ ਤਿਆਗ ਦਿੰਦੀ ਹੈ।

ਫੜ੍ਹ ਇਕ ਅਜਿਹਾ ਸੱਚ ਹੁੰਦੀ ਹੈ, ਜਿਸ ਦੀ ਲੰਬਾਈ-ਚੌੜਾਈ ਨਹੀਂ ਹੁੰਦੀ।

ਸਿਆਣੇ ਬੰਦੇ, ਇਕੱਲਿਆਂ ਹੀ ਬਹੁ-ਸੰਮਤੀ ਵਾਲਾ ਪ੍ਰਭਾਵ ਪਾਉਂਦੇ ਹਨ।

ਯੂਨੀਵਰਸਿਟੀ ਦਾ ਉਦੇਸ਼ ਗਿਆਨ ਦੇਣਾ ਹੀ ਨਹੀਂ, ਸਾਨੂੰ ਆਪਣੀ ਅਗਿਆਨਤਾ ਤੋਂ ਜਾਣੂ ਕਰਵਾਉਣਾ ਵੀ ਹੁੰਦਾ ਹੈ।

ਰਾਜਨੀਤੀ ਅਤੇ ਵਪਾਰ ਵਿਚ, ਸੱਚ ਬੋਲਣ ਵਾਲੇ ਨੂੰ ਝੂਠਾ ਕਿਹਾ ਜਾਂਦਾ ਹੈ।

ਅਧਿਆਪਕਾਂ ਨੂੰ ਵਿਦਿਆਰਥੀਆਂ ਦੇ ਨਾਂ ਯਾਦ ਨਹੀਂ ਰਹਿੰਦੇ ਪਰ ਉਨ੍ਹਾਂ ਦੇ ਕਾਰਨਾਮੇ ਅਤੇ ਉਨ੍ਹਾਂ ਦੀਆਂ ਕਰਤੂਤਾਂ ਯਾਦ ਰਹਿੰਦੀਆਂ ਹਨ।

ਜੇ ਸੰਸਾਰ ਵਿਚ ਮੂਰਖਾਂ ਦਾ ਰਾਜ ਨਹੀਂ ਤਾਂ ਇਸ ਦਾ ਇਹ ਅਰਥ ਨਹੀਂ ਕਿ ਉਨ੍ਹਾਂ ਦੀ ਬਹੁਗਿਣਤੀ ਨਹੀਂ।

ਜਦੋਂ ਕੋਲ ਕੁਝ ਨਾ ਹੋਵੇ ਤਾਂ ਕੁਝ ਗੁਆਚ ਜਾਣ ਦੀ ਚਿੰਤਾ ਵੀ ਨਹੀਂ ਹੁੰਦੀ।

ਮਨ. ਸਰੀਰ ਨੂੰ ਸੁਆਦ ਲੈਣ ਲਈ ਨਿਰੰਤਰ ਉਕਸਾਉਂਦਾ ਰਹਿੰਦਾ ਹੈ।

ਜ਼ਿੰਦਗੀ ਵਿਚ ਦੁਸ਼ਮਣਾਂ ਦਾ ਹੋਣਾ ਜ਼ਰੂਰੀ ਹੈ, ਜੇਕਰ ਤੁਹਾਡੇ ਦੁਸ਼ਮਣ ਨਹੀਂ ਤਾਂ ਇਹ ਮਿਹਰਬਾਨੀ ਵੀ ਤੁਹਾਡੇ ਦੋਸਤਾਂ ਨੂੰ ਹੀ ਕਰਨੀ ਪਵੇਗੀ।

ਅਸੀਂ ਜਦੋਂ ਵਸਤਾਂ ਖਰੀਦਦੇ ਹਾਂ ਤਾਂ ਨਾਲ ਹੀ ਉਨ੍ਹਾਂ ਦੇ ਗੁਆਚ ਜਾਣ ਅਤੇ ਖਰਾਬ ਹੋਣ ਦੀ ਚਿੰਤਾ ਵੀ ਖਰੀਦ ਲਿਆਉਂਦੇ ਹਾਂ।

ਕੰਮ-ਚੋਰ ਬੰਦੇ, ਆਪਣੀ ਸੁਸਤੀ ਨੂੰ ਕਿਸਮਤ ਕਹਿੰਦੇ ਹਨ।

ਲਾਇਕ ਵਿਦਿਆਰਥੀਆਂ ਨੂੰ ਬਹੁਤ ਪੜ੍ਹਨਾ ਪੈਂਦਾ ਹੈ, ਨਾਲਾਇਕਾਂ ਦਾ ਬਿਨਾਂ ਪੜ੍ਹੇ ਹੀ ਸਰ ਜਾਂਦਾ ਹੈ।

ਜਿਸ ਤੋਂ ਪੈਸੇ ਲੈਣੇ ਹੋਣ, ਉਸ ਨਾਲ ਸਾਊ ਵਿਹਾਰ ਕਰਨਾ ਚਾਹੀਦਾ ਹੈ, ਪਤਨੀ, ਪਤੀ ਨਾਲ ਇਵੇਂ ਹੀ ਕਰਦੀ ਹੈ।

ਜਦੋਂ ਕੋਈ ਪ੍ਰਸਿੱਧ ਹੋ ਜਾਂਦਾ ਹੈ ਤਾਂ ਉਸ ਦੇ ਦਰਜਨਾਂ ਅਧਿਆਪਕ, ਸੈਂਕੜੇ ਜਮਾਤੀ ਅਤੇ ਅਣਗਿਣਤ ਰਿਸ਼ਤੇਦਾਰ ਉਪਜ ਪੈਂਦੇ ਹਨ।

ਦੂਰ ਰਹਿੰਦੇ ਰਿਸ਼ਤੇਦਾਰ ਅਤੇ ਸਬੰਧੀ ਚੰਗੇ ਹੁੰਦੇ ਹਨ, ਕਿਉਂਕਿ ਉਹ ਕਦੇ-ਕਦਾਈਂ ਹੀ ਆਉਂਦੇ ਹਨ।

ਜਿਹੜੇ ਮੂੰਹ ਆਈ ਗੱਲ ਕਹਿ ਦਿੰਦੇ ਹਨ, ਜੇ ਉਹ ਥੋੜ੍ਹਾ ਜਿਹਾ ਸੋਚਣ ਤਾਂ ਉਹ ਸਿਆਣੀ ਗੱਲ ਵੀ ਕਰ ਸਕਦੇ ਹਨ।

ਲੋਕ ਖੁਸ਼ਹਾਲੀ ਦੇ ਮੁਕਾਬਲੇ ਗਰੀਬੀ ਨੂੰ ਵਧੇਰੇ ਯੋਗਤਾ ਨਾਲ ਬਰਦਾਸ਼ਤ ਕਰਦੇ ਹਨ।

ਛੋਟੇ ਕਸਬਿਆਂ ਵਿਚ ਵੇਖਣ ਵਾਲਾ ਬਹੁਤਾ ਨਹੀਂ ਹੁੰਦਾ ਪਰ ਸੁਣਨ ਵਾਲਾ ਵਧੇਰੇ ਹੁੰਦਾ ਹੈ, ਵੱਡੇ ਸ਼ਹਿਰਾਂ ਵਿਚ ਉਲਟ ਹੈ।

ਲੋਕ ਅਕਸਰ ਆਪਣੇ ਪੱਖਪਾਤਾਂ ਨੂੰ ਹੀ ਆਪਣੇ ਸਿਧਾਂਤ ਅਤੇ ਅਸੂਲ ਮੰਨਦੇ ਹਨ।

ਜਦੋਂ ਪਤਨੀ ਪ੍ਰਸੰਨ ਹੋਵੇ ਤਾਂ ਪਤੀ, ਉਸ ਦੀ ਪ੍ਰਸੰਨਤਾ ਦਾ ਕਾਰਨ ਆਪਣੇ ਆਪ ਨੂੰ ਸਮਝਣ ਲਗ ਪੈਂਦਾ ਹੈ।

ਮੂਰਖਾਂ ਕੋਲ ਗੱਲ ਕਰਨ ਦੀ ਅਕਲ ਅਤੇ ਚੁੱਪ ਰਹਿਣ ਦੀ ਸਿਆਣਪ ਨਹੀਂ ਹੁੰਦੀ।

ਕਈ ਲੇਖਕ ਲੰਘ ਗਈਆਂ ਪੀੜ੍ਹੀਆਂ ਵਾਸਤੇ ਸਾਹਿਤ ਰਚਨਾ ਕਰਦੇ ਹਨ।

ਕੋਈ ਇਸਤਰੀ ਜਦੋਂ ਨਾਂਹ ਕਰਦੀ ਹੈ ਤਾਂ ਉਸ ਸਮੇਂ ਉਸ ਦਾ ਤਜਰਬਾ ਬੋਲ ਰਿਹਾ ਹੁੰਦਾ ਹੈ।

ਲਾਇਬ੍ਰੇਰੀ ਵਿਚ ਹਜ਼ਾਰਾਂ ਕਿਤਾਬਾਂ ਹੁੰਦੀਆਂ ਹਨ, ਪਰ ਜਿਹੜੀ ਅਸੀਂ ਕਢਵਾਉਣੀ ਚਾਹੁੰਦੇ ਹਾਂ, ਉਹ ਨਹੀਂ ਹੁੰਦੀ।

ਕੋਈ ਸਾਰੇ ਸੰਸਾਰ ਨੂੰ ਪਿਆਰ ਕਰਨ ਨਾਲ ਮਹਾਨ ਨਹੀਂ ਹੁੰਦਾ, ਉਹ ਮਹਾਨ ਹੋਣ ਕਰਕੇ ਸਾਰੇ ਸੰਸਾਰ ਨੂੰ ਪਿਆਰ ਕਰਦਾ ਹੈ।

ਕਈ ਨੌਕਰੀ ਲਗਦੇ ਸਾਰ ਹੀ ਕੰਮ ਕਰਨਾ ਬੰਦ ਕਰ ਦਿੰਦੇ ਹਨ।

ਰੱਬ ਦਾ ਭਵਿਖ ਪਤਾ ਨਹੀਂ ਕਿਹੋ ਜਿਹਾ ਹੋਵੇਗਾ ਪਰ ਅਤੀਤ ਬੜਾ ਰੋਸ਼ਨ ਰਿਹਾ ਹੈ।

ਕਈਆਂ ਨੂੰ ਅਸੀਂ ਆਪਣੇ ਜੀਵਨ ਵਿਚੋਂ, ਤਾਸ਼ ਵਿਚੋਂ ਜੋਕਰ ਵਾਂਗ, ਬਾਹਰ ਕਢ ਕੇ ਰਖ ਦਿੰਦੇ ਹਾਂ।

ਪ੍ਰਸਿੱਧ ਹੋਣ ਤਕ ਪ੍ਰਵਾਹ ਕਰਨ ਦੀ ਲੋੜ ਨਹੀਂ ਕਿ ਦੂਜੇ ਸਾਡੇ ਬਾਰੇ ਕੀ ਕਹਿੰਦੇ ਹਨ।

ਜਿਥੇ ਵਿਚਾਰਾਂ ਦਾ ਵਿਰੋਧ ਨਹੀਂ ਹੁੰਦਾ, ਉਥੇ ਕੋਈ ਨਵਾਂ ਵਿਚਾਰ ਵੀ ਨਹੀਂ ਉਪਜਦਾ।

ਭ੍ਰਿਸ਼ਟਾਚਾਰ ਕਿਤਨਾ ਹੈ, ਨਿਰਭਰ ਕਰਦਾ ਹੈ ਕਿ ਅਸੀਂ ਆਪ ਕਿਤਨੇ ਭ੍ਰਿਸ਼ਟ ਹਾਂ।

ਚੰਗਾ, ਪ੍ਰਵਾਨ ਤਾਂ ਹੋ ਜਾਂਦਾ ਹੈ ਪਰ ਸਿਫ਼ਤ, ਉੱਤਮ ਦੀ ਹੀ ਹੁੰਦੀ ਹੈ।

ਸੰਜਮ ਤੋਂ ਬਿਨਾਂ ਕੋਈ ਅਮੀਰ ਨਹੀਂ ਹੋ ਸਕਦਾ ਅਤੇ ਸੰਜਮ ਨਾਲ ਕੋਈ ਗਰੀਬ ਨਹੀਂ ਰਹਿੰਦਾ।

ਬੱਚਤ ਨਾਲ, ਚਰਿਤਰ ਮਜ਼ਬੂਤ ਅਤੇ ਬੁੱਧੀ ਤਿੱਖੀ ਹੁੰਦੀ ਹੈ।

ਸਿਖਿਆ ਪ੍ਰਾਪਤੀ ਨਾਲ ਅਸੀਂ ਪਰਿਵਾਰ, ਸਮਾਜ ਅਤੇ ਦੇਸ਼ ਲਈ ਲਾਭਦਾਇਕ ਬਣ ਜਾਂਦੇ ਹਾਂ।

ਸਿਆਣੇ ਬੰਦੇ, ਦੁੱਖਾਂ ਨੂੰ ਚੁੱਪ ਕਰਕੇ ਸਹਿੰਦੇ ਹਨ।

ਇਕੋ ਵੇਲੇ ਕਿਸੇ ਨਾਲ ਸਾੜਾ ਕਰਨਾ ਅਤੇ ਕਿਸੇ ਹੋਰ ਨਾਲ ਪ੍ਰਸੰਨ ਰਹਿਣਾ ਸੰਭਵ ਨਹੀਂ ਹੁੰਦਾ।

ਮਿਹਨਤ, ਈਮਾਨਦਾਰੀ, ਸੰਜਮ ਅਤੇ ਨਿਮਰਤਾ ਸਫਲਤਾ ਦੇ ਮਾਰਗ ਹਨ, ਜਦੋਂ ਵੀ ਸਫਲ ਹੋਵੋਗੇ, ਇਨ੍ਹਾਂ ਰਾਹਾਂ ਤੋਂ ਗੁਜ਼ਰ ਕੇ ਹੀ ਹੋਵੋਗੇ।

ਦੁਸ਼ਮਣ ਵਾਸਤੇ, ਤੁਹਾਡੀ ਚੁੱਪ ਦਾ ਵਿਰੋਧ ਕਰਨਾ ਸੰਭਵ ਨਹੀਂ ਹੁੰਦਾ।

ਮਿਹਨਤ ਤੋਂ ਬਿਨਾਂ ਕੇਵਲ ਉਮਰ ਵਧਦੀ ਹੈ।

ਕੰਮ ਕਰਨ ਨਾਲ ਸਿਹਤ, ਸਤਿਕਾਰ ਅਤੇ ਚਰਿਤਰ ਉਸਰਦਾ ਹੈ।

ਚਾਪਲੂਸਾਂ ਨਾਲ ਮਨੁੱਖ ਭ੍ਰਿਸ਼ਟ ਹੋ ਜਾਂਦਾ ਹੈ ਪਰ ਵਿਰੋਧੀਆਂ ਦੀ ਨਿੰਦਾ ਨਾਲ ਦਰੁਸਤ ਹੁੰਦਾ ਰਹਿੰਦਾ ਹੈ।

ਹਰ ਤਜਰਬਾ ਅਗਲੇਰੇ ਤਜਰਬੇ ਲਈ ਪੌੜੀ ਬਣ ਜਾਂਦਾ ਹੈ।

ਸੰਜਮ ਤੋਂ ਬਿਨਾਂ ਬੜੇ ਵੱਡੇ ਕਲਾਕਾਰ ਮੰਗਤੇ ਬਣ ਜਾਂਦੇ ਹਨ ਅਤੇ ਬੜੇ ਗੁਣਵਾਨ ਵਿਅਕਤੀ ਚਰਿਤਰਹੀਣ ਹੋ ਜਾਂਦੇ ਹਨ।

ਉੱਤਮਤਾ ਗੁਣ ਦੀ ਹੁੰਦੀ ਹੈ, ਗਿਣਤੀ ਦੀ ਨਹੀਂ, ਜੋ ਵੀ ਉੱਤਮ ਹੈ, ਉਹ ਗਿਣਤੀ ਵਿਚ ਥੋੜ੍ਹਾ ਹੋਵੇਗਾ।

ਮਹਾਨ ਵਿਅਕਤੀ ਜੋ ਕਰਦੇ ਹਨ ਉਹ ਪਹਿਲੀ ਵਾਰ ਕੀਤਾ ਜਾ ਰਿਹਾ ਹੁੰਦਾ ਹੈ ਅਤੇ ਪਹਿਲੀ ਵਾਰ ਕਰਨ ਕਰਕੇ ਹੀ ਉਹ ਮਹਾਨ ਅਖਵਾਉਂਦੇ ਹਨ।

ਉੱਤਮਤਾ ਦੀ ਕੀਮਤ ਨਿਰੰਤਰ ਮਿਹਨਤ ਹੁੰਦੀ ਹੈ, ਇਸ ਤੋਂ ਸਸਤੀ ਇਹ ਕਿਧਰੇ ਮਿਲਦੀ ਨਹੀਂ।

ਸਲੀਕੇ ਨਾਲ ਇਨਕਾਰ ਕਰਨਾ ਵੀ ਮਿਹਰਬਾਨੀ ਦੀ ਇਕ ਕਿਸਮ ਹੁੰਦੀ ਹੈ।

ਜਿਹੜਾ ਮਨੁੱਖ ਫੈਸਲਾ ਨਹੀਂ ਕਰ ਸਕਦਾ, ਉਸ ਦੇ ਆਖੇ ਕੋਈ ਨਹੀਂ ਲਗਦਾ ।

ਜੂਏਬਾਜ਼ ਦੀ ਜੇਬ ਕਦੇ ਨਹੀਂ ਕਟੀ ਜਾਂਦੀ, ਕਿਉਂਕਿ ਇਹ ਕਾਰਜ ਉਹ ਆਪ ਹੀ ਕਰਦਾ ਰਹਿੰਦਾ ਹੈ।

ਰੱਬ ਤੋਂ ਬਿਨਾਂ ਸੰਸਾਰ ਨੂੰ ਸਮਝਿਆ ਹੀ ਨਹੀਂ ਜਾ ਸਕਦਾ।

ਖੁਸ਼ੀ ਅਤੇ ਪ੍ਰਸੰਨਤਾ ਲਈ ਨਿਤ-ਦਿਨ ਰਿਆਜ਼ ਕਰਨਾ ਪੈਂਦਾ ਹੈ।

ਸੰਸਾਰ ਵਿਚ ਅਜਿਹਾ ਕੋਈ ਸਮਾਂ ਨਹੀਂ ਸੀ, ਜਦੋਂ ਮੁਸ਼ਕਿਲਾਂ ਨਹੀਂ ਸਨ ਅਤੇ ਪੈਸੇ ਦੀ ਘਾਟ ਨਹੀਂ ਸੀ।

ਢਾਹੂ ਸੋਚ ਕਾਰਨ ਮੁਸ਼ਕਿਲ, ਮੁਸੀਬਤ ਬਣ ਜਾਂਦੀ ਹੈ।

ਸਵੈ-ਕਾਬੂ ਤੋਂ ਬਿਨਾਂ, ਕਾਰਜ-ਕੁਸ਼ਲਤਾ ਦਾ ਸੁਧਰਨਾ ਸੰਭਵ ਨਹੀਂ ਹੁੰਦਾ।

ਕਾਹਲ ਨਾਲ ਕੀਤੇ ਕਿਸੇ ਵੀ ਕੰਮ ਦੀ ਪੱਧਰ ਉੱਚੀ ਨਹੀਂ ਹੁੰਦੀ।

ਅਗਾਂਹਵਧੂ ਨੂੰ ਪਿਛਾਂਹਖਿਚੂ ਬਣਨ ਵਿਚ ਤੀਹ ਸਾਲ ਲਗਦੇ ਹਨ ਪਰ ਜੇ ਉਹ ਰਾਜਨੀਤੀ ਵਿਚ ਹੋਵੇ ਤਾਂ ਪੰਜ ਸਾਲ ਹੀ ਕਾਫੀ ਹੁੰਦੇ ਹਨ।

ਝਗੜੇ ਨੂੰ ਮੁਲਤਵੀ ਕਰਨ ਦਾ ਕਦੇ ਪਛਤਾ ਨਹੀਂ ਹੁੰਦਾ।

ਨਿਮਰਤਾ ਤੋਂ ਬਿਨਾਂ, ਧੰਨਵਾਦ ਨਹੀਂ ਕੀਤਾ ਜਾ ਸਕਦਾ।

ਪ੍ਰਸੰਨ ਲੰਮੀ ਉਮਰ ਜੀਣ ਵਾਲੇ, ਆਪਣੇ ਘਰ ਅੰਦਰ ਪ੍ਰਸੰਨ ਰਹਿੰਦੇ ਹਨ।

ਆਮਦਨ ਅਜੀਬ ਚੀਜ਼ ਹੈ, ਜਿਉਂ-ਜਿਉਂ ਵੱਧਦੀ ਹੈ, ਗੁਜ਼ਾਰਾ ਕਰਨਾ ਔਖਾ ਹੁੰਦਾ ਜਾਂਦਾ ਹੈ।

ਜਦੋਂ ਵੀ ਕੋਈ ਨਵਾਂ ਵਿਚਾਰ ਪ੍ਰਗਟ ਕਰਦਾ ਹੈ, ਸੈਂਕੜੇ ਉਸ ਵਿਚਾਰ ਨੂੰ ਸੋਚਣ ਦਾ ਦਾਅਵਾ ਕਰਦੇ ਹਨ ਪਰ ਅੰਤਰ ਇਹ ਹੁੰਦਾ ਹੈ ਕਿ ਉਹ ਸੋਚਦੇ ਰਹੇ, ਪ੍ਰਗਟ ਨਹੀਂ ਕਰ ਸਕੇ।

ਕਾਹਲੀ ਤਾਂ ਹੀ ਕਰਨੀ ਚਾਹੀਦੀ ਹੈ ਜੇ ਪਹਿਲਾਂ, ਸੈਂਕੜੇ ਵਾਰ ਕਾਹਲੀ ਕਰਨ ਦੀ ਨਿਪੁੰਨਤਾ ਹੋਵੇ।

ਨਵੇਂ ਵਿਚਾਰ ਦੇ ਸਿਰਜਕ ਨੂੰ ਮੁੱਢ ਵਿਚ ਪਾਗਲ ਹੋਣ ਦਾ ਦੋਸ਼ ਅਤੇ ਮੂਰਖ ਹੋਣ ਦਾ ਅਪਮਾਨ ਹੰਢਾਉਣਾ ਪੈਂਦਾ ਹੈ।

ਪੰਦਰ੍ਹਾਂ ਸਾਲਾਂ ਦੀ ਉਮਰ ਵਿਚ ਹਰੇਕ ਨੂੰ ਆਪਣਾ ਪਿਤਾ ਅਗਿਆਨੀ ਲਗਦਾ ਹੈ ਪਰ ਆਪ ਪੰਝੀ ਸਾਲ ਦਾ ਹੋਣ 'ਤੇ ਉਸ ਨੂੰ ਹੈਰਾਨੀ ਹੁੰਦੀ ਹੈ ਕਿ ਦਸ ਵਰ੍ਹਿਆਂ ਵਿਚ ਪਿਤਾ ਨੇ ਕਿਤਨਾ ਕੁਝ ਸਿਖ ਲਿਆ ਹੈ।

ਅਗਿਆਨਤਾ ਨੂੰ ਕੇਵਲ ਸਿਖਿਆ ਨਾਲ ਦੂਰ ਨਹੀਂ ਕੀਤਾ ਜਾ ਸਕਦਾ, ਕੰਮ ਕਰਨ ਤੋਂ ਬਿਨਾਂ ਸਿਖਿਆ ਵੀ ਅਗਿਆਨਤਾ ਨੂੰ ਦੂਰ ਨਹੀਂ ਕਰ ਸਕਦੀ।

ਜਿਥੇ ਜਵਾਨ ਵਿਹਲੇ ਹੋਣ ਅਤੇ ਬਜ਼ੁਰਗਾਂ ਨੂੰ ਮਜ਼ਦੂਰੀ ਕਰਨੀ ਪਵੇ, ਉਥੇ ਵਿਕਾਸ ਅਤੇ ਖੁਸ਼ਹਾਲੀ ਸੰਭਵ ਨਹੀਂ ਹੁੰਦੇ।

ਪ੍ਰੰਪਰਾਗਤ ਲੋਕ ਜੀਵਨ ਦੇ ਵਿਚਕਾਰ ਜਿਹੇ ਰਹਿ ਕੇ ਪ੍ਰਸੰਨ ਹੁੰਦੇ ਹਨ।

ਚੰਗੇ ਅਧਿਆਪਕ, ਚੰਗੇ ਕਾਮੇ, ਚੰਗੇ ਵਿਅਕਤੀ ਆਦਿ ਲਾਲਚ ਤੋਂ ਮੁਕਤ ਹੁੰਦੇ ਹਨ।

ਮਿਹਨਤ ਨਾਲ ਮਨ ਸਾਫ, ਸਰੀਰ ਤੰਦਰੁਸਤ, ਦਿਲ ਮਜ਼ਬੂਤ ਅਤੇ ਜੇਬ ਭਰੀ ਰਹਿੰਦੀ ਹੈ।

ਪਹਿਲ-ਕਦਮੀ ਦੇ ਅਰਥ ਹਨ, ਆਪਣੀ ਹਿੰਮਤ ਨਾਲ ਕੰਮ ਦਾ ਮੌਕਾ ਲਭਣਾ ਅਤੇ ਨਿਗਰਾਨੀ ਬਿਨਾਂ ਕੰਮ ਨੂੰ ਚੰਗੇ ਢੰਗ ਨਾਲ ਕਰਨਾ ਅਤੇ ਕਰਦੇ ਰਹਿਣਾ।

ਜੇ ਸਿਖਣ ਦੀ ਜਗਿਆਸਾ ਅਤੇ ਸ਼ਰਧਾ ਹੋਵੇ ਤਾਂ ਵਿਦਵਾਨ ਬਣਨਾ ਸੌਖਾ ਹੋ ਜਾਂਦਾ ਹੈ।

ਸਾਧਾਰਣ ਲੋਕਾਂ ਨੂੰ ਸਾਰੇ ਇਕੋ ਜਿਹੇ ਲਗਦੇ ਹਨ, ਮਾਹਿਰ ਨੂੰ ਹਰ ਕੋਈ ਨਿਵੇਕਲਾ ਲਗਦਾ ਹੈ।

ਖੁਸ਼ ਰਹਿਣੇ ਲੋਕਾਂ ਦੀਆਂ ਆਦਤਾਂ ਸਾਦੀਆਂ ਹੁੰਦੀਆਂ ਹਨ।

ਤਾਕਤ ਤੋਂ ਬਿਨਾਂ ਨਿਆਂ, ਨਿਆਂ ਨਹੀਂ ਹੁੰਦਾ; ਨਿਆਂ ਤੋਂ ਬਿਨਾਂ ਤਾਕਤ, ਜ਼ੁਲਮ ਬਣ ਜਾਂਦੀ ਹੈ।

ਜੇ ਆਪਣੇ ਆਪ 'ਤੇ ਹੱਸ ਸਕਦੇ ਹੋ ਤਾਂ ਉਮਰ ਕੋਈ ਹੋਵੇ, ਤੁਸੀਂ ਜਵਾਨ ਹੋ।

ਗਿਆਨ ਦੇ ਅਰਥ ਜਾਣਨ ਤੋਂ ਹਨ, ਸਿਆਣਪ ਦੇ ਅਰਥ ਜਾਣਨ ਅਤੇ ਕਰਨ ਦੋਹਾਂ ਤੋਂ ਹਨ।

ਚੰਗੀ ਗੱਲਬਾਤ ਲਈ ਦੂਜੇ ਦੀ ਗੱਲ ਸੁਣੋ, ਦੂਜੇ ਦੀ ਪੂਰੀ ਗੱਲ ਸੁਣੋ, ਦੂਜੇ ਦੀ ਪੂਰੀ ਗੱਲ ਪਹਿਲਾਂ ਸੁਣੋ।

ਮਨੁੱਖ ਜਿਊਣ ਵਾਸਤੇ ਸਾਮਾਨ ਇਕੱਠਾ ਕਰਦਾ-ਕਰਦਾ ਜਿਊਣਾ ਭੁੱਲ ਜਾਂਦਾ ਹੈ।

ਦੂਜਿਆਂ ਨਾਲੋਂ ਵੱਖਰਾ, ਕੁਝ ਵੱਖਰਾ ਕਰਕੇ ਹੀ, ਬਣਿਆ ਜਾ ਸਕਦਾ ਹੈ।

ਮਨ ਦੇ ਰੋਗ, ਸਰੀਰ ਨੂੰ ਵੀ ਨਿਤਾਣਾ ਕਰ ਦਿੰਦੇ ਹਨ।

ਮਹਾਨ ਵਿਅਕਤੀਆਂ ਕੋਲ ਉਦੇਸ਼ ਹੁੰਦੇ ਹਨ, ਸਾਧਾਰਣ ਲੋਕਾਂ ਕੋਲ ਇਛਾਵਾਂ ਹੁੰਦੀਆਂ ਹਨ ਅਤੇ ਨੀਵੇਂ ਬੰਦਿਆਂ ਕੋਲ ਸ਼ਿਕਾਇਤਾਂ ਹੁੰਦੀਆਂ ਹਨ।

ਇਸਤਰੀ ਨੇ ਜਦੋਂ ਦੁੱਖ ਮਾਣਨੇ ਹੋਣ, ਉਹ ਪਿਆਰ ਕਰਦੀ ਹੈ।

ਕਿਸੇ ਦੂਰ ਥਾਂ ਜਿਹੜੀ ਚੀਜ਼ ਡਾਕ ਜਾਂ ਕੋਰੀਅਰ ਰਾਹੀਂ ਭੇਜੀ ਜਾ ਸਕੇ, ਉਹ ਕਿਸੇ ਹੋਰ ਢੰਗ ਨਾਲ ਭੇਜਣੀ ਤਸੱਲੀ ਨਹੀਂ ਦੇਵੇਗੀ।

ਕੁਦਰਤ ਕਦੇ ਵੀ ਆਪਣਾ ਕੋਈ ਨੇਮ ਨਹੀਂ ਤੋੜਦੀ।

ਸਾਡੀਆਂ ਲੋੜਾਂ ਸੀਮਤ ਹਨ, ਸਾਡੀਆਂ ਇੱਛਾਵਾਂ ਅਸੀਮ ਹਨ।

ਮਹਾਨ ਵਿਅਕਤੀ, ਮੁਸੀਬਤਾਂ ਦਾ ਨਾਸ਼ਤਾ ਕਰਦੇ ਹਨ।

ਅਸਲੀ ਅਮੀਰ ਵਿਅਕਤੀ ਕਿਧਰੇ ਵੀ ਆਪਣੀ ਅਮੀਰੀ ਦੀ ਨੁਮਾਇਸ਼ ਨਹੀਂ ਲਾਉਂਦੇ ਸਗੋਂ ਹਰ ਥਾਂ ਆਪਣੀ ਅਮੀਰੀ ਨੂੰ ਛੁਪਾਉਂਦੇ ਹਨ।

ਸੋਚ ਦਾ ਵੱਖਰੇਵਾਂ ਹੀ ਘੋੜ-ਦੌੜ ਦਾ ਆਧਾਰ ਹੈ, ਸੋਚ ਦੇ ਵੱਖਰੇਵੇਂ ਕਾਰਨ ਹੀ ਜੂਆ ਖੇਡਿਆ ਜਾਂਦਾ ਹੈ।

ਬਹੁਤੇ ਲੋਕ ਚਿੱਠੀ ਪਾਉਂਦੇ ਨਹੀਂ ਪਰ ਫਿਰ ਵੀ ਉਸ ਦਾ ਜਵਾਬ ਉਡੀਕਦੇ ਹਨ।

ਚੰਗੀਆਂ ਪੁਸਤਕਾਂ ਪੜ੍ਹਨ ਨਾਲ, ਜ਼ਿੰਦਗੀ ਮਾਣਨ ਦੀ ਸਮਰਥਾ ਵੱਧ ਜਾਂਦੀ ਹੈ।

ਮੁਸ਼ਕਿਲ ਕਾਰਜ ਤਾਕਤ ਨਾਲ ਨਹੀਂ, ਅਕਲ ਨਾਲ ਸਿਰੇ ਚੜ੍ਹਦੇ ਹਨ।

ਮਹਾਨ ਵਿਅਕਤੀ ਸ਼ਾਨ-ਸ਼ੌਕਤ ਤੋਂ ਮੁਕਤ ਸਨ, ਭਾਵੇਂ ਉਹ ਸ਼ਹਿਜ਼ਾਦੇ ਸਨ, ਮਹਾਨਤਾ ਉਨ੍ਹਾਂ ਨੇ ਰਾਜ-ਮਹਿਲਾਂ ਨੂੰ ਤਿਆਗ ਕੇ ਹੀ ਪ੍ਰਾਪਤ ਕੀਤੀ।

ਸੱਚੀ ਅਰਦਾਸ ਵਿਚ ਹੱਥ ਹੀ ਨਹੀਂ, ਆਤਮਾ, ਦਿਲ ਅਤੇ ਮਨ ਵੀ ਜੁੜ ਜਾਂਦੇ ਹਨ।

ਕੰਮ ਕੋਈ ਹੋਵੇ, ਤਿਆਰੀ ਕਰਕੇ ਰਖੋ, ਤਿਆਰੀ ਕਰ ਕੇ ਰੱਖਣ ਦਾ ਕਦੇ ਪਛਤਾਵਾ ਨਹੀਂ ਹੁੰਦਾ।

ਬਜ਼ੁਰਗ, ਯਥਾਰਥ ਨਾਲ ਰੋਮਾਂਸ ਕਰਦੇ ਹਨ।

ਬਾਂਦਰ ਅਤੇ ਬੱਚਾ, ਜੇ ਚੁੱਪ ਕਰਕੇ ਬੈਠੇ ਹੋਣ ਤਾਂ ਸਮਝੋ ਬੀਮਾਰ ਹਨ।

ਮਾਂ, ਪੁੱਤਰ ਨੂੰ ਬੋਲਣਾ ਸਿਖਾਉਂਦੀ ਹੈ, ਪਤਨੀ ਆ ਕੇ ਚੁੱਪ ਰਹਿਣਾ ਸਿਖਾਉਂਦੀ ਰਹਿੰਦੀ ਹੈ।

ਮਨੁੱਖ ਦੀ ਜ਼ਿੰਦਗੀ ਵਿਚ ਵਿਆਹ ਮੀਲ-ਪੱਥਰ ਨਹੀਂ ਹੁੰਦਾ, ਹਰ ਮੀਲ 'ਤੇ ਪੱਥਰ ਸਾਬਤ ਹੁੰਦਾ ਹੈ।

ਖੋਜ ਦਸਦੀ ਹੈ ਕਿ ਵਿਆਹਿਆਂ ਦੀ ਉਮਰ ਛੜਿਆਂ ਨਾਲੋਂ ਲੰਮੀ ਹੁੰਦੀ ਹੈ ਪਰ ਅਸਲੀਅਤ ਇਹ ਹੈ ਕਿ ਇਹ ਲੰਮੀ ਹੁੰਦੀ ਨਹੀਂ, ਲੰਮੀ ਲਗਦੀ ਹੀ ਹੈ।

ਸਾਹਿਤ ਸਾਡੀਆਂ ਅੰਦਰਲੀਆਂ ਖਾਮੋਸ਼ੀਆਂ ਨੂੰ ਜ਼ਬਾਨ ਲਾ ਦਿੰਦਾ ਹੈ।

ਹਰੇਕ ਸਭਿਆਚਾਰ, ਨਿਰੰਤਰ ਦੁਹਰਾਓ ਨਾਲ ਜੀਵਤ ਰਹਿੰਦਾ ਹੈ।

ਮਨੁੱਖ ਦੀ ਕੋਈ ਵੀ ਕਿਰਤ ਨਿਰੋਲ ਨਵੀਂ ਨਹੀਂ ਹੁੰਦੀ, ਉਸ ਦੀਆਂ ਤੰਦਾਂ ਅਤੇ ਜੜ੍ਹਾਂ ਨਿਸਚੇ ਹੀ ਅਤੀਤ ਵਿਚ ਫੈਲੀਆਂ ਹੁੰਦੀਆਂ ਹਨ।

ਪੁਸਤਕ ਦੀ ਭੂਮਿਕਾ ਛਾਪੀ ਆਰੰਭ ਵਿਚ ਜਾਂਦੀ ਹੈ ਪਰ ਇਹ ਲਿਖੀ ਸਭ ਤੋਂ ਅਖੀਰ ਵਿਚ ਜਾਂਦੀ ਹੈ।

ਲੋਕ-ਕਹਾਣੀਆਂ, ਸਾਨੂੰ ਆਪਣੀਆਂ ਸਮੱਸਿਆਵਾਂ, ਸਮਝੌਤੇ ਦੀ ਬਿਰਤੀ ਨਾਲ, ਹੱਲ ਕਰਨੀਆਂ ਸਿਖਾਉਂਦੀਆਂ ਹਨ।

ਸਮੱਸਿਆ ਨੂੰ ਸੁਲਝਾਉਣ ਤੋਂ ਪਹਿਲਾਂ, ਉਸ ਨੂੰ ਸਮਝਣਾ ਜ਼ਰੂਰੀ ਹੁੰਦਾ ਹੈ।

ਘੱਟ ਬੋਲੇ, ਘੱਟ ਖਾਧੇ, ਘੱਟ ਸੁਤੇ ਅਤੇ ਘੱਟ ਖਰਚੇ ਦਾ ਕਦੇ ਪਛਤਾਵਾ ਨਹੀਂ ਹੁੰਦਾ।

ਸਾਹਿਤ ਪੜ੍ਹਨ ਨਾਲ ਅਸੀਂ ਉੱਚੇ ਵੀ ਉਠਦੇ ਹਾਂ ਅਤੇ ਡੂੰਘੇ ਵੀ ਉਤਰਦੇ ਹਾਂ।

ਤਿਕੋਨੇ ਰਿਸ਼ਤੇ ਮੌਜੂਦ ਹਰ ਥਾਂ ਹੁੰਦੇ ਹਨ ਪਰ ਇਹ ਪ੍ਰਵਾਨ ਕਿਧਰੇ ਵੀ ਨਹੀਂ ਹੁੰਦੇ।

ਸਮਾਜ ਕੋਈ ਹੋਵੇ; ਸਾਮੰਤਵਾਦੀ, ਪੂੰਜੀਵਾਦੀ, ਸਮਾਜਵਾਦੀ, ਮਨੁੱਖ ਨੂੰ ਵਿਚਰਨਾ ਪ੍ਰਵਾਨਿਤ ਸਭਿਆਚਾਰ ਅਧੀਨ ਹੀ ਪੈਂਦਾ ਹੈ।

ਡਰ, ਸਾਵਧਾਨੀ ਉਪਜਾਉਂਦਾ ਹੈ।

ਜ਼ਿੰਦਗੀ ਦੀਆਂ ਮੁਸ਼ਕਿਲਾਂ ਕਿਤਨੀਆਂ ਵੀ ਹੋਣ, ਜ਼ਿੰਦਗੀ ਹੌਲੀ-ਹੌਲੀ ਹਰੇਕ ਮੁਸ਼ਕਿਲ ਨੂੰ ਸਹਿਣ-ਯੋਗ ਬਣਾ ਦਿੰਦੀ ਹੈ।

ਕਈ ਇਸ ਲਈ ਕੌੜੀ ਸ਼ਰਾਬ ਪੀ ਜਾਂਦੇ ਹਨ, ਕਿਉਂਕਿ ਇਹ ਉਨ੍ਹਾਂ ਦੀ ਜ਼ਿੰਦਗੀ ਨਾਲੋਂ ਵੱਧ ਕੌੜੀ ਨਹੀਂ ਹੁੰਦੀ।

ਨਾਜਾਇਜ਼ ਰਿਸ਼ਤੇ ਵਿਚ ਆਨੰਦ ਨਾਲੋਂ ਡਰ ਵਧੇਰੇ ਹੁੰਦਾ ਹੈ।

ਹਸਪਤਾਲ ਵਿਚ, ਮਰੀਜ਼ਾਂ ਦੀ ਆਪਸੀ ਗੱਲਬਾਤ ਦੁੱਖਾਂ ਨਾਲ ਸ਼ੁਰੂ ਹੋ ਕੇ ਸਾਂਝਾਂ ਦਾ ਸੁੱਖ ਬਣ ਜਾਂਦੀ ਹੈ।

ਕਿਸੇ ਦੇ ਮਰਨ ਉਤੇ, ਅਫਸੋਸ ਕਰਨ ਵਾਲੇ, ਜ਼ਿੰਦਗੀ ਦੀ ਰੌਣਕ ਵਿਚੋਂ ਆਏ ਹੋਣ ਕਰਕੇ, ਥੋੜ੍ਹਾ-ਥੋੜ੍ਹਾ ਦੁੱਖ ਲੈ ਕੇ, ਥੋੜ੍ਹਾ ਜਿਹਾ ਭਰੋਸਾ ਦੇ ਜਾਂਦੇ ਹਨ, ਇਵੇਂ ਦੁੱਖ ਪ੍ਰਸ਼ਾਦ ਵਾਂਗ ਵੰਡਿਆ ਜਾਣ ਕਰਕੇ ਘੱਟ ਜਾਂਦਾ ਹੈ।

ਜਿਨ੍ਹਾਂ ਦਾ ਵਧੇਰੇ ਲੋਕਾਂ ਨਾਲ ਮੇਲ-ਜੋਲ ਹੁੰਦਾ ਹੈ, ਉਹ ਬੀਮਾਰ ਘੱਟ ਪੈਂਦੇ ਹਨ ਅਤੇ ਜੇ ਬੀਮਾਰ ਹੋ ਵੀ ਜਾਣ ਤਾਂ ਜਲਦੀ ਠੀਕ ਹੋ ਜਾਂਦੇ ਹਨ।

ਇਲਾਜ ਲਈ ਜਿਤਨਾ ਸਮਾਂ ਅਤੇ ਖਰਚ ਡਾਕਟਰ ਦਸਦੇ ਹਨ, ਉਸ ਨਾਲੋਂ ਹਮੇਸ਼ਾ ਵੱਧ ਲਗਦਾ ਹੈ।

ਮਹਿਮਾਨ ਉਥੇ ਹੀ ਆਉਂਦੇ ਹਨ, ਜਿਥੇ ਭੋਜਨ ਅਤੇ ਬਿਸਤਰਾ ਮਿਲੇ।

ਕਿਧਰੇ ਵੀ, ਫਟੇ ਕਪੜਿਆਂ ਨੂੰ, ਨਵੇਂ ਬਟਨ ਲਾਉਣ ਦਾ ਰਿਵਾਜ ਨਹੀਂ ਹੈ।

ਜਦੋਂ ਵੀ ਸਮਾਜ ਦਾ ਸੰਤੁਲਨ ਵਿਗੜਦਾ ਹੈ ਤਾਂ ਇਸਤਰੀ ਦੇ ਸੰਤਾਪ ਵੱਧ ਜਾਂਦੇ ਹਨ।

ਮਨੁੱਖ ਉਸ ਦਿਨ ਬਾਂਦਰ ਨਹੀਂ ਸੀ ਰਿਹਾ, ਜਿਸ ਦਿਨ ਉਸ ਨੇ ਕਿਤਾਬ ਫੜ ਲਈ ਸੀ।

ਜਦੋਂ ਕੋਈ ਮਹਾਨ ਕਵੀ ਮਰਦਾ ਹੈ ਤਾਂ ਜ਼ਬਾਨ ਉਸ ਦੀ ਕਬਰ 'ਤੇ ਉਦੋਂ ਤਕ ਵੈਣ ਪਾਉਂਦੀ ਰਹਿੰਦੀ ਹੈ, ਜਦੋਂ ਤਕ ਕੋਈ ਨਵਾਂ, ਪ੍ਰਤਿਭਾਸ਼ੀਲ ਅਤੇ ਵੱਡਾ ਸ਼ਾਇਰ ਆ ਕੇ ਉਸ ਜ਼ਬਾਨ ਦੀ ਬਾਂਹ ਨਹੀਂ ਫੜਦਾ।

ਜੇ ਲੈਣ-ਦੇਣ ਸਤਿਕਾਰ ਭਰਿਆ ਅਤੇ ਨਿਆਂ-ਪੂਰਣ ਨਾ ਹੋਵੇ ਤਾਂ ਇਹ ਕੁਝ ਲੋਕਾਂ ਨੂੰ ਲੋਭੀ ਅਤੇ ਬਾਕੀਆਂ ਨੂੰ ਹਿੰਸਕ ਬਣਾ ਦਿੰਦਾ ਹੈ।

ਜੇ ਅੰਦਰ ਚਾਅ ਹੋਵੇ ਤਾਂ ਲੰਗੜੇ ਵੀ ਨੱਚਣ ਲਗ ਪੈਂਦੇ ਹਨ।

ਆਨੰਦ ਇਕ ਅਜਿਹੀ ਡੂੰਘਾਈ ਹੈ ਜੋ ਸਿਖਰਾਂ ਨੂੰ ਸੱਦਾ ਦਿੰਦੀ ਹੈ।

ਮਾਂ ਆਪਣੇ ਬੱਚੇ ਦਾ ਮੂੰਹ ਇਸ ਵਿਸ਼ਵਾਸ ਨਾਲ ਚੁੰਮਦੀ ਹੈ ਕਿ ਉਹ ਹੋਰ ਸੋਹਣਾ ਹੋ ਜਾਵੇਗਾ, ਇਸੇ ਕਾਰਨ ਬੱਚੇ ਦਾ ਮੂੰਹ ਚੁੰਮਣ ਉਪਰੰਤ, ਉਹ ਬੱਚੇ ਦੇ ਚਿਹਰੇ ਨੂੰ ਧਿਆਨ ਨਾਲ ਵੇਖਦੀ ਹੈ।

ਚੰਗੇ ਚਿੱਤਰ ਦਾ ਸਿਰਲੇਖ ਦੇਣ ਦੀ ਲੋੜ ਨਹੀਂ ਪੈਂਦੀ।

ਆਸ-ਉਮੀਦ ਦੀ ਮੌਤ ਸਭ ਤੋਂ ਅਖੀਰ ਵਿਚ ਹੁੰਦੀ ਹੈ।

ਪ੍ਰੇਮਿਕਾ, ਆਪਣੇ ਦਿਲ ਨਾਲ ਜਾਣ ਜਾਂਦੀ ਹੈ ਕਿ ਪ੍ਰੇਮੀ ਕੀ ਕਹਿਣਾ ਚਾਹੁੰਦਾ ਹੈ।

ਜਿਹੜਾ ਵੀ ਕੁਦਰਤ ਦਾ ਕੋਈ ਨੇਮ ਤੋੜੇਗਾ, ਉਸ ਨੂੰ ਨਤੀਜੇ ਹਨੇਰੇ-ਸਵੇਰੇ ਭੁਗਤਣੇ ਹੀ ਪੈਣਗੇ।

ਰੱਬ ਦੇ ਤੋਹਫ਼ਿਆਂ ਸਾਹਮਣੇ, ਮਨੁੱਖ ਦੀ ਕਲਪਨਾ ਸ਼ਰਮਸਾਰ ਹੁੰਦੀ ਰਹਿੰਦੀ ਹੈ।

ਪੁਰਾਣੇ ਗੀਤਾਂ ਵਿਚ, ਸਾਨੂੰ ਮਿੱਠੀਆਂ ਯਾਦਾਂ ਦੀਆਂ ਜਵਾਨ ਗਲੀਆਂ ਵਿਚ ਲੈ ਜਾਣ ਦੀ ਯੋਗਤਾ ਹੁੰਦੀ ਹੈ।

ਇਸਤਰੀ ਜਦੋਂ ਪਿਆਰ ਕਰਦੀ ਹੈ ਤਾਂ ਉਹ ਮੁਸ਼ਕਿਲਾਂ, ਦੁੱਖਾਂ ਅਤੇ ਪ੍ਰੇਸ਼ਾਨੀਆਂ ਦੀ ਪ੍ਰਵਾਹ ਨਹੀਂ ਕਰਦੀ।

ਯੋਰਪ ਵਿਚ ਕਿਸੇ ਦੇ ਪਿਆਰ ਵਿਚ ਵਿਘਨ ਨਹੀਂ ਪਾਇਆ ਜਾਂਦਾ।

ਇਸਤਰੀ, ਪੁਰਸ਼ ਬਰਾਬਰ ਤਾਂ ਹਨ ਪਰ ਇਕੋ-ਜਿਹੇ ਨਹੀਂ ਹਨ।

ਜਿਥੇ ਬੱਚਾ ਉਡੀਕ ਰਿਹਾ ਹੋਵੇ, ਉਥੇ ਪਹੁੰਚਣ ਵਿਚ ਦੇਰ ਨਹੀਂ ਕਰਨੀ ਚਾਹੀਦੀ।

ਅਵਿਸ਼ਵਾਸ ਸਾਨੂੰ ਇਕੱਲਿਆਂ ਕਰ ਦਿੰਦਾ ਹੈ, ਇਕੱਲੇ ਹੋਣ ਕਾਰਨ ਅਸੀਂ ਹਰ ਕਿਸੇ 'ਤੇ ਸ਼ੱਕ ਕਰਦੇ ਹਾਂ।

ਹੰਕਾਰੇ ਹੋਏ ਲੋਕ ਆਪਣੀਆਂ ਉਦਾਸੀਆਂ ਅਤੇ ਮਾਯੂਸੀਆਂ ਆਪ ਸਿਰਜਦੇ ਹਨ।

ਵੱਡੇ ਹਾਦਸਿਆਂ ਦੇ ਗਵਾਹ ਹੋਣ ਕਰਕੇ ਵੀ ਅਸੀਂ ਆਪਣੇ ਆਪ ਨੂੰ ਆਮ ਲੋਕਾਂ ਨਾਲੋਂ ਵੱਖਰੇ ਸਮਝਦੇ ਹਾਂ।

ਕਈਆਂ ਵਿਚ ਇਨਸਾਨੀਅਤ ਇਸ ਹੱਦ ਤਕ ਨਿਘਰ ਜਾਂਦੀ ਹੈ ਕਿ ਬੇਇਨਸਾਫੀਆਂ ਵਿਰੁਧ ਲੜਨ ਦੀ ਥਾਂ ਉਹ ਆਪ ਬੇਇਨਸਾਫ਼ੀਆਂ ਕਰਨ ਲਗ ਪੈਂਦੇ ਹਨ।

ਜੇ ਕਿਸਮਤ ਚੰਗੀ ਹੋਵੇ ਤਾਂ ਮੁਰਗੇ ਵੀ ਅੰਡੇ ਦੇਣ ਲਗ ਪੈਂਦੇ ਹਨ।

ਪਿਆਰ ਦੀ ਸਿਖਰ 'ਤੇ ਖਲੋ ਕੇ ਮਨੁੱਖ, ਕੇਵਲ ਮਿਹਰਬਾਨ ਹੀ ਹੋ ਸਕਦਾ ਹੈ।

ਕੇਵਲ ਮਹਿਸੂਸ ਕਰਨ ਵਾਲੇ ਸੋਚਵਾਨ ਵਿਅਕਤੀ ਹੀ ਜ਼ਿੰਦਗੀ ਜਿਊਂਦੇ ਹਨ, ਬਾਕੀਆਂ ਕੋਲੋਂ ਜ਼ਿੰਦਗੀ ਪੱਲਾ ਬਚਾ ਕੇ ਲੰਘ ਜਾਂਦੀ ਹੈ।

ਬੱਚਿਆਂ ਦੀ ਦਿਲਚਸਪੀ ਤੱਥਾਂ ਵਾਲੀਆਂ ਨਹੀਂ ਸਗੋਂ ਕਲਪਨਾ ਅਤੇ ਕਾਰਜ ਵਾਲੀਆਂ ਕਹਾਣੀਆਂ ਵਿਚ ਹੁੰਦੀ ਹੈ।

ਪ੍ਰੇਮੀ ਅਤੇ ਪ੍ਰੇਮਿਕਾ ਦੀ ਸਰੀਰਕ ਸਮਾਗਮ ਦੀ ਪਹਿਲੀ ਵਾਰ ਅਨੁਭਵ ਕੀਤੀ ਉੱਚਾਈ ਅਤੇ ਡੂੰਘਾਈ ਨੂੰ ਕਿਸੇ ਹੋਰ ਸਰੀਰ ਨਾਲ ਦੁਹਰਾਇਆ ਨਹੀਂ ਜਾ ਸਕਦਾ।

ਆਪਣਾ ਦੁੱਖ ਇਸਤਰੀ ਅਥਰੂਆਂ ਦੀ ਭਾਸ਼ਾ ਵਿਚ ਦੱਸਦੀ ਹੈ, ਜਿਹੜਾ ਉਸ ਦੇ ਅੱਥਰੂਆਂ ਨੂੰ ਨਹੀਂ ਸਮਝਦਾ, ਉਹ ਕੁਝ ਨਹੀਂ ਸਮਝਦਾ।

ਬਚਪਨ ਦੇ ਸੁੰਗੜਨ ਕਾਰਨ, ਹੁਣ ਬੱਚੇ ਜਲਦੀ ਚਲਾਕ ਹੋ ਜਾਂਦੇ ਹਨ।

ਬੱਚਿਆਂ ਲਈ ਲਿਖੀਆਂ ਕਹਾਣੀਆਂ ਅਨੇਕਾਂ ਵਾਰ ਪੜ੍ਹਨਯੋਗ ਅਤੇ ਬਾਰ-ਬਾਰ ਸੁਣਨਯੋਗ ਹੋਣੀਆਂ ਚਾਹੀਦੀਆਂ ਹਨ।

ਜਿਹੜੀ ਗੱਲ ਕਹੀ ਨਾ ਗਈ ਹੋਵੇ, ਉਹ ਕਹੀ ਗਈ ਗੱਲ ਨਾਲੋਂ ਵਧੇਰੇ ਮਹੱਤਵਪੂਰਨ ਅਤੇ ਅਰਥਪੂਰਨ ਹੁੰਦੀ ਹੈ।

ਜੇ ਜ਼ਿੰਦਗੀ ਦਾ ਤਜਰਬਾ ਤੁਹਾਡੇ ਵਿਹਾਰ ਦਾ ਭਾਗ ਨਹੀਂ ਬਣਦਾ ਤਾ ਉਹ ਤਜਰਬਾ ਨਹੀਂ ਸੀ ਕੇਵਲ ਘਟਨਾਵਾਂ ਸਨ।

ਵਿੱਦਿਆ ਨਾਲ ਸਾਡੀ ਹੀ ਹਾਲਤ ਨਹੀਂ ਸੁਧਰਦੀ, ਸਾਡੇ ਮਿੱਤਰਾਂ, ਰਿਸ਼ਤੇਦਾਰਾਂ, ਗੁਆਂਢੀਆਂ ਆਦਿ ਦੀ ਵੀ ਸੁਧਰਦੀ ਹੈ।

ਅਧਿਆਪਕ ਦਾ ਮੁੱਖ ਕਾਰਜ ਵਿਦਿਆਰਥੀ ਵਿਚ ਜਗਿਆਸਾ ਜਗਾਉਣਾ ਹੁੰਦਾ ਹੈ, ਪੜ੍ਹਨ ਦਾ ਕਾਰਜ ਵਿਦਿਆਰਥੀ ਆਪੇ ਕਰ ਲਵੇਗਾ।

ਜਿਨ੍ਹਾਂ ਵਰਤਾਰਿਆਂ ਦੀ ਉਮਰ ਮਨੁੱਖ ਦੇ ਜੀਵਨ ਨਾਲੋਂ ਲੰਮੀ ਹੁੰਦੀ ਹੈ, ਉਹ ਉਸ ਦੇ ਕਾਰਜ ਅਤੇ ਕਥਨ ਹੁੰਦੇ ਹਨ।

ਤਲਾਕ ਦਾ ਮੁਕੱਦਮਾ ਮਹਿੰਗਾ, ਥਕਾਵਟੀ, ਅਕਾਊ, ਢਹਿੰਦੀ ਕਲਾ ਵਾਲਾ ਅਤੇ ਉਦਾਸ ਕਰਨ ਵਾਲਾ ਝਗੜਾ ਹੁੰਦਾ ਹੈ।

ਜੇ ਤੁਸੀਂ ਕਿਸੇ ਦਾ ਭਵਿਖ ਜਾਣਨਾ ਚਾਹੁੰਦੇ ਹੋ ਤਾਂ ਵੇਖੋ ਉਸ ਨੇ ਅਜ ਤਕ ਕੀਤਾ ਕੀ ਹੈ।

ਝੂਠ ਅਤੇ ਬੇਈਮਾਨੀ ਵਾਲਾ ਜੀਵਨ, ਸਿਹਤ ਵਿਗਾੜ ਦਿੰਦਾ ਹੈ।

ਪੁਰਸ਼ਾਂ ਦੀ ਸਿਆਣਪ ਇਸਤਰੀਆਂ ਨੂੰ ਖਿੱਚ ਪਾਉਂਦੀ ਹੈ ਅਤੇ ਇਸਤਰੀਆਂ ਦੀ ਸੁੰਦਰਤਾ ਪੁਰਸ਼ਾਂ ਨੂੰ ਆਪਣੇ ਵੱਲ ਖਿੱਚਦੀ ਹੈ।

ਹਉਮੈ ਨਾਲ ਰਿਸ਼ਤੇ ਟੁੱਟਦੇ ਹੀ ਹਨ, ਉਸਰਦੇ ਨਹੀਂ।

ਪੈਸੇ ਪਿਛੇ ਦੌੜ ਰਿਹਾ ਮਨੁੱਖ, ਆਪਣੇ ਆਤਮਿਕ ਖਜ਼ਾਨਿਆਂ ਪ੍ਰਤੀ ਅਣਜਾਣ ਅਤੇ ਅਵੇਸਲਾ ਹੋ ਜਾਂਦਾ ਹੈ।

ਪਰਮਾਤਮਾ ਦਾ ਗਿਆਨ ਅਨੰਤ ਦਾ ਗਿਆਨ ਹੈ, ਅਨੰਤ ਹਰ ਗਿਣਤੀ, ਹਰ ਕਲਪਨਾ, ਹਰ ਅਨੁਮਾਨ ਤੋਂ ਵੱਡਾ ਹੁੰਦਾ ਹੈ।

ਸਿਰਜਣਾਤਮਕ ਉਦਾਸੀ ਤੋਂ ਬਿਨਾਂ, ਕਲਾ ਦੀਆਂ ਡੂੰਘਾਈਆਂ ਤਕ ਨਹੀਂ ਅਪੜਿਆ ਜਾ ਸਕਦਾ।

ਉੱਚੇ ਨਿਸ਼ਾਨੇ, ਕਾਹਲ ਨਾਲ ਪ੍ਰਾਪਤ ਨਹੀਂ ਕੀਤੇ ਜਾ ਸਕਦੇ।

ਗੁਰੂ ਗੋਬਿੰਦ ਸਿੰਘ ਦਾ ਉਦੇਸ਼, ਦੁਸ਼ਮਣ ਨੂੰ ਹਰਾਉਣਾ ਅਤੇ ਉਸ ਦੇ ਇਲਾਕੇ ਮੱਲਣਾ ਨਹੀਂ ਸੀ, ਸਗੋਂ ਇਕ ਨਵਾਂ ਮਨੁੱਖ ਸਿਰਜਣਾ ਸੀ।

ਵਿਗਿਆਨ ਦਾ ਹਰੇਕ ਤੱਥ, ਪ੍ਰਯੋਗ ਨਾਲ ਸਿੱਧ ਹੋਣ ਵਾਲਾ ਸਿਧਾਂਤ ਹੁੰਦਾ ਹੈ।

ਗੁੱਸੇ ਅਤੇ ਵਿਰੋਧ ਨੂੰ ਤਿਆਗ ਕੇ ਆਪਣੀਆਂ ਪ੍ਰੇਸ਼ਾਨੀਆਂ ਦਾ ਇਲਾਜ, ਮਨੁੱਖ ਆਪ ਹੀ ਕਰ ਸਕਦਾ ਹੈ।

ਦੂਜਿਆਂ ਦੀ ਨਿੰਦਾ ਕਰਕੇ ਮਨੁੱਖ ਆਪਣੀ ਪ੍ਰਵਾਨਗੀ ਨੂੰ ਰੱਦ ਕਰਦਾ ਹੈ।

ਗੁਰੂ ਕੋਈ ਵਿਅਕਤੀ ਨਹੀਂ ਹੁੰਦਾ, ਪਰਮਾਤਮਾ ਦੇ ਸੰਦੇਸ਼ ਦਾ ਨਾਂ ਗੁਰੂ ਹੁੰਦਾ ਹੈ।

ਇਤਿਹਾਸ ਸਦਾ ਜੇਤੂ ਲਿਖਦੇ ਹਨ ਅਤੇ ਆਪਣੇ ਦ੍ਰਿਸ਼ਟੀਕੋਣ ਤੋਂ ਲਿਖਦੇ ਹਨ।

ਵਿਗਿਆਨ ਸਾਨੂੰ ਵਸਤਾਂ, ਵਸੀਲੇ, ਸ਼ਕਤੀ ਅਤੇ ਸਾਧਨ ਪ੍ਰਦਾਨ ਕਰਦਾ ਹੈ, ਧਰਮ ਇਨ੍ਹਾਂ ਦੀ ਕਲਿਆਣਕਾਰੀ ਵਰਤੋਂ ਕਰਨੀ ਸਿਖਾਉਂਦਾ ਹੈ।

ਪ੍ਰਸੰਨ ਵਿਅਕਤੀ ਕਦੇ ਵੀ ਜੂਆ ਖੇਡਣ ਜਾਂ ਲਾਟਰੀ ਪਾਉਣ ਬਾਰੇ ਨਹੀਂ ਸੋਚਦਾ।

ਵਿਗਿਆਨ ਬਾਹਰ ਵੇਖਣ ਦੀ ਕਲਾ ਹੈ, ਧਰਮ ਅੰਦਰ ਵੇਖਣ ਦਾ ਹੁਨਰ ਹੈ।

ਸੁੰਦਰਤਾ ਅਤੇ ਸੁਹਿਰਦਤਾ ਦੀ ਉਪਜਾਈ ਦੋਸਤੀ ਨੂੰ, ਪਿਆਰ ਕਹਿੰਦੇ ਹਨ।

ਚੰਗੇ ਜਾਂ ਮਾੜੇ, ਮੂਰਖ ਜਾਂ ਸਿਆਣੇ ਦੀ ਗੱਲ ਕਰਦਿਆਂ, ਅਸੀਂ ਉਨ੍ਹਾਂ ਨਾਲ ਆਪਣੀ ਤੁਲਨਾ ਵੀ ਕਰ ਰਹੇ ਹੁੰਦੇ ਹਾਂ।

ਜਦੋਂ ਸੋਚ ਸਾਡਾ ਸਾਥ ਨਹੀਂ ਦਿੰਦੀ ਤਾਂ ਅਸੀਂ ਤਜਰਬੇ ਦੇ ਆਧਾਰ 'ਤੇ ਨਿਰਣਾ ਕਰਦੇ ਹਾਂ।

ਕੁਦਰਤ ਇਕ ਚੀਜ਼ ਨੂੰ ਉਸ ਵਰਗੀ ਨਾਲੋਂ ਉਦੋਂ ਹੀ ਨਿਖੇੜਦੀ ਹੈ, ਜਦੋਂ ਕੁਦਰਤ ਨੇ ਉਸ ਨੂੰ ਵੱਖਰਾ ਰੰਗ-ਰੂਪ ਦੇਣਾ ਹੁੰਦਾ ਹੈ।

ਅਜੋਕੇ ਸੰਸਾਰ ਵਿੱਚ ਲੋੜ ਇਸ ਗੱਲ ਦੀ ਹੈ ਕਿ ਧਰਮ ਵਿਗਿਆਨਕ ਹੋ ਜਾਵੇ ਅਤੇ ਵਿਗਿਆਨ ਧਾਰਮਿਕ ਹੋ ਜਾਵੇ।

ਚੰਨ ਦੀ ਰੋਸ਼ਨੀ ਵਿਚ ਸ਼ਾਂਤੀ ਹੁੰਦੀ ਹੈ, ਜਿਸ ਉਤੇ ਪੈਂਦੀ ਹੈ ਉਹ ਵੀ ਸ਼ਾਂਤ ਹੋ ਜਾਂਦਾ ਹੈ।

ਕਵੀ ਭਾਵੇਂ ਕਿਤਨੀ ਵੀ ਵੱਡੀ ਪ੍ਰਬੰਧਕੀ ਪਦਵੀ 'ਤੇ ਪਹੁੰਚ ਜਾਵੇ, ਉਸ ਵਿਚ ਆਪਣੀ ਕਵਿਤਾ ਦੀ ਪ੍ਰਸੰਸਾ ਸੁਣਨ ਦੀ ਭੁੱਖ ਬਣੀ ਰਹਿੰਦੀ ਹੈ।

ਮਾਤਾ-ਪਿਤਾ ਕੇਵਲ ਸਤਿਕਾਰ ਯੋਗ ਪਦਵੀਆਂ ਹੀ ਨਹੀਂ, ਗੰਭੀਰ ਜ਼ਿੰਮੇਵਾਰੀਆਂ ਦੇ ਨਾਂ ਵੀ ਹਨ।

ਤਲਾਕ ਦੀ ਲੜਾਈ ਵਿਚ, ਦੋਵੇਂ ਧਿਰਾਂ ਹਮਲਾਵਰ ਬਣ ਜਾਂਦੀਆਂ ਹਨ।

ਜਿਸ ਜੀਵ ਦਾ ਕੁਦਰਤ ਨਾਲ ਸੰਘਰਸ਼ ਨਹੀਂ ਹੁੰਦਾ, ਉਸ ਦਾ ਵਿਕਾਸ ਰੁਕ ਜਾਂਦਾ ਹੈ।

ਕਲਾ, ਮਿਲਾਪ ਵਿਚੋਂ ਉਪਜਣ ਵਾਲੇ ਆਨੰਦ ਅਤੇ ਵਿਛੋੜੇ ਵਿਚੋਂ ਉਪਜਣ ਵਾਲੇ ਦੁੱਖ ਵਿਚੋਂ ਪੈਦਾ ਹੁੰਦੀ ਹੈ।

ਸ਼ਾਂਤ ਰਹਿਣ ਨਾਲ ਸਾਡੇ ਵਿਚ ਦੂਜਿਆਂ ਤੋਂ ਆਪਣੀ ਗੱਲ ਮਨਵਾਉਣ ਦੀ ਯੋਗਤਾ ਵੱਧ ਜਾਂਦੀ ਹੈ।

ਜਿਹੜੇ ਸਮੇਂ ਦੇ ਪਾਬੰਦ ਹੁੰਦੇ ਹਨ, ਉਨ੍ਹਾਂ ਨੂੰ ਅਕਸਰ ਦੇਰ ਨਾਲ ਆਉਣ ਵਾਲਿਆਂ ਦੀ ਉਡੀਕ ਕਰਨੀ ਪੈਂਦੀ ਹੈ।

ਨੇਤਰਹੀਣ ਨੂੰ ਭਾਵੇਂ ਦਿਸਣਾ ਬੰਦ ਹੋ ਜਾਂਦਾ ਹੈ ਪਰ ਉਸ ਵਿਚ ਆਵਾਜ਼ ਨੂੰ ਵੇਖਣ ਦੀ ਕਲਾ ਜਾਗ ਪੈਂਦੀ ਹੈ।

ਪ੍ਰਸੰਨਤਾ ਨੂੰ ਲੱਭਣ ਦੀ ਲੋੜ ਨਹੀਂ, ਲੋੜ ਪ੍ਰੇਸ਼ਾਨ ਕਰਨ ਵਾਲੀਆਂ ਗੱਲਾਂ ਤੋਂ ਛੁਟਕਾਰਾ ਪਾਉਣ ਦੀ ਹੁੰਦੀ ਹੈ।

ਜਿਨ੍ਹਾਂ ਨੂੰ ਅਜ ਅਸੀਂ ਅੰਧ-ਵਿਸ਼ਵਾਸ ਕਹਿੰਦੇ ਹਾਂ, ਆਪਣੇ ਸਮਿਆਂ ਵਿਚ ਉਹ ਜੀਵਨ ਦੇ ਠੋਸ ਆਧਾਰ ਸਨ।

ਪਛਤਾਵੇ ਦੀਆਂ ਨੀਹਾਂ ਉਤੇ ਕੁਝ ਵੀ ਸੁਖਾਵਾਂ ਨਹੀਂ ਉਸਾਰਿਆ ਜਾ ਸਕਦਾ।

ਕਿਸੇ ਵੀ ਸਭਿਆਚਾਰ ਨੇ, ਧਰਮ ਨਾਲ ਸਬੰਧ ਜੋੜੇ ਬਿਨਾਂ ਵਿਕਾਸ ਨਹੀਂ ਕੀਤਾ।

ਸਮਾਜ ਦੀਆਂ ਲਗਭਗ ਸਾਰੀਆਂ ਸਮੱਸਿਆਵਾਂ, ਸੋਚ ਦੇ ਵੱਖਰੇਵੇਂ ਨੂੰ ਸਵੀਕਾਰ ਨਾ ਕਰਨ ਦੀਆਂ ਸਮੱਸਿਆਵਾਂ ਹਨ।

ਵਿਦਵਤਾ ਨਾਲੋਂ ਨਿਮਰਤਾ ਵਧੇਰੇ ਮਹੱਤਵਪੂਰਨ ਹੈ, ਇਸ ਤੱਥ ਦੀ ਪਛਾਣ ਹੀ ਵਿਦਵਤਾ ਦਾ ਆਰੰਭ ਹੁੰਦੀ ਹੈ।

ਪਿਆਰ, ਅਣਗਾਹੇ ਰਾਹਾਂ 'ਤੇ ਚਲਣ ਦੀ ਸਭ ਤੋਂ ਢੁਕਵੀਂ ਉਦਾਹਰਣ ਹੁੰਦਾ ਹੈ।

ਚੰਗਾ ਵਿਰੋਧੀ ਖਿਡਾਰੀ, ਸਾਡੀ ਖੇਡ ਵੀ ਸੁਧਾਰ ਦਿੰਦਾ ਹੈ।

ਦੂਜਿਆਂ ਦੇ ਬੱਚੇ ਆਪਣੇ ਬੱਚਿਆਂ ਨਾਲੋਂ ਘੱਟ ਜਾਂ ਵੱਧ ਲਾਇਕ ਪ੍ਰਤੀਤ ਹੁੰਦੇ ਹਨ, ਉਨ੍ਹਾਂ ਵਰਗੇ ਨਹੀਂ ਲਗਦੇ।

ਅਸੀਂ ਸੰਸਾਰ ਨਾਲ ਵਧੀਕੀਆਂ ਕਰਨ ਵਾਲਿਆਂ ਨੂੰ ਨਿੰਦਦੇ ਹਾਂ ਪਰ ਉਨ੍ਹਾਂ ਨੂੰ ਸਲਾਹੁੰਦੇ ਹਾਂ, ਜਿਨ੍ਹਾਂ ਨਾਲ ਸੰਸਾਰ ਨੇ ਵਧੀਕੀਆਂ ਕੀਤੀਆਂ ਹੁੰਦੀਆਂ ਹਨ।

ਛੋਟੇ ਰਸਤਿਆਂ 'ਤੇ ਚਲਣ ਦੀ ਕਾਹਲ ਨਾਲ ਜ਼ਿੰਦਗੀ ਦੀ ਮਾਲ-ਰੋਡ ਗੁਆਚ ਜਾਂਦੀ ਹੈ।

ਅਖ਼ਬਾਰ ਛਾਪੇ ਇਸ਼ਤਿਹਾਰਾਂ ਲਈ ਜਾਂਦੇ ਹਨ ਪਰ ਖਰੀਦੇ ਖ਼ਬਰਾਂ ਲਈ ਜਾਂਦੇ ਹਨ।

ਮੁਸੀਬਤ ਵੇਲੇ ਦੋਸਤ ਹੀ ਕੰਮ ਆਉਂਦੇ ਹਨ, ਇਸੇ ਕਰਕੇ ਸ਼ਾਦੀ ਵੇਲੇ ਸਾਰੇ ਦੋਸਤ ਬੁਲਾਏ ਜਾਂਦੇ ਹਨ।

ਆਨੰਦ ਲੰਗਰ ਖਾਣ ਵਿਚ ਹੀ ਨਹੀਂ, ਲੰਗਰ ਵਰਤਾਉਣ ਵਿਚ ਵੀ ਹੁੰਦਾ ਹੈ।

ਜੇਕਰ ਤੁਸੀਂ ਉਹ ਕੁਝ ਬਣ ਜਾਓ ਜੋ ਕੁਝ ਤੁਹਾਨੂੰ ਤੁਹਾਡੀ ਮਾਂ ਬਣਾਉਣਾ ਚਾਹੁੰਦੀ ਸੀ ਤਾਂ ਤੁਹਾਨੂੰ ਹਰ ਕੋਈ ਮਹਾਨ ਕਹੇਗਾ।

ਰੁੱਖੀ ਅਤੇ ਲੰਮੀ ਚੁਪ, ਰਿਸ਼ਤਿਆਂ ਵਿਚ ਠੰਢ ਵਰਤਾ ਦਿੰਦੀ ਹੈ।

ਭੈੜੇ ਵਿਹਾਰ ਵਾਲੇ ਵਪਾਰੀ ਤੋਂ ਭਾਵੇਂ ਚੀਜ਼ ਮੁਫ਼ਤ ਹੀ ਮਿਲ ਰਹੀ ਹੋਵੇ, ਉਹ ਮਹਿੰਗੀ ਹੀ ਸਾਬਤ ਹੋਵੇਗੀ।

ਕਿਸੇ ਦੇ ਸੁਪਨਿਆਂ ਦਾ ਮਖੌਲ ਉਡਾਉਣਾ, ਭੈੜਾ ਵਿਹਾਰ ਹੁੰਦਾ ਹੈ।

ਜਦੋਂ ਅਸੀਂ ਹਾਰ ਮੰਨ ਰਹੇ ਹੁੰਦੇ ਹਾਂ ਤਾਂ ਕੋਈ ਹੋਰ ਕਹਿ ਰਿਹਾ ਹੁੰਦਾ ਹੈ: ਕਿਤਨਾ ਸੁਨਹਿਰੀ ਮੌਕਾ ਹੈ!

ਕਿਸੇ ਅਜਿਹੇ ਨੂੰ ਵੀ ਪਿਆਰ ਕਰੋ, ਜਿਸ ਨੂੰ ਕੋਈ ਪਿਆਰ ਨਹੀਂ ਕਰਦਾ, ਇਵੇਂ ਤੁਹਾਡੇ ਹੱਕ ਵਿਚ ਇਕ ਫੌਜ ਖੜੀ ਹੋ ਜਾਵੇਗੀ।

ਕੀ ਕਿਸੇ ਨੂੰ ਸੁਕਰਾਤ ਨਾਲ ਸਾੜਾ ਹੋ ਸਕਦਾ ਹੈ?

ਸੰਸਾਰ ਵਿੱਚ ਹਰ ਕੋਈ ਆਪਣੇ-ਆਪਣੇ ਸੁਆਰਥ ਅਤੇ ਲਾਲਚ ਦੀਆਂ ਰੱਸੀਆਂ ਨਾਲ ਬੰਨ੍ਹਿਆ ਪਿਆ ਹੈ।

ਕਿਸੇ ਦਾ ਚਰਿਤਰ ਜਾਣਨ ਲਈ, ਉਸ ਦੇ ਬਹਾਨਿਆਂ ਨੂੰ ਧਿਆਨ ਨਾਲ ਸੁਣੋ।

ਜਿਸ ਦਿਨ ਨੇਤਾ ਵੋਟ ਮੰਗਣ ਨਹੀਂ ਸਗੋਂ ਲੋਕ ਕਿਸੇ ਕਰਮਸ਼ੀਲ ਚਿੰਤਕ ਦੇ ਬੂਹੇ 'ਤੇ ਵੋਟ ਭੇਟ ਕਰਨ ਲਈ ਆਉਣਗੇ, ਉਸ ਦਿਨ ਸਿਆਸਤ ਦੀ ਆਤਮਾ ਜਾਗ ਉਠੇਗੀ।

ਰੱਬ ਸਾਡੀ ਸੋਚ ਦੀ ਹੱਦ ਹੈ, ਸੰਕੀਰਣ ਵਿਅਕਤੀ ਦਾ ਰੱਬ ਵਿਸ਼ਾਲ ਨਹੀਂ ਹੁੰਦਾ।

ਆਪ ਧੁੱਪ ਝੱਲੇ ਬਿਨਾਂ, ਕੋਈ ਰੁੱਖ ਕਿਸੇ ਨੂੰ ਛਾਂ ਨਹੀਂ ਦੇ ਸਕਦਾ।

ਪੱਥਰਾਂ ਦੀ ਮਾਰ ਤੋਂ ਬਿਨਾਂ, ਮਨਸੂਰ ਨੇ ਮਨਸੂਰ ਨਹੀਂ ਸੀ ਬਣਨਾ।

ਬਨਵਾਸ ਜਾਣ ਤੋਂ ਬਿਨਾਂ, ਰਾਮ ਪੂਜਣਯੋਗ ਨਹੀਂ ਬਣਦੇ।

ਸਮਝ ਵੱਧਣ ਦੇ ਬਾਵਜੂਦ, ਮਨੁੱਖ ਦੀਆਂ ਇੱਛਾਵਾਂ ਘਟੀਆਂ ਨਹੀਂ, ਵਧੀਆਂ ਹਨ।

ਪੰਛੀ, ਸੁਣੇ ਜਾਣ ਦੀ ਜ਼ਿੱਦ ਕੀਤੇ ਬਿਨਾਂ ਹੀ ਗਾਉਂਦੇ ਰਹਿੰਦੇ ਹਨ।

ਪਿਆਰ ਦੀ ਕਵਿਤਾ ਉਦੋਂ ਲਿਖਣੀ ਚਾਹੀਦੀ ਹੈ, ਜਦੋਂ ਕਿਸੇ ਨਾਲ ਪਿਆਰ ਹੋਵੇ ਅਤੇ ਛਪਵਾਉਣੀ ਵਿਆਹ ਤੋਂ ਦਸ ਵਰ੍ਹੇ ਮਗਰੋਂ ਚਾਹੀਦੀ ਹੈ, ਇਵੇਂ ਪਾਠਕ, ਕਵੀ ਅਤੇ ਕਵਿਤਾ ਤਿੰਨਾਂ ਨੂੰ ਲਾਭ ਹੋਵੇਗਾ।

ਸਾਹਿਤ ਨੂੰ ਉਪਦੇਸ਼ ਦੇਣ ਦਾ ਬੋਝ ਨਹੀਂ ਚੁਕਣਾ ਚਾਹੀਦਾ।

ਡਰਨਾ, ਮਨੁੱਖ ਦਾ ਸਰਬਵਿਆਪਕ ਅਤੇ ਬੁਨਿਆਦੀ ਅਨੁਭਵ ਹੈ।

ਜੇ ਪ੍ਰੇਮੀ ਨੂੰ ਉਸ ਦਾ ਚਾਹਿਆ ਮਿਲ ਜਾਵੇ ਤਾਂ ਉਹ ਪ੍ਰੇਮੀ ਨਹੀਂ ਰਹਿੰਦਾ, ਭੋਗੀ ਅਤੇ ਰੋਗੀ ਬਣ ਜਾਂਦਾ ਹੈ।

ਮਨੁੱਖ ਆਪਣੀ ਅਗਿਆਨਤਾ ਦੇ ਅਨੁਪਾਤ ਵਿਚ ਹੀ ਡਰਦਾ ਹੈ।

ਹਰੇਕ ਮਹਾਨ ਘਟਨਾ ਨਵੀਂ ਸ਼ਬਦਾਵਲੀ ਸਿਰਜਦੀ ਹੈ।

ਸਭ ਕੁਝ ਗੁਆਉਣ ਮਗਰੋਂ ਵੀ ਮਨੁੱਖ ਕੋਲ ਭਵਿਖ ਬਚ ਜਾਂਦਾ ਹੈ।

ਚੰਗੀ ਪੁਸਤਕ ਉਹ ਹੁੰਦੀ ਹੈ, ਜਿਸ ਨੂੰ ਅਨਪੜ੍ਹ ਵੀ ਪੜ੍ਹਨੀ ਚਾਹੁੰਦੇ ਹੋਣ।

ਡਰਪੋਕ ਅਨੇਕਾਂ ਤੋਂ ਡਰਦਾ ਹੈ ਪਰ ਕਈ ਉਸ ਡਰਪੋਕ ਤੋਂ ਵੀ ਡਰਦੇ ਹਨ।

ਮੁਆਫ਼ ਕਰਨਾ ਵੀ ਇਕ ਪ੍ਰਕਾਰ ਦੀ ਸਜ਼ਾ ਹੁੰਦੀ ਹੈ।

ਦੁਰਭਾਗ ਇਹ ਹੈ ਕਿ ਦੁੱਧ ਚੰਗੀ ਚੀਜ਼ ਹੈ ਪਰ ਦਰ-ਦਰ 'ਤੇ ਜਾ ਕੇ ਵੇਚਣਾ ਪੈਂਦਾ ਹੈ, ਸ਼ਰਾਬ ਭੈੜੀ ਚੀਜ਼ ਹੈ ਪਰ ਠੇਕੇ ਤੋਂ ਜਾ ਕੇ ਖਰੀਦਣੀ ਪੈਂਦੀ ਹੈ।

ਧਰਮ ਨੇ, ਅਮੀਰਾਂ ਨੂੰ ਗਰੀਬਾਂ ਦੇ ਹੱਥੋਂ, ਕਤਲ ਹੋਣ ਤੋਂ ਬਚਾਈ ਰਖਿਆ ਹੈ।

ਜਿਸ ਵੀ ਚੀਜ਼ ਦਾ ਬਦਲ ਹੋਵੇ, ਉਹ ਮਹਾਨ ਨਹੀਂ ਹੁੰਦੀ।

ਚੁੱਪ ਕਰਕੇ ਆਪਣਾ ਸਾਥ ਮਾਣਨ ਨੂੰ ਇਕਾਂਤ ਕਿਹਾ ਜਾਂਦਾ ਹੈ।

ਅਸੀਂ ਇਹ ਭੁਲ ਜਾਂਦੇ ਹਾਂ ਕਿ ਕਿਸ ਨਾਲ ਹੱਸੇ ਸੀ ਪਰ ਕਦੇ ਇਹ ਨਹੀਂ ਭੁਲਦੇ ਕਿ ਕਿਸ ਨਾਲ ਰੋਏ ਸੀ।

ਸੰਕਟ ਸਾਨੂੰ ਸੰਖੇਪ ਵਿਚ ਸੋਚਣ ਲਈ ਮਜਬੂਰ ਕਰਦੇ ਹਨ।

ਜਿਨ੍ਹਾਂ ਸਾਹਮਣੇ ਝੂਠ ਬੋਲਣਾ ਪਵੇ, ਉਨ੍ਹਾਂ ਨੂੰ ਅਸੀਂ ਪਸੰਦ ਨਹੀਂ ਕਰਦੇ।

ਕਿਸੇ ਨੂੰ ਪਿਆਰ ਕਰਨਾ, ਆਪਣੇ ਆਪ ਨੂੰ ਵਧਾਈ ਦੇਣ ਦਾ ਇਕ ਢੰਗ ਹੁੰਦਾ ਹੈ।

ਜਿਹੜੇ ਸਾਡੇ ਦੁੱਖ ਵਿਚ ਉਦਾਸ ਹੋ ਜਾਂਦੇ ਹਨ, ਉਨ੍ਹਾਂ ਵਿਚ ਹੀ, ਸਾਨੂੰ ਪਿਆਰ ਕਰਨ ਦੀ ਯੋਗਤਾ ਹੁੰਦੀ ਹੈ।

ਕਾਰ ਖਰਾਬ ਹੋਣੀ ਮਾਲਕ ਲਈ ਮੁਸੀਬਤ ਹੁੰਦੀ ਹੈ ਪਰ ਮਕੈਨਿਕ ਲਈ ਇਕ ਅਵਸਰ ਹੁੰਦੀ ਹੈ।

ਭਾਸ਼ਾ ਕਵਿਤਾ ਰਾਹੀਂ ਜਿਊਂਦੀ ਹੈ, ਜਿਸ ਭਾਸ਼ਾ ਵਿਚ ਕਵਿਤਾ ਨਹੀਂ ਉਪਜਦੀ, ਉਹ ਭਾਸ਼ਾ ਮਰ ਜਾਂਦੀ ਹੈ।

ਵਿਸ਼ਵਾਸ ਦੇ ਵਿਸ਼ਲੇਸ਼ਣ ਨੂੰ ਤਰਕ ਕਹਿੰਦੇ ਹਨ।

ਗਰਭ ਵਿਚ ਲੋੜਾਂ ਪ੍ਰਧਾਨ ਹੁੰਦੀਆਂ ਹਨ, ਜਨਮ ਲੈ ਕੇ ਮਨੁੱਖ ਇਛਾਵਾਂ ਦੇ ਰਾਹ ਪੈ ਜਾਂਦਾ ਹੈ।

ਸੱਚਾ ਆਗੂ ਉਹ ਹੁੰਦਾ ਹੈ ਜਿਹੜਾ ਆਪਣੀਆਂ ਪਰਿਵਾਰਕ ਸਮੱਸਿਆਵਾਂ ਤੋਂ ਉਪਰ ਉੱਠ ਕੇ ਲੋਕਾਂ ਦੀਆਂ ਸਮੱਸਿਆਵਾਂ ਬਾਰੇ ਸੋਚਦਾ ਹੈ।

ਕੱਚੇ ਮਕਾਨਾਂ ਵਾਲਿਆਂ ਦੀ ਮੀਂਹ ਸਬੰਧੀ ਗੱਲਬਾਤ ਵੱਖਰੀ ਭਾਂਤ ਦੀ ਹੁੰਦੀ ਹੈ।

ਜ਼ਾਲਮ ਮਰ ਜਾਂਦਾ ਹੈ ਅਤੇ ਉਸ ਦਾ ਰਾਜ ਮੁੱਕ ਜਾਂਦਾ ਹੈ, ਸ਼ਹੀਦ ਮਰ ਜਾਂਦਾ ਹੈ ਅਤੇ ਉਸਦਾ ਰਾਜ ਆਰੰਭ ਹੋ ਜਾਂਦਾ ਹੈ।

ਵਿਦਵਾਨ ਉਹ ਹੁੰਦਾ ਹੈ ਜਿਹੜਾ ਅਚਾਨਕ ਹੀ, ਸਾਡੇ ਮਨ ਵਿਚ ਬੜੀ ਦੇਰ ਤੋਂ ਬੈਠੇ ਕਿਸੇ ਵੱਡੇ ਸਵਾਲ ਦਾ ਜਵਾਬ ਦੇ ਜਾਵੇ।

ਜਿਹੜਾ ਆਪਣੇ ਆਪ ਨੂੰ ਜਾਣ ਲਵੇ, ਉਹ ਅਲਾਦੀਨ ਦਾ ਚਿਰਾਗ ਹੁੰਦਾ ਹੈ।

ਕਈ ਵਿਅਕਤੀ ਆਪਣੀਆਂ ਗਲਤੀਆਂ ਕਰਕੇ ਸੰਸਾਰ ਵਿਚ ਪ੍ਰਸਿੱਧ ਹੋਏ ਹਨ, ਕੋਲੰਬਸ ਨੇ ਅਮਰੀਕਾ ਗਲਤੀ ਨਾਲ ਲੱਭਿਆ ਸੀ।

ਪ੍ਰਸੰਸਾਮਈ ਅੱਖ ਜਿਧਰ ਵੇਖਦੀ ਜਾਂਦੀ ਹੈ, ਸੁੰਦਰਤਾ ਉਪਜਦੀ ਜਾਂਦੀ ਹੈ।

ਜਦੋਂ ਮਨ ਖਿੜਿਆ ਹੋਵੇ ਤਾਂ ਚਿੱਟੇ ਕਪੜੇ ਵੀ ਰੰਗਦਾਰ ਫੁੱਲਾਂ ਵਾਲੇ ਲਗਦੇ ਹਨ।

ਇਸ ਸੰਸਾਰ ਵਿਚ ਹਰ ਕੋਈ ਆਪਣੀ-ਆਪਣੀ ਵਿੱਤ ਅਨੁਸਾਰ ਜ਼ਿੰਦਗੀ ਨੂੰ ਸ਼ਗਨ ਪਾਉਂਦਾ ਹੈ।

ਖੇਡ ਨੂੰ ਈਮਾਨਦਾਰੀ ਅਤੇ ਬੇਈਮਾਨੀ ਨਾਲ ਖੇਡਣ ਵਿਚੋਂ ਮਿਲਣ ਵਾਲੀ ਤਸੱਲੀ ਵੱਖਰੀ-ਵੱਖਰੀ ਭਾਂਤ ਦੀ ਹੁੰਦੀ ਹੈ।

ਗੰਧਲਾ ਪਾਣੀ ਕਿਤਨਾ ਵੀ ਵੱਧ ਜਾਵੇ ਕਮਲ ਦੇ ਫੁੱਲ ਨੂੰ ਨਹੀਂ ਛੂਹ ਸਕਦਾ।

ਊਣਿਆਂ ਨੂੰ ਪੂਰਿਆਂ ਦਾ, ਵਿਦਵਾਨਾਂ ਨੂੰ ਮੂਰਖਾਂ ਦਾ ਅਤੇ ਕਾਮੀਆਂ ਨੂੰ ਸਦਾਚਾਰੀਆਂ ਦਾ ਸਾਥ ਕਦੇ ਰਾਸ ਨਹੀਂ ਆਉਂਦਾ।

ਗੁੱਸੇ ਅਤੇ ਨਫ਼ਰਤ ਦਾ ਰਾਹ, ਕਦੇ ਵੀ ਉੱਚੇ ਪਾਸੇ ਨਹੀਂ ਜਾਂਦਾ।

ਆਕੜ ਕੇ ਨੱਚਿਆ ਨਹੀਂ ਜਾ ਸਕਦਾ ਅਤੇ ਗੁੱਸੇ ਨਾਲ ਗਾਇਆ ਨਹੀਂ ਜਾ ਸਕਦਾ।

ਕਿਸੇ ਨੂੰ ਪ੍ਰਭਾਵਿਤ ਕਰਨ ਦਾ ਸਭ ਤੋਂ ਸੌਖਾ ਢੰਗ ਹੈ ਕਿ ਉਸ ਨੂੰ ਸੁਣੋ।

ਜੇ ਦਿਮਾਗ ਰੋਸ਼ਨ ਹੈ ਤਾਂ ਹਨੇਰੇ ਵਿਚ ਵੀ ਵਿਖਾਈ ਦੇਵੇਗਾ ਨਹੀਂ ਤਾਂ ਦਿਨ ਦੇ ਚਾਨਣੇ ਵਿਚ ਵੀ ਠੇਡੇ ਲਗਣਗੇ।

ਲਾਲਚੀ ਬੰਦੇ ਨੂੰ ਸੋਨਾ ਦਿਓ, ਕਹੇਗਾ: ਹੀਰੇ ਕਿਉਂ ਨਹੀਂ ਦਿਤੇ ?

ਨਸ਼ੇ ਦਾ ਨੁਕਸਾਨ ਇਹ ਹੁੰਦਾ ਹੈ ਕਿ ਨਸ਼ੇ ਦੀ ਲੋਰ ਵਿਚ ਮਨੁੱਖ ਵਿਚ ਭੈੜੇ ਕੰਮਾਂ ਤੋਂ ਸੰਕੋਚ ਕਰਨ ਦੀ ਸ਼ਕਤੀ ਗੁਆਚ ਜਾਂਦੀ ਹੈ।

ਇਸਤਰੀ ਉਸ ਨੂੰ ਪਿਆਰ ਕਰਦੀ ਹੈ, ਜਿਸ ਨੂੰ ਪਿਆਰ ਕਰਨਾ, ਉਸ ਨੂੰ ਮਾਣ ਵਾਲੀ ਗੱਲ ਲੱਗੇ।

ਕਿੱਕਰ ਤੋਂ ਬੋਹੜ ਵਾਲੀ ਛਾਂ ਦੀ ਆਸ ਨਹੀਂ ਕੀਤੀ ਜਾ ਸਕਦੀ।

ਕਿਸੇ ਵੀ ਕੰਮ ਦਾ ਸਭ ਤੋਂ ਵੱਧ ਮਹੱਤਵਪੂਰਨ ਭਾਗ, ਉਸ ਦਾ ਆਰੰਭ ਹੁੰਦਾ ਹੈ।

ਪਿਆਰ ਵਿਚ ਅਨਪੜ੍ਹ ਬੰਦੇ ਵਿਚ ਵੀ ਪ੍ਰੇਮ-ਪੱਤਰ ਲਿਖਣ ਦੀ ਰੀਝ ਹੁਲਾਰੇ ਮਾਰਦੀ ਹੈ।

ਚੰਗੀ ਕਵਿਤਾ ਉਹ ਹੁੰਦੀ ਹੈ, ਜਿਸ ਵਿਚ ਅਰਥ, ਸ਼ਬਦਾਂ ਨੂੰ ਜੱਫੀਆਂ ਪਾਉਣ।

ਪਤੀ-ਪਤਨੀ ਦਾ ਰਿਸ਼ਤਾ ਸਾਦਾ ਹੈ, ਘਰ ਦੀ ਦਾਲ-ਰੋਟੀ ਵਾਂਗ, ਪਰ ਕਈਆਂ ਨੂੰ ਬਾਹਰ ਚਾਟ ਖਾਣ ਦੀ ਆਦਤ ਹੁੰਦੀ ਹੈ।

ਸ਼ੁਰੂ ਵਿਚ ਕੋਈ ਵੀ ਦਰਿਆ ਇਹ ਜਾਣਨ ਦੀ ਪ੍ਰਵਾਹ ਨਹੀਂ ਕਰਦਾ ਕਿ ਉਸ ਨੇ ਕਿਤਨੀ ਦੂਰ ਜਾਣਾ ਹੈ, ਉਹ ਵੱਗ ਟੁਰਦਾ ਹੈ, ਇਹੀ ਜੀਵਨ ਹੈ।

ਪਹਾੜ, ਲੰਘ ਗਏ ਦਰਿਆਵਾਂ ਦੀ ਯਾਦ ਵਿਚ, ਖਲੋਤੇ ਰਹਿੰਦੇ ਹਨ।

ਸਵਰਗ ਵਿਚ ਕਿਸੇ ਚੀਜ਼ ਦੀ ਘਾਟ ਨਹੀਂ ਪਰ ਉਥੇ ਵਾਪਰਦਾ ਕੁਝ ਨਹੀਂ।

ਜਿਨ੍ਹਾਂ ਦੇਸ਼ਾਂ ਵਿਚ ਇਸਤਰੀ ਦਾ ਸਤਿਕਾਰ ਹੈ, ਕੇਵਲ ਉਹੀ ਦੇਸ਼ ਖੁਸ਼ਹਾਲ ਹਨ।

ਭਾਬੀ ਕਿਤਨੀ ਵੀ ਲੜਾਕੀ ਕਿਉਂ ਨਾ ਹੋਵੇ, ਜੇ ਨਨਾਣ ਉਸ ਦੇ ਬੱਚੇ ਨੂੰ ਪਿਆਰ ਕਰੇ ਤਾਂ ਭਾਬੀ ਦਾ ਦਿਲ ਝਟ ਪਿਘਲ ਜਾਂਦਾ ਹੈ।

ਲੋਕਾਂ ਵਿਚ ਦਿਲਚਸਪੀ ਲੈਣ ਅਤੇ ਉਨ੍ਹਾਂ ਦੀਆਂ ਸਮੱਸਿਆਵਾਂ ਹੱਲ ਕਰਨ ਨਾਲ ਦਿਮਾਗ ਚੁਸਤ ਅਤੇ ਸਿਹਤ ਠੀਕ ਰਹਿੰਦੀ ਹੈ।

ਦੂਰ ਵਸਦੇ ਭਰਾ ਦੇ ਆਉਣ 'ਤੇ, ਵਿਆਹੀ ਭੈਣ ਦੇ ਮੂੰਹ 'ਤੇ ਹੀ ਨਹੀਂ, ਉਸ ਦੀ ਰਸੋਈ ਦੇ ਭਾਂਡਿਆਂ 'ਤੇ ਵੀ ਚਮਕ ਆ ਜਾਂਦੀ ਹੈ।

ਕਿਸੇ ਨਦੀ ਦੇ ਸੋਮੇ 'ਤੇ ਪਹੁੰਚ ਜਾਣਾ, ਸੱਚ ਦੀ ਖੋਜ ਤੋਂ ਘੱਟ ਨਹੀਂ ਹੁੰਦਾ।

ਸਕੂਲ, ਜੇਲ੍ਹ ਅਤੇ ਹਸਪਤਾਲ ਵਿਚ, ਮਨੁੱਖ ਨੂੰ ਤਾੜ ਕੇ ਸੁਧਾਰਿਆ ਜਾਂਦਾ ਹੈ।

ਜ਼ਾਤਪਾਤ ਨੂੰ ਮੰਨਣ ਵਾਲੇ ਆਪਣੀ ਜ਼ਾਤ ਦੇ ਔਗੁਣਾਂ ਨੂੰ ਵੀ ਗੁਣ ਸਮਝਦੇ ਹਨ।

ਹੱਸੋ, ਸਾਰਾ ਸੰਸਾਰ ਤੁਹਾਡੇ ਨਾਲ ਹੱਸੇਗਾ; ਰੋਵੋ, ਸਾਰਾ ਸੰਸਾਰ ਵਧੇਰੇ ਹੱਸੇਗਾ।

ਜਿਥੇ ਸ਼ਕਤੀ, ਧਨ, ਮੁਨਾਫ਼ਾ, ਸਨਮਾਨ ਅਤੇ ਹਕੂਮਤ ਹੈ, ਉਥੇ ਪੁਰਸ਼ ਪ੍ਰਧਾਨ ਹੈ, ਜਿਥੇ ਇਹ ਚੀਜ਼ਾਂ ਨਹੀਂ ਹਨ, ਉਥੇ ਹੀ ਇਸਤਰੀ ਪ੍ਰਧਾਨ ਹੈ।

ਪੁਰਸ਼ ਅਸਫਲਤਾ ਤੋਂ ਨਹੀਂ ਡਰਦੇ, ਇਸੇ ਕਰਕੇ ਉਨ੍ਹਾਂ ਵਿਚ ਪ੍ਰਯੋਗ ਕਰਨ ਅਤੇ ਖਤਰੇ ਸਹੇੜਨ ਦੀ ਯੋਗਤਾ ਵਧੇਰੇ ਹੁੰਦੀ ਹੈ।

ਪਾਪਾਂ ਵਿਚੋਂ ਹੀ ਪਛਤਾਵੇ ਉਪਜਦੇ ਹਨ।

ਸਾਡਾ ਯੁਗ ਤਾਂ ਵਿਗਿਆਨਕ ਹੈ ਪਰ ਅਸੀਂ ਵਿਗਿਆਨਕ ਨਹੀਂ ਹਾਂ।

ਹੱਕ, ਫਰਜ਼ਾਂ ਦੀ ਨੀਂਹ ਉਤੇ ਹੀ ਉਸਰ ਸਕਦੇ ਹਨ।

ਬਦਨਾਮ ਵਿਅਕਤੀ, ਹੋਰਾਂ ਨੂੰ ਬਦਨਾਮ ਕਰਕੇ ਪ੍ਰਸੰਨ ਹੁੰਦਾ ਹੈ।

ਜੇ, ਜੋ ਸੋਚੋਗੇ, ਉਹ ਬੋਲੋਗੇ, ਤਾਂ ਜੋ ਪਸੰਦ ਹੈ, ਉਹ ਸੁਣਨ ਦੀ ਆਸ ਨਾ ਲਾਓ।

ਭੀੜ ਕੋਲ ਕੋਈ ਸੋਚ ਨਹੀਂ ਹੁੰਦੀ, ਜਾਂ ਤਾੜੀਆਂ ਹੁੰਦੀਆਂ ਹਨ ਜਾਂ ਪੱਥਰ।

ਸਾਰੇ ਵਿਦਿਆਰਥੀ ਲਾਇਬ੍ਰੇਰੀ ਨੂੰ ਪਿਆਰ ਕਰਦੇ ਹਨ ਪਰ ਕੁਝ ਲਾਇਬ੍ਰੇਰੀ ਵਿਚ ਵੀ ਪਿਆਰ ਕਰਦੇ ਹਨ।

ਜਿਹੜੀ ਕੌਮ ਵਕਤ ਦੀ ਕਦਰ ਨਹੀਂ ਕਰਦੀ, ਉਹ ਕੁਝ ਵੀ ਹੋ ਸਕਦੀ ਹੈ ਪਰ ਉਹ ਸ਼ਕਤੀਸ਼ਾਲੀ ਅਤੇ ਖੁਸ਼ਹਾਲ ਕੌਮ ਨਹੀਂ ਹੋ ਸਕਦੀ।

ਸਿਆਣਾ ਡਾਕਟਰ ਰੋਗੀ ਨੂੰ ਉਦੋਂ ਤਕ ਜਿਉਂਦਾ ਰੱਖਦਾ ਹੈ, ਜਦੋਂ ਤਕ ਕੁਦਰਤ ਉਸ ਦਾ ਰੋਗ ਠੀਕ ਨਹੀਂ ਕਰ ਦਿੰਦੀ।

ਦੌਲਤ ਹਮੇਸ਼ਾ ਮਿਹਨਤ, ਬੱਚਤ, ਵਿਉਂਤ ਅਤੇ ਸੰਜਮ ਵਿਚੋਂ ਉਪਜਦੀ ਹੈ।

ਲੋੜ ਤੋਂ ਬਿਨਾਂ ਖਰੀਦੀਆਂ ਚੀਜ਼ਾਂ, ਚਿੰਤਾ ਅਤੇ ਪ੍ਰੇਸ਼ਾਨੀ ਉਪਜਾਉਂਦੀਆਂ ਹਨ।

ਅਚਾਨਕ ਮਿਲਿਆ ਧਨ, ਸਾਡੇ ਵਿਹਾਰ ਨੂੰ ਵਿਗਾੜ ਦਿੰਦਾ ਹੈ।

ਵਪਾਰੀਆਂ ਕੋਲ ਕਿਤਾਬੀ ਗਿਆਨ ਦੀ ਥਾਂ ਮਨੁੱਖੀ ਵਿਹਾਰ ਦੀ ਸਮਝ ਵਧੇਰੇ ਹੁੰਦੀ ਹੈ।

ਦੋਵੇਂ ਹੱਥਾਂ ਨਾਲ ਲਿਖਣ ਦੀ ਇੱਛਾ ਵਿੱਚੋਂ ਹੀ ਟਾਈਪਰਾਈਟਰ ਦੀ ਕਾਢ ਨਿਕਲੀ ਹੋਵੇਗੀ।

ਵਿਸ਼ਵਾਸ ਅਤੇ ਤਰਕ ਵਿਚ ਸਿੱਧਾ ਵਿਰੋਧ ਹੈ, ਵਿਸ਼ਵਾਸ ਨੂੰ ਤਰਕ ਦੀ ਅਤੇ ਤਰਕ ਨੂੰ ਵਿਸ਼ਵਾਸ ਦੀ ਵੰਗਾਰ ਸਹਿਣੀ ਪੈਂਦੀ ਹੈ।

ਆਸ਼ਾਵਾਦੀ ਨੂੰ ਹਰ ਬੂਹੇ 'ਤੇ ਬੁਲਾਵਾ ਵਿਖਾਈ ਦਿੰਦਾ ਹੈ, ਨਿਰਾਸ਼ਾਵਾਦੀ ਨੂੰ ਕੁੰਡੇ ਅਤੇ ਜਿੰਦੇ ਹੀ ਵਿਖਾਈ ਦਿੰਦੇ ਹਨ।

ਕਿਸੇ ਚੀਜ਼ ਦੀ ਪਕਿਆਈ, ਉਸ ਦੀ ਲਚਕ ਵਿਚ ਹੁੰਦੀ ਹੈ।

ਫਰਜ਼ ਤੁਸੀਂ ਪੂਰੇ ਕਰੋ, ਹੱਕ ਤੁਹਾਨੂੰ ਸਮਾਜ ਦੇਵੇਗਾ।

ਖੁਸ਼ਕ ਹੋ ਕੇ, ਅੱਥਰੂ, ਹੌਕੇ ਬਣ ਜਾਂਦੇ ਹਨ।

ਜਿਨ੍ਹਾਂ ਨੂੰ ਵਿਰਸੇ ਵਿਚ ਦੌਲਤ ਮਿਲਦੀ ਹੈ, ਉਹ ਆਪਣੀ ਅਯੋਗਤਾ ਛੁਪਾਉਣ ਲਈ ਮਹਿੰਗੀਆਂ ਚੀਜ਼ਾਂ ਵਰਤਦੇ ਹਨ, ਆਪ ਦੌਲਤ ਉਪਜਾਉਣ ਵਾਲੇ ਸਾਦੇ ਹੁੰਦੇ ਹਨ।

ਕਿਸੇ ਦੇ ਸਾਹਮਣੇ ਹੋਈ ਬੇਇਜ਼ਤੀ, ਦੂਣੀ ਹੋ ਜਾਂਦੀ ਹੈ।

ਹਰ ਆਰਥਿਕ ਸੰਕਟ ਪਿਛੇ ਕਾਰਨ, ਰਾਜਨੀਤਕ ਹੁੰਦੇ ਹਨ।

ਗਰੀਬਾਂ ਨਾਲ ਵਧੀਕੀ ਨਹੀਂ ਕਰਨੀ ਚਾਹੀਦੀ, ਉਨ੍ਹਾਂ ਦੀ ਗਰੀਬੀ ਵਧੀਕੀਆਂ ਦਾ ਹੀ ਸਿੱਟਾ ਹੁੰਦੀ ਹੈ।

ਪਿਆਰ ਵਿਚ, ਸ਼ਬਦਾਂ ਨਾਲੋਂ ਸੈਨਤਾਂ, ਵਧੇਰੇ ਮਹੱਤਵਪੂਰਨ ਹੁੰਦੀਆਂ ਹਨ।

ਭੀੜ ਦਾ ਕੋਈ ਆਗੂ ਨਹੀਂ ਹੁੰਦਾ, ਭੀੜ ਵਿਚਲਾ ਹਰ ਬੰਦਾ ਆਗੂ ਹੁੰਦਾ ਹੈ।

ਅਰਥਸ਼ਾਸਤਰੀ ਦੌਲਤ ਬਾਰੇ ਭਰਪੂਰ ਗੱਲਾਂ ਕਰਦੇ ਹਨ ਪਰ ਆਪ ਦੌਲਤ ਉਪਜਾਉਂਦੇ ਨਹੀਂ।

ਬਜਟ ਜਾਂ ਵਿਉਂਤ ਤੋਂ ਬਿਨਾਂ ਜੀਵਨ ਗੁਜ਼ਾਰਨਾ ਉਵੇਂ ਹੀ ਹੈ, ਜਿਵੇਂ ਗੋਲ ਤੋਂ ਬਿਨਾਂ ਫੁੱਟਬਾਲ ਖੇਡਣਾ।

ਸੰਸਾਰ ਵਿਚ ਇਕ-ਦੋ ਹੀ ਸੋਹਣੇ ਬੱਚੇ ਹਨ, ਜਿਹੜੇ ਹਰੇਕ ਮਾਂ ਕੋਲ ਹੁੰਦੇ ਹਨ।

ਮੁਸ਼ਕਿਲਾਂ ਅਤੇ ਵਿਕਾਸ ਨਾਲ-ਨਾਲ ਚਲਦੇ ਹਨ।

ਗੱਲਾਂ ਪੁਰਾਣੀਆਂ ਹੀ ਹੁੰਦੀਆਂ ਹਨ, ਨਵੇਂ ਅੰਦਾਜ਼ ਨਾਲ ਕਹੇ ਜਾਣ ਕਾਰਨ ਉਹ ਨਵੀਆਂ ਲਗਦੀਆਂ ਹਨ।

ਕੁਝ ਸੱਚ ਅਜਿਹੇ ਹੁੰਦੇ ਹਨ, ਜਿਹੜੇ ਸਾਡੇ ਬਾਰੇ ਸਾਡੇ ਦੁਸ਼ਮਣਾਂ ਨੇ ਹੀ ਬੋਲਣੇ ਹੁੰਦੇ ਹਨ।

ਚੰਗਾ ਅਧਿਆਪਕ, ਵਿਦਿਆਰਥੀਆਂ ਨੂੰ ਸੇਧ ਹੀ ਨਹੀਂ, ਹਿੰਮਤ ਅਤੇ ਰਫ਼ਤਾਰ ਵੀ ਦਿੰਦਾ ਹੈ।

ਅਸਲੀ ਸਮੱਸਿਆ ਸੰਸਾਰ ਨੂੰ ਸੁਧਾਰਨ ਦੀ ਨਹੀਂ, ਆਪਣੇ ਆਪ ਨੂੰ ਵਿਗੜਨ ਤੋਂ ਬਚਾਉਣ ਦੀ ਹੈ।

ਕੋਈ ਦੋ ਵਿਅਕਤੀ ਇਕੋ ਜਿਤਨੇ ਖੁਸ਼ ਨਹੀਂ ਹੋ ਸਕਦੇ, ਕਿਉਂਕਿ ਉਨ੍ਹਾਂ ਦੀਆਂ ਆਸਾਂ-ਉਮੀਦਾਂ ਵੱਖਰੀਆਂ-ਵੱਖਰੀਆਂ ਹੁੰਦੀਆਂ ਹਨ।

ਚੰਗੇ ਬਣੇ ਬਿਨਾਂ, ਪ੍ਰਸੰਨ ਹੋਣਾ ਸੰਭਵ ਨਹੀਂ ਹੁੰਦਾ।

ਜੇ ਪਾਗਲਖਾਨਿਆਂ ਵਿਚ ਚੰਗੀ ਤਰ੍ਹਾਂ ਸਫ਼ਾਈ ਰਖੀ ਜਾਵੇ ਤਾਂ ਬਹੁਤੇ ਪਾਗਲ ਇਸ ਨਾਲ ਹੀ ਠੀਕ ਹੋ ਜਾਣਗੇ।

ਕੋਈ ਵੀ ਤੱਥ ਆਪਣੇ ਆਪ ਵਿਚ ਮਹੱਤਵਪੂਰਨ ਨਹੀਂ ਹੁੰਦਾ, ਉਹ ਹੋਰ ਤੱਥਾਂ ਨਾਲ ਰਲ ਕੇ ਹੀ ਅਰਥ ਗ੍ਰਹਿਣ ਕਰਦਾ ਹੈ।

ਜਿਹੜਾ ਕਹਿੰਦਾ ਹੈ: ਮੈਂ ਇਹ ਕਰ ਨਹੀਂ ਸਕਦਾ, ਉਹ ਅਸਲ ਵਿਚ ਕਹਿ ਰਿਹਾ ਹੁੰਦਾ ਹੈ ਕਿ ਮੈਂ ਇਹ ਕਰਾਂਗਾ ਨਹੀਂ।

ਜਦੋਂ ਸੰਸਾਰ ਵਿੱਚ ਸਾਰੇ ਲੋਕਾਂ ਦਾ ਜੀਵਨ-ਪੱਧਰ, ਖਾਣ-ਪੀਣ ਅਤੇ ਪਹਿਰਾਵਾ ਇਕ ਹੋ ਗਿਆ ਤਾਂ ਯੁੱਧ ਆਪੇ ਮੁੱਕ ਜਾਣਗੇ।

ਕੇਵਲ ਮਨੁੱਖੀ ਨਸਲ ਵਿਚ ਹੀ ਮਾਦਾ, ਆਪਣੇ ਸਾਰੇ ਬੱਚੇ ਅਕਸਰ ਇਕ ਹੀ ਨਰ ਤੋਂ ਪ੍ਰਾਪਤ ਕਰਦੀ ਹੈ।

ਅਸੀਂ ਸਫਲ ਤਾਂ ਆਪਣੇ ਯਤਨਾਂ ਨਾਲ ਹੁੰਦੇ ਹਾਂ ਪਰ ਪ੍ਰਸਿੱਧ ਸਾਂਝੇ ਯਤਨਾਂ ਨਾਲ ਹੁੰਦੇ ਹਾਂ।

ਚੋਂਦੀ ਛੱਤ ਦੀ ਮੁਰੰਮਤ ਦਾ ਸਹੀ ਵਕਤ ਉਦੋਂ ਹੁੰਦਾ ਹੈ, ਜਦੋਂ ਮੀਂਹ ਪੂਰੀ ਤਰ੍ਹਾਂ ਰੁਕਿਆ ਹੋਵੇ ਅਤੇ ਸੂਰਜ ਨਿਕਲਿਆ ਹੋਵੇ।

ਜੇ ਕਿਸੇ ਕੋਲ ਮਾਣ ਕਰਨ ਯੋਗ ਕੁਝ ਨਹੀਂ ਤਾਂ ਉਸ ਦੇ ਨਿਮਰ ਹੋਣ ਦਾ ਵੀ ਕੋਈ ਅਰਥ ਨਹੀਂ ਹੋਵੇਗਾ।

ਕੰਮ ਕਰਨ ਤੋਂ ਪਹਿਲਾਂ ਮੌਜਾਂ ਮਾਣਨ ਦੀ ਆਦਤ, ਕੰਮ ਨਹੀਂ ਕਰਨ ਦੇਵੇਗੀ।

ਹਰੇਕ ਪ੍ਰਕਾਰ ਦੀ ਅੱਗ ਲਾਉਣੀ ਹੁਣ ਪਹਿਲੇ ਕਿਸੇ ਵੀ ਸਮੇਂ ਨਾਲੋਂ ਸੌਖੀ ਹੋ ਗਈ ਹੈ।

ਜਿਸ ਨੱਕ ਉੱਤੇ ਅਸੀਂ ਮੱਖੀ ਨਹੀਂ ਬਹਿਣ ਦਿੰਦੇ, ਉਥੇ ਐਨਕ ਆਣ ਬੈਠਦੀ ਹੈ।

ਇਸਤਰੀਆਂ-ਪੁਰਸ਼ਾਂ ਵਿਚ ਜੋ ਵੀ ਗੁਣ ਹਨ, ਉਹ ਪਿਆਰ ਰਾਹੀਂ ਹੀ ਪ੍ਰਗਟ ਹੁੰਦੇ ਹਨ।

ਜਿਹੜੇ ਆਪਣੇ ਹੀ ਪੈਰਾਂ ਵਿਚ ਅੜ ਕੇ ਡਿਗ ਪੈਂਦੇ ਹਨ, ਉਹ ਡਿਗੇ ਰਹਿੰਦੇ ਹਨ।

ਸਭ ਤੋਂ ਵੱਧ ਥਕਾਵਟ, ਅਧੂਰੇ ਛੱਡੇ ਕੰਮਾਂ ਤੋਂ ਹੁੰਦੀ ਹੈ।

ਵਿਰੋਧੀ ਵਿਚਾਰਾਂ ਨੂੰ ਖਿੜੇ ਮੱਥੇ ਬਰਦਾਸ਼ਤ ਕਰਨਾ, ਖੁਸ਼ਹਾਲੀ, ਸੁਤੰਤਰਤਾ ਅਤੇ ਵਿਦਵਤਾ ਦੀਆਂ ਨਿਸ਼ਾਨੀਆਂ ਹੁੰਦੀਆਂ ਹਨ।

ਅਮੀਰੀ ਇਸ ਗੱਲ ਵਿਚ ਹੁੰਦੀ ਹੈ ਕਿ ਕਿਤਨੇ ਘਰਾਂ ਦੇ ਬੂਹੇ ਤੁਹਾਡੀ ਉਡੀਕ ਵਿਚ ਖੁਲ੍ਹੇ ਹਨ।

ਉਸਾਰੂ ਸੁਆਰਥ ਨੂੰ ਜਦੋਂ ਮਿਹਨਤ ਨਾਲ ਜੋੜ ਦਿਤਾ ਜਾਵੇ ਤਾਂ ਇਹ ਆਦਰਸ਼ ਬਣ ਜਾਂਦਾ ਹੈ।

ਜ਼ਿੰਮੇਵਾਰੀਆਂ ਨੂੰ ਨਿਭਾਉਣ ਨਾਲ ਹੀ, ਉਨ੍ਹਾਂ ਤੋਂ ਮੁਕਤ ਹੋਇਆ ਜਾ ਸਕਦਾ ਹੈ।

ਆਪਣੇ ਪੈਰਾਂ 'ਤੇ ਖਲੋਤਾ ਇਕ ਮੰਗਤਾ ਵੀ, ਗੋਡਿਆਂ 'ਤੇ ਝੁਕੇ ਬਾਦਸ਼ਾਹ ਨਾਲੋਂ ਲੰਮਾ ਨਜ਼ਰ ਆਉਂਦਾ ਹੈ।

ਮਿਹਨਤ ਕਰਨ ਵਾਲੇ ਕਦੇ ਉਦਾਸ ਨਹੀਂ ਹੁੰਦੇ, ਉਨ੍ਹਾਂ ਦੇ ਚਿਹਰੇ 'ਤੇ ਨਿਰਮਾਣ ਦੀ ਥਕਾਵਟ ਦੀ ਰੌਣਕ ਹੁੰਦੀ ਹੈ।

ਆਪਣੇ ਦੇਸ਼, ਬੋਲੀ ਅਤੇ ਸਭਿਆਚਾਰ ਨੂੰ ਬਦਨਾਮ ਕਰਕੇ ਅਜੇ ਤਕ ਕੋਈ ਸਤਿਕਾਰ ਯੋਗ ਨਹੀਂ ਬਣਿਆ।

ਨਾਲਾਇਕ ਹੋਏ ਬਿਨਾਂ ਝਗੜਾ ਨਹੀਂ ਕੀਤਾ ਜਾ ਸਕਦਾ ਅਤੇ ਸਿਆਣੇ ਹੋਏ ਬਿਨਾਂ ਸਮਝੌਤਾ ਸੰਭਵ ਨਹੀਂ ਹੁੰਦਾ।

ਜਦੋਂ ਸੁਪਨਿਆਂ ਨਾਲ ਮਿਹਨਤ ਜੁੜ ਜਾਵੇ ਤਾਂ ਸੁਪਨੇ ਹਕੀਕਤ ਬਣ ਜਾਂਦੇ ਹਨ।

ਇਸਤਰੀ, ਪੁਰਸ਼ ਨੂੰ ਪਿਆਰ ਕਰਨਾ ਸਿਖਾਉਂਦੀ ਹੈ ਅਤੇ ਉਸ ਦੇ ਅਭਿਆਸ ਲਈ, ਆਪ ਪ੍ਰਯੋਗਸ਼ਾਲਾ ਬਣ ਜਾਂਦੀ ਹੈ।

ਅਸੀਂ ਜਦੋਂ ਆਪਣੇ ਆਪ ਨੂੰ ਕਿਸਮਤ ਦੇ ਹਵਾਲੇ ਕਰ ਦਿੰਦੇ ਹਾਂ ਤਾਂ ਉਦੋਂ ਕੇਵਲ ਮੁਸ਼ਕਿਲਾਂ ਹੀ ਉਪਜਦੀਆਂ ਹਨ।

ਮੌਤ ਸਾਰਿਆਂ ਨੂੰ ਇਕੋ ਜਿਹੀ ਆਉਂਦੀ ਨਹੀਂ ਪਰ ਇਕੋ ਜਿਹਾ ਕਰ ਦਿੰਦੀ ਹੈ।

ਮਨੁੱਖ ਜਦੋਂ ਰਸਤਾ ਭੁਲ ਜਾਂਦਾ ਹੈ, ਉਹ ਹੋਰ ਵੀ ਤੇਜ਼ ਟੁਰਨ ਲਗ ਪੈਂਦਾ ਹੈ।

ਮਹਾਂਪੁਰਸ਼ ਧਨ ਨਹੀਂ ਕਮਾਉਂਦੇ, ਪ੍ਰੇਮ ਕਮਾਉਂਦੇ ਹਨ; ਉਹ ਇਲਾਕੇ ਨਹੀਂ ਮੱਲਦੇ, ਦਿਲਾਂ 'ਤੇ ਰਾਜ ਕਰਦੇ ਹਨ।

ਵਿਹਲਾ ਗੁਆਇਆ ਸਮਾਂ, ਸਾਡੇ ਨਾਲ ਚਿੰਬੜਿਆ ਰਹਿੰਦਾ ਹੈ।

ਦਿਲ 'ਤੇ ਪਈਆਂ ਰਾਤਾਂ ਦੀ ਸਵੇਰ ਨਹੀਂ ਹੁੰਦੀ।

ਸਮਾਜ ਸਾਨੂੰ ਮਿਹਨਤ ਕਰਨ ਦਾ ਅਵਸਰ ਹੀ ਦੇ ਸਕਦਾ ਹੈ, ਇਸ ਤੋਂ ਵੱਧ ਸਮਾਜ ਦੇ ਵੱਸ ਵਿਚ ਕੁਝ ਨਹੀਂ ਹੁੰਦਾ।

ਮਿਹਨਤੀ ਬੰਦਿਆਂ ਕੋਲ ਸੋਮਵਾਰ ਵਿਚੋਂ ਮੰਗਲਵਾਰ ਵੇਖਣ ਦੀ ਜਾਚ ਹੁੰਦੀ ਹੈ।

ਟਿਕੀ ਹੋਈ ਝੀਲ ਹੀ ਦੋ ਚੰਨ ਹੋਣ ਦਾ ਨਜ਼ਾਰਾ ਸਿਰਜਦੀ ਹੈ।

ਸੁਖੀ ਪ੍ਰੇਮ ਵਿਚ, ਕਵਿਤਾ ਸਿਰਜਣ ਦੀ ਪ੍ਰੇਰਨਾ ਨਹੀਂ ਹੁੰਦੀ।

ਜੇ ਬਹਾਨੇ ਹੀ ਲਾਓਗੇ ਤਾਂ ਲੋਕਾਂ ਦਾ ਧਿਆਨ ਤੁਹਾਡੀਆਂ ਗਲਤੀਆਂ ਵਲ ਹੀ ਜਾਏਗਾ; ਗੁਣਾਂ ਵਲ ਧਿਆਨ ਤਾਂ ਹੀ ਜਾਏਗਾ, ਜੇ ਮਿਹਨਤ ਕਰੋਗੇ।

ਮਨੁੱਖ ਨੇ ਗਿਣਤੀ ਦਾ ਨਿਰਮਾਣ, ਕੁਦਰਤ ਦੀ ਬਹੁਲਤਾ ਨੂੰ ਸਮਝਣ ਅਤੇ ਕੁਦਰਤ ਨੂੰ ਆਪਣੀ ਵਰਤੋਂ ਵਿਚ ਲਿਆਉਣ ਲਈ ਕੀਤਾ ਹੈ।

ਰੱਬ ਨੇ, ਤਿੱਤਲੀਆਂ ਦੀ ਰਚਨਾ, ਆਪਣੀ ਮਹਿਬੂਬ ਨੂੰ ਮਿਲਣ ਮਗਰੋਂ ਹੀ ਕੀਤੀ ਹੋਵੇਗੀ!

ਸਾਰੀਆਂ ਮਾਨਸਿਕ ਪ੍ਰੇਸ਼ਾਨੀਆਂ, ਬਾਹਰੀ ਮਨਾਹੀਆਂ ਵਿਚੋਂ ਉਪਜਦੀਆਂ ਹਨ।

ਸਿਆਣਾ ਪੁੱਤਰ, ਚੰਗਾ ਸਹਿਯੋਗੀ ਹੋ ਸਕਦਾ ਹੈ ਪਰ ਸਿਆਣੀ ਧੀ ਨਾਲੋਂ ਚੰਗਾ ਸਲਾਹਕਾਰ ਕੋਈ ਨਹੀਂ ਹੋ ਸਕਦਾ।

ਜੇ ਮੁਹੱਬਤ ਸੋਚਣ ਲੱਗ ਪਵੇ ਤਾਂ ਉਹ ਮੁਹੱਬਤ ਨਹੀਂ ਰਹਿੰਦੀ।

ਵਫ਼ਾਦਾਰੀ ਦੀਆਂ ਕਸਮਾਂ ਖਾਣ ਵਾਲੇ ਵਫ਼ਾਦਾਰ ਨਹੀਂ ਹੁੰਦੇ, ਜਿਹੜੇ ਵਫ਼ਾਦਾਰ ਹੁੰਦੇ ਹਨ, ਉਨ੍ਹਾਂ ਨੂੰ ਕਸਮਾਂ ਖਾਣ ਦੀ ਲੋੜ ਨਹੀਂ ਪੈਂਦੀ।

ਪੱਥਰ ਜੇ ਕਿਸੇ ਝੱਲੇ ਦੇ ਹੱਥ ਆ ਜਾਵੇ ਤਾਂ ਉਹ ਜ਼ਖਮ ਬਣ ਜਾਂਦਾ ਹੈ, ਜੇ ਕਿਸੇ ਕਲਾਕਾਰ ਦੇ ਹੱਥ ਆ ਜਾਵੇ ਤਾਂ ਪੂਜਣਯੋਗ ਮੂਰਤੀ ਬਣ ਜਾਂਦਾ ਹੈ।

ਜਦੋਜਹਿਦ ਦੌਰਾਨ, ਸਾਡੀ ਆਪਣੀ ਹੀ, ਸ਼ਖ਼ਸੀਅਤ ਦੇ ਅਨੇਕਾਂ ਛੁਪੇ ਪੱਖਾਂ ਨਾਲ ਜਾਣ-ਪਛਾਣ ਹੋ ਜਾਂਦੀ ਹੈ।

ਹਰੇਕ ਖੇਡ ਦਾ ਸੁਭਾਓ ਜੂਏ ਵਾਲਾ ਹੁੰਦਾ ਹੈ ਪਰ ਜੂਏ ਨੂੰ ਖੇਡ ਨਹੀਂ ਸਮਝਿਆ ਜਾਂਦਾ।

ਸੈਰ ਕਰਨ ਨਾਲ ਕੋਈ ਤੰਦਰੁਸਤ ਨਹੀਂ ਹੁੰਦਾ, ਸੈਰ ਕਰਦੇ ਹੀ ਤੰਦਰੁਸਤ ਹਨ।

ਕਲਾਕਾਰ ਅਤੇ ਕਵੀ, ਆਪਣੇ ਦੀਵਾਨੇ ਆਪ ਹੀ ਹੁੰਦੇ ਹਨ।

ਪੁਰਸ਼ ਨਾਲ ਬਰਾਬਰੀ ਕਰਨ ਦੇ ਯਤਨ ਵਿਚ, ਇਸਤਰੀ ਪੁਰਸ਼ ਦੀ ਹਉਮੈ ਵਧਾ ਰਹੀ ਹੈ।

ਪ੍ਰੇਮੀ, ਪ੍ਰੇਮਿਕਾ ਦੀ ਯਾਦ ਨੂੰ, ਆਪਣੇ ਮਨ ਦੀ ਪੋਥੀ ਵਿਚ, ਮੋਰ ਦੇ ਖੰਭ ਵਾਂਗ ਰੱਖਦਾ ਹੈ।

ਸੰਸਾਰ ਦੇ ਹਜ਼ਾਰਾਂ ਅਜੂਬੇ ਵੇਖ ਕੇ ਵੀ ਦਿਲ ਆਪਣੇ ਸਾਧਾਰਣ ਜਿਹੇ ਘਰ ਨੂੰ ਮੁੜਨ ਲਈ ਤਾਂਘਦਾ ਹੈ।

ਹਰ ਵੇਲੇ ਗਿਣਦੇ ਰਹਿਣ ਦੀ ਆਦਤ ਕਾਰਨ ਮਨੁੱਖ ਨੇ ਆਪਣੀ ਸਫਲਤਾ ਗਿਣੇ ਜਾਣ ਯੋਗ ਧਨ ਨਾਲ ਜੋੜ ਲਈ ਹੈ।

ਕਿਸੇ ਵੀ ਪੁਰਸ਼ ਕੋਲ ਨਾ ਇਤਨੀ ਸੂਝ ਹੁੰਦੀ ਹੈ ਅਤੇ ਨਾ ਹੀ ਦਲੇਰੀ ਕਿ ਉਹ ਇਸਤਰੀ ਨੂੰ ਆਪਣੇ ਬਰਾਬਰ ਸਮਝੇ।

ਫ਼ਿਲਾਸਫ਼ੀ ਅਤੇ ਕਵਿਤਾ ਵਿਚਲਾ ਅੰਤਰ ਚਾਨਣ ਅਤੇ ਨੂਰ ਦਾ ਅੰਤਰ ਹੁੰਦਾ ਹੈ।

ਗੀਤਾ, ਤਿਆਗ ਦਾ ਸੰਦੇਸ਼ ਦਿੰਦੀ ਹੈ, ਜਿਹੜਾ ਪਹਿਲਾਂ ਹੀ ਤਿਆਗ ਕਰ ਚੁਕਾ ਹੈ, ਉਸ ਲਈ ਗੀਤਾ, ਪਹਿਲਾਂ ਹੀ ਸਮਝੀ ਜਾ ਚੁਕੀ ਹੁੰਦੀ ਹੈ।

ਹੇ ਵਾਹਿਗੁਰੂ! ਮੇਰੇ ਵਿਚ ਕਦੇ ਵੀ ਸੱਚ ਵਿਰੁਧ ਦਲੀਲ ਦੇਣ ਦੀ ਹਿੰਮਤ ਨਾ ਉਪਜੇ।

ਹਰੇਕ ਦਰਿਆ ਕੋਲ ਹਜ਼ਾਰਾਂ ਸਾਲਾਂ ਦਾ ਇਤਿਹਾਸ ਹੁੰਦਾ ਹੈ, ਇਸ ਇਤਿਹਾਸ ਕਾਰਨ ਹੀ ਉਹ ਦਰਿਆ ਪ੍ਰਸਿੱਧ ਹੁੰਦਾ ਹੈ।

ਆਮ ਵਿਅਕਤੀ ਸਭ ਕੁਝ ਪ੍ਰਵਾਨਗੀ ਲਈ ਕਰਦੇ ਹਨ, ਮਹਾਂਪੁਰਸ਼ ਜੋ ਕੁਝ ਕਰਦੇ ਹਨ, ਉਹ ਪਹਿਲਾਂ ਹੀ ਪ੍ਰਵਾਨ ਹੋਇਆ ਹੁੰਦਾ ਹੈ।

ਪੁਰਸ਼ ਜਵਾਬ ਉਡੀਕਦੇ ਹਨ, ਇਸਤਰੀਆਂ ਪ੍ਰਤੀਕਰਮ ਉਡੀਕਦੀਆਂ ਹਨ।

ਪਿਆਰ ਸਾਨੂੰ ਨਵੀਂ ਭੁੱਖ, ਨਵੀਂ ਤਾਂਘ ਅਤੇ ਨਵੀਂ ਪਿਆਸ ਨਾਲ ਜਾਣ-ਪਛਾਣ ਕਰਵਾਉਂਦਾ ਹੈ।

ਅਪਰਾਧ ਕਰਨ ਉਪਰੰਤ ਮਨੁੱਖ ਆਪਣੇ ਆਪ ਨਾਲ ਬੇਸੁਰਾ ਹੋ ਜਾਂਦਾ ਹੈ।

ਸੋਚਣ ਨਾਲ ਸਮੱਸਿਆ ਹੱਲ ਭਾਵੇਂ ਨਾ ਹੋਵੇ ਪਰ ਸਪਸ਼ਟ ਜ਼ਰੂਰ ਹੋ ਜਾਂਦੀ ਹੈ।

ਲਾਇਕ ਉਹ ਹੈ, ਜਿਹੜਾ ਸੰਕਟ ਵਿਚੋਂ ਨਿਕਲਣ ਦਾ ਰਾਹ ਲਭ ਲਵੇ, ਸਿਆਣਾ ਉਹ ਹੈ ਜੋ ਸੰਕਟ ਵਿਚ ਪਏ ਹੀ ਨਾ।

ਅਸੀਂ ਲੋਕਾਂ ਦਾ ਮੁਲ ਪਾਉਂਦੇ ਹਾਂ, ਲੋੜ ਕਦਰ ਪਾਉਣ ਦੀ ਹੁੰਦੀ ਹੈ।

ਜ਼ਿੰਦਗੀ, ਸਹਿਯੋਗ ਅਤੇ ਮੁਕਾਬਲੇ ਦੇ ਦੋ ਧਰਾਤਲਾਂ 'ਤੇ ਜੀਵੀ ਜਾਂਦੀ ਹੈ।

ਪ੍ਰੇਮ ਦੇ ਅਰਥ ਬੇਵੱਸ ਹੋਣ ਤੋਂ ਹਨ, ਜਦੋਂ ਕਿਸੇ ਨਾਲ ਪ੍ਰੇਮ ਹੋ ਜਾਵੇ ਤਾਂ ਸਾਡਾ ਆਪਣੇ ਆਪ 'ਤੇ ਵੀ ਵੱਸ ਨਹੀਂ ਚਲਦਾ।

ਅਸੀਂ ਫੈਸ਼ਨ ਇਸ ਲਈ ਬਦਲਦੇ ਰਹਿੰਦੇ ਹਾਂ, ਕਿਉਂਕਿ ਨਵੇਂ ਫੈਸ਼ਨ ਵਿਚ ਵੀ ਸਾਨੂੰ ਆਪਣੇ ਕੋਹਜ ਦਾ ਗਿਆਨ ਹੋ ਚੁੱਕਾ ਹੁੰਦਾ ਹੈ।

ਭਵਿਖ ਉਨ੍ਹਾਂ ਦਾ ਹੁੰਦਾ ਹੈ, ਜਿਹੜੇ ਇਸ ਨੂੰ ਇਸ ਦੇ ਆਉਣ ਤੋਂ ਪਹਿਲਾਂ ਵੇਖ ਲੈਂਦੇ ਹਨ।

ਨਿਕੰਮੀਆਂ ਅਤੇ ਫਜ਼ੂਲ ਚੀਜ਼ਾਂ ਇਸ਼ਤਿਹਾਰਬਾਜ਼ੀ ਦੇ ਸਿਰ 'ਤੇ ਹੀ ਵਿਕਦੀਆਂ ਹਨ।

ਨਵੇਂ ਵਿਚਾਰਾਂ ਪਿਛੇ ਅਤੀਤ ਅਤੇ ਪਰੰਪਰਾ ਦਾ ਬਲ ਨਹੀਂ ਹੁੰਦਾ, ਇਸੇ ਕਰਕੇ ਇਨ੍ਹਾਂ ਨੂੰ ਅਪਨਾਉਣਾ ਮੁਸ਼ਕਿਲ ਹੁੰਦਾ ਹੈ।

ਹਰ ਸੁੱਖ-ਸੁਆਦ ਦੇ ਪਿਛੇ ਇਕ ਰੋਗ ਛੁਪਿਆ ਹੁੰਦਾ ਹੈ।

ਕਿਸੇ ਸਮੱਸਿਆ ਦਾ ਸਭ ਤੋਂ ਸੌਖਾ ਹੱਲ ਇਹ ਹੁੰਦਾ ਹੈ ਕਿ ਇਸ ਨੂੰ ਪੈਦਾ ਹੀ ਨਾ ਹੋਣ ਦਿਓ।

ਚੰਗੇ ਲੋਕਾਂ ਕੋਲ ਮਹਿੰਗੇ ਸੁੱਖ-ਸਾਧਨ ਇਸ ਕਰਕੇ ਨਹੀਂ ਹੁੰਦੇ, ਕਿਉਂਕਿ ਇਨ੍ਹਾਂ ਦੀ ਪ੍ਰਾਪਤੀ ਲਈ ਵਰਤੀ ਜਾਂਦੀ ਨਿਰਦੈਤਾ ਨੂੰ ਵਰਤਣ ਦੀ ਉਨ੍ਹਾਂ ਵਿਚ ਸਮਰੱਥਾ ਨਹੀਂ ਹੁੰਦੀ।

ਦੀਵੇ ਦਾ ਮੁਕਾਬਲਾ ਹਨੇਰੇ ਨਾਲ ਹੀ ਨਹੀਂ, ਹਨੇਰੀ ਨਾਲ ਵੀ ਹੈ।

ਪਹਿਲਾਂ ਚਿੱਤਰਕਾਰ ਨੂੰ ਚਿੱਤਰ ਬਣਾਉਣ ਵੇਲੇ ਬੜੀ ਮਿਹਨਤ ਕਰਨੀ ਪੈਂਦੀ ਸੀ, ਹੁਣ ਚਿੱਤਰ ਵੇਖਣ ਵਾਲਿਆਂ ਨੂੰ ਵੇਖਣ ਵੇਲੇ ਕਰਨੀ ਪੈਂਦੀ ਹੈ।

ਕੇਵਲ ਪਰੰਪਰਾ ਤੋਂ ਸ਼ਕਤੀ ਭਾਲਣ ਵਾਲੇ, ਆਪਣੀਆਂ ਕਮਜ਼ੋਰੀਆਂ ਨੂੰ ਹੀ ਬਲਵਾਨ ਕਰਦੇ ਹਨ।

ਜੀਵਨ ਦੇ ਇਖ਼ਲਾਕੀ ਪੱਖਾਂ ਵਲ ਧਿਆਨ ਨਾ ਦੇਣ ਕਾਰਨ, ਮਨੁੱਖ ਦੇ ਸੁੱਖ ਵੀ ਦੁਖਦਾਈ ਹੋ ਗਏ ਹਨ।

ਤੋਹਫ਼ੇ ਦਾ ਮਹੱਤਵ ਉਸ ਦੇ ਢੁੱਕਵੇਂ ਹੋਣ ਵਿਚ ਹੁੰਦਾ ਹੈ, ਉਸ ਦੀ ਕੀਮਤ ਵਿਚ ਨਹੀਂ।

ਅੰਤ ਨੂੰ ਹਰ ਧਰਮ ਨੇ ਭ੍ਰਿਸ਼ਟ-ਕਰਮਕਾਂਡ ਦਾ ਰੂਪ ਧਾਰਨਾ ਹੁੰਦਾ ਹੈ।

ਨਵੇਂ ਵਿਚਾਰਾਂ ਦਾ ਕੋਈ ਗਵਾਹ ਨਹੀਂ ਹੁੰਦਾ, ਇਸੇ ਕਰਕੇ ਇਨ੍ਹਾਂ 'ਤੇ ਕੋਈ ਭਰੋਸਾ ਨਹੀਂ ਕਰਦਾ।

ਰਾਜਸੀ ਆਗੂ ਇਸ ਭਰਮ ਅਧੀਨ ਬੋਲਦੇ ਹਨ ਕਿ ਲਾਊਡ ਸਪੀਕਰ ਨਾਲ ਉਨ੍ਹਾਂ ਦੇ ਵਿਚਾਰ ਵੀ ਉੱਚੇ ਹੋ ਜਾਂਦੇ ਹਨ।

ਵਿਕਾਸ ਕਰ ਰਹੀ ਭਾਸ਼ਾ, ਆਪਣੀ ਹੀ ਵਿਆਕਰਣ ਦੀ ਉਲੰਘਣਾ ਕਰਨ ਲਗ ਪੈਂਦੀ ਹੈ।

ਸਾਡੀਆਂ ਸਮੱਸਿਆਵਾਂ ਇਸ ਕਰਕੇ ਵੀ ਨਹੀਂ ਸੁਲਝਦੀਆਂ, ਕਿਉਂਕਿ ਅਸੀਂ ਜਾਣਦੇ ਹੀ ਨਹੀਂ ਹੁੰਦੇ ਕਿ ਸਮੱਸਿਆਵਾਂ ਹੱਲ ਕਰਕੇ ਅਸੀਂ ਕੀ ਕਰਨਾ ਹੈ।

ਜੇ ਚਾਲ੍ਹੀ ਸਾਲ ਦੀ ਉਮਰ ਵਿਚ ਵੀ ਤੁਹਾਡੇ 'ਤੇ ਇਤਬਾਰ ਨਹੀਂ ਕੀਤਾ ਜਾਂਦਾ ਤਾਂ ਅਰਥ ਸਪਸ਼ਟ ਹੈ ਕਿ ਤੁਹਾਡੀ ਜ਼ਿੰਦਗੀ ਦਾ ਪੱਧਰ ਉੱਚਾ ਨਹੀਂ ਹੈ।

ਸਿਆਣੀਆਂ ਕੌਮਾਂ ਆਪਣੇ ਸਿਆਣਿਆਂ ਦਾ ਨਾ ਅਪਮਾਨ ਕਰਦੀਆਂ ਹਨ, ਨਾ ਅਪਮਾਨ ਹੋਣ ਦਿੰਦੀਆਂ ਹਨ।

ਜਦੋਂ ਕੰਮ ਨੂੰ ਪਿਆਰ ਨਾਲ ਕਰੀਏ ਤਾਂ ਉਹ ਕੰਮ ਨਹੀਂ ਰਹਿੰਦਾ, ਸ਼ੌਕ ਬਣ ਜਾਂਦਾ ਹੈ; ਜੇ ਸ਼ੌਕ ਨੂੰ ਮਿਹਨਤ ਨਾਲ ਪਾਲੀਏ ਤਾਂ ਉਹ ਕਲਾ ਬਣ ਜਾਂਦੀ ਹੈ।

ਜੇ ਤੁਸੀਂ ਜਾਣਦੇ ਹੋ ਕਿ ਠੀਕ ਹੋ ਕੇ ਤੁਸੀਂ ਕੀ ਕਰਨਾ ਹੈ, ਤੁਸੀਂ ਬੀਮਾਰੀ ਤੋਂ ਜਲਦੀ ਠੀਕ ਹੋ ਜਾਵੋਗੇ।

ਕਿਸੇ ਨਾਲ ਪਿਆਰ ਉਨ੍ਹਾਂ ਘੜੀਆਂ ਵਿਚ ਹੀ ਪੈਂਦਾ ਹੈ, ਜਦੋਂ ਆਪਣੇ ਵਿਚ ਜਿਊਣ ਦੀ ਇੱਛਾ ਬਲਵਾਨ ਹੁੰਦੀ ਹੈ।

ਗਰੀਬਾਂ ਦੇ ਹਾਸੇ ਵਿਚ ਕੁਰਲਾਹਟ ਹੁੰਦੀ ਹੈ।

ਇਹ ਪਤੀ-ਪਤਨੀ ਦੇ ਰਿਸ਼ਤੇ ਵਿਚ ਹੀ ਸੰਭਵ ਹੈ ਕਿ ਜਿਸ ਨਾਲ ਤੁਸੀਂ ਨਾਰਾਜ਼ ਹੋਵੋ, ਉਸ ਦੇ ਆਉਣ ਵਿਚ ਦੇਰ ਹੋ ਜਾਣ 'ਤੇ ਫਿਕਰ ਵੀ ਕਰੋ।

ਕੋਈ ਵੀ ਕੇਵਲ ਅੱਠ ਘੰਟੇ ਕੰਮ ਕਰਕੇ, ਅਮੀਰ ਅਤੇ ਖੁਸ਼ਹਾਲ ਨਹੀਂ ਹੋ ਸਕਦਾ।

ਬੁਝੇ ਦੀਵੇ ਨੂੰ ਵੀ ਦੀਵਾ ਹੀ ਕਿਹਾ ਜਾਂਦਾ ਹੈ।

ਅਰਦਾਸ, ਸ਼ਰਧਾਵਾਨ ਹਿਰਦੇ ਵਿਚੋਂ ਨਿਕਲਿਆ ਡੂੰਘਾ ਸਾਹ ਹੁੰਦੀ ਹੈ।

ਜਿਹੜਾ ਹੰਕਾਰ ਤੋਂ ਮੁਕਤ ਹੈ, ਉਸ ਲਈ ਹਰ ਥਾਂ ਸਵਰਗ ਹੈ।

ਪੰਛੀ ਅਤੇ ਜਾਨਵਰ ਕੁਝ ਵੀ ਕੁਦਰਤ ਵਿਰੁਧ ਨਹੀਂ ਕਰਦੇ, ਇਸੇ ਕਰਕੇ ਨਾ ਉਨ੍ਹਾਂ ਨੂੰ ਧਰਮ ਦੀ ਲੋੜ ਹੈ ਨਾ ਹੀ ਕੁਝ ਕਰਕੇ ਪਛਤਾਉਣ ਦੀ।

ਕੁਦਰਤ ਵਿਚ ਕੁਝ ਵੀ ਅਜਿਹਾ ਨਹੀਂ, ਜਿਸ ਦੀ ਵਿਗਿਆਨ ਵਿਆਖਿਆ ਨਹੀਂ ਕਰਨੀ ਚਾਹੁੰਦਾ।

ਵਿਦਿਆਰਥੀ ਕੋਲ ਅੱਖਾਂ ਹੁੰਦੀਆਂ ਹਨ, ਨਜ਼ਰ ਉਸ ਨੂੰ ਅਧਿਆਪਕ ਦਿੰਦਾ ਹੈ।

ਆਪਣੇ ਸੰਦਾਂ ਦਾ ਸਤਿਕਾਰ ਕਰਨ ਵਾਲਾ ਹੀ ਚੰਗਾ ਕਾਰੀਗਰ ਹੁੰਦਾ ਹੈ।

ਮਹਾਂਪੁਰਸ਼ ਆਪਣੇ ਸਮੇਂ ਤੋਂ ਪਹਿਲਾਂ ਹੀ ਜਨਮ ਲੈਂਦੇ ਹਨ, ਕਿਉਂਕਿ ਉਨ੍ਹਾਂ ਨੇ ਆਪਣੇ ਤੋਂ ਮਗਰੋਂ ਦੇ ਸਮੇਂ ਨੂੰ ਬਦਲਣਾ ਹੁੰਦਾ ਹੈ।

ਬਜ਼ੁਰਗਾਂ ਕੋਲ ਹਰ ਉਮਰ ਦਾ ਤਜਰਬਾ ਹੁੰਦਾ ਹੈ, ਇਸ ਲਈ ਉਹ ਹਰ ਕਿਸੇ ਲਈ ਲਾਭਕਾਰੀ ਹੁੰਦੇ ਹਨ।

ਜਿਸ ਕੰਮ ਦੀ ਤਨਖਾਹ ਮਿਲਦੀ ਹੋਵੇ, ਜੇ ਉਹ ਕੰਮ ਵੀ ਠੀਕ ਢੰਗ ਨਾਲ ਕੀਤਾ ਜਾਵੇ ਤਾਂ ਲੋਕ ਉਸ ਨੂੰ ਕੰਮ ਨਹੀਂ, ਸੇਵਾ ਕਹਿਣਗੇ।

ਕਲਾ, ਚਿੰਤਾ ਨੂੰ ਚਿੰਤਨ ਵਿਚ ਬਦਲਣ ਦੀ ਸਮਰੱਥਾ ਰਖਦੀ ਹੈ।

ਪ੍ਰਸਿੱਧ ਵਿਅਕਤੀਆਂ ਲਈ, ਗੁਮਨਾਮ ਜੀਵਨ ਜਿਊਣਾ ਸੰਭਵ ਨਹੀਂ ਹੁੰਦਾ।

ਡਿਗਦੇ ਉਹੀ ਦਰੱਖਤ ਹਨ, ਜਿਨ੍ਹਾਂ ਦੀਆਂ ਜੜ੍ਹਾਂ ਖੋਖਲੀਆਂ ਹੋ ਚੁੱਕੀਆਂ ਹੋਣ ਪਰ ਦੋਸ਼ ਮੀਂਹ-ਹਨ੍ਹੇਰੀ 'ਤੇ ਲੱਗ ਜਾਂਦਾ ਹੈ।

ਮਾਊਂਟ ਐਵਰੇਸਟ ਉਤੇ ਕਦੇ ਭੀੜ ਨਹੀਂ ਹੋਵੇਗੀ।

ਕਿਸੇ ਪਰੰਪਰਾ ਦੇ ਅੰਤ ਤੋਂ ਪਹਿਲਾਂ ਹੀ ਸਮਾਜ ਵਿਚ ਪਰਿਵਰਤਨ ਦੀਆਂ ਹਵਾਵਾਂ ਚਲਣ ਲਗ ਪੈਂਦੀਆਂ ਹਨ।

ਚੰਗੇ ਅਧਿਆਪਕਾਂ ਦੇ ਵਿਚਾਰ ਅਤੇ ਸ਼ਬਦ ਸਾਰਾ ਜੀਵਨ ਸਾਡੀ ਚੇਤਨਾ ਵਿਚ ਚਮਕਦੇ ਅਤੇ ਗੂੰਜਦੇ ਰਹਿੰਦੇ ਹਨ।

ਉਸਤਾਦ ਸੰਗੀਤਕਾਰ, ਸ਼ਗਿਰਦ ਦੇ ਸੰਗੀਤ ਵਿਚ, ਗੂੰਜ ਭਰ ਦਿੰਦਾ ਹੈ।

ਬੱਚੇ ਲਾਡ ਨਾਲ ਨਹੀਂ ਵਿਗੜਦੇ, ਗਲਤ ਉਦਾਹਰਣਾਂ ਨਾਲ ਵਿਗੜਦੇ ਹਨ।

ਗੈਰ-ਕਾਨੂੰਨੀ ਢੰਗ ਨਾਲ ਹਕੂਮਤ ਕਰਨ ਵਾਲੇ ਅਜਿਹੇ ਕਾਨੂੰਨ ਹੀ ਬਣਾਉਣਗੇ, ਜਿਨ੍ਹਾਂ ਨਾਲ ਉਹ ਹਾਕਮ ਬਣੇ ਰਹਿਣ।

ਐਵਰੇਸਟ ਦੀ ਚੋਟੀ 'ਤੇ ਪਹੁੰਚ ਕੇ, ਸਿਖਰ ਤੋਂ ਡੂੰਘਾਈਆਂ ਵੇਖਣ ਦੀ ਮੌਜ ਮਿਲਦੀ ਹੈ।

ਧਿਆਨ ਰਖੋ ਕਿ ਤੁਹਾਡੇ ਦੁਸ਼ਮਣ ਦਾ ਪੱਧਰ ਤੁਹਾਡੇ ਨਾਲੋਂ ਉੱਚਾ ਹੋਵੇ।

ਗੁਰਦੁਆਰੇ ਦੇ ਭਾਈ ਕੋਲ ਤਾਕਤ ਨਹੀਂ ਹੁੰਦੀ, ਸ਼ਰਧਾ ਹੁੰਦੀ ਹੈ; ਥਾਣੇ ਦੇ ਅਧਿਕਾਰੀ ਕੋਲ ਸ਼ਰਧਾ ਨਹੀਂ ਹੁੰਦੀ, ਤਾਕਤ ਹੁੰਦੀ ਹੈ; ਦਸਣ ਦੀ ਲੋੜ ਨਹੀਂ ਕਿ ਲੋਕ ਕਿਥੇ ਜਾਂਦੇ ਹਨ ਅਤੇ ਕਿਉਂ ਜਾਂਦੇ ਹਨ।

ਪ੍ਰੇਮਿਕਾ ਦੇ ਸੰਖੇਪ ਕਥਨਾਂ ਵਿਚੋਂ, ਪ੍ਰੇਮੀ ਵਿਸਥਾਰ ਲਭਦਾ ਰਹਿੰਦਾ ਹੈ।

ਕਈਆਂ ਨੂੰ ਦਰਿਆਵਾਂ ਵਿਚੋਂ, ਝੀਲਾਂ ਲਭਣ ਦਾ ਪਾਗਲਪਣ ਹੁੰਦਾ ਹੈ।

ਪ੍ਰੇਮਿਕਾ, ਵਿਛੜਨ ਲਗਿਆਂ ਇੰਜ ਵੇਖਦੀ ਹੈ ਕਿ ਮਨ ਦੀ ਪਿਆਸ ਬੁਝਾ ਵੀ ਜਾਂਦੀ ਹੈ ਅਤੇ ਲਾ ਵੀ ਜਾਂਦੀ ਹੈ।

ਟਿੱਬਿਆਂ ਦੀ ਰੇਤ ਨੂੰ ਉਡਾਉਂਦੀ ਹਵਾ, ਟਿੱਬਿਆਂ ਨੂੰ ਹੋਰ ਵੀ ਵਿਸ਼ਾਲ ਕਰ ਦਿੰਦੀ ਹੈ।

ਪਿਆਰ ਵਿਚ, ਅੱਖੀਆਂ ਨੂੰ ਸੁਪਨਿਆਂ ਦੇ ਹਾਰ ਪੈ ਜਾਂਦੇ ਹਨ।

ਕੋਈ ਵੀ ਵੱਡਾ ਆਗੂ ਇਹ ਨਹੀਂ ਕਹਿੰਦਾ ਕਿ ਮੇਰੇ ਪਿਛੇ ਆਓ, ਉਹ ਕਹਿੰਦਾ ਹੈ: ਆਓ ਚਲੀਏ!

ਜਿਸ ਨੂੰ ਹੁਕਮ ਮੰਨਣ ਦੀ ਆਦਤ ਨਹੀਂ, ਉਸ ਦਾ ਹੁਕਮ ਮੰਨਿਆ ਵੀ ਨਹੀਂ ਜਾਵੇਗਾ।

ਪ੍ਰੇਮਿਕਾ, ਪ੍ਰੇਮੀ ਦੀ ਕਲਪਨਾ ਦੀਆਂ ਗਲੀਆਂ ਵਿਚੋਂ ਲੰਘਦੀ ਰਹਿੰਦੀ ਹੈ, ਇਸੇ ਕਰਕੇ ਉਸ ਨੂੰ ਦੂਰ ਤਕ ਦਿਸਦੀ ਰਹਿੰਦੀ ਹੈ।

ਕਈ ਵਾਰੀ ਮਨੁੱਖ ਇਤਨਾ ਇਕੱਲਾ ਹੋ ਜਾਂਦਾ ਹੈ ਕਿ ਉਸ ਨੂੰ ਆਪਣੇ ਆਪ ਦਾ ਵੀ ਸਾਥ ਨਹੀਂ ਰਹਿੰਦਾ।

ਜੇ ਕਿਸੇ ਪੁਰਸ਼ ਨੂੰ ਪਤਾ ਨਹੀਂ ਕਿ ਉਸ ਵਿਚ ਕੀ-ਕੀ ਘਾਟਾਂ ਹਨ, ਇਸ ਦਾ ਅਰਥ ਇਹ ਹੈ ਕਿ ਉਹ ਆਪਣੀ ਪਤਨੀ ਨੂੰ ਧਿਆਨ ਨਾਲ ਨਹੀਂ ਸੁਣਦਾ।

ਪ੍ਰੇਮਿਕਾ ਨੂੰ ਵੇਖਦਿਆਂ ਹੀ ਪ੍ਰੇਮੀ, ਖੰਡਰ ਤੋਂ ਮਹਿਲ ਬਣ ਜਾਂਦਾ ਹੈ।

ਸਰੀਰ ਦੇ ਜਿਨ੍ਹਾਂ ਅੰਗਾਂ ਨੂੰ ਅਸੀਂ ਖੁਸ਼ੀ ਪ੍ਰਗਟਾਉਣ ਲਈ ਵਰਤਦੇ ਹਾਂ, ਵਿਰਲਾਪ ਵੇਲੇ ਵੀ ਉਨ੍ਹਾਂ ਅੰਗਾਂ ਨੂੰ ਹੀ ਵਰਤਿਆ ਜਾਂਦਾ ਹੈ।

ਜੇ ਕੰਨ ਅਤੀਤ ਵਲ ਅਤੇ ਅੱਖਾਂ ਭਵਿਖ ਵਲ ਹੋਣ ਤਾਂ ਮਨੁੱਖ ਦੋ ਜਹਾਨਾਂ ਵਿਚ ਜਿਊਂਦਾ ਹੈ।

ਸੱਚਾ ਜਰਨੈਲ ਇਹ ਨਹੀਂ ਕਹਿੰਦਾ ਕਿ ਅਸੀਂ ਹਾਰ ਗਏ, ਉਹ ਕਹਿੰਦਾ ਹੈ, ਮੈਂ ਹਾਰ ਗਿਆ; ਬਹਾਦਰ ਜਰਨੈਲ ਇਹ ਨਹੀਂ ਕਹਿੰਦਾ ਕਿ ਮੈਂ ਜਿੱਤ ਗਿਆ, ਉਹ ਕਹਿੰਦਾ ਹੈ, ਅਸੀਂ ਜਿੱਤ ਗਏ।

ਕਈ ਰਿਸ਼ਤੇਦਾਰੀਆਂ ਕੱਚ ਦੇ ਭਾਂਡਿਆਂ ਵਰਗੀਆਂ ਹੁੰਦੀਆਂ ਹਨ, ਜਿਨ੍ਹਾਂ ਨੂੰ ਬੜੇ ਧਿਆਨ ਨਾਲ ਚੁੱਕਣਾ-ਰੱਖਣਾ-ਸਾਂਭਣਾ ਪੈਂਦਾ ਹੈ।

ਪਿਆਰ ਵਿਚ ਅਨੇਕਾਂ ਜੋੜੇ ਮਿਲਣ ਤੋਂ ਪਹਿਲਾਂ ਹੀ ਵਿਛੜ ਜਾਂਦੇ ਹਨ।

ਵਿਆਹ ਨਾਲ ਸਾਨੂੰ ਕੋਈ ਅਜਿਹਾ ਮਿਲ ਜਾਂਦਾ ਹੈ, ਜਿਸ ਨੂੰ ਅਸੀਂ ਆਪਣੀਆਂ ਖ਼ੁਸ਼ੀਆਂ ਦੀ ਵਧਾਈ ਅਤੇ ਘਾਟਾਂ ਦੇ ਦੋਸ਼ ਦਿੰਦੇ ਰਹਿੰਦੇ ਹਾਂ।

ਕੁਦਰਤ ਆਪਣੇ ਕੀਤੇ-ਦਿੱਤੇ ਨੂੰ ਕਦੇ ਜਤਲਾਉਂਦੀ ਨਹੀਂ ਅਤੇ ਮਨੁੱਖ ਆਪਣੇ ਦਿੱਤੇ-ਕੀਤੇ ਨੂੰ ਕਦੇ ਭੁਲਦਾ ਨਹੀਂ।

ਜਿਸ ਹਾਲਤ ਵਿਚ ਅਸੀਂ ਝੂਠ ਬੋਲਿਆ ਸੀ, ਉਸ ਹਾਲਤ ਵਿਚ ਕਿਸੇ ਦੇ ਸੱਚ ਬੋਲਣ 'ਤੇ, ਸਮਝ ਨਹੀਂ ਆਉਂਦੀ ਕਿ ਉਹ ਮੂਰਖ ਹੈ ਜਾਂ ਅਸੀਂ ਮੂਰਖ ਸਾਂ।

ਪੁਰਾਣੇ ਜ਼ਮਾਨੇ ਵਿਚ ਜਦੋਂ ਅਧਿਆਪਕ ਕਹਿੰਦਾ ਸੀ, ਖੂਹ ਵਿਚ ਛਾਲ ਮਾਰੋ, ਤਾਂ ਵਿਦਿਆਰਥੀ ਹੁਣ ਵਾਂਗ, ਇਹ ਨਹੀਂ ਸੀ ਪੁੱਛਦੇ ਕਿਉਂ, ਸਗੋਂ ਇਹ ਪੁੱਛਦੇ ਸਨ ਕਿ ਖੂਹ ਵਿਚੋਂ ਬਾਹਰ ਆ ਕੇ ਕੀ ਕਰਨਾ ਹੈ?

ਸਾਡੀ ਹਾਜ਼ਰੀ ਵਿਚ ਸਾਡਾ ਭਲਾ ਸੋਚਣ ਵਾਲੇ ਅਨੇਕਾਂ ਹੋਣਗੇ, ਦੋਸਤ ਉਹ ਹੁੰਦਾ ਹੈ, ਜਿਹੜਾ ਸਾਡੀ ਗੈਰ-ਹਾਜ਼ਰੀ ਵਿਚ ਵੀ ਸਾਡਾ ਭਲਾ ਸੋਚੇ।

ਵੱਡੇ ਰਾਹਗੀਰ, ਪਿੱਛੇ ਮੁੜ-ਮੁੜ ਕੇ ਆਪਣੀਆਂ ਪੈੜਾਂ ਨਹੀਂ ਵੇਖਦੇ।

ਇਕ-ਦੂਜੇ ਦੀ ਨਜ਼ਰ ਵਿਚ ਪ੍ਰਵਾਨ ਹੋਣ ਲਈ, ਪ੍ਰੇਮੀ-ਪ੍ਰੇਮਿਕਾ ਆਪਣੇ ਆਪ ਨੂੰ ਨਿਰੰਤਰ ਤਰਾਸ਼ਦੇ-ਮਾਂਜਦੇ ਰਹਿੰਦੇ ਹਨ।

ਸਵੇਰ ਨੂੰ ਤਾਂ ਹੀ ਮਾਣਿਆ ਜਾ ਸਕਦਾ ਹੈ, ਜੇ ਜਾਗਦੇ ਹੋਈਏ।

ਹੀਰ ਨੂੰ ਅਮਰ ਕਰਕੇ, ਵਾਰਿਸ ਆਪ ਪ੍ਰਸਿੱਧ ਹੋ ਗਿਆ ਸੀ।

ਬੀਜ ਤੋਂ ਦਰੱਖਤ ਅਤੇ ਦਰੱਖਤ ਤੋਂ ਬੀਜ ਬਣਦਾ ਵੇਖਣ ਨਾਲ ਹੀ ਮਨੁੱਖ ਨੂੰ ਪੁਨਰ-ਜਨਮ ਦਾ ਵਿਚਾਰ ਸੁਝਿਆ ਹੋਵੇਗਾ।

ਆਪਣੀ ਅੰਤਿਮ-ਅਰਦਾਸ ਦੇ ਭੋਗ ਵਾਲੇ ਕਾਰਡ 'ਤੇ ਤੁਸੀਂ ਜੋ ਛਪਵਾਉਣਾ ਪਸੰਦ ਕਰੋਗੇ, ਉਸ ਨੂੰ ਧਿਆਨ ਵਿਚ ਰਖ ਕੇ ਜ਼ਿੰਦਗੀ ਜੀਵੋ।

ਵਿਆਸ ਨੇ ਦੇਵਤਿਆਂ ਬਾਰੇ ਲਿਖਿਆ ਹੈ ਅਤੇ ਉਹ ਆਪ ਵੀ ਦੇਵਤਿਆਂ ਵਾਂਗ ਪੂਜਿਆ ਗਿਆ ਹੈ।

ਪ੍ਰਮਾਤਮਾ ਮਨੁੱਖ ਦੇ ਰੂਪ ਵਿਚ ਜਨਮ ਲੈਂਦਾ ਹੈ ਤਾਂ ਕਿ ਮਨੁੱਖ ਪ੍ਰਮਾਤਮਾ ਬਣ ਸਕੇ।

ਜਿਹੜਾ ਲੋਕਾਂ ਦੇ ਦੁੱਖ ਦੂਰ ਕਰਦਾ ਹੈ, ਉਹ ਰੱਬ ਹੁੰਦਾ ਹੈ।

ਕਦਰਾਂ-ਕੀਮਤਾਂ ਦੇ ਉੱਚੇ-ਨੀਵੇਂ ਹੋਣ ਦੇ ਅਨੁਪਾਤ ਵਿਚ ਹੀ ਅਸੀਂ ਸੁਖੀ-ਦੁਖੀ ਹੁੰਦੇ ਰਹਿੰਦੇ ਹਾਂ।

ਪ੍ਰੇਮੀ, ਪ੍ਰੇਮਿਕਾ ਇਕ-ਦੂਜੇ ਲਈ ਰਿਸ਼ਤੇਦਾਰ ਨਾਲੋਂ ਵੀ ਵੱਡਾ ਸਾਕ ਬਣ ਜਾਂਦੇ ਹਨ।

ਇਸ ਧਰਤੀ ਉੱਤੇ ਮਨੁੱਖ ਹੀ ਇਕ ਅਜਿਹਾ ਜੀਵ ਹੈ, ਜਿਸ ਲਈ ਉਸ ਦਾ ਆਪਣਾ ਜੀਵਨ ਹੀ ਸਮੱਸਿਆ ਹੈ।

ਅਜੋਕਾ ਮਨੁੱਖ ਕਹਿੰਦਾ ਹੈ ਕਿ ਮੈਨੂੰ ਭਾਵੇਂ ਇਕ ਦਰਜਨ ਬੀਮਾਰੀਆਂ ਹਨ ਪਰ ਮੈਂ ਪੂਰੀ ਤਰ੍ਹਾਂ ਠੀਕ ਹਾਂ।

ਆਸ਼ਾਵਾਦੀ ਹਰ ਮੁਸੀਬਤ ਵਿਚ ਅਵਸਰ ਵੇਖਦਾ ਹੈ, ਨਿਰਾਸ਼ਾਵਾਦੀ ਨੂੰ ਹਰ ਅਵਸਰ ਮੁਸੀਬਤ ਲਗਦਾ ਹੈ।

ਮੁਆਫ਼ੀ ਮੰਗਣੀ, ਪੱਛੜ ਕੇ ਪ੍ਰਗਟਾਈ ਨਿਮਰਤਾ ਹੁੰਦੀ ਹੈ।

ਚਰਿਤਰਵਾਨ ਵਿਅਕਤੀ, ਆਪਣੇ ਨਾਉਂ ਨੂੰ ਮੈਲਾ ਨਹੀਂ ਹੋਣ ਦਿੰਦੇ।

ਕਵਿਤਾ ਵਿਚ ਕਵੀ ਨਹੀਂ, ਉਸ ਦਾ ਦਰਦ ਬੋਲਦਾ ਹੈ।

ਤਾਰੇ ਵੀ ਇਕ-ਦੂਜੇ ਨੂੰ ਸੈਨਤਾਂ ਕਰਦੇ ਹਨ, ਵੇਖਣ ਵਾਲੀ ਅੱਖ ਚਾਹੀਦੀ ਹੈ।

ਖੁਲ੍ਹੇ ਅਤੇ ਬੰਦ ਦਰਵਾਜ਼ਿਆਂ ਦਾ ਜਿਤਨਾ ਗਿਆਨ ਮੰਗਤਿਆਂ ਨੂੰ ਹੁੰਦਾ ਹੈ, ਉਤਨਾ ਕਿਸੇ ਨੂੰ ਨਹੀਂ ਹੁੰਦਾ।

ਡਰਿਆ ਹੋਇਆ ਮਨੁੱਖ, ਕੁਝ ਵੀ ਨਹੀਂ ਸਿਖ ਸਕਦਾ।

ਨਾਨਕ ਦੀ ਬਾਣੀ ਵਿਚ ਕਰਾਮਾਤ ਸ਼ਬਦ ਦੀ ਹੈ, ਜਾਦੂ ਰਬਾਬ ਦਾ ਹੈ।

ਕਵੀਆਂ ਕੋਲ ਚੁੱਪ ਵਿਚ ਵੀ, ਗੂੰਜ ਉਪਜਾਉਣ ਦੀ ਯੋਗਤਾ ਹੁੰਦੀ ਹੈ।

ਪ੍ਰੇਮੀ, ਪ੍ਰੇਮਿਕਾ ਨੂੰ ਇੰਜ ਸਾਂਭ-ਸਾਂਭ ਰਖਦਾ ਹੈ, ਜਿਵੇਂ ਫੁੱਲ, ਖੁਸ਼ਬੂ ਨੂੰ ਸਾਂਭਦਾ ਹੈ।

ਕਵਿਤਾ ਵਿਚ ਸ਼ਬਦਾਂ ਨੇ ਘੁੰਡ ਕੱਢਿਆ ਹੁੰਦਾ ਹੈ।

ਡੂੰਘੀ ਲਿਖਤ, ਪਾਠਕ ਦੀ ਸ਼ਖ਼ਸੀਅਤ ਨੂੰ ਨਿਖਾਰਦੀ ਅਤੇ ਵਿਸ਼ਾਲ ਕਰਦੀ ਹੈ।

ਜਦੋਂ ਅੱਖਾਂ ਕਿਸੇ ਨੂੰ ਨਿਹਾਰਦੀਆਂ ਹਨ ਤਾਂ ਦਿਲ ਉਸ ਦੀ ਫੋਟੋ ਲਾਹ ਲੈਂਦਾ ਹੈ।

ਪੜ੍ਹਨ ਨਾਲ ਅਸੀਂ ਸਮਝਣ ਅਤੇ ਬੋਲਣ ਦਾ ਹੁਨਰ ਸਿਖ ਜਾਂਦੇ ਹਾਂ।

ਕੋਈ ਵੀ ਮਹਾਨ ਰਚਨਾ ਇਕ ਹੀ ਪੜ੍ਹਤ ਵਿਚ ਸਾਰੇ ਅਰਥ ਨਹੀਂ ਦਿੰਦੀ।

ਹਰ ਪਤੀ ਆਪਣੇ ਆਪ ਨੂੰ ਅਰਬਪਤੀ ਸਮਝਦਾ ਹੈ, ਕਿਉਂਕਿ ਉਸ ਦੀ ਪਤਨੀ ਅਰਬਾਂ ਵਿਚੋਂ ਇਕ ਹੁੰਦੀ ਹੈ।

ਪੁਸਤਕਾਂ ਰਾਹੀਂ, ਜਦੋਂ ਅਸੀਂ ਮਹਾਨ ਲੇਖਕਾਂ ਦੇ ਸਨਮੁਖ ਹੋਣਾ ਸਿਖ ਲੈਂਦੇ ਹਾਂ ਤਾਂ ਲੋਕ ਸਾਡੇ ਸਨਮੁੱਖ ਹੋਣ ਦਾ ਹੁਨਰ ਸਿਖ ਲੈਂਦੇ ਹਨ।

ਆਪਣੇ ਅੰਦਾਜ਼ ਨਾਲ ਗਾ ਕੇ ਕਹੀ, ਆਪਣੇ ਦਿਲ ਦੀ ਗੱਲ ਨੂੰ, ਗ਼ਜ਼ਲ ਕਹਿੰਦੇ ਹਨ।

ਜਵਾਨੀ ਇਕ ਰੁੱਤ ਹੁੰਦੀ ਹੈ, ਜਦੋਂ ਅਸੀਂ ਆਪਣੇ ਆਪ ਨੂੰ ਗੀਤ ਸੁਣਾਉਂਦੇ ਹਾਂ।

ਮਹਾਨ ਪੁਸਤਕਾਂ ਪ੍ਰਤੀ ਸਤਿਕਾਰ ਪ੍ਰਗਟਾਏ ਬਿਨਾਂ ਉਨ੍ਹਾਂ ਨੂੰ ਸਮਝਿਆ ਨਹੀਂ ਜਾ ਸਕਦਾ।

ਸ਼ਬਦਾਂ ਦੀ ਰਸ-ਧਾਰਾ ਵਿਚ, ਕਲਪਨਾ ਦਾ ਗੰਗਾ-ਇਸ਼ਨਾਨ, ਕਵਿਤਾ ਕਹਾਉਂਦਾ ਹੈ।

ਹੌਸਲਾ ਉਸ ਹਾਲਤ ਨੂੰ ਕਹਿੰਦੇ ਹਨ, ਜਦੋਂ ਕੋਈ ਕਦਮ ਚੁਕਦਿਆਂ, ਸਿੱਟਿਆਂ ਦਾ ਪਤਾ ਨਾ ਹੋਵੇ ਪਰ ਵਿਸ਼ਵਾਸ ਹੋਵੇ ਕਿ ਸਭ ਠੀਕ ਹੋਵੇਗਾ।

ਪ੍ਰੇਮੀਆਂ ਨੂੰ ਤੋਹਮਤਾਂ ਦੀ ਧੁੱਪ ਨਹੀਂ ਲਗਦੀ, ਕਿਉਂਕਿ ਉਨ੍ਹਾਂ ਕੋਲ ਇਕ-ਦੂਜੇ ਦੀ ਗਲਵਕੜੀ ਦੀ ਛਾਂ ਹੁੰਦੀ ਹੈ।

ਕਈਆਂ ਦੇ ਸਾਰੇ ਸੁਪਨੇ ਸੱਤ-ਮਾਹੇ ਹੁੰਦੇ ਹਨ।

ਮਹਿਬੂਬ ਹੋਣ ਵਿਚ ਇਕ ਦਰਦ ਹੁੰਦਾ ਹੈ, ਇਹ ਦਰਦ ਹੀ ਆਨੰਦ ਦਿੰਦਾ ਹੈ।

ਪ੍ਰੇਮੀ ਅਕਸਰ ਝੱਖੜ ਵਾਂਗ ਆ ਕੇ ਲੰਘ ਜਾਂਦਾ ਹੈ ਅਤੇ ਪ੍ਰੇਮਿਕਾ ਨਿਮਾਣੀ ਬੇਰੀ ਵਾਂਗ ਖਲੋਤੀ ਵੇਖਦੀ ਰਹਿੰਦੀ ਹੈ।

ਹਵਾਈ ਕਿਲ੍ਹੇ ਇਸ ਲਈ ਹਵਾਈ ਕਿਲ੍ਹੇ ਕਹੇ ਜਾਂਦੇ ਹਨ, ਕਿਉਂਕਿ ਅਸੀਂ ਉਨ੍ਹਾਂ ਦੀਆਂ ਬੁਨਿਆਦਾਂ ਉਸਾਰਨੀਆਂ ਭੁਲ ਜਾਂਦੇ ਹਾਂ।

ਦੋਹਾਂ ਧਿਰਾਂ ਦੀ ਕਮਜ਼ੋਰੀ, ਉਨ੍ਹਾਂ ਨੂੰ ਲੜਾਈ ਲਈ ਮਜਬੂਰ ਕਰਦੀ ਰਹਿੰਦੀ ਹੈ।

ਇਸਤਰੀ ਦਾ ਸਨਮਾਨ ਵੱਧਣ ਨਾਲ, ਪਰੰਪਰਕ ਪੁਰਸ਼ ਨੂੰ ਤੌਖਲਾ ਹੋ ਜਾਂਦਾ ਹੈ ਕਿ ਸ਼ਾਇਦ ਉਸ ਦੀ ਸ਼ਾਨ ਘੱਟ ਰਹੀ ਹੈ।

ਕਈ ਬੰਦੇ, ਦੂਜਿਆਂ ਲਈ, ਕਦੀ ਲਿਫਟ ਬਣਦੇ ਹਨ, ਕਦੇ ਪੌੜੀ।

ਕੋਈ ਵੀ ਇਸਤਰੀ ਉਤਨੀ ਸੁੰਦਰ ਨਹੀਂ ਹੁੰਦੀ, ਜਿਤਨੀ ਸੁੰਦਰ ਉਹ ਆਪਣੇ ਪ੍ਰੇਮੀ ਨੂੰ ਦਿਸਦੀ ਹੈ।

ਬਹੁਤੇ ਬੰਦੇ ਅਕਲ ਨਾਲੋਂ ਵਧੇਰੇ ਉਮਰ ਕਮਾਉਂਦੇ ਹਨ।

ਜ਼ਿੰਦਗੀ ਨੂੰ ਅਸੀਂ ਜਵਾਨੀ ਵਿਚ ਦੂਰਬੀਨ ਨਾਲ ਅਤੇ ਬੁਢਾਪੇ ਵਿਚ ਖੁਰਦਬੀਨ ਨਾਲ ਵੇਖਦੇ ਹਾਂ।

ਖੁਸ਼ਹਾਲ ਸਮਾਜ ਦੇ ਹਰੇਕ ਵਿਅਕਤੀ ਕੋਲ ਕੋਈ ਨਾ ਕੋਈ ਉਸਾਰੂ ਜ਼ਿੰਮੇਵਾਰੀ ਹੁੰਦੀ ਹੈ।

ਆਮ ਲੋਕਾਂ ਨਾਲੋਂ ਵਧੇਰੇ ਕੋਮਲਭਾਵੀ ਹੋਏ ਬਿਨਾਂ ਕੋਈ ਕਲਾਕਾਰ ਨਹੀਂ ਬਣ ਸਕਦਾ।

ਇਕੀਵੀਂ ਸਦੀ ਵਿਚ ਹਰ ਸਦੀ ਦੇ ਬੰਦੇ ਹਾਜ਼ਰ ਹਨ।

ਭਵਿਖ ਕਿਸੇ ਧਿਰ ਲਈ ਰਾਖਵਾਂ ਨਹੀਂ ਹੁੰਦਾ, ਜਿਹੜਾ ਇਸ ਨੂੰ ਜਿੱਤ ਲਵੇ, ਇਹ ਉਸੇ ਦਾ ਹੋ ਜਾਂਦਾ ਹੈ।

ਨਸ਼ਈ, ਸਮੇਂ ਨਾਲੋਂ ਟੁੱਟਾ ਹੋਇਆ, ਹਾਰ ਨਾਲ ਜੁੜਿਆ ਹੋਇਆ, ਖਾਲੀ ਅਖਾੜੇ ਦਾ ਪਹਿਲਵਾਨ ਹੁੰਦਾ ਹੈ।

ਕਿਸਮਤ ਵਿਚ ਵਿਸ਼ਵਾਸ ਕਰਨ ਵਾਲੇ ਸਫਲਤਾ ਦੀ ਉਡੀਕ ਵਿਚ ਹਾਰਦੇ ਰਹਿੰਦੇ ਹਨ।

ਖੁਸ਼ਹਾਲ ਪਰਿਵਾਰ ਅਤੇ ਖੁਸ਼ਹਾਲ ਸਮਾਜ ਦੇ ਹਰ ਜੀਅ ਕੋਲ ਵੱਖਰਾ ਅਤੇ ਨਿਵੇਕਲਾ ਆਦਰਸ਼ ਹੁੰਦਾ ਹੈ।

ਕਈਆਂ ਦੀ ਸੋਚ ਵਿਚ ਬੀਤ ਚੁਕੇ ਨੇ ਇਤਨੀ ਥਾਂ ਮੱਲੀ ਹੁੰਦੀ ਹੈ ਕਿ ਉਥੇ ਵਰਤਮਾਨ ਜਾਂ ਭਵਿਖ ਲਈ ਥਾਂ ਹੀ ਨਹੀਂ ਬਚਦੀ।

ਜਿਹੜੇ ਇਕ ਵਾਰੀ ਹੌਸਲਾ ਵਿਖਾਉਂਦੇ ਹਨ, ਉਨ੍ਹਾਂ ਨੂੰ ਆਪ ਵੀ ਪਤਾ ਨਹੀਂ ਹੁੰਦਾ ਕਿ ਅਗਲੀ ਚਣੌਤੀ ਵਿਚ ਉਹ ਹੌਸਲਾ ਵਿਖਾ ਸਕਣਗੇ ਕਿ ਨਹੀਂ।

ਕਈ ਮਾਪੇ ਆਪਣੇ ਬੱਚਿਆਂ ਨਾਲੋਂ ਵੀ ਵੱਧ ਬੱਚੇ ਹੁੰਦੇ ਹਨ।

ਸਾਰੀਆਂ ਰੁਕਾਵਟਾਂ ਅਤੇ ਪਾਬੰਦੀਆਂ ਦੇ ਬਾਵਜੂਦ ਮਨੁੱਖ ਆਪਣੇ ਜੀਵਨ-ਮਨੋਰਥ ਦੀ ਚੋਣ ਕਰਨ ਲਈ ਸੁਤੰਤਰ ਹੈ।

ਲੰਮੀ ਬੀਮਾਰੀ ਪਿਛੋਂ ਮਰਨਾ, ਮਰਨ ਵਾਲੇ ਅਤੇ ਪਿਛੇ ਰਹਿ ਜਾਣ ਵਾਲੇ, ਸਾਰਿਆਂ ਲਈ ਸੁਖਦਾਈ ਹੁੰਦਾ ਹੈ।

ਅਤੀਤ ਨੂੰ ਤਾਂ ਰੱਬ ਵੀ ਨਹੀਂ ਬਦਲ ਸਕਦਾ।

ਮਨੁੱਖਾਂ ਦਾ ਸੁਭਾਓ ਇਕੋ ਜਿਹਾ ਹੁੰਦਾ ਹੈ ਪਰ ਉਨ੍ਹਾਂ ਦੀਆਂ ਆਦਤਾਂ ਵੱਖਰੀਆਂ-ਵੱਖਰੀਆਂ ਹੁੰਦੀਆਂ ਹਨ।

ਘਰ ਵਿਚਲੇ ਟੈਲੀਵਿਜ਼ਨ ਉਤੇ ਉਹ ਲੋਕ ਸਾਡਾ ਮਨੋਰੰਜਨ ਕਰਦੇ ਹਨ, ਜਿਨ੍ਹਾਂ ਨੂੰ ਅਸੀਂ ਘਰ ਅੰਦਰ ਆਉਣ ਦੀ ਆਗਿਆ ਨਹੀਂ ਦੇਵਾਂਗੇ।

ਜਿਹੜੇ ਆਪਣੇ ਵਕਤ ਦੀ ਦੁਰਵਰਤੋਂ ਕਰਦੇ ਹਨ, ਉਹੀ ਸਮੇਂ ਦੇ ਘੱਟ ਹੋਣ ਦੀ ਸ਼ਿਕਾਇਤ ਕਰਦੇ ਹਨ।

ਯਾਤਰਾ ਸਾਨੂੰ ਵੱਖਰੇਵਿਆਂ ਨੂੰ ਖਿੜੇ ਮੱਥੇ ਸਵੀਕਾਰ ਕਰਨ ਦਾ ਸਲੀਕਾ ਸਿਖਾਉਂਦੀ ਹੈ।

ਘੱਟ ਤੋਂ ਘੱਟ ਸਾਮਾਨ ਨਾਲ ਯਾਤਰਾ ਕਰੋ, ਇਵੇਂ ਤੁਸੀਂ ਚੋਰਾਂ ਨਾਲ ਵੀ ਮਖੌਲ ਕਰ ਸਕੋਗੇ।

ਕਿਸੇ ਤੋਂ ਬਦਲਾ ਲੈਣ ਦੀ ਤਸੱਲੀ ਇਕ ਦਿਨ ਹੀ ਹੁੰਦੀ ਹੈ ਪਰ ਉਸਨੂੰ ਮੁਆਫ਼ ਕਰਨ ਦਾ ਮਾਣ ਸਦਾ ਰਹਿੰਦਾ ਹੈ।

ਕੋਈ ਵੀ ਸਾਹਿਤਕਾਰ ਸਿਖਰ ਨਹੀਂ ਛੂੰਹਦਾ, ਕਿਉਂਕਿ ਸਾਹਿਤ ਵਿਚ ਕੋਈ ਸਿਖਰ ਹੁੰਦੀ ਹੀ ਨਹੀਂ।

ਕਿਸੇ ਵੀ ਕੰਮ ਨੂੰ ਕਰਨ ਦਾ ਸੌਖਾ ਢੰਗ, ਅਕਸਰ ਗਲਤ ਹੁੰਦਾ ਹੈ।

ਗੁੱਸੇ ਨਾਲ ਕੀਤਾ ਕੰਮ, ਦੁਬਾਰਾ ਹੀ ਨਹੀਂ, ਕਈ ਵਾਰ ਕਰਨਾ ਪੈਂਦਾ ਹੈ।

ਹਰ ਵਰ੍ਹੇ ਜੇ ਇਕ ਭੈੜੀ ਆਦਤ ਛੱਡਣ ਦਾ ਪ੍ਰਣ ਪੂਰਾ ਕੀਤਾ ਜਾਵੇ ਤਾਂ ਚਾਰ-ਪੰਜ ਸਾਲਾਂ ਵਿਚ ਹੀ ਬੰਦਾ ਹੋਰਾਂ ਲਈ ਉਦਾਹਰਣ ਬਣ ਜਾਂਦਾ ਹੈ।

ਪੈਸੇ ਕਮਾਉਣ ਲਈ, ਪੈਸੇ ਖਰਚਣੇ ਪੈਣਗੇ।

ਮਕੜੀਆਂ ਸੋਚਦੀਆਂ ਹਨ, ਮਨੁੱਖ ਵੀ ਕਿਤਨੇ ਮੂਰਖ ਹਨ, ਇਤਨੀਆਂ ਸੋਹਣੀਆਂ ਛੱਤਾਂ ਬਣਾ ਕੇ ਟੁਰਦੇ ਫਰਸ਼ ਉਤੇ ਹਨ।

ਜਿਹੜੇ ਕੇਵਲ ਆਪਣੇ ਹੱਕਾਂ ਪ੍ਰਤੀ ਹੀ ਸੁਚੇਤ ਹੁੰਦੇ ਹਨ, ਉਨ੍ਹਾਂ ਵਿਚ ਚੱਜ-ਆਚਾਰ ਨਹੀਂ ਹੁੰਦਾ।

ਭਾਈਵਾਲੀ ਵਿਚ ਅਕਸਰ ਇਕ ਧਿਰ ਘੋੜਾ ਬਣਦੀ ਹੈ ਅਤੇ ਦੂਜੀ ਧਿਰ ਘੋੜ-ਸਵਾਰ।

ਵਹਿਣ ਦੀ ਮੌਜ ਚਲਦੇ ਪਾਣੀਆਂ ਕੋਲ ਹੁੰਦੀ ਹੈ, ਖਲੋਤੇ ਪਾਣੀਆਂ ਕੋਲ ਨਹੀਂ।

ਸ਼ਾਇਰ, ਆਦਤਨ ਹੀ ਬਾਗ਼ੀ ਹੁੰਦੇ ਹਨ।

ਪ੍ਰੇਮੀਆਂ ਵਿਚਕਾਰ ਹਵਾ ਦੀ ਇਕ ਕੰਧ ਹੁੰਦੀ ਹੈ, ਜਿਸ ਦੇ ਬਨੇਰਿਆਂ 'ਤੇ ਕਈ ਅਫਵਾਹਾਂ ਬੈਠੀਆਂ ਹੁੰਦੀਆਂ ਹਨ।

ਇਕੱਲੇ ਵਿਅਕਤੀ ਲਈ ਸੰਗੀਤ ਇਕ ਚੰਗਾ ਸਾਥੀ ਹੁੰਦਾ ਹੈ।

ਗ਼ਦਾਰ, ਇਕੋ ਵੇਲੇ ਸਮਝੌਤੇ ਅਤੇ ਬਗਾਵਤਾਂ ਕਰਦੇ ਰਹਿੰਦੇ ਹਨ।

ਜੇ ਗਿਆਨ ਨੂੰ ਅਮਲ ਵਿਚ ਨਾ ਲਿਆਂਦਾ ਜਾਵੇ ਤਾਂ ਗਿਆਨ ਸਰਾਪ ਬਣ ਜਾਂਦਾ ਹੈ।

ਸੋਚ ਨੂੰ ਉਦੋਂ ਹੀ ਸ਼ਕਤੀ ਮਿਲਦੀ ਹੈ, ਜਦੋਂ ਕੋਈ ਸਮੱਸਿਆ ਉਪਜਦੀ ਹੈ।

ਕਈ ਵਿਅਕਤੀ ਸਮਾਗਮ ਤੋਂ ਵਿਦਾ ਹੋ ਕੇ ਸਮਾਗਮ ਦੀ ਰੌਣਕ ਵਧਾ ਦਿੰਦੇ ਹਨ।

ਬੱਚੇ ਨੂੰ ਹਥੌੜੀ ਦੇ ਦਿਓ, ਉਸ ਲਈ ਹਰ ਚੀਜ਼ ਮੇਖ ਬਣ ਜਾਵੇਗੀ।

ਹਿਸਾਬ-ਕਿਤਾਬ ਕਰਦਿਆਂ ਕਾਹਲ ਬੜੀ ਮਹਿੰਗੀ ਪੈਂਦੀ ਹੈ।

ਜਿਹੜਾ ਵਿਅਕਤੀ ਨਿਗਰਾਨੀ ਤੋਂ ਬਿਨਾਂ ਕੰਮ ਕਰਦਾ ਹੈ, ਉਸ ਨੂੰ ਹੋਰਾਂ 'ਤੇ ਨਿਗਰਾਨ ਲਾ ਦਿਤਾ ਜਾਂਦਾ ਹੈ।

ਕਿਸੇ ਹੋਰ ਦੇ ਤਜਰਬੇ ਨਾਲ, ਅਸੀਂ ਸਿਆਣੇ ਨਹੀਂ ਹੋ ਸਕਦੇ।

ਨਵੀਆਂ ਕਾਢਾਂ ਉਥੇ ਹੀ ਨਿਕਲਦੀਆਂ ਹਨ, ਜਿਥੇ ਗਲਤੀਆਂ ਕਰਨ ਦੀ ਖੁਲ੍ਹ ਹੁੰਦੀ ਹੈ।

ਜਿਹੜਾ ਵਪਾਰ ਨਵੀਆਂ ਤਕਨੀਕਾਂ ਨਹੀਂ ਅਪਨਾਉਂਦਾ, ਉਹ ਵਪਾਰ ਨਹੀਂ ਰਹਿੰਦਾ।

ਸਰਕਾਰੀ ਕਰਮਚਾਰੀ ਉਦੋਂ ਹੀ ਪਰਿਵਰਤਨ ਦੇ ਪੱਖ ਵਿਚ ਹੁੰਦੇ ਹਨ, ਜਦੋਂ ਉਨ੍ਹਾਂ ਨੂੰ ਪਰਿਵਰਤਨ ਦਾ ਲਾਭ ਹੁੰਦਾ ਹੋਵੇ।

ਜਦੋਂ ਕਿਸੇ ਨੂੰ ਸ਼ਾਬਾਸ਼ ਦਿਤੀ ਜਾਂਦੀ ਹੈ ਤਾਂ ਉਸ ਦੀ ਗੀੜ੍ਹ ਦੀ ਹੱਡੀ ਸਿੱਧੀ ਹੋ ਜਾਂਦੀ ਹੈ।

ਜਿਹੜੇ ਮੁਸ਼ਕਿਲ ਸਮੱਸਿਆਵਾਂ ਨੂੰ ਪਹਿਲਾਂ ਨਜਿਠਦੇ ਹਨ, ਉਨ੍ਹਾਂ ਦੀਆਂ ਬਾਕੀ ਸਮੱਸਿਆਵਾਂ ਆਪੇ ਹੱਲ ਹੋ ਜਾਂਦੀਆਂ ਹਨ।

ਸਦਾ ਗਿੱਲੀ ਰਹਿਣ ਕਰਕੇ ਜੀਭ ਦੇ ਤਿਲ੍ਹਕਣ ਦਾ ਡਰ ਨਿਰੰਤਰ ਬਣਿਆ ਰਹਿੰਦਾ ਹੈ।

ਡਾਕਟਰ ਅਤੇ ਵਕੀਲ ਸਾਡੀਆਂ ਪ੍ਰੇਸ਼ਾਨੀਆਂ ਤੋਂ ਲਾਭ ਉਠਾਉਂਦੇ ਹਨ।

ਸੱਚ ਬੋਲਣਾ ਕਿਸੇ ਵੀ ਜ਼ਮਾਨੇ ਦਾ ਪ੍ਰਚਲਿਤ ਰਿਵਾਜ ਨਹੀਂ ਰਿਹਾ।

ਖੁੰਢੇ ਲੋਕ, ਬੜੇ ਤਿੱਖੇ ਬੋਲ ਬੋਲਦੇ ਹਨ।

ਲਾਇਕ, ਖੁਸ਼-ਰਹਿਣੇ ਅਤੇ ਨਿਪੁੰਨ ਲੋਕਾਂ ਦੀ ਗਿਣਤੀ, ਲੋੜ ਨਾਲੋਂ ਹਮੇਸ਼ਾ ਘੱਟ ਹੁੰਦੀ ਹੈ।

ਸੁਪਨਿਆਂ ਦੀ ਦੁਨੀਆ ਵਿਚ ਕੁਝ ਵੀ ਅਸੰਭਵ ਨਹੀਂ ਹੁੰਦਾ।

ਟੈਲੀਫੋਨ ਦੀ ਕਾਢ ਸਮੇਂ ਨੂੰ ਬਚਾਉਣ ਲਈ ਨਿਕਲੀ ਸੀ ਪਰ ਕਈ ਆਪਣਾ ਸਮਾਂ ਟੈਲੀਫੋਨ ਰਾਹੀਂ ਹੀ ਬਰਬਾਦ ਕਰਦੇ ਹਨ।

ਬਹੁਤੇ ਲੋਕ ਕਿਤਾਬਾਂ ਵੇਖਣ ਦੇ ਚਾਹਵਾਨ ਹੁੰਦੇ ਹਨ, ਪੜ੍ਹਨ ਦੇ ਨਹੀਂ।

ਹਵਾਈ ਕਿਲ੍ਹੇ ਉਸਾਰਨ ਅਤੇ ਅਸਲੀ ਕੰਮ ਕਰਨ ਵਿਚ ਇਕੋ ਜਿਤਨੀ ਤਾਕਤ ਲਗਦੀ ਹੈ।

ਪ੍ਰੇਮ ਵਾਂਗ, ਘਿਰਣਾ ਵੀ ਇਕ ਸਰਬਵਿਆਪਕ ਅਤੇ ਸਦੀਵੀ ਵਰਤਾਰਾ ਹੈ।

ਵਹਿਮ, ਕਮਜ਼ੋਰ ਦਿਮਾਗ ਦਾ ਯਥਾਰਥ ਹੁੰਦਾ ਹੈ।

ਨਾਸਤਕ ਭਾਵੇਂ ਪਰਮਾਤਮਾ ਨੂੰ ਨਾ ਮੰਨਦੇ ਹੋਣ ਪਰ ਉਸ ਦੇ ਨਾਂ ਅਤੇ ਉਸਦੀ ਮਾਨਤਾ ਤੋਂ ਉਹ ਵੀ ਜਾਣੂ ਹੁੰਦੇ ਹਨ।

ਖੇਡਾਂ ਇਸ ਲਈ ਹਰਮਨ ਪਿਆਰੀਆਂ ਹੁੰਦੀਆਂ ਹਨ, ਕਿਉਂਕਿ ਇਸ ਖੇਤਰ ਵਿਚ ਮੁਕਾਬਲਾ ਸਿੱਧਾ ਅਤੇ ਜਿੱਤ-ਹਾਰ, ਪੂਰਨ-ਭਾਂਤ ਸਪਸ਼ਟ ਹੁੰਦੀ ਹੈ।

ਜਿਹੜਾ ਧਰਮ, ਮਨੁੱਖ ਨੂੰ ਸਮਾਜਿਕ ਜੀਵਨ ਤੋਂ ਬੇਮੁਖ ਕਰਦਾ ਹੈ, ਲੋਕ ਉਸ ਧਰਮ ਤੋਂ ਬੇਮੁਖ ਹੋ ਜਾਂਦੇ ਹਨ।

ਬਹਾਦਰੀ, ਬਾਹਵਾਂ ਉਲਾਰਨ ਦਾ ਨਾਂ ਨਹੀਂ, ਮੁਸ਼ਕਿਲ ਵੇਲੇ ਜ਼ਬਤ ਵਿਖਾਉਣ ਦੀ ਦਲੇਰੀ ਹੁੰਦੀ ਹੈ।

ਮੁਸੀਬਤ ਉਸ ਹਾਲਤ ਨੂੰ ਕਹਿੰਦੇ ਹਨ, ਜਦੋਂ ਅਸੀਂ ਕਰ ਕੁਝ ਹੋਰ ਰਹੇ ਹੁੰਦੇ ਹਾਂ ਅਤੇ ਬਿਲਕੁਲ ਵੱਖਰਾ ਕੁਝ ਹੋਰ ਕਰਨ ਦੀ ਮਜਬੂਰੀ ਆਣ ਬਣਦੀ ਹੈ।

ਹਰੇਕ ਵਿਅਕਤੀ ਦਾ ਸੱਚ ਉਸ ਦੇ ਆਪਣੇ ਅਨੁਭਵ ਵਿਚ ਗੁੰਨ੍ਹਿਆ ਹੁੰਦਾ ਹੈ।

ਅਸੀਂ ਨਿਰਾਸ਼ ਉਦੋਂ ਹੁੰਦੇ ਹਾਂ ਜਦੋਂ ਕੁਝ ਲੈਣ ਜਾਂਦੇ ਹਾਂ, ਜੇ ਕੁਝ ਦੇਣ ਹੀ ਜਾਵਾਂਗੇ ਤਾਂ ਹਰ ਵਾਰ ਪ੍ਰਸੰਨਤਾ ਹੋਵੇਗੀ।

ਮੰਦਰ ਵਿਚ ਕੇਵਲ ਸੱਜਰੇ ਫੁੱਲ ਹੀ ਚੜ੍ਹਦੇ ਹਨ।

ਦੂਜਿਆਂ ਵਿਚ ਦਿਲਚਸਪੀ ਲੈਣ ਨਾਲ, ਆਪਣੇ ਦੁੱਖ ਘੱਟ ਜਾਂਦੇ ਹਨ।

ਜੇ ਮਾਨਵਜਾਤੀ ਨੇ ਠੀਕ ਅਤੇ ਚੰਗੀਆਂ ਚੀਜ਼ਾਂ ਦੀ ਕਾਮਨਾ ਕੀਤੀ ਹੁੰਦੀ ਤਾਂ ਹੁਣ ਤਕ ਸਾਰੀਆਂ ਮਿਲ ਗਈਆਂ ਹੋਣੀਆਂ ਸਨ।

ਸ਼ਰਮ, ਔਰਤ ਦਾ ਗਹਿਣਾ ਹੈ, ਜਿਸ ਦਿਨ ਔਰਤ ਇਹ ਗਹਿਣਾ ਤਿਆਗ ਦਿੰਦੀ ਹੈ, ਉਸ ਦਿਨ ਉਹ ਹਰ ਕਿਸੇ ਲਈ ਬਦਸੂਰਤ ਹੋ ਜਾਂਦੀ ਹੈ।

ਘਰ ਵਿਚ ਬੇਦਿਲੀ ਨਾਲ ਬਣਾਏ ਪਕਵਾਨ, ਅਨੇਕਾਂ ਨੂੰ ਬਾਹਰ ਖਾਣ ਲਈ ਮਜਬੂਰ ਕਰ ਦਿੰਦੇ ਹਨ।

ਕਿਸੇ ਅਖ਼ਬਾਰ ਦਾ ਹੁਣ ਚੰਗਾ ਸੰਪਾਦਕ ਉਹ ਮੰਨਿਆ ਜਾਂਦਾ ਹੈ ਜੋ ਗਿਰੀ ਨੂੰ ਛਿਲਕੇ ਤੋਂ ਵੱਖਰਾ ਕਰੇ ਅਤੇ ਛਿਲਕੇ ਨੂੰ ਗਿਰੀ ਦੇ ਸਿਰਲੇਖ ਥਲੇ ਛਾਪੇ।

ਕਿਸੇ ਇਸਤਰੀ ਦੀ ਸਹੀ ਉਮਰ, ਉਸ ਦੀ ਦਰਾਣੀ ਜਾਂ ਜਠਾਣੀ ਹੀ ਦੱਸ ਸਕਦੀ ਹੈ।

ਰਿਸ਼ਤੇਦਾਰਾਂ ਨੂੰ ਰਵਾਨਾ ਕਰਨ ਲਗਿਆਂ, ਉਨ੍ਹਾਂ ਦੇ ਜਾਣ ਦੀ ਖੁਸ਼ੀ ਛੁਪਾਉਣੀ ਲਗਭਗ ਅਸੰਭਵ ਹੋ ਜਾਂਦੀ ਹੈ।

ਗ਼ਰੀਬ ਹੋਣ ਦਾ ਲਾਭ ਇਹ ਹੁੰਦਾ ਹੈ ਕਿ ਬੀਮਾਰ ਹੋਣ ਦੀ ਹਾਲਤ ਵਿਚ ਡਾਕਟਰ ਇਲਾਜ ਨੂੰ ਲਮਕਾਉਂਦਾ ਨਹੀਂ।

ਜਦੋਂ ਕੋਈ ਰਾਜਸੀ ਨੇਤਾ ਤੁਹਾਨੂੰ ਪਛਾਣਨ ਲਗ ਪਵੇ ਤਾਂ ਸਮਝੋ ਚੋਣਾਂ ਨੇੜੇ ਹਨ।

ਮਨੁੱਖ ਨੇ ਅਕਲ ਵਰਤ ਕੇ ਮੂਰਖਤਾ ਦੇ ਵੰਨ-ਸੁਵੰਨੇ ਰੂਪ ਸਿਰਜੇ ਹਨ।

ਜੇ ਪਤਨੀ ਸੌਂ ਰਹੀ ਹੋਵੇ ਤਾਂ ਪਤੀ ਸਮਝਦਾ ਹੈ ਕਿ ਮੇਰਾ ਹੀ ਸੁਪਨਾ ਵੇਖ ਰਹੀ ਹੋਵੇਗੀ।

ਸ਼ਰਾਬ ਪੀਣ ਵਾਲਾ ਆਪਣੇ ਆਪ ਨਾਲ ਪ੍ਰਸੰਨ ਹੋ ਜਾਂਦਾ ਹੈ ਪਰ ਪਰਿਵਾਰ ਵਿਚ ਬਾਕੀ ਸਾਰੇ ਉਸ ਨਾਲ ਨਾਰਾਜ਼ ਹੋ ਜਾਂਦੇ ਹਨ।

ਕਈ ਫਿਲਮਾਂ ਵੇਖਣ ਯੋਗ ਤਾਂ ਹੁੰਦੀਆਂ ਹਨ ਪਰ ਸਿਨੇਮੇ ਜਾ ਕੇ ਜਾਂ ਟਿਕਟ ਖਰੀਦ ਕੇ ਵੇਖਣ ਯੋਗ ਨਹੀਂ ਹੁੰਦੀਆਂ।

ਮਨੁੱਖ ਜਦੋਂ ਚੁੱਪ ਰਹਿਣ ਦਾ ਸੁਨਹਿਰੀ ਮੌਕਾ ਗੁਆ ਲੈਂਦਾ ਹੈ ਤਾਂ ਫਿਰ ਬੋਲ-ਬੋਲ ਕੇ ਪਛਤਾਵਾ ਕਰਦਾ ਹੈ।

ਪ੍ਰੇਮਿਕਾ ਦੀ ਮੁਸਕਰਾਹਟ ਵਿਚ, ਨਿਘੇ ਭਵਿਖ ਦਾ ਵਾਅਦਾ ਹੁੰਦਾ ਹੈ।

ਧੰਨਵਾਦ ਕਰਨਾ, ਅਸਲ ਵਿਚ ਵਡੇਰੀ ਮਿਹਰਬਾਨੀ ਲਈ ਬੇਨਤੀ ਹੁੰਦਾ ਹੈ।

ਅਜਿਹੀਆਂ ਇਸਤਰੀਆਂ ਅਤੇ ਪੁਰਸ਼ ਅਕਸਰ ਮਿਲ ਜਾਣਗੇ, ਜਿਨ੍ਹਾਂ ਨੂੰ ਕਿਸੇ ਨਾਲ ਪਿਆਰ ਨਹੀਂ ਹੋਇਆ ਪਰ ਅਜਿਹੇ ਨਹੀਂ ਮਿਲਣਗੇ, ਜਿਨ੍ਹਾਂ ਨੂੰ ਕੇਵਲ ਇਕ ਨਾਲ ਪਿਆਰ ਹੋਇਆ ਹੋਵੇ।

ਚਾਪਲੂਸੀ ਤੋਂ ਤੰਗ ਆਉਣ ਵਾਲੇ, ਚਾਪਲੂਸੀ ਤੋਂ ਨਹੀਂ, ਚਾਪਲੂਸਾਂ ਜਾਂ ਚਾਪਲੂਸੀ ਦੇ ਢੰਗ ਤੋਂ ਪ੍ਰੇਸ਼ਾਨ ਹੁੰਦੇ ਹਨ।

ਅਸੀਂ ਉਨ੍ਹਾਂ ਨੂੰ ਹੀ ਸਿਆਣੇ ਸਮਝਦੇ ਹਾਂ, ਜਿਹੜੇ ਸਾਡੇ ਨਾਲ ਸਹਿਮਤ ਹੁੰਦੇ ਹਨ।

ਚੋਹਲ-ਮੋਹਲ ਤਿੱਖੀ ਬੁੱਧੀ ਵਾਲੇ ਕਰਦੇ ਹਨ ਅਤੇ ਚੋਹਲ-ਮੋਹਲ ਨਾਲ ਬੁੱਧੀ ਤਿੱਖੀ ਹੋ ਜਾਂਦੀ ਹੈ।

ਯੂਨੀਵਰਸਿਟੀ ਵਿਚ ਆਉਣ ਵਾਲੇ ਵਿਦਿਆਰਥੀ ਨਵੇਂ-ਨਵੇਂ ਵਿਚਾਰ ਲੈ ਕੇ ਆਉਂਦੇ ਹਨ ਅਤੇ ਜਾਣ ਵਾਲੇ ਆਪਣੇ ਸਾਰੇ ਵਿਚਾਰ ਪਿਛੇ ਛੱਡ ਜਾਂਦੇ ਹਨ, ਇਵੇਂ ਯੂਨੀਵਰਸਿਟੀ ਵਿਚ ਗਿਆਨ ਇੱਕਠਾ ਹੁੰਦਾ ਰਹਿੰਦਾ ਹੈ।

ਅੱਧਖੜ ਉਮਰ ਉਸ ਨੂੰ ਕਹਿੰਦੇ ਹਨ, ਜਦੋਂ ਕੋਈ ਤੰਗ ਕਪੜਿਆਂ ਨੂੰ ਇਹ ਸੋਚ ਕੇ ਸਾਂਭਣ ਲਗ ਪਵੇ ਕਿ ਉਹ ਪਤਲਾ ਹੋ ਕੇ ਇਨ੍ਹਾਂ ਨੂੰ ਪਹਿਨੇਗਾ।

ਜੇ ਪੁਸਤਕਾਂ ਵਿਚ ਸਮਾਜ ਨੂੰ ਬਦਲਣ ਦੀ ਸ਼ਕਤੀ ਹੁੰਦੀ ਤਾਂ ਸਮਾਜ ਨੇ ਨਿਰੰਤਰ ਬਦਲਦੇ ਰਹਿਣਾ ਸੀ ਅਤੇ ਹੁਣ ਤਕ ਕਈ ਵਾਰ ਬਦਲ ਚੁਕੇ ਹੋਣਾ ਸੀ।

ਚੋਣਾਂ ਵੇਲੇ ਫੈਸਲਾ ਇਹ ਕਰਨਾ ਹੁੰਦਾ ਹੈ ਕਿ ਵੋਟ ਧੋਖੇਬਾਜ਼ ਨੂੰ ਪਾਉਣੀ ਹੈ ਕਿ ਬੇਈਮਾਨ ਨੂੰ, ਉਂਝ ਦੋਹਾਂ ਦਾ ਅਰਥ ਇਕ ਹੀ ਹੈ।

ਇਸਤਰੀ ਬਾਰੇ ਪੁਰਸ਼ ਸੋਚਦਾ ਚਾਲ੍ਹੀ ਤੋਂ ਮਗਰੋਂ ਹੀ ਹੈ, ਪਹਿਲਾਂ ਉਹ ਮਹਿਸੂਸ ਹੀ ਕਰਦਾ ਹੈ।

ਅਨੇਕਾਂ ਵਿਦਿਆਰਥੀਆਂ ਨੂੰ ਸਭ ਤੋਂ ਸੁਖਾਵੀਂ ਨੀਂਦਰ ਕਲਾਸ ਵਿਚ ਹੀ ਆਉਂਦੀ ਹੈ।

ਇਸਤਰੀ ਉਤਨੀ ਹੀ ਸਿਆਣੀ ਹੁੰਦੀ ਹੈ, ਜਿਤਨੀ ਸਿਆਣੀ ਸਮਝਣ ਦੀ ਪੁਰਸ਼ ਸਿਆਣਪ ਵਿਖਾਉਂਦਾ ਹੈ।

ਸੰਜਮੀ ਉਹ ਹੈ, ਜਿਹੜਾ ਇਕੱਲਾ ਹੋਣ ਦੇ ਬਾਵਜੂਦ, ਬਦਾਮਾਂ ਦੀ ਭਰੀ ਪਲੇਟ ਵਿਚੋਂ, ਕੇਵਲ ਇਕ ਹੀ ਬਦਾਮ ਲਵੇ।

ਵਿਕਾਸ ਕਰਨ ਲਈ ਕੌਮ ਨੂੰ ਲਿਬੜੇ ਹੱਥਾਂ ਅਤੇ ਸਾਫ਼ ਦਿਮਾਗਾਂ ਦੀ ਲੋੜ ਹੁੰਦੀ ਹੈ।

ਅਜੋਕੇ ਪ੍ਰੇਮੀ-ਪ੍ਰੇਮਿਕਾ ਮਿਲਣ ਵੇਲੇ, ਇਕ-ਦੂਜੇ ਦਾ ਚਿਹਰਾ ਨਿਹਾਰਨ ਦੀ ਥਾਂ, ਇਕ-ਦੂਜੇ ਦਾ ਮੋਬਾਈਲ ਫੋਨ ਹੀ ਦੇਖਦੇ ਹਨ।

ਅਜੀਬ ਗੱਲ ਇਹ ਹੈ ਕਿ ਲੋਕ ਆਪਣੇ ਆਪ ਨੂੰ ਸੁਧਾਰਨ ਤੋਂ ਪਹਿਲਾਂ ਸਮਾਜ ਅਤੇ ਸੰਸਾਰ ਨੂੰ ਸੁਧਾਰਨ ਲਗ ਪੈਂਦੇ ਹਨ।

ਅਖੌਤੀ ਵਿਦਵਾਨਾਂ ਦੇ ਦੋ ਹੀ ਸ਼ੌਕ ਹੁੰਦੇ ਹਨ, ਸੋਚਣਾ ਅਤੇ ਬੋਲਣਾ, ਪਹਿਲਾਂ ਬੋਲਣਾ ਫਿਰ ਸੋਚਣਾ।

ਲੋਕਾਂ ਦੀ ਨੁਕਤਾਚੀਨੀ, ਚੰਗੇ ਬੰਦੇ ਦੇ ਪ੍ਰਸਿੱਧ ਹੋਣ ਦਾ ਟੈਕਸ ਹੁੰਦੀ ਹੈ।

ਜਦੋਂ ਤਕ ਕੋਈ ਵਿਆਹ ਨਾ ਕਰਵਾਏ, ਉਸ ਨੂੰ ਪਤਾ ਹੀ ਨਹੀਂ ਲਗਦਾ ਕਿ ਮੁਸੀਬਤ ਕੀ ਹੁੰਦੀ ਹੈ।

ਵਿਆਹ ਵੀ ਇਕ ਸੌਦਾ ਹੈ, ਸੌਦੇ ਵਿਚ ਇਕ ਨੂੰ ਤਾਂ ਘਾਟਾ ਪੈਣਾ ਹੀ ਹੁੰਦਾ ਹੈ।

ਕਿਸੇ ਦੀ ਭੰਡੀ, ਉਸ ਦੇ ਰਿਸ਼ਤੇਦਾਰਾਂ ਤੋਂ ਵੱਧ ਚੰਗੀ ਤਰ੍ਹਾਂ ਕੋਈ ਨਹੀਂ ਕਰ ਸਕਦਾ।

ਜੇ ਸਾਰੇ ਮਨੁੱਖਾਂ ਦੇ ਕਪੜੇ ਖੋਹ ਲਏ ਜਾਣ ਤਾਂ ਉਨ੍ਹਾਂ ਦਾ ਸਮਾਜਿਕ ਰੁਤਬਾ ਪਛਾਣਨ ਵਿਚ ਮੁਸ਼ਕਿਲ ਹੋਵੇਗੀ।

ਕਈਆਂ ਨਾਲ, ਚੰਗਾ ਵਿਹਾਰ ਕਰਨ ਦਾ ਸਾਨੂੰ ਸਾਰੀ ਜ਼ਿੰਦਗੀ ਪਛਤਾਵਾ ਰਹਿੰਦਾ ਹੈ।

ਨਵੇਂ ਪਤੀ-ਪਤਨੀ ਕੋਲ ਬੱਚੇ ਪਾਲਣ ਦੇ ਅਨੇਕਾਂ ਸਿਧਾਂਤ ਹੁੰਦੇ ਹਨ ਪਰੰਤੂ ਬੱਚੇ ਸਭ ਸਿਧਾਂਤ ਗਲਤ ਸਾਬਤ ਕਰ ਦਿੰਦੇ ਹਨ।

ਕਈ ਮੋਟਿਆਂ ਨੂੰ ਕਮਰੇ ਅੰਦਰ ਜਾਣ ਲਈ ਦਰਵਾਜ਼ੇ ਵਿਚੋਂ ਦੋ ਵਾਰ ਲੰਘਣਾ ਪੈਂਦਾ ਹੈ।

ਜਦੋਂ ਪ੍ਰੇਮੀ ਵਿਚੋਂ ਰੀੜ੍ਹ ਦੀ ਹੱਡੀ ਕਢ ਲਈ ਜਾਵੇ ਤਾਂ ਜੋ ਬਾਕੀ ਬਚਦਾ ਹੈ, ਉਸ ਨੂੰ ਪਤੀ ਕਹਿੰਦੇ ਹਨ।

ਕਈਆਂ ਦੀ ਯਾਦ, ਘਰ ਦਾ ਕੂੜਾ-ਕਰਕਟ ਸਾਫ ਕਰਦਿਆਂ ਹੀ ਆਉਂਦੀ ਹੈ।

ਜਿਤਨੇ ਲੋਕਾਂ ਨੂੰ ਵਿੱਦਿਆ ਨੇ ਆਜ਼ਾਦ ਕੀਤਾ ਹੈ, ਉਤਨਾ ਆਜ਼ਾਦੀ ਸੰਗ੍ਰਾਮਾਂ ਨੇ ਵੀ ਨਹੀਂ ਕੀਤਾ।

ਸਾਡੀ ਉਦਾਸੀ ਦਾ ਇਕ ਕਾਰਨ ਇਹ ਹੁੰਦਾ ਹੈ ਕਿ ਅਸੀਂ ਦੂਜਿਆਂ ਦੀ ਖੁਸ਼ੀ ਵਧਾ-ਚੜ੍ਹਾ ਕੇ ਵੇਖਦੇ ਹਾਂ।

ਸਮਾਜ ਦੀ ਉਸਾਰੀ ਕਮਜ਼ੋਰਾਂ ਨੂੰ ਤਕੜਿਆਂ ਤੋਂ ਬਚਾਉਣ ਲਈ ਕੀਤੀ ਗਈ ਹੈ।

ਅਜੋਕਾ ਮਨੁੱਖ ਇਸ ਲਈ ਦੁਖੀ ਹੈ, ਕਿਉਂਕਿ ਉਹ ਕਰਦਾ ਕੁਝ ਹੈ, ਸੋਚਦਾ ਕੁਝ ਹੋਰ ਹੈ ਅਤੇ ਦੱਸਦਾ ਬਿਲਕੁਲ ਹੀ ਕੁਝ ਹੋਰ ਹੈ।

ਜੇ ਲੜਨਾ ਪਵੇ ਤਾਂ ਉਥੇ ਲੜੋ, ਜਿਥੇ ਤੁਸੀਂ ਲੜਨਾ ਚਾਹੁੰਦੇ ਹੋ, ਨਾ ਕਿ ਉਥੇ, ਜਿਥੇ ਵਿਰੋਧੀ ਲੜਨਾ ਚਾਹੁੰਦਾ ਹੈ।

ਦੁੱਖ ਵਿਚ ਚੀਜ਼ਾਂ ਦਾ ਰੰਗ-ਰੂਪ, ਆਕਾਰ ਅਤੇ ਮਹੱਤਵ ਬਦਲ ਜਾਂਦਾ ਹੈ।

ਜਿਹੜੇ ਆਪਣੇ ਆਪ ਨੂੰ ਪਿਆਰ ਕਰਦੇ ਹਨ, ਉਨ੍ਹਾਂ ਦੇ ਰਕੀਬ ਨਹੀਂ ਹੁੰਦੇ।

ਅਧੂਰੇ ਪਏ ਕੰਮ, ਕੁਝ ਨਵਾਂ ਕਰਨ ਦੇ ਰਾਹ ਦੀ, ਰੁਕਾਵਟ ਬਣ ਜਾਂਦੇ ਹਨ।

ਜੇ ਦੁਸ਼ਮਣ ਤਿੱਖਾ ਅਤੇ ਤਾਕਤਵਰ ਹੈ ਤਾਂ ਉਸ ਨੂੰ ਆਉਣ ਦਿਓ, ਆਉਣ ਤੇ ਉਸ ਨੂੰ ਪਤਾ ਲਗਣਾ ਚਾਹੀਦਾ ਹੈ ਕਿ ਤੁਸੀਂ ਤਿਆਰ ਹੋ।

ਕਈਆਂ ਨੂੰ ਵੇਖ ਕੇ ਅੱਖਾਂ ਦੁੱਖਣ ਲਗ ਪੈਂਦੀਆਂ ਹਨ।

ਆਪਣੇ ਆਪ ਬਾਰੇ ਸਭ ਕੁਝ ਸਾਨੂੰ ਦੂਜਿਆਂ ਤੋਂ ਹੀ ਪਤਾ ਲਗਦਾ ਹੈ।

ਵਕਤ-ਵਕਤ ਦੀ ਗੱਲ ਹੈ, ਦਿਨ ਵੇਲੇ ਕਾਂ, ਉਲੂ ਨੂੰ ਮਾਰ ਸਕਦਾ ਹੈ, ਰਾਤ ਵੇਲੇ ਉਲੂ, ਕਾਂ ਨੂੰ ਮਾਰ ਦਿੰਦਾ ਹੈ।

ਪਰਜਾਤੰਤਰ ਆਪਣੀਆਂ ਗਲਤੀਆਂ ਤੋਂ ਸਿਖਦੇ ਰਹਿੰਦੇ ਹਨ ਪਰ ਤਾਨਾਸ਼ਾਹੀਆਂ ਅਜਿਹੀ ਭੁਲ ਨਹੀਂ ਕਰਦੀਆਂ।

ਸਮਾਜ ਵਿਚ ਇਕ-ਪਤਨੀ-ਵਿਆਹ ਦੀ ਪ੍ਰਥਾ ਇਸ ਉਦੇਸ਼ ਨਾਲ ਲਾਗੂ ਕੀਤੀ ਗਈ ਹੋਵੇਗੀ ਤਾਂ ਕਿ ਕਮਜ਼ੋਰਾਂ ਦਾ ਵੀ ਵਿਆਹ ਹੋ ਜਾਵੇ।

ਕਿਸੇ ਗਲਤੀ ਦੇ ਗਲਤੀ ਹੋਣ ਦੀ ਸੋਝੀ ਤੋਂ ਬਿਨਾਂ, ਉਸ ਗਲਤੀ ਤੋਂ ਮੁਕਤ ਨਹੀਂ ਹੋਇਆ ਜਾ ਸਕਦਾ।

ਸਲੀਕੇ ਨਾਲ ਵਾਹੇ ਖੇਤ, ਸ਼ਾਂਤੀ ਅਤੇ ਖੁਸ਼ਹਾਲੀ ਦਾ ਸੁਨੇਹਾ ਦਿੰਦੇ ਹਨ।

ਇਸਲਾਮ ਦੀ ਕਿਸੇ ਵੀ ਹੋਰ ਧਰਮ ਬਾਰੇ ਜਾਣਨ ਵਿਚ ਕੋਈ ਦਿਲਚਸਪੀ ਨਹੀਂ ਹੈ।

ਜਦੋਂ ਮਹਿੰਗੀਆਂ ਚੀਜ਼ਾਂ ਬਹੁਤ ਸਸਤੀਆਂ ਮਿਲ ਰਹੀਆਂ ਹੋਣ, ਨਾ ਖਰੀਦੋ, ਪਛਤਾਵੇ ਤੋਂ ਬਚ ਜਾਵੋਗੇ।

ਕਿਸੇ ਨਾਲ ਪਿਆਰ ਹੋਣ ਦੀ ਸੂਰਤ ਵਿਚ ਸੰਭਾਵਨਾਵਾਂ ਦਾ ਹੜ੍ਹ ਆ ਜਾਂਦਾ ਹੈ।

ਜਦੋਂ ਲੋਕ ਧੋਖੇਬਾਜ਼ ਸਾਬਤ ਹੋਣ ਤਾਂ ਮਨੁੱਖ ਚੀਜ਼ਾਂ-ਵਸਤਾਂ ਵਿਚੋਂ ਤਸੱਲੀ ਲਭਣ ਦਾ ਯਤਨ ਕਰਦਾ ਹੈ।

ਹਿੰਦੂ ਧਰਮ ਵਿਚਾਰਾਂ ਦੇ ਪੱਖੋਂ ਬੜਾ ਉਦਾਰ ਹੈ ਪਰ ਵਿਹਾਰ ਦੇ ਪੱਖੋਂ ਬੜਾ ਸੰਕੀਰਣ ਹੈ; ਇਸਲਾਮ ਵਿਹਾਰ ਦੇ ਪੱਖੋਂ ਉਦਾਰ ਹੈ ਪਰ ਵਿਚਾਰਾਂ ਦੇ ਪੱਖੋਂ ਬੜਾ ਕਠੋਰ ਹੈ।

ਵੀਹਵੀਂ ਸਦੀ ਤਕ ਨੂੰਹ, ਸੱਸ ਤੋਂ ਡਰਦੀ ਰਹੀ ਹੈ, ਇਕੀਵੀਂ ਸਦੀ ਦੀ ਸੱਸ, ਨੂੰਹ ਤੋਂ ਡਰਨ ਲੱਗ ਪਈ ਹੈ।

ਤਰਕ ਬੀਤ ਚੁਕੀਆਂ ਘਟਨਾਵਾਂ 'ਤੇ ਹੀ ਲਾਗੂ ਹੁੰਦਾ ਹੈ, ਵਾਪਰਨ ਵਾਲੀਆਂ ਘਟਨਾਵਾਂ 'ਤੇ ਤਰਕ ਲਾਗੂ ਨਹੀਂ ਕੀਤਾ ਜਾ ਸਕਦਾ।

ਜਦੋਂ ਕਿਧਰੇ ਇਕ ਸੱਚ ਪ੍ਰਗਟ ਹੁੰਦਾ ਹੈ ਤਾਂ ਸੱਚ ਦਾ ਦਾਅਵਾ ਕਰਨ ਵਾਲੇ ਸੈਂਕੜੇ ਝੂਠ ਬੁਝ ਜਾਂਦੇ ਹਨ।

ਕੁੱਖ ਦੇ ਵੱਡੇ ਰੂਪ ਨੂੰ, ਘਰ ਕਹਿੰਦੇ ਹਨ, ਇਸੇ ਕਰਕੇ ਘਰ ਵਿਚੋਂ ਸੁੱਖ ਮਿਲਦਾ ਹੈ।

ਇਕ ਹੀ ਸੁਨਹਿਰੀ ਅਸੂਲ ਹੈ ਕਿ ਕੋਈ ਅਸੂਲ ਸੁਨਹਿਰੀ ਨਹੀਂ ਹੁੰਦਾ।

ਹਰ ਗੱਲ ਦੇ ਪਿੱਛੇ ਕੋਈ ਹੋਰ ਗੱਲ ਹੁੰਦੀ ਹੈ, ਉਹੀ ਅਸਲੀ ਗੱਲ ਹੁੰਦੀ ਹੈ।

ਸਲੀਕੇ ਨਾਲ ਬੋਲਣ ਅਤੇ ਸਤਿਕਾਰ ਨਾਲ ਸੁਣਨ ਵਾਲੇ ਗਰੀਬ ਹੋ ਹੀ ਨਹੀਂ ਸਕਦੇ।

ਪਿਆਰੇ ਨੂੰ, ਪਿਆਰ ਕਰਨ ਤੋਂ ਸਿਵਾਇ, ਕਿਸੇ ਹੋਰ ਢੰਗ ਨਾਲ ਜਾਣਿਆ ਹੀ ਨਹੀਂ ਜਾ ਸਕਦਾ।

ਸਰਕਾਰ ਵਿਚ ਤਾਕਤ ਅਹੁਦੇ ਦੀ ਹੁੰਦੀ ਹੈ, ਬੰਦੇ ਦੀ ਨਹੀਂ।

ਬੁੱਧ ਹਮੇਸ਼ਾ ਬੈਠਿਆ ਹੀ ਹੁੰਦਾ ਹੈ, ਖਲੋਤਾ ਹੋਇਆ ਨਹੀਂ, ਲੱਤਾਂ ਕਿਧਰੇ ਜਾਣ ਦਾ ਵਸੀਲਾ ਹੁੰਦੀਆਂ ਹਨ, ਬੁੱਧ ਪਹੁੰਚਿਆ ਹੋਇਆ ਹੈ, ਸੋ ਲੱਤਾਂ ਵਿਖਾਉਣ ਦੀ ਲੋੜ ਨਹੀਂ ਪੈਂਦੀ।

ਕੰਮ ਕਰਨ ਵੇਲੇ ਸੋਚਣ ਲਗ ਪੈਣਾ, ਕੰਮ ਨੂੰ ਮੁਲਤਵੀ ਕਰਨ ਦਾ ਇਕ ਢੰਗ ਹੁੰਦਾ ਹੈ।

ਪਿਆਰ ਪੈਂਦਿਆਂ ਹੀ, ਪ੍ਰੇਮੀ ਅਤੇ ਪ੍ਰੇਮਿਕਾ ਇਕ ਦੂਜੇ ਨੂੰ ਕੱਸਣ ਲਗ ਪੈਂਦੇ ਹਨ।

ਉਦਾਸੀ ਦੇ ਪ੍ਰਚੰਡ ਰੂਪ ਨੂੰ ਗੁੱਸਾ ਕਹਿੰਦੇ ਹਨ।

ਵੱਡੇ ਆਗੂ ਆਪਣੀ ਬਰਬਾਦੀ ਵਿਚ ਸਾਰੀ ਕੌਮ ਨੂੰ ਰਲਾ ਲੈਂਦੇ ਹਨ।

ਪਿਆਰ ਕਰਨ ਉਤੇ ਕੋਈ ਖਰਚ ਨਹੀਂ ਹੁੰਦਾ ਪਰ ਇਸ ਦੀਆਂ ਵਗਾਰਾਂ ਬੜੀਆਂ ਮਹਿੰਗੀਆਂ ਹੁੰਦੀਆਂ ਹਨ।

ਜੇ ਕੁਝ ਕਰਨ ਦੀ ਲਗਨ ਹੋਵੇ ਤਾਂ ਗਲਤ ਢੰਗ ਵੀ ਸਹੀ ਪਾਸੇ ਲੈ ਜਾਵੇਗਾ।

ਸਾਡੇ ਅੰਦਰ ਬੈਠਾ ਹੋਇਆ ਸਮਾਜ, ਸਾਡਾ ਮਨ ਅਖਵਾਉਂਦਾ ਹੈ।

ਹਰ ਅਸੂਲ ਜਾਂ ਨੇਮ ਇਕ ਸਹੂਲਤ ਹੁੰਦੀ ਹੈ, ਇਸ ਤੋਂ ਵੱਧ ਉਹ ਕੁਝ ਨਹੀਂ ਹੁੰਦੀ।

ਜਿਹੜਾ ਵੀ ਦਰਿਆ ਦੇ ਵਹਿਣ ਦੇ ਵਿਰੁਧ ਜਾਂਦਾ ਹੈ, ਉਸ ਨੂੰ ਸਾਰੇ ਦਰਿਆ ਦਾ ਵਿਰੋਧ ਸਹਿਣਾ ਪੈਂਦਾ ਹੈ।

ਵਿਸ਼ਵ ਭਰ ਦੀਆਂ ਫੌਜਾਂ ਵਿਚ ਸਿਪਾਹੀ ਪਿੰਡਾਂ ਵਿਚੋਂ ਅਤੇ ਅਫ਼ਸਰ ਸ਼ਹਿਰਾਂ ਵਿਚੋਂ ਭਰਤੀ ਹੁੰਦੇ ਹਨ।

ਪਹਿਲਾਂ ਕ੍ਰਿਕਟ ਦਾ ਮੈਚ ਨੌਂ ਦਿਨ ਦਾ ਹੁੰਦਾ ਸੀ, ਫਿਰ ਪੰਜ ਦਿਨ ਦਾ ਹੋਇਆ, ਫਿਰ ਇਕ ਦਿਨ ਦਾ ਹੋਇਆ, ਹੁਣ ਵੀਹ ਓਵਰਾਂ ਦਾ ਹੈ; ਉਹ ਦਿਨ ਦੂਰ ਨਹੀਂ, ਜਦੋਂ ਮੈਚ ਦੀ ਜਿੱਤ-ਹਾਰ ਦਾ ਫੈਸਲਾ ਟਾਸ ਨਾਲ ਹੀ ਹੋ ਜਾਇਆ ਕਰੇਗਾ।

ਸੰਸਾਰ ਨੂੰ ਮਾਇਆ ਕਹਿਣ ਨਾਲ, ਸੰਸਾਰ ਤੋਂ ਧਿਆਨ ਹਟ ਨਹੀਂ ਜਾਂਦਾ।

ਗ੍ਰਹਿਸਥੀਆਂ ਨੂੰ ਇਕ-ਦੂਜੇ ਨੂੰ ਸਹਿਯੋਗ ਦੇਣ ਦੇ ਅਵਸਰ ਮਿਲਦੇ ਰਹਿੰਦੇ ਹਨ।

ਤੁਸੀਂ ਜ਼ਿੰਦਗੀ ਦੇ ਮਹਿਮਾਨ ਹੋ ਜਾਂ ਮੇਜ਼ਬਾਨ ਹੋ, ਤੁਸੀਂ ਸਮੱਸਿਆ ਹੋ ਜਾਂ ਸਮੱਸਿਆ ਦਾ ਸਮਾਧਾਨ ਹੋ?

ਮਨੁੱਖ ਅਨੁਭਵ ਦੇ ਜਿਸ ਮੁਕਾਮ 'ਤੇ ਹੋਵੇ, ਉਸ ਤੋਂ ਅਗਲੇਰਾ ਮੁਕਾਮ ਉਸ ਨੂੰ ਸੈਨਤਾਂ ਕਰਦਾ ਅਤੇ ਅਸੀਸਾਂ ਦਿੰਦਾ ਰਹਿੰਦਾ ਹੈ।

ਜਦੋਂ ਤਕ ਮਨੁੱਖ ਕੁਝ ਕਰਦਾ ਨਹੀਂ, ਉਦੋਂ ਤਕ ਉਹ ਕੁਝ ਸਮਝਦਾ ਵੀ ਨਹੀਂ।

ਜੋ ਦਿਖਾਈ ਦਿੰਦਾ ਹੈ ਪਰ ਹੈ ਨਹੀਂ, ਉਸ ਨੂੰ ਮਾਇਆ ਕਹਿੰਦੇ ਹਨ; ਜੋ ਦਿਖਾਈ ਨਹੀਂ ਦਿੰਦਾ ਪਰ ਹੈ, ਉਸ ਨੂੰ ਪਰਮਾਤਮਾ ਕਹਿੰਦੇ ਹਨ।

ਕਈ ਪਤੀ, ਪ੍ਰਦੇਸ ਸੋਨਾ ਲੈਣ ਜਾਂਦੇ ਹਨ, ਜਦੋਂ ਮੁੜਦੇ ਹਨ ਤਾਂ ਪਤਨੀ ਦਾ ਸਿਰ ਚਾਂਦੀ ਬਣ ਚੁੱਕਾ ਹੁੰਦਾ ਹੈ।

ਜਿਹੜਾ ਸਿਰ, ਸਰਬੱਤ ਦੇ ਭਲੇ ਲਈ ਕੁਰਬਾਨ ਕੀਤਾ ਜਾਵੇ, ਉਹ ਸਿਰ ਨਹੀਂ ਰਹਿੰਦਾ, ਸੀਸ ਅਖਵਾਉਂਦਾ ਹੈ।

ਜਿਸ ਨੇ ਸੰਤਾਲ਼ੀ ਵਿਚ 'ਅੱਜ ਆਖਾਂ ਵਾਰਿਸ ਸ਼ਾਹ ਨੂੰ' ਗਾਇਆ ਸੀ, ਉਹ ਚੁਰਾਸੀ ਵਿਚ ਚੁੱਪ ਸੀ।

ਇਹ ਬ੍ਰਹਿਮੰਡ ਰਚਣ ਤੋਂ ਪਹਿਲਾਂ ਪਰਮਾਤਮਾ ਕੀ ਕਰ ਰਿਹਾ ਸੀ ?

ਜਦੋਂ ਮਨੁੱਖ ਗੁੱਸੇ ਨਹੀਂ ਹੋ ਸਕਦਾ, ਉਹ ਉਦਾਸ ਹੋ ਜਾਂਦਾ ਹੈ।

ਭਾਰਤੀ ਸਮਾਜ, ਕਾਨੂੰਨਾਂ ਦੀ ਥਾਂ ਰਸਮਾਂ-ਰਿਵਾਜਾਂ ਨੂੰ ਵਧੇਰੇ ਮੰਨਦਾ ਹੈ।

ਮਾਲਕ-ਮਕਾਨ, ਕਿਰਾਇਦਾਰਾਂ ਦੇ ਮੁਕਾਬਲੇ, ਆਪਣੇ ਆਪ ਨੂੰ, ਜੀਵਨ ਵਿਚ ਵਧੇਰੇ ਸਫਲ ਸਮਝਦੇ ਹਨ।

ਕਈ ਜ਼ਿੰਦਗੀ ਨੂੰ, ਫੋਟੋਆਂ ਦੀ ਐਲਬਮ ਵਾਂਗ, ਵੇਖਣਾ ਚਾਹੁੰਦੇ ਹਨ।

ਸੁੰਦਰਤਾ ਉਹ ਹੈ, ਜਿਹੜੀ ਪ੍ਰਸ਼ਨ ਪੁੱਛਣ ਤੋਂ ਪਹਿਲਾਂ ਹੀ, ਜਵਾਬ ਹਾਂ ਵਿਚ ਪ੍ਰਾਪਤ ਕਰ ਲਵੇ।

ਜੇ ਸਾਡੀ ਜੀਵਨੀ ਸਾਡੇ ਦੁਸ਼ਮਣਾਂ ਵਲੋਂ ਲਿਖੀ ਜਾਵੇ ਤਾਂ ਹੀ ਉਸ ਦਾ ਆਕਾਰ ਠੀਕ ਹੋਵੇਗਾ।

ਭਾਰਤੀ ਮੁਖ ਤੌਰ 'ਤੇ ਸਰੋਤੇ ਹਨ, ਪਾਠਕ ਨਹੀ; ਚਿੰਤਨ ਕਰਦੇ ਹਨ, ਕਾਰਜ ਨਹੀ; ਸੁਧਾਰਦੇ ਹਨ, ਸੁਧਰਦੇ ਨਹੀਂ; ਸਬਕ ਸਿਖਾਉਂਦੇ ਹੀ ਹਨ, ਸਿਖਦੇ ਨਹੀਂ।

ਆਲ੍ਹਣਿਆਂ ਨੂੰ ਜਿਊਂਦੇ ਪੰਛੀ ਹੀ ਛੱਡਦੇ ਹਨ।

ਜਦੋਂ ਕੇਵਲ ਸੱਚ ਬੋਲਣ ਲਈ ਨਿਕਲੋ ਤਾਂ ਕਪੜੇ ਉਹ ਪਾ ਕੇ ਜਾਣਾ, ਜਿਨ੍ਹਾਂ ਦੇ ਫੱਟ ਜਾਣ ਦਾ ਅਫਸੋਸ ਨਾ ਹੋਵੇ।

ਆਲੋਚਕ ਭਾਵੇਂ ਦੋ ਤੇ ਦੋ ਤਿੰਨ ਦੱਸਣ ਜਾਂ ਦੋ ਤੇ ਦੋ ਪੰਜ ਬਣਾਉਣ, ਦੋ ਤੇ ਦੋ ਚਾਰ ਹੀ ਰਹਿੰਦੇ ਹਨ।

ਕੁਦਰਤ ਸਾਨੂੰ ਬੱਚੇ ਇਸ ਲਈ ਦਿੰਦੀ ਹੈ ਤਾਂ ਕਿ ਸਾਡੀਆਂ ਮੌਜਾਂ ਅਤੇ ਖ਼ੁਸ਼ੀਆਂ ਬੇਮੁਹਾਰ ਨਾ ਹੋ ਜਾਣ।

ਧਰਤੀ ਬੜੀ ਮਿਹਰਬਾਨ ਹੈ, ਇਸ ਦੀ ਥੋੜ੍ਹੀ ਜਿਹੀ ਕੁਤ-ਕਤਾੜੀ ਕਰੋ, ਇਹ ਫਸਲ ਬਣ ਕੇ ਹੱਸਣ ਲਗ ਪੈਂਦੀ ਹੈ।

ਗੋਗੜ ਦਾ ਲਾਭ ਇਹ ਹੁੰਦਾ ਹੈ ਕਿ ਕਿਧਰੇ ਜਾਈਏ, ਸਾਡੇ ਪਹੁੰਚਣ ਤੋਂ ਪਹਿਲਾਂ ਇਹ ਪਹੁੰਚ ਜਾਂਦੀ ਹੈ।

ਕਿਸੇ ਸ਼ਰਾਬੀ ਨੂੰ ਸਮਝਾਉਣਾ ਔਖਾ ਅਤੇ ਕਿਸੇ ਰੋਂਦੇ ਹੋਏ ਨੂੰ ਸੰਭਾਲਣਾ ਮੁਸ਼ਕਿਲ ਹੁੰਦਾ ਹੈ ਪਰ ਕਿਸੇ ਵਿਆਹੇ ਨੂੰ ਕੰਵਾਰੇ ਹੋਣ ਦਾ ਨਾਟਕ ਕਰਦਿਆਂ ਬਰਦਾਸ਼ਤ ਕਰਨਾ ਅਸੰਭਵ ਹੁੰਦਾ ਹੈ।

ਵੇਖੇ ਜਾਣ ਅਤੇ ਪ੍ਰਸਿੱਧ ਹੋਣ ਲਈ ਮਨੁੱਖ ਸਾਰਾ ਟਿੱਲ ਲਾ ਦਿੰਦਾ ਹੈ ਪਰ ਪ੍ਰਸਿੱਧ ਹੋ ਕੇ ਕਾਲੇ ਸ਼ੀਸ਼ਿਆਂ ਵਾਲੀ ਕਾਰ ਵਿਚ ਜਾਂਦਾ ਹੈ ਤਾਂ ਕਿ ਕੋਈ ਪਛਾਣ ਨਾ ਲਵੇ।

ਅੰਗ੍ਰੇਜ਼ ਭਾਵੇਂ ਇਕੱਲਾ ਹੀ ਹੋਵੇ, ਉਹ ਲਾਈਨ ਬਣਾ ਕੇ ਖਲੋਂਦਾ ਹੈ।

ਅਜ ਕਲ ਕਿਸੇ ਘਟਨਾ-ਦੁਰਘਟਨਾ ਦੇ ਵਾਪਰਨ ਮਗਰੋਂ ਹੀ ਉਸ ਦੀ ਭਵਿਖਬਾਣੀ ਕੀਤੀ ਜਾ ਸਕਦੀ ਹੈ।

ਹੁਣ ਜੀਵਨ ਵਿਚ ਬੰਦਾ ਉਦੋਂ ਹੀ ਧਾਰਮਿਕ ਹੁੰਦਾ ਹੈ, ਜਦੋਂ ਉਸ ਨੂੰ ਵਿਸ਼ਵਾਸ ਹੋ ਜਾਂਦਾ ਹੈ ਕਿ ਉਹ ਰੱਬ ਨਹੀਂ ਹੈ।

ਕਈ ਇਵੇਂ ਹੱਸਦੇ ਹਨ, ਜਿਵੇਂ ਗੱਡੀ ਸੁਰੰਗ ਵਿਚ ਵੜ ਰਹੀ ਹੋਵੇ।

ਰੱਬ ਮੈਨੂੰ ਮੁਆਫ਼ ਹੀ ਕਰੇਗਾ, ਕਿਉਂਕਿ ਮੈਨੂੰ ਰੱਬ ਦੇ ਸੁਭਾਓ ਦਾ ਪਤਾ ਹੈ।

ਕੇਵਲ ਮਨੁੱਖ ਨੂੰ ਹੀ ਸ਼ਰਮ ਆਉਂਦੀ ਹੈ ਅਤੇ ਆਉਣੀ ਚਾਹੀਦੀ ਵੀ ਹੈ।

ਲੋੜ ਵਿਚੋਂ ਸਟੂਲ ਉਪਜਿਆ, ਸਹੂਲਤ ਨੇ ਕੁਰਸੀ ਬਣਾ ਦਿਤੀ, ਸਜਾਵਟ ਨੇ ਸੋਫੇ ਦਾ ਰੂਪ ਦੇ ਦਿਤਾ।

ਬੇਵਸੀ ਉਹ ਹਾਲਤ ਹੁੰਦੀ ਹੈ, ਜਦੋਂ ਮਨੁੱਖ ਸੌਣਾ ਚਾਹੇ ਪਰ ਨੀਂਦਰ ਨਾ ਆਵੇ।

ਤਾੜੀ ਮਾਰਨਾ, ਬਿਨਾਂ ਬੋਲੇ ਪ੍ਰਸ਼ੰਸਾ ਕਰਨ ਦੀ ਭਾਸ਼ਾ ਹੁੰਦੀ ਹੈ।

ਕੇਵਲ ਮਨੁੱਖ ਹੱਸਦਾ ਹੈ ਅਤੇ ਕੇਵਲ ਮਨੁੱਖ 'ਤੇ ਹੱਸਿਆ ਜਾਂਦਾ ਹੈ।

ਕੁਝ ਜੰਮਦੇ ਹੀ ਮੂਰਖ ਹਨ, ਕਈ ਮੂਰਖਤਾ ਨੂੰ ਕਮਾਉਂਦੇ ਹਨ, ਅਨੇਕਾਂ ਨੂੰ ਮੂਰਖਤਾ ਵਿਰਸੇ ਵਿਚ ਮਿਲਦੀ ਹੈ, ਪਰ ਕੁਝ ਨੂੰ ਇਹ ਤਿੰਨੇ ਸਹੂਲਤਾਂ ਪ੍ਰਾਪਤ ਹੁੰਦੀਆਂ ਹਨ।

ਜਿਥੇ ਆਵਾਜਾਈ ਤੇਜ਼, ਲੈਣ-ਦੇਣ ਸਿੱਧਾ ਅਤੇ ਸੌਖਾ ਹੋਵੇ, ਉਥੇ ਅਮੀਰੀ ਅਤੇ ਖੁਸ਼ਹਾਲੀ ਹੁੰਦੀ ਹੈ, ਉਥੇ ਹਰ ਕੋਈ ਖੁਸ਼ਹਾਲ ਹੁੰਦਾ ਹੈ।

ਹਰ ਕੋਈ ਸੋਚਦਾ ਹੈ ਕਿ ਜੇ ਜ਼ਿੰਦਗੀ ਦੁਬਾਰਾ ਜਿਊਣੀ ਪਈ ਤਾਂ ਮੈਂ ਸਾਰੀਆਂ ਗ਼ਲਤੀਆਂ ਜਲਦੀ-ਜਲਦੀ ਕਰਕੇ, ਲੰਮਾ ਅਰਸਾ ਪ੍ਰਸੰਨ ਜੀਵਨ ਮਾਣਾਂਗਾ।

ਕਈਆਂ ਨੂੰ ਵੇਖ ਕੇ, ਇਹ ਸੋਚ ਕੇ ਦੁੱਖ ਹੁੰਦਾ ਹੈ ਕਿ ਉਨ੍ਹਾਂ ਦੇ ਮਾਪਿਆਂ ਦੇ ਸਮੇਂ ਵਿਚ ਸੰਤਾਨ-ਸੰਜਮ ਦੀਆਂ ਸਹੂਲਤਾਂ ਕਿਉਂ ਨਹੀਂ ਸਨ?

ਜਿਥੇ ਵਪਾਰ ਹੁੰਦਾ ਹੈ, ਉਥੇ ਖੁਸ਼ਹਾਲੀ ਹੁੰਦੀ ਹੈ, ਜਿਥੇ ਖੁਸ਼ਹਾਲੀ ਹੁੰਦੀ ਹੈ, ਉਥੇ ਰੋਜ਼ਗਾਰ ਹੁੰਦਾ ਹੈ, ਜਿਥੇ ਰੋਜ਼ਗਾਰ ਹੁੰਦਾ ਹੈ, ਉਥੇ ਵਿਕਾਸ ਵਾਪਰਦਾ ਹੈ।

ਸੰਖੇਪ ਲਿਖਣ ਲਈ ਵਧੇਰੇ ਸਮਾਂ ਲਗਦਾ ਹੈ, ਇਸੇ ਕਰਕੇ ਸੰਖੇਪ ਲਿਖਣ ਲਈ ਸਮਾਂ ਨਾ ਹੋਣ ਕਰਕੇ, ਖ਼ਤ ਅਕਸਰ ਲੰਮੇ ਹੋ ਜਾਂਦੇ ਹਨ।

ਜਿਥੇ ਵਪਾਰ ਵਿਚ ਬੇਈਮਾਨੀ ਹੋਵੇਗੀ, ਉਥੇ ਲਾਭ ਕਿਸੇ ਨੂੰ ਨਹੀਂ ਪਰ ਨੁਕਸਾਨ ਸਾਰਿਆਂ ਨੂੰ ਹੋਵੇਗਾ।

ਕੁਆਰਾ ਵਿਅਕਤੀ ਹਰ ਰੋਜ਼ ਆਪਣੇ ਘਰ ਨਵੇਂ ਰਸਤੇ ਤੋਂ ਮੁੜਦਾ ਹੈ।

ਵਿਆਹ ਇੱਕ ਸ਼ਬਦ ਨਹੀਂ, ਪੂਰੀ ਕਿਤਾਬ ਹੈ।

ਨੌਕਰ ਨੂੰ ਘਰ ਦੇ ਜੀਅ ਵਾਂਗ ਰੱਖੋ, ਕਦੇ ਨਹੀਂ ਰਹੇਗਾ।

ਬਹੁਤ ਘੱਟ ਲੋਕ ਸਾਡੇ ਨਾਲ ਹੱਸਦੇ ਹਨ, ਬਹੁਤੇ ਸਾਡੇ ਉਤੇ ਹੱਸਦੇ ਹਨ।

ਕੋਈ ਇਸਤਰੀ ਭਾਵੇਂ ਕਿਤਨੇ ਵੀ ਚੰਗੇ ਤਰੀਕੇ ਨਾਲ ਵਿਆਹੀ ਹੋਵੇ, ਉਹ ਇਹ ਸੁਣ ਕੇ ਬੜੀ ਪ੍ਰਸੰਨ ਹੁੰਦੀ ਹੈ ਕਿ ਉਹ ਵਿਆਹੀ ਹੋਈ ਨਹੀਂ ਲਗਦੀ।

ਪੈਸੇ ਨਾ ਹੋਣ ਤਾਂ ਸਮੱਸਿਆ ਭੋਜਨ ਦੀ ਹੁੰਦੀ ਹੈ; ਜਦੋਂ ਪੈਸੇ ਅਤੇ ਭੋਜਨ ਹੋਣ ਤਾਂ ਸਮੱਸਿਆ ਕਾਮ ਦੀ ਬਣ ਜਾਂਦੀ ਹੈ; ਜੇ ਭੋਜਨ, ਪੈਸੇ ਅਤੇ ਕਾਮ ਵੀ ਹੋਣ ਤਾਂ ਸਮੱਸਿਆ ਸਿਹਤ ਦੀ ਬਣ ਜਾਂਦੀ ਹੈ।

ਸਭਿਅਤਾ ਨਿਰੰਤਰ ਵਿਕਾਸ ਕਰ ਰਹੀ ਹੈ, ਕਿਉਂਕਿ ਹੁਣ ਹਰ ਯੁੱਧ ਵਿਚ ਨਵੇਂ ਹਥਿਆਰਾਂ ਨਾਲ ਤਬਾਹੀ ਮਚਾਈ ਜਾਂਦੀ ਹੈ।

ਤਲਾਕ ਉਨ੍ਹੀਵੀਂ ਸਦੀ ਵਿਚ ਪਾਗਲਪਣ ਸੀ, ਵੀਹਵੀਂ ਸਦੀ ਵਿਚ ਇਲਾਜ ਬਣ ਗਿਆ, ਇਕੀਵੀਂ ਸਦੀ ਵਿਚ ਮਨੋਰੰਜਨ ਹੋਵੇਗਾ।

ਜਿਸ ਨੂੰ ਨੀਂਦਰ ਨਹੀਂ ਆਉਂਦੀ, ਉਸ ਨੂੰ ਵਧੇਰੇ ਆਰਾਮ ਕਰਨ ਦੀ ਲੋੜ ਪੈਂਦੀ ਹੈ।

ਅਜ ਕਲ ਜਿਹੜੀ ਗੱਲ ਕਹਿਣ ਦੇ ਯੋਗ ਨਹੀਂ ਲਗਦੀ, ਫਿਲਮਾਂ ਵਾਲੇ ਉਸ ਦਾ ਗਾਣਾ ਬਣਾ ਲੈਂਦੇ ਹਨ।

ਕਈਆਂ ਨੂੰ ਵੇਖ ਕੇ ਵਿਸ਼ਵਾਸ ਹੋ ਜਾਂਦਾ ਹੈ ਕਿ ਰੱਬ ਵੀ ਗਲਤੀਆਂ ਕਰਦਾ ਹੈ।

ਯਾਤਰਾ ਨਾਲ ਬੌਧਿਕ ਵਿਕਾਸ ਹੁੰਦਾ ਹੈ ਪਰ ਸ਼ਰਤ ਇਹ ਹੈ ਕਿ ਬੁੱਧੀ ਹੋਵੇ।

ਅਜੋਕੇ ਮਨੁੱਖ ਕੋਲ ਹੁਣ ਧਰਤੀ ਤੋਂ ਗਰੀਬੀ ਖਤਮ ਕਰਨ ਦੇ ਹੀ ਸਾਧਨ ਨਹੀਂ, ਧਰਤੀ ਤੋਂ ਗਰੀਬ ਖਤਮ ਕਰਨ ਦੇ ਵੀ ਸਾਧਨ ਹਨ।

ਕੁਕਰਮੀ ਨੂੰ ਰੱਬ ਨਾਲ ਕਈ ਗਿਲੇ-ਸ਼ਿਕਵੇ ਹੁੰਦੇ ਹਨ ਪਰ ਆਪਣੇ ਆਪ ਨਾਲ ਉਹ ਸੰਤੁਸ਼ਟ ਹੁੰਦਾ ਹੈ।

ਪਿਆਰ ਹਮੇਸ਼ਾ ਇਕ-ਤਰਫ਼ਾ ਹੁੰਦਾ ਹੈ, ਦੋ-ਤਰਫ਼ਾ ਵਿਆਹ ਹੁੰਦਾ ਹੈ।

ਕਈ ਪੁੱਤਰ ਵੀ ਆਪਣੇ ਪਿਤਾ ਦੇ ਅਪਨਾਏ ਮਾਰਗ ’ਤੇ ਚਲ ਕੇ, ਵਿਆਹ ਨਹੀਂ ਕਰਵਾਉਂਦੇ।

ਕਾਮੇ ਤਿੰਨ ਕਿਸਮ ਦੇ ਹੁੰਦੇ ਹਨ; ਕੰਮ ਕਰਨ ਵਾਲੇ, ਦੂਜਿਆਂ ਨੂੰ ਕੰਮ ਕਰਦਿਆਂ ਵੇਖਣ ਵਾਲੇ ਅਤੇ ਕੀਤੇ ਗਏ ਕੰਮ ਵਿਚ ਨੁਕਸ ਕਢਣ ਵਾਲੇ ?

ਜਿਸ ਨੇ ਤੁਹਾਡਾ ਪਤੀ ਬਣਨਾ ਹੈ, ਉਸ ਬਾਰੇ ਫੈਸਲਾ, ਉਸ ਦਾ ਆਪਣੀ ਮਾਂ ਨਾਲ ਵਿਹਾਰ ਵੇਖ ਕੇ ਕਰਨਾ ਚਾਹੀਦਾ ਹੈ।

ਬੁੱਤ ਉਨ੍ਹਾਂ ਦੇ ਹੀ ਲਗਦੇ ਹਨ, ਜਿਹੜੇ ਬੁੱਤ ਲਗਣ ਤੋਂ ਬਿਨਾਂ ਵੀ ਪ੍ਰਸਿੱਧ ਹੁੰਦੇ ਹਨ।

ਊਤੇ ਹੋਏ ਆਵੇ ਵਿਚਲੀ ਹਰੇਕ ਇੱਟ, ਦੂਜੀ ਉਤੇ ਕੱਚੀ-ਪਿਲੀ ਹੋਣ ਦੀ ਤੋਹਮਤ ਲਾ ਕੇ, ਆਪਣੀ ਕਚਿਆਈ ਲੁਕੋਂਦੀ ਹੈ।

ਜਦੋਂ ਪਤਨੀ, ਪਤੀ ਨੂੰ ਦਸਦੀ ਹੈ ਕਿ ਸਾਡੇ ਵਿਆਹ ਨੂੰ ਚੌਵ੍ਹੀ ਘੰਟੇ ਹੋ ਗਏ ਹਨ ਤਾਂ ਪਤੀ ਕਹਿੰਦਾ ਹੈ, ਇੰਜ ਲਗਦਾ ਹੈ ਜਿਵੇਂ ਕੱਲ ਦੀ ਹੀ ਗੱਲ ਹੋਵੇ!

ਆਪਣੇ ਸਭਿਆਚਾਰ ਦੀ ਸੋਝੀ ਉਦੋਂ ਹੁੰਦੀ ਹੈ, ਜਦੋਂ ਸਾਨੂੰ ਮਜਬੂਰੀ ਵੱਸ, ਕਿਸੇ ਹੋਰ ਸਭਿਆਚਾਰ ਵਿਚ ਰਹਿਣਾ ਪੈਂਦਾ ਹੈ।

ਹਰ ਮਨੁੱਖ ਆਪਣੀ ਮਿਹਨਤ ਦੀ ਧੁੱਪ ਸੇਕਦਾ ਹੈ ਅਤੇ ਆਪਣੇ ਚਰਿਤਰ ਦਾ ਨਿੱਘ ਮਾਣਦਾ ਹੈ।

ਜਦੋਂ ਜ਼ਿੰਦਗੀ ਖਤਰੇ ਵਿਚ ਹੋਵੇ ਤਾਂ ਆਪਣੀ ਹੋਂਦ ਲਈ ਲੜਿਆ ਜਾਂਦਾ ਹੈ, ਖਤਰਾ ਮੁੱਕਦਿਆਂ ਹੀ ਮਨੁੱਖ ਆਪਣੀ ਅਣਖ ਲਈ ਲੜਨ ਲਗ ਪੈਂਦਾ ਹੈ।

ਸਫ਼ਾਈ, ਸੈਰ ਅਤੇ ਸੇਵਾ ਦਾ, ਨਾ ਕੋਈ ਆਦਿ ਹੁੰਦਾ ਹੈ ਨਾ ਹੀ ਅੰਤ।

ਜੇ ਵਿਰਸੇ ਵਿਚ ਜਾਇਦਾਦ ਮਿਲਦੀ ਹੈ ਤਾਂ ਵਿਰਸੇ ਨਾਲ ਜੁੜੇ ਦੁਸ਼ਮਣ ਅਤੇ ਝਗੜੇ ਵੀ ਮਿਲਣਗੇ।

ਹਰ ਬੰਦੇ ਦਾ ਸੈਰ ਨਾ ਕਰਨ ਦਾ ਬਹਾਨਾ ਵੱਖਰਾ ਹੁੰਦਾ ਹੈ।

ਸਦੀਆਂ ਤਕ ਵਿਗਿਆਨੀ ਪਾਰਸ ਲੱਭਦੇ ਰਹੇ, ਪਾਰਸ ਤਾਂ ਨਾ ਲੱਭਿਆ, ਹੋਰ ਬੜਾ ਕੁਝ, ਪਾਰਸ ਨਾਲੋਂ ਵੀ ਮੁਲਵਾਨ ਲੱਭ ਪਿਆ, ਲੱਭਦੇ ਰਹੋ ਤਾਂ ਬੜਾ ਕੁਝ ਲੱਭ ਪੈਂਦਾ ਹੈ।

ਮੱਧਕਾਲ ਵਿਚ ਲੋਕ ਸੋਹਣੇ ਹੋਣ ਨਾਲੋਂ ਸੁਰੱਖਿਅਤ ਹੋਣ ਵਲ ਵਧੇਰੇ ਧਿਆਨ ਦਿੰਦੇ ਸਨ।

ਸਿਹਤ ਮਨੁੱਖ ਦੇ ਸਾਰੇ ਨਿਰਣਿਆਂ ਦਾ ਆਧਾਰ ਹੁੰਦੀ ਹੈ, ਇਸੇ ਕਰਕੇ ਮਿਲਣ ਸਮੇਂ ਸਭ ਤੋਂ ਪਹਿਲਾਂ ਪੁਛਿਆ ਜਾਂਦਾ ਹੈ: ਕੀ ਹਾਲ-ਚਾਲ ਹੈ?

ਲੜਨ ਵਾਸਤੇ ਪਹਿਲਾਂ ਤੱਥ ਇਕੱਤਰ ਕੀਤੇ ਜਾਂਦੇ ਹਨ, ਫਿਰ ਉਨ੍ਹਾਂ ਦਾ ਵਿਸ਼ਲੇਸ਼ਣ ਕੀਤਾ ਜਾਂਦਾ ਹੈ, ਬਦਲਾ ਲੈਣ ਵਾਲੇ ਉਲਟ ਕਰਦੇ ਹਨ।

ਹਰ ਹੀਰਾ, ਆਪਣੇ ਇਤਿਹਾਸ ਕਰਕੇ ਜਾਣਿਆ ਜਾਂਦਾ ਹੈ; ਕੋਹਿਨੂਰ ਜਿਸ ਕੋਲ ਵੀ ਗਿਆ, ਉਸ ਦਾ ਜੱਸ ਘਟਾਉਂਦਾ ਗਿਆ, ਇਹ ਕੋਹਿਨੂਰ ਦਾ ਇਤਿਹਾਸ ਹੈ।

ਵਪਾਰ ਪਿਛੇ, ਦੇਸ਼ ਦਾ ਝੰਡਾ ਅਤੇ ਝੰਡੇ ਪਿਛੇ ਵਪਾਰ ਹੁੰਦਾ ਹੈ, ਇਹ ਦੋਵੇਂ ਅੱਗੇ-ਪਿੱਛੇ ਰਹਿੰਦੇ ਹਨ।

ਆਪਣੇ ਦਿਲ ਦਾ ਦਰਦ ਕੇਵਲ ਇਸਤਰੀ ਨੂੰ ਬਿਆਨ ਕਰਨਾ ਆਉਂਦਾ ਹੈ, ਪੁਰਸ਼ ਅਜਿਹਾ ਕਰਦਿਆਂ ਬੜਾ ਹਾਸੋਹੀਣਾ ਲਗਦਾ ਹੈ।

ਪੂਰਨ-ਭਾਂਤ ਸੰਤੋਖੀ ਮਨੁੱਖ ਨੂੰ, ਅਰਦਾਸ ਕਰਨ ਦੀ ਲੋੜ ਨਹੀਂ ਪੈਂਦੀ।

ਜਿਨ੍ਹਾਂ ਨਾਲ ਅਸੀਂ ਪਿਆਰ ਕਰਦੇ ਹਾਂ, ਉਨ੍ਹਾਂ ਨਾਲ ਅਸੀਂ ਰਾਜਨੀਤੀ ਵਿਚ ਹੋਣ ਦੇ ਬਾਵਜੂਦ, ਰਾਜਨੀਤੀ ਦੀਆਂ ਗੱਲਾਂ ਨਹੀਂ ਕਰਦੇ।

ਨਿੱਤ-ਬਦਲਦੇ ਸੰਸਾਰ ਵਿਚ ਮਨੁੱਖੀ ਸਮੱਸਿਆਵਾਂ ਦੇ ਸਦੀਵੀ ਹੱਲ ਸੰਭਵ ਨਹੀਂ ਹਨ।

ਦਿਸ਼ਾਹੀਣਤਾ ਵਿਚ ਉਤਸ਼ਾਹ ਬੁਝ ਜਾਂਦਾ ਹੈ, ਇਸੇ ਕਰਕੇ ਸੈਰ ਕਰਨ ਵਾਲੇ ਵੀ ਕੋਈ ਦਿਸ਼ਾ ਮਿੱਥ ਲੈਂਦੇ ਹਨ।

ਹੁਣ ਕਿਸੇ ਨੂੰ ਵੀ ਮਨੁੱਖ ਦੇ ਵਿਚਾਰਾਂ ਤੋਂ ਖਤਰਾ ਨਹੀਂ ਰਿਹਾ ਪਰ ਉਸ ਦੇ ਵਿਹਾਰ ਤੋਂ ਖਤਰਾ ਵੱਧ ਗਿਆ ਹੈ।

ਸੌਣ ਵਾਲੇ ਨਹੀਂ ਜਾਣਦੇ ਕਿ ਚੌਕੀਦਾਰ ਦੀ ਰਾਤ ਕਿਵੇਂ ਗੁਜ਼ਰਦੀ ਹੈ।

ਜਿਸ ਘਰੋਂ ਮਹਿਮਾਨ ਦੁਖੀ ਹੋ ਕੇ ਪਰਤਣ, ਉਹ ਘਰ ਜਲਦੀ ਉਜਾੜ ਬਣ ਜਾਂਦਾ ਹੈ।

ਸਾਡੀ ਇਜ਼ਤ, ਕਿਸੇ ਦੀ ਬਦਨਾਮੀ ਦਾ ਕਾਰਨ ਨਹੀਂ ਬਣਨੀ ਚਾਹੀਦੀ।

ਕਈ ਬੀਮਾਰੀ ਵਿਚ ਇਵੇਂ ਫਸੇ ਹੁੰਦੇ ਹਨ, ਜਿਵੇਂ ਸੂਈ ਵਿਚ ਧਾਗਾ।

ਸੋਚਣਾ ਮੁਸ਼ਕਿਲ ਹੁੰਦਾ ਹੈ ਪਰ ਇਸ ਦੇ ਲਾਭ ਸਾਰੀਆਂ ਮੁਸ਼ਕਿਲਾਂ ਭੁਲਾ ਦਿੰਦੇ ਹਨ।

ਵਿਗਿਆਨ ਦਾ ਉਦੇਸ਼ ਨਵੇਂ ਤੱਥ ਲੱਭਣਾ ਹੁੰਦਾ ਹੈ, ਕਲਾ ਦਾ ਆਸ਼ਾ ਸੁੰਦਰਤਾ ਨੂੰ ਪ੍ਰਗਟਾਉਣ ਦੇ ਨਵੇਂ ਢੰਗ ਖੋਜਣਾ ਹੁੰਦਾ ਹੈ।

ਤਬਦੀਲੀ ਨਾਲ ਵਿਕਾਸ ਵਾਪਰਦਾ ਹੈ, ਵਿਕਾਸ ਨਾਲ ਤਬਦੀਲੀ ਸਹਿਜ ਹੋ ਜਾਂਦੀ ਹੈ।

ਮਹਾਨ ਗਿਆਨ ਉਹ ਹੁੰਦਾ ਹੈ, ਜਿਸ ਦੀ ਸੰਕਟ ਵੇਲੇ ਵਰਤੋਂ ਕੀਤੀ ਜਾਵੇ ਅਤੇ ਸੰਕਟ ਟਲ ਜਾਵੇ।

ਵਿਗਿਆਨ ਦੇ ਮਹਾਨ ਯੁਗ, ਕਲਾ ਦੇ ਵੀ ਮਹਾਨ ਯੁਗ ਹੋਏ ਹਨ।

ਮੂਰਖਾਂ ਦੇ ਬੂਟ, ਉਨ੍ਹਾਂ ਦੇ ਦਿਮਾਗ ਨਾਲੋਂ ਵੱਧ ਲਿਸ਼ਕਦੇ ਹਨ।

ਵਿਗਿਆਨੀ ਗਿਆਨ ਸਿਰਜਦਾ ਹੈ, ਕਲਾਕਾਰ ਸੁਹਜ ਉਪਜਾਉਂਦਾ ਹੈ।

ਜ਼ਿੰਦਗੀ ਦਾ ਦੁਖਾਂਤ ਇਹ ਹੈ ਕਿ ਜਦੋਂ ਕੋਈ ਤਾਸ਼ ਖੇਡਣ ਦਾ ਮਾਹਿਰ ਹੋ ਜਾਂਦਾ ਹੈ ਤਾਂ ਸਾਰੇ ਜਾਣੂ ਸ਼ਤਰੰਜ ਖੇਡਣ ਲਗ ਪੈਂਦੇ ਹਨ।

ਸਾਰੀਆਂ ਆਜ਼ਾਦੀਆਂ ਸੋਚਣ ਅਤੇ ਪ੍ਰਗਟਾਵੇ ਦੀ ਆਜ਼ਾਦੀ ਨਾਲ ਆਰੰਭ ਹੁੰਦੀਆਂ ਹਨ।

ਪਲਾਂ ਨੂੰ ਮਾਣਨ ਵਾਸਤੇ, ਆਪਣੀ ਸੋਚ ਨੂੰ ਮਿੰਟਾਂ-ਸਕਿੰਟਾਂ ਵਿਚ ਢਾਲਣਾ ਪਵੇਗਾ।

ਆਪਣੀ ਰੱਖਿਆ ਲਈ, ਭੈਣਾਂ ਨੂੰ ਸ਼ੇਰ ਨਹੀਂ, ਭਰਾ ਚਾਹੀਦੇ ਹੁੰਦੇ ਹਨ।

ਪ੍ਰਸਿੱਧੀ ਉਹ ਹਾਲਤ ਹੁੰਦੀ ਹੈ, ਜਦੋਂ ਭਾਵੇਂ ਤੁਸੀਂ ਗੈਰ-ਹਾਜ਼ਰ ਹੋਵੋ ਪਰ ਗੱਲ ਤੁਹਾਡੇ ਪੱਖ ਵਿਚ ਹੋ ਰਹੀ ਹੋਵੇ।

ਦਿਨ ਘੱਟ ਹੋਣ ਕਰਕੇ, ਹਰ ਕਰਮਚਾਰੀ ਫਰਵਰੀ ਦਾ ਮਹੀਨਾ ਪਸੰਦ ਕਰਦਾ ਹੈ।

ਕਈ ਇਤਨੇ ਚੀੜ੍ਹੇ ਹੁੰਦੇ ਹਨ ਕਿ ਉਨ੍ਹਾਂ ਨੂੰ ਵੇਖ ਕੇ ਐਨਾਸੀਨ ਦਾ ਵੀ ਸਿਰ ਦੁੱਖਣ ਲਗ ਪੈਂਦਾ ਹੈ।

ਭਾਰਤ ਵਿਚ, ਨਿੱਕੀਆਂ ਗੱਲਾਂ ਨੂੰ ਵੱਡੇ ਸੰਕਟ ਬਣਾਉਣ ਦੀ ਵਿਕਾਸ-ਦਰ ਵੱਧ ਰਹੀ ਹੈ।

ਇਸਤਰੀ ਜਿਸ ਨੂੰ ਪਿਆਰ ਕਰਦੀ ਹੈ, ਉਸ ਤੇ ਤਰਸ ਵੀ ਖਾਂਦੀ ਹੈ ਅਤੇ ਅਕਸਰ ਤਰਸ ਦੀ ਭਾਵਨਾ ਹੀ ਪਿਆਰ ਪ੍ਰਤੀਤ ਹੁੰਦੀ ਹੈ।

ਦੂਜਿਆਂ ਉਤੇ ਨਿਰਭਰ ਰਹਿ ਕੇ, ਪ੍ਰਸੰਨ ਨਹੀਂ ਹੋਇਆ ਜਾ ਸਕਦਾ।

ਆਪਣੀ ਔਕਾਤ ਨਾਲੋਂ ਮਹਿੰਗੀ ਖਰੀਦੀ ਚੀਜ਼, ਸਾਂਭੀ ਜਾਂਦੀ ਹੈ, ਵਰਤੀ ਨਹੀਂ ਜਾਂਦੀ।

ਤਲਾਕ ਸੌਖਾ ਹੋ ਗਿਆ ਹੈ ਪਰ ਤਲਾਕ ਤੋਂ ਮਗਰੋਂ ਦਾ ਜੀਵਨ ਸੌਖਾ ਨਹੀਂ ਹੋਇਆ।

ਇਸਤਰੀ ਕਿਧਰੇ ਵੀ ਇਕੱਲਿਆਂ ਨਹੀਂ ਹੋਣਾ ਚਾਹੁੰਦੀ, ਇਸੇ ਕਰਕੇ ਉਹ ਆਜ਼ਾਦ ਵੀ ਨਹੀਂ ਹੋ ਸਕਦੀ।

ਸਰਹੱਦੀ ਇਲਾਕਿਆਂ ਦੇ ਲੋਕ ਲੜਾਕੇ ਹੁੰਦੇ ਹਨ, ਉਨ੍ਹਾਂ ਦੇ ਲੜਾਕੇ ਹੋਣ ਕਰਕੇ ਹੀ ਸਰਹੱਦਾਂ ਬਣਦੀਆਂ ਹਨ।

ਜਦੋਂ ਪ੍ਰੇਮਿਕਾ ਬਹੁਤ ਅਰਸੇ ਮਗਰੋਂ ਮਿਲੇ ਤਾਂ ਪ੍ਰੇਮੀ ਨੂੰ ਸਮਝ ਹੀ ਨਹੀਂ ਆਉਂਦੀ ਕਿ ਉਹ ਉਸ ਨੂੰ ਕਿਵੇਂ ਮਿਲੇ।

ਕਈਆਂ ਦੇ ਦਿਲ ਦੀਆਂ ਜੇਬਾਂ ਖਾਲੀ ਹੀ ਨਹੀਂ, ਪਾਟੀਆਂ ਵੀ ਹੁੰਦੀਆਂ ਹਨ।

ਪਿੱਤਲ ਦੀ ਮੁੰਦਰੀ, ਨਾ ਪਿਆਰ-ਨਿਸ਼ਾਨੀ ਬਣਦੀ ਹੈ ਅਤੇ ਨਾ ਹੀ ਔਖੇ ਵੇਲਿਆਂ ਵਿਚ ਰਕਮ ਬਣਦੀ ਹੈ।

ਫੁਲਕਾਰੀ, ਦੁਲਹਨ ਦਾ ਰੂਪ ਉਭਾਰਨ ਵਾਸਤੇ ਪਹਿਨਾਈ ਜਾਂਦੀ ਹੈ; ਫੁਲਕਾਰੀ ਵਿਚ, ਹਰ ਇਸਤਰੀ ਬੜੀ ਬੀਬੀ ਅਤੇ ਸੋਹਣੀ ਲਗਦੀ ਹੈ।

ਕੇਵਲ ਅਕਬਰ ਨੂੰ ਭਾਰਤ ਦੀ ਆਤਮਾ ਦੀ ਸਮਝ ਸੀ, ਇਸੇ ਕਰਕੇ ਮੁਗ਼ਲ ਬਾਦਸ਼ਾਹਾਂ ਵਿਚੋਂ ਭਾਰਤੀ, ਕੇਵਲ ਉਸ ਦਾ ਸਤਿਕਾਰ ਕਰਦੇ ਹਨ।

ਕੁਰਾਹੇ ਪਏ ਨੂੰ ਸ਼ਾਬਾਸ਼ ਦੇਣੀ, ਚੰਗਿਆਂ ਨਾਲ ਅਤਿਆਚਾਰ ਹੁੰਦੀ ਹੈ।

ਮਹਿਬੂਬ ਦੀ ਹਾਜ਼ਰੀ ਵਿਚ ਆਪਣੀਆਂ ਗੱਲਾਂ ਕਰਨੀਆਂ, ਹੁਸਨ ਦੀ ਤੌਹੀਨ ਹੁੰਦੀ ਹੈ।

ਸਮੁੰਦਰ ਨੂੰ ਅੱਗ ਦਾ ਕੀ ਡਰ, ਸੰਤ ਨੂੰ ਚੋਰੀ ਦਾ ਕੀ ਸੰਸਾ!

ਘੱਟ ਬੋਲਣ ਨਾਲ ਮਾਣ ਸਤਿਕਾਰ ਵੱਧਦਾ ਹੈ।

ਜੇ ਕਿਸੇ ਸਮਾਗਮ ਵਿਚ ਚੁੱਪ ਰਹੋ ਤਾਂ ਸਾਰੇ ਸਮਝਣਗੇ ਕਿ ਤੁਸੀਂ ਸੋਚ ਰਹੇ ਹੋ।

ਨਿੰਦਕ ਬੜੇ ਪ੍ਰੇਸ਼ਾਨ ਹੁੰਦੇ ਹਨ, ਪ੍ਰੇਸ਼ਾਨ ਰਹਿੰਦੇ ਹਨ ਅਤੇ ਪ੍ਰੇਸ਼ਾਨ ਕਰਦੇ ਹਨ।

ਚੁਗ਼ਲਖੋਰ ਮਰੇ ਹੋਏ ਝਗੜੇ ਨੂੰ ਜਗਾਉਂਦਾ ਰਹਿੰਦਾ ਹੈ।

ਜਿਸ ਦਾ ਪਤੀ ਭੈੜਾ ਹੋਵੇ, ਉਹ ਇਸਤਰੀ ਨਰਕ ਤੋਂ ਨਹੀਂ ਡਰਦੀ।

ਪ੍ਰੇਸ਼ਾਨ ਹੋਇਆ ਮਨੁੱਖ ਬਹੁਤ ਬੋਲਦਾ ਹੈ।

ਜੇ ਅਫ਼ਸਰ, ਕਰਮਚਾਰਨ ਨਾਲ ਇਸ਼ਕ ਕਰੇ ਤਾਂ ਕਰਮਚਾਰਨ, ਅਫ਼ਸਰ ਅਤੇ ਅਫ਼ਸਰ, ਉਸ ਦਾ ਕਰਮਚਾਰੀ ਬਣ ਜਾਂਦਾ ਹੈ।

ਰਾਤ ਦੀ ਲੰਬਾਈ, ਰੋਗੀ ਨਾਲੋਂ ਬਿਹਤਰ ਕੋਈ ਨਹੀਂ ਜਾਣਦਾ।

ਬਾਣੀਏ ਦੀ ਨਿਰਧਨ ਵਿਚ, ਵਿਦਵਾਨ ਦੀ ਅਨਪੜ੍ਹ ਵਿਚ ਅਤੇ ਦੁਕਾਨਦਾਰ ਦੀ ਮੰਗਤੇ ਵਿਚ ਕੋਈ ਦਿਲਚਸਪੀ ਨਹੀਂ ਹੁੰਦੀ।

ਕਈਆਂ ਦੇ ਭੋਗ 'ਤੇ ਵਿਆਹ ਵਾਲੀ ਰੌਣਕ ਹੁੰਦੀ ਹੈ।

ਪਰੰਪਰਾਗਤ ਸਮਾਜ ਕੁਝ ਨਵਾਂ ਸੋਚਦੇ-ਕਰਦੇ ਨਹੀਂ, ਉਨ੍ਹਾਂ ਦਾ ਸਾਰਾ ਜ਼ੋਰ ਜੀਵਨ ਨੂੰ ਨਿਰਵਿਘਨ ਅਤੇ ਘਟਨਾ-ਰਹਿਤ ਬਣਾਉਣ 'ਤੇ ਲਗਿਆ ਹੁੰਦਾ ਹੈ।

ਛੜੇ ਦਾ ਦੁੱਖ-ਦਰਦ ਕੋਈ ਨਹੀਂ ਵੰਡਦਾ, ਕਿਉਂਕਿ ਹਰ ਕੋਈ ਇਹੀ ਕਹਿੰਦਾ ਹੈ ਕਿ ਛੜੇ ਨੂੰ ਦੁੱਖ ਹੁੰਦਾ ਹੀ ਕੀ ਹੈ!

ਜਿਹੜੇ ਕੰਮ ਨਹੀਂ ਕਰਦੇ ਅਤੇ ਸੂਦ ਅਤੇ ਕਿਰਾਏ 'ਤੇ ਜਿਊਂਦੇ ਹਨ, ਉਹ ਸੁਖੀ ਭਾਵੇਂ ਹੋਣ, ਪ੍ਰਸੰਨ ਨਹੀਂ ਹੁੰਦੇ।

ਕਿਸੇ ਦੀ ਨਿੰਦਾ ਕਰਨ ਵਾਲਾ, ਵਾਸਤਵ ਵਿਚ ਸਾਰੇ ਵੇਰਵੇ ਆਪਣੇ ਆਪ ਬਾਰੇ ਦੱਸ ਰਿਹਾ ਹੁੰਦਾ ਹੈ।

ਮੁਰਝਾਏ ਫੁੱਲਾਂ ਦਾ ਗੁਲਦਸਤਾ ਨਹੀਂ ਬਣਦਾ।

ਸੰਤੋਖ ਅਤੇ ਸਬਰ ਵਿਖਾਉਣ ਨਾਲ ਅਜੇ ਤਕ ਕਿਸੇ ਨੂੰ ਪਛਤਾਉਣਾ ਨਹੀਂ ਪਿਆ।

ਸਾੜਾ ਅਤੇ ਮੁਹੱਬਤ ਮਤਰੇਈਆਂ ਭੈਣਾਂ ਹਨ, ਜਿਹੜੀਆਂ ਹਰ ਥਾਂ ਹਮੇਸ਼ਾ ਲੜਦੀਆਂ ਹੀ ਰਹਿੰਦੀਆਂ ਹਨ।

ਜਿਸ ਨਾਲ ਦੁਰਘਟਨਾ ਵਾਪਰਦੀ ਹੈ ਉਹ ਬੇਹੋਸ਼ ਹੋ ਜਾਂਦਾ ਹੈ, ਬਾਕੀ ਸਾਰੇ ਹੋਸ਼ ਵਿਚ ਆ ਜਾਂਦੇ ਹਨ।

ਮਹਾਂਪੁਰਸ਼ਾਂ ਦੀ ਮਹਾਨਤਾ ਦਾ ਐਲਾਨ ਲੋਕ ਆਪਣੇ ਦਿਲਾਂ ਨਾਲ ਜੈਕਾਰੇ ਮਾਰ ਕੇ ਕਰਦੇ ਹਨ।

ਖੁਲ੍ਹੀ ਬਹਿਸ ਨਾਲ ਸਹਿਮਤੀ ਉਪਜਦੀ ਹੈ, ਇਕ-ਪਾਸੜ ਬਹਿਸ ਨਾਲ ਝਗੜੇ ਉਪਜਦੇ ਹਨ।

ਸੱਚਾ ਦੋਸਤ, ਸਾਡੀਆਂ ਅਸਫਲਤਾਵਾਂ ਨੂੰ ਅਣਡਿੱਠ ਅਤੇ ਸਾਡੀਆਂ ਸਫਲਤਾਵਾਂ ਨੂੰ ਬਰਦਾਸ਼ਤ ਕਰਦਾ ਹੈ।

ਜਨਤਾ ਨੂੰ ਇਕ ਨੇਤਾ ਚਾਹੀਦਾ ਹੁੰਦਾ ਹੈ, ਜਿਹੜਾ ਮਹਾਨ ਹੋਵੇ, ਜਿਸਨੂੰ ਉਹ ਮਹਾਨ ਕਹਿ ਸਕਣ, ਜਿਹੜਾ ਲੋਕਾਂ ਨੂੰ, ਉਨ੍ਹਾਂ ਦੇ ਮਹਾਨ ਹੋਣ ਦਾ ਅਹਿਸਾਸ ਕਰਵਾਏ।

ਪ੍ਰਸਿੱਧ ਪੁਸਤਕਾਂ ਅੱਖਾਂ ਨਾਲ ਨਹੀਂ, ਦਿਲਾਂ ਨਾਲ ਪੜ੍ਹੀਆਂ ਜਾਂਦੀਆਂ ਹਨ, ਕਿਉਂਕਿ ਇਹ ਪੁਸਤਕਾਂ ਮਹਿਸੂਸ ਕਰਨ ਵਾਲੀ ਜ਼ਬਾਨ ਵਿਚ ਲਿਖੀਆਂ ਗਈਆਂ ਹੁੰਦੀਆਂ ਹਨ।

ਕੰਮ ਆਮਦਨ ਦਾ ਵਸੀਲਾ ਹੀ ਨਹੀਂ ਹੁੰਦਾ, ਇਹ ਸਾਡੇ ਚਰਿਤਰ ਨੂੰ ਉਸਾਰਨ, ਆਦਤਾਂ ਨੂੰ ਢਾਲਣ ਅਤੇ ਸਾਡੇ ਨੈਣ-ਨਕਸ਼ਾਂ ਨੂੰ ਨਿਖਾਰਨ ਦਾ ਵੀ ਕਾਰਜ ਕਰਦਾ ਹੈ।

ਘਰ ਅੰਦਰ ਉਪਜਣ ਵਾਲੀਆਂ ਸਮੱਸਿਆਵਾਂ, ਇਸਤਰੀਆਂ ਵਲੋਂ ਵਧੇਰੇ ਦਿਲਚਸਪੀ ਵਿਖਾਉਣ ਕਾਰਨ ਨਿਰੰਤਰ ਸੁਲਝਦੀਆਂ ਰਹਿੰਦੀਆਂ ਹਨ।

ਸਿਦਕ ਅਤੇ ਸਿਰੜ ਤੋਂ ਬਿਨਾਂ ਕੌਮ ਦਾ ਤਾਂ ਕੀ, ਵਿਅਕਤੀ ਦੇ ਜੀਵਨ ਦਾ ਪੱਧਰ ਵੀ ਉੱਚਾ ਨਹੀਂ ਹੁੰਦਾ।

ਜੀਵਨ ਵਿਚ ਦੁੱਖ ਹਨ ਪਰ ਜੀਵਨ ਵਿਚ ਦੁੱਖਾਂ ਤੋਂ ਪਾਰ ਲੰਘ ਜਾਣ ਦੀ ਸ਼ਕਤੀ ਵੀ ਹੈ।

ਇਸਤਰੀਆਂ ਦੀ ਦਿਲਚਸਪੀ ਤੋਂ ਬਿਨਾਂ, ਘਰ ਟੁੱਟਣ ਅਤੇ ਖਿੰਡਣ ਲਗ ਪੈਂਦੇ ਹਨ।

ਜਦੋਂ ਕੋਈ ਕਹਿੰਦਾ ਹੈ ਕਿ ਸਾਨੂੰ ਇਹ ਕਰਨਾ ਚਾਹੀਦਾ ਹੈ ਤਾਂ ਅਰਥ ਇਹ ਹੁੰਦਾ ਹੈ ਕਿ ਅਸੀਂ ਇਹ ਕਰ ਸਕਦੇ ਹਾਂ।

ਸੱਚ ਕੌੜਾ ਭਾਵੇਂ ਹੋਵੇ ਪਰ ਇਹ ਲਾਭਕਾਰੀ ਹੁੰਦਾ ਹੈ।

ਇਸਤਰੀ, ਪੁਰਸ਼ ਦੀ ਨੀਅਤ ਨੂੰ ਸਹਿਜੇ ਹੀ ਪਛਾਣ ਲੈਂਦੀ ਹੈ।

ਯੁੱਧ ਵਿਚ, ਇਕ ਗਲਤੀ, ਦੋ ਵਾਰੀ ਕਰਨ ਦੀ ਸਹੂਲਤ ਨਹੀਂ ਹੁੰਦੀ।

ਸੜਕ 'ਤੇ ਹੋਈ ਦੁਰਘਟਨਾ ਨੂੰ ਵੇਖ ਕੇ ਹਰ ਡਰਾਈਵਰ ਕੁਝ ਚਿਰ ਲਈ ਜ਼ਿੰਮੇਵਾਰ ਡਰਾਈਵਰ ਵਾਂਗ ਵਿਹਾਰ ਕਰਨ ਲਗ ਪੈਂਦਾ ਹੈ।

ਸੂਝ-ਸਮਝ ਤੋਂ ਬਿਨਾਂ ਮੁਸ਼ਕਿਲਾਂ, ਮੁਸੀਬਤਾਂ ਬਣ ਜਾਂਦੀਆਂ ਹਨ।

ਮਹਿੰਗੀਆਂ ਚੀਜ਼ਾਂ ਆਪਣੇ ਆਪ ਵਿਚ ਨਹੀਂ, ਸਾਡੇ ਵਿਸ਼ੇਸ਼ ਧਿਆਨ ਕਾਰਨ ਮਹੱਤਵਪੂਰਨ ਬਣ ਜਾਂਦੀਆਂ ਹਨ।

ਆਪਣੇ ਦੁੱਖ-ਸੁੱਖ ਨੂੰ ਪ੍ਰਗਟਾਉਣ ਲਈ, ਇਸਤਰੀਆਂ ਆਪਣੇ ਚਿਹਰੇ ਅਤੇ ਹੱਥਾਂ ਨੂੰ ਵਧੇਰੇ ਵਰਤਦੀਆਂ ਹਨ।

ਕਿਸੇ ਸਥਿਤੀ ਨੂੰ ਇਸਤਰੀ ਯਥਾਰਥਵਾਦੀ ਹੋ ਕੇ ਨਹੀਂ, ਵਧੇਰੇ ਆਸ਼ਾਵਾਦੀ ਜਾਂ ਵਧੇਰੇ ਨਿਰਾਸ਼ਾਵਾਦੀ ਹੋ ਕੇ ਵੇਖਦੀ ਹੈ।

ਭੋਜਨ ਨੂੰ ਵੇਖ ਕੇ ਉਸ ਅਨੁਸਾਰ ਭੁੱਖ ਜਾਗਦੀ ਹੈ, ਭੋਜਨ ਵਧੇਰੇ ਹੋਣ 'ਤੇ ਅਸੀਂ ਭੁੱਖ ਵਧਾ ਲੈਂਦੇ ਹਾਂ।

ਸਿਖਿਆ ਦਾ ਸਬੰਧ ਭਵਿਖ ਨਾਲ ਹੁੰਦਾ ਹੈ, ਇਤਿਹਾਸ ਵੀ ਇਸ ਉਦੇਸ਼ ਅਧੀਨ ਪੜ੍ਹਿਆ ਜਾਂਦਾ ਹੈ ਕਿ ਭਵਿਖ ਵਿਚ ਗਲਤੀਆਂ ਨਾ ਹੋਣ।

ਮਨੁੱਖ ਆਪਣੀਆਂ ਘਾਟਾਂ ਅਤੇ ਹਾਰਾਂ ਦੇ ਕਾਰਨ, ਦੂਜਿਆਂ ਦੇ ਵਿਹਾਰ ਵਿਚੋਂ ਲਭਦਾ ਰਹਿੰਦਾ ਹੈ।

ਮੂਰਖਤਾ ਪਾਣੀ 'ਤੇ ਲੀਕ ਵਾਂਗ ਹੁੰਦੀ ਹੈ, ਜਿਹੜੀ ਮਿੱਟ ਜਾਂਦੀ ਹੈ; ਸਿਆਣਪ ਪੱਥਰ 'ਤੇ ਲਕੀਰ ਹੁੰਦੀ ਹੈ, ਜਿਹੜੀ ਲੰਮਾ ਅਰਸਾ ਦਿਸਦੀ ਰਹਿੰਦੀ ਹੈ।

ਆਪਣੇ ਹਿੱਸੇ ਨਾਲੋਂ ਵੱਧ ਲੈਣ ਦਾ ਯਤਨ, ਲੋਭ ਅਖਵਾਉਂਦਾ ਹੈ।

ਸਾਡੇ ਆਲੇ-ਦੁਆਲੇ ਦੀ ਲਗਭਗ ਤੀਹ ਇੰਚ ਥਾਂ ਸਾਡਾ ਸੁਰੱਖਿਆ-ਖੇਤਰ ਹੁੰਦੀ ਹੈ, ਇਸ ਵਿਚ ਸਾਡੀ ਮਰਜ਼ੀ ਤੋਂ ਬਿਨਾਂ ਕੋਈ ਪ੍ਰਵੇਸ਼ ਨਹੀਂ ਕਰ ਸਕਦਾ।

ਗਿਆਨ ਝਗੜੇ ਨਹੀਂ ਉਪਜਾਉਂਦਾ, ਝਗੜੇ ਗਿਆਨ ਦੀ ਅਧੂਰੀ ਸਮਝ ਵਿਚੋਂ ਉਪਜਦੇ ਹਨ।

ਫੌਜ ਵਿਚ ਹੁਕਮ ਮੰਨਣ ਦੀ ਵੀ ਸਿਖਲਾਈ ਦਿਤੀ ਜਾਂਦੀ ਹੈ।

ਜੇ ਗੰਭੀਰ ਸਮੱਸਿਆਵਾਂ ਸਾਨੂੰ ਸਿਆਣਾ ਨਹੀਂ ਬਣਾਉਂਦੀਆਂ ਤਾਂ ਸਾਡਾ ਮੂਰਖ ਬਣਨਾ ਲਾਜ਼ਮੀ ਹੁੰਦਾ ਹੈ।

ਬਹਿਸ ਅਕਸਰ ਤੱਥਾਂ ਦੇ ਆਧਾਰ 'ਤੇ ਨਹੀਂ, ਪੱਖਪਾਤਾਂ ਦੇ ਆਧਾਰ 'ਤੇ ਕੀਤੀ ਜਾਂਦੀ ਹੈ।

ਤਰਕ ਦਿਤਾ ਤਾਂ ਬੁੱਧੀ ਨਾਲ ਜਾਂਦਾ ਹੈ ਪਰ ਪ੍ਰਭਾਵਸ਼ਾਲੀ ਇਹ ਦਿਲ ਨਾਲ ਹੀ ਬਣਾਇਆ ਜਾਂਦਾ ਹੈ।

ਜਿਹੜਾ ਜਨ-ਸਮੂਹ ਸੋਚਣਾ ਤਿਆਗ ਦੇਵੇ, ਉਹ ਭੀੜ ਅਖਵਾਉਂਦਾ ਹੈ।

ਕੋਈ ਸਮਾਜਿਕ ਉਲੰਘਣਾ ਕਰਨ 'ਤੇ ਹੀ ਸਾਨੂੰ ਸਮਾਜ ਦੀ ਹੋਂਦ ਅਤੇ ਸ਼ਕਤੀ ਦਾ ਗਿਆਨ ਹੁੰਦਾ ਹੈ।

ਆਪਣੇ ਹਿੱਤ ਨੂੰ ਸਾਂਝੇ ਹਿੱਤਾਂ ਤੋਂ ਉਪਰ ਰੱਖਣ ਨੂੰ ਸੁਆਰਥ ਕਹਿੰਦੇ ਹਨ।

ਜਿਹੜੇ ਅੜੇ ਰਹਿੰਦੇ ਹਨ, ਉਹ ਸੱਚ ਨੂੰ ਨਹੀਂ, ਆਪਣੇ ਆਪ ਨੂੰ ਪਿਆਰ ਕਰਦੇ ਹਨ।

ਜਿਹੜਾ ਆਪਣੇ ਆਪ ਨਾਲ ਅਸੰਤੁਸ਼ਟ ਹੈ, ਉਹ ਜਾਂ ਜੁਰਮ ਕਰਨ ਬਾਰੇ ਸੋਚਦਾ ਹੈ ਜਾਂ ਬਦਲਾ ਲੈਣ ਬਾਰੇ।

ਅਜਨਬੀਆਂ ਅਤੇ ਪਰਦੇਸੀਆਂ ਦੀਆਂ ਚੰਗੀਆਂ ਅਤੇ ਮਾੜੀਆਂ ਦੋਹਾਂ ਗੱਲਾਂ ਵਿਚ ਸਾਡੀ ਵਧੇਰੇ ਦਿਲਚਸਪੀ ਹੁੰਦੀ ਹੈ।

ਪ੍ਰੇਸ਼ਾਨੀ ਅਕਸਰ ਕਲਪਨਾ ਅਤੇ ਯਥਾਰਥ ਦੀ ਵਿੱਥ ਵਿਚੋਂ ਉਪਜਦੀ ਹੈ।

ਕੋਈ ਕਿਤਨਾ ਵੀ ਅਮੀਰ ਜਾਂ ਗਰੀਬ ਹੋਵੇ, ਜੀਵਨ ਵਿਚ ਖੁਸ਼ੀ-ਗਮੀ ਦਾ ਅਨੁਪਾਤ ਉਹੀ ਰਹਿੰਦਾ ਹੈ।

ਸੁੰਦਰਤਾ ਦਾ ਸੰਕਲਪ ਹਰੇਕ ਸਮਾਜ ਵਿਚ ਵੱਖਰਾ ਹੁੰਦਾ ਹੈ ਪਰ ਸਭਨੀ ਥਾਈਂ ਸਰੀਰਕ ਸਫ਼ਾਈ, ਤੰਦਰੁਸਤੀ ਅਤੇ ਅੱਖਾਂ ਦੀ ਚਮਕ ਇਸ ਦੇ ਬੁਨਿਆਦੀ ਆਧਾਰ ਹੁੰਦੇ ਹਨ।

ਪਿਆਰ, ਹਰੇਕ ਪ੍ਰੇਮੀ ਨੂੰ ਅਵਲ ਆਉਣ ਦਾ ਅਹਿਸਾਸ ਕਰਾਉਂਦਾ ਹੈ।

ਸਾਰੇ ਕਹਿੰਦੇ ਹਨ ਕਿ ਮੁਲ ਯੋਗਤਾ ਦੇ ਆਧਾਰ 'ਤੇ ਪੈਣਾ ਚਾਹੀਦਾ ਹੈ ਪਰ ਯੋਗਤਾ ਸਬੰਧੀ ਕੋਈ ਸਹਿਮਤੀ ਨਹੀਂ ਹੁੰਦੀ।

ਜ਼ਿੰਦਗੀ ਦੀਆਂ ਰੌਣਕਾਂ ਵਿਚੋਂ ਲੰਘਣ ਉਪਰੰਤ, ਮਨੁੱਖ ਸਾਦਾ ਹੋ ਜਾਂਦਾ ਹੈ।

ਜਿਸ ਨੂੰ ਅਸੀਂ ਪਿਆਰ ਕਰਦੇ ਹਾਂ, ਉਸ ਨੂੰ ਅਸੀਂ ਆਪਣੀ ਜ਼ਿੰਦਗੀ ਦੇ ਗੁੱਝੇ ਭੇਤ ਦਸਦੇ ਜਾਂਦੇ ਹਾਂ, ਇਵੇਂ ਪਿਆਰ ਗੂੜ੍ਹਾ ਹੁੰਦਾ ਜਾਂਦਾ ਹੈ।

ਜਦੋਂ ਤਾਕਤ ਨਾਲ ਧਾਤ ਜੋੜ ਦਿਤੀ ਜਾਂਦੀ ਹੈ ਤਾਂ ਉਹ ਹਥਿਆਰ ਬਣ ਜਾਂਦੀ ਹੈ।

ਘਰ ਦੀ ਸਫ਼ਾਈ, ਕੋਨਿਆਂ ਤੋਂ ਪਰਖੀ ਜਾਣੀ ਚਾਹੀਦੀ ਹੈ।

ਜਿਹੋ ਜਿਹਾ ਵਿਹਾਰ ਅਸੀਂ ਦੂਜਿਆਂ ਤੋਂ ਚਾਹੁੰਦੇ ਹਾਂ, ਉਨ੍ਹਾਂ ਨਾਲ ਉਹੋ ਜਿਹਾ ਵਿਹਾਰ, ਵਧੇਰੇ ਚੰਗਾ ਕਰਨਾ ਚਾਹੀਦਾ ਹੈ ਤਾਂ ਜੁ ਮੋੜਵਾਂ ਵਿਹਾਰ ਕਰਨ ਸਮੇਂ, ਉਨ੍ਹਾਂ ਨੂੰ ਕੋਈ ਦੁਚਿੱਤੀ ਨਾ ਹੋਵੇ।

ਸੰਸਾਰ ਵਿਚ ਪਿਆਰ ਸਦੀਵੀ ਹੈ, ਪ੍ਰੇਮੀ ਬਦਲਦੇ ਰਹਿੰਦੇ ਹਨ।

ਹਰ ਰਿਸ਼ਤੇ ਦੇ ਆਪਣੀ ਕਿਸਮ ਦੇ ਦੁੱਖ-ਸੁੱਖ, ਆਪਣੀ ਕਿਸਮ ਦੇ ਵਿਰੋਧ ਅਤੇ ਆਪਣੀ ਕਿਸਮ ਦੀਆਂ ਗਲਤ-ਫਹਿਮੀਆਂ ਹੁੰਦੀਆਂ ਹਨ।

ਚੰਗੇ ਬੰਦਿਆਂ ਵਿੱਚ ਵਿਰੋਧ ਕਰਨ ਦਾ ਵੀ ਸਲੀਕਾ ਹੁੰਦਾ ਹੈ; ਲੜੋ, ਖੂਬ ਲੜੋ ਪਰ ਲੜਾਈ ਲਮਕਾਓ ਨਾ।

ਮੁੜ-ਮੁੜ ਮੰਨਣ ਨਾਲ ਗੱਲ ਵਿਸ਼ਵਾਸ ਬਣ ਜਾਂਦੀ ਹੈ, ਧਰਮ ਇਵੇਂ ਹੀ ਬਣੇ ਹਨ।

ਚੰਗੇ ਬੰਦਿਆਂ ਬਾਰੇ ਬਹੁਤਾ ਕੁਝ ਲਿਖਿਆ ਨਹੀਂ ਜਾ ਸਕਦਾ, ਦੁਹਰਾਓ ਹੋਵੇਗਾ; ਦਿਲਚਸਪ ਵੇਰਵੇ, ਭੈੜੇ ਬੰਦਿਆਂ ਬਾਰੇ ਹੀ ਸੰਭਵ ਹੁੰਦੇ ਹਨ।

ਸਮੁੰਦਰ ਕਦੀ ਆਪੇ ਤੋਂ ਬਾਹਰ ਨਹੀਂ ਹੁੰਦਾ, ਸਮੁੰਦਰ ਵਿਚ ਨਾ ਹੜ੍ਹ ਆਉਂਦਾ ਹੈ ਨਾ ਸੋਕਾ ਪੈਂਦਾ ਹੈ।

ਗਿਆਨ ਬੜਾ ਕਠਿਨ ਹੈ, ਗਿਆਨ ਦਾ ਹੰਕਾਰ ਆਸਾਨ ਹੈ।

ਘਰ ਵਿਚ ਕੋਈ ਥਾਂ ਹੋਣੀ ਚਾਹੀਦੀ ਹੈ, ਜਿਥੇ ਹਰ ਕੋਈ, ਕੁਝ ਚਿਰ ਵਾਸਤੇ, ਆਪਣੀ ਰਫ਼ਤਾਰ ਨਾਲ ਜੀਅ ਸਕੇ।

ਸਾਦਾ ਹੋਏ ਬਿਨਾਂ ਸ਼ਾਂਤ ਅਤੇ ਸ਼ਾਂਤ ਹੋਏ ਬਿਨਾਂ ਸੰਤੁਸ਼ਟ ਹੋਣਾ, ਸੰਭਵ ਨਹੀਂ ਹੁੰਦਾ।

ਇਹ ਸੰਸਾਰ ਚਲਦਾ ਚੰਗੇ ਬੰਦਿਆਂ ਕਾਰਨ ਹੈ ਪਰ ਇਹ ਦਿਲਚਸਪ ਭੈੜੇ ਬੰਦਿਆਂ ਕਾਰਨ ਹੁੰਦਾ ਹੈ।

ਬਹੁਤ ਘੱਟ ਲੋਕ ਮੀਂਹ ਦਾ ਆਨੰਦ ਮਾਣਦੇ ਹਨ, ਬਹੁਤੇ ਕੇਵਲ ਭਿੱਜਦੇ ਹੀ ਹਨ।

ਜਦੋਂ ਰੱਬ ਨਾਲ ਨੱਚੋਗੇ ਤਾਂ ਥਕਾਵਟ ਨਹੀਂ ਹੋਵੇਗੀ।

ਨਿੱਕੇ ਤੋਹਫ਼ਿਆਂ ਪਿਛੇ ਸਨੇਹ-ਹਮਦਰਦੀ ਅਤੇ ਪਿਆਰ-ਸਤਿਕਾਰ ਹੁੰਦਾ ਹੈ ਪਰ ਵੱਡੇ ਤੋਹਫ਼ਿਆਂ ਪਿਛੇ ਗਰਜ਼ ਹੁੰਦੀ ਹੈ।

ਫਲ, ਕੁਦਰਤ ਦੀਆਂ ਮਠਿਆਈਆਂ ਹੁੰਦੇ ਹਨ।

ਸਾਰੇ ਗੀਤ, ਸਹਿਹੋਂਦ ਅਤੇ ਸੁਖਾਵੇਂ ਜੀਵਨ ਦੀ ਤਾਂਘ ਵਿਚੋਂ ਉਪਜਦੇ ਹਨ।

ਖੇਡ ਬੱਚਿਆਂ ਦੇ ਅੰਦਰ ਹੁੰਦੀ ਹੈ, ਖਿਡੌਣੇ ਨਾ ਹੋਣ, ਉਹ ਆਪੇ ਸਿਰਜ ਲੈਂਦੇ ਹਨ, ਉਹ ਜਿਸ ਚੀਜ਼ ਨੂੰ ਹੱਥ ਲਾਉਂਦੇ ਹਨ, ਉਹ ਖਿਡੌਣਾ ਬਣ ਜਾਂਦੀ ਹੈ।

ਅਸੀਂ ਮੂਰਖਤਾ ਬਰਦਾਸ਼ਤ ਕਰ ਲੈਂਦੇ ਹਾਂ ਪਰ ਕਿਸੇ ਵਲੋਂ ਮੂਰਖਤਾ ਉਤੇ ਮਾਣ ਕਰਨਾ ਬਰਦਾਸ਼ਤ ਨਹੀਂ ਕਰਦੇ।

ਦੂਜਿਆਂ ਵਲੋਂ ਸਾਡੇ ਵਲ ਧਿਆਨ ਦੇਣ ਜਾਂ ਨਾ ਦੇਣ ਨਾਲ ਹੀ ਸਾਨੂੰ ਆਪਣੇ ਆਪ ਬਾਰੇ ਪਤਾ ਲਗਦਾ ਹੈ।

ਦੂਜਿਆਂ ਪ੍ਰਤੀ ਧੰਨਵਾਦ ਦੀ ਭਾਵਨਾ, ਜੀਵਨ ਦੀ ਖੁਸ਼ਹਾਲੀ ਵਿਚੋਂ ਉਪਜਦੀ ਅਤੇ ਜੀਵਨ ਦੀ ਖੁਸ਼ਹਾਲੀ ਉਪਜਾਉਂਦੀ ਹੈ।

ਆਪਣੀਆਂ ਲੜਾਈਆਂ-ਝਗੜੇ ਧਿਆਨ ਨਾਲ ਚੁਣੋ, ਕਿਉਂਕਿ ਇਹ ਸਭ ਤੋਂ ਮਹਿੰਗਾ ਮਨੋਰੰਜਨ ਹੁੰਦੇ ਹਨ।

ਗੁੱਸੇ ਦੀ ਹਾਲਤ ਵਿਚ, ਜਿਹੜਾ ਹੱਥ ਹਿਲਾ-ਹਿਲਾ ਕੇ ਬੋਲਦਾ ਹੈ, ਉਹ ਪਹਿਲਾਂ ਹਮਲਾ ਕਰਦਾ ਹੈ।

ਕਿਨਾਰਿਆਂ ਵਿਚ ਵਹਿੰਦਾ ਪਾਣੀ ਦਰਿਆ ਅਖਵਾਉਂਦਾ ਹੈ, ਕਿਨਾਰਿਆਂ ਦੀ ਉਲੰਘਣਾ ਕਰਨ ਵਾਲਾ ਪਾਣੀ ਹੜ੍ਹ ਬਣ ਜਾਂਦਾ ਹੈ, ਹੜ੍ਹ ਦਾ ਪਾਣੀ ਕਿਸੇ ਕੰਮ ਨਹੀਂ ਆਉਂਦਾ।

ਜੇ ਧਿਆਨ ਨਾਲ ਵੇਖੀਏ ਤਾਂ ਮੂਰਖ ਸਾਡੇ ਵਰਗੇ ਹੀ ਹੁੰਦੇ ਹਨ।

ਸਾਡੀ ਸੋਚ ਵਿਚ ਭਰਮ ਅਤੇ ਅਸਲੀਅਤ ਦੇ ਖ਼ਾਨੇ ਵੱਖਰੇ-ਵੱਖਰੇ ਹਨ, ਇਹ ਕਦੇ ਵੀ ਆਹਮੋ-ਸਾਹਮਣੇ ਨਹੀਂ ਹੁੰਦੇ।

ਪਾਗਲ ਨਾਲ ਬਹਿਸ ਕਰਨੀ, ਬਹਿਸ ਕਰਨ ਵਾਲੇ ਦਾ ਪਾਗਲਪਣ ਹੁੰਦੀ ਹੈ।

ਛੜਾ, ਆਪਣੇ ਵਿਆਹ ਨੂੰ ਕਦੇ ਨਹੀਂ ਭੁੱਲਦਾ।

ਇਕ ਚੰਗਾ ਆਗੂ, ਚੰਗੇ ਸ਼ਰਧਾਲੂ ਨਹੀਂ, ਹੋਰ ਚੰਗੇ ਆਗੂ ਪੈਦਾ ਕਰਦਾ ਹੈ।

ਸਰਕਾਰ ਆਪਣੇ ਕੀਤੇ ਵਾਅਦੇ ਤਿੰਨ ਹਾਲਤਾਂ ਵਿਚ ਹੀ ਪੂਰੇ ਕਰਦੀ ਹੈ; ਜਦੋਂ ਸਰਕਾਰ ਡਿਗਦੀ ਹੋਵੇ, ਜਦੋਂ ਕੀਤਾ ਵਾਅਦਾ ਪੂਰਾ ਕਰਨ ਦਾ ਸਰਕਾਰ ਨੂੰ ਲਾਭ ਹੁੰਦਾ ਹੋਵੇ ਅਤੇ ਜਦੋਂ ਅਗਲੀ ਚੋਣ ਨੇੜੇ ਹੋਵੇ।

ਰਾਜਨੀਤੀ ਵਿਚ, ਦੋਸਤ ਨੂੰ ਆਪਣੇ ਅਧੀਨ ਰੱਖਣ ਜਾਂ ਉਸ ਦੇ ਅਧੀਨ ਰਹਿਣ ਨਾਲ ਗ਼ਲਤ-ਫ਼ਹਿਮੀਆਂ ਦਾ ਉਪਜਣਾ ਸੁਭਾਵਕ ਹੁੰਦਾ ਹੈ।

ਕਿਸੇ ਅਣਜਾਣ ਦੀ ਮਦਦ ਕਰਨ ਸਮੇਂ ਆਪ ਪ੍ਰਸੰਨ ਹੋਣਾ ਜ਼ਰੂਰੀ ਸ਼ਰਤ ਹੁੰਦੀ ਹੈ।

ਰਿਸ਼ਤਾ ਇਸ ਆਧਾਰ 'ਤੇ ਚਲਦਾ ਹੈ ਕਿ ਇਸ ਵਿਚ ਅਸੀਂ ਪਾਉਂਦੇ ਕੀ ਹਾਂ ਅਤੇ ਇਸ ਵਿਚੋਂ ਅਸੀਂ ਕੱਢਦੇ ਕੀ ਹਾਂ।

ਬਹਾਦਰੀ ਸਰੀਰਕ ਨਹੀਂ ਹੁੰਦੀ, ਇਹ ਤਕੜੇ ਸਰੀਰ ਵਿਚ ਨਹੀਂ ਹੁੰਦੀ, ਇਹ ਦ੍ਰਿੜ੍ਹ ਇਰਾਦੇ ਵਿਚ ਹੁੰਦੀ ਹੈ।

ਕਿਸੇ ਨੂੰ ਜਾਣੇ ਬਿਨਾਂ, ਉਸ ਨੂੰ ਨਫ਼ਰਤ ਨਹੀਂ ਕੀਤੀ ਜਾ ਸਕਦੀ।

ਰਿਸ਼ਤੇ ਨੂੰ ਹੰਢਣਸਾਰ ਬਣਾਉਣ ਲਈ, ਇਸ ਨੂੰ ਚੰਗੀਆਂ ਗੱਲਾਂ ਨਾਲ ਜੋੜੀ ਰੱਖਣਾ ਜ਼ਰੂਰੀ ਹੁੰਦਾ ਹੈ।

ਜਦੋਂ ਮਨੁੱਖ ਪਰਮਾਤਮਾ ਨੂੰ ਵੇਖਣਾ ਬੰਦ ਕਰ ਦਿੰਦਾ ਹੈ ਤਾਂ ਉਸਨੂੰ ਸਭ ਪਾਸੇ ਕੇਵਲ ਦੁਸ਼ਮਣ ਹੀ ਨਜ਼ਰ ਆਉਂਦੇ ਹਨ।

ਮਾਨਵਜਾਤੀ ਦੀ ਨਿਰੰਤਰਤਾ ਬਣਾਈ ਰਖਣ ਲਈ ਕੁਦਰਤ ਸਾਨੂੰ ਪਿਆਰ ਦੇ ਨਾਟਕ ਵਿਚ ਰਿਝਾਈ ਰਖਦੀ ਹੈ।

ਕੋਈ ਚੰਗਾ ਤਾਂ ਸਾਨੂੰ ਆਪਣੇ ਨੈਣ-ਨਕਸ਼ਾਂ ਕਰਕੇ ਲਗਦਾ ਹੈ ਪਰ ਪਿਆਰ ਅਸੀਂ ਉਸ ਦੇ ਗੁਣਾਂ ਨੂੰ ਕਰਦੇ ਹਾਂ।

ਪਿਆਰ ਹੋ ਜਾਣ 'ਤੇ, ਆਪਣੇ ਆਪ ਨੂੰ ਸਾਫ਼-ਸੁਥਰਾ ਰੱਖਣ ਅਤੇ ਚੁਸਤ ਲਿਬਾਸ ਪਹਿਨਣ ਦੀ ਜਾਚ ਆ ਜਾਂਦੀ ਹੈ।

ਸਾਡਾ ਪਿਆਰਾ ਭਾਵੇਂ ਸਾਧਾਰਣ ਹੀ ਵਿਖਾਈ ਦੇਵੇ, ਉਸ ਨੂੰ ਪਿਆਰ ਇਸ ਲਈ ਕੀਤਾ ਜਾਂਦਾ ਹੈ, ਕਿਉਂਕਿ ਸਾਨੂੰ ਉਸ ਦੇ ਹੋਰ ਗੁਣ ਵੀ ਵਿਖਾਈ ਦੇ ਰਹੇ ਹੁੰਦੇ ਹਨ।

ਅਸੀਂ ਉਨ੍ਹਾਂ ਨੂੰ ਪਸੰਦ ਕਰਦੇ ਹਾਂ, ਜਿਹੜੇ ਸਾਨੂੰ ਆਪਣੇ ਵਿਸ਼ੇਸ਼ ਅਤੇ ਨਿਆਰੇ ਹੋਣ ਦਾ ਅਹਿਸਾਸ ਕਰਵਾਉਂਦੇ ਹਨ।

ਸੱਚ ਇਹ ਹੀ ਨਹੀਂ ਕਿ ਹੰਸ, ਹੰਸਾਂ ਨਾਲ ਉਡਦੇ ਹਨ, ਸੱਚ ਇਹ ਵੀ ਹੈ ਕਿ ਜਿਹੜੇ ਹੰਸਾਂ ਨਾਲ ਉਡਦੇ ਹਨ, ਉਹ ਆਪਣੇ ਆਪ ਨੂੰ ਹੰਸ ਸਮਝਣ ਲਗ ਪੈਂਦੇ ਹਨ।

ਜੁਰਮਾਂ ਦੀ ਸਜ਼ਾ ਨਾ ਮਿਲਣ ਕਾਰਨ, ਹਰ ਖੇਤਰ ਵਿਚ ਜੁਰਮ ਵੱਧ ਜਾਂਦੇ ਹਨ।

ਕਾਲਜ-ਯੂਨੀਵਰਸਿਟੀ ਵਿਚ ਕੁਝ ਗਿਆਨ ਦੇ ਪਿਛੇ ਦੌੜਦੇ ਹਨ ਪਰ ਬਹੁਤੇ, ਕਿਸੇ ਦੇ ਪਿਛੇ ਦੌੜਦੇ ਅਤੇ ਪਿਛੇ ਦੌੜਨ ਦਾ ਗਿਆਨ ਪ੍ਰਾਪਤ ਕਰਦੇ ਹਨ।

ਪ੍ਰਸੰਸਾ ਦੇ ਮੁਕਾਬਲੇ, ਨਿੰਦਾ ਵਧੇਰੇ ਜੋਸ਼ ਨਾਲ ਕੀਤੀ ਜਾਂਦੀ ਹੈ।

ਜਦੋਂ ਤਕ ਵਿਆਹ ਨੂੰ ਪੰਝੀ ਵਰ੍ਹੇ ਨਾ ਹੋ ਜਾਣ, ਪਤਾ ਹੀ ਨਹੀਂ ਲਗਦਾ ਕਿ ਪਤੀ-ਪਤਨੀ ਦਾ ਪਿਆਰ ਕੀ ਹੁੰਦਾ ਹੈ।

ਆਲੋਚਨਾ ਉਸੇ ਦੀ ਕਰਨੀ ਚਾਹੀਦੀ ਹੈ, ਜਿਸਦੇ ਵਿਕਾਸ ਵਿਚ ਸਾਡੀ ਦਿਲਚਸਪੀ ਹੋਵੇ।

ਪਿਆਰਾ ਇਸ ਲਈ ਚੰਗਾ ਲਗਦਾ ਹੈ, ਕਿਉਂਕਿ ਉਸ ਨਾਲ ਸਾਰੀਆਂ ਗੱਲਾਂ ਕਰਨ ਨੂੰ ਦਿਲ ਕਰਦਾ ਹੈ ਅਤੇ ਉਸ ਨੂੰ ਵੇਖ ਕੇ ਨਵੀਆਂ ਗੱਲਾਂ ਅਹੁੜਦੀਆਂ ਹਨ।

ਜਿਥੇ ਵੀ ਕ੍ਰਿਸ਼ਨ ਹੋਵੇਗਾ, ਉਥੇ ਜਿੱਤ ਹੋਵੇਗੀ; ਜਿੱਤ ਕ੍ਰਿਸ਼ਨ ਕਰਕੇ ਨਹੀਂ ਹੋਵੇਗੀ, ਕ੍ਰਿਸ਼ਨ ਹੀ ਜਿੱਤ ਹੈ।

ਨਿਸ਼ਾਨੇ ਦੀ ਖਿੱਚ ਅਜਿਹੀ ਹੋਣੀ ਚਾਹੀਦੀ ਹੈ ਕਿ ਰਸਤੇ ਦੀਆਂ ਦੁਸ਼ਵਾਰੀਆਂ ਰੁਕਾਵਟ ਨਾ ਬਣਨ।

ਜੀਵਨ ਦਾ ਦੁਖਾਂਤ ਇਹ ਨਹੀਂ ਕਿ ਇਹ ਜਲਦੀ ਮੁੱਕ ਜਾਂਦਾ ਹੈ, ਸਗੋਂ ਇਹ ਹੈ ਕਿ ਅਸੀਂ ਜਿਊਣਾ ਆਰੰਭ ਹੀ ਨਹੀਂ ਕਰਦੇ।

ਜਦੋਂ ਕੋਈ ਉਦੇਸ਼ ਮਿੱਥ ਲਈਏ ਤਾਂ ਅਸੀਂ ਅਤੀਤ ਵਿਚ ਜਿਊਣਾ ਬੰਦ ਕਰ ਦਿੰਦੇ ਹਾਂ।

ਜੇਕਰ ਤੁਹਾਡੇ ਨਾਲ ਕੋਈ ਉਹ ਸਮੱਸਿਆਵਾਂ ਵਿਚਾਰਦਾ ਹੈ, ਜਿਨ੍ਹਾਂ ਦੀ ਤੁਸੀਂ ਆਸ ਨਹੀਂ ਸੀ ਕਰਦੇ ਤਾਂ ਇਹ ਸਬੂਤ ਹੈ ਕਿ ਤੁਸੀਂ ਭਰੋਸੇਮੰਦ ਹੋ।

ਜੇ ਹੋਰਾਂ ਨਾਲ ਪ੍ਰਸੰਨ-ਚਿੱਤ ਹੋ ਕੇ ਭੋਜਨ ਖਾਧਾ ਜਾਵੇ ਤਾਂ ਇਹ ਪਿਕਨਿਕ ਬਣ ਜਾਂਦਾ ਹੈ।

ਜੰਗਲਾਂ ਵਿਚ ਜਾਨਵਰ ਘਟਦੇ ਜਾ ਰਹੇ ਹਨ ਪਰ ਸ਼ਹਿਰਾਂ ਵਿਚ ਇਨ੍ਹਾਂ ਦੀ ਗਿਣਤੀ ਨਿਰੰਤਰ ਵੱਧ ਰਹੀ ਹੈ।

ਮੌਤ ਉਹੀ ਰਹਿੰਦੀ ਹੈ, ਮਰਨ ਵਾਲੇ ਬਦਲਦੇ ਰਹਿੰਦੇ ਹਨ।

ਦਿਲ ਵਿਸ਼ਵਾਸ ਦਾ ਨਾਂ ਹੈ, ਜਦੋਂ ਕਿ ਬੁੱਧੀ, ਸ਼ੱਕ ਅਤੇ ਚਿੰਤਾ ਕਰਦੀ ਹੈ, ਇਸੇ ਕਰਕੇ ਪਿਆਰ ਦਿਲ ਨਾਲ ਕੀਤਾ ਜਾਂਦਾ ਹੈ, ਬੁੱਧੀ ਨਾਲ ਨਹੀਂ।

ਮਨੁੱਖ, ਸ਼ੇਰ ਤੋਂ ਸਿਵਾਇ, ਕਿਸੇ ਵੀ ਹੋਰ ਜਾਨਵਰ ਦੇ ਨਾਂ ਨਾਲ ਬੁਲਾਏ ਜਾਣਾ ਪਸੰਦ ਨਹੀਂ ਕਰਦਾ।

ਸੁਆਰਥੀ ਵਿਅਕਤੀ ਗੁਸਤਾਖ਼, ਧੱਕੜ ਅਤੇ ਅਨਿਆਂਪੂਰਣ ਹੁੰਦੇ ਹਨ।

ਭੋਜਨ ਦਾ ਵਿਕਾਸ ਮਨੁੱਖੀ ਸਮਾਜ ਦਾ ਅਤੇ ਲਿਬਾਸ ਦਾ ਵਿਕਾਸ ਮਨੁੱਖੀ ਸਭਿਅਤਾ ਦਾ ਇਤਿਹਾਸ ਹਨ।

ਮਨੁੱਖ ਇਸ ਲਈ ਰਲ ਕੇ ਰਹਿਣਾ ਚਾਹੁੰਦਾ ਹੈ ਤਾਂ ਕਿ ਉਹ ਇਕੱਲਿਆਂ ਮਰ ਸਕੇ।

ਹਰੇਕ ਵਿਅਕਤੀ ਨਿਆਰਾ ਹੈ, ਕੋਈ ਕਿਸੇ ਹੋਰ ਵਾਂਗ ਹੱਸਦਾ, ਰੋਂਦਾ, ਟੁਰਦਾ, ਬੋਲਦਾ, ਸੋਚਦਾ, ਕੰਮ ਨਹੀਂ ਕਰਦਾ।

ਮੁਸੀਬਤ ਜਿਤਨੀ ਵੱਡੀ ਅਤੇ ਕਠਿਨ ਹੁੰਦੀ ਹੈ, ਉਸ ਨੂੰ ਫ਼ਤਹਿ ਕਰਨ ਦੀ ਉਤਨੀ ਹੀ ਵਧੇਰੇ ਪ੍ਰਸੰਨਤਾ ਹੁੰਦੀ ਹੈ।

ਅਸੀਂ ਵਸਤਾਂ ਨੂੰ ਜਿਵੇਂ ਉਹ ਹੁੰਦੀਆਂ ਹਨ, ਉਵੇਂ ਨਹੀਂ ਵੇਖਦੇ, ਜਿਵੇਂ ਅਸੀਂ ਆਪ ਹੁੰਦੇ ਹਾਂ, ਉਵੇਂ ਵੇਖਦੇ ਹਾਂ।

ਜਾਓ-ਰਹੋ ਜਿਥੇ ਮਰਜ਼ੀ, ਸੁੱਖ ਉਥੇ ਮਿਲੇਗਾ, ਜਿਥੇ ਤੁਸੀਂ ਸੁੱਖ ਦੇਵੋਗੇ।

ਬਲਵਾਨ ਬਾਦਸ਼ਾਹ ਅਤੇ ਖੁਸ਼ਹਾਲ ਵਿਅਕਤੀ, ਆਪਣਾ ਵਿਕਾਸ ਦਰਸਾਉਣ ਲਈ ਨਵੀਆਂ ਉਸਾਰੀਆਂ ਕਰਵਾਉਂਦੇ ਹਨ।

ਦੂਜਿਆਂ ਨੂੰ ਠੱਗਣ ਨਾਲੋਂ ਵੀ ਮਨੁੱਖ ਆਪਣੇ ਆਪ ਨੂੰ ਵਧੇਰੇ ਠੱਗਦਾ ਹੈ।

ਸਾਧਾਰਣ ਲੋਕ ਕਹਿੰਦੇ ਹਨ: ਇਹ ਮੇਰਾ ਹੈ, ਉਹ ਤੁਹਾਡਾ ਹੈ; ਅਗਿਆਨੀ ਕਹਿੰਦੇ ਹਨ: ਤੁਹਾਡਾ ਮੇਰਾ ਹੈ, ਮੇਰਾ ਤੁਹਾਡਾ ਹੈ; ਧਾਰਮਿਕ ਵਿਅਕਤੀ ਕਹਿੰਦੇ ਹਨ: ਮੇਰਾ ਵੀ ਤੁਹਾਡਾ ਹੈ, ਤੁਹਾਡਾ ਤਾਂ ਹੈ ਹੀ ਤੁਹਾਡਾ; ਚਲਾਕ ਕਹਿੰਦੇ ਹਨ: ਮੇਰਾ, ਮੇਰਾ ਹੈ, ਤੁਹਾਡਾ ਵੀ ਮੇਰਾ ਹੈ।

ਕਾਹਲ ਨਾ ਕਰੋ, ਜਲਦੀ ਸ਼ੁਰੂ ਕਰੋ; ਚਲਦੇ ਹੀ ਨਾ ਰਹੋ, ਪਹੁੰਚੋ ਵੀ।

ਲੋਕ ਤੁਹਾਡੇ ਨਾਲ ਕੀ ਵਿਹਾਰ ਕਰਦੇ ਹਨ, ਇਹ ਉਨ੍ਹਾਂ ਦੀ ਜ਼ਿੰਮੇਵਾਰੀ ਹੈ; ਤੁਸੀਂ ਲੋਕਾਂ ਨਾਲ ਮੋੜਵਾਂ ਕੀ ਵਿਹਾਰ ਕਰਦੇ ਹੋ, ਇਹ ਤੁਹਾਡੀ ਜ਼ਿੰਮੇਵਾਰੀ ਹੈ।

ਜਿਉਂ-ਜਿਉਂ ਬੱਚੇ ਨਵਾਂ ਜ਼ਮਾਨਾ ਅਪਨਾਉਂਦੇ ਹਨ, ਮਾਪੇ ਪੁਰਾਣੇ ਜ਼ਮਾਨੇ ਦੇ ਬਣਦੇ ਜਾਂਦੇ ਹਨ।

ਨਕਲ ਕਰਨ ਤੋਂ ਇਨਕਾਰ ਕਰਨਾ, ਮੌਲਿਕਤਾ ਦਾ ਪਹਿਲਾ ਲੱਛਣ ਹੁੰਦਾ ਹੈ।

ਸੰਸਾਰ ਨੂੰ ਤਿਆਗ ਕੇ ਸੰਤ ਬਣ ਜਾਣਾ ਵੀ ਸੌਦਾ ਹੈ, ਸੰਤ ਬਣਨ ਦੀ ਇੱਛਾ ਦਾ ਸੁਭਾਓ ਵੀ, ਹੋਰ ਇੱਛਾਵਾਂ ਵਰਗਾ ਹੀ ਹੁੰਦਾ ਹੈ।

ਕਿਸੇ ਦੇ ਵਿਹਾਰ ਬਾਰੇ ਗੱਲਾਂ, ਉਸ ਦੇ ਵਿਹਾਰ ਨੂੰ, ਕਿਸੇ ਹੋਰ ਦੇ ਵਿਹਾਰ ਨਾਲ ਤੁਲਨਾਏ ਬਿਨਾਂ, ਨਹੀਂ ਕੀਤੀਆਂ ਜਾ ਸਕਦੀਆਂ।

ਜੇ ਮਹਾਨਤਾ ਨੂੰ ਅਨੁਭਵ ਕਰਨਾ ਹੋਵੇ ਤਾਂ ਕਿਸੇ ਉਸ ਨੂੰ ਗਲੇ ਲਾ ਕੇ ਵੇਖਣਾ, ਜਿਸ ਨੇ ਤੁਹਾਡੇ ਨਾਲ ਵਧੀਕੀ ਕੀਤੀ ਹੋਵੇ।

ਤਲਾਕ ਜਾਂ ਜਾਇਦਾਦ ਦਾ ਮੁਕੱਦਮਾ ਲੜਦਿਆਂ ਕੀ ਤੁਸੀਂ ਸਰਬੱਤ ਦੇ ਭਲੇ ਦੀ ਅਰਦਾਸ ਕਰ ਸਕਦੇ ਹੋ?

ਕੁਰੂਕਸ਼ੇਤਰ ਹਰ ਕਿਸੇ ਦੇ ਅੰਦਰ ਹੈ, ਹਰ ਕਿਸੇ ਦੇ ਅੰਦਰ ਕ੍ਰਿਸ਼ਨ ਅਤੇ ਅਰਜਨ ਵੀ ਹਨ।

ਸਿਕੰਦਰ ਇਹ ਸੋਚ ਕੇ ਉਦਾਸ ਹੋ ਗਿਆ ਸੀ ਕਿ ਉਸ ਦੇ ਜਿੱਤਣ ਲਈ ਕੇਵਲ ਇਕ ਹੀ ਸੰਸਾਰ ਹੈ।

ਸ਼ਰਾਬ, ਸੋਚ ਨੂੰ ਉਲਟਾ ਦਿੰਦੀ ਹੈ; ਸ਼ਰਾਬੀ ਆਪਣੇ ਆਪ ਨੂੰ ਸਮਝਦਾ ਸ਼ਕਤੀਸ਼ਾਲੀ ਹੈ ਪਰ ਹੁੰਦਾ ਕਮਜ਼ੋਰ ਹੈ।

ਇਸਤਰੀ ਵਲੋਂ ਪੁਰਸ਼ ਨਾਲ ਲੜਨਾ, ਕਿਸੇ ਪੁਰਸ਼ ਨੂੰ ਸ਼ੋਭਾ ਨਹੀਂ ਦਿੰਦਾ।

ਜੇ ਘਰ ਅੰਦਰ ਬੰਦੂਕ ਹੋਵੇ ਤਾਂ ਦੁਸ਼ਮਣ ਜਾਂ ਕਿਸੇ ਬਾਹਰਲੇ ਬੰਦੇ ਦੇ ਮੁਕਾਬਲੇ, ਘਰ ਦੇ ਕਿਸੇ ਅੰਦਰਲੇ ਜੀਅ ਦੇ ਮਾਰੇ ਜਾਣ ਦਾ ਖਤਰਾ ਵੱਧ ਜਾਂਦਾ ਹੈ।

ਇੱਛਾ, ਯਥਾਰਥ ਨਾਲੋਂ ਤੇਜ਼ ਚਲਦੀ ਹੈ ਅਤੇ ਸਦਾ ਅਗੇ ਰਹਿੰਦੀ ਹੈ।

ਮਨੁੱਖ ਪ੍ਰਸੰਨ ਹੋਣ ਦੀ ਥਾਂ ਦੁੱਖੀ ਹੋਣ ਵਿਚ ਵਧੇਰੇ ਨਿਪੁੰਨ ਹੈ, ਜੇ ਸਵਰਗ ਵੀ ਉਸਾਰ ਦੇਈਏ ਤਾਂ ਕਹੇਗਾ: ਇਹ ਛੋਟਾ ਹੈ, ਪੁਰਾਣਾ ਹੈ, ਦੂਰ ਹੈ।

ਪ੍ਰੇਸ਼ਾਨ ਬੰਦਾ ਹਮਲਾ ਕਰਨ ਵਿਚ ਪਹਿਲ ਕਰਦਾ ਹੈ, ਖਲੋਤੀ ਸਵਾਰੀ ਬੈਠੀ ਸਵਾਰੀ ਦੇ ਮੁਕਾਬਲੇ ਵਧੇਰੇ ਪ੍ਰੇਸ਼ਾਨ ਹੁੰਦੀ ਹੈ।

ਆਪਣਾ ਗੁੱਸਾ ਕੱਢਣ ਦੀ ਜਾਚ ਸਿਖੋ, ਜਦੋਂ ਡੈਮ ਵਿਚ ਪਾਣੀ ਵੱਧ ਜਾਵੇ ਤਾਂ ਉਸ ਨੂੰ ਵਿਉਂਤ ਨਾਲ ਕੱਢਿਆ ਜਾਂਦਾ ਹੈ।

ਜੰਗ ਮੁੱਕ ਜਾਵੇ ਤਾਂ ਕਤਲ ਵੱਧ ਜਾਂਦੇ ਹਨ, ਕਿਉਂਕਿ ਜੰਗ ਦੇ ਵੱਡੇ ਵਰਤਾਰੇ ਕਾਰਨ ਨਿਜੀ ਵੈਰ-ਵਿਰੋਧ ਦਬੇ ਰਹਿੰਦੇ ਹਨ, ਜਿਹੜੇ ਖਤਰਾ ਟਲਦਿਆਂ ਹੀ ਜਾਗ ਪੈਂਦੇ ਹਨ।

ਕੁੱਟ ਖਾ ਕੇ ਜਾਣ ਵਾਲੇ ਬਦਲਾ ਲੈਣ ਲਈ ਮੁੜ ਕੇ ਆਉਣਗੇ; ਚੁੱਪ ਕਰਕੇ ਜਾਣ ਵਾਲੇ, ਵੱਡਾ ਹਮਲਾ ਕਰਕੇ ਬਦਲਾ ਲੈਣਗੇ।

ਅਸੀਂ ਜਾਣਦੇ ਹਾਂ ਕਿ ਮਨੁੱਖ ਹਿੰਸਕ ਕਿਉਂ ਹੈ ਪਰ ਇਸ ਗਿਆਨ ਦੇ ਬਾਵਜੂਦ ਹਿੰਸਾ ਵੱਧ ਰਹੀ ਹੈ।

ਪ੍ਰੇਮੀ, ਇਕ-ਦੂਜੇ ਲਈ ਪੜਦੇ ਵਾਲੀਆਂ ਗੱਲਾਂ ਦਾ ਬੈਂਕ ਹੁੰਦੇ ਹਨ।

ਬਜ਼ੁਰਗਾਂ ਨੂੰ ਸੁਣਨਾ ਹੀ, ਉਨ੍ਹਾਂ ਦੀਆਂ ਤਕਲੀਫਾਂ ਦਾ ਇਲਾਜ ਹੁੰਦਾ ਹੈ।

ਇਹ ਹੈਰਾਨ ਕਰਨ ਵਾਲੀ ਗੱਲ ਹੈ ਕਿ ਲੋਕ ਮਰਨ ਤੋਂ ਬਿਨਾਂ ਹੀ ਸਵਰਗ ਜਾਣਾ ਚਾਹੁੰਦੇ ਹਨ।

ਧਾਰਮਿਕ ਸਥਾਨ 'ਤੇ ਅਸੀਂ ਆਪ ਨਹੀਂ ਜਾਂਦੇ, ਸਾਡੇ ਸੁਆਰਥ ਸਾਨੂੰ ਲੈ ਜਾਂਦੇ ਹਨ।

ਸਾਹਿਤ ਪੜ੍ਹਨਾ, ਦਿਮਾਗੀ ਅਤੇ ਸਰੀਰਕ ਦੋਹਾਂ ਪੱਖਾਂ ਤੋਂ ਸਾਡੇ ਤੰਦਰੁਸਤ ਹੋਣ ਦਾ ਪ੍ਰਮਾਣ ਹੁੰਦਾ ਹੈ।

ਪ੍ਰੇਮੀ ਇਕ-ਦੂਜੇ ਨਾਲ ਲੁਕਣਮੀਚੀ ਖੇਡਦੇ, ਇਕ-ਦੂਜੇ ਦੇ ਦਿਲ ਵਿਚ ਲੁਕ ਜਾਂਦੇ ਹਨ।

ਜਿਨ੍ਹਾਂ ਨੂੰ ਗੁੱਸਾ ਜਲਦੀ ਚੜ੍ਹਦਾ ਹੈ, ਉਹ ਹਥਿਆਰ ਰਖਣਾ ਚਾਹੁੰਦੇ ਹਨ; ਜਿਹੜੇ ਹਥਿਆਰ ਰਖਦੇ ਹਨ, ਉਨ੍ਹਾਂ ਨੂੰ ਗੁੱਸਾ ਜਲਦੀ ਚੜ੍ਹਦਾ ਹੈ।

ਇਸਤਰੀਆਂ, ਬੱਚਿਆਂ ਦਾ ਚੰਗੇਰਾ ਧਿਆਨ ਰਖਦੀਆਂ ਹਨ, ਸੋ ਪੁਰਸ਼ਾਂ ਨੇ ਇਹ ਧਾਰਣਾ ਹੀ ਬਣਾ ਲਈ ਹੈ ਕਿ ਬੱਚਿਆਂ ਦਾ ਧਿਆਨ ਇਸਤਰੀਆਂ ਨੂੰ ਹੀ ਰਖਣਾ ਚਾਹੀਦਾ ਹੈ।

ਚੰਗਾ ਵਿਹਾਰ ਅਕਸਰ ਉਹੀ ਕਰ ਸਕਦੇ ਹਨ, ਜਿਨ੍ਹਾਂ ਨੂੰ ਭਵਿਖ ਦੀ ਚਿੰਤਾ ਨਾ ਹੋਵੇ।

ਪੁਰਸ਼ ਭੁਲ ਜਾਂਦੇ ਹਨ ਕਿ ਕਿਹੜੀ ਇਸਤਰੀ ਨੇ ਕੀ ਕਿਹਾ ਸੀ ਪਰ ਇਹ ਯਾਦ ਰਖਦੇ ਹਨ ਕਿ ਇਹ ਗੱਲ ਕਹੀ ਕਿਸੇ ਇਸਤਰੀ ਨੇ ਸੀ।

ਜੇ ਅਫ਼ਵਾਹ ਫੈਲ ਜਾਵੇ ਕਿ ਤੁਸੀਂ ਕਲਾਕਾਰ ਹੋ ਤਾਂ ਲੋਕ ਤੁਹਾਡੀਆਂ ਸਾਧਾਰਣ ਗੱਲਾਂ ਵਿਚੋਂ ਵੀ ਕਲਾਕਾਰੀ ਲੱਭਣਗੇ।

ਜਿਸ ਕੋਲ ਹਥਿਆਰ ਹੋਵੇ, ਉਸ ਨਾਲ ਬਹਿਸ ਨਾ ਕਰੋ, ਉਹ ਕੁਝ ਨਹੀਂ ਸੁਣੇਗਾ।

ਕੁਝ ਹੁੰਦੇ ਹਨ, ਜਿਨ੍ਹਾਂ ਦੀ ਸਾਡੇ ਬਾਰੇ ਰਾਇ, ਅਸੀਂ ਕੁਝ ਵੀ ਕਹੀਏ ਜਾਂ ਕਰੀਏ, ਕਦੇ ਨਹੀਂ ਬਦਲਦੀ।

ਜਿਹੜਾ ਪੁਰਸ਼, ਆਪਣੀ ਸੰਤਾਨ ਪ੍ਰਤੀ ਲਾਪ੍ਰਵਾਹ ਹੁੰਦਾ ਹੈ, ਉਹ ਸੰਤਾਨ ਦੀ ਮਾਂ ਦਾ ਸਤਿਕਾਰ ਨਹੀਂ ਜਿੱਤ ਸਕਦਾ।

ਗੁਆਚੀਆਂ ਚੀਜ਼ਾਂ ਨੂੰ ਸਾਡਾ ਮਨ, ਪਛਤਾਵੇ ਨਾਲ ਲਭਦਾ ਰਹਿੰਦਾ ਹੈ।

ਤਿਉਹਾਰ ਮਨੁੱਖ ਨੂੰ ਪਰਿਵਾਰ ਅਤੇ ਸਮਾਜ ਨਾਲ ਜੋੜੀ ਰਖਣ ਦਾ ਕਾਰਜ ਕਰਦੇ ਹਨ।

ਜਦੋਂ ਬੱਚੇ ਜਾਣ ਜਾਂਦੇ ਹਨ ਕਿ ਮਾਪੇ ਕਮਜ਼ੋਰ ਹੋ ਗਏ ਹਨ ਤਾਂ ਉਹ ਆਪ ਤਕੜੇ ਹੋ ਜਾਂਦੇ ਹਨ।

ਕੁੱਤੇ ਤੋਂ ਪੰਜ ਮੀਟਰ, ਲੂੰਬੜ ਤੋਂ ਦੱਸ ਮੀਟਰ, ਰਿੱਛ ਤੋਂ ਸੌ ਮੀਟਰ ਅਤੇ ਅਕ੍ਰਿਤਘਣ ਤੋਂ ਜਿਤਨਾ ਵੱਧ ਤੋਂ ਵੱਧ ਸੰਭਵ ਹੋਵੇ, ਦੂਰ ਰਹਿਣਾ ਚਾਹੀਦਾ ਹੈ।

ਆਪਣੀ ਚੂਲ ਤੋਂ ਹਿਲਿਆ ਪਹੀਆ ਸ਼ੋਰ ਕਰਦਾ ਹੈ, ਵੱਧ ਘੱਸਦਾ ਹੈ ਅਤੇ ਅਚਾਨਕ ਵੱਖ ਹੋ ਜਾਂਦਾ ਹੈ।

ਰਾਜਨੀਤੀ ਵਿਚ ਪੁੱਤਰ, ਪੁੱਤਰ ਨਹੀਂ ਹੁੰਦੇ, ਔਰੰਗਜ਼ੇਬ ਅਤੇ ਦਾਰਾ ਸ਼ਿਕੋਹ ਹੁੰਦੇ ਹਨ।

ਜਿਹੜਾ ਸਾਹਿਤ ਪੜ੍ਹਦਾ ਹੈ, ਉਹ ਆਪਣੇ ਆਪ ਅਤੇ ਸਮਾਜ ਨਾਲ ਵਧੇਰੇ ਇਕ-ਸੁਰ ਹੁੰਦਾ ਹੈ।

ਜੇ ਕੰਮ ਵੇਲੇ ਕੰਮ ਨਹੀਂ ਕਰੋਗੇ ਤਾਂ ਆਰਾਮ ਕਰਨ ਵੇਲੇ ਆਰਾਮ ਨਹੀਂ ਕਰ ਸਕੋਗੇ।

ਚੰਗੇ ਵਿਚਾਰ ਦੀ ਨਿਸ਼ਾਨੀ ਇਹ ਹੁੰਦੀ ਹੈ ਕਿ ਸੁਣ ਕੇ ਦਿਲ ਕਰਦਾ ਹੈ ਕਿ ਇਹ ਮੈਨੂੰ ਪ੍ਰਗਟਾਉਣਾ ਚਾਹੀਦਾ ਸੀ।

ਗਰੀਬ ਪੈਸੇ ਵਾਸਤੇ ਕੰਮ ਕਰਦੇ ਹਨ, ਅਮੀਰਾਂ ਵਾਸਤੇ ਪੈਸਾ ਕੰਮ ਕਰਦਾ ਹੈ।

ਜਿਸ ਰਿਸ਼ਤੇ ਵਿਚ ਪਰਸਪਰ ਸਤਿਕਾਰ ਨਹੀਂ ਹੁੰਦਾ, ਉਹ ਰਿਸ਼ਤਾ ਹੌਲੀ-ਹੌਲੀ ਝਗੜਾ ਬਣ ਜਾਂਦਾ ਹੈ।

ਭੈੜੇ ਬੰਦਿਆਂ ਨੂੰ ਘਰ ਅੰਦਰ ਅਤੇ ਚੰਗਿਆਂ ਨੂੰ ਬਾਹਰ ਵਧੇਰੇ ਸਮੱਸਿਆਵਾਂ ਦਾ ਸਾਹਮਣਾ ਕਰਨਾ ਪੈਂਦਾ ਹੈ।

ਜਿਸ ਦਿਨ ਬ੍ਰਹਿਮੰਡ ਦਾ ਕੇਂਦਰ ਲਭ ਪਿਆ, ਉਸ ਦਿਨ ਕਰੋੜਾਂ ਲੋਕ ਇਹ ਜਾਣ ਕੇ ਨਿਰਾਸ਼ ਹੋਣਗੇ ਕਿ ਉਹ ਬ੍ਰਹਿਮੰਡ ਦਾ ਕੇਂਦਰ ਕਿਉਂ ਨਹੀਂ ਹਨ।

ਯਥਾਰਥ ਨਾਲ ਮੁਕਾਬਲਾ ਕਰਨ ਲਈ, ਕਲਪਨਾ ਇਕ ਹਥਿਆਰ ਹੁੰਦੀ ਹੈ।

ਮੁਸੀਬਤਾਂ ਵਿਚੋਂ ਲੰਘਦਿਆਂ, ਕੁਝ ਟੁੱਟ ਜਾਂਦੇ ਹਨ ਅਤੇ ਕਈ ਲੰਘ ਕੇ ਸਾਰੇ ਰੀਕਾਰਡ ਤੋੜ ਦਿੰਦੇ ਹਨ।

ਚਰਿਤਰਵਾਨ ਹੀ ਦੂਜਿਆਂ ਦਾ ਚਰਿਤਰ ਉਸਾਰ ਸਕਦੇ ਹਨ।

ਕਲਾਕਾਰ, ਵਿਗਿਆਨੀ ਅਤੇ ਸੰਗੀਤਕਾਰ, ਇਕਾਂਤ ਵਿਚ, ਇਕਾਗਰਤਾ ਨਾਲ ਵਿਕਾਸ ਕਰਦੇ ਹਨ।

ਜੇ ਅੰਦਰ ਰੌਣਕ ਨਹੀਂ ਤਾਂ ਬਾਹਰੀ ਸੁੰਦਰਤਾ ਨਹੀਂ ਦਿਸੇਗੀ।

ਸੁੰਦਰਤਾ ਦਾ ਕੋਈ ਨਿਸਚਿਤ ਰੂਪ ਨਹੀਂ ਹੈ, ਇਸੇ ਕਰਕੇ ਕਲਾ ਇਸ ਦੇ ਨਵੇਂ-ਨਵੇਂ ਰੂਪਾਂ ਦੀ ਤਲਾਸ਼ ਕਰਦੀ ਰਹਿੰਦੀ ਹੈ।

ਚੰਗੀਆਂ ਚੀਜ਼ਾਂ ਉਨ੍ਹਾਂ ਨੂੰ ਹੀ ਭੇਟ ਕੀਤੀਆਂ ਜਾਂਦੀਆਂ ਹਨ, ਜਿਨ੍ਹਾਂ ਦੇ ਮਨ ਖੁਸ਼ਹਾਲ ਅਤੇ ਤਕਣੀ ਅਮੀਰ ਹੁੰਦੀ ਹੈ।

ਹਮਦਰਦੀ, ਦਇਆ ਅਤੇ ਦਾਨ ਕਰਨ ਵਾਲਾ ਬੀਮਾਰ ਨਹੀਂ ਪੈਂਦਾ, ਕਿਉਂਕਿ ਉਹ ਸਾੜੇ, ਈਰਖਾ ਅਤੇ ਨਿੰਦਾ ਜਿਹੇ, ਬੀਮਾਰੀਆਂ ਲਾਉਣ ਵਾਲੇ ਲੱਛਣਾਂ ਤੋਂ, ਮੁਕਤ ਹੁੰਦਾ ਹੈ।

ਤੁਹਾਡੀ ਕੀਮਤ ਦਾ ਸਹੀ ਪਤਾ, ਇਸ ਗੱਲ ਤੋਂ ਲਗਦਾ ਹੈ ਕਿ ਤੁਹਾਡੀ ਕਿਸ ਨਾਲ ਤੁਲਨਾ ਕੀਤੀ ਜਾਂਦੀ ਹੈ।

ਸੰਗੀਤ ਸਾਡੇ ਉਨ੍ਹਾਂ ਭਾਵਾਂ ਨੂੰ ਪ੍ਰਗਟਾਉਂਦਾ ਹੈ, ਜਿਨ੍ਹਾਂ ਨੂੰ ਪ੍ਰਗਟਾਏ ਬਿਨਾਂ ਰਿਹਾ ਨਹੀਂ ਜਾ ਸਕਦਾ।

ਮੰਦ-ਭਾਵਨਾ ਦਾ ਕੱਦ ਛੋਟਾ ਹੁੰਦਾ ਹੈ ਪਰ ਇਸ ਦੀ ਜੀਭ ਲੰਮੀ ਹੁੰਦੀ ਹੈ।

ਕਾਮ ਦੇ ਪੱਖੋਂ ਸੰਤੁਸ਼ਟ ਵਿਅਕਤੀ ਮੁਆਫ਼ ਕਰਦਾ ਹੈ, ਜਦੋਂ ਕਿ ਅਸੰਤੁਸ਼ਟ ਵਿਅਕਤੀ ਲੜਨ ਅਤੇ ਬਦਲਾ ਲੈਣ ਬਾਰੇ ਸੋਚਦਾ ਰਹਿੰਦਾ ਹੈ।

ਜਦੋਂ ਆਸ ਸੌਂ ਜਾਂਦੀ ਹੈ ਤਾਂ ਦੁੱਖ ਜਾਗ ਪੈਂਦੇ ਹਨ।

ਰਲ ਕੇ ਮਾਣੀਆਂ ਮੌਜਾਂ ਨਾਲ ਸਾਥ ਉਪਜਦੇ ਹਨ, ਰਲ ਕੇ ਸਹੇ ਦੁੱਖਾਂ ਨਾਲ ਰਿਸ਼ਤੇ ਉਸਰਦੇ ਹਨ।

ਇਕੱਲਤਾ ਅਤੇ ਉਦਾਸੀ, ਢਹਿੰਦੀ ਕਲਾ ਦੇ ਮੋਢੇ ਹੁੰਦੇ ਹਨ।

ਜਦੋਂ ਪਰਿਵਾਰ ਵਿਚ ਹਰ ਕਿਸੇ ਦਾ ਸੁਆਰਥ ਭਾਰੂ ਹੋ ਜਾਵੇ ਤਾਂ ਪਰਿਵਾਰਕ ਮਾਣ-ਸਤਿਕਾਰ ਨਹੀਂ ਰਹਿੰਦਾ।

ਕਿਸੇ ਦੀ ਨਿੰਦਾ ਜਾਂ ਚਾਪਲੂਸੀ ਵਿਚ ਕੁਝ ਵੀ ਕਿਹਾ-ਲਿਖਿਆ ਉੱਚੀ ਪੱਧਰ ਦਾ ਨਹੀਂ ਹੁੰਦਾ।

ਜੋ ਅੱਜ ਹਕੀਕਤ ਹੈ, ਉਹ ਕਿਸੇ ਵੇਲੇ ਕਲਪਨਾ ਸੀ।

ਢਹਿੰਦੀ ਕਲਾ ਵਾਲੇ ਨੂੰ ਕਹਿਣਾ, ਜਿਊਂਦਾ ਰਹਿ, ਅਸੀਸ ਨਹੀਂ, ਬਦਦੁਆ ਹੈ।

ਸੰਸਾਰ ਵਿਚ ਮੁਸੀਬਤਾਂ ਦਾ ਕਦੇ ਕਾਲ ਨਹੀਂ ਪਿਆ ਅਤੇ ਹਿੰਮਤਾਂ ਦੀ ਕਦੇ ਘਾਟ ਨਹੀਂ ਆਈ।

ਜੇ ਸਮੁੱਚੇ ਪਰਿਵਾਰ ਦੀ ਸ਼ਾਬਾਸ਼ ਮਿਲਦੀ ਰਹੇ ਤਾਂ ਮਨੁੱਖ ਹਰ ਮੁਸੀਬਤ ਅਤੇ ਮੁਸ਼ਕਿਲ ਵਿਚੋਂ ਪਾਰ ਲੰਘ ਜਾਂਦਾ ਹੈ।

ਦਿਨ ਉਦੋਂ ਹੀ ਚੜ੍ਹਦਾ ਹੈ, ਜਦੋਂ ਅਸੀਂ ਜਾਗਦੇ ਹਾਂ।

ਅਤਿਵਾਦੀ, ਵਰਤਮਾਨ ਅਤੇ ਭਵਿਖ ਦੋਹਾਂ ਨਾਲ ਰੁੱਸਿਆ ਹੋਇਆ ਹੁੰਦਾ ਹੈ।

ਜੇ ਮਨੁੱਖ ਆਪਣੀ ਤਕਲੀਫ਼ ਨੂੰ ਸ਼ਬਦਾਂ ਵਿਚ ਨਾ ਪ੍ਰਗਟਾ ਸਕੇ ਤਾਂ ਉਹ ਵਧੇਰੇ ਦੁੱਖੀ ਹੁੰਦਾ ਹੈ।

ਜਿਹੜਾ ਕਵੀ ਕਿਸੇ ਵਿਚਾਰਧਾਰਾ ਦੇ ਪੱਖ ਵਿਚ ਖਲੋ ਜਾਂਦਾ ਹੈ, ਉਸ ਦੀ ਕਵਿਤਾ ਬਹਿ ਜਾਂਦੀ ਹੈ।

ਜਿਨ੍ਹਾਂ ਕੋਲ ਸੈਰ ਕਰਨ ਲਈ ਵਕਤ ਨਹੀਂ ਹੁੰਦਾ, ਉਨ੍ਹਾਂ ਨੂੰ ਬੀਮਾਰ ਹੋਣ ਵਾਸਤੇ ਵਕਤ ਕੱਢਣਾ ਪੈਂਦਾ ਹੈ।

ਕਿਤਾਬਾਂ ਸਾਨੂੰ ਆਪਣੇ ਆਪ ਨਾਲ ਪ੍ਰਸੰਨ ਹੋਣ ਦੀ ਜਾਚ ਸਿਖਾਉਂਦੀਆਂ ਹਨ।

ਸਵੇਰੇ ਉੱਠਣਾ ਅਤੇ ਸਮਾਂ ਵਿਅਰਥ ਨਾ ਗੁਆਉਣਾ, ਸਫ਼ਲਤਾ ਦੇ ਭੇਤ ਹਨ।

ਸੰਜਮ ਨਾਲ, ਚਰਿਤਰ ਮਜ਼ਬੂਤ ਅਤੇ ਸੂਝ-ਬੂਝ ਤਿੱਖੀ ਹੁੰਦੀ ਹੈ।

ਤਾਕਤ ਨੂੰ ਵਰਤਣ ਵਾਸਤੇ, ਜਿਸ ਸਿਆਣਪ ਅਤੇ ਅਕਲ ਦੀ ਲੋੜ ਪੈਂਦੀ ਹੈ, ਉਸ ਨੂੰ ਜ਼ਬਤ ਅਤੇ ਸੰਜਮ ਕਹਿੰਦੇ ਹਨ।

ਆਸ ਤੋਂ ਬਿਨਾਂ ਜੀਵਨ, ਪਿਆਰ ਤੋਂ ਸੱਖਣਾ ਘਰ, ਸਤਿਕਾਰ ਤੋਂ ਬਿਨਾਂ ਪਿਆਰ, ਲਾਭ ਤੋਂ ਬਿਨਾਂ ਵਪਾਰ ਆਦਿ ਨਿਰਾਸਤਾ ਉਪਜਾਉਂਦੇ ਹਨ।

ਉਮਰ ਕੋਈ ਹੋਵੇ, ਮੇਲ-ਮਿਲਾਪ ਨਾਲ ਸਿਹਤ ਠੀਕ ਰਹਿੰਦੀ ਹੈ।

ਨਿਰਾਸਤਾ ਵਿਚ ਕੰਮ ਕੀਤਾ ਨਹੀਂ ਜਾਂਦਾ, ਮੁਲਤਵੀ ਕੀਤਾ ਜਾਂਦਾ ਹੈ; ਮੁਲਤਵੀ ਕੀਤੇ ਕੰਮ, ਨਿਰਾਸਤਾ ਵਧਾਉਂਦੇ ਹਨ।

ਘਰ ਅਜਿਹਾ ਹੋਣਾ ਚਾਹੀਦਾ ਹੈ, ਜਿਸ ਦੇ ਅੰਦਰ ਰਹਿਣ ਨੂੰ ਮਨ ਕਰੇ।

ਪਿਆਰ, ਸਭ ਤੋਂ ਵੱਡਾ ਮਨੁੱਖੀ ਗੁਣ ਹੈ, ਦੂਜਾ ਵੱਡਾ ਮਨੁੱਖੀ ਗੁਣ, ਹਮਦਰਦੀ ਹੈ।

ਵਾਧੂ ਸੋਚ ਕਾਰਨ ਮੁਸ਼ਕਿਲ, ਮੁਸੀਬਤ ਅਤੇ ਮੁਸੀਬਤ, ਦੁੱਖ ਬਣ ਜਾਂਦੀ ਹੈ।

ਵਿਹਲੇਪਣ ਵਿਚ ਪ੍ਰੇਸ਼ਾਨੀ ਹੀ ਪ੍ਰੇਸ਼ਾਨੀ ਹੈ, ਭਾਵੇਂ ਕੋਈ ਬਾਦਸ਼ਾਹ ਹੀ ਹੋਵੇ, ਉਸ ਨੂੰ ਵੀ ਕੰਮ ਦੀ ਲੋੜ ਹੁੰਦੀ ਹੈ।

ਗੁੱਸਾ ਅਤੇ ਨਫ਼ਰਤ ਨੀਵੇਂ ਵਿਅਕਤੀਆਂ ਵਿਚ ਹੁੰਦੇ ਹਨ ਅਤੇ ਨਫ਼ਰਤ ਅਤੇ ਗੁੱਸੇ ਕਾਰਨ, ਇਹ ਵਿਅਕਤੀ ਨੀਵੇਂ ਹੀ ਰਹਿੰਦੇ ਹਨ।

ਘੁੱਟ ਕੇ ਗਲਵਕੜੀ ਇਸ ਲਈ ਪਾਈ ਜਾਂਦੀ ਹੈ ਤਾਂ ਕਿ ਦੂਜੀ ਧਿਰ ਖੁਲ੍ਹ ਕੇ ਸੌਖੀ ਹੋ ਜਾਵੇ।

ਕੁਝ ਕੀਤੇ ਬਿਨਾਂ ਸਫਲ ਹੋਣ ਦੇ ਯਤਨ ਨੂੰ ਨਿਰਾਸਤਾ ਕਹਿੰਦੇ ਹਨ।

ਘਰ ਅਜਿਹਾ ਹੋਵੇ, ਜਿਹੜਾ ਜੀ ਆਇਆਂ ਹੀ ਕਹੇ, ਅਲਵਿਦਾ ਨਹੀਂ।

ਮਨੁੱਖ ਨੇ ਕਰੋੜਾਂ ਸਾਲ ਲਾ ਕੇ ਗਿਣਨ-ਮਾਪਣ-ਤੋਲਣ ਦੀ ਜੋ ਯੋਗਤਾ ਉਪਜਾਈ ਸੀ, ਕੰਪਿਊਟਰ ਨੇ ਉਸ ਨੂੰ ਦਹਾਕਿਆਂ ਵਿਚ ਹੀ ਉਪਜਾ ਲਿਆ ਹੈ।

ਗਰਮ ਦਿਮਾਗਾਂ ਅਤੇ ਠੰਡੇ ਦਿਲਾਂ ਨੇ ਅਜੇ ਤਕ ਕੋਈ ਸਮੱਸਿਆ ਹੱਲ ਨਹੀਂ ਕੀਤੀ।

ਨਿਰਾਸ਼ਾਵਾਦੀਆਂ ਨੇ ਅਜੇ ਤਕ ਨਾ ਕੋਈ ਕਾਢ ਕੱਢੀ ਹੈ ਅਤੇ ਨਾ ਹੀ ਕੋਈ ਨਵਾਂ ਵਿਚਾਰ ਦਿਤਾ ਹੈ।

ਮੋਟੇ ਬੰਦੇ ਦਾ ਦਿਲ ਹਰ ਥਾਂ ਲੇਟਣ ਲਈ ਹੀ ਕਰਦਾ ਹੈ ਪਰ ਕਈ ਥਾਈਂ ਉਸ ਨੂੰ ਮਜਬੂਰੀ ਵਸ ਬਹਿਣਾ ਪੈ ਜਾਂਦਾ ਹੈ।

ਗਰੀਬ ਦੀ ਜਦੋਂ ਲੋਈ ਪਾਟ ਜਾਂਦੀ ਹੈ ਤਾਂ ਉਸ ਦਾ ਕੋਈ ਰਫ਼ੂਗਰ ਨਹੀਂ ਮਿਲਦਾ।

ਜਾਇਦਾਦ ਦੀ ਮਾਲਕੀ ਨਾਲ ਸਾਡੇ ਵਿਚ ਫੈਸਲੇ ਕਰਨ ਅਤੇ ਵਾਅਦੇ ਨਿਭਾਉਣ ਦੀ ਤਾਕਤ ਵੱਧ ਜਾਂਦੀ ਹੈ।

ਜੋ ਪੁਰਸ਼ ਕਰਦੇ ਹਨ ਉਹ ਕੰਮ ਕਹਿਲਾਉਂਦਾ ਹੈ, ਜੋ ਇਸਤਰੀਆਂ ਕਰਦੀਆਂ ਹਨ, ਉਸ ਨੂੰ ਦੇਖ-ਭਾਲ ਅਤੇ ਸਾਂਭ-ਸੰਭਾਲ ਹੀ ਕਿਹਾ ਜਾਂਦਾ ਹੈ।

ਅਤੀਤ ਬਾਰੇ ਹੀ ਸੋਚਦੇ ਰਹਿਣਾ, ਯਾਦ ਸ਼ਕਤੀ ਦੀ ਦੁਰਵਰਤੋਂ ਹੁੰਦੀ ਹੈ।

ਜਦੋਂ ਮਨ ਫੈਸਲਾ ਕਰ ਲਵੇ, ਉਹ ਸ਼ਾਂਤ ਹੋ ਜਾਂਦਾ ਹੈ; ਜਦੋਂ ਮਨ ਕੋਈ ਅਟੱਲ ਫੈਸਲਾ ਕਰ ਲਵੇ ਤਾਂ ਉਹ ਨਿਸਚਿੰਤ ਹੋ ਜਾਂਦਾ ਹੈ।

ਹੌਸਲਾ ਹਰ ਗੁਣ ਦਾ ਕੇਂਦਰੀ ਲੱਛਣ ਹੁੰਦਾ ਹੈ ਅਤੇ ਹਰ ਮੁਸ਼ਕਿਲ ਵਿਚ ਇਸ ਦੀ ਪਰਖ ਹੁੰਦੀ ਹੈ।

ਜੇ ਕੋਈ ਜਾਣ-ਬੁਝ ਕੇ ਗਲਤ ਕੰਮ ਕਰਨ ਲਗ ਪਵੇ, ਸਮਝੋ ਉਹ ਬਾਲਗ ਹੋ ਗਿਆ ਹੈ।

ਅਜੋਕਾ ਮਨੁੱਖ ਕਹਿੰਦਾ ਹੈ: ਮੈਂ ਠੀਕ ਹਾਂ, ਮੇਰੀ ਪਤਨੀ ਵੀ ਠੀਕ ਹੈ ਪਰ ਅਸੀਂ ਠੀਕ ਨਹੀਂ ਹਾਂ।

ਪ੍ਰਸੰਨ ਚਿੱਤ ਹੋ ਕੇ ਪੈਦਲ ਚਲੋ, ਥਕਾਵਟ ਨਹੀਂ ਹੋਵੇਗੀ।

ਜੇ ਇਸਤਰੀਆਂ ਨਾਲ, ਉਨ੍ਹਾਂ ਦੇ ਬੱਚਿਆਂ ਦੀਆਂ ਗੱਲਾਂ ਕਰੋ ਤਾਂ ਸਾਰੀਆਂ ਇਸਤਰੀਆਂ ਸਿਆਣੀਆਂ ਪ੍ਰਤੀਤ ਹੁੰਦੀਆਂ ਹਨ।

ਇੱਛਾਵਾਂ ਅਤੇ ਆਪਣੀ ਔਕਾਤ ਵਿਚ ਹਮੇਸ਼ਾ ਫਾਸਲਾ ਬਣਿਆ ਰਹਿੰਦਾ ਹੈ।

ਉਪਦੇਸ਼ ਵਿਚ ਦਲੀਲ ਨਹੀਂ, ਮੋਹ ਹੁੰਦਾ ਹੈ।

ਪੰਦਰ੍ਹਾਂ ਸਾਲ ਦੀ ਉਮਰ ਵਿਚ ਸਾਡਾ ਮਾਪਿਆਂ ਨਾਲ ਅਤੇ ਪੰਜਾਹ ਸਾਲ ਦੀ ਉਮਰ ਵਿਚ ਸਾਡਾ ਸੰਸਾਰ ਨਾਲ ਮਤਭੇਦ ਆਰੰਭ ਹੋ ਜਾਂਦਾ ਹੈ।

ਦੁੱਖੀ ਅਤੇ ਪਰੇਸ਼ਾਨ ਕਰਨ ਵਾਲੀਆਂ ਗੱਲਾਂ ਨੂੰ ਅਸੀਂ ਵੱਧ ਧਿਆਨ ਨਾਲ ਸੁਣਦੇ ਅਤੇ ਸੁਣਾਉਂਦੇ ਹਾਂ।

ਉਦਾਸ ਹੋ? ਆਪਣੀ ਅਤੇ ਆਪਣੇ ਆਲੇ-ਦੁਆਲੇ ਦੀ ਸਫ਼ਾਈ ਰਖੋ, ਟੁੱਟੀਆਂ-ਵਿਗੜੀਆਂ ਚੀਜ਼ਾਂ ਠੀਕ ਕਰਵਾਓ, ਚੜ੍ਹਦੀ ਕਲਾ ਦਾ ਆਰੰਭ ਹੋ ਜਾਵੇਗਾ।

ਜੇ ਆਪਣੀ ਤਾਕਤ ਦੱਸਣੀ ਚਾਹੁੰਦੇ ਹੋ ਤਾਂ ਮਿਲ ਰਹੀ ਮਦਦ ਅਪ੍ਰਵਾਨ ਕਰੋ।

ਚੰਗੀ ਖਬਰ ਇਹ ਹੈ ਕਿ ਕਿਧਰੇ ਵੀ ਨਰਕ ਕੋਈ ਨਹੀਂ, ਮਾੜੀ ਖਬਰ ਇਹ ਹੈ ਕਿ ਸਵਰਗ ਵੀ ਕੋਈ ਨਹੀਂ।

ਕਿਸੇ ਦਾ ਵਿਰੋਧ ਕਰਦਿਆਂ ਹੱਸਣ, ਉਛਲਣ, ਫੈਲਣ ਆਦਿ ਦੀ ਸਹੂਲਤ ਨਹੀਂ ਮਿਲਦੀ।

ਵਿਗਿਆਨੀਆਂ ਕੋਲ ਪ੍ਰਗਟਾਵੇ ਦਾ ਸੰਜਮ ਹੁੰਦਾ ਹੈ, ਸਾਹਿਤਕਾਰਾਂ ਕੋਲ ਵੇਰਵਿਆਂ ਦੀ ਅਮੀਰੀ ਹੁੰਦੀ ਹੈ।

ਧਨਵਾਨ ਵਧੇਰੇ ਦੁਖੀ ਹੁੰਦੇ ਹਨ, ਗਰੀਬ ਨੂੰ ਆਸ ਹੁੰਦੀ ਹੈ ਕਿ ਧਨ ਮਿਲਣ ਨਾਲ ਸੁੱਖ ਮਿਲੇਗਾ ਪਰ ਧਨਵਾਨਾਂ ਨੂੰ ਇਹ ਆਸ ਵੀ ਨਹੀਂ ਹੁੰਦੀ।

ਜੀਵਨ ਦੇ ਬਹੁਤੇ ਝਗੜੇ ਕਾਹਲ ਅਤੇ ਗੁੱਸੇ ਨਾਲ ਬੋਲੇ ਗਏ ਸ਼ਬਦਾਂ ਵਿਚੋਂ ਉਪਜਦੇ ਹਨ।

ਮਨੁੱਖ ਦੀਆਂ ਸਮੱਸਿਆਵਾਂ ਨੇ ਹੀ ਮਨੁੱਖ ਨੂੰ ਸੰਸਾਰ ਬਾਰੇ ਅਤੇ ਸੰਸਾਰ ਵਿਚ ਆਪਣੀ ਹਾਲਤ ਬਾਰੇ ਸੋਚਣ ਲਈ ਮਜਬੂਰ ਕੀਤਾ ਹੈ।

ਸੁਆਦ ਸਰੀਰਕ ਹੁੰਦਾ ਹੈ, ਸੁੱਖ ਮਾਨਸਿਕ ਹੁੰਦਾ ਹੈ, ਆਨੰਦ ਆਤਮਕ ਹੁੰਦਾ ਹੈ।

ਕੁਦਰਤ ਉਤੇ ਮਨੁੱਖ ਦੀ ਕਿਸੇ ਵੀ ਪ੍ਰਾਪਤੀ ਦੀ ਕੋਈ ਛਾਪ ਨਹੀਂ ਹੈ।

ਜੇ ਕੋਈ ਪੰਜਾਹ ਦਾ ਹੋ ਕੇ ਪੁੱਛੇ ਕਿ ਵਿਆਹ ਕਰਵਾਉਣ ਵਿਚ ਕੋਈ ਖਤਰਾ ਤਾਂ ਨਹੀਂ, ਇਹ ਉਵੇਂ ਹੀ ਹੈ, ਜਿਵੇਂ ਕੋਈ ਆਤਮਘਾਤ ਕਰਨ ਵੇਲੇ ਪੁਛੇ ਕਿ ਕੋਈ ਨੁਕਸਾਨ ਤਾਂ ਨਹੀਂ ਹੋਵੇਗਾ।

ਜੋ ਚਾਹਿਆ ਜਾਂਦਾ ਹੈ, ਜੇ ਉਹ ਨਹੀਂ ਮਿਲਦਾ ਤਾਂ ਜੋ ਮਿਲਦਾ ਹੈ, ਉਸਨੂੰ ਤਜਰਬਾ ਕਿਹਾ ਜਾਂਦਾ ਹੈ।

ਸੰਸਾਰ ਕਿਸੇ ਨੂੰ ਵੀ ਤੰਗ ਨਹੀਂ ਕਰਦਾ, ਤੰਗ ਕਰਦੇ ਹਨ ਸੰਸਾਰ ਨਾਲ ਸਾਡੇ ਸੁਆਰਥੀ ਅਤੇ ਲਾਲਚੀ ਸਬੰਧ।

ਹਰ ਵੇਲੇ ਸਹੀ ਹੋਣਾ ਵੀ ਗਲਤੀ ਹੈ, ਹਰ ਵੇਲੇ ਗਲਤ ਹੋਣਾ ਵੀ ਸਹੀ ਨਹੀਂ ਹੁੰਦਾ।

ਜੇ ਪਰਿਵਾਰ ਨਾਲ ਹੈ ਤਾਂ ਹਰ ਮੁਸੀਬਤ ਹੱਲ ਹੋ ਜਾਵੇਗੀ, ਜੇ ਪਰਿਵਾਰ ਵਿਰੁਧ ਹੈ ਤਾਂ ਪਰਿਵਾਰ ਹੀ ਮੁਸੀਬਤ ਬਣ ਜਾਵੇਗਾ।

ਜੇ ਤੁਸੀਂ ਸਮਝਦੇ ਹੋ ਕਿ ਆਮਦਨ ਦੁੱਗਣੀ ਹੋਣ 'ਤੇ ਤੁਸੀਂ ਸੁਖੀ ਹੋ ਜਾਵੋਗੇ ਤਾਂ ਜਿਨ੍ਹਾਂ ਦੀ ਆਮਦਨ ਤੁਹਾਡੇ ਨਾਲੋਂ ਦੁੱਗਣੀ ਹੈ, ਉਨ੍ਹਾਂ ਨੂੰ ਪੁੱਛ ਵੇਖੋ।

ਜੇ ਬਚਪਨ, ਮਾਪਿਆਂ ਨਾਲ ਆਪਣੇ ਘਰ ਨਹੀਂ ਗੁਜ਼ਾਰਿਆ ਗਿਆ ਤਾਂ ਇਹ ਘਾਟ ਜ਼ਿੰਦਗੀ ਭਰ ਸਤਾਉਂਦੀ ਰਹੇਗੀ।

ਜੇ ਪਤਨੀ ਪੇਕਿਆਂ ਕੋਲ ਰਹਿਣ ਲਈ ਮਜਬੂਰ ਹੈ ਤਾਂ ਪਤੀ ਕੋਲ ਕੁਝ ਵੀ ਅਜਿਹਾ ਨਹੀਂ ਹੁੰਦਾ, ਜਿਸ 'ਤੇ ਉਹ ਮਾਣ ਕਰ ਸਕੇ।

ਇਕੱਤੀ ਦਸੰਬਰ ਅਤੇ ਪਹਿਲੀ ਜਨਵਰੀ ਵਿਚ ਅੰਤਰ ਇਕ ਦਿਨ ਦਾ ਹੀ ਹੁੰਦਾ ਹੈ ਪਰ ਦੋਹਾਂ ਦਿਨਾਂ 'ਤੇ ਮਨ ਦੀ ਹਾਲਤ ਬਿਲਕੁਲ ਵੱਖਰੀ ਹੁੰਦੀ ਹੈ।

ਚਰਿਤਰ ਦੇ ਅਰਥ ਸਹੀ ਕਾਰਜ ਕਰਨ ਤੋਂ ਹਨ, ਕਿਸੇ ਨੂੰ ਪਤਾ ਲੱਗੇ, ਭਾਵੇਂ ਨਾ ਲੱਗੇ।

ਅਮੀਰ ਕੌਣ ਹੈ, ਅਮੀਰ ਉਹ ਹੈ ਜੋ ਸੰਤੁਸ਼ਟ ਹੈ; ਸੰਤੁਸ਼ਟ ਕੌਣ ਹੈ, ਕੋਈ ਨਹੀਂ, ਇਸ ਲਈ ਇਸ ਸੰਸਾਰ ਵਿਚ ਕੋਈ ਵੀ ਅਮੀਰ ਨਹੀਂ ਹੈ।

ਪ੍ਰਸੰਨ ਹੋਣ ਦੀ ਹਾਲਤ ਵਿਚ, ਮੋਟੇ ਵੀ ਪਤਲਿਆਂ ਵਾਂਗ ਹੱਸਦੇ ਹਨ।

ਪਿਆਰ ਉਹ ਹਾਲਤ ਹੁੰਦੀ ਹੈ, ਜਦੋਂ ਪਿਆਰੇ ਦੀਆਂ ਅੱਖਾਂ ਵਿਚ ਜੋ ਵੇਖਣਾ ਚਾਹੀਏ, ਸਭ ਕੁਝ ਦਿਸ ਪਵੇ, ਕਿਧਰੇ ਹੋਰ, ਕੁਝ ਹੋਰ, ਵੇਖਣ ਲਈ ਕੁਝ ਨਾ ਬਚੇ।

ਸਭਿਅਤਾ ਦੀਆਂ ਹੱਦਾਂ ਨਹੀਂ ਹੁੰਦੀਆਂ, ਇਹ ਸਾਡੇ ਮਨ ਵਾਂਗ ਵਿਸ਼ਾਲ ਹੁੰਦੀ ਹੈ।

ਜਿਹੜਾ ਭੈੜੀਆਂ ਆਦਤਾਂ ਕਾਰਨ ਬਰਬਾਦ ਹੋਇਆ ਹੈ, ਜੇ ਉਸ ਨਾਲ ਸਬੰਧ ਰੱਖੋਗੇ, ਉਹ ਤੁਹਾਨੂੰ ਵੀ ਉਜਾੜ ਦੇਵੇਗਾ।

ਜਿਸ ਕੰਮ ਦੀ ਸਮਝ ਨਾ ਹੋਵੇ, ਉਸ ਵਿਚ ਪੈਸਾ ਨਾ ਲਾਓ, ਸਫ਼ਲ ਨਹੀਂ ਹੋਵੋਗੇ।

ਬਹੁਤੇ ਲੋਕ ਕਮਾਉਣ ਤਕ ਸਿਆਣੇ ਹੁੰਦੇ ਹਨ ਪਰ ਖਰਚਣ ਵੇਲੇ ਮੂਰਖ ਬਣ ਜਾਂਦੇ ਹਨ।

ਦੁੱਖ ਵਿਚ ਮਨੁੱਖ ਦੂਰ ਤਕ ਨਹੀਂ ਵੇਖਦਾ, ਜੇ ਦੂਰ ਵੇਖ ਕੇ, ਉਹ ਲੰਘ ਗਏ ਚੰਗੇ ਸਮਿਆਂ ਨੂੰ ਵੇਖੇ ਤਾਂ ਉਸ ਦੇ ਦੁੱਖ, ਜਲਦੀ ਦੂਰ ਹੋ ਜਾਂਦੇ ਹਨ।

ਜੇ ਔਕਾਤ ਨਹੀਂ ਤਾਂ ਵੱਡੀਆਂ ਦੁਕਾਨਾਂ 'ਤੇ ਨਾ ਜਾਓ, ਕਿਉਂਕਿ ਉਥੋਂ ਤੁਸੀਂ ਉਹ ਚੀਜ਼ਾਂ ਖਰੀਦ ਲਿਆਓਗੇ, ਜੋ ਤੁਸੀਂ ਉਂਝ ਖਰੀਦ ਨਹੀਂ ਸਕਦੇ ਅਤੇ ਜਿਨ੍ਹਾਂ ਦੀ ਤੁਹਾਨੂੰ ਲੋੜ ਵੀ ਨਹੀਂ ਹੁੰਦੀ।

ਜਿਹੜੇ ਸ਼ੀਸ਼ਾ ਵਧੇਰੇ ਵੇਖਦੇ ਹਨ, ਉਹ ਫੋਟੋਆਂ ਵੀ ਵਧੇਰੇ ਖਿਚਵਾਉਂਦੇ ਹਨ।

ਮਨੁੱਖ ਪਸੰਦ ਸਾਂਝਾਂ ਨੂੰ ਕਰਦਾ ਹੈ ਪਰ ਸਿਖਦਾ ਸਭ ਕੁਝ ਵੱਖਰੇਵਿਆਂ ਤੋਂ ਹੈ।

ਜੇ ਭੋਜਨ ਠੀਕ ਨਹੀਂ ਤਾਂ ਦਵਾਈ ਅਸਰ ਨਹੀਂ ਕਰੇਗੀ, ਜੇ ਭੋਜਨ ਠੀਕ ਹੈ ਤਾਂ ਦਵਾਈ ਦੀ ਲੋੜ ਨਹੀਂ ਪਵੇਗੀ।

ਕਾਨੂੰਨ ਉਦੋਂ ਤਕ ਹੀ ਕਾਨੂੰਨ ਹੁੰਦਾ ਹੈ, ਜਦੋਂ ਤਕ ਕਾਨੂੰਨ ਮੰਨਣ ਵਾਲਿਆਂ ਦੀ ਗਿਣਤੀ, ਕਾਨੂੰਨ ਤੋੜਨ ਵਾਲਿਆਂ ਨਾਲੋਂ, ਵਧੇਰੇ ਰਹਿੰਦੀ ਹੈ।

ਇਸਤਰੀਆਂ ਵਿਚ ਆਪਣੀ ਹੀ ਟੀਮ ਵਿਰੁਧ ਗੋਲ ਕਰਨ ਦੀ ਆਦਤ ਬੜੀ ਪੱਕੀ ਅਤੇ ਸਰਬ-ਵਿਆਪਕ ਹੈ।

ਸਭਿਆਚਾਰ ਮਨ ਨੂੰ ਵਿਸ਼ਾਲ ਕਰਦਾ ਹੈ, ਸਭਿਅਤਾ ਮਨ ਨੂੰ ਟਿਕਾਓ ਦਿੰਦੀ ਹੈ, ਟਿਕੇ ਹੋਣ ਤੋਂ ਬਿਨਾਂ ਮਨ ਵਿਸ਼ਾਲ ਨਹੀਂ ਹੋ ਸਕਦਾ।

ਮਨ ਉਦਾਸ ਹੋਵੇ, ਕੋਈ ਆਸ ਨਾ ਹੋਵੇ, ਕਿਸੇ ਦੀ ਉਡੀਕ ਨਾ ਹੋਵੇ, ਕੋਈ ਉਡੀਕ ਨਾ ਰਿਹਾ ਹੋਵੇ, ਸ਼ਾਂਤ ਬਹਿ ਕੇ ਵਹਿੰਦੇ ਪਾਣੀ ਨੂੰ ਵੇਖੋ, ਉਦਾਸੀ ਜਾਂਦੀ ਰਹੇਗੀ।

ਘੱਟ ਬੋਲਣ ਵਾਲੇ, ਵਧੇਰੇ ਧਿਆਨ ਨਾਲ ਸੁਣੇ ਜਾਂਦੇ ਹਨ।

ਜੇ ਫੈਸਲਾ ਕਰ ਲਓ ਕਿ ਇਹ ਕੰਮ ਕਰਨਾ ਹੈ ਤਾਂ ਮਨ ਲੋੜੀਂਦੀ ਸਰੀਰਕ-ਤਾਕਤ ਅਤੇ ਢੰਗ-ਤਰੀਕੇ ਆਪੇ ਉਪਜਾਵੇਗਾ।

ਰੌਲਾ ਪਾਉਣਾ, ਵਿਰੋਧ ਕਰਨ ਦੀ ਇਕ ਵਿਧੀ ਹੈ; ਉੱਚਾ ਬੋਲਣਾ, ਅਪ੍ਰਵਾਨਗੀ ਦਾ ਐਲਾਨ ਹੁੰਦਾ ਹੈ।

ਚੰਗੀਆਂ ਕਦਰਾਂ-ਕੀਮਤਾਂ ਸਿਖਾਈਆਂ ਨਹੀਂ ਜਾਂਦੀਆਂ, ਅਪਨਾਈਆਂ ਜਾਂਦੀਆਂ ਹਨ।

ਕਿਸੇ ਫਿਲਮ ਨੂੰ ਵਾਰ-ਵਾਰ ਵੇਖਣਾ ਫਿਲਮ ਦੀ ਪ੍ਰਸੰਸਾ ਦਾ ਨਹੀਂ, ਦਰਸ਼ਕ ਦੇ ਮਾਨਸਿਕ ਰੋਗੀ ਹੋਣ ਦਾ ਸਬੂਤ ਹੁੰਦਾ ਹੈ।

ਜਿਨ੍ਹਾਂ ਬੱਚਿਆਂ ਨੂੰ ਹਰੇਕ ਗਲਤੀ ਦੀ ਸਜ਼ਾ ਦਿਤੀ ਜਾਂਦੀ ਹੈ, ਉਹ ਬੱਚੇ ਵਧੇਰੇ ਝੂਠ ਬੋਲਦੇ ਹਨ।

ਚੰਗੀ ਖਬਰ ਅਤੇ ਭੈੜੀ ਖਬਰ ਦੇ ਫੈਲਣ ਦੀ ਰਫ਼ਤਾਰ ਵੱਖਰੀ-ਵੱਖਰੀ ਹੁੰਦੀ ਹੈ।

ਗੁਲਾਮਾਂ ਦਾ ਸਤਿਕਾਰ ਨਹੀਂ ਹੁੰਦਾ, ਕਿਉਂਕਿ ਗੁਲਾਮ ਆਪ ਆਪਣਾ ਸਤਿਕਾਰ ਨਹੀਂ ਕਰਦੇ; ਗੁਲਾਮ, ਗੁਲਾਮਾਂ ਦਾ ਸਤਿਕਾਰ ਨਹੀਂ ਕਰਦੇ।

ਕਿਸੇ ਦਾ ਬਚਪਨ ਦਾ ਦੋਸਤ ਬਣਨ ਵਾਸਤੇ, ਸਾਰੀ ਉਮਰ ਲਗ ਜਾਂਦੀ ਹੈ।

ਲੋਕ ਚਿੰਤਾ ਕਰਦੇ ਹਨ ਕਿ ਕੱਲ੍ਹ ਕੀ ਹੋਵੇਗਾ, ਚਿੰਤਾ ਇਹ ਕਰਨੀ ਚਾਹੀਦੀ ਹੈ ਕਿ ਜੋ ਅੱਜ ਕਰ ਰਹੇ ਹਾਂ ਉਸ ਦੇ ਕੱਲ੍ਹ ਸਿੱਟੇ ਕੀ ਨਿਕਲਣਗੇ।

ਮਹਿਸੂਸ ਕਰਨ ਵਾਲੀਆਂ ਗੱਲਾਂ ਬੋਲੀਆਂ-ਸੁਣੀਆਂ ਨਹੀਂ ਜਾਂਦੀਆਂ।

ਅਸੀਂ ਸਾਧਨਾਂ ਦੀ ਘਾਟ ਕਾਰਨ ਨਹੀਂ, ਪਰਸਪਰ ਸਬੰਧਾਂ ਦੇ ਵਿਗੜਨ ਅਤੇ ਸਮੇਂ ਦੀ ਦੁਰਵਰਤੋਂ ਕਾਰਨ ਦੁਖੀ ਹੁੰਦੇ ਹਾਂ।

ਅਜੇ ਤਕ ਕੋਈ ਵੀ ਰਾਤੋ-ਰਾਤ ਸਿਆਣਾ ਨਹੀਂ ਬਣਿਆ।

ਇਤਿਹਾਸ, ਉਦਾਹਰਣਾਂ ਵਾਲਾ ਗਿਆਨ ਹੁੰਦਾ ਹੈ।

ਝਗੜਾ ਇਸ ਕਾਰਨ ਹੁੰਦਾ ਹੈ, ਕਿਉਂਕਿ ਥੱਪੜ ਖਾਣ ਤੋਂ ਪਹਿਲਾਂ, ਮੁੱਕਾ ਮਾਰ ਦਿਤਾ ਜਾਂਦਾ ਹੈ।

ਛੁਪੇ ਹੋਏ ਸਬੰਧ, ਪ੍ਰਤੱਖ ਸਬੰਧਾਂ ਨਾਲੋਂ ਵਧੇਰੇ ਨਿਘੇ ਅਤੇ ਸ਼ਕਤੀਸ਼ਾਲੀ ਹੁੰਦੇ ਹਨ।

ਸ਼ਰਾਬ ਪੁਰਾਣੀ ਤੋਂ ਪੁਰਾਣੀ, ਪਾਣੀ ਤਾਜ਼ੇ ਤੋਂ ਤਾਜ਼ਾ; ਪੁਰਸ਼ ਸਿਆਣੇ ਤੋਂ ਸਿਆਣਾ, ਇਸਤਰੀ ਸੋਹਣੀ ਤੋਂ ਸੋਹਣੀ, ਇਹ ਆਪਸ ਵਿਚ ਬੜੀ ਜਲਦੀ ਘੁਲ-ਮਿਲ ਜਾਂਦੇ ਹਨ।

ਤੋਹਫ਼ੇ ਕਦੇ ਵੀ ਤੋਲੇ ਨਹੀਂ ਜਾਂਦੇ, ਵਡਿਆਏ ਜਾਂਦੇ ਹਨ; ਇਹ ਵਰਤੇ ਨਹੀਂ ਜਾਂਦੇ, ਸਜਾਏ ਜਾਂਦੇ ਹਨ; ਇਹ ਵੇਖੇ ਨਹੀਂ ਜਾਂਦੇ, ਵਿਖਾਏ ਜਾਂਦੇ ਹਨ।

ਲੋਕਾਂ ਦੀ ਸੇਵਾ ਕਰੋ, ਲੋਕ ਤੁਹਾਡੀ ਪੂਜਾ ਕਰਨਗੇ।

ਬਰਾਬਰੀ ਇਸ ਕਰਕੇ ਅਸੰਭਵ ਹੈ, ਕਿਉਂਕਿ ਇਹ ਕੇਵਲ ਉਪਰਲਿਆਂ ਨਾਲ ਹੀ ਚਾਹੀ ਜਾਂਦੀ ਹੈ।

ਰਾਜਨੀਤੀ ਵਿਚ ਨਫ਼ਰਤ ਹੀ ਹੁੰਦੀ ਹੈ, ਸੋ ਰਾਜਸੀ ਨੇਤਾਵਾਂ ਦੀ ਪਰਸਪਰ ਨਫ਼ਰਤ ਨੂੰ ਭੈੜਾ ਨਹੀਂ ਸਮਝਿਆ ਜਾਂਦਾ।

ਕੇਵਲ ਮਨੁੱਖ ਵਿਚ ਆਪਣੇ ਪੂਰਵਜਾਂ ਨੂੰ ਯਾਦ ਰਖਣ ਦੀ ਸੋਝੀ ਹੈ, ਇਸੇ ਕਰਕੇ ਮਨੁੱਖ ਚਾਹੁੰਦਾ ਹੈ ਕਿ ਉਸ ਦੇ ਵਾਰਿਸ, ਉਸ ਨੂੰ ਯਾਦ ਰਖਣ।

ਇਤਿਹਾਸ ਦੀਆਂ ਮਹਾਨ ਘਟਨਾਵਾਂ, ਨਿਰੰਤਰ ਵਾਪਰਦੀਆਂ ਰਹਿੰਦੀਆਂ ਹਨ, ਹੁਣ ਵੀ ਵਾਪਰ ਰਹੀਆਂ ਹਨ।

ਜੇ ਹਾਰਨ ਦਾ ਜਿਗਰਾ ਨਹੀਂ ਤਾਂ ਜਿੱਤਣ ਦੀ ਹਿੰਮਤ ਵੀ ਨਹੀਂ ਹੋਵੇਗੀ।

ਮਨ ਨੂੰ ਮਾਰਨ ਦੀ ਲੋੜ ਨਹੀਂ, ਵਿਸ਼ਾਲ ਅਤੇ ਬਲਵਾਨ ਕਰਨ ਦੀ ਲੋੜ ਹੈ।

ਜਦੋਂ ਤਕ ਕਿਸੇ ਸਮਾਜ ਵਿਚ ਲਿਖਣ ਦੀ ਸਹੂਲਤ ਨਹੀਂ ਉਪਜਦੀ, ਉਦੋਂ ਤਕ ਉਸ ਸਮਾਜ ਵਿਚ, ਉਸ ਸਮਾਜ ਦਾ ਇਤਿਹਾਸ ਹੋਂਦ ਵਿਚ ਨਹੀਂ ਆਉਂਦਾ।

ਸਿੱਖਿਆ ਦੇ ਪਸਾਰ ਤੋਂ ਪਹਿਲਾਂ, ਸੰਸਾਰ ਵਿਚ ਸਾਰੇ ਲੋਕ ਲਗਭਗ ਬਰਾਬਰ ਸਨ, ਅੰਤਰ ਪਹਿਲਾਂ ਸਿਖਿਆ ਨੇ ਅਤੇ ਮਗਰੋਂ ਵਿਗਿਆਨ ਨੇ ਉਪਜਾਏ ਹਨ।

ਆਪਣੇ ਘਰ ਮਹਿਮਾਨ ਲਈ ਕਪੜੇ, ਬਿਸਤਰਾ ਅਤੇ ਗ਼ੁਸਲਖਾਨਾ ਇਵੇਂ ਰਖੋ, ਜਿਵੇਂ ਤੁਸੀਂ ਚਾਹੁੰਦੇ ਹੋ, ਕਿਸੇ ਦੇ ਘਰ ਤੁਹਾਡੇ ਲਈ ਰਖਿਆ ਜਾਵੇ।

ਉਸੇ ਸਮਾਜ ਜਾਂ ਪਰਿਵਾਰ ਵਿਚ ਮਜ਼ਬੂਤ ਵਿਅਕਤੀ ਉਪਜਦੇ ਹਨ, ਜਿਥੇ ਡਸਿਪਲਨ ਮਜ਼ਬੂਤ ਹੁੰਦਾ ਹੈ।

ਮਹਾਨ ਵਿਅਕਤੀਆਂ ਦੇ ਲੰਮੇ ਪ੍ਰਛਾਂਵਿਆਂ ਨੂੰ ਇਤਿਹਾਸ ਕਹਿੰਦੇ ਹਨ।

ਜੇ ਸਾਡੇ ਵਿਰੋਧੀ ਸਫਲ ਹੋ ਜਾਣ ਤਾਂ ਅਸੀਂ ਕਹਿੰਦੇ ਹਾਂ, ਉਨ੍ਹਾਂ ਦੀ ਕਿਸਮਤ ਚੰਗੀ ਸੀ।

ਵਿਆਹ, ਪੈਸੇ ਜਾਂ ਪਿਆਰ ਦੀ ਘਾਟ ਕਰਕੇ ਨਹੀਂ, ਜ਼ਿੰਮੇਵਾਰੀ ਨਿਭਾਉਣ ਤੋਂ ਇਨਕਾਰ ਜਾਂ ਅਣਗਹਿਲੀ ਕਾਰਨ ਟੁੱਟਦੇ ਹਨ।

ਕਿਸੇ ਦੇ ਕਪੜਿਆਂ ਕਾਰਨ ਕੋਈ ਦਰਵਾਜ਼ਾ ਖੁਲ੍ਹ ਤਾਂ ਜਾਵੇਗਾ ਪਰ ਉਹ ਖੁਲ੍ਹਾ ਉਸ ਦੀ ਸਿਆਣਪ ਨਾਲ ਹੀ ਰਹੇਗਾ।

ਹੈਰਾਨ ਹੋਣ ਦੀ ਬਿਰਤੀ ਤੋਂ ਬਿਨਾਂ ਇਤਿਹਾਸ ਨਹੀਂ ਪੜ੍ਹਿਆ ਜਾ ਸਕਦਾ।

ਜੇ ਨਿੱਕੀ ਜਿਹੀ ਗੱਲ ਤੁਹਾਨੂੰ ਪ੍ਰੇਸ਼ਾਨ ਕਰਦੀ ਹੈ ਤਾਂ ਇਸ ਨਾਲ ਗੱਲ ਦਾ ਹੀ ਨਹੀਂ, ਤੁਹਾਡੇ ਆਕਾਰ ਦਾ ਵੀ ਪਤਾ ਲਗਦਾ ਹੈ।

ਸਿਆਣਪ ਇਹ ਜਾਣਨ ਵਿਚ ਹੈ ਕਿ ਕੀ ਕੀਤਾ ਜਾਵੇ, ਚਰਿਤਰ ਉਸ ਨੂੰ ਕਰਨ ਦੇ ਢੰਗ ਵਿਚ ਹੁੰਦਾ ਹੈ।

ਗਿਆਨ ਬੋਲਦਾ ਹੈ, ਅਕਲ ਸੁਣਦੀ ਹੈ, ਸਿਆਣਪ ਸਮਝਦੀ ਹੈ।

ਪੁਰਾਤਨ ਰੋਮ ਵਿਚ ਇਸਤਰੀਆਂ ਦਾ ਕਾਰਜ ਯੋਧੇ ਜੰਮਣਾ ਸੀ, ਉਥੇ ਬਾਂਝ ਇਸਤਰੀਆਂ ਨੂੰ ਗਹਿਣੇ ਪਹਿਨਣ ਦੀ ਆਗਿਆ ਨਹੀਂ ਸੀ।

ਹਿੱਸਿਆ ਦੀ ਸੁਤੰਤਰਤਾ, ਸਮੁੱਚ ਦੀ ਮਜ਼ਬੂਤੀ ਦੇ ਅਨੁਪਾਤ ਵਿਚ ਹੁੰਦੀ ਹੈ।

ਮਾਪੇ ਚਾਹੁੰਦੇ ਹਨ ਕਿ ਬੱਚਿਆਂ ਦੀ ਵੱਖਰੀ ਸੋਚ ਹੋਵੇ, ਜਦੋਂ ਸੋਚ ਵੱਖਰੀ ਹੋ ਜਾਂਦੀ ਹੈ ਤਾਂ ਮਾਪੇ ਕਹਿੰਦੇ ਹਨ: ਬੱਚੇ ਸਾਡਾ ਕਿਹਾ ਨਹੀਂ ਮੰਨਦੇ।

ਮਨੁੱਖ, ਇਕ ਵਾਰੀ ਦਾਨ ਦੇ ਕੇ, ਪੱਥਰ ਉਤੇ ਉਕਰਵਾ ਕੇ, ਦਹਾਕਿਆਂ ਤਕ ਦੱਸਦਾ ਰਹਿੰਦਾ ਹੈ; ਇਹ ਦਾਨ ਨਹੀਂ, ਮਾਨਤਾ ਖਰੀਦਣ ਦਾ ਇਕ ਨੀਵਾਂ ਢੰਗ ਹੈ।

ਜਿਹੜਾ ਗਲਤੀਆਂ ਨਹੀਂ ਕਰਦਾ, ਉਹ ਕੁਝ ਨਵਾਂ ਨਹੀਂ ਸਿਰਜਦਾ।

ਭਾਰਤ ਵਿਚ ਮੁਗਲਾਂ ਨੇ ਤਾਕਤ ਨਾਲ ਹਕੂਮਤ ਕੀਤੀ ਸੀ, ਅੰਗਰੇਜ਼ਾਂ ਨੇ ਅਕਲ ਨਾਲ ਰਾਜ ਕੀਤਾ ਸੀ।

ਸੱਚ ਹੁੰਦਾ ਹੈ ਪਰ ਝੂਠ ਘੜਨਾ ਪੈਂਦਾ ਹੈ।

ਵੱਡੇ ਦਿਮਾਗ, ਆਪਸ ਵਿਚ ਟਕਰਾਏ ਬਿਨਾਂ ਨਹੀਂ ਰਹਿੰਦੇ।

ਜਦੋਂ ਹਕੂਮਤ ਮਜ਼ਬੂਤ ਹੋਵੇ ਤਾਂ ਸੁਧਾਰਕ ਲਹਿਰਾਂ ਚਲਦੀਆਂ ਹਨ, ਜੇ ਹਕੂਮਤ ਕਮਜ਼ੋਰ ਹੋਵੇ ਤਾਂ ਬਗਾਵਤਾਂ ਉੱਠਦੀਆਂ ਹਨ।

ਸਿਧਾਂਤ ਤੋਂ ਮੁਕਤ ਕੋਈ ਯਥਾਰਥ ਨਹੀਂ ਹੁੰਦਾ।

ਜੇ ਲੋਕਾਂ ਨੂੰ ਸੋਚਣ ਲਈ ਕਹੋ ਤਾਂ ਉਹ ਤੁਹਾਨੂੰ ਪਸੰਦ ਹੀ ਕਰਨਗੇ ਪਰ ਜੇ ਉਹ ਸੋਚਣ ਲਗ ਪਏ ਤਾਂ ਉਹ ਤੁਹਾਨੂੰ ਘਿਰਣਾ ਕਰਨਗੇ।

ਜਿਸ ਸੱਚ ਬੋਲਣ ਨਾਲ ਲੋਕ ਭੜਕ ਉਠਦੇ ਹਨ, ਉਹ ਸੱਚ ਨਹੀਂ ਹੁੰਦਾ, ਲੋਕ ਸੱਚ ਨਾਲ ਨਹੀਂ ਭੜਕਦੇ, ਬੋਲਣ ਵਾਲੇ ਦੇ ਹੰਕਾਰ ਕਾਰਨ ਭੜਕਦੇ ਹਨ।

ਮਨੁੱਖ ਕੋਲ ਇਤਨਾ ਗਿਆਨ ਕਦੇ ਵੀ ਨਹੀਂ ਹੁੰਦਾ ਕਿ ਉਹ ਆਪਣੀ ਅਗਿਆਨਤਾ ਮੰਨ ਲਵੇ।

ਸੱਚ ਬੋਲਣ ਦੀ ਕਦੀ ਮੁਆਫ਼ੀ ਨਹੀਂ ਮੰਗਣੀ ਪੈਂਦੀ।

ਜਦੋਂ ਪੁਰਸ਼ ਮਹਿਸੂਸ ਕਰਦਾ ਹੈ ਕਿ ਉਸ ਦਾ ਪਿਤਾ ਸਿਆਣਾ ਹੈ, ਉਸ ਦਾ ਆਪਣਾ ਪੁੱਤਰ ਸੋਚਣ ਲਗ ਪੈਂਦਾ ਹੈ ਕਿ ਉਹ ਮੂਰਖ ਹੈ।

ਜਦੋਂ ਅਸੀਂ ਕਿਸੇ ਪੱਥਰ ਨੂੰ ਮੂਰਤੀ ਕਹਿੰਦੇ ਹਾਂ ਤਾਂ ਉਹ ਪੱਥਰ ਨਹੀਂ ਰਹਿੰਦੀ।

ਪਿਆਰ ਕਰਨਾ, ਪਿਆਰ ਕਰਨ ਨਾਲ ਹੀ ਸਿਖਿਆ ਜਾਂਦਾ ਹੈ।

ਜ਼ਿੰਦਗੀ ਵਿਚ ਜੋ ਕਰਨ ਦੀ ਮਨਾਹੀ ਹੁੰਦੀ ਹੈ, ਕਲਾ ਦੇ ਖੇਤਰ ਵਿਚ, ਉਹ ਕਰਨ ਦੀ ਖੁਲ੍ਹ ਹੁੰਦੀ ਹੈ।

ਜਿਸ ਬੰਦੇ ਨੇ ਪਿਆਰ ਨਹੀਂ ਕੀਤਾ, ਉਹ ਅਰਦਾਸ ਵੀ ਨਹੀਂ ਕਰ ਸਕੇਗਾ।

ਆਪਣੇ ਪਿਆਰੇ ਦਾ, ਅਸੀਂ ਕਿਸੇ ਨਾਲ ਮੁਕਾਬਲਾ ਨਹੀਂ ਕਰਦੇ।

ਆਪ ਟੁਰਨ ਵਾਲੇ, ਕਿਸੇ ਦੇ ਰਾਹ ਦੀ ਰੁਕਾਵਟ ਨਹੀਂ ਬਣਦੇ।

ਰਾਜਨੀਤੀ ਦੀ ਦਿਲਚਸਪੀ ਸੱਚ ਵਿਚ ਨਹੀਂ, ਹਕੂਮਤ ਵਿਚ ਹੁੰਦੀ ਹੈ, ਸੋ ਹਾਕਮਾਂ ਵਲੋਂ ਹਕੂਮਤ ਆਪਣੇ ਹੱਥ ਵਿਚ ਰੱਖਣ ਲਈ, ਜੋ ਜਨਤਾ ਸੁਣਨਾ ਚਾਹੁੰਦੀ ਹੈ, ਹਾਕਮਾਂ ਵਲੋਂ ਉਹ ਬੋਲਿਆ ਜਾਂਦਾ ਹੈ।

ਮਾਂ-ਬੋਲੀ ਉਹ ਹੁੰਦੀ ਹੈ ਜੋ ਅਸੀਂ ਸੁਪਨਿਆਂ ਵਿਚ ਬੋਲਦੇ ਹਾਂ, ਜੋ ਅਸੀਂ ਪਿਆਰ ਵਿਚ ਬੋਲਦੇ ਹਾਂ, ਜੋ ਅਸੀਂ ਮਰਨ ਕਿਨਾਰੇ ਹੋਣ ਵੇਲੇ ਬੋਲਦੇ ਹਾਂ, ਜੋ ਅਸੀਂ ਵੈਣਾਂ ਵਿਚ ਬੋਲਦੇ ਹਾਂ।

ਜੋ ਸਭਿਅਕ ਹੋਵੇਗਾ, ਉਹ ਨਿਮਰ ਵੀ ਹੋਵੇਗਾ।

ਜੇ ਦੁਸ਼ਮਣ ਕਾਬੂ ਨਾ ਆਵੇ ਤਾਂ ਉਸ ਨੂੰ ਆਪਣੀਆਂ ਮਿਹਰਬਾਨੀਆਂ ਨਾਲ ਮਾਰੋ।

ਇਕ ਚੰਗੇ ਬੰਦੇ ਦੇ ਚੰਗੇ ਕੰਮਾਂ ਨਾਲ, ਉਸ ਦਾ ਛੋਟਾ ਜਿਹਾ ਪਿੰਡ, ਵੱਡਾ ਅਤੇ ਪ੍ਰਸਿੱਧ ਸਥਾਨ ਬਣ ਜਾਂਦਾ ਹੈ।

ਜਿਨ੍ਹਾਂ ਨੂੰ ਅਸੀਂ ਪਿਆਰ ਕਰਦੇ ਹਾਂ, ਉਨ੍ਹਾਂ ਨੂੰ ਹੀ ਦੁਖੀ ਵੀ ਕਰਦੇ ਹਾਂ।

ਜਦੋਂ ਡਾਕਟਰ, ਬੀਮਾਰ ਬੱਚੇ ਨੂੰ ਚੁੱਕਦਾ ਹੈ ਤਾਂ ਮਾਂ ਦੀ ਘਬਰਾਹਟ ਮੁੱਕ ਜਾਂਦੀ ਹੈ।

ਜਿਸ ਦੇ ਬੋਲਾਂ ਵਿਚ ਸਿਆਣਪ ਹੋਵੇ, ਉਸ ਨੂੰ ਨਾਂਹ ਕਰਨੀ ਮੁਸ਼ਕਿਲ ਹੁੰਦੀ ਹੈ।

ਗਿਆਨ ਨਵੇਂ ਵਿਚਾਰ ਗ੍ਰਹਿਣ ਕਰਨ ਨਾਲ ਵੱਧਦਾ ਹੈ, ਸਿਆਣਪ ਵੇਲਾ ਵਿਹਾ ਚੁਕੇ ਵਿਚਾਰਾਂ ਨੂੰ ਤਿਆਗਣ ਨਾਲ ਵੱਧਦੀ ਹੈ।

ਸੱਚ ਉਹ ਹੁੰਦਾ ਹੈ, ਜਿਸ ਨੂੰ ਅਸੀਂ ਭਾਵੇਂ ਨਾ ਮੰਨੀਏ, ਉਹ ਫਿਰ ਵੀ ਸੱਚ ਹੀ ਰਹਿੰਦਾ ਹੈ।

ਪਿਆਰ ਵਿਚੋਂ ਇਸ ਲਈ ਹੁਲਾਰਾ ਮਿਲਦਾ ਹੈ, ਕਿਉਂਕਿ ਅਸੀਂ ਆਪਣੀ ਸਿਆਣਪ ਪਿਆਰੇ ਦੇ ਭਲੇ ਲਈ ਵਰਤਦੇ ਹਾਂ।

ਦਿਮਾਗ, ਸਾਡੇ ਸਰੀਰ ਨੂੰ ਇਧਰ-ਉਧਰ ਲੈ ਜਾਣ ਦਾ ਕਾਰਜ ਕਰਦਾ ਹੈ।

ਅਕਲ ਅਤੇ ਸਿਆਣਪ ਦੇ ਪੱਖੋਂ, ਹਰ ਕਿਸੇ ਨੂੰ ਮੁਢੋਂ ਆਰੰਭ ਕਰਨਾ ਪੈਂਦਾ ਹੈ।

ਅਸੂਲਾਂ ਬਾਰੇ ਤਕਰਾਰ ਕਰਨ ਵਾਲੀਆਂ ਸਾਰੀਆਂ ਧਿਰਾਂ ਠੀਕ ਹੁੰਦੀਆਂ ਹਨ, ਕਿਉਂਕਿ ਅਸੂਲ ਨਿਜੀ ਹੁੰਦੇ ਹਨ।

ਜ਼ਿੰਦਗੀ ਦੇ ਅਰਥ, ਜ਼ਿੰਦਗੀ ਜਿਊਣ ਵਿਚ ਹੀ ਹੁੰਦੇ ਹਨ।

ਆਪਣੇ ਆਪ ਨੂੰ ਕੁਦਰਤ ਨਾਲ ਇਕ-ਸੁਰ ਕਰੋ, ਅਰਦਾਸ ਕਰਨ ਦੀ ਲੋੜ ਨਹੀਂ ਪਵੇਗੀ।

ਸੰਸਾਰ ਵਿਚ ਹਰ ਕਿਸੇ ਨੂੰ ਇਜ਼ਤ ਕਮਾਉਣ ਦਾ ਅਵਸਰ ਮਿਲਦਾ ਹੈ ਪਰ ਕੁਝ ਜਲਦੀ ਇਜ਼ਤਦਾਰ ਬਣਨ ਦੇ ਲਾਲਚ ਵਿਚ ਬਦਨਾਮ ਹੋ ਜਾਂਦੇ ਹਨ।

ਸਤਿਸੰਗ ਉਹ ਹੁੰਦਾ ਹੈ, ਜਿਥੇ ਜਿਨ੍ਹਾਂ ਨੇ ਕਦੇ ਵੀ ਨਾ ਗਾਇਆ ਹੋਵੇ, ਉਹ ਵੀ ਸੁਰੀਲੀ ਆਵਾਜ਼ ਵਿਚ ਗਾਉਣ ਲਗ ਪੈਣ।

ਆਪਣੀ ਸਿਆਣਪ ਦਾ ਗੁਣ-ਗਾਇਨ ਕਰੋ, ਕੋਈ ਨਹੀਂ ਸੁਣੇਗਾ; ਆਪਣੀ ਮੂਰਖਤਾ ਦੀਆਂ ਗੱਲਾਂ ਕਰੋ, ਸਾਰੇ ਧਿਆਨ ਨਾਲ ਸੁਣਨਗੇ। ਲੋਕਾਂ ਨੂੰ ਮੂਰਖਾਂ ਨਾਲ ਮਿਲ ਕੇ ਆਨੰਦ ਮਿਲਦਾ ਹੈ, ਕਿਉਂਕਿ ਸਿਆਣਾ ਉਹ ਆਪਣੇ ਆਪ ਨੂੰ ਸਮਝਦੇ ਹਨ।

ਸੱਚੇ ਕਵੀ ਅਤੇ ਕਲਾਕਾਰ ਵਿਚ, ਇਕੱਲਿਆਂ ਖਲੋਣ ਦੀ ਹਿੰਮਤ ਹੁੰਦੀ ਹੈ।

ਭਰਤੀ ਉਪਰੰਤ ਫੌਜ ਵਿਚ, ਇਤਨੀ ਸਖਤ ਸਿਖਲਾਈ ਦਿਤੀ ਜਾਂਦੀ ਹੈ ਕਿ ਉਸ ਮਗਰੋਂ, ਫੌਜੀਆਂ ਨੂੰ ਹਰੇਕ ਕੰਮ ਸੌਖਾ ਲਗਦਾ ਹੈ।

ਕਿਸੇ ਹਾਕਮ ਦੀ ਬੇਈਮਾਨੀ ਜਾਣਨੀ ਉਤਨੀ ਹੀ ਮੁਸ਼ਕਿਲ ਹੁੰਦੀ ਹੈ, ਜਿਤਨਾ ਮੁਸ਼ਕਿਲ ਇਹ ਜਾਣਨਾ ਹੁੰਦਾ ਹੈ ਕਿ ਸਮੁੰਦਰ ਵਿਚ ਮੱਛੀ ਨੇ ਕਿਤਨਾ ਪਾਣੀ ਪੀਤਾ ਹੈ।

ਜਦੋਂ ਕਿਸੇ ਨੂੰ ਪਿਆਰ ਕੀਤਾ ਜਾਂਦਾ ਹੈ ਤਾਂ ਸਾਰੀਆਂ ਸ਼ੁਭ-ਇੱਛਾਵਾਂ ਪ੍ਰਗਟ ਹੋਣ ਲਈ ਕਾਹਲੀਆਂ ਪੈਣ ਲਗ ਪੈਂਦੀਆਂ ਹਨ।

ਜੋ ਕਰਨਾ ਚੰਗਾ ਲਗਦਾ ਹੋਵੇ, ਉਸ ਵਾਸਤੇ ਵਕਤ ਕੱਢਣ ਅਤੇ ਧਨ ਜੁਟਾਉਣ ਵਿਚ ਮੁਸ਼ਕਿਲ ਨਹੀਂ ਹੁੰਦੀ।

ਘਰੇਲੂ ਕੰਮ ਥਕਾ ਦਿੰਦੇ ਹਨ, ਕਿਉਂਕਿ ਇਹ ਦਿਸਦੇ ਹੀ ਨਹੀਂ, ਇਨ੍ਹਾਂ ਦੀ ਕੋਈ ਪ੍ਰਸੰਸਾ ਨਹੀਂ ਹੁੰਦੀ, ਇਨ੍ਹਾਂ ਦੀ ਕੋਈ ਉਜਰਤ ਨਹੀਂ ਮਿਲਦੀ, ਇਹ ਮੁੱਕਦੇ ਹੀ ਨਹੀਂ।

ਅਧੂਰੇ ਕੰਮ, ਅਧੂਰੇਪਣ ਦੀ ਭਾਵਨਾ ਸਿਰਜਦੇ ਹਨ।

ਆਪਣੀਆਂ ਲੋੜਾਂ ਨੂੰ ਆਪਣੇ ਵਸੀਲਿਆਂ ਵਿਚ ਪੂਰਿਆਂ ਕਰਨ ਅਤੇ ਆਪਣੀ ਯੋਗਤਾ ਦੇ ਅਨੁਪਾਤ ਵਿਚ ਇੱਛਾਵਾਂ ਕਰਨ ਨਾਲ, ਪ੍ਰਸੰਨਤਾ ਮਿਲਦੀ ਹੈ।

ਕੋਈ ਵੀ ਉਤਨਾ ਸੋਹਣਾ ਨਹੀਂ ਹੁੰਦਾ, ਜਿਤਨਾ ਆਪਣੀ ਫੋਟੋ ਵਿਚ ਲਗਦਾ ਹੈ।

ਵਕਤ ਸਿਰ ਵਿਖਾਈ ਅਕਲ ਨੂੰ ਸਿਆਣਪ ਕਹਿੰਦੇ ਹਨ।

ਹਰ ਸਭਿਅਤਾ ਕਿਸੇ ਦਰਿਆ ਨਾਲ ਸਬੰਧਤ ਅਤੇ ਕਿਸੇ ਨਗਰ ਨਾਲ ਜੁੜੀ ਹੁੰਦੀ ਹੈ।

ਸਿਆਣਾ ਆਪਣੇ ਦੁਸ਼ਮਣਾਂ ਤੋਂ ਵੀ ਲਾਭ ਉਠਾਉਂਦਾ ਹੈ, ਮੂਰਖ ਆਪਣੇ ਦੋਸਤਾਂ ਤੋਂ ਵੀ ਨੁਕਸਾਨ ਕਰਵਾਉਂਦਾ ਹੈ।

ਜਦੋਂ ਅਸੀਂ ਆਪਣੀਆਂ ਸਮੱਸਿਆਵਾਂ ਹੱਲ ਨਹੀਂ ਕਰਦੇ ਤਾਂ ਅਸੀਂ ਆਪ ਹੀ ਸਮੱਸਿਆ ਬਣ ਜਾਂਦੇ ਹਾਂ।

ਸੰਸਾਰ ਸੁੰਗੜ ਨਹੀਂ ਰਿਹਾ, ਮਨੁੱਖ ਫੈਲ ਰਿਹਾ ਹੈ।

ਸਿਆਣਾ ਮਨੁੱਖ ਸ਼ੁਰੂ ਵਿਚ ਹੀ ਉਵੇਂ ਕਰਦਾ ਹੈ, ਜਿਸ ਨੂੰ ਆਮ ਲੋਕ ਕਈ ਵਾਰ ਕਰਕੇ, ਅਖੀਰ ਵਿਚ ਕਰਦੇ ਹਨ।

ਜੇ ਸੋਚੋ ਅਤੇ ਮਹਿਸੂਸ ਕਰੋ ਤਾਂ ਸਾਰਾ ਸੰਸਾਰ ਹੀ ਆਪਣਾ ਹੈ।

ਅਸਲੀ ਸਤਿਕਾਰ ਉਹ ਹੈ, ਜੋ ਉਦੋਂ ਵੀ ਹੋਵੇ, ਜਦੋਂ ਪੈਸਾ ਅਤੇ ਅਹੁਦਾ ਨਾ ਰਹਿਣ।

ਹਰ ਕਿਸੇ ਨੂੰ ਆਪਣਾ ਧਰਮ, ਧਰਮ ਅਤੇ ਬਾਕੀ ਧਰਮ, ਹਾਸੋਹੀਣੇ ਕਰਮਕਾਂਡ ਲਗਦੇ ਹਨ।

ਮਨੁੱਖਾਂ ਤੋਂ ਦੁੱਖੀ ਹੋਏ ਬਿਨਾਂ, ਰੱਬ ਨੂੰ ਯਾਦ ਨਹੀਂ ਕੀਤਾ ਜਾ ਸਕਦਾ।

ਅਸੀਂ ਉਨ੍ਹਾਂ ਦੀ ਬੋਲੀ ਬੋਲਣੀ ਪਸੰਦ ਕਰਦੇ ਹਾਂ, ਜਿਨ੍ਹਾਂ ਨੂੰ ਅਸੀਂ ਸਿਆਣੇ, ਬਹਾਦਰ, ਅਮੀਰ, ਖੁਸ਼ਹਾਲ ਅਤੇ ਸਲੀਕੇ ਵਾਲੇ ਸਮਝਦੇ ਹਾਂ।

ਇਸਤਰੀ ਇਸ ਲਈ ਨਾਂਹ ਕਰਦੀ ਹੈ ਤਾਂ ਕਿ ਪੁਰਸ਼, ਯਤਨ ਦੁਗਣੇ ਕਰ ਦੇਵੇ।

ਹਰ ਕਲਾ ਦੀ ਪਰੰਪਰਾ ਹੁੰਦੀ ਹੈ, ਪਰੰਪਰਾ ਹੀ ਕਲਾ ਨੂੰ ਡੂੰਘਾਈ ਪ੍ਰਦਾਨ ਕਰਦੀ ਹੈ।

ਇਸਤਰੀ ਨੂੰ ਇਹ ਦੱਸਣਾ ਕਿ ਉਹ ਕੀ ਨਾ ਕਰੇ, ਇਹ ਦੱਸਣਾ ਹੁੰਦਾ ਹੈ ਕਿ ਉਹ ਕੀ ਕਰ ਸਕਦੀ ਹੈ।

ਕਈ ਬੰਦੇ ਪੰਜ ਮਿੰਟ ਵਿਚ ਹੀ ਸਾਡਾ ਸਾਰਾ ਦਿਨ ਬਰਬਾਦ ਕਰ ਜਾਂਦੇ ਹਨ।

ਅਨੇਕਾਂ ਲੋਕ ਪੈਸੇ ਕਮਾਉਂਦਿਆਂ, ਜ਼ਿੰਦਗੀ ਜਿਊਣੀ ਭੁਲ ਜਾਂਦੇ ਹਨ।

ਇਸਤਰੀ ਦੇ ਸਾਰੇ ਸਮਾਜਿਕ ਰੂਪ; ਮਾਂ, ਭੈਣ, ਪਤਨੀ, ਧੀ, ਨੂੰਹ ਅਤੇ ਸੱਸ ਜ਼ਿੰਮੇਵਾਰੀਆਂ ਦੇ ਨਾਂ ਹਨ।

ਸੇਵਾ, ਉਹ ਕੰਮ ਕਰਨ ਵਿਚ ਹੁੰਦੀ ਹੈ, ਜੋ ਪਸੰਦ ਵੀ ਨਹੀਂ ਹੁੰਦਾ ਅਤੇ ਚੰਗਾ ਵੀ ਨਹੀਂ ਲਗਦਾ ਪਰ ਫਿਰ ਵੀ ਪ੍ਰਸੰਨ-ਚਿਤ ਹੋ ਕੇ ਕੀਤਾ ਜਾਵੇ।

ਰਿਸ਼ਤੇ ਤੋੜਨ ਵਿਚ ਅਕਸਰ ਕਾਹਲ ਕੀਤੀ ਜਾਂਦੀ ਹੈ, ਜਿਸ ਕਾਰਨ ਮਗਰੋਂ ਪਛਤਾਵਾ ਉਪਜਦਾ ਹੈ।

ਜਿਊਂਦਿਆਂ ਨਾਲ ਕੁਝ ਵੀ ਵਾਪਰ ਸਕਦਾ ਹੈ ਪਰ ਮਰ ਗਏ ਪੂਰੀ ਤਰ੍ਹਾਂ ਸੁਰੱਖਿਅਤ ਹੁੰਦੇ ਹਨ।

ਸਮਾਜ ਜਿਹੜੀਆਂ ਸਜ਼ਾਵਾਂ ਇਸਤਰੀ ਨੂੰ ਦਿੰਦਾ ਹੈ, ਉਹ ਪੁਰਸ਼ਾਂ ਨੂੰ ਨਹੀਂ ਦਿੰਦਾ।

ਮੌਕਿਆਂ ਦਾ ਨਾ ਹੋਣਾ, ਮੌਕਿਆਂ ਦਾ ਨਾ ਮਿਲਣਾ, ਮੌਕਿਆਂ ਨੂੰ ਨਾ ਸੰਭਾਲਣਾ, ਗਰੀਬੀ ਦੇ ਕਾਰਨ ਬਣਦੇ ਹਨ।

ਜ਼ਿੰਦਗੀ ਦੀਆਂ ਬੁਨਿਆਦੀ ਲੋੜਾਂ ਦੀ ਪੂਰਤੀ, ਸੁਤੰਤਰ ਸੋਚਣੀ ਦੀ ਪਹਿਲੀ ਸ਼ਰਤ ਹੁੰਦੀ ਹੈ।

ਨਵੇਂ ਵਿਆਹਿਆਂ ਦਾ ਖ਼ੁਸ਼ ਦਿਖਾਈ ਦੇਣਾ ਸੁਭਾਵਕ ਹੈ ਪਰ ਵਿਆਹ ਤੋਂ ਪੰਦਰਾਂ ਵਰ੍ਹੇ ਮਗਰੋਂ ਵੀ ਪ੍ਰਸੰਨ ਨਜ਼ਰ ਆਉਣਾ, ਹਰ ਕਿਸੇ ਨੂੰ ਹੈਰਾਨ ਕਰਦਾ ਹੈ।

ਕੇਵਲ ਮਨੁੱਖ ਨੂੰ ਆਪਣੀ ਮੌਤ ਦਾ ਗਿਆਨ ਹੈ, ਇਸੇ ਕਰਕੇ ਕੇਵਲ ਮਨੁੱਖ ਵਿਚ ਅਮਰ ਹੋਣ ਦੀ ਤਾਂਘ ਹੈ।

ਭਾਵੇਂ ਸਾਰੀ ਰਾਤ ਉਡੀਕੋ, ਸਵੇਰ, ਸਵੇਰ ਹੋਣ ਵੇਲੇ ਹੀ ਹੋਵੇਗੀ।

ਠੀਕ ਨੂੰ ਕਰਨ ਦੀ ਸਮੱਸਿਆ ਨਹੀਂ ਹੈ, ਸਮੱਸਿਆ ਇਹ ਜਾਣਨ ਦੀ ਹੈ ਕਿ ਠੀਕ ਕੀ ਹੈ?

ਜਿਹੜੇ ਕਹਿੰਦੇ ਹਨ ਕਿ ਵਿਦਿਆ ਮਹਿੰਗੀ ਹੈ, ਉਹ ਅਨਪੜ੍ਹਤਾ ਨਾਲ ਗੁਜ਼ਾਰਾ ਕਰਕੇ ਵੇਖ ਲੈਣ।

ਨੇਤਰਹੀਣ ਬੰਦਾ, ਸਮਾਜ ਦਾ ਕੋਹਜ ਵੇਖਣ ਤੋਂ ਬਚ ਜਾਂਦਾ ਹੈ।

ਝਗੜਾ ਇਸ ਲਈ ਨਹੀਂ ਨਿਬੜਦਾ, ਕਿਉਂਕਿ ਅਸੀਂ ਝਗੜੇ ਨੂੰ ਝਗੜੇ ਨਾਲ ਨਿਪਟਾਉਣ ਦਾ ਯਤਨ ਕਰਦੇ ਹਾਂ।

ਕਿਸੇ ਬਾਰੇ ਨਿਰਪੱਖ ਹੋ ਕੇ, ਉਸ ਦੇ ਮਰਨ ਉਪਰੰਤ ਹੀ ਸੋਚਿਆ ਜਾ ਸਕਦਾ ਹੈ।

ਇਸਤਰੀਆਂ ਸਮਾਜ ਨੂੰ ਸਿਰਜਦੀਆਂ ਅਤੇ ਸੰਭਾਲਦੀਆਂ ਹਨ, ਸੋ ਜਦੋਂ ਸਮਾਜ ਵਿਚ ਭ੍ਰਿਸ਼ਟਾਚਾਰ ਫੈਲਦਾ ਹੈ ਤਾਂ ਇਸਤਰੀਆਂ ਹੀ ਵਧੇਰੇ ਪ੍ਰੇਸ਼ਾਨ ਹੁੰਦੀਆਂ ਹਨ।

ਸਭ ਤੋਂ ਚੰਗੇ ਪੈਸੇ ਆਪਣੇ ਕਮਾਏ ਹੁੰਦੇ ਹਨ, ਕਿਸੇ ਤੋਂ ਹਥਿਆਏ ਪੈਸੇ ਚੰਗੇ ਕੰਮਾਂ 'ਤੇ ਨਹੀਂ ਲਗਦੇ, ਕਿਸੇ ਇਸਤਰੀ ਤੋਂ ਧੋਖੇ ਨਾਲ ਲਏ ਪੈਸੇ, ਕਦੇ ਸੁੱਖ ਨਹੀਂ ਦਿੰਦੇ।

ਜਦੋਂ ਇਸਤਰੀਆਂ ਮਿਲ ਬੈਠਦੀਆਂ ਹਨ ਤਾਂ ਉਨ੍ਹਾਂ ਦਾ ਮਨੋਰੰਜਨ ਵਧੇਰੇ ਹੁੰਦਾ ਹੈ, ਕਿਉਂਕਿ ਉਹ ਕੁਝ ਵੀ ਢੱਕਿਆ-ਅਣਛੋਹਿਆ ਨਹੀਂ ਰਹਿਣ ਦਿੰਦੀਆਂ।

ਅਕਲ ਦੀਆਂ ਗੱਲਾਂ ਦੱਸਣ ਵਾਲੇ ਦੇ ਮੁਕਾਬਲੇ, ਅਸੀਂ ਗਾਉਣ ਵਾਲੇ ਨੂੰ ਵਧੇਰੇ ਦਿਲਚਸਪੀ ਨਾਲ ਇਸ ਲਈ ਸੁਣਦੇ ਹਾਂ, ਕਿਉਂਕਿ ਗਾਣਾ ਸੁਣਨ ਦੌਰਾਨ, ਸਾਨੂੰ ਕਦੇ ਵੀ ਸੋਚਣਾ ਨਹੀਂ ਪੈਂਦਾ।

ਜਿਹੜਾ ਪਰਿਵਾਰ ਵਿਚ ਨਹੀਂ ਰਹਿੰਦਾ, ਉਹ ਹਰ ਥਾਂ, ਹਰ ਵੇਲੇ ਅਧੂਰਾ ਅਤੇ ਉਖੜਿਆ ਹੋਇਆ ਵਿਖਾਈ ਦਿੰਦਾ ਹੈ।

ਇਸ਼ਤਿਹਾਰਾਂ ਵਿਚ ਜਵਾਨੀ ਅਤੇ ਜਵਾਨ ਵਿਖਾਏ ਜਾਂਦੇ ਹਨ, ਇਸੇ ਕਾਰਨ ਨਵੀਂ ਚੀਜ਼ ਖਰੀਦ ਕੇ ਅਸੀਂ ਜਵਾਨ ਮਹਿਸੂਸ ਕਰਦੇ ਹਾਂ।

ਅਕਲ ਦੀ ਜਿਸ ਪੱਧਰ ਨਾਲ ਝਗੜਾ ਉਪਜਦਾ ਹੈ, ਉਸ ਨੂੰ ਨਜਿੱਠਣ ਲਈ ਉਸ ਨਾਲੋਂ ਉਚੇਰੀ ਅਕਲ ਦੀ ਲੋੜ ਪੈਂਦੀ ਹੈ।

ਜੇ ਜਾਨਵਰਾਂ ਨਾਲ ਹੁੰਦਾ ਵਿਹਾਰ ਵੇਖੀਏ ਤਾਂ ਆਪਣੇ ਦੁੱਖ ਕੁਝ ਵੀ ਨਹੀਂ ਲਗਣਗੇ।

ਮਨੁੱਖ ਜਦੋਂ ਕੋਈ ਚੰਗਾ ਕੰਮ ਕਰਦਾ ਹੈ ਤਾਂ ਉਸ ਦੀ ਤਾਕਤ ਵੱਧ ਜਾਂਦੀ ਹੈ।

ਜਿੱਤ ਦੇ ਸੌ ਪਿਓ ਹੁੰਦੇ ਹਨ, ਹਾਰ ਯਤੀਮ ਵਾਂਗ ਭਟਕਦੀ ਹੈ।

ਪੱਛਮ ਦੀ ਸੋਚ ਵਿਗਿਆਨਕ ਹੋਣ ਕਰਕੇ, ਉਥੇ ਬੰਦਿਆਂ ਨੂੰ ਮਾਰਨ ਦੇ ਢੰਗ ਵੀ ਵਿਗਿਆਨਕ ਹਨ।

ਹੁਣ ਕੁਝ ਵੀ ਬੱਚਿਆਂ ਦੀ ਖੇਡ ਨਹੀਂ ਰਿਹਾ।

ਮੀਰਾ ਨੇ, ਪਤੀ ਦੀ ਥਾਂ ਕ੍ਰਿਸ਼ਨ ਨੂੰ ਪੂਜ ਕੇ, ਇਹ ਦਸਿਆ ਸੀ ਕਿ ਪੂਜਣਯੋਗ ਹੀ ਪੂਜੇ ਜਾਂਦੇ ਹਨ।

ਕਈ ਜਿਊਂਦਿਆਂ ਹੀ ਮਰ ਜਾਂਦੇ ਹਨ, ਕਈ ਮਰ ਕੇ ਅਮਰ ਹੋ ਜਾਂਦੇ ਹਨ।

ਚੰਗੀ ਕਿਤਾਬ ਉਹ ਹੁੰਦੀ ਹੈ, ਜਿਹੜੀ ਪੜ੍ਹਨ ਉਤੇ ਪਛਤਾਵਾ ਹੋਵੇ ਕਿ ਪਹਿਲਾਂ ਕਿਉਂ ਨਹੀਂ ਸੀ ਪੜ੍ਹੀ।

ਜੇ ਅਮੀਰਜ਼ਾਦੇ ਆਪਣੇ ਆਪ ਨੂੰ ਸੰਭਾਲ ਕੇ ਰਖਣ ਤਾਂ ਹਵੇਲੀਆਂ ਮਲਬਾ ਨਹੀਂ ਬਣਨਗੀਆਂ।

ਹੁਸਨ ਜਦੋਂ ਇਸ਼ਕ ਵਿਚ ਡੁੱਬ ਗਿਆ ਤਾਂ ਤਾਜ ਮਹਿਲ ਬਣ ਕੇ ਉਭਰ ਪਿਆ।

ਖਾਨਾ-ਬਦੋਸ਼ਾਂ ਕੋਲ ਪੱਕੇ ਘਰਾਂ ਦੀਆਂ ਕਹਾਣੀਆਂ ਨਹੀਂ ਹੁੰਦੀਆਂ।

ਆਸ਼ਕ ਨੂੰ ਉਡੀਕ ਕਰਨ ਦੀ ਇਤਨੀ ਆਦਤ ਪੈ ਜਾਂਦੀ ਹੈ ਕਿ ਮਹਿਬੂਬ ਦੇ ਸਾਹਮਣੇ ਬਹਿ ਕੇ ਵੀ ਉਹ ਉਸ ਦੀ ਉਡੀਕ ਕਰੀ ਜਾਂਦਾ ਹੈ।

ਸਾਰੀ ਕੁਦਰਤ ਦੇਣ ਦੇ ਕਾਰਜ ਵਿਚ ਰੁਝੀ ਹੋਈ ਹੈ, ਮਨੁੱਖ ਨੂੰ ਕੁਦਰਤ ਤੋਂ ਲੈਣ ਦੀ ਜਾਚ ਹੀ ਨਹੀਂ ਆਉਂਦੀ।

ਡਿਕਟੇਟਰ ਮਰ ਕੇ ਹੀ ਮਗਰੋਂ ਲਹਿੰਦੇ ਹਨ।

ਫੁੱਲ ਛੋਟੇ ਹੁੰਦੇ ਹਨ ਪਰ ਉਨ੍ਹਾਂ ਦੀ ਸੁਗੰਧ ਵੱਡੀ ਹੁੰਦੀ ਹੈ, ਫੈਲਣ-ਵਿਗਸਣ ਦਾ ਇਹ ਵੀ ਇਕ ਢੰਗ ਹੈ।

ਜਿਹੜੇ ਚਾਦਰ ਨਾਲੋਂ ਪੈਰ ਵਧੇਰੇ ਫੈਲਾਉਂਦੇ ਹਨ, ਉਹ ਹੱਥ ਫੈਲਾਉਣ ਲਈ ਵੀ ਮਜਬੂਰ ਹੋ ਜਾਂਦੇ ਹਨ।

ਦੁਸ਼ਮਣੀ ਦੇ ਸਫ਼ਰ ਵਿਚ, ਹਰ ਕੋਈ ਥੱਕ ਜਾਂਦਾ ਹੈ।

ਪੱਤਝੜ ਵਿਚ ਪੱਤੇ ਝੜਦੇ ਹਨ, ਦਰੱਖਤ ਨਹੀਂ ਡਿਗਦੇ।

ਕਬਰਾਂ ਦੇ ਦੀਵਿਆਂ ਨਾਲ, ਘਰਾਂ ਦੇ ਹਨੇਰੇ ਦੂਰ ਨਹੀਂ ਕੀਤੇ ਜਾ ਸਕਦੇ।

ਕਿਸੇ ਸਰਕਾਰੀ ਹੁਕਮ ਨਾਲ ਦਰੱਖਤਾਂ ਨੂੰ ਫਲ ਨਹੀਂ ਲਗਦੇ, ਕਿਸੇ ਤਲਵਾਰ ਨਾਲ ਮੌਸਮ ਨਹੀਂ ਬਦਲਦਾ, ਕੁਦਰਤ ਕਿਸੇ ਦੀ ਪ੍ਰਵਾਹ ਨਹੀਂ ਕਰਦੀ।

ਜਦੋਂ ਨੀਂਦਰ ਆਈ ਹੋਵੇ, ਵਕਤ ਕੋਈ ਹੋਵੇ, ਲਗਦਾ ਹੈ ਰਾਤ ਪੈਣ ਵਾਲੀ ਹੈ।

ਜਦੋਂ ਕੁਝ ਵੇਚਣ ਦੀ ਮਜਬੂਰੀ ਹੋਵੇ ਤਾਂ ਕੀਮਤ ਘੱਟ ਜਾਂਦੀ ਹੈ, ਮੁਲ ਉਨ੍ਹਾਂ ਚੀਜ਼ਾਂ ਦਾ ਹੀ ਪੈਂਦਾ ਹੈ, ਜਿਹੜੀਆਂ ਵਿੱਕ ਸਕਦੀਆਂ ਹੋਣ ਪਰ ਵੇਚੀਆਂ ਨਾ ਜਾਣ।

ਜਿਹੜੀ ਕੜਵਾਹਟ ਲੜਾਈ ਵਿਚ ਨਿਕਲਦੀ ਹੈ, ਉਹ ਬਹੁਤ ਪਹਿਲੋਂ ਹੀ ਰਿਝਣ ਲਗ ਪੈਂਦੀ ਹੈ।

ਹੁਣ ਕਿਸੇ ਦੇ ਵਿੱਕਣ 'ਤੇ ਹੈਰਾਨੀ ਨਹੀਂ ਹੁੰਦੀ, ਹੈਰਾਨੀ ਇਹ ਹੁੰਦੀ ਹੈ ਕਿ ਬੜਾ ਸਸਤਾ ਵਿੱਕ ਗਿਆ ਹੈ।

ਸੋਚਾਂ ਨੂੰ ਜੰਦਰੇ ਨਹੀਂ ਮਾਰੇ ਜਾ ਸਕਦੇ, ਕਲਪਨਾ ਨੂੰ ਕੈਦ ਨਹੀਂ ਕੀਤਾ ਜਾ ਸਕਦਾ।

ਦਾਨ ਦੇਣਾ, ਦਿਲ ਦਾ ਗੁਣ ਹੈ, ਹੱਥਾਂ ਦੀ ਤਾਕਤ ਨਹੀਂ।

ਜੋ ਕਹਿੰਦੇ ਹਨ ਕਿ ਪੈਸੇ ਨਾਲ ਸਭ ਕੁਝ ਹੋ ਜਾਂਦਾ ਹੈ, ਉਹ ਆਪ ਪੈਸੇ ਲਈ ਸਭ ਕੁਝ ਕਰਨ ਵਾਸਤੇ ਤਿਆਰ ਰਹਿੰਦੇ ਹਨ।

ਉਧਾਰ ਲੈਣ ਵਾਲੇ ਲੋਕ, ਆਪਣੇ ਵਕਤ ਦੀ, ਦੂਜਿਆਂ ਦੇ ਪੈਸੇ ਦੀ ਅਤੇ ਆਪਸੀ-ਰਿਸ਼ਤੇ ਦੀ, ਦੁਰਵਰਤੋਂ ਕਰਦੇ ਹਨ।

ਮਨੁੱਖ ਨੂੰ ਗਰੀਬੀ ਅਤੇ ਮੁਸੀਬਤਾਂ ਝਲਣੀਆਂ ਆਉਂਦੀਆਂ ਹਨ, ਖੁਸ਼ਹਾਲੀ ਅਤੇ ਖੁਸ਼ੀਆਂ ਝਲਣੀਆਂ ਨਹੀਂ ਆਉਂਦੀਆਂ।

ਬਹੁਤੇ ਲੋਕ ਪੈਸਾ ਮੁੱਕਣ ਤਕ ਪੈਸੇ ਦੀ ਪ੍ਰਵਾਹ ਨਹੀਂ ਕਰਦੇ, ਫਿਰ ਪੈਸਾ ਉਨ੍ਹਾਂ ਦੀ ਪ੍ਰਵਾਹ ਨਹੀਂ ਕਰਦਾ।

ਜਿਹੜਾ ਵਿਅਕਤੀ ਸਾਰਿਆਂ ਦੀ ਸਹਿਮਤੀ ਉਡੀਕਦਾ ਰਹਿੰਦਾ ਹੈ, ਉਹ ਕੋਈ ਫੈਸਲਾ ਨਹੀਂ ਕਰ ਸਕਦਾ।

ਮਨੁੱਖ ਦੀ ਸਭ ਤੋਂ ਵੱਡੀ ਲੋੜ, ਕਿਸੇ ਦੀ ਲੋੜ ਬਣੇ ਰਹਿਣਾ ਹੁੰਦੀ ਹੈ।

ਬਾਦਸ਼ਾਹੀਆਂ ਸ਼ਾਨ-ਸ਼ੌਕਤ ਨਾਲ ਅਤੇ ਪਰਜਾਤੰਤਰ ਸਾਦਗੀ ਨਾਲ ਸਫਲ ਹੁੰਦੇ ਹਨ।

ਜਿਨ੍ਹਾਂ ਕੋਲ ਪੈਸਾ ਖੁਲ੍ਹਾ ਹੁੰਦਾ ਹੈ, ਉਨ੍ਹਾਂ ਕੋਲ ਸਮਾਂ ਨਹੀਂ ਹੁੰਦਾ; ਜਿਨ੍ਹਾਂ ਕੋਲ ਸਮਾਂ ਹੁੰਦਾ ਹੈ, ਉਨ੍ਹਾਂ ਕੋਲ ਪੈਸੇ ਦੀ ਘਾਟ ਹੁੰਦੀ ਹੈ।

ਜੇ ਪਿਆਰੇ ਨਾਲ ਯਾਤਰਾ ਕਰੀਏ ਤਾਂ ਅਜੂਬੇ ਮੁਕਦੇ ਹੀ ਨਹੀਂ।

ਕਈ ਸੰਸਾਰ ਵਿਚੋਂ ਰਵਾਨਾ ਹੋ ਕੇ ਵਿਸ਼ਵ-ਸ਼ਾਂਤੀ ਵਿਚ ਵਾਧਾ ਕਰਦੇ ਹਨ।

ਬਾਦਸ਼ਾਹੀਆਂ ਸਦਾ ਗਰੀਬੀ ਨਾਲ ਅਤੇ ਪਰਜਾਤੰਤਰ ਹਮੇਸ਼ਾ ਭ੍ਰਿਸ਼ਟਾਚਾਰ ਨਾਲ ਬਰਬਾਦ ਹੋ ਜਾਂਦੇ ਹਨ।

ਅਸਲੀ ਅਮੀਰ ਉਹ ਹੈ, ਜਿਹੜਾ, ਕਿਸੇ ਨਾਲ, ਕਦੀ ਵੀ, ਪੈਸੇ ਦੀ ਗੱਲ ਨਾ ਕਰੇ।

ਮਹਿਬੂਬ ਦੇ ਮਿਲਣ ਉਪਰੰਤ, ਅਰਦਾਸ ਨਹੀਂ, ਸ਼ੁਕਰਾਨਾ ਕੀਤਾ ਜਾਂਦਾ ਹੈ।

ਅਸਮਾਨ ਵਿਚ ਬਿਜਲੀ ਦੀ ਗਰਜ ਅੰਨ੍ਹਿਆਂ ਲਈ ਕੇਵਲ ਗਰਜ ਅਤੇ ਬੋਲਿਆਂ ਲਈ ਕੇਵਲ ਬਿਜਲੀ ਹੁੰਦੀ ਹੈ।

ਕਿਸੇ ਦੇ ਵਿਛੜਨ ਉਪਰੰਤ ਉਦਾਸੀ, ਵਿਛੜਨ ਕਰਕੇ ਨਹੀਂ, ਉਸ ਨਾਲ ਮਿਲਣੀਆਂ ਨੂੰ ਯਾਦ ਕਰਕੇ ਹੁੰਦੀ ਹੈ।

ਜਿਥੇ ਪਿਆਰਾ ਰਹਿੰਦਾ ਹੋਵੇ, ਉਥੇ ਜਾਣ ਦੇ ਅਸੀਂ ਬਹਾਨੇ ਲੱਭਦੇ ਰਹਿੰਦੇ ਹਾਂ।

ਪ੍ਰਬੰਧਕ ਜੇ ਮੁਸ਼ਕਿਲ ਵਿਚ ਨਾ ਹੋਣ ਤਾਂ ਉਨ੍ਹਾਂ ਦੀ ਹੋਂਦ ਦਾ ਪਤਾ ਹੀ ਨਹੀਂ ਲਗਦਾ।

ਪਿਆਰ ਨਾਲ ਸਾਡੇ ਵਿਚ ਦਰਦ ਹੰਢਾਉਣ ਦੀ ਯੋਗਤਾ ਜਾਗ ਪੈਂਦੀ ਹੈ।

ਭਟਕਿਆਂ ਵਿਚ, ਕਿਸੇ ਦਾ ਰਸਤਾ ਬਣਨ ਦੀ ਯੋਗਤਾ ਨਹੀਂ ਹੁੰਦੀ।

ਕਿਸੇ ਨੂੰ ਪਸੰਦ ਕਰਨ ਵੇਲੇ, ਅਸੀਂ ਆਪਣੇ ਆਪ ਨੂੰ ਵੀ ਪਸੰਦ ਕਰ ਰਹੇ ਹੁੰਦੇ ਹਾਂ।

ਲੋਕਾਂ ਦੀ ਅਸਲੀਅਤ ਉਦੋਂ ਪ੍ਰਗਟ ਹੁੰਦੀ ਹੈ, ਜਦੋਂ ਉਨ੍ਹਾਂ ਨੂੰ ਨਿਤਾ-ਪ੍ਰਤੀ ਦੇ ਕਾਰਜਾਂ ਤੋਂ ਕੁਝ ਵੱਖਰਾ ਕਰਨ ਲਈ ਕਿਹਾ ਜਾਵੇ।

ਕੋਈ ਵੀ ਡੂੰਘਾ ਵਿਚਾਰ ਜਾਂ ਅਨੁਭਵ ਪਿਆਰ ਤੋਂ ਅਭਿੱਜ ਨਹੀਂ ਹੁੰਦਾ।

ਰਿਸ਼ਤਾ ਕੋਈ ਹੋਵੇ, ਨੀਂਹ ਵਿਸ਼ਵਾਸ ਉਤੇ ਹੋਵੇਗੀ; ਝਗੜਾ ਕੋਈ ਹੋਵੇ, ਜੜ੍ਹ ਵਿਚ ਸੁਆਰਥ ਹੋਵੇਗਾ।

ਕਿਸੇ ਚਿਹਰੇ ਨੂੰ ਵੇਖੋ, ਫਿਰ ਧਿਆਨ ਨਾਲ ਵੇਖੋ, ਉਹ ਉਹੀ ਚਿਹਰਾ ਨਹੀਂ ਹੋਵੇਗਾ।

ਖਾਣ-ਪੀਣ ਨਾਲ ਗੱਲਬਾਤ ਕੂਲੀ ਹੋ ਜਾਂਦੀ ਹੈ ਅਤੇ ਸਹਿਮਤੀ ਸੌਖੀ ਹੋ ਜਾਂਦੀ ਹੈ।

ਸੰਸਾਰ ਸਾਡੇ ਛੋਟੇ ਮਨ ਦਾ ਹੀ ਵੱਡਾ ਪਸਾਰਾ ਹੈ, ਅਜਿਹਾ ਕੁਝ ਵੀ ਨਹੀਂ ਜੋ ਸੰਸਾਰ ਵਿਚ ਹੋ ਰਿਹਾ ਹੋਵੇ ਅਤੇ ਮਨ ਵਿਚ ਨਾ ਹੋਵੇ।

ਜਿਹੜੇ ਇਹ ਸਿੱਧ ਕਰਨ ਦਾ ਯਤਨ ਕਰਦੇ ਹਨ ਕਿ ਕੇਵਲ ਉਹ ਠੀਕ ਹਨ ਅਤੇ ਸਾਰਾ ਸੰਸਾਰ ਗਲਤ ਹੈ, ਉਹ ਅਕਸਰ ਇਸ ਦਾ ਉਲਟ ਸਿੱਧ ਕਰ ਦਿੰਦੇ ਹਨ।

ਨਾਰੀ ਧਰਤੀ ਹੁੰਦੀ ਹੈ ਜਰ ਲੈਂਦੀ ਹੈ, ਪੁਰਸ਼ ਬੱਦਲ ਹੁੰਦਾ ਹੈ ਵਰ੍ਹ ਲੈਂਦਾ ਹੈ।

ਦਾਨ ਵਿਚ ਬੱਚਤ ਦੀ ਖੁਸ਼ਹਾਲੀ ਝਲਕਦੀ ਹੈ, ਖੁਸ਼ਹਾਲ ਹੋਏ ਬਿਨਾਂ ਦਾਨ ਦੇਣਾ ਸੰਭਵ ਨਹੀਂ ਹੁੰਦਾ।

ਅਜੋਕੇ ਸੰਸਾਰ ਨੂੰ ਆਰਥਿਕ ਪੱਖੋਂ ਪੂੰਜੀਵਾਦ ਨੇ ਅਤੇ ਗਿਆਨ ਦੇ ਪੱਖੋਂ ਮੱਧ-ਸ਼੍ਰੇਣੀ ਨੇ ਉਸਾਰਿਆ ਹੈ।

ਆਪਣੀ ਪਿਆਰ-ਕਹਾਣੀ ਇਸ ਲਈ ਦਿਲਚਸਪ ਹੁੰਦੀ ਹੈ, ਕਿਉਂਕਿ ਇਸ ਵਿਚ ਹੀਰ ਜਾਂ ਰਾਂਝਾ ਅਸੀਂ ਆਪ ਹੁੰਦੇ ਹਾਂ।

ਨਵੇਂ ਦੀ ਨਿੰਦਾ ਅਤੇ ਅਤੀਤ ਦੀ ਅਤਿ ਅਧਿਕ ਪ੍ਰਸ਼ੰਸਾ ਬੜੇ ਮਹਿੰਗੇ ਸ਼ੌਕ ਹਨ।

ਜੋ ਪਿਆਰ ਕਰਦਾ ਹੈ, ਉਹ ਉਦਾਸ ਤਾਂ ਭਾਵੇਂ ਹੋਵੇ ਪਰ ਉਹ ਨਿਰਾਸ ਨਹੀਂ ਹੁੰਦਾ।

ਰਾਜਨੀਤਕ ਸਥਿਰਤਾ ਤੋਂ ਬਿਨਾਂ ਖੁਸ਼ਹਾਲੀ ਦੇ ਕੋਈ ਅਰਥ ਨਹੀਂ ਹੁੰਦੇ।

ਸਭਿਅਤਾ ਦੀ ਨਿਰੰਤਰਤਾ ਵਿਚ ਨਵੇਂ ਨੂੰ ਖਿੜੇ-ਮੱਥੇ ਅਪਨਾਉਣ ਦੀ ਸ਼ਕਤੀ ਹੁੰਦੀ ਹੈ।

ਜ਼ਿੰਮੇਵਾਰੀ ਤੋਂ ਬਿਨਾਂ ਸੁਤੰਤਰਤਾ, ਸੁਤੰਤਰਤਾ ਨਹੀਂ ਹੁੰਦੀ।

ਵਿਕਾਸ ਕਰਨਾ ਹੈ ਤਾਂ ਪਿੰਡ ਛੱਡੋ, ਵਿਕਾਸ ਕਰਕੇ ਭਾਵੇਂ ਫਿਰ ਪਿੰਡ ਆ ਜਾਣਾ।

ਸੂਰਜ ਤੋਂ ਚਾਨਣਾ ਮੰਗਣ ਦੀ ਕੀ ਲੋੜ ਹੈ, ਉਹ ਆਪ ਹੀ ਦੇਈ ਜਾਂਦਾ ਹੈ।

ਜੇ ਬਿਰਹਾ ਹੰਢਾਉਣ ਦੀ ਹਿੰਮਤ ਨਾ ਹੋਵੇ ਤਾਂ ਇਸ਼ਕ ਕਰਨਾ ਸੰਭਵ ਨਹੀਂ ਹੁੰਦਾ।

ਚਾਪਲੂਸੀ ਦਾ ਖੂਹ ਇਤਨਾ ਵੱਡਾ ਅਤੇ ਡੂੰਘਾ ਹੈ ਕਿ ਇਸ ਵਿਚ ਹਰ ਕਿਸੇ ਦੇ ਡਿਗਣ ਲਈ ਖੁਲ੍ਹੀ ਥਾਂ ਹੁੰਦੀ ਹੈ।

ਜਿਨ੍ਹਾਂ ਕੋਲ ਉੱਚੇ ਜੀਵਨ ਦੇ ਉਦੇਸ਼ ਨਹੀਂ ਹੁੰਦੇ, ਉਹ ਪੈਸੇ ਇਕੱਤਰ ਕਰਨ ਦੇ ਇਕਹਿਰੇ ਅਤੇ ਇਕੱਲਾ ਕਰ ਦੇਣ ਵਾਲੇ ਕਾਰਜ ਵਿਚ ਰੁਝ ਜਾਂਦੇ ਹਨ।

ਮਹਿਬੂਬ, ਰੱਬ ਦੀ ਹੋਂਦ ਦਾ ਸਬੂਤ ਹੁੰਦੀ ਹੈ, ਇਨ੍ਹਾਂ ਦੋਹਾਂ ਦੀ ਇਕੋ ਵੇਲੇ ਕਦੇ ਲੋੜ ਨਹੀਂ ਪੈਂਦੀ।

ਜਿਹੜਾ ਕਿਸੇ ਨੂੰ ਮੁਆਫ਼ ਨਹੀਂ ਕਰਦਾ, ਉਸ ਨੂੰ ਸਮਝ ਉਦੋਂ ਆਉਂਦੀ ਹੈ, ਜਦੋਂ ਉਹ ਮੁਆਫ਼ ਕੀਤੇ ਜਾਣਾ ਚਾਹਵੇ ਪਰ ਮੁਆਫ਼ ਨਾ ਕੀਤਾ ਜਾਵੇ।

ਖੁਸ਼ੀ ਮਾਣਨ ਲਈ ਕਿਸੇ ਨਾਲ ਵੰਡਣੀ ਪੈਂਦੀ ਹੈ।

ਕਿਸੇ ਵਿਅਕਤੀ ਦਾ ਚਰਿਤਰ ਜਾਣਨ ਲਈ ਵੇਖੋ ਉਹ ਉਨ੍ਹਾਂ ਨਾਲ ਕਿਵੇਂ ਵਿਚਰਦਾ ਹੈ, ਜਿਹੜੇ ਉਸ ਨੂੰ ਕੋਈ ਨੁਕਸਾਨ ਨਹੀਂ ਪਹੁੰਚਾ ਸਕਦੇ।

ਪ੍ਰੇਮਿਕਾ ਦੀ ਪ੍ਰਸੰਸਾ ਕਰਨ ਨਾਲ ਉਸ ਦੀ ਪਿਆਰ ਕਰਨ ਦੀ ਯੋਗਤਾ ਵੱਧ ਜਾਂਦੀ ਹੈ।

ਹੁਣ ਵੱਡੀਆਂ ਸੜਕਾਂ 'ਤੇ ਪੈਦਲ ਬੰਦੇ ਦੇ ਹਿੱਸੇ ਮਿੱਟੀ-ਘੱਟਾ ਹੀ ਆਉਂਦਾ ਹੈ।

ਹੁਣ ਅਨਪੜ੍ਹ ਉਨ੍ਹਾਂ ਪੜ੍ਹੇ-ਲਿਖਿਆਂ ਨੂੰ ਕਿਹਾ ਜਾਂਦਾ ਹੈ, ਜਿਹੜੇ ਨਵੀਆਂ ਗੱਲਾਂ ਨਹੀਂ ਸਿਖ ਸਕਦੇ ਅਤੇ ਨਵੀਆਂ ਮਸ਼ੀਨਾਂ ਨਹੀਂ ਵਰਤ ਸਕਦੇ।

ਵਿਸ਼ਲੇਸ਼ਣ ਨਾਲ, ਸੁੰਦਰਤਾ ਅਤੇ ਪਿਆਰ ਦੋਵੇਂ ਮੁਰਝਾ ਜਾਂਦੇ ਹਨ।

ਕੈਮਰੇ ਨੇ ਸੈਰ-ਸਪਾਟੇ ਨੂੰ ਅਤੇ ਸੈਰ-ਸਪਾਟੇ ਨੇ ਕੈਮਰੇ ਨੂੰ ਹਰਮਨ ਪਿਆਰਾ ਬਣਾ ਦਿਤਾ ਹੈ।

ਹੁਣ ਬੱਚਿਆਂ ਨੂੰ ਲੋਰੀਆਂ ਦੇ ਕੇ ਨਹੀਂ, ਧਮਕੀਆਂ ਦੇ ਕੇ ਸੁਆਇਆ ਜਾ ਰਿਹਾ ਹੈ।

ਸੰਗੀਤਕਾਰਾਂ ਦੁਆਲੇ ਮਸਤੀ ਦਾ ਇਕ ਵਾਤਾਵਰਣ ਹੁੰਦਾ ਹੈ, ਇਹ ਮਸਤੀ ਉਨ੍ਹਾਂ ਦੀ ਅੰਦਰਲੀ ਲੈਅ ਅਤੇ ਲੋਅ ਦਾ ਪ੍ਰਗਟਾਵਾ ਹੁੰਦੀ ਹੈ।

ਪਰਮਾਤਮਾ ਦੇ ਸਬੰਧ ਵਿਚ ਕੋਈ ਅਨੁਮਾਨ ਨਹੀਂ ਲਾਇਆ ਜਾ ਸਕਦਾ, ਕੋਈ ਭਵਿਖਬਾਣੀ ਨਹੀਂ ਕੀਤੀ ਜਾ ਸਕਦੀ।

ਪਛਤਾਵਾ ਅਤੀਤ ਬਾਰੇ ਹੁੰਦਾ ਹੈ, ਜਿਸ ਨੂੰ ਅਸੀਂ ਬਦਲ ਨਹੀਂ ਸਕਦੇ; ਚਿੰਤਾ ਭਵਿਖ ਸਬੰਧੀ ਹੁੰਦੀ ਹੈ, ਜਿਸ ਨੂੰ ਅਸੀਂ ਜਾਣ ਨਹੀਂ ਸਕਦੇ।

ਪਿਆਰ ਦੇ ਗੁਪਤ ਰਹਿਣ ਵਿਚ ਹੀ ਇਸ ਦਾ ਆਨੰਦ ਹੁੰਦਾ ਹੈ।

ਸਿਆਣੇ ਦੋਸਤ ਵਰਗੀ ਕੋਈ ਸੌਗਾਤ ਨਹੀਂ ਹੁੰਦੀ।

ਧਾਰਮਿਕ ਸਥਾਨ 'ਤੇ ਜਾਣਾ ਇਸ ਲਈ ਚੰਗਾ ਲਗਦਾ ਹੈ, ਕਿਉਂਕਿ ਉਥੋਂ ਦੇ ਵਾਤਾਵਰਣ ਵਿਚ ਬਰਾਬਰੀ, ਪਿਆਰ ਅਤੇ ਸਤਿਕਾਰ ਹੁੰਦਾ ਹੈ।

ਮੰਦ-ਭਾਵਨਾ ਨਾਲ ਕਿਸੇ ਨੂੰ ਨੁਕਸਾਨ ਪਹੁੰਚੇ ਨਾ ਪਹੁੰਚੇ, ਪ੍ਰਗਟਾਉਣ ਵਾਲੇ ਨੂੰ ਜ਼ਰੂਰ ਪਹੁੰਚਦਾ ਹੈ।

ਬਾਹਰ ਨਾ ਸੁੱਖ ਹੈ ਨਾ ਦੁੱਖ ਹੈ, ਸੁੱਖ-ਦੁੱਖ ਸਾਡੀ ਸੋਚ ਵਿਚ ਹਨ।

ਅਸੀਂ ਜਦੋਂ ਸੰਗੀਤ ਦੀ ਕਿਸੇ ਧੁਨ ਨੂੰ ਮਾਣਦੇ ਹਾਂ ਤਾਂ ਅਸਲ ਵਿਚ ਉਹ ਧੁਨ ਸਾਡੇ ਅੰਦਰ ਹੁੰਦੀ ਹੈ, ਜਿਸ ਦੇ ਜਾਗਣ ਨਾਲ ਆਨੰਦ ਮਿਲਦਾ ਹੈ।

ਇਕੱਲਾ ਪੈਸਾ ਤਾਕਤ ਨਹੀਂ ਹੁੰਦਾ, ਬੁੱਧੀ, ਰੁਤਬਾ, ਚਰਿਤਰ ਵੀ ਤਾਕਤਾਂ ਹਨ। ਕੋਈ ਇਕ ਤਾਕਤ ਮਹੱਤਵਪੂਰਨ ਨਹੀਂ ਹੁੰਦੀ, ਇਹ ਸਾਰੀਆਂ ਰਲ ਕੇ ਵੱਡੀ ਤਾਕਤ ਬਣਦੀਆਂ ਹਨ।

ਆਪਣੇ ਦੋਸਤ ਗਿਣੋ, ਫਿਰ ਇਹ ਗਿਣੋ ਕਿ ਤੁਸੀਂ ਕਿੰਨਿਆਂ ਦੇ ਦੋਸਤ ਹੋ?

ਜਿਉਂ-ਜਿਉਂ ਉਮਰ ਵਧਦੀ ਹੈ, ਜਿਊਣ ਦੀ ਤਾਂਘ ਘਟਦੀ ਨਹੀਂ, ਵਧਦੀ ਹੈ।

ਇਹ ਪੁਰਸ਼-ਪ੍ਰਧਾਨ ਸਮਾਜ ਨਹੀਂ; ਸਮਾਜ ਵਿਚ ਇਸਤਰੀਆਂ ਨੇ ਆਪ ਪਿਛੇ ਹਟ ਕੇ, ਪੁਰਸ਼ਾਂ ਨੂੰ ਪ੍ਰਧਾਨ ਬਣਾ ਦਿਤਾ ਹੈ।

ਕਲਾ ਦਾ ਉਦੇਸ਼, ਪ੍ਰਸੰਨ ਕਰਨ ਵਾਲੇ ਸੱਚ ਦਾ ਨਿਰਮਾਣ ਕਰਨਾ ਹੁੰਦਾ ਹੈ।

ਕਵੀ ਨੂੰ ਦੋ ਮੁਸ਼ਕਿਲਾਂ ਦਾ ਸਾਹਮਣਾ ਕਰਨਾ ਪੈਂਦਾ ਹੈ; ਆਰਥਿਕ ਤੰਗੀ ਦਾ ਅਤੇ ਲਾਪ੍ਰਵਾਹ ਸਰੋਤਿਆਂ ਦਾ।

ਬਗ਼ਾਵਤ ਜਵਾਨੀ ਦਾ ਫੈਸ਼ਨ ਹੁੰਦੀ ਹੈ, ਸਮਝੌਤਾ ਬੁਢਾਪੇ ਦਾ ਗਹਿਣਾ ਹੁੰਦਾ ਹੈ।

ਕਲਾ ਰਾਹੀਂ ਸੁੰਦਰਤਾ ਸਿਰਜੀ ਜਾਂਦੀ ਹੈ, ਆਨੰਦ ਕਲਾ ਵਿਚੋਂ ਨਹੀਂ, ਕਲਾ ਦੀ ਸਿਰਜੀ ਸੁੰਦਰਤਾ ਵਿਚ ਹੁੰਦਾ ਹੈ।

ਪ੍ਰਸੰਨ ਵਿਅਕਤੀ, ਰੱਬ ਨੂੰ ਖੁਸ਼ਖਬਰੀਆਂ ਹੀ ਸੁਣਾਉਂਦੇ ਹਨ।

ਸੰਖੇਪ ਵਾਕ, ਲੰਮੀ ਸੋਚ ਅਤੇ ਡੂੰਘੇ ਅਨੁਭਵ ਵਿਚੋਂ ਉਪਜਦੇ ਹਨ।

ਜਦੋਂ ਸੁਪਨਿਆਂ ਦੀ ਥਾਂ ਪਛਤਾਵੇ ਲੈ ਲੈਂਦੇ ਹਨ ਤਾਂ ਮਨੁੱਖ ਬੁੱਢਾ ਹੋ ਜਾਂਦਾ ਹੈ।

ਹਰ ਨਵੇਂ ਵਿਚਾਰ ਨੂੰ ਤਿੰਨ ਪੜਾਵਾਂ ਵਿਚੋਂ ਲੰਘਣਾ ਪੈਂਦਾ ਹੈ; ਪਹਿਲਾਂ ਉਸ ਦਾ ਮਖੌਲ ਉਡਾਇਆ ਜਾਂਦਾ ਹੈ, ਫਿਰ ਉਸ ਦਾ ਵਿਰੋਧ ਕੀਤਾ ਜਾਂਦਾ ਹੈ, ਫਿਰ ਉਸ ਦੇ ਗਲਤ ਅਰਥ ਕਢੇ ਜਾਂਦੇ ਹਨ।

ਅਧਿਆਪਕ ਉਹੀ ਯਾਦ ਰਹਿੰਦਾ ਹੈ, ਜਿਸ ਨੇ ਵਿਦਿਆਰਥੀ ਨੂੰ ਨਵਾਂ ਰੰਗ ਚੜ੍ਹਾਇਆ ਅਤੇ ਨਵਾਂ ਰਾਹ ਵਿਖਾਇਆ ਹੁੰਦਾ ਹੈ।

ਚੰਗੇ ਬੰਦਿਆਂ ਦਾ ਸਤਿਕਾਰ ਕਰਨਾ, ਉੱਚੇ ਚਰਿਤਰ ਦਾ ਲੱਛਣ ਹੁੰਦਾ ਹੈ।

ਸੰਗੀਤ ਦੀ ਸੋਝੀ, ਬੱਚੇ ਨੂੰ ਗਰਭ ਵਿਚ ਹੀ, ਮਾਂ ਦੇ ਦਿਲ ਦੀ ਧੜਕਣ ਤੋਂ ਪ੍ਰਾਪਤ ਹੋ ਜਾਂਦੀ ਹੈ।

ਲੰਗਰ ਪਕਾਉਂਦੀਆਂ ਬੀਬੀਆਂ, ਹੋਰ ਵੀ ਬੀਬੀਆਂ ਲਗਦੀਆਂ ਹਨ।

ਚੰਗੇ ਕਾਮੇ, ਕੰਮ ਕਰਨ ਵਾਲੀ ਥਾਂ ਦਾ ਮਾਣ ਹੁੰਦੇ ਹਨ।

ਸੱਤ ਵਾਰੀ ਡਿਗੋ, ਅੱਠ ਵਾਰੀ ਉਠੋ, ਇਸ ਉਪਰੰਤ ਤੁਸੀਂ ਕਦੇ ਨਹੀਂ ਡਿਗੋਗੇ।

ਜੇ ਸੰਸਾਰ ਵਿਚ ਕੇਵਲ ਖੁਸ਼ੀ ਹੀ ਹੁੰਦੀ ਤਾਂ ਨਾ ਕਿਸੇ ਨੇ ਬਹਾਦਰ ਹੋਣਾ ਸੀ, ਨਾ ਸਿਆਣਾ, ਨਾ ਮਿਹਨਤੀ, ਨਾ ਸਹਿਯੋਗੀ।

ਰੀਝਾਂ ਵਿਚੋਂ ਸਭ ਤੋਂ ਚੰਗੀ ਰੀਝ, ਚੰਗਿਆਂ ਨੂੰ ਚੰਗੇ ਲਗਣ ਦੀ ਰੀਝ ਹੁੰਦੀ ਹੈ।

ਝੰਡੇ, ਪਰਚਮ ਅਤੇ ਨਿਸ਼ਾਨ-ਸਾਹਿਬ, ਉੱਚੇ ਹੌਸਲੇ ਦੇ ਮੀਨਾਰ ਹੁੰਦੇ ਹਨ।

ਜਿਥੇ ਵੀ ਕੰਮ ਕਰੋ, ਇਤਨੀ ਜ਼ਿੰਮੇਵਾਰੀ ਚੁੱਕ ਲਵੋ ਕਿ ਤੁਹਾਡੇ ਬਿਨਾਂ ਸਰੇ ਹੀ ਨਾ, ਤੁਹਾਨੂੰ ਕਦੇ ਵੀ ਉਜਰਤ ਵਧਾਉਣ ਵਾਸਤੇ ਕਹਿਣਾ ਨਹੀਂ ਪਵੇਗਾ।

ਸੁੰਦਰਤਾ, ਪ੍ਰੇਮੀਆਂ ਵਿਚ ਨਹੀਂ, ਫ਼ਾਸਲੇ ਵਿਚ ਹੁੰਦੀ ਹੈ, ਜਦੋਂ ਪ੍ਰੇਮੀ ਵਿਆਹੇ ਜਾਂਦੇ ਹਨ ਤਾਂ ਫ਼ਾਸਲੇ ਦੀ ਉਪਜਾਈ ਸੁੰਦਰਤਾ ਮੁੱਕ ਜਾਂਦੀ ਹੈ।

ਪ੍ਰਸੰਨਤਾ ਦੀਆਂ ਘੜੀਆਂ ਵਿਚ, ਮਨੁੱਖ ਕੋਈ ਇੱਛਾ ਨਹੀਂ ਕਰਦਾ, ਉਸ ਸਮੇਂ ਇੱਛਾਵਾਂ ਤੋਂ ਮੁਕਤ ਹੋਣ ਕਾਰਨ ਹੀ, ਮਨੁੱਖ ਪ੍ਰਸੰਨਤਾ ਮਹਿਸੂਸ ਕਰਦਾ ਹੈ।

ਜੇ ਕਿਸੇ ਨਾਲ ਸਹਿਮਤੀ ਨਹੀਂ ਤਾਂ ਇਹ ਗੱਲ ਉਸ ਦੀ ਬੇਇਜ਼ਤੀ ਕਰਨ ਦਾ ਆਧਾਰ ਨਹੀਂ ਹੋਣੀ ਚਾਹੀਦੀ ਪਰ ਬੇਇਜ਼ਤੀ ਅਕਸਰ ਇਸ ਆਧਾਰ 'ਤੇ ਹੀ ਕੀਤੀ ਜਾਂਦੀ ਹੈ।

ਰਿਸ਼ਤੇ, ਕੱਚੇ ਘਰਾਂ ਵਾਂਗ ਹੁੰਦੇ ਹਨ, ਜਿਹੜੇ ਅਨੇਕਾਂ ਵਾਰ ਲਿਪਣੇ ਪੈਂਦੇ ਹਨ।

ਅਜੇ ਤਕ ਕਿਸੇ ਪ੍ਰਸੰਨ ਬੰਦੇ ਨੂੰ ਜੂਆ ਖੇਡਣ ਦਾ ਖਿਆਲ ਨਹੀਂ ਆਇਆ।

ਵਿਛੜ ਕੇ ਜੀਓ ਜਿਤਨਾ ਚਿਰ ਮਰਜ਼ੀ ਪਰ ਪਿਆਰ ਵਾਲਾ ਸਮਾਂ, ਭਾਵੇਂ ਕਿਤਨਾ ਵੀ ਸੰਖੇਪ ਹੋਵੇ, ਇਹ ਜ਼ਿੰਦਗੀ ਦਾ ਅੱਧ ਹੁੰਦਾ ਹੈ।

ਦੁੱਖ, ਜੀਵਨ ਮਾਣਨ ਦੀ ਕੀਮਤ ਹੁੰਦੇ ਹਨ, ਜਿਹੜੀ ਅਦਾ ਕੀਤੇ ਬਿਨਾਂ ਜੀਵਨ ਮਾਣਿਆ ਨਹੀਂ ਜਾ ਸਕਦਾ।

ਅੱਜ ਕਲ ਲੇਖਕ ਦੀਆਂ ਕਿਤਾਬਾਂ ਹੀ ਸਾੜੀਆਂ ਜਾਂਦੀਆਂ ਹਨ, ਦੋ ਸਦੀਆਂ ਪਹਿਲਾਂ ਲੇਖਕ ਵੀ ਸਾੜ ਦਿਤਾ ਜਾਂਦਾ ਸੀ।

ਪੈਸੇ ਨਾਲ ਜਦੋਂ ਬੁਨਿਆਦੀ ਲੋੜਾਂ ਪੂਰੀਆਂ ਹੋ ਜਾਣ ਤਾਂ ਪੈਸੇ ਦੀ ਦੁਰਵਰਤੋਂ ਸ਼ੁਰੂ ਹੋ ਜਾਂਦੀ ਹੈ।

ਵਿਧਵਾ ਨੂੰ ਆਪਣੇ ਪੈਰਾਂ 'ਤੇ ਖਲੋਣ ਲਈ ਲਗਭਗ ਅੱਠ ਸਾਲ ਲਗਦੇ ਹਨ, ਇਹ ਸਾਲ ਉਸ ਦੀ ਜ਼ਿੰਦਗੀ ਦੇ ਸਭ ਤੋਂ ਮੁਸ਼ਕਿਲ ਪਰ ਸਭ ਤੋਂ ਵੱਧ ਤਜਰਬੇ ਵਾਲੇ ਹੁੰਦੇ ਹਨ।

ਜੇ ਤੁਸੀਂ ਇਕੱਲੇ ਹੋ ਅਤੇ ਕਰਨ ਲਈ ਵੀ ਤੁਹਾਡੇ ਕੋਲ ਕੁਝ ਨਹੀਂ ਤਾਂ ਤੁਸੀਂ ਪ੍ਰਸੰਨ ਨਹੀਂ ਰਹਿ ਸਕੋਗੇ।

ਹੱਸਿਆ ਉਨ੍ਹਾਂ 'ਤੇ ਹੀ ਜਾਂਦਾ ਹੈ ਜਿਹੜੇ ਕਿਸੇ ਨਾ ਕਿਸੇ ਪੱਖੋਂ ਕਮਜ਼ੋਰ ਹੁੰਦੇ ਹਨ; ਸਰੀਰ ਵਿਚ, ਬੁੱਧੀ ਵਿਚ, ਪੈਸੇ ਵਿਚ, ਰਿਸ਼ਤੇ ਵਿਚ।

ਸਿਆਣਾ ਬੰਦਾ ਇਕੱਲਾ ਨਹੀਂ, ਪਰਿਵਾਰ ਵਿਚ ਪ੍ਰਸੰਨ ਹੋਣਾ ਚਾਹੁੰਦਾ ਹੈ।

ਯਥਾਰਥ ਨੂੰ ਅੱਖੋਂ-ਪਰੋਖੇ ਕਰਨ ਨਾਲ, ਸਾਰੇ ਫੈਸਲੇ ਗਲਤ ਸਾਬਤ ਹੋਣਗੇ।

ਪ੍ਰੀਖਿਆਵਾਂ ਸਿਖਿਆ ਦੇ ਰਾਹ ਦੀਆਂ ਰੁਕਾਵਟਾਂ ਹਨ, ਅਨੇਕਾਂ ਵਿਦਿਆਰਥੀ ਪ੍ਰੀਖਿਆਵਾਂ ਕਾਰਨ ਸਿਖਿਆ ਨਹੀਂ ਲੈ ਸਕਦੇ।

ਸੁਆਰਥ, ਮਨ ਨੂੰ ਤਿੱਖਾ ਪਰ ਬੁੱਧੀ ਨੂੰ ਖੁੰਢਾ ਕਰ ਦਿੰਦਾ ਹੈ।

ਜਦੋਂ ਦੂਜਿਆਂ ਦੇ ਭਲੇ ਲਈ ਕੰਮ ਕੀਤਾ ਜਾਵੇ ਤਾਂ ਕੰਮ ਸੌਖਾ, ਸਰਲ ਅਤੇ ਸਿੱਧਾ ਹੋ ਜਾਂਦਾ ਹੈ।

ਸਾਰੀ ਪ੍ਰਕ੍ਰਿਤੀ ਦੇਣ ਦੇ ਅਮਲ ਵਿਚ ਹੈ, ਦੇਣ ਦਾ ਮਹਾਂਯੱਗ ਹੋ ਰਿਹਾ ਹੈ।

ਪਰਿਵਰਤਨ ਦੀ ਗੱਲ ਕਰੋਗੇ, ਵਿਰੋਧ ਹੋਵੇਗਾ ਪਰ ਵਿਰੋਧ ਇਸ ਗੱਲ ਦਾ ਪ੍ਰਮਾਣ ਹੋਵੇਗਾ ਕਿ ਪਰਿਵਰਤਨ ਦੀ ਗੱਲ ਹੋ ਰਹੀ ਹੈ।

ਪ੍ਰਸੰਨਤਾ, ਵਸਤ ਨਹੀਂ ਤੋਹਫ਼ਾ ਹੈ, ਵਸਤ ਆਪਣੇ ਕੋਲ ਰਖੀ ਜਾਂਦੀ ਹੈ, ਤੋਹਫ਼ਾ ਦਿਤਾ ਜਾਂਦਾ ਹੈ।

ਜਿਹੜਾ ਬੰਦਾ ਭੀੜ ਤੋਂ ਵੱਖਰਾ ਹੋ ਜਾਂਦਾ ਹੈ, ਲੋਕ ਉਸ ਦੇ ਬੁੱਤ ਲਾਉਂਦੇ ਹਨ।

ਆਪਣੀ ਬਣਾਈ ਜਾਇਦਾਦ ਉਤੇ ਜਿਊਂਦੇ-ਜੀਅ ਆਪਣਾ ਹੱਕ ਤਿਆਗਣ ਨਾਲ ਪਛਤਾਵਾ ਹੋਣਾ ਲਾਜ਼ਮੀ ਹੈ।

ਕੋਈ ਵੀ ਸਮਾਜਿਕ-ਪ੍ਰਬੰਧ ਮਨੁੱਖ ਦੀਆਂ ਸਮੁੱਚੀਆਂ ਆਸਾਂ-ਉਮੰਗਾਂ ਤੇ ਪੂਰਾ ਨਹੀਂ ਉਤਰਦਾ।

ਜੇ ਪ੍ਰਸੰਨਤਾ ਦਾ ਸਰੋਤ ਚੰਗਾ ਹੋਵੇ ਤਾਂ ਪ੍ਰਸੰਨਤਾ ਦੁੱਗਣੀ ਹੋ ਜਾਂਦੀ ਹੈ।

ਜੇ ਪੰਜ ਸਾਲ ਪਿਆਰ ਮਗਰੋਂ ਵਿਆਹ ਹੋ ਜਾਵੇ ਤਾਂ ਸੱਤ ਦਿਨ ਮਗਰੋਂ, ਵਿਆਹ ਇਕ ਹਫ਼ਤਾ ਪੁਰਾਣਾ ਨਹੀਂ, ਪੰਜ ਸਾਲ ਇਕ ਹਫ਼ਤਾ ਪੁਰਾਣਾ ਹੋ ਜਾਂਦਾ ਹੈ।

ਇਸਤਰੀਆਂ ਦੀ ਟਿਕੀਆਂ ਹੋਈਆਂ ਚੀਜ਼ਾਂ ਵਿਚ ਦਿਲਚਸਪੀ ਵਧੇਰੇ ਹੁੰਦੀ ਹੈ, ਪੁਰਸ਼ ਚਲਦੀਆਂ-ਫਿਰਦੀਆਂ ਚੀਜ਼ਾਂ ਵਿਚ ਵਧੇਰੇ ਦਿਲਚਸਪੀ ਲੈਂਦੇ ਹਨ।

ਅਮਰੀਕਾ ਨੂੰ ਆਪ ਵੀ ਨਹੀਂ ਪਤਾ ਕਿ ਉਸ ਨੇ ਸੰਸਾਰ ਨੂੰ ਕਿਤਨਾ ਬਦਲ ਦਿਤਾ ਹੈ।

ਲੋਕਾਂ ਦੀ ਬਹੁਗਿਣਤੀ ਪ੍ਰਚਲਿਤ ਵਿਚਾਰਾਂ ਨਾਲ ਸੰਤੁਸ਼ਟ ਹੁੰਦੀ ਹੈ, ਜਿਸ ਕਾਰਨ ਨਵੀਆਂ ਗੱਲਾਂ ਕਰਨ ਵਾਲਾ, ਉਨ੍ਹਾਂ ਨੂੰ ਵਿਸ਼ਵਾਸਯੋਗ ਨਹੀਂ ਲਗਦਾ।

ਚੰਗਾ ਲੇਖਕ, ਪਾਠਕਾਂ ਨੂੰ ਬੰਦ ਗਲੀਆਂ ਵਿਚੋਂ ਕਢ ਕੇ, ਜ਼ਿੰਦਗੀ ਦੀ ਜਰਨੈਲੀ ਸੜਕ 'ਤੇ ਲੈ ਆਉਂਦਾ ਹੈ।

ਜਵਾਨਾਂ ਵਿਚ ਹੌਸਲਾ ਵਧੇਰੇ ਨਹੀਂ ਹੁੰਦਾ, ਡਰ ਘਟ ਹੁੰਦਾ ਹੈ; ਜਿਉਂ-ਜਿਉਂ ਡਰ ਵਧਦਾ ਹੈ, ਹੌਸਲਾ ਘਟਦਾ ਜਾਂਦਾ ਹੈ।

ਸਭਿਆਚਾਰ, ਸੰਚਾਰ ਨਾਲ ਫੈਲਦਾ ਹੈ, ਜਿਨ੍ਹਾਂ ਕੋਲ ਸੰਚਾਰ ਦੀਆਂ ਵਧੇਰੇ ਸਹੂਲਤਾਂ ਹੁੰਦੀਆਂ ਹਨ, ਉਨ੍ਹਾਂ ਦਾ ਹੀ ਸਭਿਆਚਾਰ ਫੈਲਦਾ ਹੈ।

ਪ੍ਰਸੰਨਤਾ ਤੋਹਫ਼ੇ ਵਿਚ ਨਹੀਂ, ਇਸ ਨੂੰ ਦੇਣ ਅਤੇ ਪ੍ਰਾਪਤ ਕਰਨ ਵਿਚ ਹੁੰਦੀ ਹੈ।

ਸਾਰੇ ਮੁਜਰਿਮ ਸਮਝਦੇ ਹਨ ਕਿ ਜੁਰਮ ਕਰਨਾ ਮਾੜੀ ਗੱਲ ਨਹੀਂ, ਮਾੜੀ ਗੱਲ ਫੜੇ ਜਾਣਾ ਹੁੰਦੀ ਹੈ।

ਮਨੁੱਖ ਤਾਂਘ ਵਿਸ਼ਾਲ ਰਸਤਿਆਂ ਦੀ ਕਰਦਾ ਹੈ ਪਰ ਮਜਬੂਰੀਆਂ ਉਸ ਨੂੰ ਤੰਗ ਗਲੀਆਂ ਵਿਚੋਂ ਬਾਹਰ ਨਹੀਂ ਆਉਣ ਦਿੰਦੀਆਂ।

ਸੂਰਜ, ਚੰਨ, ਤਾਰੇ, ਉੱਚੇ ਨਹੀਂ, ਦੂਰ ਹਨ, ਦੂਰ ਹੋਣ ਕਰਕੇ ਉੱਚੇ ਲਗਦੇ ਹਨ।

ਕਲਾਸੀਕਲ ਉਸ ਨੂੰ ਕਹਿੰਦੇ ਹਨ, ਜਿਹੜਾ ਪੁਰਾਣਾ ਹੋਵੇ ਪਰ ਨਵਾਂ ਲਗੇ।

ਸਿਆਣਾ ਉਹ ਹੈ, ਜਿਸ ਦੇ ਅੱਖਾਂ-ਕੰਨ ਖੁੱਲ੍ਹੇ ਹੋਣ ਅਤੇ ਮੂੰਹ ਬੰਦ ਹੋਵੇ।

ਜਦੋਂ ਅਸੀਂ ਕਿਸੇ ਨਾਲ ਹੱਸਦੇ ਹਾਂ ਤਾਂ ਉਹ ਸਾਨੂੰ ਆਪਣੇ ਵਰਗਾ ਲੱਗਣ ਲੱਗ ਪੈਂਦਾ ਹੈ।

ਸੰਗੀਤ, ਦਰਦ ਵਿਚ ਦਵਾ ਦਾ ਕੰਮ ਕਰਦਾ ਹੈ; ਰੂਹਾਨੀ ਸੰਗੀਤ, ਖਿੰਡੇ ਹੋਏ ਮਨ ਨੂੰ ਇਕਾਗਰ ਕਰ ਦਿੰਦਾ ਹੈ।

ਹਰ ਪੀੜ੍ਹੀ, ਪਿਤਾ ਪ੍ਰਤੀ ਵਿਰੋਧ ਪਰ ਦਾਦੇ ਪ੍ਰਤੀ ਸਤਿਕਾਰ ਪ੍ਰਗਟਾਉਂਦੀ ਹੈ।

ਆਪਣੇ ਹਿੱਸੇ ਦੀ ਗਲਤੀ ਕਬੂਲ ਕਰਨ ਨਾਲ, ਦੂਜੇ ਨੂੰ ਵੀ ਆਪਣੀ ਗਲਤੀ ਕਬੂਲ ਕਰਨ ਦਾ ਹੌਸਲਾ ਮਿਲ ਜਾਂਦਾ ਹੈ।

ਇਸਤਰੀ ਦੇ ਜਿਤਨੇ ਰੂਪ ਹਨ, ਉਤਨੇ ਦਰਦ ਹਨ; ਪੁਰਸ਼ ਦੇ ਜਿਤਨੇ ਰੂਪ ਹਨ, ਉਤਨੀਆਂ ਹੀ ਜ਼ਿੰਮੇਵਾਰੀਆਂ ਹਨ।

ਹੀਰ, ਸੋਹਣੀ, ਸੱਸੀ, ਸਾਹਿਬਾਂ ਆਦਿ ਪਿਆਰ ਕਰਨ ਦੀਆਂ ਸਜ਼ਾਵਾਂ ਦੇ ਨਾਂ ਹਨ।

ਕਿਸੇ ਲਈ ਪਿਆਰ ਲੁਕਾਇਆ ਨਹੀਂ ਜਾ ਸਕਦਾ, ਜੇ ਜ਼ਬਾਨ ਨਹੀਂ ਬੋਲੇਗੀ ਤਾਂ ਸਾਰਾ ਸਰੀਰ ਅਤੇ ਸਰੀਰ ਦਾ ਹਰ ਅੰਗ ਬੋਲੇਗਾ।

ਰਸੋਈ ਵਿਚ ਚੀਜ਼ਾਂ ਜਿਤਨੀਆਂ ਮਰਜ਼ੀ ਰਖ ਦਿਓ, ਰੌਣਕ ਪਤਨੀ ਦੀ ਹਾਜ਼ਰੀ ਨਾਲ ਹੀ ਹੋਵੇਗੀ।

ਖੇਤਰ ਕੋਈ ਹੋਵੇ, ਰਾਤੋ-ਰਾਤ ਮਾਹਿਰ ਬਣਨ ਲਈ ਚਾਲ੍ਹੀ ਸਾਲ ਲਗਦੇ ਹਨ।

ਜੇਤੂ, ਹਾਰਨ ਵਾਲਿਆਂ ਨੂੰ ਜਿੱਤਣ ਦਾ ਹੁਨਰ ਸਿਖਾ ਦਿੰਦੇ ਹਨ।

ਮੁਸੀਬਤਾਂ ਸਾਨੂੰ ਸਿਆਣਾ ਤਾਂ ਬਣਾ ਦਿੰਦੀਆਂ ਹਨ ਪਰ ਖੁਸ਼ਹਾਲ ਅਸੀਂ ਮਿਹਨਤ ਨਾਲ ਹੀ ਹੁੰਦੇ ਹਾਂ।

'ਮੈਂ ਤਾਂ ਕੁਝ ਵੀ ਨਹੀਂ', ਉਹੀ ਕਹਿੰਦੇ ਹਨ ਜਿਹੜੇ ਸਭ ਕੁਝ ਹੁੰਦੇ ਹਨ।

ਜੇ ਕਿਸੇ ਨੂੰ ਅੱਗੇ ਨਹੀਂ ਲੰਘਾ ਸਕਦੇ ਤਾਂ ਕੋਈ ਗੱਲ ਨਹੀਂ, ਕਿਸੇ ਦੇ ਰਾਹ ਦੀ ਰੁਕਾਵਟ ਨਾ ਬਣਨਾ ਵੀ ਮਦਦ ਹੁੰਦੀ ਹੈ।

ਸਰੀਰ ਅਤੇ ਮਨ ਇਕ-ਦੂਜੇ ਦੇ ਸੁੱਖ-ਦੁੱਖ ਦੇ ਭਾਈਵਾਲ ਹੁੰਦੇ ਹਨ।

ਜਿਥੇ ਨੂੰਹ-ਸੱਸ ਇਕ-ਦੂਜੀ ਨੂੰ ਕਟਦੀਆਂ ਰਹਿੰਦੀਆਂ ਹਨ, ਉਥੇ ਇਹ ਦੋਵੇਂ ਦੁਖੀ ਰਹਿੰਦੀਆਂ ਹਨ।

ਇਸ ਸੰਸਾਰ ਵਿਚ ਲੱਖਾਂ-ਕਰੋੜਾਂ ਲੋਕ ਆਪਣੇ ਵਾਧੂ-ਫਾਲਤੂ ਹੋਣ ਨੂੰ ਛੁਪਾ ਰਹੇ ਹਨ।

ਇਤਿਹਾਸ ਆਜ਼ਾਦ ਕੌਮਾਂ ਦਾ ਹੁੰਦਾ ਹੈ, ਗੁਲਾਮ ਰਹਿ ਚੁਕੀਆਂ ਕੌਮਾਂ ਕੋਲ ਆਜ਼ਾਦੀ ਦਿਵਸ ਹੁੰਦੇ ਹਨ।

ਸੈਰ ਦਾ ਉਦੇਸ਼, ਸਰੀਰ ਦੀ ਤੰਦਰੁਸਤੀ ਨਾਲੋਂ ਵੀ ਵਧੇਰੇ, ਮਨ ਦੀ ਸ਼ਾਂਤੀ ਹੁੰਦਾ ਹੈ।

ਅਸੀਂ ਕੀ ਹਾਂ, ਇਸ ਦਾ ਨਿਰਣਾ ਦੂਜੇ ਕਰਦੇ ਹਨ ਅਤੇ ਅਕਸਰ ਸਾਡੇ ਚਲੇ ਜਾਣ ਮਗਰੋਂ ਕਰਦੇ ਹਨ।

ਡਸਿਪਲਨ ਤੋਂ ਬਿਨਾਂ ਬਹਾਦਰੀ, ਹਿੰਸਾ ਹੁੰਦੀ ਹੈ।

ਹਰੇਕ ਸਮਾਜ ਦੀ ਬਣਤਰ ਹੀ ਇਸ ਪ੍ਰਕਾਰ ਦੀ ਹੈ ਕਿ ਸੁੱਖ ਮਾਣਨ ਵਾਸਤੇ ਅਨੇਕਾਂ ਦੁੱਖ ਸਹਿਣੇ ਪੈਂਦੇ ਹਨ।

ਜਿਹੜੇ ਮੁਸੀਬਤ ਵਿਚ ਮਿਲਦੇ ਹਨ, ਉਹ ਚੰਗੇ ਦੋਸਤ ਬਣ ਜਾਂਦੇ ਹਨ।

ਘਰ ਵਿਚ ਇਸਤਰੀ ਅਧਿਕਾਰੀ ਹੁੰਦੀ ਹੈ, ਅਧਿਕਾਰੀ ਮਾਤਹਿਤਾਂ ਦੀ ਪ੍ਰਸੰਸਾ ਨਹੀਂ ਕਰਦੇ, ਨੁਕਸ ਕਢਦੇ ਹਨ ਪਰ ਆਪ ਪ੍ਰਸੰਸਾ ਚਾਹੁੰਦੇ ਹਨ।

ਜੇ ਮਨੁੱਖ ਵਿਚ ਜਾਣਨ ਦੀ ਇੱਛਾ ਨਾ ਹੁੰਦੀ ਤਾਂ ਉਸ ਵਿਚ ਸੋਚਣ ਅਤੇ ਸਮੱਸਿਆਵਾਂ ਸੁਲਝਾਉਣ ਦੀ ਇੱਛਾ ਵੀ ਨਹੀਂ ਸੀ ਹੋਣੀ।

ਰੱਬ ਨੇ ਫੁੱਲ ਬਣਾ ਕੇ, ਚੰਗਾ ਇਹ ਕੀਤਾ ਕਿ ਇਨ੍ਹਾਂ ਵਿਚ ਅਕਲ ਨਹੀਂ ਪਾਈ।

ਖੁਸ਼ਹਾਲ-ਘਰ ਵਿਚ ਆਉਣ ਵਾਲੇ ਹਰ ਕਿਸੇ ਨੂੰ, ਸਤਿਕਾਰ ਭਰੇ ਢੰਗ ਨਾਲ ਕੁਝ ਖਾਣ ਜਾਂ ਪੀਣ ਲਈ ਜ਼ਰੂਰ ਮਿਲਦਾ ਹੈ।

ਹਰੇਕ ਨਵੀਂ ਕਾਢ, ਪਰਮਾਤਮਾ ਦੀ ਹੋਂਦ ਦਾ ਨਵਾਂ ਸਬੂਤ ਹੁੰਦੀ ਹੈ।

ਔਖਾ ਕੰਮ ਉਸ ਨੂੰ ਕਹਿੰਦੇ ਹਨ, ਜਿਹੜਾ ਕਰਨ ਵੇਲੇ ਦਿਲ ਕੁਝ ਹੋਰ ਕਰਨ ਲਈ ਕਹੇ।

ਜਿਨ੍ਹਾਂ ਨੇ ਮੱਝਾਂ ਪਾਲੀਆਂ ਹੁੰਦੀਆਂ ਹਨ, ਉਹ ਕਦੇ ਵਿਹਲੇ ਨਹੀਂ ਹੁੰਦੇ।

ਜਿਉਂ-ਜਿਉਂ ਮਿਹਨਤ ਕੀਤੀ ਜਾਂਦੀ ਹੈ, ਤਿਉਂ-ਤਿਉਂ ਕਿਸਮਤ ਬਲਵਾਨ ਹੁੰਦੀ ਜਾਂਦੀ ਹੈ।

ਸੋਹਣੀ ਇਸਤਰੀ, ਸਿਆਣੇ ਪੁਰਸ਼ ਨੂੰ, ਆਪਣੀ ਮੁਸਕਰਾਹਟ ਦੀ ਚਾਬੀ ਨਾਲ ਖੋਲ੍ਹ ਲੈਂਦੀ ਹੈ।

ਕਲਾ ਪੈਦਾ ਵੀ ਪਿਆਰ ਵਿਚੋਂ ਹੁੰਦੀ ਹੈ ਅਤੇ ਇਹ ਮਾਣੀ ਵੀ ਪਿਆਰ ਨਾਲ ਜਾਂਦੀ ਹੈ।

ਹਰ ਵਸਤ ਦੇ ਚਾਰ ਪੱਖ ਹੁੰਦੇ ਹਨ: ਲੰਬਾਈ, ਚੌੜਾਈ, ਬੋਝ ਅਤੇ ਕੀਮਤ।

ਮਹਾਨ ਗਿਆਨ, ਡੂੰਘੀ ਅਤੇ ਵਿਸ਼ਾਲ ਚੁੱਪ ਵਿਚੋਂ ਬੋਲਦਾ ਹੈ; ਵੇਦ, ਭਾਰਤ ਦੀ ਚੁੱਪ ਦੀ ਆਵਾਜ਼ ਹਨ।

ਦੂਜਿਆਂ ਦੀ ਪ੍ਰੇਰਨਾ ਨਾਲ ਅਸੀਂ ਚਲਣਾ ਆਰੰਭ ਹੀ ਕਰਦੇ ਹਾਂ ਪਰ ਚਲਦੇ ਅਸੀਂ ਆਪਣੀ ਹਿੰਮਤ ਅਤੇ ਮਿਹਨਤ ਨਾਲ ਹੀ ਹਾਂ।

ਜੀਵਨ ਨੂੰ ਮਾਣੋ, ਮਰਨ ਵਾਸਤੇ ਬੜਾ ਵਕਤ ਹੈ, ਮਰਨ ਮਗਰੋਂ ਵੀ ਬੜਾ ਵਕਤ ਹੋਵੇਗਾ।

ਮਿਹਨਤ ਕਰਨ ਤੋਂ ਮਗਰੋਂ ਖਾਧਾ ਭੋਜਨ ਬੜਾ ਸੁਆਦ ਲਗਦਾ ਹੈ, ਕਿਉਂਕਿ ਇਸ ਵਿਚ ਮਿਹਨਤ ਦਾ ਸੁਆਦ ਵੀ ਰਲਿਆ ਹੁੰਦਾ ਹੈ।

ਜਦੋਂ ਕੋਈ ਆਪ ਰੋ-ਰੋ ਕੇ ਥੱਕ ਜਾਵੇ ਤਾਂ ਉਸ ਨੂੰ ਅਫ਼ਸੋਸ ਕਰਨ ਲਈ ਆਉਣ ਵਾਲੇ ਚੰਗੇ ਨਹੀਂ ਲਗਦੇ।

ਜਿਹੜੇ ਆਪ ਸਨਿਆਸੀਆਂ ਦੀ ਪੂਜਾ ਕਰਦੇ ਹਨ, ਉਹ ਵੀ ਨਹੀਂ ਚਾਹੁੰਦੇ ਕਿ ਉਨ੍ਹਾਂ ਦੇ ਆਪਣੇ ਪੁੱਤਰ ਸਨਿਆਸੀ ਬਣਨ।

ਕੋਈ ਚੰਗਾ ਵਿਚਾਰ ਮਿਲਣ 'ਤੇ ਮਹਿਸੂਸ ਹੁੰਦਾ ਹੈ ਕਿ ਸਾਡੇ ਕੋਲ ਪਹਿਲਾਂ ਵੀ ਕਈ ਚੰਗੇ ਵਿਚਾਰ ਹਨ।

ਜੇ ਪ੍ਰੇਮੀ ਵਿਚ ਕੋਲੰਬਸ ਬਣਨ ਦੀ ਹਿੰਮਤ ਹੋਵੇ ਤਾਂ ਪ੍ਰੇਮਿਕਾ ਅਮਰੀਕਾ ਬਣ ਜਾਂਦੀ ਹੈ।

ਸਭ ਤੋਂ ਲੱਚਕਦਾਰ ਮਨ ਹੁੰਦਾ ਹੈ, ਅੱਜ ਇਹ ਕਿਸੇ ਦੇ ਚਿਹਰੇ ਦਾ ਤਿੱਲ ਵੀ ਬਰਦਾਸ਼ਤ ਨਹੀਂ ਕਰਦਾ, ਕੱਲ ਇਹ ਪਹਾੜ ਵੀ ਨਜ਼ਰ-ਅੰਦਾਜ਼ ਕਰ ਦੇਵੇਗਾ।

ਕਈ ਹਵਾ ਵਾਂਗ ਖੁਲ੍ਹ ਜਾਂਦੇ ਹਨ, ਕਈ ਪਰਛਾਵੇਂ ਵਾਂਗ ਵਿੱਛ ਜਾਂਦੇ ਹਨ।

ਜੇ ਸਾਲ ਵਿਚ ਤਾਰੇ ਇਕ ਹੀ ਰਾਤ ਨੂੰ ਵਿਖਾਈ ਦੇਣੇ ਹੁੰਦੇ ਤਾਂ ਇਹ ਸੰਸਾਰ ਦਾ ਸਭ ਤੋਂ ਵੱਡਾ ਤਿਉਹਾਰ ਹੋਣਾ ਸੀ।

ਸੈਰ ਕਰਦਿਆਂ ਜੇ ਜ਼ਬਾਨ ਚੁੱਪ ਰਹੇ ਤਾਂ ਅੱਖਾਂ ਅਤੇ ਕੰਨ ਚੁਸਤ ਹੋ ਜਾਂਦੇ ਹਨ।

ਉਦੇਸ਼ ਵਾਲੇ ਬੰਦੇ ਕਦੇ ਇੱਕਲੇ ਨਹੀਂ ਹੁੰਦੇ, ਉਦੇਸ਼ ਉਨ੍ਹਾਂ ਦਾ ਸਾਥੀ ਹੁੰਦਾ ਹੈ।

ਜਦੋਂ ਭੈਣ ਨੂੰ ਖਤਰਾ ਹੁੰਦਾ ਹੈ ਤਾਂ ਉਸ ਦਾ ਛੋਟਾ ਭਰਾ ਵੀ, ਵੱਡਾ ਬਣ ਕੇ ਲੜਦਾ ਹੈ।

ਗਾਲ੍ਹ ਕੋਈ ਵੀ ਹੋਵੇ, ਨਿਕਲਦੀ ਪੁਰਸ਼ ਲਈ ਹੈ, ਹੁੰਦੀ ਇਸਤਰੀ ਬਾਰੇ ਹੈ; ਅਸੀਸ ਕੋਈ ਵੀ ਹੋਵੇ, ਨਿਕਲਦੀ ਇਸਤਰੀ ਲਈ ਹੈ, ਹੁੰਦੀ ਪੁਰਸ਼ ਬਾਰੇ ਹੈ।

ਤੋੜ-ਵਿਛੋੜੇ ਉਪਰੰਤ ਜੇ ਪਤੀ-ਪਤਨੀ ਕੋਲ ਬਦਲਵਾਂ ਰੁਝੇਵਾਂ ਨਾ ਹੋਵੇ ਤਾਂ ਦੋਵੇਂ ਦੁਖੀ ਹੁੰਦੇ ਰਹਿੰਦੇ ਹਨ।

ਕਈ ਵਾਰ, ਕੁਝ ਅਜਿਹਾ ਵਾਪਰ ਜਾਂਦਾ ਹੈ, ਜਿਸ ਬਾਰੇ ਬੋਲਣਾ ਮੁਸ਼ਕਿਲ ਹੁੰਦਾ ਹੈ ਅਤੇ ਚੁੱਪ ਰਹਿਣਾ ਅਸੰਭਵ ਹੁੰਦਾ ਹੈ।

ਕਈ ਪ੍ਰੋਗਰਾਮ, ਸ਼ਰਾਬਬੰਦੀ ਵਾਂਗ ਹੁੰਦੇ ਤਾਂ ਚੰਗੇ ਹਨ ਪਰ ਸਫਲ ਨਹੀਂ ਹੁੰਦੇ।

ਸਾਂਝੇ ਘਰ ਦੀ ਮੁਰੰਮਤ, ਕਿਸੇ ਦੀ ਜ਼ਿੰਮੇਵਾਰੀ ਨਹੀਂ ਹੁੰਦੀ।

ਇਸਤਰੀ ਵੰਸ਼ ਤਾਂ ਟੋਰਦੀ ਹੈ ਪਰ ਆਪ ਰੱਜ ਕੇ ਨਹੀਂ ਜਿਊਂਦੀ।

ਪਤੀ-ਪਤਨੀ ਦੁੱਧ ਅਤੇ ਮਲਾਈ ਵਾਂਗ ਨੇੜੇ-ਨੇੜੇ ਪਰ ਵੱਖ-ਵੱਖ ਹੋਣੇ ਚਾਹੀਦੇ ਹਨ।

ਜੇ ਖੁਲ੍ਹ ਕੇ ਗੱਲ ਕਰਨ ਦੀ ਸਹੂਲਤ ਹੋਵੇ ਤਾਂ ਰਿਸ਼ਤੇ ਨਹੀਂ ਟੁੱਟਦੇ।

ਰਾਵਣ ਦਾ ਪੁਤਲਾ ਜਲ ਕੇ ਰਾਖ ਹੋ ਜਾਂਦਾ ਹੈ ਪਰ ਬੁਰਾਈ ਨਹੀਂ ਮੁੱਕਦੀ, ਅਗਲੇ ਵਰ੍ਹੇ ਫਿਰ ਸਾੜਨਾ ਪੈਂਦਾ ਹੈ।

ਸਿਆਣੇ ਬੰਦੇ ਤੇਜ਼ ਪੁਲਾਂਘਾਂ ਪੁਟਦੇ, ਦੁਚਿੱਤੀਆਂ ਨੂੰ ਪਿਛੇ ਛੱਡ ਜਾਂਦੇ ਹਨ।

ਲੋਰੀ ਅਜਿਹੀ ਕਵਿਤਾ ਹੁੰਦੀ ਹੈ, ਜਿਸ ਵਿਚ ਮਾਂ ਆਪਣੇ ਬੱਚੇ ਦਾ ਨਾਂ ਜੋੜ ਕੇ, ਉਸ ਨੂੰ ਆਪਣੀ ਕਵਿਤਾ ਬਣਾ ਲੈਂਦੀ ਹੈ।

ਸਭ ਪੱਧਰਾਂ 'ਤੇ ਜੀਣ ਦੀ ਲੋੜ ਹੈ, ਧਾਰਮਿਕ ਹੋਣਾ ਹੀ ਕਾਫੀ ਨਹੀਂ, ਸੰਸਾਰਕ ਕਾਰਜਾਂ ਵਿਚ ਸ਼ਾਮਲ ਹੋਣਾ ਵੀ ਜ਼ਰੂਰੀ ਹੈ।

ਸ਼ਕਤੀਸ਼ਾਲੀ ਦੇਸ਼ ਪ੍ਰਭਾਵਿਤ ਨਹੀਂ ਹੁੰਦੇ, ਪ੍ਰਭਾਵਿਤ ਕਰਦੇ ਹਨ।

ਜ਼ਰੂਰੀ ਨਹੀਂ ਕਿ ਜਿਸ ਨੂੰ ਵਧੇਰੇ ਵਿਆਕਰਣ ਆਉਂਦੀ ਹੋਵੇ, ਉਹ ਚੰਗਾ ਬੁਲਾਰਾ ਜਾਂ ਚੰਗਾ ਲੇਖਕ ਵੀ ਹੋਵੇ।

ਜਿਥੇ ਅਤੇ ਜਦੋਂ ਤੁਹਾਡੀ ਮਿਹਨਤ ਬੋਲ ਰਹੀ ਹੋਵੇ ਤਾਂ ਆਪ ਚੁੱਪ ਰਹੋ।

ਕਿਸੇ ਨੂੰ ਵੀ ਕਹਿਣ ਦੀ ਲੋੜ ਨਹੀਂ ਕਿ ਮੈਂ ਸਿੱਧੀ ਗੱਲ ਕਰਾਂਗਾ, ਜਦੋਂ ਕਰੋਗੇ, ਆਪੇ ਪਤਾ ਲਗ ਜਾਵੇਗਾ।

ਜੇ ਕੋਈ ਕਿਸੇ ਵੇਲੇ ਤੁਹਾਡੇ ਕੋਲ ਨੌਕਰ ਸੀ ਤਾਂ ਇਸ ਦਾ ਇਹ ਮਤਲਬ ਨਹੀਂ ਕਿ ਤੁਸੀਂ ਉਸ ਨਾਲ ਸਾਰੀ ਜ਼ਿੰਦਗੀ ਮਾਲਕਾਂ ਵਾਂਗ ਵਿਹਾਰ ਕਰੋ।

ਤੁਸੀਂ ਆਮ ਹੋ ਕਿ ਖਾਸ ਹੋ ? ਜੇ ਜਨਮ ਦਿਨ ਆਪ ਮਨਾਉਂਦੇ ਹੋ ਤਾਂ ਤੁਸੀਂ ਆਮ ਹੋ, ਜੇ ਦੂਜੇ ਮਨਾਉਂਦੇ ਹਨ ਤਾਂ ਤੁਸੀਂ ਖਾਸ ਹੋ।

ਜ਼ਿੰਦਗੀ ਦਾ ਦੁਖਾਂਤ ਇਹ ਹੈ ਕਿ ਜਿਨ੍ਹਾਂ ਨੂੰ ਅਸੀਂ ਚਾਹੁੰਦੇ ਹਾਂ, ਉਹ ਸਾਨੂੰ ਨੇੜੇ ਨਹੀਂ ਲਗਣ ਦਿੰਦੇ ਪਰ ਜਿਹੜੇ ਸਾਨੂੰ ਚੰਗੇ ਨਹੀਂ ਲਗਦੇ, ਉਹ ਪਰ੍ਹੇ ਨਹੀਂ ਜਾਂਦੇ।

ਗੁਰਮੁਖੀ ਦੀ ਪੈਂਤੀ ਵਿਚ, ਕੇਵਲ ਈੜੀ ਇਸਤਰੀ ਹੈ, ਬਾਕੀ ਸਾਰੇ ਅੱਖਰ ਮਰਦ ਹਨ।

ਜੋ ਕੁਝ ਸਾਡੇ ਕੋਲ ਹੁੰਦਾ ਹੈ, ਉਸ ਤੋਂ ਅਸੀਂ ਅੱਕ ਜਾਂਦੇ ਹਾਂ, ਇਸੇ ਕਾਰਨ ਖਿੱਚ ਉਨ੍ਹਾਂ ਚੀਜ਼ਾਂ ਦੀ ਹੁੰਦੀ ਹੈ, ਜਿਹੜੀਆਂ ਸਾਡੇ ਕੋਲ ਨਹੀਂ ਹੁੰਦੀਆਂ।

ਜ਼ਿੰਦਗੀ ਉਵੇਂ ਜੀਓ, ਜਿਵੇਂ ਤੁਸੀਂ ਚਾਹੁੰਦੇ ਹੋ ਦੂਜਿਆਂ ਨੂੰ ਜਿਊਣੀ ਚਾਹੀਦੀ ਹੈ।

ਅਨੇਕਾਂ ਲੋਕ, ਸ਼ੀਸ਼ੇ ਅੱਗੇ ਖਲੋ ਕੇ, ਰੋਣੀ ਸੂਰਤ ਨਾਲ, ਹੱਸਦਾ ਚਿਹਰਾ ਵੇਖਣ ਦਾ ਯਤਨ ਕਰਦੇ ਹਨ।

ਭਾਰਤ ਦੇ ਲੋਕ ਸੰਤਾਂ, ਗੁਰੂਆਂ, ਰਿਸ਼ੀਆਂ, ਮੁਨੀਆਂ ਤੋਂ ਬਿਨਾਂ ਰਹਿ ਹੀ ਨਹੀਂ ਸਕਦੇ।

ਕਈ ਲੋਕ ਹੱਥਾਂ 'ਤੇ ਤਕਦੀਰ ਦੀਆਂ ਲਕੀਰਾਂ ਢੂੰਡਦੇ ਰਹਿੰਦੇ ਹਨ, ਉਹ ਨਹੀਂ ਜਾਣਦੇ ਕਿ ਹੱਥ ਆਪ ਤਕਦੀਰ ਦੇ ਸਿਰਜਣਹਾਰ ਹੁੰਦੇ ਹਨ।

ਪਰਿਵਾਰਕ ਸਾਂਝ ਨਾਲ ਸਹੂਲਤਾਂ ਹੀ ਨਹੀਂ ਮਿਲਦੀਆਂ, ਇਹ ਸਾਂਝ ਸਭ ਪ੍ਰਕਾਰ ਦੇ ਵਿਕਾਸ ਲਈ ਵੀ ਜ਼ਰੂਰੀ ਹੁੰਦੀ ਹੈ।

ਮਨੁੱਖੀ ਆਤਮਾ ਸਭ ਤੋਂ ਬਲਵਾਨ ਉਦੋਂ ਹੁੰਦੀ ਹੈ ਜਦੋਂ ਇਹ ਮੁਆਫ਼ ਕਰਦੀ ਹੈ।

ਪੁਰਾਤਨ ਸ਼ਹਿਰਾਂ ਵਿਚ ਨਵੀਂ ਤਹਿਜ਼ੀਬ ਦੇ ਕੇਂਦਰ ਬਣਨ ਦੀ ਸੰਭਾਵਨਾ ਨਹੀਂ ਹੁੰਦੀ।

ਜੇ ਰੱਬ ਨਾ ਹੁੰਦਾ ਤਾਂ ਮਨੁੱਖ ਨੂੰ ਆਪਣੀ ਅਕਲ ਨਾਲ ਹੀ ਗੁਜ਼ਾਰਾ ਕਰਨਾ ਪੈਣਾ ਸੀ।

ਬਹੁਤੇ ਲੋਕ, ਕਰਜ਼ਾ ਲੈਣ ਉਪਰੰਤ, ਚਿੰਤਾ ਕਰਦਿਆਂ ਮਹਿਸੂਸ ਕਰਕੇ ਸੋਚਦੇ ਹਨ ਕਿ ਚਿੰਤਾ ਕਰਜ਼ਾ ਲੈਣ ਤੋਂ ਪਹਿਲਾਂ ਕਰਨੀ ਚਾਹੀਦੀ ਸੀ।

ਸਾਡੀਆਂ ਅਰਦਾਸਾਂ ਇਸ ਲਈ ਨਹੀਂ ਮੰਨੀਆਂ ਜਾਂਦੀਆਂ, ਕਿਉਂਕਿ ਉਨ੍ਹਾਂ ਵਿਚ ਲੋੜ ਨਾਲੋਂ ਵੱਧ ਮੰਗਿਆ ਗਿਆ ਹੁੰਦਾ ਹੈ; ਜਿਤਨੇ ਦੀ ਲੋੜ ਹੁੰਦੀ ਹੈ, ਉਹ ਸਾਨੂੰ ਪਹਿਲਾਂ ਹੀ ਮਿਲਿਆ ਹੁੰਦਾ ਹੈ।

ਸਮਾਜ ਨੂੰ ਸੋਚਵਾਨਾਂ ਦੀ ਲੋੜ ਹੁੰਦੀ ਹੈ, ਤੋਤਿਆਂ ਦੀ ਨਹੀਂ।

ਇਸ ਸੰਸਾਰ ਵਿਚ, ਰੱਬ ਨੂੰ ਜੇ ਮਨੁੱਖਾਂ ਵਾਂਗ ਜਿਊਣਾ ਪੈਂਦਾ ਤਾਂ ਉਸ ਨੇ ਨਿਸਚੇ ਹੀ ਆਤਮਘਾਤ ਕਰ ਲੈਣਾ ਸੀ।

ਵਪਾਰੀ ਕਹਿੰਦਾ ਹੈ: ਚੰਨ ਦਾ ਕੀ ਲਾਭ, ਨਾ ਖਰੀਦ ਸਕਦੇ ਹਾਂ, ਨਾ ਵੇਚ ਸਕਦੇ ਹਾਂ!

ਸੱਤਰ-ਅੱਸੀ ਸਾਲ ਦੇ ਬੰਦੇ ਦੀ ਤਸਵੀਰ ਅਕਸਰ ਬੱਚਿਆਂ ਅਤੇ ਬੱਚਿਆਂ ਦੇ ਬੱਚਿਆਂ ਨਾਲ ਹੀ ਹੁੰਦੀ ਹੈ।

ਸਦਾ ਜਿਊਂਦੇ ਰਹਿਣ ਦਾ ਯਤਨ ਨਹੀਂ ਕਰਨਾ ਚਾਹੀਦਾ, ਕਿਉਂਕਿ ਅਜਿਹੇ ਯਤਨ ਵਿਚ ਅਜੇ ਤਕ ਇਕ ਵੀ ਸਫਲ ਨਹੀਂ ਹੋਇਆ।

ਜੇ ਸੋਚੋਗੇ ਨਹੀਂ ਤਾਂ ਲੋਕ ਤੁਹਾਡੇ ਸਿਰ ਨੂੰ ਨਾਰੀਅਲ ਤੋੜਨ ਲਈ ਵਰਤਣਗੇ।

ਮੌਤ ਤੋਂ ਮਗਰੋਂ, ਅਸੀਂ ਉਹੀ ਕੁਝ ਹੁੰਦੇ ਹਾਂ, ਜੋ ਜਨਮ ਤੋਂ ਪਹਿਲੇ ਸੀ।

ਸੜਕ ਉਤੇ ਕਾਰਾਂ ਵੇਖ ਕੇ ਇੰਜ ਲਗਦਾ ਹੈ ਜਿਵੇਂ ਹਰ ਕੋਈ ਦੋ-ਦੋ ਸੋਫ਼ੇ ਰਖ ਕੇ ਵਾਹੋ-ਦਾਹੀ ਦੌੜ ਰਿਹਾ ਹੋਵੇ।

ਆਜ਼ਾਦੀ ਦੇ ਅਰਥ ਇਹ ਹਨ ਕਿ ਤੁਸੀਂ ਜੋ ਕਰ ਰਹੇ ਹੋ, ਉਹ ਆਜ਼ਾਦ ਹੋਣ ਕਰਕੇ ਚੰਗੇਰੇ ਢੰਗ ਨਾਲ ਕਰੋ।

ਮਨੁੱਖ ਵਿਰੋਧ ਕਰਨ ਦਾ ਸਲੀਕਾ ਸਿਖਣ ਲਈ ਖੇਡਾਂ ਵਿਚ ਭਾਗ ਲੈਂਦਾ ਹੈ।

ਚੰਗਾ ਨੌਕਰ ਉਥੇ ਵੀ ਸਫ਼ਾਈ ਕਰਦਾ ਹੈ, ਜਿਥੇ ਮਾਲਕ ਦੀ ਨਜ਼ਰ ਨਹੀਂ ਜਾਂਦੀ।

ਮਨੁੱਖ ਕੋਲ ਖੰਭ ਨਹੀਂ ਪਰ ਕਲਪਨਾ ਹੁੰਦੀ ਹੈ, ਜਿਸ ਨਾਲ ਉਹ ਬਹੁਤ ਦੂਰ, ਬਹੁਤ ਉੱਚਾ ਜਾ ਸਕਦਾ ਹੈ।

ਗੀਤਾ ਪੜ੍ਹੀ ਗਿਆਨ ਲਈ ਜਾਂਦੀ ਹੈ ਪਰ ਇਹ ਸੁਨੇਹਾ ਕਰਮ ਕਰਨ ਦਾ ਦਿੰਦੀ ਹੈ।

ਰੰਗਾਂ ਵਿਚ ਆਲਾ-ਦੁਆਲਾ ਬਦਲਣ ਦੀ ਸ਼ਕਤੀ ਹੁੰਦੀ ਹੈ।

ਪਰਮਾਤਮਾ ਨਾਲ ਪ੍ਰੇਮ ਵਿਚ, ਕਦੇ ਕੋਈ ਵਿਘਨ ਨਹੀਂ ਪੈਂਦਾ।

ਰਾਮਾਇਣ ਸਮਾਜਿਕ ਰਿਸ਼ਤਿਆਂ ਦੀ ਵਿਆਕਰਣ ਹੈ, ਮਹਾਂਭਾਰਤ ਮਨੁੱਖੀ ਵਿਹਾਰ ਦਾ ਵਿਸ਼ਲੇਸ਼ਣ ਹੈ।

ਕਪੜਿਆਂ ਦੇ ਰੰਗਾਂ ਬਾਰੇ ਸਾਡੇ ਸਾਰੇ ਫੈਸਲੇ ਸਾਡੀ ਆਪਣੀ ਚਮੜੀ ਦੇ ਰੰਗ ਨੂੰ ਧਿਆਨ ਵਿਚ ਰੱਖ ਕੇ ਕੀਤੇ ਜਾਂਦੇ ਹਨ।

ਮਨੁੱਖ ਨੂੰ ਅਕਸਰ ਉਨ੍ਹਾਂ ਚੀਜ਼ਾਂ ਨਾਲ ਮਾਪਿਆ-ਤੋਲਿਆ ਜਾਂਦਾ ਹੈ, ਜਿਹੜੀਆਂ ਉਸ ਨੂੰ ਪ੍ਰੇਸ਼ਾਨ ਕਰਦੀਆਂ ਹਨ।

ਮਨੁੱਖ ਅਧੂਰਾ ਹੈ, ਇਸੇ ਲਈ ਉਸ ਨੂੰ ਸੰਪੂਰਣ ਰੱਬ ਦੀ ਲੋੜ ਪੈਂਦੀ ਰਹਿੰਦੀ ਹੈ।

ਲੋਕ ਬੋਲਣ ਦੀ ਆਜ਼ਾਦੀ ਹੀ ਮੰਗਦੇ ਹਨ, ਸੋਚਣ ਦੀ ਨਹੀਂ, ਅਸਲ ਵਿਚ ਉਹ ਵਿਰੋਧ ਪ੍ਰਗਟਾਉਣ ਦੀ ਆਜ਼ਾਦੀ ਮੰਗਦੇ ਹਨ।

ਡਰ, ਚਿੰਤਾ ਦਾ ਹੀ ਪੱਕਿਆ ਹੋਇਆ ਰੂਪ ਹੁੰਦਾ ਹੈ।

ਬਚਪਨ ਇਸ ਲਈ ਚੰਗਾ ਸਮਝਿਆ ਜਾਂਦਾ ਹੈ, ਕਿਉਂਕਿ ਇਸ ਵਿਚ ਕੋਈ ਜ਼ਿੰਮੇਵਾਰੀ ਨਹੀਂ ਹੁੰਦੀ।

ਸੰਗੀਤਕਾਰ ਸੁਣੇ ਜਾਂਦੇ ਹਨ, ਵੇਖੇ ਨਹੀਂ ਜਾਂਦੇ, ਇਸੇ ਕਰਕੇ ਸੁਣਨ ਵਾਲੇ ਅੱਖਾਂ ਬੰਦ ਕਰ ਲੈਂਦੇ ਹਨ ਤਾਂ ਕਿ ਕੰਨਾਂ ਦੀ ਸੁਣਨ ਦੀ ਯੋਗਤਾ ਵੱਧ ਜਾਵੇ।

ਜਦੋਂ ਵੀ ਕੋਈ ਨਿਸ਼ਾਨਾ ਮਿੱਥ ਲਿਆ ਜਾਵੇ ਤਾਂ ਅਕਸਰ ਅਸੀਂ ਉਸ ਵਿਚ ਸਫਲ ਹੀ ਨਹੀਂ ਹੁੰਦੇ, ਨਿਸ਼ਾਨੇ ਤੋਂ ਅੱਗੇ ਵੀ ਲੰਘ ਜਾਂਦੇ ਹਾਂ।

ਡਰ, ਮੌਤ ਦਾ ਨਹੀਂ ਹੁੰਦਾ, ਮਰ ਕੇ ਅਣਜਾਣੀ ਥਾਂ 'ਤੇ ਜਾਣ ਦਾ ਹੁੰਦਾ ਹੈ।

ਜਿਸ ਦਾ ਵਿਰੋਧ ਕੀਤਾ ਜਾਂਦਾ ਹੈ, ਉਹ ਬੰਦਾ ਜਾਂ ਚੀਜ਼ ਵਧੇਰੇ ਤਾਕਤਵਰ ਬਣ ਜਾਂਦੀ ਹੈ।

ਜੀਵਨ ਵਿਚ ਕੁਝ ਬਣੋ, ਨਾ ਬਣੋ, ਪਰ ਕਿਸੇ ਦਾ ਸਿਰਦਰਦ ਨਾ ਬਣੋ।

ਨਿਸ਼ਾਨਾ ਮਿੱਥ ਲਈਏ ਤਾਂ ਹਾਰਾਂ ਬਰਦਾਸ਼ਤ ਕਰਨੀਆਂ ਸੌਖੀਆਂ ਹੋ ਜਾਂਦੀਆਂ ਹਨ ਕਿਉਂਕਿ ਸਾਨੂੰ ਵਿਸ਼ਵਾਸ ਹੁੰਦਾ ਹੈ ਕਿ ਰਸਤਾ ਠੀਕ ਹੈ, ਚਾਲ ਠੀਕ ਕਰਨ ਦੀ ਲੋੜ ਹੈ।

ਮੁਸੀਬਤ ਦਾ ਵੀ ਲਾਭ ਹੁੰਦਾ ਹੈ, ਇਹ ਸੋਚਣ ਦੀ ਯੋਗਤਾ ਵਧਾ ਦਿੰਦੀ ਹੈ।

ਲੋਕ ਪਹਿਨਣ ਅਤੇ ਖਾਣ-ਪੀਣ ਦਾ ਪੱਧਰ ਉੱਚਾ ਕਰ ਲੈਂਦੇ ਹਨ ਪਰ ਸੋਚਣ ਦਾ ਪੱਧਰ ਉੱਚਾ ਕਰਨ ਵਲ ਕੋਈ ਧਿਆਨ ਨਹੀਂ ਦਿੰਦਾ।

ਪਰਿਵਾਰ ਵਿਚ, ਹਰ ਕਿਸੇ ਨੂੰ ਹਰ ਕਿਸੇ ਦੀ ਲੋੜ ਹੁੰਦੀ ਹੈ।

ਜਦੋਂ ਤਕ ਮਨੁੱਖ ਪਰਿਵਾਰ ਤੋਂ ਬਾਹਰ ਨਹੀਂ ਵੇਖਦਾ, ਉਸ ਨੂੰ ਸੰਸਾਰ ਦੇ ਆਕਾਰ ਦਾ ਪਤਾ ਹੀ ਨਹੀਂ ਲਗਦਾ।

ਕਈ ਵਾਰੀ ਟੈਲੀਫੋਨ ਆਉਂਦਾ ਇਕ ਵਿਅਕਤੀ ਦਾ ਇਕ ਬੰਦੇ ਲਈ ਹੈ ਪਰ ਗੱਲ ਪਰਿਵਾਰ ਦਾ ਹਰ ਜੀਅ ਕਰਨਾ ਚਾਹੁੰਦਾ ਹੈ।

ਚੰਗੇ ਗੀਤ ਦੇ ਮੁੱਢਲੇ ਬੋਲ ਸੁਣ ਕੇ ਅਗਲੇਰੇ ਬੋਲ ਸੁਣਨ ਦੀ ਉਡੀਕ ਪੈਦਾ ਹੋ ਜਾਂਦੀ ਹੈ।

ਆਪਣਾ ਰਿਸ਼ਤਾ ਟੁੱਟਣ ਉਪਰੰਤ ਆਪਣੇ ਵਿਹਾਰ ਬਾਰੇ ਸੱਚ ਬੋਲਣ ਦਾ ਯਤਨ ਕਰੋ, ਸੱਚ ਬੋਲਣਾ ਅਸੰਭਵ ਲਗੇਗਾ।

ਮੁੱਢਲੇ ਵਰ੍ਹੇ ਔਖੇ ਹੁੰਦੇ ਹਨ; ਪੜ੍ਹਾਈ ਦੇ, ਕੰਮ ਦੇ, ਵਪਾਰ ਦੇ, ਵਿਆਹ ਦੇ।

ਅਨੇਕਾਂ ਗੱਲਾਂ, ਵਿਆਹੀਆਂ ਧੀਆਂ, ਮਾਵਾਂ ਨੂੰ ਨਹੀਂ ਦਸਦੀਆਂ; ਮਾਵਾਂ, ਧੀਆਂ ਦੀਆਂ ਅੱਖਾਂ ਵਿਚੋਂ ਪੜ੍ਹਦੀਆਂ ਹਨ।

ਵੱਖ-ਵੱਖ ਬੰਦੇ ਵੱਖਰੇ-ਵੱਖਰੇ ਤਾਪਮਾਨ 'ਤੇ ਉਬਲਦੇ ਹਨ ਅਤੇ ਵੱਖਰੀ-ਵੱਖਰੀ ਰਫ਼ਤਾਰ ਨਾਲ ਠੰਡੇ ਹੁੰਦੇ ਹਨ।

ਗੁਣ ਜਾਂ ਨੁਕਸ ਕਦੀ ਇਕ ਵਚਨ ਨਹੀਂ ਹੁੰਦੇ।

ਪਤੀ-ਪਤਨੀ ਨੂੰ ਇਕ-ਦੂਜੇ ਨਾਲ ਰੁੱਸਣ ਦਾ ਸ਼ੌਕ ਹੀ ਰੱਖਣਾ ਚਾਹੀਦਾ ਹੈ, ਆਦਤ ਨਹੀਂ ਬਣਾਉਣੀ ਚਾਹੀਦੀ।

ਪੁਰਸ਼ ਘੁਮੱਕੜ ਹੁੰਦੇ ਹਨ, ਘੁੰਮ ਕੇ ਰਿਸ਼ਤਿਆਂ ਅਤੇ ਇਸਤਰੀਆਂ ਦਾ ਮੇਲਾ ਵੇਖਦੇ ਹਨ; ਇਸਤਰੀਆਂ ਵਫ਼ਾਦਾਰੀ ਨੂੰ ਪਿਆਰ ਦੀ ਨੀਂਹ ਮੰਨਦੀਆਂ ਹਨ, ਸੋ ਉਹ ਟਿੱਕ ਕੇ ਜੀਵਨ ਗੁਜ਼ਾਰਨਾ ਚਾਹੁੰਦੀਆਂ ਹਨ।

ਕਿਸੇ ਨੂੰ ਪਿਆਰ ਕਰਨ ਨਾਲ, ਪਿਆਰ ਕਰਨ ਵਾਲੇ ਦੀ ਤਾਕਤ, ਹਿੰਮਤ ਅਤੇ ਅਕਲ ਸਾਰੀਆਂ ਵੱਧ ਜਾਂਦੀਆਂ ਹਨ।

ਨਿਰਾਸਤਾ ਚੀਜ਼ਾਂ ਦੇ ਘੱਟ ਮਿਲਣ ਵਿਚ ਨਹੀਂ ਹੁੰਦੀ, ਵੱਧ ਚੀਜ਼ਾਂ ਲੈਣ ਦੇ ਲਾਲਚ ਵਿਚ ਹੁੰਦੀ ਹੈ।

ਖੇਡ ਵਿਚ, ਅਕਸਰ ਹਮਲਾਵਰ ਟੀਮ ਜਿੱਤਦੀ ਹੈ।

ਨਿੰਦਾ ਕਰਨ ਵਿਚੋਂ ਸੁਆਦ, ਅਣਬਣ ਮਗਰੋਂ ਉਪਜਦਾ ਹੈ ਅਤੇ ਅਣਬਣ ਨਾਲ, ਨਿੰਦਾ ਕਰਨ ਦੇ ਨਿਤ ਨਵੇਂ ਮੌਕੇ ਮਿਲਦੇ ਹਨ।

ਸਭਿਅਕ ਸਮਾਜਾਂ ਅਤੇ ਪਰਿਵਾਰਾਂ ਵਿਚ ਅਣਬਣ ਲਮਕਾਈ ਨਹੀਂ ਜਾਂਦੀ।

ਉਹ ਇਸਤਰੀਆਂ ਨਿਸਚੇ ਹੀ ਮੂਰਖ ਹੁੰਦੀਆਂ ਹਨ, ਜਿਹੜੀਆਂ ਪੁਰਸ਼ਾਂ ਨੂੰ ਹੀ ਸਭ ਕੁਝ ਸਮਝਦੀਆਂ ਹਨ।

ਘਰ ਦੀ ਅਸਲੀ ਰੋਸ਼ਨੀ, ਚੁਲ੍ਹੇ ਦੀ ਅੱਗ ਨਾਲ ਹੁੰਦੀ ਹੈ।

ਅਸਪਸ਼ਟ ਗੱਲਾਂ ਦੇ ਹੀ ਗਲਤ ਅਰਥ ਨਿਕਲਦੇ ਹਨ ਅਤੇ ਕੱਢੇ ਜਾਂਦੇ ਹਨ।

ਤਲਾਕ ਦੇ ਮੁਕੱਦਮੇ ਦੌਰਾਨ, ਦੋਵੇਂ ਧਿਰਾਂ ਇਕ-ਦੂਜੇ ਦੀ ਸਾਰੀ ਤਾਕਤ ਨੂੰ ਨਿਚੋੜ ਲੈਂਦੀਆਂ ਹਨ।

ਜਿਹੜਾ ਵੀ ਉਮਰ ਪੱਖੋਂ ਵੱਡਾ ਹੈ, ਅਣਬਣ ਮੁਕਾਉਣ ਦੀ ਜ਼ਿੰਮੇਵਾਰੀ ਉਸ ਦੀ ਹੁੰਦੀ ਹੈ।

ਜਿਹੜਾ ਆਪ ਡਿਗਦਾ ਹੈ, ਉਸ ਨੂੰ ਸੱਟ ਲਗਣ ਦੀ ਸ਼ਿਕਾਇਤ ਕਰਨ ਦਾ ਅਧਿਕਾਰ ਨਹੀਂ ਹੁੰਦਾ।

ਸਮਾਜਿਕ ਵਿਹਾਰ ਦੀ ਇਕ ਵਾਰੀ ਲੱਛਮਣ-ਰੇਖਾ ਉਲੰਘਣ ਵਾਲੀ ਇਸਤਰੀ, ਉਮਰ ਭਰ ਸਿੱਟੇ ਭੁਗਤਦੀ ਹੈ।

ਅਣਬਣ ਦੌਰਾਨ ਦੋਵੇਂ ਧਿਰਾਂ ਨੂੰ ਆਪਣੇ ਅਧੂਰੇ ਹੋਣ ਦਾ ਸ਼ਿੱਦਤ ਭਰਿਆ ਅਹਿਸਾਸ ਹੁੰਦਾ ਹੈ।

ਵਿਆਹ ਇਸ ਵਿਸ਼ਵਾਸ 'ਤੇ ਉਸਰਿਆ ਹੁੰਦਾ ਹੈ ਕਿ ਪਤੀ-ਪਤਨੀ ਇਕ-ਦੂਜੇ ਦੀ ਹਰ ਲੋੜ ਪੂਰੀ ਕਰਨਗੇ।

ਬੱਚਤ ਤੋਂ ਬਿਨਾਂ ਜ਼ਿੰਦਗੀ ਬਚ ਨਹੀਂ ਸਕਦੀ ਅਤੇ ਸਮਾਜਿਕ ਆਲੇ-ਦੁਆਲੇ ਵਿਚ ਰਚ ਨਹੀਂ ਸਕਦੀ।

ਘਰ, ਦਫਤਰ ਜਾਂ ਅਦਾਲਤ ਨਹੀਂ ਬਣਨਾ ਚਾਹੀਦਾ, ਘਰ ਹੀ ਰਹਿਣਾ ਚਾਹੀਦਾ ਹੈ।

ਵਿਆਹ ਉਪਰੰਤ ਕਿਸੇ ਇਸਤਰੀ ਦਾ ਪੇਕੇ ਘਰ ਦੇ ਬਹੁਤੇ ਗੇੜੇ ਲਾਉਣਾ ਸ਼ੰਕੇ, ਤਣਾਉ ਅਤੇ ਝਗੜੇ ਹੀ ਉਪਜਾਉਂਦਾ ਹੈ।

ਮਨੁੱਖ ਕੁੱਤੇ ਦੇ ਗੁਣਾਂ ਦਾ ਲਾਭ ਤਾਂ ਉਠਾਉਂਦਾ ਹੈ ਪਰ ਉਸ ਦੇ ਗੁਣਾਂ ਨੂੰ ਗ੍ਰਹਿਣ ਨਹੀਂ ਕਰਦਾ।

ਜਿਹੜਾ ਆਪ ਸੁਹਿਰਦ ਮਿੱਤਰ ਬਣ ਨਹੀਂ ਸਕਦਾ, ਉਹ ਅਜਿਹਾ ਮਿੱਤਰ ਬਣਾ ਵੀ ਨਹੀਂ ਸਕਦਾ।

ਰੁੱਖ, ਮਨੁੱਖ ਦੇ ਰੋਗਾਂ, ਸੋਗਾਂ, ਭੁੱਖਾਂ, ਦੁੱਖਾਂ ਦਾ ਸੁਖਾਵਾਂ ਇਲਾਜ ਹੁੰਦੇ ਹਨ।

ਸੋਚ ਵਿਚ ਉੱਚਾਈ, ਅਮਲ ਵਿਚ ਸਫ਼ਾਈ, ਲਗਨ ਵਿਚ ਸੱਚਾਈ, ਵਿਹਾਰ ਵਿਚ ਵਫ਼ਾਈ, ਇਰਾਦੇ ਵਿਚ ਪੱਕਿਆਈ ਅਤੇ ਮਿਹਨਤ ਦੀ ਕਮਾਈ, ਸਫਲਤਾ ਦੇ ਆਧਾਰ ਹੁੰਦੇ ਹਨ।

ਕੰਜੂਸ, ਧਨਵਾਨ ਤਾਂ ਹਰੇਕ ਥਾਂ ਹੋ ਸਕਦਾ ਹੈ ਪਰ ਪ੍ਰਵਾਨ ਕਿਧਰੇ ਨਹੀਂ ਹੁੰਦਾ।

ਇਖ਼ਲਾਕ ਅਤੇ ਤਹਿਜ਼ੀਬ ਦੀ ਗਿਰਾਵਟ ਵਿਚੋਂ ਜੁਰਮ ਅਤੇ ਜ਼ੁਲਮ ਉਪਜਦੇ ਹਨ।

ਨਕਲ, ਅਕਲ ਦੀ ਵੈਰਨ ਹੁੰਦੀ ਹੈ।

ਜੇ ਜੀਵਨ-ਸਾਥੀ ਹਮਰਾਜ਼, ਹਮਜ਼ਾਤ ਅਤੇ ਹਮਆਵਾਜ਼ ਨਹੀਂ ਬਣ ਸਕਿਆ ਤਾਂ ਅਸੀਂ ਅਜੇ ਅਨੁਭਵ ਅਤੇ ਪਿਆਰ ਦੇ ਉੱਚੇ ਦਰ-ਦਰਵਾਜ਼ਿਆਂ ਵਿਚੋਂ ਨਹੀਂ ਲੰਘੇ।

ਕਿਸਮਤ ਵਿਚ ਵਿਸ਼ਵਾਸ ਇਕ ਪਰਾਈ ਅਤੇ ਨਿਰਮੂਲ ਆਸ ਹੁੰਦੀ ਹੈ, ਜਿਹੜੀ ਕਦੇ ਰਾਸ ਨਹੀਂ ਆਉਂਦੀ।

ਮੂਰਤੀਪੂਜਾ ਸ਼ਰਧਾਵਾਨ ਤਾਂ ਬਣਾਉਂਦੀ ਹੈ, ਸੂਝਵਾਨ ਨਹੀਂ ਬਣਾਉਂਦੀ; ਵਿਸ਼ਵਾਸੀ ਤਾਂ ਬਣਾਉਂਦੀ ਹੈ, ਸਵੈ-ਵਿਸ਼ਵਾਸੀ ਨਹੀਂ ਬਣਾਉਂਦੀ।

ਮਨੁੱਖ, ਹਉਮੈ ਨਾਲ ਆਪਣੀ ਮੂਰਖਤਾ ਲੁਕਾਉਣ ਦੇ ਯਤਨ ਵਿਚ, ਹੋਰ ਵੀ ਵੱਧ ਮੂਰਖ ਬਣ ਜਾਂਦਾ ਹੈ।

ਜੂਆ, ਮਿਹਨਤ ਤੋਂ ਬੇਮੁਖ ਅਤੇ ਜ਼ਿੰਦਗੀ ਤੋਂ ਉਪਰਾਮ ਮਨੁੱਖ ਦੀ ਕਾਢ ਹੈ।

ਕੰਮ ਤੋਂ ਬਿਨਾਂ, ਨਾ ਸਰੀਰ ਦੀ ਸੁੰਦਰਤਾ ਕਾਇਮ ਰਹਿ ਸਕਦੀ ਹੈ ਨਾ ਹੀ ਜ਼ਿੰਦਗੀ ਜਿਊਣ ਯੋਗ ਬਣ ਸਕਦੀ ਹੈ।

ਸ਼ਰਾਫ਼ਤ, ਮਨੁੱਖੀ ਵਿਹਾਰ ਦਾ ਇਕ ਅਜਿਹਾ ਗੁਣ ਹੈ, ਜਿਸ ਵਿਚ ਤਾਕਤ ਹੁੰਦਿਆਂ ਵੀ ਤਾਕਤ ਵਰਤਣ ਤੋਂ ਸੰਕੋਚ ਕੀਤਾ ਜਾਂਦਾ ਹੈ।

ਘਰ ਨੂੰ ਚੰਗੀ ਮਾਣ-ਮਰਿਯਾਦਾ ਨਾਲ ਚਲਾਉਣਾ, ਇਸ ਨੂੰ ਅਤੇ ਇਸ ਦੇ ਜੀਆਂ ਨੂੰ ਖੁਸ਼ਹਾਲ ਬਣਾ ਦਿੰਦਾ ਹੈ।

ਪਿਆਰ ਨਾਲ ਕੀਤੇ ਜਾਣ ਵਾਲੇ ਕੰਮ ਵਿਚ ਨਾ ਹੀ ਰੁਕਾਵਟ ਪੈਂਦੀ ਹੈ ਅਤੇ ਨਾ ਹੀ ਥਕਾਵਟ ਹੁੰਦੀ ਹੈ।

ਮਹਾਨ ਵਿਅਕਤੀ ਬਚਪਨ ਤੋਂ ਹੀ ਜ਼ਿੰਮੇਵਾਰੀਆਂ ਨਿਭਾਉਣ ਲਗ ਪੈਂਦੇ ਹਨ।

ਜਿਹੜਾ ਆਪਣੀਆਂ ਮੁਸ਼ਕਿਲਾਂ ਦਾ ਸਾਹਮਣਾ ਨਹੀਂ ਕਰ ਸਕਦਾ, ਉਹ ਕਿਸੇ ਦਾ ਵੀ ਸਾਹਮਣਾ ਨਹੀਂ ਕਰ ਸਕਦਾ।

ਆਪਣੇ ਆਪੇ ਦੀ ਬੇਅਦਬੀ ਕਰਨ ਨੂੰ ਸੁਸਤੀ ਕਹਿੰਦੇ ਹਨ।

ਜ਼ਿੰਮੇਵਾਰੀਆਂ ਦੀ ਖਾਣ ਵਿਚੋਂ ਹੀ ਤਜਰਬੇ ਦੀਆਂ ਮੋਹਰਾਂ ਮਿਲਦੀਆਂ ਹਨ।

ਹਰੇਕ ਸਫਲਤਾ, ਮਨੁੱਖ ਦੀ ਸੋਚ ਨੂੰ ਉੱਚਾ, ਡੂੰਘਾ ਅਤੇ ਵਿਸ਼ਾਲ ਕਰਦੀ ਹੈ।

ਸਵੈ-ਕਾਬੂ ਤੋਂ ਬਿਨਾਂ ਆਪਣੀ ਕਾਰ-ਗੁਜ਼ਾਰੀ ਸੁਧਾਰਨ ਦੀ ਇੱਛਾ ਹੀ ਨਹੀਂ ਉਪਜਦੀ।

ਬਚਪਨ ਦੀ ਆਜ਼ਾਦੀ, ਮਸਤੀ ਅਤੇ ਖੁਲ੍ਹ, ਮਨੁੱਖ ਨੂੰ ਸਾਰਾ ਜੀਵਨ, ਸ਼ੱਕੀ ਅਤੇ ਸੰਕੀਰਣ ਹੋਣ ਤੋਂ ਬਚਾਈ ਰਖਦੀ ਹੈ।

ਫ਼ਰਜ਼, ਬੀਜ ਅਤੇ ਅਧਿਕਾਰ, ਫ਼ਸਲ ਹੁੰਦੇ ਹਨ।

ਚੰਗਾ ਇਲਾਜ ਉਹ ਹੈ, ਜੋ ਮਨੁੱਖ ਨੂੰ ਰੋਗ ਅਤੇ ਦਵਾਈ ਦੋਹਾਂ ਤੋਂ ਮੁਕਤ ਕਰੇ।

ਮਨ, ਸਰੀਰ ਨਾਲੋਂ ਵਧੇਰੇ ਗੁੰਝਲਦਾਰ ਹੈ, ਸਰੀਰ ਦੇ ਇਲਾਜ ਨਾਲ ਜ਼ਰੂਰੀ ਨਹੀਂ ਕਿ ਮਨ ਅਰੋਗ ਹੋ ਜਾਵੇ ਪਰ ਮਨ ਦੇ ਇਲਾਜ ਨਾਲ ਸਰੀਰ ਵੀ ਅਰੋਗ ਹੋ ਜਾਂਦਾ ਹੈ।

ਨਸ਼ੇ, ਬੇਚੈਨੀ ਤੋਂ ਛੁਟਕਾਰਾ ਪ੍ਰਾਪਤ ਕਰਨ ਲਈ ਕੀਤੇ ਜਾਂਦੇ ਹਨ ਪਰ ਨਸ਼ੇ ਆਪਣੀ ਕਿਸਮ ਦੀ ਨਾ ਦੂਰ ਹੋਣ ਵਾਲੀ ਬੇਚੈਨੀ ਸਿਰਜਦੇ ਹਨ।

ਕੈਮਰਾ ਵੇਖਦਾ ਹੈ, ਸੋਚਦਾ ਨਹੀਂ; ਕੈਮਰਾ ਵਿਖਾਉਂਦਾ ਹੈ, ਅਰਥ ਅਸੀਂ ਆਪ ਕੱਢਦੇ ਹਾਂ।

ਜਦੋਂ ਮਨੁੱਖ ਕੋਈ ਅਰਥਪੂਰਨ ਕੰਮ ਨਹੀਂ ਕਰਦਾ ਤਾਂ ਉਸ ਨੂੰ ਚਿੰਤਾ ਕਰਨੀ ਪੈਂਦੀ ਹੈ।

ਜਾਗੇ ਹੋਏ ਜਜ਼ਬੇ ਹੀ, ਅਨੁਭਵ ਦੀ ਸ਼ਿੱਦਤ ਦਾ ਸੇਕ ਸਹਿ ਸਕਦੇ ਹਨ।

ਬਹੁਤੇ ਰੋਗ ਮਾਨਸਿਕ ਹੁੰਦੇ ਹਨ ਪਰ ਇਲਾਜ ਸਰੀਰਕ ਕੀਤੇ ਜਾਂਦੇ ਹਨ, ਇਸੇ ਲਈ ਇਲਾਜ, ਅਸਰ ਨਹੀਂ ਕਰਦੇ।

ਚਾਲ੍ਹੀ ਸਾਲ ਦੀ ਉਮਰ ਉਪਰੰਤ ਆਪਣੀ ਸ਼ਕਲ ਲਈ ਅਸੀਂ ਆਪ ਜ਼ਿੰਮੇਵਾਰ ਹੁੰਦੇ ਹਾਂ, ਮਾਪਿਆਂ ਤੋਂ ਮਿਲੀ ਸ਼ਕਲ ਪਿਛੇ ਰਹਿ ਜਾਂਦੀ ਹੈ।

ਹਾਦਸਿਆਂ ਦੀ ਰੂਪ-ਰੇਖਾ ਸਪਸ਼ਟ ਨਹੀਂ ਹੁੰਦੀ।

ਮਹਾਂਭਾਰਤ ਵਿਚ ਨੀਚ ਤੋਂ ਨੀਚ ਅਤੇ ਉੱਚੇ ਤੋਂ ਉੱਚੇ ਹਰੇਕ ਪ੍ਰਕਾਰ ਦੇ ਆਚਰਣ 'ਤੇ ਚਾਨਣਾ ਪਾਇਆ ਗਿਆ ਹੈ।

ਜਿਹੜਾ ਸਾਰੀ ਗੱਲ ਪੂਰਨਭਾਂਤ ਸਮਝਣ ਉਪਰੰਤ ਵੀ ਬੋਲਣ ਵਾਲੇ ਨੂੰ ਧੀਰਜ ਨਾਲ ਸੁਣਦਾ ਹੈ, ਉਹ ਮਹਾਂਪੁਰਸ਼ ਹੁੰਦਾ ਹੈ।

ਉਦਾਸ ਬੰਦਾ ਜਿਥੇ ਵੀ ਜਾਂਦਾ ਹੈ, ਉਥੇ ਅੱਗੇ ਮਾਯੂਸੀ ਖਲੋਤੀ ਹੁੰਦੀ ਹੈ।

ਜ਼ਿੰਦਗੀ ਦਾ ਨਾਂ ਬੇਚੈਨੀ ਹੈ ਪਰ ਇਸ ਨੂੰ ਮੁਸ਼ਕਿਲ, ਮੁਸੀਬਤ, ਦੁੱਖ ਅਤੇ ਭਟਕਣ ਆਦਿ ਨਾਂਵਾਂ ਨਾਲ ਵੀ ਬੁਲਾਇਆ ਜਾਂਦਾ ਹੈ।

ਡਾਕਟਰ ਇਲਾਜ ਨਹੀਂ ਕਰਦਾ, ਕੁਦਰਤੀ ਢੰਗ ਨਾਲ ਅੰਦਰ ਚਲ ਰਹੇ ਇਲਾਜ ਦਾ ਰਾਹ ਸਾਫ਼ ਅਤੇ ਪੱਧਰਾ ਕਰਦਾ ਹੈ।

ਗੰਭੀਰ ਬੀਮਾਰੀ ਦੀ ਸੂਰਤ ਵਿਚ, ਮਨੁੱਖ ਨੂੰ ਪਰਮਾਤਮਾ ਦੀ ਮਿਹਰ ਹੀ ਨਹੀਂ, ਡਾਕਟਰ ਦੀ ਦਵਾਈ ਵੀ ਚਾਹੀਦੀ ਹੁੰਦੀ ਹੈ।

ਚਿੰਤਨ ਉਹ ਹੈ ਜੋ ਜ਼ਬਤ ਵਿਚ ਰਹਿ ਕੇ ਸੁਤੰਤਰ ਮਨ ਨਾਲ ਕੀਤਾ ਜਾਵੇ।

ਲਾਇਕ ਵਿਦਿਆਰਥੀ ਬਣਨ ਵਾਸਤੇ ਸੁੱਖ ਤਿਆਗਣੇ ਪੈਣਗੇ ਪਰ ਲਾਇਕ ਬਣਨ ਉਪਰੰਤ ਸਭ ਸੁੱਖ ਮਿਲ ਜਾਣਗੇ।

ਜੇ ਮਿਹਦਾ ਖਰਾਬ ਹੋਵੇ ਤਾਂ ਕੁਝ ਵੀ ਚੰਗਾ ਨਹੀਂ ਲਗਦਾ।

ਸੰਗੀਤ ਦੀ ਦ੍ਰਿਸ਼ਟੀ ਤੋਂ ਸੰਸਾਰ ਵਿਚ ਕੋਈ ਵੀ ਅਨਪੜ੍ਹ ਨਹੀਂ ਹੈ।

ਨਜ਼ਰਾਂ ਉੱਚੀਆਂ ਕੀਤੇ ਬਿਨਾਂ ਕੁਦਰਤ ਦੇ ਨਜ਼ਾਰੇ ਨਹੀਂ ਮਾਣੇ ਜਾ ਸਕਦੇ।

ਪਿਤਾ ਦਾ ਘਰ, ਪੁੱਤਰ ਦਾ ਵੀ ਹੁੰਦਾ ਹੈ ਪਰ ਪੁੱਤਰ ਦਾ ਘਰ, ਪਿਤਾ ਦਾ ਨਹੀਂ ਹੁੰਦਾ।

ਸੁਕਰਾਤ ਨੂੰ ਮਾਰ ਕੇ ਯੂਨਾਨ ਨੇ ਆਪਣੀ ਆਤਮਾ ਇਤਨੀ ਜ਼ਖਮੀ ਕਰ ਲਈ ਸੀ ਕਿ ਸਦੀਆਂ ਗੁਜ਼ਰ ਜਾਣ ਦੇ ਬਾਵਜੂਦ ਇਹ ਜ਼ਖਮ ਭਰੇ ਨਹੀਂ ਗਏ।

ਮਨੁੱਖ, ਰੱਬ ਨੂੰ ਵੇਖਦਾ ਤਾਂ ਰੋਜ਼ ਹੈ ਪਰ ਪਛਾਣਦਾ ਨਹੀਂ।

ਚੰਗੇ ਚਾਲ-ਚਲਣ ਅਤੇ ਅਨੁਸ਼ਾਸਣ ਵਾਲੇ ਵਿਦਿਆਰਥੀਆਂ ਦੇ ਸਫਲ ਹੋਣ ਦੀਆਂ ਵਧੇਰੇ ਸੰਭਾਵਨਾਵਾਂ ਹੁੰਦੀਆਂ ਹਨ।

ਪਰਮਾਤਮਾ ਭਾਰ ਚੁੱਕਣ ਵੇਲੇ ਨਹੀਂ, ਲਾਹੁਣ ਵੇਲੇ ਮਦਦ ਕਰਦਾ ਹੈ; ਪਰਮਾਤਮਾ ਬੋਝ ਚੜ੍ਹਾਉਂਦਾ ਨਹੀਂ, ਉਤਾਰਦਾ ਹੈ।

ਮਨੁੱਖ ਵਿਚ, ਇੱਛਾਵਾਂ ਨੂੰ ਲੋੜਾਂ ਬਣਾਉਣ ਦੀ ਅਥਾਹ ਸ਼ਕਤੀ ਹੈ।

ਮਨੁੱਖ ਫਲ ਵਿਚੋਂ ਬੀਜ ਵੇਖਦਾ ਹੈ, ਕੁਦਰਤ ਬੀਜ ਵਿਚੋਂ ਫਲ ਵੇਖਦੀ ਹੈ।

ਜਿਹੜਾ ਸੁਕਰਾਤ ਨੂੰ ਨਹੀਂ ਜਾਣਦਾ, ਉਸ ਨੂੰ ਪੜ੍ਹੇ-ਲਿਖੇ ਅਖਵਾਉਣ ਦਾ ਕੋਈ ਅਧਿਕਾਰ ਨਹੀਂ।

ਅੰਗਰੇਜ਼ਾਂ ਨੂੰ ਕੋਸਣ ਦੀ ਥਾਂ, ਜਾਣਨ ਦੀ ਲੋੜ ਹੈ ਕਿ ਅਸੀਂ ਗੁਲਾਮ ਕਿਉਂ ਹੋਏ।

ਜੋ ਕਰਨ ਲਈ ਸਰਕਾਰ ਕਹੇ, ਜੇ ਸਾਰੇ ਉਵੇਂ ਹੀ ਕਰਨ ਤਾਂ ਕੋਈ ਮਹਾਨ ਵਿਅਕਤੀ ਪੈਦਾ ਨਹੀਂ ਹੋਵੇਗਾ।

ਪੜ੍ਹੇ-ਲਿਖੇ ਅਨਪੜ੍ਹਾਂ ਤੋਂ ਕਿਵੇਂ ਵੱਖਰੇ ਹੁੰਦੇ ਹਨ? ਅਰਸਤੂ ਨੇ ਕਿਹਾ ਸੀ: ਜਿਵੇਂ ਜਿਊਂਦੇ, ਮਰਿਆਂ ਤੋਂ ਵੱਖਰੇ ਹੁੰਦੇ ਹਨ।

ਜਿਹੜੇ ਆਪਣੇ ਵਿਚਾਰ ਨਹੀਂ ਬਦਲਦੇ, ਉਹ ਆਪਣੀਆਂ ਗਲਤੀਆਂ ਵੀ ਨਹੀਂ ਸੁਧਾਰਦੇ।

ਵਪਾਰ ਵਿਚ ਕਰੋੜਾਂ ਬਚਾਉਣ ਲਈ, ਲੱਖਾਂ ਦੀ ਕੁਰਬਾਨੀ ਖਿੜੇ-ਮੱਥੇ ਦੇ ਦਿਤੀ ਜਾਂਦੀ ਹੈ।

ਪਰਮਾਤਮਾ ਨੂੰ ਮਨੁੱਖ ਦੀ ਸ਼ਰਧਾ ਦੀ ਲੋੜ ਨਹੀਂ, ਪਰਮਾਤਮਾ ਮਨੁੱਖ ਵਿਚ ਵਿਕਾਸ ਵੇਖਣਾ ਚਾਹੁੰਦਾ ਹੈ।

ਜਦੋਂ ਸਮਝ ਆ ਜਾਵੇ ਕਿ ਤਾਕਤ ਸਰੀਰ ਦੀ ਨਹੀਂ, ਚਰਿਤਰ ਦੀ ਹੁੰਦੀ ਹੈ ਅਤੇ ਜ਼ਿੰਦਗੀ ਤੋਂ ਲੈਣਾ ਨਹੀਂ, ਦੇਣਾ ਚਾਹੀਦਾ ਹੈ ਤਾਂ ਮਨੁੱਖ ਨੂੰ ਇਸਤਰੀ ਦਾ ਜਾਮਾ ਮਿਲਦਾ ਹੈ।

ਸਿਖਰ 'ਤੇ ਪਹੁੰਚ ਕੇ ਥਲੇ ਹੀ ਆਇਆ ਜਾ ਸਕਦਾ ਹੈ, ਇਵੇਂ ਸਿਖਰ, ਡੂੰਘਾਈ ਦਾ ਆਰੰਭ ਹੁੰਦੀ ਹੈ।

ਪੁਰਾਣੇ ਨਜ਼ਾਰਿਆਂ ਨੂੰ ਉਤਸ਼ਾਹ ਨਾਲ ਵੇਖਣ ਨਾਲ ਲਗਦਾ ਹੈ ਜਿਵੇਂ ਨਵੀਆਂ ਅੱਖਾਂ ਲਗ ਗਈਆਂ ਹੋਣ।

ਬਜ਼ੁਰਗਾਂ ਦੀ ਖੁਸ਼ੀ ਵਿਚ ਸਾਰਾ ਪਰਿਵਾਰ ਘੱਟ ਹੀ ਇਕੱਠਾ ਹੁੰਦਾ ਹੈ ਪਰ ਅੰਤਿਮ ਰਸਮਾਂ ਵੇਲੇ ਸਾਰੇ ਜੀਅ ਪਹੁੰਚ ਜਾਂਦੇ ਹਨ।

ਧੀ ਦੇ ਪੇਕੇ ਆਉਣ 'ਤੇ, ਘਰ ਵਿਚ ਨਿਮਰਤਾ ਆ ਜਾਂਦੀ ਹੈ, ਹਰੇਕ ਦੇ ਬੋਲਣ ਦਾ ਤਰੀਕਾ ਬਦਲ ਜਾਂਦਾ ਹੈ ਅਤੇ ਸਭ ਦੇ ਜੀਣ ਦਾ ਸਲੀਕਾ ਬਦਲ ਜਾਂਦਾ ਹੈ।

ਜਦੋਂ ਮਨ ਫਕੀਰ ਹੋ ਜਾਵੇ, ਉਦੋਂ ਮੰਦਰ-ਗੁਰਦੁਆਰੇ ਦੀ ਲੋੜ ਨਹੀਂ ਰਹਿੰਦੀ।

ਜੇ ਪ੍ਰਾਪਤੀ ਮਿਹਨਤ ਨਾਲ ਹੋਵੇ ਤਾਂ ਮਨੁੱਖ ਫੈਲਦਾ ਹੈ, ਅੰਦਰੋਂ ਵੀ, ਬਾਹਰੋਂ ਵੀ; ਜੇ ਪ੍ਰਾਪਤੀ ਦਾਓ-ਪੇਚ ਨਾਲ ਹੋਵੇ ਤਾਂ ਬੰਦਾ ਸੁੰਗੜਦਾ ਹੈ, ਅੰਦਰੋਂ ਵੀ, ਬਾਹਰੋਂ ਵੀ।

ਪਿਆਰ ਵਿਚ ਇਸਤਰੀ ਨੂੰ ਹਰਾਇਆ ਨਹੀਂ ਜਾ ਸਕਦਾ, ਜਿੱਤਿਆ ਜਾ ਸਕਦਾ ਹੈ।

ਧੀ, ਮਰ-ਜਾਣੀ ਕਿਹਾਂ ਵੀ ਹੱਸਦੀ ਹੈ ਅਤੇ ਖਸਮਾਂ-ਖਾਣੀ ਕਿਹਾਂ ਵੀ ਨਹੀਂ ਰੋਂਦੀ।

ਪ੍ਰੇਮੀ, ਇਕ ਦੂਜੇ ਦੀ ਛਾਂ ਵਿਚ ਬਹਿ ਕੇ, ਇਕ-ਦੂਜੇ ਵਿਚੋਂ ਰੱਬ ਲੱਭਦੇ ਹਨ।

ਜਿਥੇ ਕੋਈ ਉਡੀਕ ਨਾ ਰਿਹਾ ਹੋਵੇ, ਉਹ ਘਰ ਨਹੀਂ ਹੁੰਦਾ; ਜਿਥੇ ਜਾਣ ਲਈ ਦਿਲ ਛਾਲਾਂ ਨਾ ਮਾਰੇ, ਉਹ ਵੀ ਘਰ ਨਹੀਂ ਹੁੰਦਾ।

ਜੇ ਲੁਟੇਰੇ, ਲੁੱਟੇ ਗਿਆਂ ਦੇ ਹੱਥੋਂ, ਕਤਲ ਨਹੀਂ ਹੋ ਰਹੇ ਤਾਂ ਇਸ ਦਾ ਕਾਰਨ ਧਰਮ ਹੈ।

ਪਤੀ-ਪਤਨੀ ਵਿਚਕਾਰ ਕਿਸੇ ਤੀਜੇ ਲਈ ਥਾਂ ਨਹੀਂ ਹੁੰਦੀ, ਤੀਜਾ ਉਦੋਂ ਹੀ ਆਉਂਦਾ ਹੈ ਜਦੋਂ ਵਿੱਥ ਉਪਜ ਚੁੱਕੀ ਹੁੰਦੀ ਹੈ।

ਯਾਤਰਾ ਰਾਹੀਂ ਅਸੀਂ ਕਲਪਨਾ ਅਤੇ ਅਸਲੀਅਤ ਨੂੰ ਇਕ-ਦੂਜੀ ਨਾਲ ਵੇਖਦੇ, ਪਰਖਦੇ ਅਤੇ ਮਾਪਦੇ ਹਾਂ।

ਜੇ ਸੰਤਾਨ, ਸੰਤਾਨ ਵਾਂਗ ਪੇਸ਼ ਨਹੀਂ ਆ ਰਹੀ ਤਾਂ ਵੀ ਮਾਪਿਆਂ ਨੂੰ, ਮਾਪਿਆਂ ਵਾਂਗ ਹੀ ਪੇਸ਼ ਆਉਣਾ ਚਾਹੀਦਾ ਹੈ।

ਸੋਚਣ ਦੌਰਾਨ, ਨਾ ਮਨੁੱਖ ਗੁੱਸੇ ਹੋ ਸਕਦਾ ਹੈ ਨਾ ਲੜ ਸਕਦਾ ਹੈ।

ਜੋ ਦੂਜੇ ਦੇ ਦਰਦ ਨੂੰ ਮਹਿਸੂਸ ਕਰਦਾ ਹੈ, ਉਹ ਬੇਇਨਸਾਫ਼ੀ ਨਹੀਂ ਕਰ ਸਕਦਾ।

ਮਨੁੱਖ ਉਦੋਂ ਤਕ ਜਵਾਨ ਰਹਿੰਦਾ ਹੈ, ਜਦੋਂ ਤਕ ਉਸ ਵਿਚ ਸੁੰਦਰਤਾ ਵੇਖਣ ਦੀ ਹਿੰਮਤ ਹੁੰਦੀ ਹੈ।

ਅਸੀਂ ਉਦੋਂ ਹੀ ਸੁਆਰਥੀ ਹੁੰਦੇ ਹਾਂ, ਜਦੋਂ ਸੋਚ ਨਹੀਂ ਰਹੇ ਹੁੰਦੇ।

ਜੇ ਸੱਠ ਸਾਲ ਦੀ ਉਮਰ ਵਿਚ ਤੁਸੀਂ ਚਾਲ੍ਹੀ ਦੇ ਵਿਖਾਈ ਦੇਣਾ ਚਾਹੁੰਦੇ ਹੋ ਤਾਂ ਸਪਸ਼ਟ ਹੈ ਕਿ ਤੁਸੀਂ ਵੀਹ ਸਾਲ ਅਜਾਈਂ ਗੁਆਏ ਹਨ।

ਵਿਹਲੇਪਣ ਕਾਰਨ, ਮਨ ਦਾ ਮੁਰਝਾਉਣਾ, ਚਿਹਰੇ ਦਾ ਬੁਝਣਾ, ਜੋਸ਼ ਦਾ ਮੁੱਕਣਾ ਅਤੇ ਅਕਲ ਦਾ ਥੱਕਣਾ, ਰੋਕਿਆ ਨਹੀਂ ਜਾ ਸਕਦਾ।

ਮਾਂਵਾਂ ਨੂੰ, ਪੁੱਤਰ ਵੇਖਣ ਉਪਰੰਤ, ਪੁੱਤਰਾਂ ਦੇ ਪੁੱਤਰ ਵੇਖਣ ਦਾ ਚਾਅ ਜਾਗ ਪੈਂਦਾ ਹੈ।

ਸਫਲ ਬਜ਼ੁਰਗਾਂ ਦੇ ਚਿਹਰਿਆਂ ਤੋਂ ਮਿਹਨਤ ਦੀ ਲਿਖਾਈ ਪੜ੍ਹੀ ਜਾ ਸਕਦੀ ਹੈ।

ਮਾਪਿਆਂ ਦੀ ਲੰਮੀ ਉਮਰ ਦਾ ਮਾਣ ਹੁੰਦਾ ਹੈ ਅਤੇ ਧੀਆਂ-ਪੁੱਤਰਾਂ ਨੂੰ ਆਪਣੀ ਲੰਮੀ ਉਮਰ ਦੀ ਆਸ ਬੱਝ ਜਾਂਦੀ ਹੈ।

ਇਕ ਸੌ ਇਕ ਜਾਂ ਪੰਜ ਸੌ ਇਕ ਆਦਿ ਦਾ ਸ਼ਗਨ, ਗਿਣਤੀ ਤੋਂ ਮੁਕਤ ਹੋਣ, ਵਾਧੇ ਅਤੇ ਅਨੰਤ ਹੋਣ ਦਾ ਸੰਕੇਤ ਹੁੰਦਾ ਹੈ।

ਵਿਗਿਆਨ ਭਾਵੇਂ ਕਿਤਨੀ ਵੀ ਤਰੱਕੀ ਕਰ ਲਵੇ, ਮਨੁੱਖ ਦੁਆ ਮੰਗਦੇ ਅਤੇ ਅਰਦਾਸ ਕਰਦੇ ਹੀ ਰਹਿਣਗੇ।

ਮਹਾਨ ਕਵੀ, ਲੱਖਾਂ ਦੇ ਦਰਦ ਨੂੰ ਆਪਣੇ ਇਕ ਦਿਲ ਵਿਚ ਪਨਾਹ ਦਿੰਦੇ ਹਨ।

ਭਲੇ ਅਤੇ ਚੰਗੇ ਇਨਸਾਨ ਦਾ, ਹਰ ਕੋਈ ਲਾਭ ਉਠਾਉਂਦਾ ਹੈ।

ਲਚਕਦਾਰ ਯਾਦ-ਸ਼ਕਤੀ, ਪ੍ਰਸੰਨ ਹੋਣ ਦੀ ਕੁੰਜੀ ਹੁੰਦੀ ਹੈ।

ਹਰ ਮਨੁੱਖ ਉਤੇ ਮੁਕੱਦਮਾ ਚਲਣਾ ਚਾਹੀਦਾ ਹੈ ਕਿ ਉਸ ਨੇ ਆਪਣੇ ਜੀਵਨ ਦਾ ਵੱਡਾ ਭਾਗ ਅਜਾਈਂ ਗੁਆਉਣ ਦਾ ਅਪਰਾਧ ਕਿਉਂ ਕੀਤਾ ਹੈ।

ਕਈ ਵਾਰ ਇਨਾਮ-ਸਨਮਾਨ ਕਿਸੇ ਦਾ ਮਾਣ ਵਧਾਉਣ ਵਾਸਤੇ ਨਹੀਂ, ਦੇਣ ਵਾਲੇ, ਆਪਣੀ ਇਜ਼ਤ ਬਚਾਉਣ ਵਾਸਤੇ ਵੀ ਦਿੰਦੇ ਹਨ।

ਮਜਬੂਰੀ ਵਿਚ ਕੀਤੇ ਸਮਝੌਤੇ, ਝਗੜੇ ਉਪਜਾਉਂਦੇ ਹਨ।

ਜੇ ਇਸਤਰੀ ਸੋਹਣੀ ਹੋਵੇ ਤਾਂ ਉਸ ਨੂੰ ਲੰਮੀ ਲਾਈਨ ਵਿਚ ਨਹੀਂ ਖਲੋਣਾ ਪੈਂਦਾ।

ਜਦੋਂ ਮਾਪਿਆਂ ਦੇ ਮਾਪੇ ਕੋਲ ਰਹਿੰਦੇ ਹੋਣ ਤਾਂ ਬੱਚਿਆਂ ਨੂੰ ਸਿਖਾਉਣ ਦੀ ਲੋੜ ਨਹੀਂ ਪੈਂਦੀ ਕਿ ਵੱਡਿਆਂ ਦਾ ਸਤਿਕਾਰ ਕਿਵੇਂ ਕਰਨਾ ਹੈ।

ਜ਼ਿੰਦਗੀ ਵਿਚ ਜਿਹੜੇ ਵਿਸ਼ੇਸ਼ਣ ਮਹਿਬੂਬ ਲਈ ਵਰਤੇ ਜਾਂਦੇ ਹਨ, ਕਿਸੇ ਹੋਰ ਲਈ ਵਰਤਣ ਵੇਲੇ ਉਹ ਫਿਕੇ ਪੈ ਜਾਂਦੇ ਹਨ।

ਆਪਣਾ ਘਰ ਭਾਵੇਂ ਚੋਂਦਾ ਹੋਵੇ, ਫਿਰ ਵੀ ਉਸੇ ਦੀ ਛੱਤ ਥੱਲੇ ਰਹਿਣ ਨੂੰ ਮਨ ਕਰਦਾ ਹੈ।

ਨੁਮਾਇਸ਼ ਵੇਖਣ ਵਾਲੇ ਵੀ ਨੁਮਾਇਸ਼ ਦਾ ਭਾਗ ਹੁੰਦੇ ਹਨ।

ਸੋਹਣੀ ਇਸਤਰੀ, ਜੰਗਲ ਦੀ ਅੱਗ ਵਾਂਗ, ਹਰ ਕਿਸੇ ਦਾ ਧਿਆਨ ਖਿੱਚਦੀ ਹੈ।

ਸਭ ਤੋਂ ਡੂੰਘੀ ਨਦੀ, ਹੰਝੂਆਂ ਦੀ ਹੁੰਦੀ ਹੈ, ਜਿਥੇ ਇਕ ਹੰਝੂ ਨਾਲ ਹੀ ਹੜ੍ਹ ਆ ਜਾਂਦਾ ਹੈ।

ਹਰ ਢਾਣੀ ਦੀ, ਹਰ ਸਹੇਲੀ ਜਾਂ ਹਰ ਦੋਸਤ ਦਾ, ਇਕ ਮਖੌਲੀਆ ਨਾਂ ਹੁੰਦਾ ਹੈ।

ਕਈ ਅਮਰੀਕਾ ਲੱਭਣ ਜਾਂਦੇ ਹਨ ਪਰ ਆਪ ਗੁਆਚ ਜਾਂਦੇ ਹਨ।

ਮੇਲੇ ਨੂੰ ਮੇਲੇ ਦਾ ਭਾਗ ਬਣ ਕੇ ਹੀ ਵੇਖਿਆ ਜਾ ਸਕਦਾ ਹੈ।

ਰੱਬ ਵਿਚ ਵਿਸ਼ਵਾਸ ਕਰਨ ਜੋਗੀ ਸਿਆਣਪ ਹਰ ਕਿਸੇ ਵਿਚ ਨਹੀਂ ਹੁੰਦੀ।

ਪ੍ਰੇਮਿਕਾ ਜਦੋਂ ਚੰਨ ਵੇਖਦੀ ਹੈ ਤਾਂ ਪ੍ਰੇਮੀ ਸੋਚਦਾ ਹੈ ਕਿ ਚੰਨ ਵੇਖਣ ਤੋਂ ਵਿਹਲੀ ਹੋ ਕੇ ਉਹ ਉਸ ਨੂੰ ਵੇਖੇਗੀ।

ਜੇ ਕੋਈ ਕੰਮ ਕਰਨ ਦਾ ਇਕ ਹੀ ਢੰਗ ਹੋਵੇ ਤਾਂ ਮਨ ਵਿਚ ਕੋਈ ਸੰਸਾ ਨਹੀਂ ਉਪਜਦਾ।

ਕਿਸੇ ਸੋਹਣੇ ਨੂੰ ਵੇਖਦਿਆਂ ਹੀ ਅਸੀਂ ਆਪਣੇ ਆਪ ਨੂੰ ਵੀ ਪਹਿਲਾਂ ਨਾਲੋਂ ਚੰਗੇਰੇ ਅਤੇ ਸੋਹਣੇ ਲੱਗਣ ਲੱਗ ਪੈਂਦੇ ਹਾਂ।

ਬੱਚਿਆਂ ਦੀ ਖੁਸ਼ੀ, ਮਾਂ ਦੇ ਚਿਹਰੇ ਵਿਚੋਂ ਝਲਕਦੀ ਅਤੇ ਟਪਕਦੀ ਹੈ।

ਕੇਵਲ ਪਿਆਰ ਨਾਲ ਜ਼ਿੰਦਗੀ ਦੀਆਂ ਸਮੱਸਿਆਵਾਂ ਹੱਲ ਨਹੀਂ ਹੁੰਦੀਆਂ ਪਰ ਪਿਆਰ ਨਾਲ ਸਮੱਸਿਆਵਾਂ ਹੱਲ ਕਰਨ ਵਾਲਾ ਉਤਸ਼ਾਹ ਬਣਿਆ ਰਹਿੰਦਾ ਹੈ।

ਦਾਦੀ ਅਤੇ ਪੋਤਾ, ਇਕ-ਦੂਜੇ ਦੇ ਸੂਹੀਏ ਹੁੰਦੇ ਹਨ।

ਜਦੋਂ ਕੋਈ ਇਸਤਰੀ, ਕਿਸੇ ਨੂੰ ਪ੍ਰੇਮ ਕਰਨ ਯੋਗ ਸਮਝ ਲਵੇ ਤਾਂ ਉਹ ਆਪਣੇ ਆਪ ਬਾਰੇ, ਸਭ ਕੁਝ ਭੁਲ ਜਾਂਦੀ ਹੈ।

ਪ੍ਰੇਮੀ ਦੇ ਮੂੰਹੋਂ, ਆਪਣੀ ਪ੍ਰਸੰਸਾ ਸੁਣਨੀ, ਪ੍ਰੇਮਿਕਾ ਦਾ ਅਧਿਕਾਰ ਹੁੰਦਾ ਹੈ।

ਪੁਰਸ਼ਾਂ ਦੇ ਮੁਕਾਬਲੇ, ਇਸਤਰੀਆਂ ਬਾਰੇ ਅਫਵਾਹਾਂ ਵਧੇਰੇ ਦਿਲਚਸਪ ਹੁੰਦੀਆਂ ਹਨ, ਕਿਉਂਕਿ ਇਨ੍ਹਾਂ ਵਿਚ ਇਸਤਰੀਆਂ ਵੀ ਦਿਲਚਸਪੀ ਲੈਂਦੀਆਂ ਹਨ।

ਮਾਂ ਕੋਲ ਘਰ ਦੇ ਸਾਰੇ ਜੀਆਂ ਨੂੰ ਇਕ-ਦੂਜੇ ਨਾਲ ਜੋੜਨ ਵਾਲੀ ਗੂੰਦ ਹੁੰਦੀ ਹੈ।

ਜੇ ਕਿਸੇ ਲੰਮੀ ਤੰਗ ਗਲੀ ਵਿਚੋਂ ਇਕੱਲੇ ਲੰਘ ਰਹੇ ਹੋਈਏ ਤਾਂ ਇਵੇਂ ਲਗਦਾ ਹੈ, ਜਿਵੇਂ ਕੋਈ ਪਿੱਛਾ ਕਰ ਰਿਹਾ ਹੋਵੇ।

ਜਦੋਂ ਤਰਕ ਪੱਕ ਜਾਵੇ ਤਾਂ ਉਹ ਵਿਸ਼ਵਾਸ ਬਣ ਜਾਂਦਾ ਹੈ।

ਆਪਣੀ ਸ਼ਕਲ ਆਪ ਵੇਖਣ ਦੀ ਇੱਛਾ ਵਿਚੋਂ ਹੀ ਪਹਿਲਾਂ ਸ਼ੀਸ਼ਾ ਅਤੇ ਮਗਰੋਂ ਕੈਮਰਾ ਸਿਰਜਿਆ ਗਿਆ ਸੀ।

ਹਿੰਮਤ ਮਨੁੱਖ ਦੇ ਅੰਦਰ ਹੁੰਦੀ ਹੈ, ਸੁਸਤ ਇਸ ਨੂੰ ਬਾਹਰ ਲੱਭੀ ਜਾਂਦੇ ਹਨ।

ਨਸ਼ਈ, ਇਜ਼ਤ-ਬੇਇਜ਼ਤੀ ਤੋਂ ਮੁਕਤ ਹੁੰਦੇ ਹਨ, ਨਸ਼ੇ ਦੀ ਮਾਤਰਾ ਉੱਚੀ ਕਰਨ ਲਈ ਉਹ ਆਪਣੀ ਇਜ਼ਤ ਦਾ ਪੱਧਰ ਨੀਵਾਂ ਕਰਦੇ ਰਹਿੰਦੇ ਹਨ।

ਜੀਵਨ ਦੇ ਕਿਸੇ ਉਦੇਸ਼ ਨਾਲ ਜੇ ਸਮੇਂ ਦੀ ਹੱਦ ਨਾ ਬੰਨ੍ਹੀ ਜਾਵੇ ਤਾਂ ਇਹ ਸੁਪਨਾ ਹੀ ਅਖਵਾਉਂਦਾ ਹੈ।

ਇਸਤਰੀਆਂ, ਆਪਣੇ ਮਨ ਦੀ ਹਾਲਤ ਆਪਣੇ ਕਪੜਿਆਂ ਅਤੇ ਗਹਿਣਿਆਂ ਨਾਲ ਦਸਦੀਆਂ ਹਨ।

ਅਸਫਲਤਾ ਦੋ ਪ੍ਰਕਾਰ ਦੀ ਹੁੰਦੀ ਹੈ: ਵਿਉਂਤਦੇ ਰਹਿਣਾ ਪਰ ਕੁਝ ਨਾ ਕਰਨਾ, ਸਭ ਕੁਝ ਕਰਨਾ ਪਰ ਕੁਝ ਨਾ ਵਿਉਂਤਣਾ।

ਆਈਸਕਰੀਮ ਅਤੇ ਚਾਕਲੇਟ ਬੱਚੇ ਹੀ ਖਾਂਦੇ ਹਨ, ਉਮਰ ਕੋਈ ਹੋਵੇ, ਜਿਹੜਾ ਵੀ ਖਾਵੇਗਾ, ਬੱਚਿਆਂ ਵਾਂਗ ਹੀ ਖਾਵੇਗਾ।

ਭਾਰਤੀ ਸਭਿਅਤਾ ਦਾ ਸਭ ਤੋਂ ਵੱਧ ਹਨੇਰਾ ਪੱਖ, ਜ਼ਾਤਪਾਤ ਪ੍ਰਣਾਲੀ ਹੈ।

ਇਸਤਰੀਆਂ ਪਿਛੇ ਵੇਖੇ ਬਿਨਾਂ, ਜਾਣ ਜਾਂਦੀਆਂ ਹਨ ਕਿ ਕੋਈ ਪਿਛੇ ਆ ਰਿਹਾ ਹੈ।

ਅਜੇ ਤਕ ਨਾ ਕਿਸੇ ਨੇ ਪੁੱਛੇ ਹਨ ਅਤੇ ਨਾ ਹੀ ਕਿਸੇ ਨੂੰ ਮਾਂ ਦੇ ਅਰਥ ਦੱਸਣ ਦੀ ਲੋੜ ਪਈ ਹੈ।

ਕਿਸੇ ਵੀ ਵਿਅਕਤੀ ਨੂੰ ਉਸ ਦੀ ਅਸਲੀਅਤ ਤੋਂ ਘਟਾ ਕੇ ਜਾਂ ਮਰੋੜ ਕੇ ਪੇਸ਼ ਕਰਨਾ, ਨਿੰਦਾ ਕਹਾਉਂਦੀ ਹੈ।

ਧਾਰਮਿਕ ਕਾਰਜਾਂ ਵਿਚ ਅੱਕਣ-ਥੱਕਣ ਲਈ ਥਾਂ ਨਹੀਂ ਹੁੰਦੀ।

ਹਰ ਅਗਲੇਰਾ ਪੜਾਓ, ਉਸ ਤੋਂ ਪਹਿਲੇ ਪੜਾਓ 'ਤੇ ਨਿਰਭਰ ਕਰਦਾ ਹੈ।

ਜਿਹੜੇ ਦੂਰ ਤਕ ਜਾਂਦੇ ਹਨ. ਉਹੀ ਜਾਣਦੇ ਹੁੰਦੇ ਹਨ ਕਿ ਕਿਤਨੀ ਦੂਰ ਤਕ ਜਾਇਆ ਜਾ ਸਕਦਾ ਹੈ।

ਸੰਭਵ ਅਤੇ ਅਸੰਭਵ ਵਿਚਕਾਰ ਅੰਤਰ ਕਾਰਜ ਦਾ ਹੁੰਦਾ ਹੈ।

ਕਈ ਰਾਜਸੀ ਆਗੂਆਂ ਨੂੰ ਲੋਕ ਉਨ੍ਹਾਂ ਦੇ ਕਾਰਟੂਨਾਂ ਤੋਂ ਹੀ ਪਛਾਣਦੇ ਹਨ।

ਝੂਠੇ-ਦੁਖੀ ਵਧੇਰੇ ਬੋਲਦੇ ਹਨ, ਸੱਚੇ-ਦੁਖੀ ਚੁੱਪ ਹੀ ਰਹਿੰਦੇ ਹਨ।

ਪੈਸੇ ਕਮਾਉਣਾ ਕਦੇ ਵੀ ਸੌਖਾ ਕੰਮ ਨਹੀਂ ਹੁੰਦਾ ਪਰ ਜਿਹੜੇ ਮੁੱਢਲੀ ਔਖ ਬਰਦਾਸ਼ਤ ਕਰ ਲੈਂਦੇ ਹਨ, ਉਨ੍ਹਾਂ ਨੂੰ ਪੈਸੇ ਦੀ ਘਾਟ ਨਹੀਂ ਆਉਂਦੀ।

ਕਈ ਬੁਲਾਰਿਆਂ ਦੀਆਂ ਕਈ ਗੱਲਾਂ ਸੁਣਨੀਆਂ ਚੰਗੀਆਂ ਲਗਦੀਆਂ ਹਨ ਪਰ ਜੇ ਸਮਝ ਆ ਜਾਣ ਤਾਂ ਉਹ ਹੋਰ ਵੀ ਚੰਗੀਆਂ ਲਗ ਸਕਦੀਆਂ ਹਨ।

ਕਵੀ ਹੋਣ ਦਾ ਸੰਤਾਪ ਇਕੱਲਿਆਂ ਹੰਢਾਉਣਾ ਪੈਂਦਾ ਹੈ, ਕਵੀ ਕਿਸੇ ਨਾਲ ਸਲਾਹ ਨਹੀਂ ਕਰ ਸਕਦਾ, ਕੋਈ ਉਸ ਨੂੰ ਸਲਾਹ ਨਹੀਂ ਦੇ ਸਕਦਾ।

ਇਹ ਇਕ ਅਚੰਭਾ ਹੈ ਕਿ ਭਾਰਤ ਜਿਹੇ ਗਰੀਬ ਦੇਸ਼ ਵਿਚ ਪਰਜਾਤੰਤਰ ਦੀ ਪਰੰਪਰਾ ਬੜੀ ਅਮੀਰ ਹੈ।

ਜਿਉਂ-ਜਿਉਂ ਅਹੁਦਾ ਵੱਡਾ ਹੋਈ ਜਾਂਦਾ ਹੈ, ਤਿਉਂ-ਤਿਉਂ ਉਸ ਦੇ ਖੁੱਸਣ ਦਾ ਡਰ ਵੀ ਵੱਡਾ ਹੋਈ ਜਾਂਦਾ ਹੈ।

ਜੇ ਦਿਸ਼ਾ ਸਹੀ ਹੋਵੇ ਤਾਂ ਹਰ ਪਰਿਵਰਤਨ ਨਾਲ ਲਾਭ ਹੀ ਹੁੰਦਾ ਹੈ।

ਤਕੜਿਆਂ ਨੂੰ ਕਮਜ਼ੋਰ ਕਰਕੇ, ਕਮਜ਼ੋਰਾਂ ਨੂੰ ਸ਼ਕਤੀਸ਼ਾਲੀ ਨਹੀਂ ਬਣਾਇਆ ਜਾ ਸਕਦਾ।

ਦੋ ਕਿਸਮ ਦੇ ਲੋਕ ਕੁਝ ਨਹੀਂ ਕਹਿੰਦੇ, ਜਿਹੜੇ ਹਰ ਵੇਲੇ ਚੁੱਪ ਰਹਿੰਦੇ ਹਨ ਅਤੇ ਜਿਹੜੇ ਬਹੁਤ ਬੋਲਦੇ ਹਨ।

ਚੰਗਾ ਮਨੁੱਖ ਜਿਤਨਾ ਆਜ਼ਾਦ ਹੁੰਦਾ ਜਾਂਦਾ ਹੈ, ਉਹੋ ਉਤਨਾ ਹੀ ਜ਼ਿੰਮੇਵਾਰ ਹੁੰਦਾ ਜਾਂਦਾ ਹੈ।

ਭਾਰਤ ਵਿਚ ਆਰੀਅਨ ਆਏ, ਯੂਨਾਨੀ ਆਏ, ਲੋਧੀ ਆਏ, ਮੁਗ਼ਲ ਅਤੇ ਅੰਗਰੇਜ਼ ਆਏ, ਜਿਹੜੇ ਨਹੀਂ ਆਏ, ਪਤਾ ਨਹੀਂ ਕਿਉਂ ਨਹੀਂ ਆਏ ?

ਸਵਖਤੇ ਜਾਗਣ ਵਾਲੇ ਵਧੇਰੇ ਕਾਰਜਸ਼ੀਲ ਹੀ ਨਹੀਂ ਹੁੰਦੇ, ਉਨ੍ਹਾਂ ਦੇ ਕਾਰਜਾਂ ਦੀ ਪੱਧਰ ਵੀ ਉੱਚੀ ਹੁੰਦੀ ਹੈ।

ਚੰਗੇ ਬੰਦੇ ਦੀ ਨਿਸ਼ਾਨੀ ਇਹ ਹੁੰਦੀ ਹੈ ਕਿ ਉਸ ਨੂੰ ਨਾ ਜਾਣਨ ਵਾਲੇ ਵੀ, ਉਸ ਨੂੰ ਪਹਿਚਾਣਦੇ ਹੁੰਦੇ ਹਨ।

ਜ਼ਿੰਦਗੀ ਇਤਨੀ ਸੌਖੀ ਨਹੀਂ, ਜਿਤਨੀ ਸੌਖੀ ਹੋਣ ਦਾ ਇਹ ਭੁਲੇਖਾ ਪਾਉਂਦੀ ਹੈ।

ਜਦੋਂ ਤਕ ਰੱਬ ਬਾਰੇ, ਵਿਹਲੜ ਬੰਦਿਆਂ ਤੋਂ ਸੁਣਨਾ ਬੰਦ ਨਹੀਂ ਕੀਤਾ ਜਾਂਦਾ, ਰੱਬ ਦੂਰ ਹੀ ਰਹੇਗਾ।

ਦੇਰ ਨਾਲ ਉੱਠਣ ਵਾਲੇ, ਕਿਸੇ ਦੀ ਸੇਵਾ ਨਹੀਂ ਕਰਨਗੇ, ਹਰੇਕ ਤੋਂ ਸੇਵਾ ਕਰਵਾਉਣਗੇ।

ਹੋਰ, ਹੋਰ, ਹੋਰ ਦੀ ਭੁੱਖ ਨੂੰ ਲਾਲਚ ਕਹਿੰਦੇ ਹਨ।

ਬਹੁਤਾ ਬੋਲਣ ਵਾਲੇ ਚੱਜ-ਆਚਾਰ ਦੇ ਪੱਖੋਂ ਕੋਰੇ ਹੁੰਦੇ ਹਨ, ਕੋਰੇ ਹੋਣ ਦਾ ਸਬੂਤ ਇਹ ਹੈ ਕਿ ਉਹ ਬਹੁਤ ਬੋਲਦੇ ਹਨ।

ਜੇ ਪਤਾ ਹੋਵੇ ਕਿ ਕਿਥੇ ਤਿਲ੍ਹਕਣਾ ਹੈ ਤਾਂ ਮਨੁੱਖ ਉਥੇ ਪਹਿਲਾਂ ਹੀ ਗਲੀਚਾ ਵਿਛਾ ਕੇ ਰੱਖ ਲਵੇਗਾ।

ਪਹਿਲਾਂ ਹਰ ਕੋਈ ਰੱਜਿਆ ਹੋਇਆ ਸੀ, ਕਿਉਂਕਿ ਧਿਆਨ ਇਸ ਗੱਲ 'ਤੇ ਸੀ ਕਿ ਮੇਰੇ ਕੋਲ ਕੀ-ਕੀ ਹੈ; ਹੁਣ ਹਰ ਕੋਈ ਥੁੜ੍ਹਿਆ ਹੋਇਆ ਹੈ, ਕਿਉਂਕਿ ਧਿਆਨ ਇਸ ਗੱਲ 'ਤੇ ਹੈ ਕਿ ਮੇਰੇ ਕੋਲ ਕੀ-ਕੀ ਨਹੀਂ ਹੈ।

ਮੁਸਾਫ਼ਰ, ਦਰਿਆ ਅਤੇ ਪੰਛੀ, ਚਲਦੇ ਜੀਵਨ ਦਾ ਸੁਨੇਹਾ ਦਿੰਦੇ ਹਨ।

ਲਚਕਦਾਰ ਵਿਸ਼ਵਾਸ ਗਿਆਨ ਅਖਵਾਉਂਦਾ ਹੈ; ਵਿਸ਼ਵਾਸ ਜੇ ਸਖਤ ਹੋ ਜਾਵੇ ਤਾਂ ਉਸ ਨੂੰ ਅਤਿਵਾਦ ਕਿਹਾ ਜਾਂਦਾ ਹੈ।

ਭਾਰਤ ਵਿਚ ਦਰਿਆ ਕੇਵਲ ਬ੍ਰਹਮਪੁੱਤਰ ਹੈ, ਬਾਕੀ ਸਭ ਨਦੀਆਂ ਹਨ।

ਦਲੀਲਬਾਜ਼ੀ ਦਾ ਅਰਥ ਇਹ ਹੁੰਦਾ ਹੈ ਕਿ ਬਹਿਸ ਮੁੱਕਣ ਨਹੀਂ ਦੇਣੀ ਅਤੇ ਫੈਸਲਾ ਹੋਣ ਨਹੀਂ ਦੇਣਾ।

ਰਾਜਨੀਤੀ ਵਿਚ ਜਨਤਾ ਦੀ ਸੇਵਾ ਕਰਨ ਦੀ ਇੱਛਾ ਅਸਲ ਵਿਚ ਉਨ੍ਹਾਂ 'ਤੇ ਹਕੂਮਤ ਕਰਨ ਦਾ ਬਹਾਨਾ ਹੁੰਦੀ ਹੈ।

ਮੁਸਕਰਾਹਟ ਤੁਹਾਡੇ ਚਿਹਰੇ ਦੀ ਬਾਰੀ ਵਿਚ ਜਗਦੀ ਰੋਸ਼ਨੀ ਹੈ, ਜਿਸ ਤੋਂ ਪਤਾ ਲਗਦਾ ਹੈ ਕਿ ਦਿਲ ਠੀਕ-ਠਾਕ ਹੈ।

ਸੁਪਨਿਆਂ ਨੂੰ ਇਸ ਲਈ ਸੱਚੇ ਨਹੀਂ ਮੰਨਿਆ ਜਾਂਦਾ, ਕਿਉਂਕਿ ਇਹ ਸਥੂਲ ਨਹੀਂ ਹੁੰਦੇ, ਕਲਪਨਾ ਹੀ ਹੁੰਦੇ ਹਨ।

ਸਰਕਾਰ ਕਿਸੇ ਦੀ ਬਣੇ, ਹਾਰ ਪਾਉਣ ਅਤੇ ਲਾਭ ਉਠਾਉਣ ਵਾਲੇ ਉਹੀ ਰਹਿੰਦੇ ਹਨ।

ਅਸੀਂ ਆਪਣੇ ਜੀਵਨ ਵਿਚ ਵਿਕਾਸ ਦੀ ਜਿਹੜੀ ਹੱਦ ਮਿੱਥਦੇ ਹਾਂ, ਉਥੇ ਤਕ ਹੀ ਜਦੋਜਹਿਦ ਕਰਦੇ ਹਾਂ।

ਸੁੱਖ ਦਾ ਆਧਾਰ ਇਹ ਹੈ ਕਿ ਵਸਤਾਂ ਵਰਤਣ ਲਈ ਹਨ ਅਤੇ ਮਨੁੱਖ ਪਿਆਰ ਕਰਨ ਲਈ ਹਨ ਪਰ ਇਸ ਨੇਮ ਨੂੰ ਉਲਟਾਉਣ ਨਾਲ ਦੁੱਖ ਉਪਜਦੇ ਹਨ।

ਕਿਸੇ ਨੂੰ ਸਮਝਣ-ਜਾਣਨ ਤੋਂ ਪਹਿਲਾਂ, ਅਸੀਂ ਉਸ ਦਾ ਸਰੀਰ, ਨੈਣ-ਨਕਸ਼ ਅਤੇ ਲਿਬਾਸ ਵੇਖਦੇ ਹਾਂ।

ਜਿਥੇ ਮਨੁੱਖ ਦਾ ਸੁਆਰਥ ਨਹੀਂ ਹੁੰਦਾ, ਉਥੇ ਹੀ ਉਹ ਦੂਜਿਆਂ ਨਾਲ ਇਨਸਾਨਾਂ ਵਾਂਗ ਵਿਹਾਰ ਕਰਦਾ ਹੈ।

ਆਵਾਜ਼ ਦੀ ਭਾਲ ਵਿਚ ਨਿਕਲੀ ਮੁਹੱਬਤ ਨੂੰ ਸੰਗੀਤ ਕਹਿੰਦੇ ਹਨ।

ਗਲਤੀਆਂ ਕਰੋ, ਜਿਤਨੀਆਂ ਮਰਜ਼ੀ ਕਰੋ ਪਰ ਉਹ ਤੁਹਾਡੀਆਂ ਆਪਣੀਆਂ ਗਲਤੀਆਂ ਹੋਣੀਆਂ ਚਾਹੀਦੀਆਂ ਹਨ।

ਹਰ ਕੋਈ ਹਰੇਕ ਸਮਾਗਮ 'ਤੇ ਵਕਤ ਸਿਰ ਪਹੁੰਚਣਾ ਚਾਹੁੰਦਾ ਹੈ ਪਰ ਮੁਸੀਬਤ ਇਹ ਹੈ ਕਿ ਉਸ ਦੇ ਪਹੁੰਚਣ ਤੋਂ ਪਹਿਲਾਂ ਹੀ ਸਮਾਗਮ ਸ਼ੁਰੂ ਹੋ ਜਾਂਦਾ ਹੈ।

ਅਜੇ ਤਕ ਕੋਈ ਕੇਵਲ ਆਪਣੇ ਆਪ ਨੂੰ ਸੁਣਨ ਨਾਲ ਸਿਆਣਾ ਨਹੀਂ ਬਣਿਆ।

ਕਿਸੇ ਦੇਸ਼ ਅੰਦਰਲੀ ਆਜ਼ਾਦੀ ਦਾ ਪੈਮਾਨਾ ਇਹ ਹੁੰਦਾ ਹੈ ਕਿ ਉਥੇ ਘੱਟ-ਗਿਣਤੀਆਂ ਕਿਤਨੀਆਂ ਸੁਰੱਖਿਅਤ ਹਨ।

ਅਖਾਣ-ਮੁਹਾਵਰੇ ਕਿਸੇ ਬੋਲੀ ਦੀ ਵਿਸ਼ਾਲਤਾ ਅਤੇ ਡੂੰਘਾਈ ਨੂੰ ਪ੍ਰਗਟਾਉਂਦੇ ਹਨ।

ਇਕ ਚੰਗੀ ਲਾਇਬ੍ਰੇਰੀ ਵਿਚ ਉਹ ਕਿਤਾਬਾਂ ਵੀ ਹੋਣਗੀਆਂ, ਜਿਹੜੀਆਂ ਸਾਡੀ ਸੋਚ ਨਾਲ ਸਹਿਮਤ ਨਹੀਂ ਹੁੰਦੀਆਂ।

ਜਿਥੇ ਮਨੁੱਖ ਨੂੰ ਸੋਚਣ, ਬੋਲਣ, ਗਲਤੀਆਂ ਅਤੇ ਨਵੇਂ ਪ੍ਰਯੋਗ ਕਰਨ ਦੀ ਸੁਤੰਤਰਤਾ ਹੋਵੇ, ਉਹ ਦੇਸ਼ ਕਦੇ ਵੀ ਪੱਛੜਿਆ ਨਹੀਂ ਹੋ ਸਕਦਾ।

ਬੁਢਾਪੇ ਵਿਚ, ਜਦੋਂ ਕੋਈ ਆਪਣੀ ਜਵਾਨੀ ਦੀਆਂ ਗੱਲਾਂ ਕਰਦਾ ਹੈ ਤਾਂ ਉਸ ਦੀ ਆਵਾਜ਼ ਵਿਚ ਢੋਲਕੀ-ਛੈਣੇ ਵੱਜਣ ਲਗ ਪੈਂਦੇ ਹਨ।

ਵਿਚਾਰਾਂ ਦੇ ਹੋ ਰਹੇ ਵਿਰੋਧ ਤੋਂ ਡਰਨ ਦੀ ਲੋੜ ਨਹੀਂ, ਕਿਉਂਕਿ ਜਿਹੜੇ ਵਿਚਾਰ ਹੁਣ ਪ੍ਰਵਾਨ ਹਨ, ਉਹ ਕਿਸੇ ਵੇਲੇ ਵਿਰੋਧੀ ਵਿਚਾਰ ਸਨ।

ਜੇ ਜਾਣ ਵੇਲੇ ਦਰਵਾਜ਼ਾ ਸਲੀਕੇ ਨਾਲ ਬੰਦ ਕਰੋਗੇ ਤਾਂ ਹੀ ਅਗਲਾ ਦਰਵਾਜ਼ਾ ਸੌਖ ਨਾਲ ਖੁਲ੍ਹੇਗਾ।

ਹਰੇਕ ਸਮਝਦਾ ਹੈ ਕਿ ਉਸ ਕੋਲ ਲੋੜੀਂਦੀ ਅਕਲ ਹੈ, ਇਸੇ ਕਰਕੇ ਗਲਤੀ ਕਰਨ ਵੇਲੇ ਉਹ ਕਿਸੇ ਦੀ ਸਲਾਹ ਨਹੀਂ ਲੈਂਦਾ।

ਕਰੋੜਾਂ ਸਾਲ ਪੁਰਾਣੇ ਸੰਸਾਰ ਵਿਚ ਕੁਝ ਵੀ ਨਵਾਂ ਨਹੀਂ, ਜਿਸ ਨੂੰ ਅਸੀਂ ਨਵਾਂ ਕਹਿੰਦੇ ਹਾਂ ਉਹ ਸਾਡੇ ਵਲੋਂ ਪਹਿਲਾਂ ਨਾ ਵੇਖੇ ਹੋਣ ਕਾਰਨ ਨਵਾਂ ਲਗਦਾ ਹੈ।

ਮਿਥਿਹਾਸਕ ਕਥਾਵਾਂ ਵਿਸ਼ਵਾਸ ਕਰਨ ਵਾਸਤੇ ਨਹੀਂ, ਜੀਵਨ ਦੇ ਵਰਤਾਰਿਆਂ ਨੂੰ ਸਮਝਣ ਵਾਸਤੇ ਹੁੰਦੀਆਂ ਹਨ।

ਲੋਕ ਉਨ੍ਹਾਂ ਨੂੰ ਹੀ ਸੁਣਦੇ ਹਨ, ਜਿਨ੍ਹਾਂ ਨੇ ਔਖੇ ਕੰਮ ਕੀਤੇ ਹੁੰਦੇ ਹਨ।

ਦਾਦੀ ਜਾਂ ਨਾਨੀ ਤੋਂ ਮੁਆਫ਼ੀ ਮੰਗਣ ਦੀ ਲੋੜ ਨਹੀਂ ਪੈਂਦੀ, ਕਿਉਂਕਿ ਉਹ ਮੁਆਫ਼ ਕਰਨ ਲਈ ਆਪ ਕਾਹਲੀ ਪਈ ਹੁੰਦੀ ਹੈ।

ਸਾਧੂ, ਸੰਤ, ਰਿਸ਼ੀ ਆਦਿ ਜ਼ਿੰਦਗੀ ਦੀ ਗੰਭੀਰਤਾ ਦੇ ਨਾਂ ਹਨ।

ਸਾਹਿਤ ਅਤੇ ਕਲਾ ਦੇ ਸ਼ੌਕੀਨ, ਚੰਗਾ ਸਾਥ ਬਣਦੇ ਹਨ ਅਤੇ ਸਾਥ ਨੂੰ ਚੰਗੀ ਤਰ੍ਹਾਂ ਮਾਣਦੇ ਹਨ।

ਜਿਨ੍ਹਾਂ ਨੂੰ ਵਿਆਹ ਤੋਂ ਪਹਿਲਾਂ ਪਿਆਰ ਦਾ ਅਨੁਭਵ ਹੋਇਆ ਹੁੰਦਾ ਹੈ, ਉਹ ਚੰਗੇ ਪਤੀ ਜਾਂ ਪਤਨੀ ਸਾਬਤ ਹੁੰਦੇ ਹਨ, ਕਿਉਂਕਿ ਇਸਤਰੀ ਨੂੰ ਪੁਰਸ਼ ਦੇ ਅਤੇ ਪੁਰਸ਼ ਨੂੰ ਇਸਤਰੀ ਦੇ, ਔਸਤ ਸੁਭਾਓ ਦਾ ਪਤਾ ਲੱਗ ਚੁੱਕਾ ਹੁੰਦਾ ਹੈ।

ਮਨ, ਬੁੱਧੀ ਅਤੇ ਆਤਮਾ ਦਾ ਕੋਈ ਵੀ ਪ੍ਰਸ਼ਨ ਅਜਿਹਾ ਨਹੀਂ, ਜਿਹੜਾ ਕੁਰਾਨ, ਬਾਈਬਲ, ਰਾਮਾਇਣ ਜਾਂ ਗੁਰੂ ਗ੍ਰੰਥ ਸਾਹਿਬ ਵਿਚ ਨਾ ਵਿਚਾਰਿਆ ਗਿਆ ਹੋਵੇ।

ਭ੍ਰਿਸ਼ਟ ਵਿਅਕਤੀਆਂ ਵਿਚਲੀ ਗੱਲਬਾਤ ਵਿਚ ਗੱਲਾਂ ਦੀ ਵੰਨ-ਸੁਵੰਨਤਾ ਨਹੀਂ ਹੁੰਦੀ।

ਅਜੋਕੇ ਬਜ਼ਾਰਾਂ ਵਿਚ ਸੈਂਕੜੇ ਚੀਜ਼ਾਂ ਅਜਿਹੀਆਂ ਆ ਗਈਆਂ ਹਨ, ਜਿਹੜੀਆਂ ਕੇਵਲ ਨਾਜਾਇਜ਼ ਰਿਸ਼ਤਿਆਂ ਲਈ ਹੀ ਵਰਤੀਆਂ ਜਾ ਸਕਦੀਆਂ ਹਨ।

ਅਸੀਸਾਂ ਨਾਲ ਭਰੀ ਜ਼ਬਾਨ, ਬਦ-ਦੁਆਵਾਂ ਦਾ ਰਾਹ ਰੋਕ ਲੈਂਦੀ ਹੈ।

ਚੰਗੀ ਸ਼ਖ਼ਸੀਅਤ ਦਾ ਮਾਪ ਇਹ ਹੈ ਕਿ ਉਹ ਦੂਜਿਆਂ ਨੂੰ ਮਾਣ ਦਿੰਦੀ ਹੈ।

ਚਿੰਤਕ ਅਤੇ ਕਲਾਕਾਰ ਕਿਸੇ ਕਾਫ਼ਲੇ ਦਾ ਭਾਗ ਨਹੀਂ ਹੁੰਦੇ, ਆਜ਼ਾਦ ਸੋਚਣੀ ਕਾਰਨ, ਇਹ ਹਮੇਸ਼ਾ ਇਕੱਲੇ ਹੁੰਦੇ ਹਨ।

ਜਦੋਂ ਕੋਈ ਇਸਤਰੀ, ਕਿਸੇ ਖੇਤਰ ਵਿਚ, ਆਪਣੀ ਥਾਂ ਬਣਾਉਂਦੀ ਹੈ ਤਾਂ ਹਰ ਕੋਈ ਜਾਣਨਾ ਚਾਹੁੰਦਾ ਹੈ ਕਿ ਇਹ ਧੀ ਕਿਨ੍ਹਾਂ ਦੀ ਹੈ?

ਉਦਾਰਤਾ ਉੱਚੇ ਆਦਰਸ਼ਾਂ ਵਿਚੋਂ ਉਪਜਦੀ ਹੈ, ਪ੍ਰੇਮ ਅਤੇ ਹਮਦਰਦੀ ਇਸ ਉਦਾਰਤਾ ਦੇ ਮੋਢੇ ਹੁੰਦੇ ਹਨ।

ਜਿਉਂ-ਜਿਉਂ ਰਿਸ਼ਤੇ ਝੂਠੇ ਪੈਂਦੇ ਜਾ ਰਹੇ ਹਨ, ਤਿਉਂ-ਤਿਉਂ ਮਨੁੱਖ ਦੀ ਪੈਸੇ ਉਤੇ ਨਿਰਭਰਤਾ ਵੱਧਦੀ ਜਾ ਰਹੀ ਹੈ।

ਸੰਕਟ ਦੀਆਂ ਘੜੀਆਂ ਦੌਰਾਨ ਭ੍ਰਿਸ਼ਟ ਨਹੀਂ, ਈਮਾਨਦਾਰ ਅੱਗੇ ਆਉਂਦੇ ਹਨ।

ਭਾਰਤ ਛੁੱਟੀ-ਪ੍ਰਧਾਨ ਦੇਸ਼ ਹੈ, ਇਥੇ ਹਫ਼ਤੇ ਵਿਚ ਦਿਨ ਸੱਤ ਹੁੰਦੇ ਹਨ ਅਤੇ ਤਿਉਹਾਰ ਅੱਠ ਹੁੰਦੇ ਹਨ।

ਮਾਨਤਾ ਦੀ ਭੁੱਖ ਵਾਲੇ ਮਨੁੱਖ ਨੂੰ ਭੈੜਾ ਸਮਾਜ ਵੀ ਚੰਗਾ-ਚੰਗਾ ਲਗਦਾ ਹੈ।

ਹੁਣ ਦੇਸ਼-ਪਿਆਰ ਦੀਆਂ ਗੱਲਾਂ ਕੇਵਲ ਸਕੂਲੀ ਬੱਚੇ ਹੀ ਸੁਣਦੇ ਹਨ।

ਕੁੱਤੇ ਨੂੰ ਵਫ਼ਾਦਾਰੀ ਅਤੇ ਮਨੁੱਖ ਨੂੰ ਬੇਵਫ਼ਾਈ ਸਿਖਣ ਦੀ ਲੋੜ ਨਹੀਂ ਪੈਂਦੀ।

ਸਵਰਗ ਜਾਓ, ਨਜ਼ਾਰੇ ਵੇਖਣ ਲਈ ਪਰ ਦਿਲਚਸਪ ਸਾਥ ਦਾ ਆਨੰਦ, ਨਰਕ ਵਿਚ ਹੀ ਮਿਲੇਗਾ।

ਸਿਆਣੇ ਵਿਦਿਆਰਥੀ, ਅਧਿਆਪਕਾਂ ਦਾ ਇਮਤਿਹਾਨ ਲੈਂਦੇ ਰਹਿੰਦੇ ਹਨ।

ਦੁਖੀ ਨੂੰ ਆਪਣੀ ਕਹਾਣੀ ਸੁਣਾਉਣ ਦਿਓ, ਸੁਣੋ, ਉਸ ਨੂੰ ਹੋਰ ਕੁਝ ਨਹੀਂ ਚਾਹੀਦਾ।

ਜਦੋਂ ਲੋਕ ਕਿਸੇ ਸਿਧਾਂਤ ਬਾਰੇ ਕੱਟੜ ਹੋ ਜਾਂਦੇ ਹਨ ਤਾਂ ਅਸਲ ਵਿਚ ਨੁਕਸ ਲੋਕਾਂ ਵਿਚ ਨਹੀਂ, ਉਸ ਸਿਧਾਂਤ ਵਿਚ ਹੁੰਦਾ ਹੈ।

ਜੇ ਜ਼ਿੰਦਗੀ ਭਰਪੂਰ ਢੰਗ ਨਾਲ ਜੀਵੀ ਜਾਵੇ ਤਾਂ ਬੁਢਾਪੇ ਵਿਚ, ਜਵਾਨਾਂ ਨੂੰ ਵੇਖ ਕੇ, ਸਾੜਾ ਨਹੀਂ ਹੋਵੇਗਾ।

ਹਰ ਕੋਈ ਮੌਤ ਦੀ ਅਸਲੀਅਤ ਜਾਣਦਾ ਹੁੰਦਾ ਹੈ ਪਰ ਹਰ ਕੋਈ ਸਮਝਦਾ ਹੈ ਕਿ ਇਹ ਦੂਜਿਆਂ ਲਈ ਹੈ।

ਅੱਧਖੜ ਉਮਰ ਉਸ ਨੂੰ ਕਹਿੰਦੇ ਹਨ ਜਦੋਂ ਮਨ ਦੀ ਚੌੜਾਈ ਅਤੇ ਕਮਰ ਦਾ ਪਤਲਾਪਣ ਥਾਂ ਬਦਲ ਲੈਂਦੇ ਹਨ।

ਦਾਦਾ ਜੀ ਜਾਂ ਪਿਤਾ ਜੀ, ਕਿਤਨੇ ਵੀ ਲੰਮੇ ਰਹੇ ਹੋਣ, ਪੁੱਛਣ ਉਤੇ ਸਾਨੂੰ ਆਪਣਾ ਕੱਦ ਹੀ ਦੱਸਣਾ ਪਵੇਗਾ।

ਰੁਕਾਵਟਾਂ ਉਦੋਂ ਹੀ ਦਿਸਦੀਆਂ ਹਨ, ਜਦੋਂ ਨਿਸ਼ਾਨੇ ਤੋਂ ਨਜ਼ਰ ਹਟ ਜਾਵੇ।

ਬੀਮਾਰੀ ਸਾਨੂੰ ਆਪਣੇ ਆਪ ਨਾਲ ਗੱਲਾਂ ਕਰਨ ਦੀ ਸਹੂਲਤ ਦਿੰਦੀ ਹੈ।

ਯੂਨੀਵਰਸਿਟੀਆਂ ਅਤੇ ਕਾਲਜਾਂ ਦਾ ਅਸਲ ਯੋਗਦਾਨ ਹਰ ਖੇਤਰ ਲਈ ਚੰਗੇ ਆਗੂ ਪੈਦਾ ਕਰਨਾ ਹੁੰਦਾ ਹੈ।

ਧਰਮ, ਮਨੁੱਖ ਦੀ ਬੇਵਸੀ ਦਾ ਇਲਾਜ ਹੈ।

ਗਲਤ ਕੰਮ ਕਰਨ ਦਾ ਕੋਈ ਠੀਕ ਢੰਗ ਨਹੀਂ ਹੁੰਦਾ।

ਪੰਛੀ ਇਸ ਲਈ ਚੰਗੇ ਲਗਦੇ ਹਨ, ਕਿਉਂਕਿ ਮਨੁੱਖ ਵਿਚ ਆਪ ਉਡਣ ਦੀ ਇੱਛਾ ਹੈ; ਸੱਪ ਇਸ ਲਈ ਚੰਗਾ ਨਹੀਂ ਲਗਦਾ, ਕਿਉਂਕਿ ਮਨੁੱਖ ਵਿਚ ਰੀਂਗਣ ਪ੍ਰਤੀ ਨਫ਼ਰਤ ਹੈ।

ਆਖਰ ਚੁੱਪ ਵੀ ਚੁੱਪ ਰਹਿ-ਰਹਿ ਕੇ ਥੱਕ ਜਾਂਦੀ ਹੈ, ਇਸੇ ਕਰਕੇ ਲੰਮੀ ਚੁੱਪ ਉਪਰੰਤ, ਮਨੁੱਖ ਬੋਲਦਾ ਨਹੀਂ, ਗਰਜਦਾ ਹੈ।

ਧਾਰਮਿਕ ਯਾਤਰਾ ਦਾ ਮਹੱਤਵ ਉਸ ਦੀ ਔਖ ਵਿਚ ਹੁੰਦਾ ਹੈ, ਜਿਥੇ ਔਖ ਨਹੀਂ ਹੁੰਦੀ, ਉਸ ਨੂੰ ਯਾਤਰਾ ਨਹੀਂ, ਸੈਰ-ਸਪਾਟਾ ਕਿਹਾ ਜਾਂਦਾ ਹੈ।

ਧੀਆਂ-ਪੁੱਤਰਾਂ ਦੀ ਉਮਰ ਕੋਈ ਵੀ ਹੋਵੇ, ਮਾਂ ਉਨ੍ਹਾਂ ਨੂੰ ਨਿਆਣੇ ਸਮਝ ਕੇ ਹੀ ਹਦਾਇਤਾਂ ਅਤੇ ਨਸੀਹਤਾਂ ਦਿੰਦੀ ਰਹਿੰਦੀ ਹੈ।

ਆਪਣੀਆਂ ਗਲਤੀਆਂ ਨੂੰ ਗਲਤੀਆਂ ਨਹੀਂ, ਤਜਰਬਾ ਕਿਹਾ ਜਾਂਦਾ ਹੈ।

ਜ਼ਰੂਰੀ ਨਹੀਂ ਕਿ ਯੁੱਧ ਸਰਹੱਦਾਂ 'ਤੇ ਹੀ ਹੋਵੇ, ਜਿਥੇ ਵੀ ਯੁੱਧ ਹੁੰਦਾ ਹੈ ਉਥੇ ਸਰਹੱਦਾਂ ਉਪਜ ਪੈਂਦੀਆਂ ਹਨ।

ਪਿੰਡ ਵਿਚ ਜਿਹੜਾ ਪਰਿਵਾਰ ਇਕ ਵਾਰ ਟਿੱਚਰਾਂ ਦਾ ਨਿਸ਼ਾਨਾ ਬਣ ਜਾਵੇ, ਫਿਰ ਪੁਸ਼ਤਾਂ ਤਕ ਬਣਿਆ ਹੀ ਰਹਿੰਦਾ ਹੈ।

ਜਦੋਂ ਕਿਸਾਨ, ਜ਼ਮੀਨ ਵਿਚਲੀ ਫ਼ਸਲ ਦੀ ਥਾਂ ਜ਼ਮੀਨ ਹੀ ਖਾਣ ਲਗ ਪਵੇ, ਉਹ ਅੰਤ ਵਿਚ ਜਾਂ ਕਤਲ ਕਰਦਾ ਹੈ ਜਾਂ ਆਤਮਘਾਤ।

ਸਹੁਰੇ ਘਰ ਵਿਚ ਧੀ ਦਾ ਖਿੜਿਆ ਚਿਹਰਾ ਵੇਖ ਕੇ, ਮਾਂ ਨੂੰ ਸਭ ਸਵਾਲਾਂ ਦੇ ਜਵਾਬ ਮਿਲ ਜਾਂਦੇ ਹਨ।

ਖੇਡਾਂ, ਸੁਤੰਤਰਤਾ ਅਤੇ ਮੁਕਾਬਲੇ ਦੀ ਭਾਵਨਾ ਦਾ ਅਹਿਸਾਸ ਕਰਵਾਉਣ ਕਾਰਨ, ਹਰ ਕਿਸੇ ਨੂੰ ਚੰਗੀਆਂ ਲਗਦੀਆਂ ਹਨ।

ਸ਼ਕਤੀਸ਼ਾਲੀ ਸਮਾਜਾਂ ਵਿਚ, ਸਮਾਗਮ ਦੌਰਾਨ ਕੁਝ ਵੀ ਵਾਪਰ ਜਾਵੇ, ਸਮਾਗਮ ਚਲਦਾ ਰਹਿੰਦਾ ਹੈ।

ਕਿਸੇ ਕਲਾ ਨੂੰ ਸਿਖ ਤਾਂ ਅਸੀਂ ਕੁਝ ਦਿਨਾਂ ਵਿਚ ਹੀ ਜਾਂਦੇ ਹਾਂ ਪਰ ਨਿਪੁੰਨ ਹੋਣ ਵਿਚ ਸਾਰੀ ਉਮਰ ਲਗ ਜਾਂਦੀ ਹੈ।

ਜੇ ਭੁੱਖ ਲਗੀ ਹੋਵੇ ਤਾਂ ਭੋਜਨ ਵਿਚੋਂ ਸੁਆਦ ਉੱਛਲਦਾ ਹੈ।

ਬੱਚਿਆਂ ਨੂੰ ਕੁੱਟਣ ਵਾਲੇ ਮਾਪੇ ਅਤੇ ਅਧਿਆਪਕ, ਕਲਪਨਾ ਅਤੇ ਵਿਚਾਰਾਂ ਦੇ ਪੱਖੋਂ ਕੰਗਾਲ ਹੁੰਦੇ ਹਨ।

ਥਕਾਵਟ ਵਿਚੋਂ, ਨਵੇਂ ਵਿਚਾਰ ਨਹੀਂ ਉਪਜਦੇ, ਸਗੋਂ ਪੱਕੇ ਹੋਏ ਵਿਚਾਰ ਵੀ ਗਲਤ ਲੱਗਣ ਲਗ ਪੈਂਦੇ ਹਨ।

ਕਾਮ ਉਤੇ ਲਗੀਆਂ ਸਾਰੀਆਂ ਕਾਨੂੰਨੀ ਅਤੇ ਸਮਾਜਿਕ ਪਾਬੰਦੀਆਂ, ਤੋੜੀਆਂ ਗਈਆਂ ਹਨ ਜਾਂ ਤੋੜੀਆਂ ਜਾ ਰਹੀਆਂ ਹਨ।

ਮਨੁੱਖ ਉਨ੍ਹਾਂ ਲੋਕਾਂ ਤੋਂ ਹੀ ਅੱਕਦਾ ਹੈ, ਜਿਨ੍ਹਾਂ ਤੋਂ ਨਾ ਅੱਕਣਾ ਉਸ ਦਾ ਕੰਮ ਹੁੰਦਾ ਹੈ।

ਅਨੇਕਾਂ ਘਰ ਇਸ ਲਈ ਬਰਬਾਦ ਹੋ ਰਹੇ ਹਨ, ਕਿਉਂਕਿ ਉਨ੍ਹਾਂ ਨੇ ਪਰਮਾਤਮਾ ਨੂੰ ਘਰੋਂ ਬਾਹਰ ਕੱਢ ਦਿਤਾ ਹੈ।

ਕਿਸੇ ਨੂੰ ਪਸੰਦ ਕਰਨ ਤੋਂ ਪਹਿਲੇ, ਅਸੀਂ ਆਪਣੇ ਆਪ ਨੂੰ ਪਸੰਦ ਕਰਦੇ ਹਾਂ।

ਜ਼ਿੰਮੇਵਾਰੀ ਉਥੇ ਹੁੰਦੀ ਹੈ, ਜਿਥੇ ਜ਼ਿੰਮੇਵਾਰੀ ਦੇ ਪੈਸੇ ਮਿਲਣ ਜਾਂ ਪ੍ਰਸੰਸਾ ਮਿਲੇ।

ਮਨੁੱਖ ਬਹੁਤਾ ਚਿਰ ਸੰਤੁਸ਼ਟ ਰਹਿ ਨਹੀਂ ਸਕਦਾ, ਇਸ ਲਈ ਉਹ ਅਸੰਤੁਸ਼ਟ ਹੋਣ ਦਾ ਕੋਈ ਨਾ ਕੋਈ ਕਾਰਨ ਲੱਭ ਲੈਂਦਾ ਹੈ।

ਜਦੋਂ ਕੋਈ ਜਵਾਨ ਲੜਕਾ ਕਿਸੇ ਸੋਹਣੀ ਲੜਕੀ ਨੂੰ ਵੇਖਦਾ ਹੈ ਤਾਂ ਸੋਚਦਾ ਹੈ, ਇਸ ਨਾਲ ਭਾਵੇਂ ਨਾ ਹੋਵੇ ਪਰ ਇਸ ਵਰਗੀ ਨਾਲ ਹੀ ਵਿਆਹ ਕਰਾਵਾਂਗਾ।

ਜਦੋਂ ਤਕ ਮੁਕਾਬਲਾ ਨਹੀਂ ਹੁੰਦਾ, ਉਦੋਂ ਤਕ ਨਾ ਨਵੀਆਂ ਕਾਢਾਂ ਉਪਜਦੀਆਂ ਹਨ ਨਾ ਨਵੇਂ ਵਿਚਾਰ ਉਪਜਦੇ ਹਨ।

ਦਾਨ ਅਕਸਰ ਆਪਣੀ ਮਿਹਨਤ ਦੀ ਕਮਾਈ ਵਿਚੋਂ ਦਿਤਾ ਜਾਂਦਾ ਹੈ, ਵਿਰਸੇ ਵਿਚੋਂ ਮਿਲੀ ਜਾਇਦਾਦ ਵਿਚੋਂ ਕੋਈ ਦਾਨ ਨਹੀਂ ਦਿੰਦਾ।

ਪ੍ਰੇਮੀ, ਮਿਲਾਪ ਦੇ ਦਿਨਾਂ ਦਾ ਅਤੇ ਵਿਛੋੜੇ ਦੇ ਸਾਲਾਂ ਦਾ ਹਿਸਾਬ ਲਾਉਂਦੇ ਰਹਿੰਦੇ ਹਨ।

ਮਹਾਨ ਵਿਅਕਤੀ ਅਤੀਤ ਦੀਆਂ ਗੱਲਾਂ ਨਹੀਂ ਕਰਦੇ, ਅਤੀਤ ਦੀਆਂ ਗੱਲਾਂ ਕਰਨ ਵਾਲੇ ਮਹਾਨ ਨਹੀਂ ਹੁੰਦੇ।

ਮਾਪੇ, ਸਾਨੂੰ ਸਾਡੇ ਜਨਮ ਤੋਂ, ਆਪਣੇ ਮਰਨ ਤਕ ਜਾਣਦੇ ਹੁੰਦੇ ਹਨ, ਇਹ ਸਭ ਤੋਂ ਲੰਮੀ ਜਾਣ-ਪਛਾਣ ਹੁੰਦੀ ਹੈ।

ਅਤੀਤ, ਵਰਤਮਾਨ ਨਾਲ ਕਦਮ ਮਿਲਾ ਕੇ ਨਹੀਂ ਚਲ ਸਕਦਾ।

ਸੂਰਜ ਦੇ ਤਵੇ 'ਤੇ ਹਰ ਵੇਲੇ ਅਸੰਖਾਂ ਦਾ ਭੋਜਨ ਪੱਕ ਰਿਹਾ ਹੁੰਦਾ ਹੈ।

ਜਿਹੜੇ ਪੱਥਰ ਮਿਹਨਤ ਕਰਦੇ ਰਹਿੰਦੇ ਹਨ, ਉਹ ਹੀਰੇ ਬਣ ਜਾਂਦੇ ਹਨ।

ਅਤੀਤ ਵਿਚ ਅਸੀਂ ਦੂਰ ਤਕ ਵੇਖ ਸਕਦੇ ਹਾਂ, ਭਵਿਖ ਵਿਚ ਦੂਰ ਤਕ ਵੇਖਣ ਦੀ ਸਹੂਲਤ ਨਹੀਂ ਹੁੰਦੀ।

ਜ਼ਿੰਦਗੀ ਵਿਚ ਪਛਤਾਵੇ ਨਹੀਂ ਹੁੰਦੇ, ਸਬਕ ਹੁੰਦੇ ਹਨ; ਜੇ ਸਬਕ ਨਾ ਸਿਖੀਏ ਤਾਂ ਇਹ ਪਛਤਾਵੇ ਬਣ ਜਾਂਦੇ ਹਨ।

ਇਕ ਹੱਥ ਕਦੇ ਦੂਜੇ ਹੱਥ ਨੂੰ ਜ਼ਖਮੀ ਨਹੀਂ ਕਰਦਾ, ਕਿਉਂਕਿ ਇਕ ਜਾਣਦਾ ਹੁੰਦਾ ਹੈ ਕਿ ਉਸ ਨੂੰ ਦੂਜੇ ਦੀ ਲੋੜ ਹੈ।

ਮਾਪੇ ਬਣ ਕੇ, ਸਾਨੂੰ ਆਪਣੇ ਅੱਕਣ ਅਤੇ ਥੱਕਣ ਦੀ ਯੋਗਤਾ ਦਾ ਪਤਾ ਲਗ ਜਾਂਦਾ ਹੈ।

ਸਫਲ ਪਤਨੀ, ਪਤੀ ਨੂੰ ਕਹਿੰਦੀ ਹੈ, ਜੇ ਤੁਸੀਂ ਘਰ ਛੱਡ ਕੇ ਜਾਓ ਤਾਂ ਮੈਨੂੰ ਵੀ ਨਾਲ ਲੈ ਜਾਣਾ।

ਕਈ ਸੋਚਦੇ ਹਨ; ਜ਼ਿੰਦਗੀ ਜਿਊਣੀ ਕੀ ਔਖੀ ਹੈ, ਅੱਧਾ ਸਮਾਂ ਤਾਂ ਸੌਣਾ ਹੀ ਹੁੰਦਾ ਹੈ।

ਵਿਹਲਿਆਂ ਕੋਲ, ਬਹਾਨਿਆਂ ਦੇ ਰੁਝੇਵੇਂ ਹੁੰਦੇ ਹਨ।

ਆਪਣੀ ਪ੍ਰਸੰਸਾ ਅਤੇ ਦੂਜਿਆਂ ਦੀ ਨਿੰਦਾ ਸੁਣਨੀ, ਸਭਨੀਂ ਥਾਈਂ, ਉੱਚੇ ਅਹੁਦਿਆਂ ਦਾ ਸੁਭਾਓ ਹੁੰਦੀ ਹੈ।

ਹਰ ਅਮੀਰ ਦਾ ਕੋਈ ਨਾ ਕੋਈ ਗਰੀਬ ਰਿਸ਼ਤੇਦਾਰ ਹੁੰਦਾ ਹੈ, ਜਿਸ ਤੋਂ ਉਹ ਪ੍ਰੇਸ਼ਾਨ ਹੁੰਦਾ ਰਹਿੰਦਾ ਹੈ।

ਨੌਕਰ ਦੀ ਯੋਗਤਾ, ਮਾਲਕ ਦੀ ਗੈਰ-ਹਾਜ਼ਰੀ ਵਿਚ ਪ੍ਰਗਟ ਹੁੰਦੀ ਹੈ।

ਤੂਫ਼ਾਨ ਵਿਚੋਂ ਬੇੜੀ, ਤਾਕਤ ਨਾਲ ਨਹੀਂ, ਜੁਗਤ ਨਾਲ ਬਚਾਈ ਜਾਂਦੀ ਹੈ।

ਸਿਆਣਪ ਤੋਂ ਬਿਨਾਂ, ਚੁੱਪ ਰਹਿਣਾ ਸੰਭਵ ਨਹੀਂ ਹੁੰਦਾ।

ਤੀਰ-ਅੰਦਾਜ਼ ਆਪਣੇ ਤੀਰਾਂ ਕਰਕੇ ਨਹੀਂ, ਨਿਸ਼ਾਨੇ ਕਰਕੇ ਜਾਣਿਆ ਜਾਂਦਾ ਹੈ।

ਇਲਾਜ ਨੀਂਦਰ ਕਰਦੀ ਹੈ, ਪ੍ਰਸੰਸਾ ਦਵਾਈ ਦੀ ਹੁੰਦੀ ਹੈ।

ਯਾਤਰਾ ਦੌਰਾਨ ਲਗਭਗ ਪੰਜ ਘੰਟੇ ਹੀ ਨੀਂਦਰ ਆਉਂਦੀ ਹੈ, ਵਿਦਿਆਰਥੀ ਲਗਭਗ ਸੱਤ ਘੰਟੇ ਸੌਂਦੇ ਹਨ, ਦੁਕਾਨਦਾਰ ਅੱਠ ਘੰਟੇ ਤੋਂ ਵੱਧ ਸੌਂ ਨਹੀਂ ਸਕਦਾ ਪਰ ਮੂਰਖਾਂ ਦਾ ਗਿਆਰ੍ਹਾਂ ਘੰਟੇ ਦੀ ਨੀਂਦ ਤੋਂ ਘੱਟ ਸਰਦਾ ਨਹੀਂ।

ਪੈਸੇ ਨਾਲ ਚਿੰਤਾ ਉਪਜਦੀ ਹੈ, ਪੈਸੇ ਤੋਂ ਬਿਨਾਂ ਪ੍ਰੇਸ਼ਾਨੀਆਂ ਉਪਜਦੀਆਂ ਹਨ।

ਚੰਗੇ ਬੰਦੇ ਮਰ ਕੇ ਦੱਸਦੇ ਹਨ ਕਿ ਜਿਊਣਾ ਕਿਵੇਂ ਹੈ।

ਗਿਆਨ ਅਜਿਹੇ ਢੰਗ ਨਾਲ ਦੇਣਾ ਚਾਹੀਦਾ ਹੈ ਕਿ ਵਿਦਿਆਰਥੀ ਗਿਆਨ ਨੂੰ ਤੋਹਫ਼ਾ ਸਮਝਣ, ਨਾ ਕਿ ਸਜ਼ਾ।

ਜੇ ਮਾਲਕ ਲਾਪ੍ਰਵਾਹ ਹੋਵੇਗਾ ਤਾਂ ਨੌਕਰ ਬੇਈਮਾਨ ਹੋਣਗੇ।

ਜਿਹੜਾ ਦੇਣ ਦੀ ਅਮੀਰੀ ਵਿਖਾਉਂਦਾ ਹੈ, ਪਰਮਾਤਮਾ ਆਪ ਉਸ ਦਾ ਖਜ਼ਾਨਚੀ ਬਣ ਜਾਂਦਾ ਹੈ।

ਨਾਂ ਯਾਦ ਰੱਖਣ ਨਾਲੋਂ, ਚਿਹਰੇ ਯਾਦ ਰਖਣੇ ਸੌਖੇ ਹੁੰਦੇ ਹਨ।

ਖੁਲ੍ਹੇ ਪੈਸੇ, ਜਵਾਨੀ ਨੂੰ ਤਬਾਹ ਕਰ ਦਿੰਦੇ ਹਨ ਅਤੇ ਪੈਸਿਆਂ ਦੀ ਤੰਗੀ, ਬੁਢਾਪੇ ਨੂੰ ਬਰਬਾਦ ਕਰ ਦਿੰਦੀ ਹੈ।

ਵਿਦਿਆਰਥੀ ਪੜ੍ਹਾਈ ਤੋਂ ਨਹੀਂ ਡਰਦੇ, ਇਮਤਿਹਾਨਾਂ ਦੇ ਨਤੀਜਿਆਂ ਤੋਂ ਡਰਦੇ ਹਨ।

ਮਹਾਂਭਾਰਤ ਬਾਰੇ ਕਿਹਾ ਜਾਂਦਾ ਹੈ: ਜੋ ਇਸ ਵਿਚ ਹੈ, ਉਹ ਹੋਰ ਕਿਧਰੇ ਨਹੀਂ, ਜੋ ਇਸ ਵਿਚ ਨਹੀਂ ਹੈ, ਉਹ ਕਿਧਰੇ ਵੀ ਨਹੀਂ ਹੈ।

ਵਿਛੋੜੇ ਦਾ ਵੀ ਲਾਭ ਹੁੰਦਾ ਹੈ, ਵਿੱਛੜ ਕੇ ਸਾਨੂੰ ਦੂਜੇ ਦੇ ਮਹੱਤਵ ਦਾ ਪਤਾ ਲਗਦਾ ਹੈ।

ਪਤਨੀ ਹਾਰਨ ਵਾਲੇ ਜੁਆਰੀਏ ਪਤੀ ਨਾਲ ਹੀ ਲੜਦੀ ਹੈ, ਜੇ ਉਹ ਜਿੱਤਦਾ ਰਹੇ ਤਾਂ ਪਤਨੀ ਵੀ ਜੂਆ ਖੇਡਣ ਵਿਚ ਦਿਲਚਸਪੀ ਲੈਣ ਲਗ ਪੈਂਦੀ ਹੈ।

ਚੰਗੇ ਬੰਦੇ, ਦੁੱਖਾਂ ਵਿਚੋਂ ਲੰਘ ਕੇ ਭੈੜੇ ਨਹੀਂ, ਹੋਰ ਚੰਗੇ ਹੋ ਜਾਂਦੇ ਹਨ; ਮੁਸ਼ਕਿਲਾਂ ਨਾਲ ਉਹ ਕੌੜੇ ਨਹੀਂ, ਮਿੱਠੇ ਬਣ ਜਾਂਦੇ ਹਨ।

ਸੰਕਟ ਦਾ ਵੀ ਲਾਭ ਹੁੰਦਾ ਹੈ, ਸੰਕਟ ਵਿਚ ਅਸੀਂ ਸੋਚਦੇ ਹਾਂ, ਸੰਕਟ ਵਿਚ ਸਾਡਾ ਸੋਚਣਾ ਹੀ ਸੰਕਟ ਦਾ ਹੱਲ ਹੋ ਨਿਬੜਦਾ ਹੈ।

ਜਿਨ੍ਹਾਂ ਨੂੰ ਸਮੱਸਿਆਵਾਂ, ਮੁਸ਼ਕਿਲਾਂ ਅਤੇ ਮੁਸੀਬਤਾਂ ਦਾ ਸਾਹਮਣਾ ਨਹੀਂ ਕਰਨਾ ਪੈਂਦਾ, ਉਹ ਵਿਕਾਸ ਵੀ ਨਹੀਂ ਕਰਦੇ।

ਜੀਵਨ ਵਿਚ ਦੁਖੀ ਹੋਣਾ ਲਾਜ਼ਮੀ ਹੈ, ਸੁਖੀ ਹੋਣਾ ਸਾਡੀ ਮਰਜ਼ੀ ਹੁੰਦੀ ਹੈ।

ਕਾਮ ਦੇ ਲੱਖਾਂ ਪੱਖ ਹਨ, ਇਸੇ ਕਰਕੇ ਇਸ ਵਿਚ ਕਰੋੜਾਂ ਦੀ ਦਿਲਚਸਪੀ ਹੈ।

ਸੁਣਨ ਨਾਲ ਮਨੁੱਖ ਸਿਆਣਾ, ਪੜ੍ਹਨ ਨਾਲ ਪ੍ਰਵਾਨ, ਬੋਲਣ ਨਾਲ ਬਲਵਾਨ ਅਤੇ ਲਿਖਣ ਨਾਲ ਵਿਦਵਾਨ ਬਣ ਜਾਂਦਾ ਹੈ।

ਮਹਾਂਪੁਰਸ਼ ਨੂੰ ਜਿਧਰੋਂ ਮਰਜ਼ੀ ਵੇਖੋ, ਉਸ ਦਾ ਕੁਝ ਨਾ ਕੁਝ ਦਿਸਣੋ ਰਹਿ ਜਾਂਦਾ ਹੈ, ਉਸ ਦਾ ਸਮੁੱਚ ਕਦੇ ਵੀ ਸਾਡੀ ਪਕੜ ਵਿਚ ਨਹੀਂ ਆਉਂਦਾ।

ਪ੍ਰਸੰਨ ਵਿਅਕਤੀ ਲਈ ਸਾਰੇ ਮੌਸਮ ਸੁਹਾਵਣੇ ਹੁੰਦੇ ਹਨ।

ਸਾਂਝਾਂ ਨੂੰ ਮਾਣਨ ਅਤੇ ਵੱਖਰੇਵਿਆਂ ਦਾ ਸਤਿਕਾਰ ਕਰਨ ਨਾਲ ਮਨੁੱਖ ਹਰ ਖੇਤਰ ਵਿਚ ਵਿਕਾਸ ਕਰਦਾ ਹੈ।

ਤੋਹਫ਼ਿਆਂ ਨਾਲ ਗੈਰਹਾਜ਼ਰ ਵਿਅਕਤੀ, ਨੇੜਿਓਂ ਵਿਖਾਈ ਦੇਣ ਲਗ ਪੈਂਦਾ ਹੈ।

ਗੱਲਬਾਤ ਦਿਲਚਸਪ ਤਾਂ ਹੀ ਬਣੇਗੀ, ਜੇ ਕਿਤਾਬਾਂ ਪੜ੍ਹਨ ਦੀ ਆਦਤ ਹੋਵੇਗੀ।

ਆਉਣ ਵਾਲਾ ਕੱਲ੍ਹ, ਲੰਘ ਗਏ ਕੱਲ੍ਹ ਨਾਲੋਂ ਵੀ ਵਧੇਰੇ ਸੰਭਾਵਨਾਵਾਂ ਵਾਲਾ ਹੁੰਦਾ ਹੈ।

ਜਿਹੜੇ ਪੜ੍ਹਾਈ ਵਿੱਚੇ ਛੱਡ ਦਿੰਦੇ ਹਨ, ਉਨ੍ਹਾਂ ਦੇ ਬਹਾਨੇ ਹਾਸੋਹੀਣੇ ਹੁੰਦੇ ਹਨ।

ਹਰ ਚੀਜ਼ ਆਪਣੀ ਥਾਂ ਸਿਰ ਹੀ ਫੱਬਦੀ ਹੈ, ਕਈਆਂ ਲਈ ਠੀਕ ਥਾਂ ਜੇਲ੍ਹ ਅਤੇ ਕਈਆਂ ਲਈ ਠੀਕ ਥਾਂ ਪਾਗਲਖਾਨਾ ਹੁੰਦੀ ਹੈ।

ਭਰਾਵਾਂ ਦੀ ਤਾਕਤ, ਭੈਣਾਂ ਦੇ ਆਤਮ-ਵਿਸ਼ਵਾਸ ਵਿਚੋਂ ਝਲਕਦੀ ਹੈ; ਭੈਣਾਂ ਦੀ ਸੁੰਦਰਤਾ, ਭਰਾਵਾਂ ਨੂੰ ਚੁਸਤ ਬਣਾ ਦਿੰਦੀ ਹੈ।

ਕਲਾ ਜ਼ਿੰਦਗੀ ਦੇ ਚਾਨਣੇ ਪੱਖ ਨੂੰ ਪੇਸ਼ ਕਰਦੀ ਹੈ, ਭਾਵੇਂ ਕਿਸੇ ਵਿਰਲਾਪ ਕਰਦੀ ਇਸਤਰੀ ਦਾ ਹੀ ਚਿੱਤਰ ਹੋਵੇ, ਉਹ ਜ਼ਿੰਦਗੀ ਦੇ ਪੱਖ ਵਿਚ ਹੋਵੇਗਾ।

ਬਦਲਾ ਲੈਣ ਵਾਲੇ ਅਤੀਤ ਵਿਚ ਰਹਿੰਦੇ ਹਨ, ਅਤੀਤ ਵਿਚ ਰਹਿਣ ਵਾਲਿਆਂ ਦਾ ਭਵਿਖ ਨਹੀਂ ਹੁੰਦਾ।

ਜਦੋਂ ਕੋਈ ਸਿਰ ਹਿਲਾਵੇ ਪਰ ਹੁੰਗਾਰਾ ਨਾ ਭਰੇ, ਇਹ ਗੱਲਬਾਤ ਮੁਕਾਉਣ ਅਤੇ ਰਵਾਨਾ ਹੋਣ ਦਾ ਇਸ਼ਾਰਾ ਹੁੰਦਾ ਹੈ।

ਹੱਸਣਾ ਸਿਖੋ, ਉਮਰ ਕੋਈ ਹੋਵੇ, ਜਵਾਨ ਮਹਿਸੂਸ ਕਰੋਗੇ।

ਹੱਥ ਮਿਲਾ ਕੇ ਵਿਦਾ ਹੋਣ ਦਾ ਅਰਥ ਹੈ, ਫਿਰ ਮਿਲਾਂਗੇ, ਮਿਲਦੇ ਰਹਾਂਗੇ।

ਮਿੱਤਰ ਬੇਗਾਨੇ ਵੀ ਹੋ ਜਾਣ, ਨਹੀਂ ਭੁਲਣੇ ਚਾਹੀਦੇ, ਕਿਉਂਕਿ ਉਹ ਕਦੇ ਤਾਂ ਸਾਡੇ ਮਿੱਤਰ ਸਨ।

ਪੜ੍ਹਾਈ ਵਿੱਚੇ ਛੱਡਣ ਵਾਲਿਆਂ ਵਿਚ ਕੁਝ ਪੂਰਾ ਕਰਨ ਦੀ ਯੋਗਤਾ ਨਹੀਂ ਹੁੰਦੀ, ਜਿਸ ਕਾਰਨ ਉਹ ਕਿਸੇ ਵੱਡੀ ਜ਼ਿੰਮੇਵਾਰੀ ਦੇ ਯੋਗ ਨਹੀਂ ਸਮਝੇ ਜਾਂਦੇ।

ਸਰਕਾਰੀ ਨੌਕਰੀ ਵਿਚ ਤਰੱਕੀ ਹੁੰਦੀ ਹੈ, ਵਿਕਾਸ ਨਹੀਂ ਵਾਪਰਦਾ।

ਉਚੇਰੀ ਪੜ੍ਹਾਈ ਇਸ ਗੱਲ ਦੀ ਪਰਖ ਹੁੰਦੀ ਹੈ ਕਿ ਕੀ ਅਸੀਂ ਕੋਈ ਔਖਾ ਕੰਮ ਲੰਮਾ ਅਰਸਾ ਕਰ ਸਕਦੇ ਹਾਂ ਕਿ ਨਹੀਂ।

ਕਈ ਵਾਰੀ ਕਿਸੇ ਡਰੇ ਹੋਏ ਨੂੰ ਧਰਵਾਸ ਦੇਣ ਵਾਸਤੇ ਸਾਨੂੰ ਆਪਣੇ ਚਿਹਰੇ ਤੇ ਘਬਰਾਹਟ ਉਪਜਾਉਣੀ ਪੈਂਦੀ ਹੈ।

ਜੇ ਦੋ ਮੁਸੀਬਤਾਂ ਵਿਚੋਂ ਚੋਣ ਕਰਨੀ ਪਵੇ ਤਾਂ ਜਿਹੜੀ ਸੋਹਣੀ ਹੋਵੇ, ਉਸ ਨੂੰ ਚੁਣੋ।

ਅਨੇਕਾਂ ਚੀਜ਼ਾਂ ਹਾਥੀ ਵਾਂਗ ਹੁੰਦੀਆਂ ਹਨ, ਜਿਨ੍ਹਾਂ ਨੂੰ ਅਸੀਂ ਵੇਖਣਾ ਤਾਂ ਚਾਹੁੰਦੇ ਹਾਂ ਪਰ ਖਰੀਦਣਾ ਨਹੀਂ ਚਾਹੁੰਦੇ।

ਵਿਸ਼ਵਾਸ ਕਰਨ ਵਾਲੇ ਧਰਮ ਦੇ ਖੇਤਰ ਵਿਚ ਹੀ ਸਤਿਕਾਰੇ ਜਾਂਦੇ ਹਨ, ਬਾਕੀ ਖੇਤਰਾਂ ਵਿਚ ਵਿਸ਼ਵਾਸ ਦਾ ਕੋਈ ਮਹੱਤਵਪੂਰਨ ਰੋਲ ਨਹੀਂ ਹੁੰਦਾ।

ਸਮੁੰਦਰੀ ਤੱਟਾਂ 'ਤੇ ਰਹਿਣ ਵਾਲਿਆਂ ਦੀ ਆਰਥਿਕ ਪੱਧਰ ਨੀਵੀਂ ਹੋਣ ਦੇ ਬਾਵਜੂਦ, ਉਨ੍ਹਾਂ ਦੀ ਜੀਵਨ ਮਾਣਨ ਦੀ ਪੱਧਰ ਉੱਚੀ ਰਹਿੰਦੀ ਹੈ।

ਜੇਕਰ ਤੁਸੀਂ ਸਭ ਕੁਝ ਜਾਣਦੇ ਹੋ ਤਾਂ ਇਸ ਦਾ ਅਰਥ ਹੈ ਕਿ ਤੁਹਾਡੇ ਕੋਲ ਸਹੀ ਪ੍ਰਕਾਰ ਦਾ ਗਿਆਨ ਨਹੀਂ ਹੈ।

ਯਥਾਰਥ ਦੇ ਕੋਹਜ ਤੋਂ ਬਚਣ ਲਈ ਮਨੁੱਖ ਕਲਾ ਦਾ ਸੁਹਜ ਸਿਰਜਦਾ ਹੈ।

ਯੋਗਤਾ ਉਹ ਕੁਝ ਕਰਦੀ ਹੈ, ਜੋ ਇਹ ਕਰ ਸਕਦੀ ਹੈ; ਨਿਪੁੰਨਤਾ ਉਹ ਕਰਦੀ ਹੈ, ਜੋ ਕਰਨ ਦੀ ਲੋੜ ਹੁੰਦੀ ਹੈ।

ਬਹੁਤੇ ਲੋਕ ਇਸ ਲਈ ਦੁਖੀ ਹੁੰਦੇ ਰਹਿੰਦੇ ਹਨ, ਕਿਉਂਕਿ ਉਨ੍ਹਾਂ ਵਿਚ ਪ੍ਰਸੰਨ ਹੋਣ ਦੀ ਯੋਗਤਾ ਨਹੀਂ ਹੁੰਦੀ।

ਜਦੋਂ ਮੁਸੀਬਤ ਅਤੇ ਹਿੰਮਤ ਇਕ-ਦੂਜੇ ਨੂੰ ਵੰਗਾਰਨ ਲੱਗ ਪੈਣ ਤਾਂ ਜ਼ਿੰਦਗੀ ਦੇ ਨਵੇਂ ਅਨੁਭਵ ਉਪਜਦੇ ਹਨ।

ਜੇ ਤੁਸੀਂ ਉਹੀ ਕੁਝ ਕਰੋਗੇ, ਜੋ ਕਰਦੇ ਰਹੇ ਹੋ ਤਾਂ ਤੁਹਾਨੂੰ ਉਹੀ ਕੁਝ ਮਿਲੇਗਾ, ਜੋ ਪਹਿਲਾਂ ਹੀ ਤੁਹਾਡੇ ਕੋਲ ਹੈ।

ਸੋਹਣੀ ਇਸਤਰੀ, ਇਕ ਪੁਰਸ਼ ਤਕ ਅਤੇ ਤਾਕਤਵਰ ਪੁਰਸ਼, ਇਕ ਇਸਤਰੀ ਤਕ, ਸੀਮਤ ਨਹੀਂ ਰਹਿੰਦੇ।

ਸਭ ਤੋਂ ਔਖੀ ਲੜਾਈ ਆਪਣੇ ਐਬਾਂ ਨਾਲ ਹੁੰਦੀ ਹੈ।

ਇਕ ਚੰਗਾ ਇਨਸਾਨ ਬਣ ਕੇ ਜੀਣਾ ਵੀ ਪਰਉਪਕਾਰ ਹੁੰਦਾ ਹੈ।

ਰਾਜਨੀਤੀ ਵਿਚ ਨਾ ਸਥਾਈ ਮਿੱਤਰ ਹੁੰਦੇ ਹਨ, ਨਾ ਸਥਾਈ ਦੁਸ਼ਮਣ ਹੁੰਦੇ ਹਨ, ਸਥਾਈ ਕੇਵਲ ਸੁਆਰਥ ਹੁੰਦੇ ਹਨ।

ਧਰਮ ਮੰਨਣ ਦਾ ਖੇਤਰ ਹੈ, ਸੋਚਣ ਦਾ ਨਹੀਂ।

ਕੋਈ ਵੀ ਫ਼ਿਲਾਸਫ਼ਰ, ਕਿਸੇ ਦੂਜੇ ਫ਼ਿਲਾਸਫ਼ਰ ਨਾਲ ਸਹਿਮਤ ਨਹੀਂ ਹੁੰਦਾ।

ਜਦੋਂ ਬਜ਼ੁਰਗਾਂ ਕੋਲ ਸਾਰੇ ਪ੍ਰਸ਼ਨਾਂ ਦੇ ਉੱਤਰ ਹੋ ਜਾਂਦੇ ਹਨ ਤਾਂ ਕੋਈ ਉਨ੍ਹਾਂ ਤੋਂ ਕੁਝ ਪੁੱਛਦਾ ਹੀ ਨਹੀਂ।

ਸੈਰ ਕਰਦਿਆਂ, ਚੰਗੇ ਵਿਚਾਰ ਹੀ ਨਹੀਂ ਸੁਝਦੇ, ਭੈੜੀਆਂ ਸੋਚਾਂ ਤੋਂ ਛੁਟਕਾਰਾ ਵੀ ਮਿਲਦਾ ਹੈ।

ਜਿਹੜੀਆਂ ਚੀਜ਼ਾਂ ਅਸੰਭਵ ਲਗਦੀਆਂ ਹਨ, ਉਨ੍ਹਾਂ ਨੂੰ ਕਰਨ ਵਿਚ ਕੁਝ ਵਾਧੂ ਦੇਰ ਹੀ ਲਗਦੀ ਹੈ ਅਤੇ ਉਹ ਅਚਾਨਕ ਸੰਭਵ ਹੋ ਜਾਂਦੀਆਂ ਹਨ।

ਬੀ.ਏ. ਪਾਸ ਵਿਅਕਤੀ ਪੁਲੀਸ ਵਿਚ ਭਰਤੀ ਹੋ ਕੇ, ਤਿੰਨ-ਚਾਰ ਸਾਲਾਂ ਵਿਚ ਅੱਠਵੀਂ ਜਿਤਨੀ ਯੋਗਤਾ ਵਾਲਾ ਰਹਿ ਜਾਂਦਾ ਹੈ; ਇਕ ਅਨਪੜ੍ਹ, ਸਕੂਲ ਵਿਚ ਨੌਕਰ ਹੋ ਕੇ, ਤਿੰਨ-ਚਾਰ ਸਾਲਾਂ ਵਿਚ ਅੱਠਵੀਂ ਜਿਤਨੀ ਯੋਗਤਾ ਉਪਜਾ ਲੈਂਦਾ ਹੈ।

ਚਲਾਕੀ, ਨਾਲਾਇਕੀ ਵਿਚੋਂ ਉਪਜਦੀ ਹੈ।

ਜਿਨ੍ਹਾਂ ਦੀ ਯਾਦ ਸ਼ਕਤੀ ਬਹੁਤ ਤੇਜ਼ ਹੁੰਦੀ ਹੈ, ਉਹ ਸੋਚ ਦੇ ਪਖੋਂ ਬੜੇ ਖੁੰਢੇ ਹੁੰਦੇ ਹਨ।

ਭੈੜੀਆਂ ਆਦਤਾਂ ਜੇ ਲੋਪ ਵੀ ਹੋ ਜਾਣ ਤਾਂ ਵੀ ਉਨ੍ਹਾਂ ਦੇ ਨਿਸ਼ਾਨ ਬਣੇ ਰਹਿੰਦੇ ਹਨ।

ਵਿਦਵਾਨ ਦਾ ਦਿਮਾਗ ਸਵੈ-ਵਿਰੋਧੀ ਵਿਚਾਰਾਂ ਦਾ ਖਜ਼ਾਨਾ ਹੁੰਦਾ ਹੈ, ਕਿਉਂਕਿ ਉਥੇ ਹਰੇਕ ਵਿਚਾਰ ਲਈ ਖੁਲ੍ਹੀ ਥਾਂ ਹੁੰਦੀ ਹੈ।

ਵਿਵਾਦ, ਉਸ ਝਗੜੇ ਨੂੰ ਕਹਿੰਦੇ ਹਨ, ਜਿਸ ਦੇ ਦੋਵੇਂ ਪਾਸੇ ਸ਼ੋਰ ਬੜਾ ਹੁੰਦਾ ਹੈ ਪਰ ਕੋਈ ਦਲੀਲ ਨਹੀਂ ਹੁੰਦੀ।

ਵਿਗਿਆਨ ਸਾਰੇ ਸੰਸਾਰ ਦਾ ਸਾਂਝਾ ਹੈ, ਧਰਮ ਸਭਨੀ ਥਾਈਂ ਵੰਡੇ ਹੋਏ ਹਨ।

ਜੇ ਕਿਸੇ ਖ਼ਤ ਵਿਚ ਕੋਈ ਲਾਈਨ ਕੱਟੀ ਹੋਵੇ ਤਾਂ ਉਸ ਨੂੰ ਹਰ ਹੀਲੇ ਪੜ੍ਹਨ ਦਾ ਉਪਰਾਲਾ ਕੀਤਾ ਜਾਂਦਾ ਹੈ।

ਘਰ ਵਿਚ ਆਪਸੀ ਉਚੇਚ ਨਹੀਂ ਹੁੰਦਾ, ਇਸੇ ਕਰਕੇ ਘਰ ਵਿਚ ਅਸੀਂ ਸੁਖਾਲੇ ਮਹਿਸੂਸ ਕਰਦੇ ਹਾਂ।

ਅਗਿਆਨਤਾ ਦਾ ਵੀ ਲਾਭ ਹੁੰਦਾ ਹੈ, ਜੇ ਸਭ ਕੁਝ ਪਤਾ ਹੁੰਦਾ ਤਾਂ ਜੀਵਨ ਸੁੱਖਦਾਈ ਨਹੀਂ, ਦੁੱਖਦਾਈ ਹੋਣਾ ਸੀ।

ਪੁਰਸ਼ਾਂ ਦੇ ਮੁਕਾਬਲੇ, ਇਸਤਰੀਆਂ ਦਾ ਮਨੋਵਿਸ਼ਲੇਸ਼ਣ ਕਰਨਾ ਔਖਾ ਹੁੰਦਾ ਹੈ।

ਜੇਕਰ ਹਰ ਕੋਈ ਸਾਨੂੰ ਪਿਆਰ ਹੀ ਕਰੇ ਤਾਂ ਇਸ ਨਾਲ ਅਸੀਂ ਮਜ਼ਬੂਤ ਨਹੀਂ, ਕਮਜ਼ੋਰ ਹੋ ਜਾਵਾਂਗੇ।

ਆਪਣੇ ਸਰੀਰ ਨੂੰ ਕੋਈ ਨਫ਼ਰਤ ਨਹੀਂ ਕਰਦਾ ਅਤੇ ਵਿਰੋਧੀ ਦੀ ਅਕਲ ਨੂੰ ਕੋਈ ਪਿਆਰ ਨਹੀਂ ਕਰਦਾ।

ਕਿਸੇ ਨੂੰ ਭੰਡਣ ਵਾਸਤੇ ਅਕਲ ਦੀ ਲੋੜ ਨਹੀਂ ਪੈਂਦੀ, ਇਸੇ ਕਰਕੇ ਸਮਝ ਤੋਂ ਕੋਰੇ ਪੁਰਸ਼, ਇਸਤਰੀ ਨੂੰ ਭੰਡਦੇ ਰਹਿੰਦੇ ਹਨ।

ਦੁਸ਼ਮਣ ਨੂੰ ਮੁਆਫ਼ ਕਰਨਾ, ਦੋਸਤ ਨੂੰ ਮੁਆਫ਼ ਕਰਨ ਨਾਲੋਂ ਸੌਖਾ ਹੁੰਦਾ ਹੈ, ਕਿਉਂਕਿ ਦੁਸ਼ਮਣ ਨੇ ਕੇਵਲ ਦੁਸ਼ਮਣੀ ਕੀਤੀ ਹੁੰਦੀ ਹੈ, ਜਦੋਂ ਕਿ ਦੋਸਤ ਨੇ ਦੋਸਤੀ ਦੇ ਪਰਦੇ ਹੇਠ, ਧੋਖਾ ਦਿਤਾ ਹੁੰਦਾ ਹੈ।

ਜੇ ਮੁਜਰਿਮ ਸੋਹਣੀ ਔਰਤ ਹੋਵੇ ਤਾਂ ਉਸ ਦਾ ਜੁਰਮ, ਜੁਰਮ ਨਹੀਂ, ਇਕ ਗਲਤੀ ਹੀ ਪ੍ਰਤੀਤ ਹੁੰਦੀ ਹੈ।

ਮਨੁੱਖ ਜੋ ਕੁਝ ਵੀ ਕਰਦਾ ਹੈ, ਉਸ ਦਾ ਪਹਿਲਾ ਪ੍ਰਭਾਵ ਉਸ ਦੇ ਆਪਣੇ ਉਪਰ ਪੈਂਦਾ ਹੈ।

ਮੁਸ਼ਕਿਲ ਕੀ ਹੁੰਦੀ ਹੈ ? ਜੇ ਨੀਂਦਰ ਆ ਰਹੀ ਹੋਵੇ ਤਾਂ ਸੌਣ ਤੋਂ ਇਨਕਾਰ ਕਰਕੇ ਵੇਖ ਲਵੋ !

ਸਾਡਾ ਬਟੂਆ ਫੈਸਲਾ ਕਰਦਾ ਹੈ ਕਿ ਕਿਹੜੀ ਚੀਜ਼, ਕਿਤਨੀ ਅਤੇ ਕਿਥੋਂ ਲੈ ਕੇ ਖਾਣੀ ਹੈ।

ਸੱਚਾ ਅਮੀਰ ਉਹ ਹੈ, ਜਿਸ ਕੋਲ ਪੈਸਾ ਖੁਲ੍ਹਾ ਹੋਵੇ ਪਰ ਉਹ ਪ੍ਰਸਿੱਧ, ਆਪਣੇ ਚਰਿੱਤਰ ਕਾਰਨ ਹੋਵੇ।

ਆਪਣੇ ਆਪ 'ਤੇ ਹੱਸੇ ਬਿਨਾਂ ਕੋਈ ਹੱਸਮੁਖ ਨਹੀਂ ਅਖਵਾਉਂਦਾ; ਦੂਜਿਆਂ ਉਤੇ ਹੱਸਣਾ ਹੱਸਮੁਖ ਹੋਣ ਦਾ ਨਹੀਂ, ਗੁਸਤਾਖ਼ ਹੋਣ ਦਾ ਸਬੂਤ ਹੁੰਦਾ ਹੈ।

ਜਿਸ ਨੂੰ ਵੀ ਪਿਆਰ ਕੀਤਾ ਜਾਵੇ, ਉਹ ਸੋਹਣਾ ਲਗਣ ਲਗ ਪੈਂਦਾ ਹੈ।

ਤੋਹਫ਼ਾ ਲੈ ਕੇ, ਕਿਸੇ ਨੇ ਨਹੀਂ ਕਿਹਾ ਕਿ ਇਹ ਤਾਂ ਮੇਰਾ ਹੱਕ ਸੀ।

ਕਿਸੇ ਦੇਸ਼ ਦਾ ਮਾਣ-ਸਤਿਕਾਰ ਅੰਤਰ-ਰਾਸ਼ਟਰੀ ਮੰਡੀ ਵਿਚ ਉਸ ਦੀ ਕਰੰਸੀ ਦੀ ਕੀਮਤ ਅਤੇ ਫੌਜ ਦੀ ਤਾਕਤ ਨਾਲ ਜੁੜਿਆ ਹੁੰਦਾ ਹੈ।

ਕਮਜ਼ੋਰ ਬੰਦਾ, ਦੋਸਤ ਨਾਲੋਂ ਦੁਸ਼ਮਣ ਹੋਣ ਵਿਚ, ਵਧੇਰੇ ਲਾਭਦਾਇਕ ਸਾਬਤ ਹੁੰਦਾ ਹੈ।

ਜਿਹੜਾ ਆਪਣੇ ਪਰਿਵਾਰ ਨਾਲ ਵਕਤ ਨਹੀਂ ਗੁਜ਼ਾਰਦਾ, ਉਸ ਵਿਚੋਂ ਇਨਸਾਨੀਅਤ ਮਨਫ਼ੀ ਹੋਣ ਲਗ ਪੈਂਦੀ ਹੈ।

ਮੁਕੱਦਮਾ ਜਾਂ ਚੋਣ ਹਾਰਨ ਵਾਲਾ, ਕੁਝ ਕਹੀ ਜਾਵੇ, ਕੋਈ ਨਹੀਂ ਸੁਣਦਾ।

ਜੇ ਸੰਪੂਰਨ ਹੋਣ ਦਾ ਯਤਨ ਕਰੋਗੇ ਤਾਂ ਅਧੂਰੇ ਬੰਦੇ, ਸਹਿਣ ਨਹੀਂ ਕਰਨਗੇ।

ਜਦੋਂ ਕਿਸੇ ਕਵੀ ਦੀ ਕਵਿਤਾ ਦੇ ਗਲਤ ਅਰਥ ਕਢ ਕੇ ਪ੍ਰਸੰਸਾ ਕੀਤੀ ਜਾਵੇ ਤਾਂ ਉਹ ਕਵੀ ਅਪਮਾਨਿਤ ਮਹਿਸੂਸ ਕਰਦਾ ਹੈ।

ਜੇ ਮਸਖਰੇ ਨਾ ਹੁੰਦੇ ਤਾਂ ਜ਼ਿੰਦਗੀ ਲੋਕ-ਸਭਾ ਦੇ ਲੰਮੇ ਇਜਲਾਸ ਵਰਗੀ ਹੋਣੀ ਸੀ।

ਜਿਹੜਾ ਸਾਨੂੰ ਚੰਗਾ ਨਹੀਂ ਲਗਦਾ, ਉਹ ਕੁਝ ਅਜਿਹਾ ਕਰ ਬੈਠਦਾ ਹੈ, ਜਿਸ ਨਾਲ ਸਾਨੂੰ ਵਿਸ਼ਵਾਸ ਹੋ ਜਾਂਦਾ ਹੈ ਕਿ ਉਸ ਬਾਰੇ ਸਾਡੀ ਰਾਇ ਠੀਕ ਸੀ।

ਅਣਜਾਣ ਸਰੋਤੇ ਕਲਾਸੀਕਲ ਸੰਗੀਤ ਇਸ ਆਸ ਨਾਲ ਸੁਣਦੇ ਹਨ ਕਿ ਸ਼ਾਇਦ ਕੁਝ ਦੇਰ ਮਗਰੋਂ ਸੰਗੀਤ ਸਮਝ ਆਉਣ ਲਗ ਪਵੇ।

ਜੋ ਸਾਨੂੰ ਚੰਗਾ ਨਹੀਂ ਲਗਦਾ, ਉਸ ਦੇ ਗੁਣ ਸਾਡੇ ਲਈ ਕੋਈ ਅਰਥ ਨਹੀਂ ਰਖਦੇ।

ਕਿਸੇ ਨਾਲਾਇਕ ਦੇ ਉੱਚੀ ਪਦਵੀ 'ਤੇ ਬੈਠੇ ਹੋਣ ਜਿਹੀ, ਕੋਈ ਚਿੜ ਨਹੀਂ ਹੁੰਦੀ।

ਆਪਣੀ ਪ੍ਰਸੰਸਾ ਸੁਣਦੇ-ਸੁਣਦੇ ਹਰੇਕ ਮੰਤਰੀ ਚਿੰਤਾ ਕਰਨ ਲਗ ਪੈਂਦਾ ਹੈ ਕਿ ਮੇਰੇ ਬਿਨਾਂ ਸਰਕਾਰ ਚਲੇਗੀ ਕਿਵੇਂ ?

ਦਰੱਖਤਾਂ ਦੀ ਰਾਖੀ ਦਾ ਠੇਕਾ ਹੁਣ ਆਰੇ ਲੈ ਰਹੇ ਹਨ।

ਕੁਝ ਬੰਦਿਆਂ ਨੂੰ ਬਰਦਾਸ਼ਤ ਕਰ ਲੈਣਾ ਹੀ, ਉਨ੍ਹਾਂ ਦੀ ਪ੍ਰਸੰਸਾ ਹੁੰਦੀ ਹੈ।

ਦਲਾਲੀ ਵਰਗੇ ਕਈ ਧੰਦਿਆਂ ਵਿਚ ਝੂਠ ਬੋਲਣਾ ਹੀ ਨਹੀਂ ਪੈਂਦਾ, ਸਗੋਂ ਕੇਵਲ ਝੂਠ ਹੀ ਬੋਲਿਆ ਜਾਂਦਾ ਹੈ।

ਹਰ ਵੇਲੇ ਰਹਿਣ ਵਾਲਾ ਦਰਦ, ਸਾਡੇ ਸੰਸਾਰ ਦਾ ਆਕਾਰ ਛੋਟਾ ਕਰ ਦਿੰਦਾ ਹੈ।

ਅਜੋਕਾ ਮਨੁੱਖ ਗੁੰਡਿਆਂ ਤੋਂ ਬਚ ਜਾਂਦਾ ਹੈ ਪਰ ਥਾਣੇ ਵਿਚ ਲੁੱਟਿਆ ਜਾਂਦਾ ਹੈ।

ਹੁਣ ਤਾਂ ਜੁਗਨੂੰ ਵੀ ਅੱਗ ਲਾਉਣ ਦੀਆਂ ਧਮਕੀਆਂ ਦੇ ਰਹੇ ਹਨ।

ਯੋਰਪ ਵਿਚ ਲਾੜਾ ਅਤੇ ਲਾੜੀ ਸੁਹਾਗ-ਰਾਤ ਵਿਚ ਸ਼ਰਮਾਉਂਦੇ ਨਹੀਂ, ਕਿਉਂਕਿ ਕਿਸੇ ਦਾ ਛੇਵਾਂ ਅਤੇ ਕਿਸੇ ਦਾ ਸੱਤਵਾਂ ਵਿਆਹ ਹੋਇਆ ਹੁੰਦਾ ਹੈ।

ਕਈਆਂ ਦੀ ਗੱਲ ਸੁਣ ਕੇ ਇੰਜ ਲਗਦਾ ਹੈ, ਜਿਵੇਂ ਸੂਰਜ, ਚੰਨ ਬਣ ਗਿਆ ਹੋਵੇ।

ਕੀ ਪਤਾ ਨੇਤਾ, ਨੌਕਰ, ਮਿੱਤਰ, ਬਿਜਲੀ, ਟੈਲੀਫੋਨ ਕਦੋਂ ਧੋਖਾ ਦੇ ਜਾਣ।

ਅਬਲਾ, ਡਾਕੂ ਨੂੰ ਕਹਿੰਦੀ ਹੈ, ਮੈਨੂੰ ਅਗਲਾ ਥਾਣਾ ਪਾਰ ਕਰਵਾ ਦਿਓ।

ਪਾਰਟੀਆਂ ਦੇ ਝੰਡੇ ਅਤੇ ਨਿਸ਼ਾਨ ਵੱਖ-ਵੱਖ ਹੁੰਦੇ ਹਨ ਪਰ ਰਾਜਨੀਤੀ ਇਕ ਹੀ ਹੁੰਦੀ ਹੈ।

ਪਹਿਲਾ ਪ੍ਰਭਾਵ ਪਾਉਣ ਦਾ ਮੌਕਾ, ਦੂਜੀ ਵਾਰੀ ਨਹੀਂ ਮਿਲਦਾ।

ਜ਼ਿੰਦਗੀ ਦਾ ਸਿਲੇਬਸ ਬਦਲ ਜਾਣ ਕਾਰਨ, ਅਜੋਕੇ ਯੁੱਗ ਵਿਚ ਜਿਊਣਾ ਬੜਾ ਮੁਸ਼ਕਿਲ ਹੋ ਗਿਆ ਹੈ।

ਰਾਜਨੀਤੀ ਵਿਚ, ਸੱਪ ਬੀਨ ਵਜਾਉਂਦੇ ਹਨ ਅਤੇ ਸਪੇਰੇ ਨੱਚਦੇ ਹਨ।

ਆਪਣੇ ਲੱਖਾਂ ਸਾਲਾਂ ਦੇ ਇਤਿਹਾਸ ਵਿਚ, ਮਨੁੱਖ ਨੂੰ ਪ੍ਰਦੂਸ਼ਣ ਦੀ ਸਮੱਸਿਆ ਦਾ ਪਹਿਲੀ ਵਾਰ ਸਾਹਮਣਾ ਕਰਨਾ ਪੈ ਰਿਹਾ ਹੈ।

ਮੰਗਤੇ ਨੂੰ ਇਸ ਗੱਲ ਦਾ ਮਾਣ ਹੁੰਦਾ ਹੈ ਕਿ ਉਹ ਮੰਗਤਾ ਹੈ, ਚੋਰ ਨਹੀਂ; ਚੋਰ ਨੂੰ ਇਸ ਗੱਲ ਦਾ ਮਾਣ ਹੁੰਦਾ ਹੈ ਕਿ ਉਹ ਚੋਰ ਹੈ, ਕਾਤਲ ਨਹੀਂ।

ਸ਼ਰਾਬੀ ਨੂੰ, ਹਜ਼ਾਰਾਂ ਵਾਰ ਸ਼ਰਾਬ ਛੱਡਣ ਦਾ ਤਜਰਬਾ ਹੁੰਦਾ ਹੈ।

ਕਹਿੰਦੇ ਤਾਂ ਸਾਰੇ ਹਨ ਕਿ ਅਸੀਂ ਬਰਾਬਰ ਹਾਂ ਪਰ ਕੋਈ ਆਪਣੇ ਤੋਂ ਨੀਵਿਆਂ ਸਬੰਧੀ ਇਸ ਨੇਮ ਨੂੰ ਆਪ ਅਮਲ ਵਿਚ ਨਹੀਂ ਲਿਆਉਂਦਾ ।

ਉਮਰ ਦੇ ਇਕ ਪੜਾਓ 'ਤੇ ਆ ਕੇ, ਮਨੁੱਖ ਸਾਰੇ ਸੰਸਾਰ ਲਈ, ਇਕ ਅਣਚਾਹਿਆ ਮਹਿਮਾਨ ਬਣ ਜਾਂਦਾ ਹੈ।

ਸੁੰਦਰਤਾ ਦਾ ਕੋਈ ਨਿਰਪੱਖ ਪੈਮਾਨਾ ਨਹੀਂ ਹੁੰਦਾ, ਇਸੇ ਕਾਰਨ ਹਰ ਕੋਈ ਆਪਣੀ ਪਸੰਦ ਵਾਲੀ ਸੁੰਦਰਤਾ ਦੀ ਭਾਲ ਵਿਚ ਹੈ।

ਜੇ ਅਕਲ ਵਾਂਗ, ਤਜਰਬਾ ਅਸਰ ਨਹੀਂ ਕਰਦਾ ਤਾਂ ਉਪਦੇਸ਼ ਵੀ ਨਹੀਂ ਕਰੇਗਾ।

ਜਦੋਂ ਕੋਈ ਮਰਦਾ ਹੈ, ਇਕ ਹੀ ਨਹੀਂ ਮਰਦਾ, ਕਿਸੇ ਦਾ ਪਿਤਾ, ਕਿਸੇ ਦਾ ਪੁੱਤਰ, ਕਿਸੇ ਦਾ ਪਤੀ, ਗੁਆਂਢੀ ਜਾਂ ਦੋਸਤ ਮਰਦਾ ਹੈ ਅਤੇ ਹਰ ਕੋਈ ਮਰਨ ਵਾਲੇ ਨਾਲ ਆਪਣੇ ਰਿਸ਼ਤੇ ਦਾ ਦਰਦ ਜਰਦਾ ਹੈ।

ਆਤੰਕਵਾਦ ਦਾ ਨੇਮ ਹੈ, ਇਕ ਨੂੰ ਮਾਰੋ, ਹਜ਼ਾਰਾਂ ਨੂੰ ਡਰਾਓ।

ਜਦੋਂ ਮੌਜ-ਮੇਲੇ ਦੀ ਹਿੰਮਤ ਨਹੀਂ ਰਹਿੰਦੀ ਤਾਂ ਮਨੁੱਖ ਕਹਿੰਦਾ ਹੈ: ਸਭ ਕੁਝ ਤਿਆਗ ਦਿਤਾ ਹੈ।

ਅਸੀਂ ਜਦੋਂ ਚਾਹੀਏ, ਆਪਣੀਆਂ ਯਾਦਾਂ ਦੀ ਅੱਖ ਨਾਲ, ਵਿੱਛੜ ਗਏ ਆਪਣੇ ਪਿਆਰਿਆਂ ਨੂੰ ਵੇਖ ਸਕਦੇ ਹਾਂ।

ਮਾਪਿਆਂ ਲਈ ਆਪਣੀ ਸੰਤਾਨ ਦਾ ਸੰਸਕਾਰ ਕਰਨ ਜਿਹਾ ਦੁਖਦਾਈ ਅਨੁਭਵ ਕੋਈ ਨਹੀਂ ਹੁੰਦਾ।

ਪਿਆਰੇ ਨੂੰ ਯਾਦ ਕਰਦਿਆਂ, ਉਹ ਕੁਝ ਵੀ ਮਹਿਸੂਸ ਕੀਤਾ ਜਾਂਦਾ ਹੈ ਜੋ ਪਿਆਰ ਕਰਦਿਆਂ, ਮਹਿਸੂਸ ਕਰਨੋਂ ਰਹਿ ਗਿਆ ਸੀ।

ਸਿਆਣੇ ਅਤੇ ਸਾਊ ਬੰਦੇ ਜ਼ਿੰਦਗੀ ਦੀ ਅਸੀਸ ਹੁੰਦੇ ਹਨ, ਉਨ੍ਹਾਂ ਦੇ ਹੁੰਦਿਆਂ, ਜ਼ਿੰਦਗੀ ਦੇ ਚੰਗੇ ਹੋਣ ਦੀ ਆਸ ਬਣੀ ਰਹਿੰਦੀ ਹੈ।

ਪਿਆਰ ਵਿਚ, ਪ੍ਰੇਮਿਕਾ, ਇਤਨੀ ਸੋਹਣੀ ਲਗਦੀ ਹੈ ਕਿ ਉਸ ਦੇ ਨੈਣ ਹਿਰਨਾਂ ਨੂੰ ਵੇਖਣੇ ਚਾਹੀਦੇ ਹਨ, ਪ੍ਰੇਮੀ ਇਤਨਾ ਪੂਰਾ ਲਗਦਾ ਹੈ ਕਿ ਚੰਨ ਅਧੂਰਾ ਲਗਦਾ ਹੈ।

ਨਦੀਆਂ ਜੰਮਦੀਆਂ ਪਹਾੜਾਂ ਵਿਚ ਹਨ ਪਰ ਪਹਾੜਾਂ ਵਿਚ ਰਹਿੰਦੀਆਂ ਨਹੀਂ, ਕਿਉਂਕਿ ਉਨ੍ਹਾਂ ਨੇ ਸਮੁੰਦਰ ਦਾ ਚੁਲ੍ਹਾ-ਚੌਕਾ ਸਾਂਭਣਾ ਹੁੰਦਾ ਹੈ।

ਜਦੋਂ ਸੂਰਜ ਸੌਂ ਜਾਂਦਾ ਹੈ ਤਾਂ ਸੁਪਨੇ ਜਾਗ ਪੈਂਦੇ ਹਨ।

ਮਿਲਾਪ ਦੇ ਦਿਨ ਜਾਂ ਘੰਟੇ ਹੀ ਹੁੰਦੇ ਹਨ, ਵਿਛੋੜੇ ਦੇ ਸਾਲ ਅਤੇ ਮਹੀਨੇ ਮੁੱਕਣ ਵਿਚ ਹੀ ਨਹੀਂ ਆਉਂਦੇ।

ਪ੍ਰੇਮਿਕਾ ਭਾਵੇਂ ਸਭ ਕੁਝ ਜਾਣਦੀ ਹੋਵੇ, ਉਹ ਇਹ ਨਹੀਂ ਜਾਣਦੀ ਹੁੰਦੀ ਕਿ ਪ੍ਰੇਮੀ, ਉਸ ਦੀ ਕਿਤਨੀ ਉਡੀਕ ਕਰਦਾ ਹੈ।

ਜੇ ਕਿਸੇ ਵਿਛੜੇ ਦੀ ਰਾਖ, ਬਗੀਚੇ ਵਿਚ ਦਬਾ ਦਿਤੀ ਜਾਵੇ ਤਾਂ ਇੰਜ ਲਗੇਗਾ ਕਿ ਪਿਆਰਾ ਸੁੱਤਾ ਪਿਆ ਹੈ, ਫੁੱਲ ਜਾਗ ਪਏ ਹਨ।

ਕਈਆਂ ਨੂੰ ਹੀਰ ਮਿਲਣ ਤੋਂ ਪਹਿਲਾਂ, ਕੈਦੋਂ ਮਿਲ ਪੈਂਦਾ ਹੈ।

ਕਈ ਬੰਦੇ, ਸਲ੍ਹਾਬੀ ਮਾਚਸ ਦੀ ਡੱਬੀ ਵਾਂਗ ਹੁੰਦੇ ਹਨ, ਸਮਝ ਨਹੀਂ ਆਉਂਦੀ, ਰਖੀਏ ਕਿ ਸੁਟੀਏ।

ਸੰਗੀਤਕਾਰਾਂ ਦੇ ਸਾਹ ਵੀ ਬੰਦਿਸ਼ ਵਿਚ ਬੱਝੇ ਹੁੰਦੇ ਹਨ।

ਰਿਸ਼ਤੇਦਾਰ, ਮੌਸਮ ਵਾਂਗ ਕਦੇ ਵੀ ਉਮੀਦ 'ਤੇ ਪੂਰੇ ਨਹੀਂ ਉਤਰਦੇ।

ਹਰ ਪ੍ਰੇਮੀ ਨੂੰ ਆਪਣੀ ਪ੍ਰੇਮਿਕਾ ਦੀਆਂ ਅੱਖਾਂ ਵਿਚੋਂ ਰਾਂਗਲੇ ਭਵਿਖ ਦੇ ਤਾਰਿਆਂ ਵਾਲੀ ਰਾਤ ਵਿਖਾਈ ਦਿੰਦੀ ਹੈ।

ਗਲੇ ਲਾ ਕੇ, ਪਿੱਠ 'ਤੇ ਵਾਰ ਕਰਨ ਨੂੰ ਧੋਖਾ ਕਹਿੰਦੇ ਹਨ।

ਗਿਲੇ-ਸ਼ਿਕਵੇ ਉਹੀ ਕਰਦੇ ਹਨ, ਜਿਹੜੇ ਮੁਹੱਬਤ ਨੂੰ ਰਿਸ਼ਤੇ ਵਿਚ ਵਟਾ ਲੈਂਦੇ ਹਨ।

ਫ਼ਲਸਫ਼ੇ ਵਿਚ, ਜਜ਼ਬਾਤਾਂ ਦੇ ਦਖਲ ਲਈ ਕੋਈ ਥਾਂ ਨਹੀਂ ਹੁੰਦੀ।

ਪੰਛੀ ਨੂੰ ਪਿੰਜਰੇ ਵਿਚ ਉਦੋਂ ਤਕ ਹੀ ਰੱਖਿਆ ਜਾਂਦਾ ਹੈ, ਜਦੋਂ ਤਕ ਉਸ ਵਿਚ ਉੱਡਣ ਦੀ ਹਿੰਮਤ ਹੁੰਦੀ ਹੈ।

ਸੂਰਜ ਆਪਣੀ ਚਮਕ ਤੋਂ ਛੁਟਕਾਰਾ ਨਹੀਂ ਪਾ ਸਕਦਾ।

ਵਿਗਿਆਨ ਵਿਚ ਕੁਝ ਵੀ ਪੁਰਾਣਾ ਜਾਂ ਨਵਾਂ, ਸਥਾਨਕ ਜਾਂ ਰਾਸ਼ਟਰੀ, ਪਰੰਪਰਾਵਾਦੀ ਜਾਂ ਅਗਾਂਹਵਧੂ ਨਹੀਂ ਹੁੰਦਾ।

ਹਰੇਕ ਵਿਅਕਤੀ ਵਿਚ ਆਪਣੇ ਪਿੰਡ ਜਾਂ ਸ਼ਹਿਰ ਵਿਚ ਪਤਵੰਤਾ ਬਣਨ ਦੀ ਸੁਭਾਵਕ ਰੀਝ ਹੁੰਦੀ ਹੈ।

ਕਈ ਅਨੁਭਵਾਂ ਨੂੰ, ਦਿਮਾਗ ਨਹੀਂ, ਮਨ ਵੀ ਨਹੀਂ, ਆਤਮਾ ਹੀ ਪ੍ਰਗਟਾਉਂਦੀ ਹੈ।

ਬਹੁਤ ਪ੍ਰਸੰਸਾ ਹੋਣ 'ਤੇ ਮਨੁੱਖ ਇਹ ਭੁਲੇਖਾ ਸਿਰਜ ਲੈਂਦਾ ਹੈ ਕਿ ਸੰਸਾਰ ਦਾ ਉਸ ਬਿਨਾਂ ਨਹੀਂ ਸਰਨਾ ਪਰ ਇਹੀ ਸਮਾਂ ਹੁੰਦਾ ਹੈ ਜਦੋਂ ਪੈਰ ਨਹੀਂ ਉਖੜਨੇ ਚਾਹੀਦੇ।

ਜਿਸ ਵਾਸਤੇ ਕੋਈ ਵਿਅਕਤੀ ਰੋਂਦਾ ਹੈ, ਉਸ ਦਾ ਉਦੇਸ਼ ਕਦੇ ਵੀ ਉਸ ਨੂੰ ਰੁਆਉਣ ਦਾ ਨਹੀਂ ਹੁੰਦਾ।

ਵਿਸ਼ਾਲ ਇਰਾਦਿਆਂ ਵਾਲਾ ਮਨੁੱਖ ਝਗੜਾ ਨਹੀਂ ਕਰ ਸਕਦਾ, ਕਿਉਂਕਿ ਵਿਸ਼ਾਲਤਾ ਝਗੜਨ ਨਹੀਂ ਦੇਵੇਗੀ।

ਪਿਆਰ ਕਰਨ ਦੀ ਸਿਖਲਾਈ ਨਹੀਂ ਲਈ ਜਾਂਦੀ, ਕਰਨ ਲਗ ਪੈਂਦੇ ਹਾਂ, ਹੋਣ ਲਗ ਪੈਂਦਾ ਹੈ, ਕਰਨਾ ਆ ਜਾਂਦਾ ਹੈ।

ਉਦਾਰਤਾ, ਹੌਸਲੇ ਨਾਲ ਜੁੜ ਕੇ ਬਹਾਦਰੀ, ਨਿਆਂ ਨਾਲ ਜੁੜ ਕੇ ਸਰਬੱਤ ਦਾ ਭਲਾ, ਦਇਆ ਨਾਲ ਜੁੜ ਕੇ ਖਿਮਾ ਅਤੇ ਹਮਦਰਦੀ ਨਾਲ ਜੁੜ ਕੇ ਮਿਹਰਬਾਨੀ ਬਣ ਜਾਂਦੀ ਹੈ।

ਸੋਹਣੀ ਉਹ ਹੁੰਦੀ ਹੈ, ਜਿਸ ਨੂੰ ਵੇਖ ਕੇ ਸ਼ੀਸ਼ਾ ਵੀ ਕਹਿ ਉਠੇ: ਵਾਹ! ਵਾਹ!

ਪ੍ਰੇਮੀ ਸਮਝਦਾ ਹੈ ਕਿ ਸੁਹਾਗਾ ਉਸ ਕੋਲ ਹੈ ਅਤੇ ਸੋਨਾ ਪ੍ਰੇਮਿਕਾ ਕੋਲ ਹੈ।

ਕੇਵਲ ਪੜ੍ਹਨ ਨਾਲ ਚੱਜ-ਆਚਾਰ ਨਹੀਂ ਉਪਜਦਾ, ਪੜ੍ਹਨ ਨਾਲ ਸਮਝ-ਸੂਝ ਉਪਜਦੀ ਹੈ, ਜਿਹੜੀ ਚੱਜ-ਆਚਾਰ ਦਾ ਆਧਾਰ ਹੁੰਦੀ ਹੈ।

ਮੁਸਕਰਾਉਂਦੇ ਚਿਹਰਿਆਂ ਨੂੰ ਹਰ ਥਾਂ ਦੋਸਤ ਹੀ ਮਿਲਦੇ ਹਨ, ਤਿਊੜੀ ਵਾਲਿਆਂ ਨੂੰ ਹਰ ਥਾਂ ਵਿਰੋਧੀ ਹੀ ਲੱਭਦੇ ਹਨ।

ਪਿਆਰ, ਉਹ ਅੰਦਰਲੀ ਖੁਸ਼ੀ ਹੈ, ਜਿਸ ਦਾ ਕਾਰਨ ਬਾਹਰ ਹੁੰਦਾ ਹੈ।

ਝਗੜਨ ਵਾਲੇ, ਝਗੜਨ ਤੋਂ ਪਹਿਲਾਂ, ਆਪਣੇ ਸੰਸਾਰ ਨੂੰ ਸੌੜਾ ਕਰ ਲੈਂਦੇ ਹਨ।

ਈਸਾਈ, ਯਹੂਦੀ ਅਤੇ ਇਸਲਾਮੀ ਧਰਮਾਂ ਵਿਚ ਇਕ ਹੀ ਜੀਵਨ ਦਾ ਸੰਕਲਪ ਹੈ, ਇਸ ਲਈ ਇਨ੍ਹਾਂ ਸਮਾਜਾਂ ਵਿਚ ਪਿਛਲੇ ਜਨਮ ਦੀਆਂ ਗੱਲਾਂ ਕਰਨ ਵਾਲੇ ਬੱਚੇ ਨਹੀਂ ਜੰਮਦੇ।

ਪੁਰਸ਼, ਇਸਤਰੀ ਨੂੰ ਵੇਖ ਕੇ ਪਿਆਰ ਕਰਦੇ ਹਨ, ਇਸਤਰੀਆਂ ਪੁਰਸ਼ਾਂ ਨੂੰ ਸੁਣ ਕੇ।

ਮੁਸਕਰਾਹਟ ਹੁੰਦੀ ਕਮਾਨ ਵਾਂਗ ਟੇਢੀ ਹੈ ਪਰ ਅਸਰ ਤੀਰ ਵਾਂਗ ਸਿੱਧਾ ਕਰਦੀ ਹੈ।

ਪ੍ਰੇਮੀ ਸਮਝਦਾ ਹੈ ਕਿ ਰੱਬ ਨੇ ਚੰਨ-ਤਾਰੇ, ਉਸ ਦੀ ਪ੍ਰੇਮਿਕਾ ਨੂੰ ਸਿਰਜਣ ਤੋਂ ਪਹਿਲਾਂ, ਰਿਆਜ਼ ਵਜੋਂ ਉਪਜਾਏ ਹੋਣਗੇ।

ਮੁਸਕਰਾਉਣ ਵਾਲਾ, ਸਾਨੂੰ ਸੁੰਦਰਤਾ ਦਾ ਗਵਾਹ ਬਣਾ ਲੈਂਦਾ ਹੈ।

ਕਹਿੰਦੇ ਹਨ ਈਸਾ ਨੇ ਖੂਹ ਵਿਚ ਵੇਖਿਆ ਅਤੇ ਪਾਣੀ ਸ਼ਰਾਬ ਹੋ ਗਿਆ, ਅਸਲ ਵਿਚ ਪਾਣੀ ਨੇ ਜਦੋਂ ਆਪਣਾ ਮਹਿਬੂਬ ਵੇਖਿਆ ਹੋਵੇਗਾ ਤਾਂ ਉਹ ਸ਼ਰਮ ਅਤੇ ਹਯਾ ਨਾਲ ਲਾਲ ਹੋ ਗਿਆ ਹੋਵੇਗਾ।

ਪਹਿਲਾਂ ਹੀ ਮਿਥੇ ਗਏ ਸਿੱਟੇ ਤੋਂ ਆਰੰਭ ਹੋਣ ਵਾਲੀ ਗੱਲਬਾਤ ਨਾ ਆਪ ਦੂਰ ਜਾਂਦੀ ਹੈ, ਨਾ ਹੀ ਇਹ ਕਿਸੇ ਹੋਰ ਨਾਲ ਸਮਝੌਤਾ ਕਰਨ ਦੀ ਸਿਆਣਪ ਕਰਦੀ ਹੈ।

ਪ੍ਰੇਮਿਕਾ, ਉਤਨੀ ਹੀ ਸੁੰਦਰ ਹੁੰਦੀ ਹੈ, ਜਿਤਨੀ ਸੁੰਦਰਤਾ ਵੇਖਣ ਦੀ ਪ੍ਰੇਮੀ ਵਿਚ ਹਿੰਮਤ ਹੁੰਦੀ ਹੈ।

ਸੁੰਦਰ ਉਹ ਹੈ, ਜਿਸ ਦੀ ਹਾਜ਼ਰੀ ਵਿਚ ਉਦਾਸ ਰਹਿਣਾ ਅਸੰਭਵ ਹੋ ਜਾਵੇ।

ਕਈਆਂ ਦੀ ਕਿਸਮਤ ਇਤਨੀ ਮਾੜੀ ਹੁੰਦੀ ਹੈ ਕਿ ਜੇ ਉਹ ਸ਼ਮਸ਼ਾਨਘਾਟ ਵਿਚ ਲਕੜਾਂ ਦਾ ਠੇਕਾ ਲੈ ਲੈਣ ਤਾਂ ਲੋਕ ਮਰਨਾ ਬੰਦ ਕਰ ਦਿੰਦੇ ਹਨ।

ਜਦੋਂ ਮਹਿਬੂਬ ਹੱਸਦੀ ਹੈ ਤਾਂ ਆਸ਼ਕ ਸਮਝਦਾ ਹੈ ਕਿ ਹੁਣ ਪੰਛੀਆਂ ਦੇ ਗਾਉਣ ਦੀ ਲੋੜ ਨਹੀਂ ਰਹੀ।

ਮੁਸਕਰਾਹਟ ਉਪਜਣ ਨਾਲ, ਲਟਕਿਆ ਚਿਹਰਾ ਵੀ, ਫੈਲ ਕੇ ਗੋਲ ਹੋਣ ਕਰਕੇ, ਸੋਹਣਾ ਲਗਣ ਲਗ ਪੈਂਦਾ ਹੈ।

ਪ੍ਰੇਮਿਕਾ ਦਾ ਅਚਾਨਕ ਮਿਲ ਪੈਣਾ, ਇਵੇਂ ਹੁੰਦਾ ਹੈ ਜਿਵੇਂ ਮੱਸਿਆ ਦੀ ਰਾਤ ਨੂੰ ਅਚਾਨਕ ਚੰਨ ਨਿਕਲ ਆਵੇ।

ਸੰਸਾਰ ਵਿਚ ਮਨੁੱਖ ਨੂੰ ਆਪਣੀ ਪਛਾਣ ਕਦੇ ਵੀ ਨਹੀਂ ਲੱਭਦੀ, ਕਦੀ ਸ਼ੀਸ਼ਾ ਬਦਲ ਜਾਂਦਾ ਹੈ ਕਦੀ ਚਿਹਰਾ।

ਧਰਮ ਵਾਂਗ, ਸਰਕਾਰ ਦਾ ਜਨਮ ਵੀ ਜੀਵਨ ਵਿੱਚ ਭੈਅ, ਅਸੁਰੱਖਿਆ ਅਤੇ ਅਨਿਸਚਿੱਤਤਾ ਵਿਚੋਂ ਹੁੰਦਾ ਹੈ।

ਸਿਧਾਂਤ, ਸਿਧਾਂਤਕਾਰਾਂ ਦੇ ਆਪਣੇ ਸਹੀ ਹੋਣ-ਸਮਝਣ ਦੀ ਹਉਮੈ ਵਿਚੋਂ ਜਨਮਦੇ ਹਨ।

ਨਾਂਹ ਕਹਿਣੀ ਵੀ ਸਿਖੋ ਅਤੇ ਨਾਂਹ ਸੁਣਨੀ ਵੀ ਸਿਖੋ।

ਕਿਸਾਨ ਮੌਸਮ ਦੀਆਂ ਗੱਲਾਂ ਕਰਦੇ-ਕਰਦੇ ਰੱਬ ਦੀਆਂ ਗੱਲਾਂ ਕਰਨ ਲਗ ਪੈਂਦੇ ਹਨ।

ਮਾਯੂਸੀ ਪੈਦਾ ਕਰਨ ਵਾਲੇ ਕਿਸੇ ਸੱਚ ਨੂੰ ਜਾਣਨ ਨਾਲੋਂ, ਉਸ ਪ੍ਰਤੀ ਅਣਜਾਣ ਹੋਣ ਵਿਚ ਹੀ ਸਿਆਣਪ ਹੈ।

ਬੱਚਿਆਂ ਦੇ ਬੱਚਿਆਂ ਨਾਲ ਖੇਡਣ ਦਾ ਅਵਸਰ ਮਿਲਣਾ, ਖੁਸ਼ਕਿਸਮਤੀ ਹੈ।

ਵਿਗਿਆਨ ਦੇ ਆਦਾਨ-ਪ੍ਰਦਾਨ ਵਿਚ ਦੇਸ਼-ਭਗਤੀ ਅਤੇ ਧਾਰਮਿਕ ਸੰਕੀਰਣਤਾ ਦੀਆਂ ਕੰਧਾਂ ਨਹੀਂ ਹੁੰਦੀਆਂ।

ਪੁਰਸ਼ ਇਤਨਾ ਨਿਆਸਰਾ ਕਦੇ ਨਹੀਂ ਹੁੰਦਾ ਕਿ ਉਹ ਲੋਕਾਂ ਸਾਹਮਣੇ ਰੋਣ ਲਗ ਪਵੇ, ਇਸਤਰੀ ਇਤਨੀ ਪ੍ਰਸੰਨ ਕਦੇ ਨਹੀਂ ਹੁੰਦੀ ਕਿ ਉਹ ਅਜਨਬੀਆਂ ਸਾਹਮਣੇ ਹੱਸਣ ਲਗ ਪਵੇ।

ਸਾਡੀਆਂ ਖੁਸ਼ੀਆਂ ਦਾ ਆਧਾਰ ਵੀ ਪਰਿਵਾਰ ਹੁੰਦਾ ਹੈ ਅਤੇ ਸਾਡੀਆਂ ਪ੍ਰੇਸ਼ਾਨੀਆਂ ਦਾ ਕਾਰਨ ਵੀ ਪਰਿਵਾਰ ਬਣਦਾ ਹੈ।

ਉਦਯੋਗਿਕ ਸਮਾਜ, ਪਰਜਾਤੰਤਰ ਦੀ ਮੰਗ ਕਰਦੇ ਹਨ ਅਤੇ ਪਰਜਾਤੰਤਰ, ਮੁਕਾਬਲੇ ਦੀ ਬਿਰਤੀ ਉਪਜਾ ਕੇ, ਸਮਾਜ ਵਿਚ ਈਰਖਾ ਵਧਾਉਂਦੇ ਹਨ।

ਜੇ ਸਮਾਜ ਵਿਚ ਇਸਤਰੀ ਦੀ ਸਥਿਤੀ ਨੀਵੀਂ ਹੋਵੇਗੀ ਤਾਂ ਜੋ ਕੁਝ ਵੀ ਇਸਤਰੀ ਨਾਲ ਜੋੜਿਆ ਜਾਵੇਗਾ ਉਸ ਦੀ ਪੱਧਰ ਵੀ ਨੀਵੀਂ ਹੋ ਜਾਵੇਗੀ।

ਅਧਿਆਪਕ ਇਕ ਦਿਸ਼ਾ ਦੀ ਸਿਖਲਾਈ ਦਿੰਦਾ ਹੈ, ਬਾਕੀ ਦਿਸ਼ਾਵਾਂ ਵਿਦਿਆਰਥੀ ਨੇ ਆਪ ਲੱਭਣੀਆਂ ਹੁੰਦੀਆਂ ਹਨ।

ਧਰਮ, ਸੁਤੰਤਰ ਸੋਚ ਨੂੰ ਕੁਚਲਦਾ ਹੈ, ਸੋਚ ਤਰਕ ਉਤੇ ਆਧਾਰਿਤ ਹੁੰਦੀ ਹੈ, ਤਰਕ ਅਤੇ ਧਰਮ ਇਕ-ਦੂਜੇ ਨੂੰ ਰੱਦ ਕਰਦੇ ਹਨ।

ਜਿਹੜੇ ਸੋਚ ਦੇ ਪੱਖੋਂ ਜ਼ਮਾਨੇ ਨਾਲੋਂ ਅੱਗੇ ਹੁੰਦੇ ਹਨ, ਉਨ੍ਹਾਂ ਦੀ ਸੋਚ ਉਨ੍ਹਾਂ ਦਾ ਔਗੁਣ ਗਿਣੀ ਜਾਂਦੀ ਹੈ।

ਥੱਕੇ ਹੋਏ ਮਨੁੱਖ ਨੂੰ, ਉਹ ਵਿਚਾਰ ਅਤੇ ਡਰ ਗ੍ਰਿਫਤਾਰ ਕਰ ਲੈਂਦੇ ਹਨ, ਜਿਹੜੇ ਉਹ ਸਮਝਦਾ ਹੈ ਕਿ ਉਸ ਨੇ ਫ਼ਤਹਿ ਕਰ ਲਏ ਸਨ।

ਅਨੇਕਾਂ ਸੁਆਲਾਂ ਦੇ ਜਵਾਬ, ਪੁੱਛਣ ਵਾਲੇ ਦੇ, ਚਲੇ ਜਾਣ ਮਗਰੋਂ ਹੀ ਸੁਝਦੇ ਹਨ।

ਆਲੋਚਨਾ ਕਰਨ ਦਾ ਉਲਟ, ਪ੍ਰਸੰਸਾ ਕਰਨਾ ਨਹੀਂ, ਮੁਆਫ਼ ਕਰਨਾ ਹੁੰਦਾ ਹੈ।

ਵਿਚਾਰਾਂ ਦੀ ਜੰਗ ਵਿਚ, ਕਤਲ ਵਿਚਾਰਾਂ ਦਾ ਨਹੀਂ, ਲੋਕਾਂ ਦਾ ਹੁੰਦਾ ਹੈ।

ਵਿਸ਼ਵਾਸ ਕਰਨਾ ਮਨ ਦੀ ਆਦਤ ਹੈ, ਸ਼ੱਕ ਕਰਨਾ ਵੀ ਮਨ ਦੀ ਆਦਤ ਹੈ, ਮਨ ਪਹਿਲਾਂ ਸ਼ੱਕ ਕਰਦਾ ਹੈ, ਫਿਰ ਵਿਸ਼ਵਾਸ ਕਰਦਾ ਹੈ।

ਵਿਦਵਤਾ ਦੀ ਚਰਮਸੀਮਾ ਉਹ ਹੁੰਦੀ ਹੈ, ਜਿਥੇ ਵਿਦਵਾਨ, ਆਪਣੇ ਹੀ ਵਿਚਾਰਾਂ ਨੂੰ, ਆਪ ਹੀ ਚਣੌਤੀ ਦੇਣ ਲਗ ਪਵੇ।

ਮਨੁੱਖ ਦੀ ਕਲਪਨਾ ਆਨੰਦ ਤੋਂ ਆਨੰਦ ਵੱਲ ਨਹੀਂ, ਉਮੀਦ ਤੋਂ ਉਮੀਦ ਵੱਲ ਉੱਡਦੀ ਹੈ।

ਜੇ ਕੋਈ ਕੱਲ੍ਹ ਕਹੀ ਗੱਲ ਨਾਲੋਂ ਅਜ ਵੱਖਰੀ ਗੱਲ ਕਰੇ ਤਾਂ ਇਹ ਦੋਸ਼ ਨਹੀਂ, ਗੁਣ ਹੈ, ਕਿਉਂਕਿ ਇਹ ਸਬੂਤ ਹੈ ਕਿ ਉਸ ਨੂੰ ਸੋਚਣ ਦੀ ਆਦਤ ਹੈ।

ਮਨੁੱਖ ਗਿਣਤੀ-ਮਿਣਤੀ ਰਾਹੀਂ, ਆਲੇ ਦੁਆਲੇ 'ਤੇ ਨਿਯੰਤਰਣ ਕਰਦਾ ਹੈ।

ਸੋਚਣ ਵਾਲਿਆਂ ਕੋਲ ਵਿਚਾਰ ਹੁੰਦੇ ਹਨ, ਬਾਕੀਆਂ ਕੋਲ ਪੱਖਪਾਤ ਹੁੰਦੇ ਹਨ।

ਅਨੇਕਾਂ ਵਾਰ ਅਸੀਂ ਕਿਸੇ ਮੁਲਵਾਨ ਵਿਚਾਰ ਨੂੰ ਇਸ ਕਰਕੇ ਪ੍ਰਵਾਨ ਨਹੀਂ ਕਰਦੇ, ਕਿਉਂਕਿ ਉਸਨੂੰ ਪ੍ਰਗਟਾਉਣ ਵਾਲਾ ਸਾਨੂੰ ਚੰਗਾ ਨਹੀਂ ਲਗਦਾ।

ਵਿਚਾਰਾਂ ਦੇ ਯੁੱਧ ਵਿਚੋਂ ਹਿੰਸਾ ਨਹੀਂ, ਨਵੇਂ ਅਵਸਰ ਉਪਜਦੇ ਹਨ।

ਵਿਗਿਆਨ ਵਿਚ ਮਹਾਨ ਉਹ ਨਹੀਂ, ਜਿਸ ਨੂੰ ਕੋਈ ਨਵਾਂ ਅਤੇ ਮੁੱਲਵਾਨ ਵਿਚਾਰ ਪਹਿਲਾਂ ਫੁਰਿਆ ਹੋਵੇ, ਮਹਾਨ ਉਹ ਹੈ, ਜਿਸ ਨੇ ਆਪਣੇ ਵਿਚਾਰ ਨਾਲ ਸੰਸਾਰ ਨੂੰ ਪਹਿਲਾਂ ਪ੍ਰਭਾਵਿਤ ਕੀਤਾ ਹੋਵੇ।

ਤਾਕਤ ਅਤੇ ਧੋਖਾ ਜੰਗ ਦੇ ਹਥਿਆਰ ਹੁੰਦੇ ਹਨ।

ਇਨਕਲਾਬ ਕੁਝ ਮਹੀਨੇ ਹੀ ਇਨਕਲਾਬ ਹੁੰਦਾ ਹੈ, ਫਿਰ ਤਾਨਾਸ਼ਾਹੀ ਆਰੰਭ ਹੋ ਜਾਂਦੀ ਹੈ।

ਵਿਰੋਧੀ ਵਿਚਾਰਾਂ ਨੂੰ ਸੁਖਾਵੇਂ ਸ਼ਬਦਾਂ ਵਿਚ ਪ੍ਰਗਟਾਉਣ ਵਾਲੇ ਨੂੰ ਰਾਜਦੂਤ ਕਹਿੰਦੇ ਹਨ।

ਵਿਚਾਰ ਗਿਆਨਵਾਨਾਂ ਦੀ ਪਕੜ ਵਿਚ ਹੁੰਦੇ ਹਨ, ਜਦੋਂ ਕਿ ਸਾਧਾਰਣ ਲੋਕ ਵਿਚਾਰਾਂ ਦੀ ਪਕੜ ਵਿਚ ਹੁੰਦੇ ਹਨ।

ਵਿਗਿਆਨ ਦਾ ਹਰੇਕ ਤੱਥ, ਇਕ ਉਦਾਹਰਣ ਵੀ ਹੁੰਦਾ ਹੈ, ਉਦਾਹਰਣ ਹੀ ਨਹੀਂ, ਉਹ ਇਕ ਪ੍ਰਯੋਗ ਵੀ ਹੁੰਦਾ ਹੈ।

ਵਕਤ ਨੂੰ ਉਪਜਾਇਆ ਨਹੀਂ ਜਾ ਸਕਦਾ ਪਰ ਮਿਲੇ ਹੋਏ ਵਕਤ ਨੂੰ ਮਹੱਤਵਪੂਰਨ ਜ਼ਰੂਰ ਬਣਾਇਆ ਜਾ ਸਕਦਾ ਹੈ।

ਜਿਉਂ-ਜਿਉਂ ਵਿਗਿਆਨ ਸਾਡੇ ਘਮੰਡ ਨੂੰ ਘਟਾ ਰਿਹਾ ਹੈ, ਤਿਉਂ-ਤਿਉਂ ਇਹ ਸਾਨੂੰ ਤਾਕਤਵਰ ਵੀ ਬਣਾ ਰਿਹਾ ਹੈ।

ਮਹਾਂਪੁਰਸ਼ਾਂ ਦੇ ਸਰੀਰ, ਮਨ ਅਤੇ ਆਤਮਾ ਇਕ-ਸੁਰ ਹੁੰਦੇ ਹਨ, ਸਾਧਾਰਣ ਲੋਕਾਂ ਦੇ ਕਪੜੇ ਵੀ ਉਨ੍ਹਾਂ ਦੇ ਸਰੀਰ ਨਾਲ ਇਕ-ਸੁਰ ਨਹੀਂ ਹੁੰਦੇ।

ਵਿਚਾਰ ਭਾਵੇਂ ਨਿਰਪੱਖ ਹੀ ਹੋਣ, ਉਨ੍ਹਾਂ ਦੀ ਪੇਸ਼ਕਾਰੀ ਅਕਸਰ ਪੱਖਪਾਤ ਤੋਂ ਪ੍ਰੇਰਿਤ ਹੁੰਦੀ ਹੈ।

ਜਿਹੜਾ ਵਿਚਾਰ ਸੰਕੀਰਣ ਵਿਅਕਤੀ ਦੇ ਦਿਮਾਗ ਵਿਚ ਇਕ ਵਾਰੀ ਵੜ ਜਾਵੇ, ਉਸ ਨੂੰ ਬਾਹਰ ਨਹੀਂ ਕੱਢਿਆ ਜਾ ਸਕਦਾ।

ਜਿਸ ਕਿਸੇ ਦਾ ਵੀ ਢਿੱਡ, ਉਸ ਦੇ ਕਾਬੂ ਵਿਚ ਨਹੀਂ, ਉਸ ਦਾ ਕੁਝ ਵੀ ਉਸ ਦੇ ਕਾਬੂ ਵਿਚ ਨਹੀਂ ਹੋਵੇਗਾ।

ਕਬਾੜੀ ਆਪਣੇ ਕਬਾੜ ਨੂੰ ਵਡਿਆਉਂਦਾ ਅਤੇ ਗਾਹਕ ਨੂੰ ਹਮੇਸ਼ਾ ਛੁੱਟਿਆਉਂਦਾ ਹੈ।

ਪ੍ਰੇਮ-ਪੱਤਰ ਜੇ ਰਾਤੀਂ ਲਿਖਿਆ ਜਾਵੇ ਤਾਂ ਖੁਲ੍ਹ ਕੇ ਲਿਖਿਆ ਜਾਂਦਾ ਹੈ।

ਕੁੱਤਾ ਰੱਖਣ ਦੀ ਮੌਜ ਇਹ ਹੈ ਕਿ ਮਾਲਕ ਭਾਵੇਂ ਕਿਤਨਾ ਵੀ ਮੂਰਖ ਹੋਵੇ, ਕੁੱਤਾ ਉਸ ਨੂੰ ਸਿਆਣਾ ਹੀ ਸਮਝਦਾ ਹੈ।

ਆਰਥਿਕ ਨੀਤੀਆਂ ਦੇ ਕੇਂਦਰੀਕਰਣ ਕਦੇ ਸਫਲ ਨਹੀਂ ਹੁੰਦੇ, ਕਿਉਂਕਿ ਆਰਥਿਕਤਾ ਗਿਆਨ ਆਧਾਰਿਤ ਹੈ ਅਤੇ ਗਿਆਨ ਦਾ ਕੇਂਦਰੀਕਰਣ ਸੰਭਵ ਨਹੀਂ ਹੁੰਦਾ।

ਰਸੋਈ ਵਿਚ ਜੇ ਧੀਰਜ ਨਾ ਵਿਖਾਇਆ ਜਾਵੇ ਤਾਂ ਕੁਝ ਵੀ ਸੁਆਦ ਨਹੀਂ ਬਣਦਾ।

ਜੇ ਕਿਤਾਬਾਂ ਪੜ੍ਹਨ ਦਾ ਸ਼ੌਕ ਹੋਵੇ ਤਾਂ ਉਮਰ ਭਾਵੇਂ ਵਧੀ ਜਾਵੇ ਪਰ ਬੁੱਢੇ ਹੋਣ ਦਾ ਅਹਿਸਾਸ ਨਹੀਂ ਹੋਵੇਗਾ।

ਚੰਗਾ ਅਧਿਆਪਕ ਵਿਦਿਆਰਥੀ ਨੂੰ ਹਿਸਾਬ ਦੇ ਫਾਰਮੂਲੇ ਹੀ ਨਹੀਂ ਦੱਸਦਾ, ਰਿਸ਼ਤਿਆਂ ਦੀ ਜੁਮੈਟਰੀ ਅਤੇ ਜ਼ਿੰਦਗੀ ਦਾ ਅਲਜਬਰਾ ਵੀ ਸਮਝਾਉਂਦਾ ਹੈ।

ਜਿਥੇ ਪਿਆਰ ਭਰੀ ਪ੍ਰੇਰਨਾ ਹੋਵੇ, ਉਥੇ ਗਲਤੀਆਂ ਨਹੀਂ ਹੁੰਦੀਆਂ।

ਅਧਿਆਪਕ ਦੇ ਹੱਥਾਂ ਵਿਚ ਵਿਦਿਆਰਥੀਆਂ ਦੀ ਕੱਚੀ ਮਿੱਟੀ, ਭਾਂਤ-ਭਾਂਤ ਦੇ ਮਜ਼ਬੂਤ ਬਰਤਨ ਬਣ ਜਾਂਦੀ ਹੈ।

ਭਾਵੇਂ ਠੀਕ ਰਸਤੇ 'ਤੇ ਹੀ ਹੋਈਏ ਪਰ ਜੇ ਅਸੀਂ ਟੁਰਦੇ ਨਹੀਂ ਤਾਂ ਠੀਕ ਰਸਤੇ 'ਤੇ ਹੋਣ ਦਾ ਵੀ ਕੋਈ ਲਾਭ ਨਹੀਂ ਹੋਵੇਗਾ।

ਜਿਹੜੇ ਪਿਆਰ ਵਿਚੋਂ ਨਫ਼ਾ ਲੱਭਦੇ ਹਨ, ਉਹ ਨਾ ਪਿਆਰ ਕਰਦੇ ਹਨ ਨਾ ਹੀ ਉਨ੍ਹਾਂ ਨੂੰ ਪਿਆਰ ਮਿਲਦਾ ਹੈ।

ਬਹਾਦਰੀ ਅਣਮੰਗੀਆਂ ਕੁਰਬਾਨੀਆਂ ਦਾ ਨਾਂ ਨਹੀਂ, ਬਹਾਦਰੀ ਖਤਰੇ ਦੀ ਗੰਭੀਰਤਾ ਨੂੰ ਸਮਝਣ ਅਤੇ ਢੁਕਵਾਂ ਕਦਮ ਚੁਕਣ ਵਿਚ ਹੁੰਦੀ ਹੈ।

ਪਿਆਰ ਇਕ ਅਜਿਹੀ ਖੇਡ ਹੈ, ਜਿਸ ਵਿਚ ਦੋਵੇਂ ਜਿੱਤਦੇ ਹਨ ਪਰ ਜੇ ਹਾਰਨ, ਤਾਂ ਹਾਰਦੇ ਵੀ ਦੋਵੇਂ ਹਨ।

ਕੋਈ ਨਹੀਂ ਚਾਹੁੰਦਾ ਕਿ ਉਸ ਦੀ ਗਲਤੀ ਪਿਛੇ, ਉਸ ਦੀ ਮਾਂ ਨੂੰ ਰੋਣਾ ਪਵੇ।

ਸਾਧਾਰਣ ਅਧਿਆਪਕ ਬੋਲਦਾ ਹੀ ਹੈ, ਚੰਗਾ ਅਧਿਆਪਕ ਅਰਥ ਵੀ ਦੱਸਦਾ ਹੈ, ਚੰਗੇਰਾ ਅਧਿਆਪਕ ਸਮਝਾਉਂਦਾ ਵੀ ਹੈ, ਉੱਤਮ ਅਧਿਆਪਕ ਪ੍ਰੇਰਦਾ ਵੀ ਹੈ।

ਕੁਝ ਵੀ ਕਰਨ ਤੋਂ ਪਹਿਲਾਂ ਢੁਕਵੀਂ ਤਿਆਰੀ ਕਰਨੀ ਸਫਲਤਾ ਦਾ ਭੇਤ ਹੁੰਦੀ ਹੈ, ਕਿਉਂਕਿ ਤਿਆਰੀ ਹੀ ਸਫਲ ਅਤੇ ਅਸਫਲ ਨੂੰ ਨਿਖੇੜਦੀ ਹੈ।

ਮਨੁੱਖਾਂ ਵਾਂਗ, ਪਸ਼ੂ-ਪੰਛੀ ਉਦਾਸ-ਨਿਰਾਸ ਨਹੀਂ ਹੁੰਦੇ, ਕਿਉਂਕਿ ਉਹ ਕਦੇ ਕਿਸੇ ਨੂੰ ਪ੍ਰਭਾਵਿਤ ਕਰਨ ਦਾ ਯਤਨ ਨਹੀਂ ਕਰਦੇ।

ਕਾਰੀਗਰੀ ਉਹ ਹੁੰਦੀ ਹੈ, ਜਿਹੜੀ ਗਾਹਕ ਨੂੰ ਖਰੀਦ ਲਵੇ।

ਚੰਗੀ ਚੀਜ਼ ਦੀ ਸ਼ਲਾਘਾ ਕਰਨੀ, ਅਮੀਰੀ ਅਤੇ ਖੁਸ਼ਹਾਲੀ ਦਾ ਪ੍ਰਮਾਣ ਹੁੰਦੀ ਹੈ।

ਜਿਨ੍ਹਾਂ ਕੋਲ ਕਲਪਨਾ ਨਹੀਂ ਹੁੰਦੀ, ਉਨ੍ਹਾਂ ਵਿਚ ਪਰਿਵਰਤਨ ਨਹੀਂ ਵਾਪਰਦਾ।

ਜੇ ਜਿੱਤਣ ਜਾਂ ਹਰਾਉਣ ਦੀ ਇੱਛਾ ਨਾ ਹੋਵੇ ਤਾਂ ਗੱਲਬਾਤ, ਗੱਲਬਾਤ ਹੀ ਰਹਿੰਦੀ ਹੈ, ਬਹਿਸ ਨਹੀਂ ਬਣਦੀ।

ਕਈ ਗੀਤ ਸ਼ੋਰ ਕਾਰਨ ਸਿਰ ਉਪਰੋਂ ਲੰਘ ਜਾਂਦੇ ਹਨ, ਕਈ ਵਧੇਰੇ ਨੱਚਣ ਕਾਰਨ ਪੈਰਾਂ ਥੱਲੇ ਰੁਲ ਜਾਂਦੇ ਹਨ।

ਜਦੋਂ ਤਕ ਮਰੀਜ਼ ਦੇ ਸਾਹਮਣੇ ਸਿਹਤਮੰਦ ਮਨੁੱਖ ਦਾ ਅਕਸ ਸਪੱਸ਼ਟ ਨਹੀਂ ਹੁੰਦਾ, ਉਹ ਬੀਮਾਰ ਹੀ ਰਹੇਗਾ।

ਅਸੀਂ ਹਰ ਥਾਂ ਗੱਲਾਂ ਭਾਵੇਂ ਸਮੂਹ ਦੀਆਂ ਕਰਦੇ ਹਾਂ ਪਰ ਜਿਊਣਾ ਵਿਅਕਤੀਗਤ ਪੱਧਰ 'ਤੇ ਚਾਹੁੰਦੇ ਹਾਂ।

ਘੱਟ ਬੱਚਿਆਂ ਵਾਲੀਆਂ ਔਰਤਾਂ, ਵੱਧ ਬੱਚਿਆਂ ਵਾਲੀਆਂ ਔਰਤਾਂ ਨਾਲੋਂ ਵਧੇਰੇ ਸ਼ਕਤੀਸ਼ਾਲੀ ਹੁੰਦੀਆਂ ਹਨ।

ਜੇ ਤੁਹਾਨੂੰ ਹਰ ਵੇਲੇ ਕਿਸੇ ਨਾ ਕਿਸੇ ਨਾਲ ਪਿਆਰ ਹੋਵੇਗਾ ਤਾਂ ਤੁਸੀਂ ਵਿਆਹ ਨਹੀਂ ਕਰਵਾ ਸਕੋਗੇ, ਵਿਆਹ ਕਰਵਾਉਣ ਲਈ ਇਕੱਲਤਾ ਦਾ ਅਕੇਵਾਂ ਬੜਾ ਜ਼ਰੂਰੀ ਹੈ।

ਰਸੋਈ ਇਸਤਰੀ ਦੀ ਪ੍ਰਯੋਗਸ਼ਾਲਾ ਹੈ, ਪਤਨੀ ਦੇ ਚਲੇ ਜਾਣ ਮਗਰੋਂ ਰਸੋਈ ਬੇਰੌਣਕੀ ਹੋ ਜਾਂਦੀ ਹੈ, ਰਸੋਈ ਦੀ ਬੇਰੌਣਕੀ ਜ਼ਿੰਦਗੀ ਦੀ ਰੌਣਕ ਨੂੰ ਪੂਰੀ ਤਰ੍ਹਾਂ ਕੁਚਲ ਦਿੰਦੀ ਹੈ।

ਜੇ ਦਸ-ਵੀਹ ਕਪੜੇ ਧੋਣੇ ਹੋਣ ਤਾਂ ਇਸਤਰੀ ਧੋਂਦੀ ਹੈ, ਜੇ ਪੰਜ ਸੌ ਧੋਣੇ ਹੋਣ ਤਾਂ ਪੁਰਸ਼ ਧੋਵੇਗਾ; ਪੰਜ-ਛੇ ਦਾ ਖਾਣਾ ਇਸਤਰੀ ਬਣਾਉਂਦੀ ਹੈ, ਛੇ ਸੌ ਦਾ ਪੁਰਸ਼ ਬਣਾਵੇਗਾ; ਪੈਸੇ ਵਾਲੇ ਕੰਮ ਪੁਰਸ਼ ਕਰੇਗਾ, ਮੁਫ਼ਤ ਕੰਮ ਇਸਤਰੀ ਕਰਦੀ ਹੈ।

ਦਿਲ ਤਕ ਪੁਜਣ ਦਾ ਰਾਹ, ਅੱਖ ਵਿਚੋਂ ਲੰਘਦਾ ਹੈ।

ਅਣਚਾਹੀ ਆਵਾਜ਼ ਨੂੰ ਰੌਲਾ ਕਿਹਾ ਜਾਂਦਾ ਹੈ।

ਸੌਹ ਬੰਦੇ ਦੀ ਲਾਜ ਨਹੀਂ ਰਖਦੀ, ਬੰਦੇ ਨੇ ਸੌਹ ਦੀ ਲਾਜ ਰਖਣੀ ਹੁੰਦੀ ਹੈ।

ਥਕਾਵਟ ਦੇ ਤਿੰਨ ਕਾਰਨ ਹੁੰਦੇ ਹਨ: ਪੈਸੇ ਦੀ ਘਾਟ, ਹੌਸਲੇ ਦੀ ਘਾਟ ਅਤੇ ਪਿਆਰ ਦੀ ਘਾਟ।

ਜੇ ਪਰਿਵਾਰ ਵਿਚੋਂ ਇਕ ਨੇ ਬਾਰਾਤ ਜਾਣਾ ਹੋਵੇ ਤਾਂ ਪੁਰਸ਼ ਜਾਵੇਗਾ, ਜੇ ਇਕ ਨੇ ਭੋਗ 'ਤੇ ਜਾਣਾ ਹੋਵੇ ਤਾਂ ਇਸਤਰੀ ਜਾਂਦੀ ਹੈ; ਪੁਰਸ਼ ਅਧਿਕਾਰ ਮਾਣਦਾ ਹੈ, ਇਸਤਰੀ ਕਰਤੱਵ ਪਾਲਦੀ ਹੈ।

ਪਰਿਵਾਰ ਅਤੇ ਸਮਾਜ ਵਿਚਕਾਰ ਲੇਖਕ ਇਕੱਲਾ ਵਿਚਰਦਾ ਹੈ, ਉਸ ਦਾ ਇਕੱਲਾ ਹੋਣਾ, ਉਸ ਦੇ ਲੇਖਕ ਬਣਨ ਦੀ ਪਹਿਲੀ ਸ਼ਰਤ ਹੈ।

ਪਿੰਡਾਂ ਦੇ ਲੋਕ ਭੋਲੇ-ਭਾਲੇ ਹੁੰਦੇ ਹਨ, ਕਿਉਂਕਿ ਉਨ੍ਹਾਂ ਨੂੰ ਚਲਾਕ ਬਣਾਉਣ ਵਾਲੀਆਂ ਸ਼ਹਿਰੀ ਸਹੂਲਤਾਂ ਪ੍ਰਾਪਤ ਨਹੀਂ ਹੁੰਦੀਆਂ।

ਈਮਾਨਦਾਰੀ ਨਾਲ ਤਾਸ਼ ਉਹੀ ਖੇਡੇਗਾ, ਜਿਸ ਕੋਲ ਚਾਰੇ ਯੱਕੇ ਹੋਣਗੇ।

ਜੇਲ੍ਹ ਵਿਚ ਕੈਦ ਬੰਦਾ, ਦੂਜੇ ਕੈਦੀਆਂ ਤੋਂ ਪ੍ਰਭਾਵਿਤ ਹੋਏ ਬਿਨਾਂ ਨਹੀਂ ਰਹਿ ਸਕਦਾ।

ਜੇ ਬਟਨ ਨਾ ਹੁੰਦੇ ਤਾਂ ਹਰੇਕ ਨੂੰ ਢੇਰ ਕੋਹਜਾਪਣ ਵੇਖਣਾ ਪੈਣਾ ਸੀ।

ਪਰਜਾਤੰਤਰ ਵਿਚ ਰਾਜ ਅਖ਼ਬਾਰਾਂ-ਟੈਲੀਵਿਜ਼ਨਾਂ ਦਾ ਹੁੰਦਾ ਹੈ, ਉਂਝ ਲੋਕ-ਸਭਾ ਅਤੇ ਪ੍ਰਧਾਨ-ਮੰਤਰੀ ਨੂੰ ਵੀ ਰਸਮ ਵਜੋਂ, ਪੰਜ ਸਾਲ ਲਈ ਚੁਣ ਲਿਆ ਜਾਂਦਾ ਹੈ।

ਪੁਰਸ਼, ਉਸੇ ਇਸਤਰੀ ਦਾ ਪਿਆਰ ਜਿੱਤਣਾ ਚਾਹੁੰਦਾ ਹੈ, ਜਿਹੜੀ ਨਾਂਹ-ਨੁਕਰ ਕਰੇ।

ਗੁੰਝਲਦਾਰ ਲੋਕ, ਅਕਸਰ ਸਿੱਧੀਆਂ ਅਤੇ ਸਾਦੀਆਂ ਆਦਤਾਂ ਦੇ ਮਾਲਕ ਹੁੰਦੇ ਹਨ।

ਪਿਆਰ ਵਿਚ, ਸੱਚਿਆਰਿਆਂ ਨੂੰ ਕੇਵਲ ਦੁੱਖਾਂ ਦਾ ਹੀ ਗਿਆਨ ਹੁੰਦਾ ਹੈ; ਪਿਆਰ ਦੀਆਂ ਮੌਜਾਂ ਦੀਆਂ ਗੱਲਾਂ, ਬੇਵਫ਼ਾ ਪ੍ਰੇਮੀ ਹੀ ਕਰਦੇ ਹਨ।

ਚੰਗੇ ਫ਼ੈਸਲੇ ਕਰਦਿਆਂ ਅਕਸਰ ਦੇਰ ਹੋ ਜਾਂਦੀ ਹੈ ਅਤੇ ਅਜਿਹੇ ਫ਼ੈਸਲਿਆਂ ਦਾ ਅਕਸਰ ਕੋਈ ਲਾਭ ਨਹੀਂ ਹੁੰਦਾ।

ਅਜੋਕੇ ਸੰਸਾਰ ਵਿਚ ਤਲਾਕ ਵੀ ਸੰਜੋਗਾਂ ਨਾਲ ਮਿਲਦਾ ਹੈ, ਜੇ ਭਾਗਾਂ ਵਿਚ ਨਾ ਹੋਵੇ ਤਾਂ ਮਿਲਦਾ ਹੀ ਨਹੀਂ।

ਅਜੋਕੇ ਪਤੀ-ਪਤਨੀ, ਇਕ-ਦੂਜੇ ਨੂੰ ਸਮਝਣ ਤੋਂ ਇਲਾਵਾ ਹਰੇਕ ਚੀਜ਼ ਸਮਝਦੇ ਹਨ।

ਜੇ ਪਤੀ ਨੂੰ ਖੋਦੀਏ ਤਾਂ ਵਿਚੋਂ ਪੁਰਾਤਨ ਪ੍ਰੇਮੀ ਦੀਆਂ ਨਿਸ਼ਾਨੀਆਂ ਲੱਭਣਗੀਆਂ।

ਸੁਸਤ, ਹਮੇਸ਼ਾ ਬੈਠ ਕੇ ਕੰਮ ਕਰਦੇ ਹਨ, ਉਹ ਬੈਠਦੇ ਵਧੇਰੇ ਹਨ ਅਤੇ ਕੰਮ ਕਦੇ-ਕਦਾਈਂ ਕਰਦੇ ਹਨ।

ਦੂਜਿਆਂ ਦੇ ਨੁਕਸ, ਅਕਸਰ ਆਪਣੇ ਨੁਕਸਾਂ ਤੋਂ ਧਿਆਨ ਹਟਾਉਣ ਲਈ ਕੱਢੇ ਜਾਂਦੇ ਹਨ।

ਪਹਿਲੀ ਨਜ਼ਰੇ ਹੋਣ ਵਾਲਾ ਹੀ ਪਿਆਰ ਹੁੰਦਾ ਹੈ, ਦੂਜੀ ਨਜ਼ਰੇ ਅਸਲੀਅਤ ਵਿਖਾਈ ਦੇ ਜਾਂਦੀ ਹੈ, ਸੋ ਪਿਆਰ ਸੰਭਵ ਨਹੀਂ ਰਹਿੰਦਾ।

ਛੜਿਆਂ ਨੂੰ, ਇਸਤਰੀਆਂ ਬਾਰੇ ਵਿਆਹਿਆਂ ਨਾਲੋਂ ਵੀ ਵਧੇਰੇ ਗਿਆਨ ਹੁੰਦਾ ਹੈ, ਜੇ ਇਵੇਂ ਨਾ ਹੁੰਦਾ ਤਾਂ ਛੜਿਆਂ ਨੇ ਵੀ ਵਿਆਹ ਕਰਵਾ ਲੈਣਾ ਸੀ।

ਕਈਆਂ ਦੀ ਸ਼ਿਕਾਇਤ ਇਹ ਹੈ ਕਿ ਅੱਧੀ ਦੁਨੀਆ ਰੱਬ ਨੂੰ ਨਹੀਂ ਮੰਨਦੀ ਅਤੇ ਬਾਕੀ ਅੱਧੀ ਉਨ੍ਹਾਂ ਨੂੰ ਨਹੀਂ ਮੰਨਦੀ।

ਅਜੋਕੇ ਯੁਗ ਦੇ ਹੀਰੋ ਉਹ ਨਹੀਂ, ਜਿਹੜੇ ਫਿਲਮਾਂ ਵਿਚ ਕੰਮ ਕਰਦੇ ਹਨ, ਸਗੋਂ ਉਹ ਹਨ, ਜਿਹੜੇ ਉਨ੍ਹਾਂ ਦੀਆਂ ਫਿਲਮਾਂ ਵੇਖਦੇ ਹਨ।

ਕਈ ਲੇਖਕ, ਆਪਣੀ ਸਮਕਾਲੀ ਪੀੜ੍ਹੀ ਨੂੰ ਹੀ ਨਹੀਂ, ਆਉਣ ਵਾਲੀਆਂ ਪੀੜ੍ਹੀਆਂ ਨੂੰ ਵੀ ਪ੍ਰੇਸ਼ਾਨ ਕਰਦੇ ਹਨ।

ਪੁਸਤਕਾਂ, ਅਕਸਰ ਦੋ ਪ੍ਰਕਾਰ ਦੀਆਂ ਹੁੰਦੀਆਂ ਹਨ; ਇਕ ਉਹ ਜਿਨ੍ਹਾਂ ਨੂੰ ਕੋਈ ਨਹੀਂ ਪੜ੍ਹਦਾ ਅਤੇ ਦੂਜੀਆਂ ਉਹ ਜਿਹੜੀਆਂ ਕਿਸੇ ਨੂੰ ਨਹੀਂ ਪੜ੍ਹਨੀਆਂ ਚਾਹੀਦੀਆਂ।

ਪ੍ਰੇਮਿਕਾ, ਪਤਨੀ ਨਾਲੋਂ ਘਟ ਸ਼ਰਮਾਕਲ ਹੁੰਦੀ ਹੈ।

ਪਰਜਾਤੰਤਰ, ਇਕ ਅਜਿਹਾ ਧਰਮ ਹੈ, ਜਿਸ ਵਿਚ ਮੂਰਖਾਂ ਦੀ ਪੂਜਾ ਹੁੰਦੀ ਹੈ।

ਕਿਤਾਬਾਂ ਪੜ੍ਹਨ ਤੋਂ ਇਹ ਗਿਆਨ ਮਿਲਦਾ ਹੈ ਕਿ ਬਹੁਤ ਘੱਟ ਕਿਤਾਬਾਂ ਪੜ੍ਹਨਯੋਗ ਹੁੰਦੀਆਂ ਹਨ।

ਬਹਾਦਰ ਉਹ ਹੈ, ਜੋ ਉਦੋਂ ਸੱਚ ਬੋਲੇ ਜਦੋਂ, ਜੇ ਅਸੀਂ ਹੁੰਦੇ, ਅਸੀਂ ਝੂਠ ਬੋਲਣਾ ਸੀ।

ਕਿਸੇ ਨੂੰ ਮੂਰਖ ਨਾ ਕਹੋ, ਉਸ ਤੋਂ ਪੈਸੇ ਉਧਾਰ ਲੈ ਲਵੋ, ਜੋ ਕਹਿਣਾ ਚਾਹੁੰਦੇ ਹੋ, ਉਹ ਆਪੇ ਸਿੱਧ ਹੋ ਜਾਵੇਗਾ।

ਕਦੇ-ਕਦੇ ਕੋਈ ਸਿਆਣਾ ਬੰਦਾ ਵੀ ਲੋਕ-ਸਭਾ ਵਿਚ ਪਹੁੰਚ ਜਾਂਦਾ ਹੈ।

ਵਿਸ਼ਵਾਸ ਨਾਲ ਧਰਮ ਮਿਲਦਾ ਹੈ, ਕਿੰਤੂ-ਪ੍ਰੰਤੂ ਕਰਨ ਨਾਲ ਗਿਆਨ ਮਿਲਦਾ ਹੈ।

ਜ਼ਿੰਦਗੀ ਦੇ ਪਹਿਲੇ ਸੌ ਸਾਲ ਬੜੇ ਹੀ ਔਖੇ ਹੁੰਦੇ ਹਨ।

ਇਸਤਰੀ ਮੁਆਫ਼ ਤਾਂ ਕਰ ਦਿੰਦੀ ਹੈ ਪਰ ਭੁਲਦੀ ਨਹੀਂ।

ਜਿਹੜਾ ਪੈਸੇ ਉਧਾਰ ਨਹੀਂ ਦਿੰਦਾ, ਉਸ ਦੇ ਬਹੁਤੇ ਰਿਸ਼ਤੇਦਾਰ ਨਹੀਂ ਹੁੰਦੇ, ਕਿਉਂਕਿ ਉਸ ਨੂੰ ਬਹੁਤੇ ਰਿਸ਼ਤੇਦਾਰਾਂ ਦੀ ਲੋੜ ਹੀ ਨਹੀਂ ਪੈਂਦੀ।

ਜੇ ਚੰਗੀਆਂ ਕਿਤਾਬਾਂ ਨਾਲ ਮਨੁੱਖ ਚੰਗਾ ਬਣ ਸਕਦਾ ਹੁੰਦਾ ਤਾਂ ਹੁਣ ਤਕ ਸੰਸਾਰ ਸਵਰਗ ਬਣ ਗਿਆ ਹੋਣਾ ਸੀ।

ਹਰ ਕੰਮ ਕਰਨ ਦਾ ਇਕ ਸਹੀ ਅਤੇ ਇਕ ਗਲਤ ਢੰਗ ਹੁੰਦਾ ਹੈ, ਗਲਤ ਢੰਗ ਸੌਖਾ ਅਤੇ ਨੇੜੇ ਹੋਣ ਕਰਕੇ ਚੰਗਾ ਲਗਦਾ ਹੈ।

ਰੱਬ ਸਾਨੂੰ ਬਣੇ-ਬਣਾਏ ਰਿਸ਼ਤੇਦਾਰ ਦਿੰਦਾ ਹੈ ਪਰ ਘਾਟਾ ਪੂਰਾ ਕਰਨ ਲਈ ਸਾਨੂੰ ਦੋਸਤ ਬਣਾਉਣ ਦੀ ਖੁਲ੍ਹ ਵੀ ਦਿੰਦਾ ਹੈ।

ਮਾਪੇ ਇਸ ਲਈ ਹੁੰਦੇ ਹਨ ਤਾਂ ਕਿ ਘਟੋ-ਘੱਟ ਕੋਈ ਤਾਂ ਹੋਵੇ, ਜਿਨ੍ਹਾਂ ਪ੍ਰਤੀ ਬੱਚੇ ਲਾਪ੍ਰਵਾਹ ਹੋ ਸਕਣ।

ਜੇ ਤੁਹਾਡੀ ਪਤਨੀ ਨੂੰ ਤੁਹਾਡੇ ਪ੍ਰਤੀ ਕੋਈ ਗਿਲਾ-ਸ਼ਿਕਵਾ ਨਹੀਂ ਤਾਂ ਇਸ ਦਾ ਅਰਥ ਹੈ ਕਿ ਉਹ ਤੁਹਾਡੇ ਨਾਲ ਖੁਸ਼ ਨਹੀਂ ਹੈ।

ਜੇ ਪਤੀ ਅਚਾਨਕ, ਪਤਨੀ ਲਈ ਤੋਹਫ਼ੇ ਲਿਆਉਣ ਲਗ ਪਵੇ ਤਾਂ ਇਹ ਪਤੀ ਵਲੋਂ ਬਾਹਰ ਕੋਈ ਨਾਜਾਇਜ਼ ਰਿਸ਼ਤਾ ਉਸਾਰਨ ਦੇ ਯਤਨ ਦਾ ਸੰਕੇਤ ਹੁੰਦਾ ਹੈ।

ਰੱਬ, ਜਿਨ੍ਹਾਂ ਨੂੰ ਧਨ-ਦੌਲਤ ਦਿੰਦਾ ਹੈ, ਉਨ੍ਹਾਂ ਨੂੰ ਵੇਖ ਕੇ ਇਹ ਗੱਲ ਸਿੱਧ ਹੋ ਜਾਂਦੀ ਹੈ ਕਿ ਰੱਬ ਵੀ, ਧਨ-ਦੌਲਤ ਨੂੰ ਪਸੰਦ ਨਹੀਂ ਕਰਦਾ।

ਜੀਵਨ ਦੀਆਂ ਸਾਰੀਆਂ ਮੁਖ ਘਟਨਾਵਾਂ; ਜਨਮ, ਵਿਆਹ ਅਤੇ ਮੌਤ, ਬਿਨਾਂ ਸੋਚੇ-ਸਮਝੇ ਵਾਪਰਦੀਆਂ ਹਨ।

ਹਰ ਪੁਸਤਕ ਦੇ ਆਰੰਭ ਵਾਲੇ ਪੰਨੇ, ਸਭ ਤੋਂ ਮਗਰੋਂ ਲਿਖੇ ਜਾਂਦੇ ਹਨ।

ਜੇ ਤੁਸੀਂ ਕਿਸੇ ਵੀ ਮੂਰਖ ਨੂੰ ਨਹੀਂ ਮਿਲਣਾ ਚਾਹੁੰਦੇ ਤਾਂ ਆਪਣਾ ਸ਼ੀਸ਼ਾ ਤੋੜ ਦੇਵੋ।

ਜਦੋਂ ਲੋਕ-ਸਭਾ ਦਾ ਇਜਲਾਸ ਚਲ ਰਿਹਾ ਹੋਵੇ ਤਾਂ ਕਾਰਟੂਨ ਬਣਾਉਣ ਵਾਲਿਆਂ ਦੀ ਮੌਜ ਬਣ ਜਾਂਦੀ ਹੈ।

ਜਦੋਂ ਹਾਸਿਆਂ ਦੀ ਥਾਂ ਉਬਾਸੀਆਂ ਲੈ ਲੈਣ ਤਾਂ ਸਮਝੋ ਹਨੀਮੂਨ ਮੁੱਕ ਗਿਆ ਹੈ।

ਪਹਿਲਾ ਚੁੰਮਣ ਕਾਹਲ ਵਿਚ ਲਿਆ ਜਾਂਦਾ ਹੈ, ਦੂਜੇ ਲਈ ਮੰਗ ਅਤੇ ਤੀਜੇ ਲਈ ਤਰਲਾ ਕੀਤਾ ਜਾਂਦਾ ਹੈ ਅਤੇ ਬਾਕੀ ਸਾਰੇ ਚੁੰਮਣ ਬਰਦਾਸ਼ਤ ਕੀਤੇ ਜਾਂਦੇ ਹਨ।

ਅਜੋਕਾ ਵਿਅਕਤੀ, ਜਦੋਂ ਤਕ ਕਿਸੇ ਗਵਾਂਢ, ਸਮਾਜ, ਕੌਮ, ਧਰਮ ਜਾਂ ਦੇਸ਼ ਨੂੰ ਨਫ਼ਰਤ ਨਾ ਕਰੇ, ਉਹ ਪ੍ਰਸੰਨ ਨਹੀਂ ਹੁੰਦਾ।

ਹਰੇਕ ਸਮਾਗਮ ਵਿਚ ਵਿਆਹੀਆਂ ਇਸਤਰੀਆਂ ਅਤੇ ਕੰਵਾਰੇ ਪੁਰਸ਼, ਵਾਤਾਵਰਣ ਨੂੰ ਸੁਹਾਵਣਾ ਬਣਾ ਦਿੰਦੇ ਹਨ, ਕਿਉਂਕਿ ਇਹ ਦੋਵੇਂ ਡਰ ਤੋਂ ਮੁਕਤ ਹੁੰਦੇ ਹਨ।

ਕੰਵਾਰੀ ਲੜਕੀ ਨੂੰ ਕੇਵਲ ਇਕ ਪਤੀ ਚਾਹੀਦਾ ਹੁੰਦਾ ਹੈ ਪਰ ਪਤੀ ਪ੍ਰਾਪਤ ਕਰਕੇ, ਉਸ ਨੂੰ ਸੰਸਾਰ ਦੀ ਹਰ ਚੀਜ਼ ਚਾਹੀਦੀ ਹੁੰਦੀ ਹੈ।

ਜੇ ਜ਼ਿੰਦਗੀ ਵਫ਼ਾ ਕਰੇ ਤਾਂ ਹਰੇਕ ਨਾਲ ਸਭ ਕੁਝ ਵਾਪਰਦਾ ਹੈ।

ਰਾਜਨੀਤੀ ਇਕੋ-ਇਕ ਖੇਤਰ ਹੈ, ਜਿਸ ਵਿਚ ਲੋਕ ਯੋਗਤਾ ਤੋਂ ਬਿਨਾਂ ਹੀ ਪ੍ਰਸਿੱਧ ਹੋ ਜਾਂਦੇ ਹਨ।

ਜਿਤਨੀਆਂ ਵਧੇਰੇ ਚੀਜ਼ਾਂ ਤੋਂ ਤੁਹਾਨੂੰ ਸ਼ਰਮ ਆਏਗੀ, ਉਤਨੇ ਹੀ ਵੱਧ ਸਤਿਕਾਰ-ਯੋਗ ਤੁਸੀਂ ਹੁੰਦੇ ਜਾਵੋਗੇ।

ਜਵਾਨੀ ਜ਼ਿੰਦਗੀ ਦਾ ਸਭ ਤੋਂ ਸੁਹਾਵਣਾ ਸਮਾਂ ਹੁੰਦੀ ਹੈ ਪਰ ਲੋਕਾਂ ਦੀ ਬਹੁਗਿਣਤੀ ਇਸ ਸਮੇਂ ਨੂੰ ਬੱਚੇ ਪੈਦਾ ਕਰਨ ਵਿਚ ਗੁਆ ਦਿੰਦੀ ਹੈ।

ਜੇ ਕੋਈ ਫਾਂਸੀ ਤੋਂ ਨਹੀਂ ਡਰਦਾ, ਉਸ ਨੂੰ ਫਾਂਸੀ ਲਾਉਣਾ ਫ਼ਜ਼ੂਲ ਹੈ।

ਜਿਹੜੇ ਧਨ ਅਤੇ ਰੱਬ ਦੋਹਾਂ ਦੀ ਪੂਜਾ ਕਰਦੇ ਹਨ, ਉਹ ਥੋੜ੍ਹੇ ਚਿਰ ਮਗਰੋਂ ਹੀ ਐਲਾਨ ਕਰ ਦਿੰਦੇ ਹਨ ਕਿ ਰੱਬ ਕੋਈ ਨਹੀਂ।

ਵਿਆਹ ਕਰਵਾਉਣਾ ਅਤੇ ਕੰਵਾਰੇ ਰਹਿਣਾ ਇਕ ਹੀ ਗੱਲ ਹੈ, ਕਿਉਂਕਿ ਦੋਵੇਂ ਹਾਲਤਾਂ ਵਿਚ ਪਛਤਾਉਣਾ ਪੈਂਦਾ ਹੈ।

ਵਿਹਲੇ ਲੋਕ, ਆਰਾਮ ਕਰਨ ਦੇ ਯਤਨ ਵਿਚ ਹੀ ਥੱਕ ਜਾਂਦੇ ਹਨ।

ਜਦੋਂ ਤਕ ਦੇਸ਼ਵਾਸੀਆਂ ਵਿੱਚੋਂ ਦੇਸ਼-ਭਗਤੀ ਦਾ ਭੂਤ ਨਹੀਂ ਨਿਕਲਦਾ, ਸੰਸਾਰ ਵਿਚ ਸ਼ਾਂਤੀ ਨਹੀਂ ਹੋ ਸਕਦੀ।

ਪੁਰਸ਼ ਸੁਰੱਖਿਆ ਨਹੀਂ, ਸੁਤੰਤਰਤਾ ਦੇ ਚਾਹਵਾਨ ਹੁੰਦੇ ਹਨ; ਇਸਤਰੀਆਂ ਆਜ਼ਾਦੀ ਦੀਆਂ ਨਹੀਂ, ਸੁਰੱਖਿਆ ਦੀਆਂ ਚਾਹਵਾਨ ਹੁੰਦੀਆਂ ਹਨ।

ਤਜਰਬਾ ਸਾਨੂੰ ਆਪਣੀਆਂ ਕੀਤੀਆਂ ਗਲਤੀਆਂ ਪਛਾਣਨ ਅਤੇ ਪਛਤਾਵਾ ਕਰਨ ਦੀ ਜਾਚ ਸਿਖਾਉਂਦਾ ਹੈ।

ਜੋ-ਜੋ ਪੀੜ੍ਹੀ-ਦਰ-ਪੀੜ੍ਹੀ ਪੜ੍ਹਿਆ ਜਾਂਦਾ ਹੈ, ਉਹ ਲਿਖਣ ਤੋਂ ਪਹਿਲਾਂ, ਅਨੇਕਾਂ ਵਾਰ ਸੋਚਿਆ ਗਿਆ ਹੁੰਦਾ ਹੈ।

ਅਸੀਂ ਮੌਤ ਤੋਂ ਇਸ ਲਈ ਡਰਦੇ ਹਾਂ, ਕਿਉਂਕਿ ਅਸੀਂ ਜੀਵਨ ਨੂੰ ਠੀਕ ਢੰਗ ਨਾਲ ਜੀਵਿਆ ਨਹੀਂ ਹੁੰਦਾ।

ਜਿਹੜੇ ਬਹੁਤ ਬੋਲਦੇ ਹਨ, ਉਹ ਕਿਸੇ ਨਾਲ ਪਿਆਰ ਹੋਣ 'ਤੇ ਚੁਪ ਹੋ ਜਾਂਦੇ ਹਨ।

ਮਨੁੱਖ ਵਾਂਗ, ਰੱਬ ਨੂੰ ਮਰਨ ਦੀ ਸਹੂਲਤ ਪ੍ਰਾਪਤ ਨਹੀਂ।

ਵੱਡੇ ਸ਼ਹਿਰਾਂ ਵਿਚ ਲੱਖਾਂ ਲੋਕ ਇਕੱਠੇ ਹੋ ਕੇ ਇਕੱਲਤਾ ਹੰਢਾ ਰਹੇ ਹਨ।

ਪਹਾੜੀ ਰਸਤੇ 'ਤੇ ਜੇ ਖਾਣ ਲਈ ਪਕੌੜੇ ਹੋਣ ਅਤੇ ਪੀਣ ਲਈ ਚਾਹ ਹੋਵੇ ਤਾਂ ਪਹਾੜਾਂ ਦੇ ਦ੍ਰਿਸ਼ ਹੋਰ ਵੀ ਸੋਹਣੇ ਲਗਦੇ ਹਨ।

ਅਜੇ ਤਕ ਫ਼ਿਲਾਸਫ਼ਰ ਵੀ ਨਹੀਂ ਜਾਣ ਸਕੇ ਕਿ ਬਾਂਦਰ ਨੂੰ ਬਣਾ ਕੇ ਰੱਬ, ਮਨੁੱਖ ਨੂੰ ਕੀ ਸੰਦੇਸ਼ ਦੇਣਾ ਚਾਹੁੰਦਾ ਹੈ।

ਸਿਆਣੀ ਨਕਲ ਨੂੰ ਮੌਲਿਕਤਾ ਕਿਹਾ ਜਾਂਦਾ ਹੈ।

ਕਈ ਬਹੁਤ ਉਦਾਸ ਹੋ ਕੇ ਗਾਉਣ ਲਗ ਪੈਂਦੇ ਹਨ ਅਤੇ ਸੁਣਨ ਵਾਲੇ ਉਨ੍ਹਾਂ ਤੋਂ ਵੀ ਵੱਧ ਉਦਾਸ ਹੋ ਜਾਂਦੇ ਹਨ।

ਸਾਡਾ ਆਪਣਾ ਜੀਵਨ ਅਕਾਊ ਹੁੰਦਾ ਹੈ, ਇਸੇ ਕਰਕੇ ਅਸੀਂ ਦੂਜਿਆਂ ਦੇ ਜੀਵਨ ਵਿਚ ਦਿਲਚਸਪੀ ਲੈਂਦੇ ਹਾਂ।

ਮੌਤ ਇਸੇ ਜੀਵਨ ਦਾ ਭਾਗ ਹੈ, ਅਗਲੇ ਜੀਵਨ ਦਾ ਨਹੀਂ।

ਠੀਕ ਵਕਤ 'ਤੇ ਕੀਤੀ ਕੋਈ ਗਲਤੀ, ਗਲਤ ਵਕਤ 'ਤੇ ਵਿਖਾਈ ਕਿਸੇ ਸਿਆਣਪ ਤੋਂ ਚੰਗੀ ਹੁੰਦੀ ਹੈ।

ਤਜਰਬੇ ਤੋਂ ਬਿਨਾਂ, ਸਵੈ-ਵਿਸ਼ਵਾਸ ਨਹੀਂ ਉਪਜਦਾ।

ਹਰ ਬੰਦੇ ਵਿਚ ਇਕ ਖਾਸ ਗੱਲ ਹੁੰਦੀ ਹੈ, ਇਹੀ ਗੱਲ ਉਸ ਦੇ ਜਾਣਨ ਵਾਲਿਆਂ ਨੂੰ ਯਾਦ ਰਹਿੰਦੀ ਹੈ।

ਦੋ ਵਿਚ ਦੋ ਜੋੜ ਕੇ ਪੰਜ ਬੋਲੋ, ਸਾਰੇ ਧਿਆਨ ਦੇਣਗੇ।

ਜੇ ਚੰਗੇ ਅਤੇ ਵਿਲੱਖਣ ਬੰਦਿਆਂ ਨੂੰ ਮਿਲਣ ਦੀ ਇੱਛਾ ਹੋਵੇ ਤਾਂ ਜਿਹੜਾ ਮਿਲੇਗਾ, ਉਹ ਚੰਗਾ ਅਤੇ ਵਿਲੱਖਣ ਹੋਵੇਗਾ।

ਯਥਾਰਥ ਉਹ ਹੈ, ਜਿਸ ਵਿਚੋਂ ਅਸੀਂ ਗੁਜ਼ਰਦੇ ਹਾਂ, ਬਾਕੀ ਸਭ ਆਦਰਸ਼ਵਾਦ ਹੁੰਦਾ ਹੈ।

ਮਨੁੱਖ ਨੂੰ ਜੀਵਨ ਦੇ ਹਰ ਪੜਾ 'ਤੇ ਚਿੰਤਾ ਕਰਨੀ ਪੈਂਦੀ ਹੈ, ਸੋ ਸਾਨੂੰ ਚੰਗੀ ਤਰ੍ਹਾਂ ਚਿੰਤਾ ਕਰਨ ਦੀ ਜਾਚ ਸਿਖ ਲੈਣੀ ਚਾਹੀਦੀ ਹੈ।

ਕਾਹਲੇ ਬੰਦੇ, ਅਕਸਰ ਦੇਰ ਨਾਲ ਕੰਮ ਮੁਕਾਉਂਦੇ ਹਨ।

ਪੁਰਸ਼ ਦੀ ਕਮੀਜ਼ ਦੇ ਕਾਲਰ ਦਾ ਡੀਜ਼ਾਈਨ ਦੋ ਸਦੀਆਂ ਪਹਿਲਾਂ, ਕੁੱਤੇ ਦੇ ਕੰਨਾਂ ਤੋਂ ਬਣਾਇਆ ਗਿਆ ਸੀ, ਅਜੇ ਬਦਲਣ ਦੀ ਲੋੜ ਨਹੀਂ ਪੈ ਰਹੀ।

ਹਰੇਕ ਦਿਨ ਹੀ ਕਿਸੇ ਨਾ ਕਿਸੇ ਲਈ ਅਖੀਰਲਾ ਦਿਨ ਹੁੰਦਾ ਹੈ।

ਕਿਸੇ ਚੀਜ਼ ਦੇ ਮੁੱਲਵਾਨ ਜਾਂ ਨਿਗੁਣੇ ਹੋਣ ਦਾ ਫੈਸਲਾ ਵਕਤ ਕਰਦਾ ਹੈ।

ਜਵਾਨੀ ਵਿਚ ਅਨੇਕਾਂ ਸੁਪਨੇ ਹੁੰਦੇ ਹਨ, ਜਿਨ੍ਹਾਂ ਨੂੰ ਵਕਤ ਇਕ-ਇਕ ਕਰਕੇ ਝੂਠੇ ਸਾਬਤ ਕਰਦਾ ਰਹਿੰਦਾ ਹੈ।

ਆਪਣੀ ਨਿੰਦਾ ਕਰੋ, ਸਾਰੇ ਧਿਆਨ ਨਾਲ ਸੁਣਨਗੇ।

ਜਵਾਨਾਂ ਨੂੰ ਆਦਰਸ਼ ਇਸ ਲਈ ਚੰਗੇ ਲਗਦੇ ਹਨ, ਕਿਉਂਕਿ ਇਨ੍ਹਾਂ ਵਿਚ ਉਨ੍ਹਾਂ ਨੇ ਆਪਣੀ ਜਵਾਨੀ ਦਾ ਜੋਸ਼ ਡੋਲ੍ਹਣਾ ਹੁੰਦਾ ਹੈ।

ਮਨੁੱਖ ਆਪਣੇ ਜੀਵਨ ਦੀਆਂ ਮੂਰਖਤਾਵਾਂ ਨਾਲ ਸਾਬਤ ਕਰਦਾ ਹੈ ਕਿ ਗ੍ਰੰਥਾਂ ਵਿਚ ਸੱਚ ਲਿਖਿਆ ਗਿਆ ਹੈ।

ਬੁੱਢਿਆਂ ਨੂੰ ਭਰਮ ਹੁੰਦਾ ਹੈ ਕਿ ਉਹ ਬੜੇ ਚਲਾਕ ਹਨ।

ਜਿਹੜੇ ਜਵਾਨੀ ਵਿਚ ਹੀ ਬਦਨਾਮ ਹੋ ਜਾਂਦੇ ਹਨ, ਉਨ੍ਹਾਂ ਕੋਲ ਬੁਢਾਪੇ ਵਿਚ ਮਾਣ ਕਰਨ ਲਈ ਕੁਝ ਨਹੀਂ ਹੁੰਦਾ।

ਬਜ਼ੁਰਗ ਇਸ ਲਈ ਵੱਧ ਬੋਲਦੇ ਹਨ, ਕਿਉਂਕਿ ਉਨ੍ਹਾਂ ਕੋਲ ਤਜਰਬਾ ਵਧੇਰੇ ਹੁੰਦਾ ਹੈ ਅਤੇ ਦੱਸਣ ਲਈ ਵਕਤ ਘੱਟ ਹੁੰਦਾ ਹੈ।

ਸਿਆਣਾ ਹੋਣ ਕਰਕੇ ਜੂਲੀਅਸ ਸੀਜ਼ਰ ਨੇ ਸੰਸਾਰ ਨੂੰ ਫ਼ਤਹਿ ਕਰਨ ਦਾ ਯਤਨ ਨਹੀਂ ਸੀ ਕੀਤਾ, ਇਹ ਕੰਮ ਸਿਕੰਦਰ ਨੇ ਕੀਤਾ, ਕਿਉਂਕਿ ਉਹ ਜਵਾਨ ਸੀ ਅਤੇ ਉਸਨੂੰ ਅਜੇ ਸੋਚਣ ਦੀ ਆਦਤ ਨਹੀਂ ਸੀ ਪਈ।

ਜਵਾਨੀ ਵਿਚ, ਜਵਾਨਾਂ ਨੂੰ ਸਭ ਕੁਝ ਜਾਣਦੇ ਹੋਣ ਦਾ ਮਿੱਠਾ-ਮਿੱਠਾ ਭਰਮ ਹੁੰਦਾ ਹੈ।

ਉਮਰ ਦੇ ਵੱਧਣ ਨਾਲ ਅਸੀਂ ਵਧੇਰੇ ਸਿਆਣੇ ਅਤੇ ਵਧੇਰੇ ਮੂਰਖ ਹੋਈ ਜਾਂਦੇ ਹਾਂ; ਆਪਣੀਆਂ ਨਜ਼ਰਾਂ ਵਿਚ ਸਿਆਣੇ ਅਤੇ ਦੂਜਿਆਂ ਦੀ ਨਜ਼ਰ ਵਿਚ ਮੂਰਖ।

ਬੁਢਾਪੇ ਦੇ ਬਹੁਤੇ ਦੁੱਖ ਆਪਣੇ ਆਪ ਨੂੰ ਜਵਾਨ ਸਮਝਣ ਦੇ ਭੁਲੇਖੇ ਵਿਚੋਂ ਉਪਜਦੇ ਹਨ।

ਬੱਚੇ ਨੂੰ ਮਾਂ ਦਾ ਆਸਰਾ ਹੁੰਦਾ ਹੈ, ਮਾਂ ਨੂੰ ਪਰਿਵਾਰ ਦੀ ਧਰਵਾਸ ਹੁੰਦੀ ਹੈ ਅਤੇ ਪਰਿਵਾਰ ਨੂੰ ਸਮਾਜ ਦੀ ਪ੍ਰਵਾਨਗੀ ਹੁੰਦੀ ਹੈ, ਇਵੇਂ ਜੀਵਨ ਦੀ ਸੰਗਲੀ ਬਣਦੀ ਜਾਂਦੀ ਹੈ।

ਬੱਚਾ, ਸ਼ੀਸ਼ੇ ਵਿਚ ਵੇਖਣ ਸਮੇਂ ਵੀ, ਮਾਂ ਦਾ ਚਿਹਰਾ ਹੀ ਲੱਭਦਾ ਹੈ।

ਜਦੋਂ ਸੂਰਜ ਡੁੱਬਦਾ ਹੈ ਤਾਂ ਸਮੁੱਚੀ ਮਾਨਵਜਾਤੀ ਦੀ ਪ੍ਰਵਾਨਗੀ ਨਾਲ ਡੁੱਬਦਾ ਹੈ।

ਬੁਢਾਪੇ ਵਿਚ ਨਿਮਰਤਾ ਦਾ ਗੁਣ ਉਪਜਾਉਣਾ ਚਾਹੀਦਾ ਹੈ, ਕਿਉਂਕਿ ਕੋਈ ਵੀ ਬੁੱਢਿਆਂ ਦੇ ਰੋਹਬ ਨੂੰ ਨਹੀਂ ਮੰਨਦਾ।

ਅਨੇਕਾਂ ਬੱਚੇ ਉਨ੍ਹਾਂ ਖੇਤਰਾਂ ਵਿਚ ਸਫਲ ਹੁੰਦੇ ਹਨ, ਜਿਨ੍ਹਾਂ ਵਿਚ ਜਾਣ ਦੀ ਮਾਪਿਆਂ ਵਲੋਂ ਵਿਰੋਧਤਾ ਜਾਂ ਮਨਾਹੀ ਹੁੰਦੀ ਹੈ।

ਬੁਢਾਪੇ ਦਾ ਉਦੋਂ ਸਤਿਕਾਰ ਹੁੰਦਾ ਸੀ, ਜਦੋਂ ਕੋਈ-ਕੋਈ ਬੁੱਢਾ ਹੁੰਦਾ ਸੀ।

ਬੱਚਿਆਂ ਨੂੰ ਪ੍ਰਸੰਨ ਵੇਖ ਕੇ ਮਾਂ ਨੂੰ ਆਪਣਾ ਦਿਲ ਵੱਡਾ, ਮਜ਼ਬੂਤ ਅਤੇ ਵਿਸ਼ਾਲ ਹੋ ਗਿਆ ਮਹਿਸੂਸ ਹੁੰਦਾ ਹੈ।

ਮਿਥਿਹਾਸਕ ਕਹਾਣੀਆਂ, ਬੱਚਿਆਂ ਵਾਲੀ ਬੁੱਧੀ ਵਾਲੇ ਲੋਕਾਂ ਲਈ ਹੁੰਦੀਆਂ ਹਨ।

ਖਿਡੌਣੇ ਵਾਲੀ ਕਾਰ ਇਸ ਲਈ ਛੋਟੀ ਬਣਾਈ ਜਾਂਦੀ ਹੈ ਤਾਂ ਕਿ ਛੋਟੀ ਹੋਣ ਕਰਕੇ ਬੱਚੇ ਨੂੰ ਆਪਣੀ ਲੱਗੇ।

ਸ਼ਰਾਬ ਪੀ ਕੇ, ਸ਼ਰਾਬੀ ਹੋਣ ਵਾਲੇ, ਸ਼ਰਾਬ ਦੀ ਤੌਹੀਨ ਕਰਦੇ ਹਨ।

ਲਗਾਤਾਰ ਖਿਚੜੀ ਖਾਣੀ, ਆਪਣੇ ਆਪ ਵਿਚ ਇਕ ਵੱਡੀ ਮੁਸੀਬਤ ਹੁੰਦੀ ਹੈ।

ਬੱਚਿਆਂ ਨੂੰ ਜਾਨਵਰਾਂ, ਪੰਛੀਆਂ ਦੀਆਂ ਕਹਾਣੀਆਂ ਇਸ ਲਈ ਚੰਗੀਆਂ ਲਗਦੀਆਂ ਹਨ, ਕਿਉਂਕਿ ਪੰਛੀ-ਜਾਨਵਰ ਸੋਚਦੇ ਨਹੀਂ, ਕਾਰਜ ਹੀ ਕਰਦੇ ਹਨ।

ਭੀੜ ਵਿਚ ਗੁਆਚਣ ਦਾ ਲਾਲਚ, ਸਾਨੂੰ ਬਜ਼ਾਰ ਲੈ ਜਾਂਦਾ ਹੈ।

ਸ਼ਰਾਬ ਜਿੱਤ ਦੇ ਜਸ਼ਨ ਦਾ ਭਾਗ ਹੁੰਦੀ ਹੈ, ਬਿਨਾਂ ਜਿੱਤਣ ਦੇ ਪੀਤੀ ਸ਼ਰਾਬ, ਵਿਭਚਾਰ ਕਹਾਉਂਦੀ ਹੈ।

ਮਜਬੂਰੀ ਦਾ ਆਰਾਮ, ਥਕਾਵਟ ਨਹੀਂ ਲਾਹੁੰਦਾ।

ਰੌਣਕਾਂ ਦੀ ਭਾਲ ਕਰ ਰਿਹਾ ਅਜੋਕਾ ਮਨੁੱਖ, ਬੜਾ ਉਦਾਸ ਹੈ।

ਪਰੰਪਰਾ ਵਿਚੋਂ ਸਭ ਤੋਂ ਉੱਤਮ ਨੂੰ ਅਤੇ ਨਵੀਨਤਾ ਜਾਂ ਆਧੁਨਿਕਤਾ ਵਿਚੋਂ ਸਭ ਤੋਂ ਢੁੱਕਵੇਂ ਨੂੰ ਚੁਣਿਆ ਜਾਂਦਾ ਹੈ।

ਸ਼ਰਾਬ ਹਮੇਸ਼ਾ ਸਿਆਣੀਆਂ, ਬਹਾਦਰ, ਸੋਹਣੀਆਂ ਅਤੇ ਖੁਸ਼ਹਾਲ ਕੌਮਾਂ ਨੇ ਪੀਤੀ ਹੈ।

ਜਿਉਂ-ਜਿਉਂ ਮਨੁੱਖ ਵਿਕਾਸ ਕਰ ਰਿਹਾ ਹੈ, ਉਹ ਪ੍ਰੇਸ਼ਾਨ ਹੋਣ ਕਾਰਨ ਅਨੁਭਵ ਕਰ ਰਿਹਾ ਹੈ ਕਿ ਪੁਰਾਣੇ ਜ਼ਮਾਨੇ ਦੇ ਲੋਕ ਵਧੇਰੇ ਸ਼ਾਂਤ ਅਤੇ ਪ੍ਰਸੰਨ ਸਨ।

ਮਹਾਂਪੁਰਸ਼ਾਂ ਦੇ ਸਾਹਮਣੇ ਉਦਾਹਰਣਾਂ ਨਹੀਂ ਹੁੰਦੀਆਂ, ਉਹ ਜੋ ਕਰਦੇ ਹਨ, ਉਹ ਉਦਾਹਰਣ ਬਣ ਜਾਂਦੀ ਹੈ।

ਮਹਾਨ ਕਵਿਤਾ ਨੂੰ ਸਿਰਜਦਾ ਪਾਗਲਪਣ ਹੈ ਪਰ ਲਿਖਦੀ ਅਕਲ ਹੈ।

ਕਵਿਤਾ ਧਿਆਨ ਵਿਚੋਂ ਨਹੀਂ, ਬੇਧਿਆਨੇ ਹੋਣ ਵਿਚੋਂ ਉਪਜਦੀ ਹੈ।

ਖ਼ੂਬਸੂਰਤੀ ਚਿਹਰੇ ਵਿਚ ਨਹੀਂ ਹੁੰਦੀ, ਉਸ ਨੂੰ ਵੇਖਣ ਦੇ ਜੋਸ਼ ਵਿਚ ਹੁੰਦੀ ਹੈ।

ਮਹਾਨ ਵਿਅਕਤੀਆਂ ਨੂੰ ਪੈਸੇ, ਅਹੁਦੇ, ਜਾਇਦਾਦ ਆਦਿ ਦੀ ਕੋਈ ਇੱਛਾ ਨਹੀਂ ਹੁੰਦੀ।

ਕਿਸੇ ਚੀਜ਼ ਦੇ ਨੁਕਸ ਦੂਰ ਕਰਨ ਨਾਲ ਉਹ ਸੁੰਦਰ ਨਹੀਂ ਬਣ ਜਾਂਦੀ, ਸੁੰਦਰਤਾ ਦੇ ਲੱਛਣ ਵੱਖਰੇ ਹੁੰਦੇ ਹਨ।

ਕਲਾ ਹੁੰਦੀ ਕਲਪਨਾ ਹੈ ਪਰ ਇਸ ਵਿਚ ਯਥਾਰਥ ਨੂੰ ਬਦਲਣ ਦੀ ਤਾਕਤ ਹੁੰਦੀ ਹੈ।

ਗੰਭੀਰ ਬੀਮਾਰੀ ਵਿਚ ਹਰ ਮਨੁੱਖ ਫੈਸਲਾ ਕਰਦਾ ਹੈ ਕਿ ਉਹ ਠੀਕ ਹੋ ਕੇ, ਕੇਵਲ ਚੰਗੇ ਕੰਮ ਹੀ ਕਰੇਗਾ।

ਮਹਾਨ ਚਿੰਤਕ, ਸਮੁੱਚੀ ਮਾਨਵਜਾਤੀ ਨੂੰ ਆਪਣੀ ਸੋਚ ਪਹਿਨਾ ਦਿੰਦੇ ਹਨ।

ਚਿੱਤਰਕਾਰ ਉਹ ਨਹੀਂ ਚਿਤਰਦਾ, ਜੋ ਉਸ ਨੇ ਵੇਖਿਆ ਹੁੰਦਾ ਹੈ, ਸਗੋਂ ਉਹ ਚਿਤਰਦਾ ਹੈ, ਜੋ ਕਲਾ-ਪ੍ਰੇਮੀਆਂ ਨੇ ਵੇਖਣਾ ਹੁੰਦਾ ਹੈ।

ਕਰਮਚਾਰੀ, ਕੁਝ ਦਿਨਾਂ ਵਿਚ ਹੀ, ਆਪਣੇ ਨਵੇਂ ਮੁਖੀ ਦਾ ਚਰਿਤਰ ਅਤੇ ਉਸ ਦੀ ਕਾਰਜ-ਸ਼ੈਲੀ ਜਾਣ ਕੇ, ਆਪਣੇ ਵਿਹਾਰ ਵਿਚ ਲੋੜੀਂਦੀ ਤਬਦੀਲੀ ਕਰ ਲੈਂਦੇ ਹਨ।

ਕਲਾਕਾਰ ਕੁਝ ਨਵਾਂ ਨਹੀਂ ਸਿਰਜਦੇ, ਉਹ ਤਾਂ ਇਹ ਸਾਬਤ ਕਰਦੇ ਹਨ ਕਿ ਜੋ ਕੁਝ ਸਿਰਜਿਆ ਜਾਂ ਕਿਹਾ ਜਾ ਚੁਕਿਆ ਹੈ, ਉਹ ਕਾਫੀ ਨਹੀਂ ਹੈ।

ਸਵੈਜੀਵਨੀ ਅਕਸਰ ਦੂਜਿਆਂ ਬਾਰੇ ਸੱਚ ਦੱਸਣ ਲਈ ਰਚੀ ਜਾਂਦੀ ਹੈ।

ਕਵਿਤਾ, ਕਵੀ ਦੇ ਮਨ ਦੀ ਪੀੜਾ ਵਿਚੋਂ ਉਪਜਦੀ ਹੈ ਅਤੇ ਪਾਠਕ ਅਤੇ ਸਰੋਤੇ ਦੇ ਮਨ ਦੀ ਪੀੜਾ ਨੂੰ ਦੂਰ ਕਰਦੀ ਹੈ।

ਕਿਸੇ ਮਹਾਨ ਪੁਸਤਕ ਨੂੰ ਪੜ੍ਹ ਕੇ ਮਨ ਅਤੇ ਸੋਚ ਦਾ ਪਿੜ ਇਤਨਾ ਵਿਸ਼ਾਲ ਹੋ ਜਾਂਦਾ ਹੈ ਕਿ ਅਨੇਕਾਂ ਨਵੇਂ ਵਿਚਾਰਾਂ ਲਈ ਥਾਂ ਪੈਦਾ ਹੋ ਜਾਂਦੀ ਹੈ।

ਪ੍ਰਸਿੱਧ ਲੇਖਕਾਂ ਦਾ ਕੰਮ, ਲੰਘ ਗਏ ਯੁਗਾਂ ਦੇ ਮੁਲਵਾਨ ਵਿਚਾਰਾਂ ਨੂੰ ਸਮਕਾਲੀ ਮੁਹਾਵਰੇ ਵਿਚ ਲਿਖਣਾ ਹੁੰਦਾ ਹੈ।

ਬੋਲੇ ਗਏ ਸ਼ਬਦ ਕੰਨਾਂ ਨੂੰ ਹੀ ਪ੍ਰਭਾਵਿਤ ਕਰਦੇ ਹਨ, ਦਿਲ ਨੂੰ ਪ੍ਰਭਾਵਿਤ ਕਰਨ ਦਾ ਕਾਰਜ, ਅਰਥ ਕਰਦੇ ਹਨ।

ਗੰਭੀਰ ਹੋਣ ਦਾ ਨਾਟਕ ਚਲ ਜਾਂਦਾ ਹੈ ਪਰ ਸਿਆਣੇ ਹੋਣ ਦਾ ਨਾਟਕ ਕਰਨਾ ਅਸੰਭਵ ਹੁੰਦਾ ਹੈ।

ਹਾਸਰਸ ਆਜ਼ਾਦੀ ਵਿਚੋਂ ਉਪਜਦਾ ਹੈ ਅਤੇ ਸੁਤੰਤਰਤਾ ਉਪਜਾਉਂਦਾ ਹੈ।

ਥੱਕੇ ਹੋਣ ਦੀ ਸੂਰਤ ਵਿਚ, ਮਨੁੱਖ ਨੂੰ ਪਹਿਲਾਂ ਕਈ ਵਾਰ ਕੀਤੇ ਕੰਮ ਵੀ, ਔਖੇ ਲੱਗਣ ਲੱਗ ਪੈਂਦੇ ਹਨ।

ਜਿਨ੍ਹਾਂ ਚੀਜ਼ਾਂ ਅਤੇ ਬੰਦਿਆਂ ਨੂੰ ਅਸੀਂ ਸਮਝਦੇ ਹਾਂ ਕਿ ਅਸੀਂ ਭੁੱਲ ਗਏ ਹਾਂ, ਉਹ ਸਾਡੇ ਸੁਪਨਿਆਂ ਵਿਚ ਦੁਹਾਈ ਪਾਉਂਦੇ ਰਹਿੰਦੇ ਹਨ।

ਸਿਆਣੇ ਬਣਨ ਦੀ ਕਾਹਲ ਵਿਚ, ਮਨੁੱਖ ਮੂਰਖ ਬਣ ਜਾਂਦਾ ਹੈ।

ਪ੍ਰੇਸ਼ਾਨੀ ਇਸ ਕਾਰਨ ਹੁੰਦੀ ਹੈ ਕਿ ਜਿਨ੍ਹਾਂ ਨੂੰ ਅਸੀਂ ਬਦਲਣਾ ਚਾਹੁੰਦੇ ਹਾਂ ਉਹ ਉਵੇਂ ਹੀ ਰਹਿੰਦੇ ਹਨ, ਜਿਨ੍ਹਾਂ ਨੂੰ ਅਸੀਂ ਉਵੇਂ ਹੀ ਰੱਖਣਾ ਚਾਹੁੰਦੇ ਹਾਂ ਉਹ ਬਦਲ ਜਾਂਦੇ ਹਨ।

ਗਲਤ ਹੋਏ ਬਿਨਾਂ, ਬਹਿਸ ਨਹੀਂ ਕੀਤੀ ਜਾ ਸਕਦੀ।

ਬਦਲਾ ਲੈਣ ਦਾ ਇਕ ਢੰਗ ਇਹ ਵੀ ਹੈ ਕਿ ਦੁਸ਼ਮਣ ਦੇ ਮਖੌਲ ਨੂੰ ਗੰਭੀਰਤਾ ਨਾਲ ਅਤੇ ਉਸ ਦੀ ਗੰਭੀਰਤਾ ਨੂੰ ਮਖੌਲ ਨਾਲ ਨਿਬੇੜੋ।

ਭੈੜੀਆਂ ਆਦਤਾਂ, ਕੋਈ ਸਿਖਾਉਂਦਾ ਨਹੀਂ, ਅਸੀਂ ਆਪੇ ਸਿਖ ਜਾਂਦੇ ਹਾਂ।

ਕਿਤਾਬਾਂ ਪੜ੍ਹਨ ਲਈ ਮਜਬੂਰ ਕਰਨ ਦੀ ਥਾਂ, ਬੱਚਿਆਂ ਸਾਹਮਣੇ ਕਿਤਾਬਾਂ ਦੀ ਪ੍ਰਸੰਸਾ ਕਰੋ, ਪੜ੍ਹਨ ਦਾ ਢੰਗ ਅਤੇ ਵੇਲਾ ਉਹ ਆਪੇ ਲਭ ਲੈਣਗੇ।

ਸਿਖਿਆ ਦੇ ਤਿੰਨ ਸਰੋਤ ਹੁੰਦੇ.ਹਨ: ਮਾਪੇ, ਅਧਿਆਪਕ ਅਤੇ ਸੰਸਾਰ ਭਰ ਦੇ ਲੋਕ।

ਜਿਹੜਾ ਸਭ ਕੁਝ ਜਾਣਨ ਦਾ ਯਤਨ ਕਰਦਾ ਹੈ, ਉਹ ਆਪਣੇ ਬੁਢਾਪੇ ਨੂੰ ਦੁਖਦਾਈ ਬਣਾਉਂਦਾ ਹੈ।

ਕਿਸੇ ਅੰਦਰ ਜੋ ਵੀ ਸਿਆਣਪ ਜਾਂ ਮੂਰਖਤਾ ਹੁੰਦੀ ਹੈ, ਉਹ ਯੂਨੀਵਰਸਿਟੀ ਵਿਚ ਪਹੁੰਚ ਕੇ, ਚਮਕਣ ਲਗ ਪੈਂਦੀ ਹੈ।

ਜੇ ਪੁਸਤਕਾਂ ਨਾ ਪੜ੍ਹੀਏ ਅਤੇ ਕੇਵਲ ਤਜਰਬੇ 'ਤੇ ਆਧਾਰਿਤ ਹੋਈਏ ਤਾਂ ਮਹਿਸੂਸ ਹੋਵੇਗਾ ਕਿ ਤਜ਼ਰਬਾ ਅਧੂਰਾ ਹੈ।

ਅਗਿਆਨਤਾ ਵਿਚ ਵੀ ਲਾਭ ਹੈ, ਜੇ ਮਨੁੱਖ ਨੂੰ ਸਭ ਕੁਝ ਪਤਾ ਹੁੰਦਾ ਤਾਂ ਜੀਵਨ ਸੁਖਾਵਾਂ ਨਹੀਂ, ਹੋਰ ਦੁਖਦਾਈ ਹੋਣਾ ਸੀ।

ਚੰਗੇ ਵਿਚਾਰ ਸਮੁੱਚੀ ਮਾਨਵਜਾਤੀ ਦਾ ਸਰਮਾਇਆ ਹੁੰਦੇ ਹਨ।

ਅਨਪੜ੍ਹਾਂ ਦੇ ਤਰਕ, ਤਰਕ ਨਹੀਂ ਹੁੰਦੇ, ਉਨ੍ਹਾਂ ਦੇ ਪੱਖਪਾਤ ਹੀ ਹੁੰਦੇ ਹਨ।

ਸ਼ਕਤੀਸ਼ਾਲੀ ਵਿਚਾਰ ਦੀ ਨਿਸ਼ਾਨੀ ਇਹ ਹੁੰਦੀ ਹੈ ਕਿ ਇਸ ਨਾਲ ਵਿਰੋਧੀ ਵੀ ਪ੍ਰਭਾਵਿਤ ਹੋ ਜਾਂਦੇ ਹਨ।

ਝਗੜਨ ਵਿਚੋਂ, ਕੋਈ ਗਿਆਨ ਨਹੀਂ ਉਪਜਦਾ।

ਜਦੋਂ ਆਪਣੇ ਕੋਲ ਦਲੀਲ ਨਾ ਹੋਵੇ ਤਾਂ ਦੂਜੇ ਦੀ ਦਲੀਲ ਕੋਹਜੀ ਲੱਗਣ ਲੱਗ ਪੈਂਦੀ ਹੈ।

ਚਾਪਲੂਸ ਆਪਣੇ ਕੋਲੋਂ ਕੁਝ ਨਹੀਂ ਕਹਿੰਦਾ, ਮਾਲਕ ਜੋ ਆਪਣੇ ਆਪ ਬਾਰੇ ਸੋਚਦਾ ਹੈ, ਚਾਪਲੂਸ, ਉਸ ਦੀ ਪੁਸ਼ਟੀ ਹੀ ਕਰਦਾ ਹੈ।

ਜਿਨ੍ਹਾਂ ਗੱਲਾਂ ਵਿਚ ਸਾਡੀ ਦਿਲਚਸਪੀ ਹੁੰਦੀ ਹੈ, ਉਨ੍ਹਾਂ ਬਾਰੇ ਅਸੀਂ ਝਗੜਦੇ ਨਹੀਂ।

ਸੱਚ ਤੋਂ ਪ੍ਰਭਾਵਿਤ ਹੋਣ ਦੇ ਬਾਵਜੂਦ, ਆਪਣੀ ਦਲੀਲ 'ਤੇ ਅੜੇ ਰਹਿਣ ਵਾਲੇ, ਸੱਚ ਨੂੰ ਨਹੀਂ, ਆਪਣੇ ਆਪ ਨੂੰ ਪਿਆਰ ਕਰਦੇ ਹਨ।

ਜਦੋਂ ਸਾਰੇ ਕਿਸੇ ਇਕ ਦੇ ਵਿਰੁਧ ਹੋਣ ਤਾਂ ਇਕ ਗੱਲ ਦਾ ਹੋਣਾ ਲਾਜ਼ਮੀ ਹੈ, ਜਾਂ ਉਹ ਇਕ ਪੂਰਨਭਾਂਤ ਗਲਤ ਹੈ ਜਾਂ ਉਹ ਪੂਰਨਭਾਂਤ ਸਹੀ ਹੈ।

ਮਹਾਨ ਵਿਅਕਤੀ, ਸਭ ਵਿਰੋਧਾਂ ਨੂੰ ਆਪਣੇ ਵਿਚ ਸਮੋ ਲੈਂਦੇ ਹਨ।

ਮੂਰਖ ਦਾ ਸਵਰਗ, ਸਿਆਣੇ ਆਦਮੀ ਦਾ ਨਰਕ ਹੁੰਦਾ ਹੈ।

ਹੰਕਾਰ ਦੀ ਪਛਾਣ ਇਹ ਹੈ ਕਿ ਇਸ ਦੀ ਪਕੜ ਵਿਚ ਬੰਦਾ ਕਿਸੇ ਦੀ ਪ੍ਰਸੰਸਾ ਨਹੀਂ ਕਰਦਾ।

ਸਿਆਣਪ ਸੀਮਤ ਨਹੀਂ, ਇਸ ਲਈ ਸਿਆਣਪ ਦੀ ਕੋਈ ਪਰਿਭਾਸ਼ਾ ਨਹੀਂ ਹੁੰਦੀ।

ਮੂਰਖ ਕਈ ਢੰਗਾਂ ਨਾਲ ਆਪਾ ਪ੍ਰਗਟਾਉਂਦਾ ਹੈ, ਉਹ ਸਹੀ ਢੰਗ ਨਾਲ ਨਾ ਬਹਿ ਸਕਦਾ ਹੈ, ਨਾ ਖਲੋ ਸਕਦਾ ਹੈ, ਨਾ ਵੇਖ ਸਕਦਾ ਹੈ, ਨਾ ਬੋਲ ਸਕਦਾ ਹੈ, ਨਾ ਚੁੱਪ ਰਹਿ ਸਕਦਾ ਹੈ।

ਕੀ ਇਹ ਹੈਰਾਨੀ ਦੀ ਗੱਲ ਨਹੀਂ ਕਿ ਮੂਰਖ ਵੀ ਕਈਆਂ ਨੂੰ ਮੂਰਖ ਸਮਝਦੇ ਹਨ!

ਸਾਦਗੀ, ਉੱਚੀ ਸੋਚਣੀ ਦੇ ਰਾਹ ਦੀ ਸਹੂਲਤ ਬਣਦੀ ਹੈ।

ਸਿਆਣੇ ਕੁਝ ਕਹਿਣ ਤੋਂ ਪਹਿਲਾਂ ਹੀ ਨਹੀਂ, ਕੁਝ ਸੋਚਣ ਤੋਂ ਪਹਿਲਾਂ ਵੀ ਸੋਚਦੇ ਹਨ।

ਬਾਗਾਂ-ਬਗੀਚਿਆਂ ਅਤੇ ਖੇਤਾਂ-ਖਤਾਨਾਂ ਵਿਚ ਅਸੀਂ ਰੱਬ ਦੇ ਨੇੜੇ ਹੁੰਦੇ ਹਾਂ।

ਜਿਨ੍ਹਾਂ ਦੀ ਝੂਠੀ ਪ੍ਰਸੰਸਾ ਕੀਤੀ ਜਾਂਦੀ ਹੈ, ਉਨ੍ਹਾਂ ਦੇ ਡਿਗਣ 'ਤੇ ਖੁਸ਼ੀ ਦਾ ਪ੍ਰਗਟਾਵਾ ਵੀ ਵੱਧ-ਚੜ੍ਹ ਕੇ ਕੀਤਾ ਜਾਂਦਾ ਹੈ।

ਮੂਰਖ ਦੀ, ਮੂਰਖਤਾ ਸੰਬੰਧੀ ਭਵਿੱਖਬਾਣੀ ਨਹੀਂ ਕੀਤੀ ਜਾ ਸਕਦੀ।

ਗਿਆਨ, ਅਕਲ ਜਾਂ ਸਿਆਣਪ ਨਾਲ ਵਸਤਾਂ ਨਹੀਂ ਖਰੀਦੀਆਂ ਜਾ ਸਕਦੀਆਂ ਪਰ ਅਕਲ ਜਾਂ ਸਿਆਣਪ ਦੀ ਹਾਜ਼ਰੀ ਕਾਰਨ ਵਸਤਾਂ ਤੋਂ ਬਿਨਾਂ ਵੀ ਆਨੰਦ ਲਿਆ ਜਾ ਸਕਦਾ ਹੈ।

ਮੂਰਖਾਂ ਦੇ ਮੁਕਾਬਲੇ ਪਾਗਲ ਚੰਗੇ ਹੁੰਦੇ ਹਨ, ਕਿਉਂਕਿ ਪਾਗਲ ਕੁਝ ਚਿਰ ਆਰਾਮ ਵੀ ਕਰਦੇ ਹਨ ਅਤੇ ਕੁਝ ਚਿਰ ਸੌਂਦੇ ਵੀ ਹਨ।

ਸਿਆਣਾ ਬੰਦਾ ਚਾਹੁੰਦਾ ਹੈ ਕਿ ਹੋਰਾਂ ਨੂੰ ਉਸ ਦੀ ਲੋੜ ਪਵੇ, ਨਾ ਕਿ ਉਹ, ਉਸ ਦੀ ਪ੍ਰਸੰਸਾ ਜਾਂ ਧੰਨਵਾਦ ਹੀ ਕਰਦੇ ਰਹਿਣ।

ਅਕਲ ਬਹੁਤ ਥੋੜ੍ਹੇ ਲੋਕਾਂ ਕੋਲ ਹੁੰਦੀ ਹੈ, ਬਹੁਤੇ ਲੋਕਾਂ ਕੋਲ ਕੇਵਲ ਅੱਖਾਂ, ਕੰਨ, ਨੱਕ ਹੀ ਹੁੰਦੇ ਹਨ।

ਸਿਆਣੇ ਹੋਣਾ ਚੰਗੀ ਗੱਲ ਹੈ ਪਰ ਸਿਆਣਪ ਨੂੰ ਵਰਤਣਾ ਹੋਰ ਵੀ ਚੰਗੀ ਗੱਲ ਹੁੰਦੀ ਹੈ।

ਨਾਲਾਇਕਾਂ ਦੀ ਪ੍ਰਸੰਸਾ, ਲਾਇਕਾਂ ਨਾਲ ਠੱਗੀ ਹੁੰਦੀ ਹੈ।

ਜਿਸ ਕੋਲ ਸੂਝ ਹੁੰਦੀ ਹੈ, ਉਹ ਹਰ ਚੀਜ਼ ਵਿਚੋਂ ਕੁਝ ਲਾਹੇਵੰਦ ਵੇਖ ਲੈਂਦਾ ਹੈ।

ਉੱਚਾ ਗਿਆਨ ਮੁਆਫ਼ ਅਤੇ ਅਣਡਿੱਠ ਕਰਨ ਦੀ ਭਾਵਨਾ ਵਾਲਾ ਹੁੰਦਾ ਹੈ, ਜਦੋਂ ਕਿ ਹੋਛਾ ਗਿਆਨ, ਝਗੜਨ ਅਤੇ ਬਹਿਸ ਕਰਨ ਵਾਲਾ ਹੁੰਦਾ ਹੈ।

ਪ੍ਰਸੰਸਾ ਦੋਸਤਾਂ ਵਾਸਤੇ ਨਹੀਂ, ਅਜਨਬੀਆਂ ਵਾਸਤੇ ਹੁੰਦੀ ਹੈ, ਦੋਸਤਾਂ ਦੀ ਪ੍ਰਸੰਸਾ, ਚਾਪਲੂਸੀ ਅਖਵਾਉਂਦੀ ਹੈ।

ਚਾਪਲੂਸ, ਆਪ ਵੀ ਪ੍ਰਸੰਸਾ ਦੇ ਭੁੱਖੇ ਹੁੰਦੇ ਹਨ।

ਕਿਸੇ ਦੀ ਬੇਲੋੜੀ ਪ੍ਰਸੰਸਾ ਕਰ ਵੇਖੋ, ਉਹ ਹੋਰ ਪ੍ਰਸੰਸਾ ਲਈ ਤਰਲੇ ਲੈਣ ਲਗ ਪਵੇਗਾ।

ਆਲੋਚਕਾਂ ਦਾ ਵਿਰੋਧ ਕਰਨ ਦੀ ਲੋੜ ਨਹੀਂ, ਆਪਣਾ ਕਾਰਜ ਜਾਰੀ ਰੱਖੋ, ਆਲੋਚਕ ਆਪੇ ਚੁੱਪ ਹੋ ਜਾਣਗੇ।

ਕਿਸੇ ਦੀ ਯੋਗਤਾ ਨੂੰ ਨਜ਼ਰ-ਅੰਦਾਜ਼ ਕਰਨ ਨਾਲ ਅਸੀਂ ਆਪਣੀ ਯੋਗਤਾ ਨੂੰ ਵੀ ਅੱਖੋਂ-ਪਰੋਖੇ ਕਰ ਰਹੇ ਹੁੰਦੇ ਹਾਂ।

ਡਰ ਕੇ ਪੁੱਛੇ ਗਏ ਪ੍ਰਸ਼ਨ ਦਾ ਉੱਤਰ, ਦ੍ਰਿੜ੍ਹਤਾ ਨਾਲ ਦੇਣਾ ਚਾਹੀਦਾ ਹੈ।

ਬੇਲੋੜੀ ਪ੍ਰਸੰਸਾ ਕਰਨ ਵਾਲਾ, ਬੇਲੋੜੀ ਨਿੰਦਾ ਵੀ ਕਰੇਗਾ।

ਇਵੇਂ ਬੋਲੋ, ਜਿਵੇਂ ਵਸੀਅਤ ਲਿਖਵਾ ਰਹੇ ਹੋ; ਵਸੀਅਤ ਜਿਤਨੀ ਸੰਖੇਪ ਹੋਵੇ, ਉਤਨੇ ਝਗੜੇ-ਮੁਕੱਦਮੇ ਘੱਟ ਹੁੰਦੇ ਹਨ।

ਪੈਸੇ ਦੀ ਦੌੜ ਵਿਚ, ਕਮਾਈ ਕੇਵਲ ਥਕਾਵਟ ਦੀ ਹੀ ਹੋਵੇਗੀ।

ਮਾਂ, ਬੱਚੇ ਦਾ ਚੰਗੇਰਾ ਧਿਆਨ ਇਸ ਲਈ ਰੱਖ ਸਕਦੀ ਹੈ, ਕਿਉਂਕਿ ਉਹ ਚੰਗੇਰਾ ਧਿਆਨ ਰੱਖਣਾ ਚਾਹੁੰਦੀ ਹੈ।

ਚੰਗੇ ਚੱਜ-ਆਚਾਰ ਦਾ ਪ੍ਰਮਾਣ ਇਹ ਹੁੰਦਾ ਹੈ ਕਿ ਅਜਿਹਾ ਵਿਅਕਤੀ, ਭੈੜਾ ਵਿਹਾਰ ਕਰਨ ਵਾਲੇ ਲੋਕਾਂ ਨਾਲ ਵੀ ਸਲੀਕੇ ਨਾਲ ਪੇਸ਼ ਆਉਂਦਾ ਹੈ।

ਨਿਮਰਤਾ-ਵਿਹੂਣੀ ਈਮਾਨਦਾਰੀ ਵੀ ਇਕ ਔਗੁਣ ਹੁੰਦੀ ਹੈ।

ਜੇ ਦੁਚਿੱਤੀ ਹੋਵੇ ਕਿ ਸੱਚ ਬੋਲਾਂ ਜਾਂ ਝੂਠ, ਸੱਚ ਬੋਲੋ, ਮਗਰੋਂ ਪਛਤਾਉਣਾ ਨਹੀਂ ਪਵੇਗਾ।

ਹੈਂਕੜ-ਭਰਿਆ ਵਿਹਾਰ ਬਰਦਾਸ਼ਤ ਹੋ ਜਾਂਦਾ ਹੈ, ਪਰ ਹੈਂਕੜ-ਭਰੀ ਤੱਕਣੀ ਬਰਦਾਸ਼ਤ ਨਹੀਂ ਹੁੰਦੀ।

ਨਾਜਾਇਜ਼ ਰਿਸ਼ਤੇ ਵਿਚ, ਤਸੱਲੀ ਨਾਲੋਂ ਡਰ ਵੱਧ ਹੁੰਦਾ ਹੈ।

ਚਲਾਕ ਉਹ ਹੁੰਦਾ ਹੈ, ਜੋ ਸੱਚ ਨੂੰ ਝੂਠ ਬਣਾ ਕੇ ਪੇਸ਼ ਕਰਦਾ ਹੈ।

ਜੇ ਕਿਧਰੇ ਜਾਣ ਜਾਂ ਨਾ ਜਾਣ ਦੀ ਦੁਚਿੱਤੀ ਹੋਵੇ ਤਾਂ ਜਾਓ, ਨਾ ਜਾਣ ਦੀ ਸੂਰਤ ਵਿਚ ਪਛਤਾਵਾ ਹੀ ਹੋਵੇਗਾ।

ਅਸੀਂ ਆਪਣੀ ਹੋ ਰਹੀ ਪ੍ਰਸੰਸਾ ਇਸ ਲਈ ਮਾਣਦੇ ਹਾਂ, ਕਿਉਂਕਿ ਅਸੀਂ ਸੋਚਦੇ ਹਾਂ ਕਿ ਲੋਕਾਂ ਨੂੰ ਸਾਡੇ ਬਾਰੇ ਸੱਚ ਬੋਲਣ ਵਿਚੋਂ ਆਨੰਦ ਮਿਲਦਾ ਹੈ।

ਸੱਚ ਵੇਖਿਆ ਜਾਂਦਾ ਹੈ, ਸੁਣਿਆ ਨਹੀਂ ਜਾਂਦਾ; ਝੂਠ ਸੁਣਿਆ ਜਾਂਦਾ ਹੈ, ਵੇਖਿਆ ਨਹੀਂ ਜਾਂਦਾ।

ਬਹੁਤ ਘੱਟ ਲੋਕ ਕਵਿਤਾ ਵਾਂਗ ਸੰਖੇਪ ਹੁੰਦੇ ਹਨ, ਬਹੁਤੇ ਨਾਵਲ ਵਾਂਗ ਵੇਰਵਿਆਂ ਨਾਲ ਭਰੇ ਹੁੰਦੇ ਹਨ।

ਅਸੀਂ ਕਿਤਨਾ ਵੀ ਝੂਠ ਬੋਲੀਏ ਪਰ ਯਾਦ ਸੱਚ ਹੀ ਰੱਖਦੇ ਹਾਂ, ਕਿਉਂਕਿ ਯਾਦ ਨਹੀਂ ਰਖਣਾ ਪੈਂਦਾ ਕਿ ਅਸੀਂ ਕੀ ਯਾਦ ਰੱਖਣਾ ਹੈ।

ਲੋਕਾਂ ਦੇ ਭੋਲੇਪਣ ਦੀ ਦੁਰਵਰਤੋਂ ਨੂੰ ਚਲਾਕੀ ਕਹਿੰਦੇ ਹਨ।

ਜਿਹੜਾ ਝੂਠ ਨਹੀਂ ਬੋਲਦਾ, ਉਸ ਨੂੰ ਝੂਠ ਨਾ ਬੋਲਣ ਦਾ ਘਮੰਡ ਹੁੰਦਾ ਹੈ।

ਚੰਗੇ ਚੱਜ-ਆਚਾਰ ਵਾਲਾ ਜੇ ਸੋਹਣਾ ਨਹੀਂ ਤਾਂ ਵੀ ਉਸ ਦੇ ਚਲੇ ਜਾਣ ਮਗਰੋਂ, ਉਸ ਦੀ ਸ਼ਕਲ ਦੀਆਂ ਨਹੀਂ, ਉਸ ਦੇ ਸਲੀਕੇ ਦੀਆਂ ਹੀ ਗੱਲਾਂ ਹੋਣਗੀਆਂ।

ਫ਼ਿਲਾਸਫ਼ੀ ਦੇ ਸੰਕਟ ਮਾਨਵਜਾਤੀ ਲਈ ਵਰਦਾਨ ਸਿੱਧ ਹੋਏ ਹਨ।

ਜਿਥੇ ਕਿਧਰੇ ਵੀ ਖੁਸ਼ੀ ਮਨਾਈ ਜਾਵੇਗੀ, ਉਥੇ ਸਮਾਗਮ ਉਪਰੰਤ ਅੰਤਾਂ ਦਾ ਖਿਲਾਰਾ ਅਤੇ ਗੰਦ ਪਵੇਗਾ।

ਗੁਣ, ਉਸ ਲੱਛਣ ਨੂੰ ਕਹਿੰਦੇ ਹਨ ਜਿਸ ਦੀ ਪ੍ਰਸੰਸਾ ਹੋਵੇ, ਜਿਸ ਦੀ ਪ੍ਰਸੰਸਾਯੋਗ ਵਿਅਕਤੀ ਵੀ ਪ੍ਰਸੰਸਾ ਕਰਨ।

ਡਰਪੋਕਪੁਣੇ ਨੂੰ ਨੁਕਸ ਨਹੀਂ, ਮਨੁੱਖੀ ਸੁਭਾਓ ਦੱਸਣ ਵਾਲੇ; ਝੂਠ ਬੋਲਣ ਨੂੰ ਬੁਰਾਈ ਨਹੀਂ, ਮਜਬੂਰੀ ਸਮਝਦੇ ਹਨ।

ਸੱਚਾਈ ਅਤੇ ਈਮਾਨਦਾਰੀ ਚਰਿਤਰ ਦੀਆਂ ਹੱਦਾਂ ਹਨ, ਇਨ੍ਹਾਂ ਅੰਦਰ ਰਹਿ ਕੇ ਹਕੂਮਤ ਨਹੀਂ ਕੀਤੀ ਜਾ ਸਕਦੀ।

ਸਾੜਾ, ਸਾੜਾ ਕਰਨ ਵਾਲੇ ਦੀ ਅਯੋਗਤਾ ਦਾ ਪ੍ਰਮਾਣ ਹੁੰਦਾ ਹੈ।

ਹਮਦਰਦੀ, ਉਨ੍ਹਾਂ ਨਾਲ ਹੀ ਸੰਭਵ ਹੁੰਦੀ ਹੈ, ਜਿਹੜੇ ਸਾਡੇ ਰਿਸ਼ਤੇਦਾਰ ਨਹੀਂ ਹੁੰਦੇ।

ਮਿਹਰਬਾਨੀ ਪ੍ਰਗਟਾਉਣ ਦਾ ਉਚੇਚ ਕਰਨ ਦੀ ਥਾਂ ਉਵੇਂ ਕਾਰਜ ਕਰੋ, ਜਿਵੇਂ ਮਿਹਰਬਾਨ ਲੋਕ ਸੁਭਾਵਕ ਹੀ ਕਰਦੇ ਹਨ।

ਕਈ ਸਰੀਰ, ਪਹਾੜਾਂ ਵਾਂਗ ਦੂਰੋਂ ਹੀ ਚੰਗੇ ਲਗਦੇ ਹਨ, ਨੇੜਿਉਂ ਵੇਖਣ ਨਾਲ ਉਹ ਕੱਚੀ ਮਿੱਟੀ ਹੀ ਨਜ਼ਰ ਆਉਂਦੇ ਹਨ।

ਜੇ ਸਾਨੂੰ ਆਪਣੀਆਂ ਕਰਤੂਤਾਂ ਦੀ ਸਜ਼ਾ ਨਹੀਂ ਮਿਲਦੀ ਤਾਂ ਸਾਨੂੰ ਆਪਣੇ ਕਾਰਨਾਮਿਆਂ ਦਾ ਇਨਾਮ ਵੀ ਨਹੀਂ ਮੰਗਣਾ ਚਾਹੀਦਾ।

ਕਿਸੇ ਦੀ ਅਕ੍ਰਿਤਘਣਤਾ ਦਾ ਸ਼ਿਕਵਾ ਕਰਦਿਆਂ ਯਾਦ ਰਖਣਾ ਚਾਹੀਦਾ ਹੈ ਕਿ ਅਸੀਂ ਉਸ ਨਾਲ, ਆਪਣੇ ਚੰਗੇ ਹੋਣ ਦਾ ਆਨੰਦ ਵੀ ਤਾਂ ਮਾਣਿਆ ਸੀ।

ਆਪਣੇ ਆਪ ਨੂੰ ਨਫ਼ਰਤ ਕਰਕੇ, ਕਿਸੇ ਨੂੰ ਪਿਆਰ ਨਹੀਂ ਕੀਤਾ ਜਾ ਸਕਦਾ।

ਜਿਸ ਨਾਲ ਵਧੀਕੀ ਕੀਤੀ ਜਾਂਦੀ ਹੈ, ਉਸ ਵਲੋਂ ਬਦਲਾ ਲੈਣ ਤੋਂ ਪਹਿਲਾਂ, ਉਸ ਦੇ ਚਲ-ਵਸਣ ਨਾਲ, ਵਧੀਕੀ ਕਰਨ ਵਾਲਿਆਂ ਵਿਚ ਡਰ ਉਪਜਦਾ ਹੈ ਕਿ ਉਹ ਹੁਣ ਕਿਸੇ ਗੁਝੇ ਢੰਗ ਨਾਲ ਬਦਲਾ ਲਵੇਗਾ।

ਸਵਰਗ ਦੀਆਂ ਗੱਲਾਂ ਕਰਨ ਵਾਲੇ ਵੀ ਜਿਊਣਾ ਸੰਸਾਰ ਵਿਚ ਹੀ ਚਾਹੁੰਦੇ ਹਨ।

ਧਰਮ, ਅਮੀਰ ਅਤੇ ਪ੍ਰਸੰਨ ਵਿਅਕਤੀਆਂ ਨੂੰ ਪਾਪੀ ਸਿੱਧ ਕਰਦਾ ਹੈ।

ਪ੍ਰੇਮੀ ਅਤੇ ਪ੍ਰੇਮਿਕਾ ਆਪਣੇ-ਆਪਣੇ ਘਰ ਦੀਆਂ ਗੱਲਾਂ ਕਰਦੇ-ਕਰਦੇ, ਇਕ ਨਵਾਂ ਘਰ ਵਸਾਉਣ ਬਾਰੇ ਸੋਚਣ ਲਗ ਪੈਂਦੇ ਹਨ।

ਜੇ ਪਿਆਰ ਹੋਵੇ ਤਾਂ ਵਿਛੋੜੇ ਨਾਲ ਇਹ ਤਿੱਖਾ ਹੋ ਜਾਂਦਾ ਹੈ ਅਤੇ ਮਿਲਾਪ ਨਾਲ ਮਿੱਠਾ ਅਤੇ ਮਜ਼ਬੂਤ ਹੋ ਜਾਂਦਾ ਹੈ।

ਭਾਰਤ ਦੇ ਸ਼ਾਸਤਰੀ ਸੰਗੀਤ ਵਿਚ ਰਾਗ ਦੀ ਪ੍ਰਧਾਨਤਾ ਹੁੰਦੀ ਹੈ ਅਤੇ ਸ਼ਬਦ ਰਾਗ ਦੇ ਅਧੀਨ ਹੁੰਦਾ ਹੈ; ਗੁਰਮਤਿ ਸੰਗੀਤ ਵਿਚ ਸ਼ਬਦ ਦੀ ਪ੍ਰਧਾਨਤਾ ਹੁੰਦੀ ਹੈ ਅਤੇ ਰਾਗ ਸ਼ਬਦ ਦਾ ਸਹਾਇਕ ਹੁੰਦਾ ਹੈ।

ਪ੍ਰੇਮੀ ਸਮਝਦੇ ਹਨ ਕਿ ਜਿਹੜਾ ਸਮਾਂ ਇਕ-ਦੂਜੇ ਦੀ ਹਾਜ਼ਰੀ ਵਿਚ ਨਹੀਂ ਲੰਘਦਾ, ਉਹ ਸਮਾਂ ਵਿਅਰਥ ਜਾ ਰਿਹਾ ਹੈ।

ਅਸੀਂ ਵਿਅਕਤੀ ਨੂੰ ਪਿਆਰ ਨਹੀਂ ਕਰਦੇ, ਉਸ ਦੇ ਰਹੱਸ ਨੂੰ ਪਿਆਰ ਕਰਦੇ ਹਾਂ, ਰਹੱਸ ਪਕੜ ਵਿਚ ਨਹੀਂ ਆਉਂਦਾ, ਇਸ ਲਈ ਪਿਆਰ ਜਾਰੀ ਰਹਿੰਦਾ ਹੈ।

ਨਿੱਕੀਆਂ-ਨਿੱਕੀਆਂ ਗੱਲਾਂ ਸਾਨੂੰ ਪ੍ਰਸੰਨ ਕਰਦੀਆਂ ਹਨ, ਕਿਉਂਕਿ ਨਿੱਕੀਆਂ-ਨਿੱਕੀਆਂ ਗੱਲਾਂ ਹੀ ਸਾਨੂੰ ਉਦਾਸ ਕਰਦੀਆਂ ਹਨ।

ਦੁਸ਼ਮਣ ਜਾਂ ਛੇਤੀ ਮਰ ਜਾਂਦਾ ਹੈ ਜਾਂ ਦੇਰ ਨਾਲ, ਉਹ ਕਦੇ ਵੀ ਉਦੋਂ ਨਹੀਂ ਮਰਦਾ, ਜਦੋਂ ਅਸੀਂ ਚਾਹੁੰਦੇ ਹਾਂ।

ਪ੍ਰਸੰਨ ਰਹਿਣਾ ਹਰੇਕ ਦੀ ਆਪਣੀ ਜ਼ਿੰਮੇਵਾਰੀ ਹੈ ਪਰ ਇਸ ਜ਼ਿੰਮੇਵਾਰੀ ਵਿਚ ਹੀ ਅਸੀਂ ਸਭ ਤੋਂ ਵੱਧ ਅਣਗਹਿਲੀ ਵਰਤਦੇ ਹਾਂ।

ਪਸ਼ੂ ਦੋ ਗੱਲਾਂ ਵਿਚ ਮਨੁੱਖਾਂ ਨਾਲੋਂ ਚੰਗੇਰੇ ਹਨ, ਉਹ ਭਵਿਖ ਦੀ ਚਿੰਤਾ ਨਹੀਂ ਕਰਦੇ ਅਤੇ ਪ੍ਰਵਾਹ ਨਹੀਂ ਕਰਦੇ ਕਿ ਦੂਜੇ ਕੀ ਕਹਿੰਦੇ ਹਨ।

ਸਾਡਾ ਬਟੂਆ ਸਾਨੂੰ ਦੱਸਦਾ ਹੈ ਕਿ ਕਿਹੜੇ ਬਾਜ਼ਾਰ ਜਾਣਾ ਹੈ ਅਤੇ ਕਿਥੋਂ ਤੱਕ ਜਾਣਾ ਹੈ।

ਇਹ ਨਾ ਕਹੋ ਕਿ ਰੱਬ ਪਤਾ ਨਹੀਂ ਕੌੜੇ ਖੀਰੇ ਅਤੇ ਫਿੱਕੇ ਤਰਬੂਜ਼ ਕਿਉਂ ਪੈਦਾ ਕਰਦਾ ਹੈ, ਕਿਉਂਕਿ ਮੈਨੂੰ-ਤੁਹਾਨੂੰ ਵੀ ਉਸੇ ਨੇ ਹੀ ਪੈਦਾ ਕੀਤਾ ਹੋਇਆ ਹੈ।

ਇਕ ਨੂੰ ਮਾਰੋਗੇ, ਕਾਤਲ ਅਖਵਾਓਗੇ; ਲੱਖਾਂ ਨੂੰ ਮਾਰੋਗੇ, ਜੇਤੂ ਅਖਵਾਓਗੇ; ਹਰ ਕਿਸੇ ਨੂੰ ਮਾਰੋਗੇ, ਰੱਬ ਕਹਾਓਗੇ।

ਗਰੀਬ ਹੋਣ ਦੀ ਸੂਰਤ ਵਿਚ ਮਨੁੱਖ ਵੱਧ ਤੋਂ ਵੱਧ ਸ਼ਰੀਫ ਹੀ ਅਖਵਾ ਸਕਦਾ ਹੈ, ਸਤਿਕਾਰਯੋਗ ਬਣਨ ਵਾਸਤੇ ਪੈਸਾ ਚਾਹੀਦਾ ਹੁੰਦਾ ਹੈ।

ਜਿਨ੍ਹਾਂ ਨੂੰ ਅਸੀਂ ਪਸੰਦ ਨਹੀਂ ਕਰਦੇ, ਉਨ੍ਹਾਂ ਨੂੰ ਅਸੀਂ ਮਹੱਤਵਪੂਰਨ ਵੀ ਨਹੀਂ ਸਮਝਦੇ।

ਸਭ ਤੋਂ ਸ਼ਕਤੀਸ਼ਾਲੀ ਆਦਤ ਕਮਾਉਣ ਅਤੇ ਖਰਚਣ ਦੀ ਆਦਤ ਹੁੰਦੀ ਹੈ।

ਜਿਹੜੀਆਂ ਚੀਜ਼ਾਂ ਪਹਿਲਾਂ ਪੈਸੇ ਨਾਲ ਨਹੀਂ ਸੀ ਖਰੀਦੀਆਂ ਜਾ ਸਕਦੀਆਂ, ਹੁਣ ਉਹ ਵੀ ਵਿਕਣ ਲਗ ਪਈਆਂ ਹਨ।

ਕਿਸੇ ਸੰਪੂਰਨ ਬੰਦੇ ਨੂੰ ਪਿਆਰ ਕਰਨਾ ਸੰਭਵ ਨਹੀਂ ਹੁੰਦਾ, ਪਿਆਰ ਹਮੇਸ਼ਾ ਇਸ ਆਸ ਨਾਲ ਕੀਤਾ ਜਾਂਦਾ ਹੈ ਕਿ ਮੈਂ ਆਪਣੇ ਪਿਆਰ ਨਾਲ, ਉਸ ਦੇ ਅਧੂਰੇਪਣ ਨੂੰ ਸੰਪੂਰਨਤਾ ਵਿਚ ਬਦਲ ਦੇਵਾਂਗਾ।

ਸਾਰੇ ਨੁਕਸਾਨ ਭੁਲ ਜਾਂਦੇ ਹਨ ਪਰ ਸੰਤਾਨ ਦਾ ਮਰਨਾ ਅਤੇ ਜਾਇਦਾਦ ਦਾ ਖੁਸਣਾ ਵਕਤ ਦੇ ਬੀਤਣ ਨਾਲ ਚੀਸ ਬਣ ਜਾਂਦੇ ਹਨ।

ਜਿਸ ਦੇ ਮਾਪੇ ਉਸਦੇ ਬਚਪਨ ਵਿਚ ਮਰ ਜਾਣ, ਕੋਈ ਵੀ ਦੁੱਖ, ਉਸ ਦੇ ਅਨੁਭਵ ਤੋਂ ਬਾਹਰ ਨਹੀਂ ਰਹਿੰਦਾ।

ਸਾਨੂੰ ਥਾਣੇ, ਅਦਾਲਤ ਅਤੇ ਜੇਲ੍ਹ ਵਿਚ ਹੀ ਪਤਾ ਲਗਦਾ ਹੈ ਕਿ ਦੇਸ਼ ਦੀ ਹਕੂਮਤ ਕਿਹੋ ਜਿਹੀ ਹੈ।

ਸਵੈਕਾਬੂ ਦੇ ਘੇਰੇ ਵਿਚ ਰਹਿਣ ਨੂੰ ਆਜ਼ਾਦੀ ਕਹਿੰਦੇ ਹਨ।

ਹਰੇਕ ਸੈਮੀਨਾਰ ਦੇ ਦੋ ਉਦੇਸ਼ ਹੁੰਦੇ ਹਨ, ਕਿਸੇ ਨਵੀਂ ਮੁਲਵਾਨ ਸੋਚ ਨੂੰ ਉਪਜਾਉਣਾ ਅਤੇ ਕਿਸੇ ਵੇਲਾ ਵਿਹਾ ਚੁਕੀ ਵਿਚਾਰਧਾਰਾ ਦਾ ਭੋਗ ਪਾਉਣਾ।

ਸੀਮਤ ਵਸੀਲਿਆਂ ਨਾਲ ਜੰਗ ਨਹੀਂ ਲੜੀ ਜਾ ਸਕਦੀ।

ਈਮਾਨਦਾਰਾਂ ਦੀ ਸਭਾ ਬਣਾਓ, ਵੇਖਦਿਆਂ-ਵੇਖਦਿਆਂ ਸਾਰੇ ਬੇਈਮਾਨ ਉਸ ਦੇ ਅਹੁਦੇਦਾਰ ਬਣ ਜਾਣਗੇ।

ਬਚਪਨ ਉਨ੍ਹਾਂ ਦਾ ਹੁੰਦਾ ਹੈ, ਜਿਨ੍ਹਾਂ ਦੇ ਮਾਪੇ ਹੁੰਦੇ ਹਨ।

ਜੰਗ ਖਤਮ ਕਰਨ ਦਾ ਸਭ ਤੋਂ ਸੌਖਾ ਤਰੀਕਾ ਹੈ, ਹਾਰ ਜਾਓ।

ਦੇਸ਼ ਦੇ ਅੰਦਰ ਸੰਪੂਰਨ ਸ਼ਾਂਤੀ ਉਦੋਂ ਹੁੰਦੀ ਹੈ, ਜਦੋਂ ਕਿਸੇ ਹੋਰ ਦੇਸ਼ ਵਿਰੁੱਧ ਯੁੱਧ ਚਲ ਰਿਹਾ ਹੋਵੇ।

ਸਿਖਰ 'ਤੇ ਪਹੁੰਚਣ ਦਾ ਮਾਰਗ ਕਦੇ ਸਿੱਧਾ ਨਹੀਂ ਹੁੰਦਾ।

ਰਾਜਨੀਤੀ ਵਿਚ ਕਮਜ਼ੋਰ ਮੋਢੇ, ਵੱਡੀਆਂ ਜ਼ਿੰਮੇਵਾਰੀਆਂ ਲਈ ਤਰਲੇ ਮਾਰਦੇ ਹਨ।

ਸੰਸਾਰ ਵਿਚ ਬੱਕਰੀਆਂ-ਭੇਡਾਂ-ਮੁਰਗੇ ਸ਼ਾਕਾਹਾਰੀ ਭੋਜਨ ਦੇ ਹੱਕ ਵਿਚ ਮਤੇ ਪਾਸ ਕਰਦੇ ਹਨ ਜਦੋਂ ਕਿ ਸ਼ੇਰਾਂ ਅਤੇ ਬਘਿਆੜਾਂ ਦੀ ਰਾਇ ਵੱਖਰੀ ਹੁੰਦੀ ਹੈ।

ਕਿਸਮਤ ਦੀ ਉਡੀਕ ਕਰਨ ਵਾਲੇ ਦੀ ਕਿਸਮਤ ਵੀ ਥੱਕ ਜਾਂਦੀ ਹੈ।

ਦੋਸਤ ਭਾਵੇਂ ਧੋਖਾ ਹੀ ਦੇਵੇ ਪਰ ਸ਼ਿਕਵਾ ਕਰਨਾ, ਦੋਸਤੀ ਦਾ ਦਸਤੂਰ ਨਹੀਂ ਹੁੰਦਾ।

ਉੱਚੇ ਅਹੁਦਿਆਂ 'ਤੇ ਲਗੇ ਲੋਕਾਂ ਨੂੰ ਚਾਪਲੂਸਾਂ-ਚਾਲਬਾਜ਼ਾਂ ਦੀ ਲੋੜ ਇਸ ਲਈ ਪੈਂਦੀ ਹੈ, ਕਿਉਂਕਿ ਈਮਾਨਦਾਰ ਵਿਅਕਤੀ, ਉਨ੍ਹਾਂ ਦੇ ਨਾਜਾਇਜ਼ ਕੰਮ ਕਰਨ ਲਈ ਤਿਆਰ ਨਹੀਂ ਹੁੰਦੇ।

ਪਿਆਰ ਕਰਨ ਅਤੇ ਪਿਆਰ ਕੀਤੇ ਜਾਣ ਦੀ ਇੱਛਾ, ਸਾਡੇ ਪੂਰਨਭਾਂਤ ਤੰਦਰੁਸਤ ਹੋਣ ਦੀਆਂ ਨਿਸ਼ਾਨੀਆਂ ਹੁੰਦੀਆਂ ਹਨ।

ਜਿਸ ਦਾ ਆਪਣਿਆਂ ਨਾਲ ਝਗੜਾ ਨਹੀਂ ਹੁੰਦਾ, ਉਸ ਨੂੰ ਮਨੁੱਖ ਦੇ ਅਸਲੀ ਵਿਹਾਰ ਦਾ ਪਤਾ ਹੀ ਨਹੀਂ ਲਗਦਾ।

ਹਰ ਕੋਈ ਸੋਚਦਾ ਹੈ ਕਿ ਸਾਰੇ ਮੇਰੇ ਵਰਗੇ ਚੰਗੇ ਕਿਉਂ ਨਹੀਂ ਬਣ ਜਾਂਦੇ ?

ਜਦੋਂ ਵਿਰੋਧੀ, ਵਿਰੋਧ ਦਾ ਬਿਗਲ ਵਜਾਉਂਦੇ ਹਨ ਤਾਂ ਦੋਸਤ, ਸਹਿਯੋਗ ਦਾ ਨਗਾਰਾ ਨਹੀਂ ਵਜਾਉਂਦੇ।

ਅਸੀਂ ਆਪਣੇ ਦੁਸ਼ਮਣਾਂ ਨੂੰ ਹੀ ਮੁਆਫ਼ ਕਰਦੇ ਹਾਂ, ਦੋਸਤਾਂ ਨੂੰ ਮੁਆਫ਼ ਕਰਨ ਦਾ ਨਾ ਕੋਈ ਢੰਗ ਹੈ, ਨਾ ਹੀ ਰਿਵਾਜ।

ਨਫ਼ਰਤ ਨੂੰ ਸ਼ਾਂਤੀ ਨਹੀਂ ਮਿਲਦੀ, ਇਹ ਭਟਕਦੀ ਅਤੇ ਭਟਕਾਉਂਦੀ ਹੈ।

ਭੁੱਖੇ ਸ਼ੇਰ ਅਤੇ ਸੋਹਣੀ ਇਸਤਰੀ ਤੋਂ ਕੋਈ ਨਹੀਂ ਬਚ ਸਕਦਾ।

ਚੰਗੀ ਪਤਨੀ ਉਹ ਹੁੰਦੀ ਹੈ, ਜਿਸ ਸਾਹਮਣੇ ਪਤੀ ਜਿਤਨਾ ਮੂਰਖ ਬਣਨਾ ਚਾਹੇ ਬਣ ਸਕੇ।

ਹਜ਼ਾਰ ਦੋਸਤ ਹੋਵੇ, ਮੁਸੀਬਤ ਵੇਲੇ ਇਕ ਵੀ ਨਜ਼ਰ ਨਹੀਂ ਆਉਂਦਾ, ਦੁਸ਼ਮਣ ਇਕ ਹੋਵੇ, ਸਭ ਪਾਸੇ ਉਹੀ ਦਿਸਦਾ ਹੈ।

ਨਫ਼ਰਤ ਕਰਨ ਵਿਚ ਵੀ ਮੁਕਾਬਲਾ ਹੁੰਦਾ ਹੈ, ਜੰਗ ਦੌਰਾਨ ਹਰ ਕੋਈ ਚਾਹੁੰਦਾ ਹੈ ਕਿ ਦੁਸ਼ਮਣ ਦੇਸ਼ ਨੂੰ ਮੈਂ ਹੀ ਸਭ ਤੋਂ ਵੱਧ ਨਫ਼ਰਤ ਕਰਾਂ।

ਘੁਮਿਆਰ ਘੁਮਿਆਰਾਂ ਨਾਲ, ਕਲਾਕਾਰ ਕਲਾਕਾਰਾਂ ਨਾਲ, ਵਕੀਲ ਵਕੀਲਾਂ ਨਾਲ ਸਾੜਾ ਕਰਦੇ ਹਨ, ਇਸ ਲਈ ਜਿਸ ਨਾਲ ਵੀ ਸਾੜਾ ਕਰੋਗੇ, ਉਸ ਵਰਗੇ ਬਣਨ ਤੋਂ ਤੁਸੀਂ ਬਚ ਨਹੀਂ ਸਕਦੇ।

ਉਸ ਤੋਂ ਬਚ ਕੇ ਰਹੋ ਜਿਹੜਾ ਤੁਹਾਡੇ ਥੱਪੜ ਦਾ ਜਵਾਬ ਨਹੀਂ ਦਿੰਦਾ, ਉਹ ਤੁਹਾਨੂੰ ਕਦੀ ਮੁਆਫ਼ ਨਹੀਂ ਕਰੇਗਾ ਅਤੇ ਤੁਹਾਨੂੰ ਵੀ ਆਪਣੇ ਆਪ ਨੂੰ ਮੁਆਫ਼ ਨਹੀਂ ਕਰਨ ਦੇਵੇਗਾ।

ਪਤੀ-ਪਤਨੀ ਵਿਚ ਕਿਤਨਾ ਪਿਆਰ ਹੈ, ਇਹ ਜਾਣਨ ਵਾਸਤੇ ਵੇਖੋ ਕਿ ਉਹ ਲੜਦੇ ਕਿਹੜੇ ਵੇਲੇ ਹਨ।

ਪਿਆਰ ਅੰਨ੍ਹਾ ਹੁੰਦਾ ਹੈ, ਵਿਆਹ ਇਸ ਅੰਨ੍ਹੇਪਣ ਦਾ ਇਲਾਜ ਕਰਦਾ ਹੈ।

ਆਵਾਜ਼ ਦਾ ਵੀ ਚਿਹਰਾ ਹੁੰਦਾ ਹੈ, ਅਨੇਕਾਂ ਨੂੰ ਅਸੀਂ ਚਿਹਰੇ ਤੋਂ ਨਹੀਂ, ਉਨ੍ਹਾਂ ਦੀ ਆਵਾਜ਼ ਤੋਂ ਹੀ ਪਛਾਣਦੇ ਹਾਂ।

ਇਸਤਰੀ ਦੀ ਕਲਪਨਾ ਬੜੀ ਤਿੱਖੀ ਹੁੰਦੀ ਹੈ, ਉਹ ਪ੍ਰਸੰਸਾ ਨੂੰ ਪਿਆਰ ਅਤੇ ਪਿਆਰ ਨੂੰ ਵਿਆਹ ਸਮਝਣ ਲਗ ਪੈਂਦੀ ਹੈ।

ਬਹੁਤੇ ਲੋਕ ਪ੍ਰਸੰਨਤਾ ਲੱਭਣ ਵਿਚ ਲਗੇ ਹੋਏ ਹਨ, ਲੋੜ ਪ੍ਰਸੰਨਤਾ ਸਿਰਜਣ ਦੀ ਹੈ।

ਜਿਹੜਾ ਪਿਆਰ ਅੰਨ੍ਹਾ ਹੁੰਦਾ ਹੈ, ਉਹ ਅਸਲ ਵਿਚ ਸਵੈ-ਪਿਆਰ ਹੁੰਦਾ ਹੈ।

ਜਿਨ੍ਹਾਂ ਨੂੰ ਇਕੱਲੇ ਰਹਿਣਾ ਨਹੀਂ ਆਉਂਦਾ, ਉਹ ਚੰਗਾ ਸਾਥ ਨਹੀਂ ਬਣਦੇ।

ਦੂਜਿਆਂ ਦੀ ਝੂਠੀ ਪ੍ਰਸੰਸਾ ਕਰਕੇ, ਮਨੁੱਖ ਆਸ ਕਰਦਾ ਹੈ ਕਿ ਹੁਣ ਦੂਜੇ, ਉਸ ਦੀ ਸੱਚੀ ਪ੍ਰਸੰਸਾ ਕਰਨਗੇ।

ਮੁਕਾਬਲੇ ਦੀ ਅਜੋਕੀ ਦੁਨੀਆ ਵਿਚ, ਦੋਸਤੀਆਂ ਨੂੰ ਦਾਓ 'ਤੇ ਲਾਉਣਾ ਹੁਣ ਕਿਸੇ ਨੂੰ ਹੈਰਾਨ ਨਹੀਂ ਕਰਦਾ।

ਸੰਸਾਰ ਵਿਚ ਕੁਝ ਵੀ ਅੰਤਿਮ ਨਹੀਂ, ਨਾ ਸਫਲਤਾ, ਨਾ ਅਸਫਲਤਾ, ਨਾ ਮੈਂ, ਨਾ ਤੁਸੀਂ।

ਦੂਜਿਆਂ ਬਾਰੇ ਚੁਗਲੀਆਂ ਅਤੇ ਗੱਪਾਂ ਉਹੀ ਮਾਰਦੇ ਹਨ, ਜਿਨ੍ਹਾਂ ਦੀ ਆਪਣੇ ਵਿਕਾਸ ਵਿਚ ਦਿਲਚਸਪੀ ਨਹੀਂ ਹੁੰਦੀ।

ਮੁਕਾਬਲੇ ਵਿਚ ਰੁਝਿਆ ਵਿਅਕਤੀ, ਜਿਨ੍ਹਾਂ ਨਾਲ ਮੁਕਾਬਲਾ ਕਰਦਾ ਹੈ, ਉਨ੍ਹਾਂ ਦਾ ਚਲਾਇਆ ਚਲਦਾ ਹੈ।

ਯੋਗਤਾ ਇਕਾਂਤ ਵਿਚ ਉਸਰਦੀ ਹੈ ਪਰ ਚਰਿਤਰ ਲੋਕਾਂ ਦੀ ਹਾਜ਼ਰੀ ਵਿਚ ਉਸਰਦਾ ਹੈ।

ਜ਼ਿੰਦਗੀ ਨਾਲ ਰਗੜ ਖਾਣੀ ਲਾਜ਼ਮੀ ਹੈ, ਇਹ ਸਾਡੇ 'ਤੇ ਨਿਰਭਰ ਕਰਦਾ ਹੈ ਕਿ ਇਹ ਸਾਡਾ ਚੂਰਾ ਕਰ ਦੇਵੇ ਜਾਂ ਇਹ ਸਾਨੂੰ ਹੀਰੇ ਵਾਂਗ ਚਮਕਾ ਦੇਵੇ।

ਧਰਤੀ ਦੇ ਜਿਸ ਭਾਗ ਵਿਚ ਲੋਕ ਵੱਸਦੇ ਹਨ, ਉਨ੍ਹਾਂ ਦਾ ਚਰਿਤਰ ਉਸ ਥਾਂ ਦੀ ਜ਼ਮੀਨ ਵਰਗਾ ਹੁੰਦਾ ਹੈ।

ਜਦੋਂ ਕਿਸੇ ਪਸ਼ੂ ਨੂੰ ਧਿਆਨ ਨਾਲ ਵੇਖੋਗੇ, ਅਕਸਰ ਲਗੇਗਾ, ਜਿਵੇਂ ਉਹ ਤੁਹਾਡਾ ਮਖੌਲ ਉਡਾ ਰਿਹਾ ਹੋਵੇ।

ਜਿਹੜਾ ਦੇਵਤਾ ਦੰਡ ਨਹੀਂ ਦੇ ਸਕਦਾ, ਮਨੁੱਖ ਉਸ ਦੀ ਪੂਜਾ ਵੀ ਨਹੀਂ ਕਰਦਾ।

ਧਰਮ ਨੂੰ ਸੁਧਾਰਨ ਅਤੇ ਬਦਲਣ ਵਾਸਤੇ, ਧਾਰਮਿਕ ਹੋਣਾ ਪਵੇਗਾ।

ਜਦੋਂ ਕੋਈ ਕੇਵਲ ਰੱਬ ਨੂੰ ਪਿਆਰ ਕਰਨ ਦੀਆਂ ਗੱਲਾਂ ਕਰਦਾ ਹੈ ਤਾਂ ਅਸਲ ਵਿਚ ਉਹ, ਕਿਸੇ ਮਨੁੱਖ ਤੋਂ ਪ੍ਰੇਸ਼ਾਨ ਹੋਇਆ ਹੁੰਦਾ ਹੈ।

ਬੱਚਿਆਂ ਦੀਆਂ ਖੇਡਾਂ ਨੂੰ ਤਰਕਸ਼ੀਲ ਬਣਾਉਣਾ ਮੂਰਖਤਾ ਹੁੰਦੀ ਹੈ।

ਕਿਸੇ ਚੀਜ਼ ਦੀ ਕੀਮਤ ਇਸ ਗੱਲ ਵਿਚ ਨਹੀਂ ਹੁੰਦੀ ਕਿ ਉਸ ਲਈ ਕਿਤਨਾ ਮੁੱਲ ਤਾਰਿਆ ਗਿਆ ਹੈ, ਸਗੋਂ ਇਸ ਗੱਲ ਵਿਚ ਹੁੰਦੀ ਹੈ ਕਿ ਉਸ ਨੂੰ ਖਰੀਦਣ ਲਈ ਕਿਤਨੀ ਮਿਹਨਤ ਕਰਨੀ ਪਈ ਹੈ।

ਜੇ ਸਾਡੀ ਕਿਸੇ ਬੰਦੇ ਵਿਚ ਦਿਲਚਸਪੀ ਨਾ ਹੋਵੇ ਤਾਂ ਵੇਖ ਕੇ ਸਾਡੀਆਂ ਅੱਖਾਂ ਫੋਟੋ ਹੀ ਖਿਚਦੀਆਂ ਹਨ, ਜੇ ਦਿਲਚਸਪੀ ਹੋਵੇ ਤਾਂ ਪੂਰੀ ਫਿਲਮ ਬਣਾ ਲੈਂਦੀਆਂ ਹਨ।

ਮੁਸਕਰਾਹਟ ਦਾ ਅਸਰ ਸਾਰੇ ਚਿਹਰੇ 'ਤੇ ਹੁੰਦਾ ਹੈ, ਜਦੋਂ ਕਿ ਹੱਸਣ ਦਾ ਅਸਰ ਮੂੰਹ ਦੇ ਆਲੇ ਦੁਆਲੇ ਹੀ ਰਹਿੰਦਾ ਹੈ।

ਜਾਗਦੀਆਂ ਅੱਖਾਂ ਦੇ ਸੁਪਨਿਆਂ ਨੂੰ ਸਫਲਤਾ ਕਹਿੰਦੇ ਹਨ।

ਅਸੀਂ ਜਿਊਂਦੇ ਭਾਵਨਾਵਾਂ ਨਾਲ ਹਾਂ ਪਰ ਜ਼ਿੰਦਗੀ ਨੂੰ ਬਰਦਾਸ਼ਤ ਬੁੱਧੀ ਨਾਲ ਕਰਦੇ ਹਾਂ।

ਸਵੇਰ ਵੇਲੇ ਲਗਦਾ ਹੈ ਕਿ ਅੱਜ, ਕੱਲ੍ਹ ਨਾਲੋਂ ਚੰਗਾ ਹੈ, ਸ਼ਾਮ ਨੂੰ ਲਗਦਾ ਹੈ ਕਿ ਅੱਜ ਵੀ ਕੱਲ੍ਹ ਵਰਗਾ ਹੀ ਹੈ।

ਹੱਥ ਦੀਆਂ ਉਂਗਲਾਂ ਵਿਚ ਵਿੱਥ ਇਸ ਲਈ ਹੁੰਦੀ ਹੈ ਤਾਂ ਜੁ ਅਸੀਂ ਕਿਸੇ ਦਾ ਹੱਥ ਪਕੜ ਸਕੀਏ ਜਾਂ ਕੋਈ ਸਾਡਾ ਹੱਥ ਫੜ ਲਵੇ।

ਕੋਈ ਚੀਜ਼ ਖਰੀਦਣ ਲਈ ਕੀਤੀ ਮਿਹਨਤ ਦੇ ਅਨੁਪਾਤ ਵਿਚ ਹੀ, ਕਿਸੇ ਚੀਜ਼ ਦੀ ਸਾਂਭ-ਸੰਭਾਲ ਕੀਤੀ ਜਾਂਦੀ ਹੈ।

ਜਿਉਂ-ਜਿਉਂ ਮਨੁੱਖ ਸਿਆਣਾ ਅਤੇ ਸੂਖਮ ਹੁੰਦਾ ਜਾਂਦਾ ਹੈ, ਤਿਉਂ-ਤਿਉਂ ਉਸ ਵਿਚ ਦੁਖੀ ਹੋਣ ਦੀ ਯੋਗਤਾ ਵਧੀ ਜਾਂਦੀ ਹੈ।

ਕੰਮ ਕਰਨਾ, ਸੋਚਣ ਨਾਲੋਂ ਸੌਖਾ ਹੁੰਦਾ ਹੈ, ਕੰਮ ਤਾਂ ਅਨੇਕਾਂ ਕਰ ਲੈਂਦੇ ਹਨ ਪਰ ਸੋਚਦਾ ਕੋਈ-ਕੋਈ ਹੈ।

ਅਮੀਰ ਉਹ ਹੈ, ਜਿਸ ਦੀਆਂ ਖੁਸ਼ੀਆਂ ਸਸਤੀਆਂ ਹੁੰਦੀਆਂ ਹਨ।

ਹਰ ਕੰਮ ਦੇ ਅੱਧ ਵਿਚ ਪਹੁੰਚ ਕੇ, ਸਾਡੀ ਉਸ ਕੰਮ ਬਾਰੇ ਰਾਇ ਬਦਲ ਜਾਂਦੀ ਹੈ।

ਜਦੋਂ ਕੋਈ ਕੰਮ ਪੂਰਾ ਹੋ ਜਾਂਦਾ ਹੈ ਤਾਂ ਮਹਿਸੂਸ ਹੁੰਦਾ ਹੈ ਕਿ ਜੋ ਮੁੱਢ ਵਿਚ ਸੋਚਿਆ ਸੀ, ਉਹ ਕੁਝ ਹੋਰ ਸੀ, ਇਹ ਕੁਝ ਹੋਰ ਹੈ।

ਜੀਵਨ ਦਾ ਬਹੁਤਾ ਸਮਾਂ ਮਨੁੱਖ, ਦੂਜਿਆਂ ਵਰਗਾ ਬਣਨ ਵਿਚ ਗੁਆ ਦਿੰਦਾ ਹੈ।

ਦੂਜਿਆਂ ਨੂੰ ਅਸੀਂ ਉਦੋਂ ਹੀ ਮੁਆਫ਼ ਕਰਦੇ ਹਾਂ ਜਦੋਂ ਮੁਆਫ਼ ਕਰਨ ਨਾਲ ਸਾਨੂੰ ਲਾਭ ਹੁੰਦਾ ਹੋਵੇ।

ਜਿਸ ਦੀ ਕਿਸੇ ਵੀ ਬੰਦੇ ਵਿਚ ਦਿਲਚਸਪੀ ਨਹੀਂ ਹੁੰਦੀ, ਉਹ ਵੀ ਚਾਹੁੰਦਾ ਹੈ ਕਿ ਦੂਜੇ ਉਸ ਵਿਚ ਦਿਲਚਸਪੀ ਲੈਣ।

ਨਿਰਾਸ਼ਾਵਾਦੀ ਨੂੰ ਸਭ ਤੋਂ ਵੱਧ ਔਖ ਉਦੋਂ ਹੁੰਦੀ ਹੈ, ਜਦੋਂ ਉਸ ਨੂੰ ਕਿਸੇ ਆਸ਼ਾਵਾਦੀ ਨਾਲ ਰਹਿਣਾ ਪਵੇ।

ਆਪਣੇ ਦੁਸ਼ਮਣਾਂ ਦੇ ਮਰਨ ਦੀ ਕਾਮਨਾ ਨਹੀਂ ਕਰਨੀ ਚਾਹੀਦੀ, ਕਿਉਂਕਿ ਸਾਡੇ ਲਈ, ਆਪਣੀ ਸਫਲਤਾ ਨੂੰ ਮਾਪਣ-ਮਾਣਨ ਲਈ, ਉਨ੍ਹਾਂ ਦਾ ਹੋਣਾ ਜ਼ਰੂਰੀ ਹੈ।

ਕਿਸੇ ਦੀ ਲੰਮੀ ਇੰਤਜ਼ਾਰ ਦੌਰਾਨ, ਅਸੀਂ ਉਸ ਦੇ ਗੁਣਾਂ ਬਾਰੇ ਨਹੀਂ, ਉਸ ਦੇ ਕੇਵਲ ਦੋਸ਼ਾਂ ਬਾਰੇ ਹੀ ਸੋਚਦੇ ਹਾਂ।

ਅਸਫਲਤਾ ਉਹ ਹਾਲਤ ਹੁੰਦੀ ਹੈ, ਜਦੋਂ ਮਨੁੱਖ ਸਫਲ ਹੋਣ ਲਈ ਯਤਨ ਕਰਨਾ ਬੰਦ ਕਰ ਦੇਵੇ।

ਪ੍ਰੇਮੀ ਸਮਝਦਾ ਹੈ ਕਿ ਉਸ ਦੀ ਪ੍ਰੇਮਿਕਾ ਕੋਲ, ਉਸ ਦੇ ਸਾਰੇ ਮਸਲਿਆਂ ਅਤੇ ਸਵਾਲਾਂ ਦੇ ਜਵਾਬ ਹਨ।

ਬਦਲੇ ਦੀ ਭਾਵਨਾ, ਸਾਡਾ ਸਭ ਕੁਝ ਬੋਝਲ ਬਣਾ ਦਿੰਦੀ ਹੈ।

ਇਕੱਠੇ ਗਾਉਣ ਨਾਲ ਮਨੁੱਖ ਲਾਲਚ, ਸੁਆਰਥ ਅਤੇ ਮੰਦ-ਭਾਵਨਾ ਤੋਂ ਮੁਕਤ ਹੋ ਜਾਂਦਾ ਹੈ।

ਪੱਖਪਾਤੀ ਵਿਚਾਰਧਾਰਾ, ਹਿੰਸਾ ਤੋਂ ਬਿਨਾਂ ਲਾਗੂ ਨਹੀਂ ਕੀਤੀ ਜਾ ਸਕਦੀ।

ਅਮਰੀਕਨਾਂ ਵਾਸਤੇ, ਸੰਸਾਰ ਅਮਰੀਕਾ ਤੋਂ ਆਰੰਭ ਹੋ ਕੇ, ਅਮਰੀਕਾ 'ਤੇ ਹੀ ਮੁੱਕ ਜਾਂਦਾ ਹੈ।

ਜਿਨ੍ਹਾਂ ਦਾ ਪਿਛੋਕੜ ਇਕੋ ਹੋਵੇ, ਉਹ ਦੋਸਤ ਅਤੇ ਦੁਸ਼ਮਣ ਦੋਵੇਂ, ਸੌਖਿਆਂ ਅਤੇ ਜਲਦੀ ਬਣ ਜਾਂਦੇ ਹਨ।

ਬੱਚਿਆਂ ਦੀ ਚਿੰਤਾ ਕਰਨੀ, ਮਾਂ ਆਪਣਾ ਜਨਮਜਾਤ ਅਧਿਕਾਰ ਸਮਝਦੀ ਹੈ।

ਸਕੂਲ ਵਿਚ ਸਵੇਰ ਦੀ ਪ੍ਰਾਰਥਨਾ ਨਾਲ ਵਿਦਿਆਰਥੀਆਂ ਨੂੰ ਦੂਜਿਆਂ ਵਰਗੇ ਹੋਣ ਦਾ ਆਨੰਦ ਮਿਲਦਾ ਹੈ।

ਹਿੰਸਾ ਨਾਲ ਪ੍ਰਾਪਤ ਕੀਤੀ ਕੋਈ ਵੀ ਜਿੱਤ, ਹਾਰ ਹੀ ਹੁੰਦੀ ਹੈ, ਕਿਉਂਕਿ ਇਹ ਹੰਢਣਸਾਰ ਨਹੀਂ ਹੁੰਦੀ।

ਚੰਗੀ ਗੱਲਬਾਤ, ਚਰਿਤਰ ਦਾ ਸ਼ਿੰਗਾਰ ਹੁੰਦੀ ਹੈ।

ਆਪਣੇ ਆਪ ਨੂੰ ਕੋਈ ਵੀ ਨਫ਼ਰਤ ਨਹੀਂ ਕਰਦਾ, ਇਹ ਕੰਮ ਅਸੀਂ ਦੂਜਿਆਂ ਤੋਂ ਕਰਵਾਉਂਦੇ ਹਾਂ।

ਮਨੁੱਖ ਬਚ ਕੇ ਪ੍ਰਸੰਨ ਮਹਿਸੂਸ ਕਰਦਾ ਹੈ, ਭਾਵੇਂ ਅਸਮਾਨ ਤੋਂ ਡਿਗ ਕੇ ਖਜੂਰ ਵਿਚ ਅੜ ਜਾਵੇ।

ਇਕ ਮੂੰਹ ਨਾਲ ਕਿਸੇ ਨੂੰ ਨਿਰਾਸਤਾ ਨਹੀਂ ਹੁੰਦੀ ਅਤੇ ਇਕ ਅੱਖ ਨਾਲ ਕੋਈ ਸੰਤੁਸ਼ਟ ਨਹੀਂ ਹੁੰਦਾ।

ਗਰੀਬਾਂ, ਅਨਪੜ੍ਹਾਂ ਅਤੇ ਬੀਮਾਰਾਂ ਲਈ ਕੋਈ ਆਜ਼ਾਦੀ ਨਹੀਂ ਹੁੰਦੀ।

ਡਰਿਆ ਹੋਇਆ ਮਨੁੱਖ, ਬੱਚੇ ਵਾਂਗ ਵਿਹਾਰ ਕਰਨ ਲਗ ਪੈਂਦਾ ਹੈ।

ਅੱਗ ਲਗਣ, ਹੜ੍ਹ ਆਉਣ ਅਤੇ ਸੱਪ ਦਿਸਣ ਉਤੇ ਹੁਣ ਵੀ ਮਨੁੱਖ ਉਵੇਂ ਹੀ ਵਿਹਾਰ ਕਰਦਾ ਹੈ, ਜਿਵੇਂ ਹਜ਼ਾਰਾਂ ਸਾਲ ਪਹਿਲਾਂ ਕਰਦਾ ਸੀ।

ਹੱਸਣ ਦਾ ਢੰਗ ਹਰੇਕ ਸਮਾਜ ਦਾ ਵੱਖਰਾ ਹੁੰਦਾ ਹੈ, ਮੁਸਕਰਾਉਣ ਦਾ ਢੰਗ ਸਭਨੀ ਥਾਈਂ ਇਕੋ ਜਿਹਾ ਹੁੰਦਾ ਹੈ।

ਅਕਲ ਦੀ ਗਰੀਬੀ ਛੁਪਾਉਣ ਵਾਸਤੇ ਮਨੁੱਖ ਅਕਸਰ ਗੰਭੀਰਤਾ ਦਾ ਨਾਟਕ ਖੇਡਦਾ ਹੈ।

ਦੁਖੀ ਲੋਕ, ਇਸ ਕਰਕੇ ਵੀ ਦੁਖੀ ਹੁੰਦੇ ਹਨ, ਕਿਉਂਕਿ ਕੋਈ ਉਨ੍ਹਾਂ ਦਾ ਦੁੱਖ ਨਹੀਂ ਸਮਝਦਾ।

ਜਿਥੇ ਸਾਹਿਤ ਪੜ੍ਹਨ ਦੀ ਵਿਹਲ ਹੁੰਦੀ ਹੈ, ਉਥੇ ਬੇਚੈਨੀ ਰਹਿ ਹੀ ਨਹੀਂ ਸਕਦੀ।

ਬਹੁਤੇ ਲੋਕ ਇਤਨੇ ਮਜ਼ਬੂਤ ਨਹੀਂ ਹੁੰਦੇ ਕਿ ਖੁਸ਼ੀ ਦਾ ਹਮਲਾ ਬਰਦਾਸ਼ਤ ਕਰ ਸਕਣ, ਇਸ ਲਈ ਉਹ ਮਾਣ ਨਾਲ ਕਹਿੰਦੇ ਹਨ ਕਿ ਉਹ ਬੜੇ ਦੁਖੀ ਹਨ।

ਘਮੰਡੀ ਜਦੋਂ ਕਿਸੇ ਨੂੰ ਪ੍ਰਸੰਨ ਵੇਖਦਾ ਹੈ ਤਾਂ ਝੂਰਦਾ ਹੈ ਕਿ ਇਹ ਪ੍ਰਸੰਨਤਾ ਤਾਂ ਮੇਰੇ ਕੋਲ ਹੋਣੀ ਚਾਹੀਦੀ ਸੀ।

ਅਸੀਂ ਆਪਣੀ ਸੂਰਤ ਤੋਂ ਨਹੀਂ, ਆਪਣੇ ਖੋਖਲੇਪਣ ਤੋਂ ਮਾਯੂਸ ਹੁੰਦੇ ਹਾਂ।

ਜੀਵਨ ਮਾਣਨ ਲਈ ਖੁਸ਼ੀ ਦੀ ਲੋੜ ਪੈਂਦੀ ਹੈ ਪਰ ਖੁਸ਼ੀ ਨੂੰ ਉਪਜਾਉਣ ਲਈ ਮਿਹਨਤ ਕਰਨ ਦੀ ਲੋੜ ਹੁੰਦੀ ਹੈ।

ਕੱਟੜਵਾਦ ਉਸ ਹਾਲਤ ਨੂੰ ਕਹਿੰਦੇ ਹਨ, ਜਦੋਂ ਕੋਈ ਮੰਜ਼ਲ ਭੁਲ ਜਾਵੇ ਅਤੇ ਰਫ਼ਤਾਰ ਦੁਗਣੀ ਕਰ ਦੇਵੇ।

ਆਪ ਸਹੀ ਹੋਣ ਨਾਲ ਅਸੀਂ ਸੰਤੁਸ਼ਟ ਨਹੀਂ ਹੁੰਦੇ, ਸੰਤੁਸ਼ਟ ਅਸੀਂ ਦੂਜਿਆਂ ਨੂੰ ਗਲਤ ਸਾਬਤ ਕਰਕੇ ਹੀ ਹੁੰਦੇ ਹਾਂ।

ਜਿਹੜੇ ਕੰਮ ਅਸੰਭਵ ਅਤੇ ਮੁਸ਼ਕਿਲ ਲਗਦੇ ਸਨ, ਉਨ੍ਹਾਂ ਦੇ ਕਰਨ ਅਤੇ ਕੀਤੇ ਹੋਣ ਨੂੰ ਯਾਦ ਕਰਕੇ, ਸਾਡਾ ਸਵੈ-ਵਿਸ਼ਵਾਸ ਵੱਧ ਜਾਂਦਾ ਹੈ।

ਜਦੋਂ ਸਾਡਾ ਨਾਂ ਅਤੇ ਵਿਹਾਰ ਇਕ-ਸੁਰ ਨਾ ਹੋਣ ਤਾਂ ਪਰਿਵਾਰ ਅਤੇ ਸਮਾਜ ਸਾਨੂੰ ਸ਼ਰਮਸਾਰ ਕਰਦੇ ਰਹਿੰਦੇ ਹਨ।

ਮਨੁੱਖ ਕਿਸੇ ਵਲੋਂ ਕੀਤੇ ਨੁਕਸਾਨ ਨੂੰ ਭੁਲ ਜਾਂਦਾ ਹੈ ਪਰ ਉਸ ਵਲੋਂ ਕੀਤੀ ਬੇਇਜ਼ਤੀ ਨੂੰ ਨਹੀਂ ਭੁਲਦਾ।

ਅਸੀਂ ਪ੍ਰਸੰਸਾ ਹੀ ਨਹੀਂ ਚਾਹੁੰਦੇ, ਇਹ ਵੀ ਚਾਹੁੰਦੇ ਹਾਂ ਕਿ ਪ੍ਰਸੰਸਾ ਹੋਰਾਂ ਦੀ ਹਾਜ਼ਰੀ ਵਿਚ ਕੀਤੀ ਜਾਵੇ।

ਕਮਜ਼ੋਰ ਆਦਮੀ ਵਲੋਂ ਦਿਤੀਆਂ ਧਮਕੀਆਂ, ਉਸ ਦਾ ਆਪਣਾ ਨੁਕਸਾਨ ਵੱਧ ਕਰਦੀਆਂ ਹਨ।

ਮੰਦ-ਭਾਵਨਾ, ਕਾਮ-ਭਾਵਨਾ ਵਾਂਗ, ਜਦੋਂ ਸਿੱਖਰ ’ਤੇ ਹੁੰਦੀ ਹੈ ਤਾਂ ਇਹ ਸ਼ਰਮ ਤੋਂ ਮੁਕਤ ਹੋ ਜਾਂਦੀ ਹੈ।

ਸਾਡੇ ਲਈ ਅਕ੍ਰਿਤਘਣ ਉਹ ਹੁੰਦੇ ਹਨ, ਜਿਹੜੇ ਸਾਡੀ ਮਦਦ ਲੈ ਕੇ, ਸਾਡੇ ਨਾਲੋਂ ਵੱਧ ਤਰੱਕੀ ਕਰ ਜਾਂਦੇ ਹਨ।

ਕਿਸੇ ਨੂੰ ਨਫ਼ਰਤ ਕਰਨ ਨਾਲ, ਹੋਣ ਵਾਲੀ ਥਕਾਵਟ ਸਾਨੂੰ ਅੰਦਰੋਂ ਭੰਨਦੀ ਹੈ।

ਚਲਾਕੀ, ਨਾਲਾਇਕੀ ਵਿਚੋਂ ਉਪਜਦੀ ਹੈ, ਲਾਇਕ ਵਿਅਕਤੀ ਅਕਸਰ ਸਾਊ ਹੁੰਦੇ ਹਨ।

ਮੁੱਢ ਵਿਚ ਹਰ ਕੋਈ ਮੌਲਿਕ ਹੁੰਦਾ ਹੈ ਪਰ ਮਗਰੋਂ ਹਰ ਕੋਈ ਕਿਸੇ ਦੀ ਨਕਲ ਬਣ ਜਾਂਦਾ ਹੈ।

ਵੱਡੇ ਅਤੇ ਚੰਗੇ ਕੰਮ ਕਰਨ ਵਾਸਤੇ ਮਨੁੱਖ ਕੋਲ ਨੀਅਤ ਵੀ ਹੋਣੀ ਚਾਹੀਦੀ ਹੈ ਅਤੇ ਮਿਹਨਤ ਕਰਨ ਦੀ ਆਦਤ ਵੀ, ਨਹੀਂ ਤਾਂ ਉਸ ਦੀਆਂ ਗੱਲਾਂ ਨੂੰ ਫੜ੍ਹਾਂ ਹੀ ਕਿਹਾ ਜਾਵੇਗਾ।

ਸਵੇਰੇ, ਜ਼ਿੰਦਗੀ ਦਾ ਉਤਸ਼ਾਹ ਵੱਧ ਹੋਣ ਕਾਰਨ, ਨਾਸ਼ਤਾ ਸੰਖੇਪ ਹੁੰਦਾ ਹੈ।

ਜੀਵਨ ਵਿੱਚ ਉਮੀਦ ਦਾ ਸਾਥ ਤਾਂ ਚੰਗਾ ਹੁੰਦਾ ਹੈ ਪਰ ਅਗਵਾਈ ਮਿਹਨਤ ਦੀ ਹੀ ਚੰਗੀ ਹੁੰਦੀ ਹੈ।

ਅਸੀਂ ਸਫਲਤਾ ਦਾ ਕੇਵਲ ਉਤਨਾ ਭਾਗ ਹੀ ਮਾਣਦੇ ਹਾਂ, ਜਿਤਨਾ ਸਾਡੇ ਵਿਹਾਰ ਦਾ ਭਾਗ ਬਣ ਜਾਂਦਾ ਹੈ।

ਹਰੇਕ ਆਪਣੀ ਸਫਲਤਾ ਸਾਕਾਂ-ਸਬੰਧੀਆਂ ਨੂੰ ਵਿਖਾ ਕੇ ਖ਼ੁਸ਼ ਹੁੰਦਾ ਹੈ ਪਰ ਸਭ ਤੋਂ ਵੱਧ ਖ਼ੁਸ਼ੀ ਉਦੋਂ ਹੁੰਦੀ ਹੈ ਜਦੋਂ ਸਫਲਤਾ ਬਾਰੇ ਸਾਡੇ ਵਿਰੋਧੀਆਂ ਨੂੰ ਪਤਾ ਲਗੇ।

ਅਰਦਾਸ ਵਿਚ ਅਸੀਂ ਪਰਮਾਤਮਾ ਨੂੰ ਕਹਿੰਦੇ ਹਾਂ: ਮੇਰੇ ਲਈ ਦੋ ਅਤੇ ਦੋ ਚਾਰ ਨਾਲੋਂ ਵੱਧ ਹੋਣੇ ਚਾਹੀਦੇ ਹਨ।

ਪਿਆਰ ਨਾਲ ਹਰ ਕੋਈ ਪਿਆਰਾ ਲਗਣ ਲਗ ਪੈਂਦਾ ਹੈ, ਜਦੋਂ ਕਿ ਨਫ਼ਰਤ ਕਿਸੇ ਇਕ ਬੰਦੇ 'ਤੇ ਕੇਂਦਰਿਤ ਹੁੰਦੀ ਹੈ।

ਕੁਦਰਤ ਦੇ ਨੇਮ ਤਾਂ ਹਨ ਪਰ ਕੁਦਰਤ ਦਾ ਉਦੇਸ਼ ਕੋਈ ਨਹੀਂ।

ਇਸਤਰੀਆਂ, ਪੁਰਸ਼ਾਂ ਵਾਂਗ ਬਹਿਸ ਨਹੀਂ ਕਰਦੀਆਂ, ਕਿਉਂਕਿ ਉਨ੍ਹਾਂ ਨੇ ਘਰ ਦੇ ਕੰਮ ਵੀ ਨਿਪਟਾਉਣੇ ਹੁੰਦੇ ਹਨ।

ਅਕਲਮੰਦ ਉਹ ਹੈ, ਜਿਹੜਾ ਅਧੂਰੇ ਤੱਥਾਂ ਦੇ ਆਧਾਰ 'ਤੇ ਵੀ ਠੀਕ ਨਿਰਣਾ ਕਰ ਲਵੇ।

ਜੇ ਚਿਤਾਵਨੀ ਅਸਰ ਨਹੀਂ ਕਰਦੀ ਤਾਂ ਬੇਨਤੀ ਤਾਂ ਬਿਲਕੁਲ ਨਹੀਂ ਕਰੇਗੀ।

ਜਿਸ ਨੂੰ ਚਿੜ੍ਹਨ ਦੀ ਆਦਤ ਹੋਵੇ, ਉਹ ਚਾਪਲੂਸ ਨਹੀਂ ਬਣ ਸਕਦਾ।

ਬਾਂਦਰ, ਸ਼ੀਸ਼ੇ ਵਿਚੋਂ ਬਾਂਦਰ ਨੂੰ ਵੇਖ ਕੇ ਸੰਤੁਸ਼ਟ ਹੋ ਜਾਂਦਾ ਹੈ ਪਰ ਮਨੁੱਖ ਨੂੰ ਸ਼ੀਸ਼ੇ ਵਿਚੋਂ ਜਦੋਂ ਬਾਂਦਰ ਵਿਖਾਈ ਦਿੰਦਾ ਹੈ ਤਾਂ ਉਹ ਸ਼ਿਕਾਇਤ ਕਰਦਾ ਹੈ।

ਪ੍ਰਸਿੱਧੀ ਪ੍ਰਾਪਤ ਕਰਨੀ ਚਾਹੀਦੀ ਹੈ, ਪਰ ਚਰਿਤਰ ਗੁਆਉਣਾ ਨਹੀਂ ਚਾਹੀਦਾ।

ਯੂਨੀਵਰਸਿਟੀਆਂ ਦੇ ਆਲੇ ਦੁਆਲੇ, ਅਕਸਰ ਅਨਪੜ੍ਹ ਲੋਕ ਰਹਿੰਦੇ ਹਨ।

ਘੱਟ-ਗਿਣਤੀ ਕਦੀ-ਕਦੀ ਠੀਕ ਹੁੰਦੀ ਹੈ ਪਰ ਬਹੁ-ਗਿਣਤੀ ਅਕਸਰ ਗਲਤ ਹੁੰਦੀ ਹੈ।

ਵੰਡੇ ਹੋਏ ਕੰਮਾਂ ਨੂੰ ਕਦੇ ਵੀ ਬਰਾਬਰ ਨਹੀਂ ਵੰਡਿਆ ਜਾਂਦਾ।

ਗੁਆਂਢੀ ਨਾਲ ਸਬੰਧ ਚੰਗੇ ਰੱਖੋ ਪਰ ਨਾ ਵਿਚਕਾਰਲੀ ਕੰਧ ਢਾਹੋ ਨਾ ਹੀ ਸਬਜ਼ੀ ਦੀ ਕੌਲੀ ਦਾ ਲੈਣ-ਦੇਣ ਕਰੋ।

ਡਿਕਟੇਟਰ ਵਾਂਗ ਹਰੇਕ ਨਾਇਕ ਅੰਤ ਵਿਚ ਇਕ ਮੁਸੀਬਤ ਬਣ ਜਾਂਦਾ ਹੈ।

ਜਿਹੜਾ ਲੋੜ ਨਾਲੋਂ ਅਧਿਕ ਵਡਿਆਏ, ਉਹ ਧੋਖਾ ਦੇ ਰਿਹਾ ਹੈ ਜਾਂ ਦੇਣਾ ਚਾਹੁੰਦਾ ਹੈ।

ਚਾਪਲੂਸ, ਜਿਸ ਦੀ ਚਾਪਲੂਸੀ ਕਰਦਾ ਹੈ, ਉਸ ਉਤੇ ਅੰਦਰੋਂ ਹੱਸ ਰਿਹਾ ਹੁੰਦਾ ਹੈ।

ਸੰਸਾਰ ਟੁਰਦਿਆਂ ਦੇ ਨਾਲ ਟੁਰਦਾ ਹੈ, ਸੰਸਾਰ ਬੈਠਦਾ-ਰੁਕਦਾ ਨਹੀਂ।

ਜੇ ਤਿੰਨ ਬੰਦੇ ਰਲ ਕੇ ਜੂਆ ਖੇਡਣ ਜਾਂ ਸ਼ਰਾਬ ਪੀਣ ਤਾਂ ਤਿੰਨਾਂ ਵਿਚੋਂ ਦੋ ਦਾ ਨੁਕਸਾਨ ਹੋਵੇਗਾ, ਤੀਜਾ ਲਾਭ ਉਠਾਵੇਗਾ।

ਝਗੜਾ ਕੋਈ ਹੋਵੇ, ਨੁਕਸਾਨ ਅਨੁਮਾਨ ਨਾਲੋਂ ਹਮੇਸ਼ਾ ਵੱਧ ਹੁੰਦਾ ਹੈ।

ਵਪਾਰੀ ਵਾਸਤੇ, ਈਮਾਨਦਾਰੀ ਵੀ ਇਕ ਸੌਦਾ ਹੁੰਦੀ ਹੈ।

ਜਲਵੇ ਵਿਖਾਉਣਾ, ਹੁਸਨ ਦੀ ਆਦਤ ਹੁੰਦੀ ਹੈ।

ਪੁਰਸ਼ ਸੋਚਣ ਵਿਚ ਨਿਪੁੰਨ ਹੁੰਦੇ ਹਨ, ਇਸਤਰੀਆਂ ਸੋਚਣ ਤੋਂ ਬਿਨਾਂ ਹੀ ਫ਼ੈਸਲੇ ਕਰਨ ਵਿਚ ਮਾਹਿਰ ਹੁੰਦੀਆਂ ਹਨ।

ਸਮਾਜ ਵਿਚ ਪਰਿਵਾਰ ਹੀ ਇਕੋ-ਇਕ ਥਾਂ ਹੈ, ਜਿਥੇ ਰਿਸ਼ਤੇ ਲਾਭ ਉਠਾਉਣ ਦੀ ਬਿਰਤੀ ਤੋਂ ਮੁਕਤ ਹੁੰਦੇ ਹਨ।

ਇਸਤਰੀ, ਪੁਰਸ਼ ਦਾ ਦਿਲ, ਜ਼ਖਮੀ ਕਰਕੇ ਨਹੀਂ, ਮਲ੍ਹਮ-ਪੱਟੀ ਕਰਕੇ ਜਿੱਤਦੀ ਹੈ।

ਨਿਜੀ ਸੁਆਰਥ, ਪਰਿਵਾਰਕ ਮਾਣ-ਸਤਿਕਾਰ ਵਲ ਪਿੱਠ ਕਰਕੇ ਹੀ, ਪੂਰੇ ਕੀਤੇ ਜਾ ਸਕਦੇ ਹਨ।

ਪੁਰਸ਼ ਆਪਣੇ ਭੇਤਾਂ ਨਾਲੋਂ ਵੀ ਹੋਰਾਂ ਦੇ ਭੇਤ ਵਧੇਰੇ ਨਿਪੁੰਨਤਾ ਨਾਲ ਸਾਂਭਦਾ ਹੈ, ਇਸਤਰੀ ਵਿਚ ਹੋਰਾਂ ਦੇ ਭੇਤਾਂ ਨੂੰ ਨਹੀਂ, ਆਪਣੇ ਭੇਤਾਂ ਨੂੰ ਸਾਂਭਣ ਦੀ ਹੀ ਯੋਗਤਾ ਹੁੰਦੀ ਹੈ।

ਇਸਤਰੀਆਂ ਵਿਚ ਅਕਸਰ ਨਿਆਂ ਦੀ ਬਿਰਤੀ ਨਹੀਂ ਹੁੰਦੀ, ਉਹ ਕਿਸੇ ਨੂੰ ਵਡਿਆਉਣ ਅਤੇ ਭੰਡਣ ਵਿਚ ਅਤਿਵਾਦੀ ਹੁੰਦੀਆਂ ਹਨ।

ਇਸਤਰੀਆਂ ਵਿਚ ਇਕ-ਦੂਜੀ ਨਾਲ ਸਾੜਾ ਕਰਨ ਦਾ ਕਾਰਨ ਪੁਰਸ਼ ਹੁੰਦੇ ਹਨ।

ਪੁਰਸ਼, ਇਸਤਰੀਆਂ ਕਾਰਨ, ਹੋਰ ਪੁਰਸ਼ਾਂ ਨਾਲ ਮੁਕਾਬਲਾ ਕਰਦੇ ਹਨ।

ਕਿਸੇ ਵੀ ਯੁਗ ਵਿਚ ਫ਼ਿਲਾਸਫ਼ੀ ਵਿਚ ਪਿਆਰ ਨੂੰ ਵਿਚਾਰਨਯੋਗ ਨਹੀਂ ਸਮਝਿਆ ਗਿਆ।

ਮਾਂ ਬਣਨ ਵਾਸਤੇ, ਇਸਤਰੀ ਆਪਣੀ ਸੁੰਦਰਤਾ ਦੀ ਕੁਰਬਾਨੀ ਦੇ ਦਿੰਦੀ ਹੈ।

ਪਿਆਰ ਵਿਚ, ਇਸਤਰੀ ਸਭ ਤੋਂ ਵੱਧ ਕਮਜ਼ੋਰ ਉਦੋਂ ਹੁੰਦੀ ਹੈ, ਜਦੋਂ ਉਹ ਧਮਕੀਆਂ ਦੇਣ ਲਗ ਪਵੇ।

ਪੁਰਸ਼ਾਂ ਦੀਆਂ ਲੜਾਈਆਂ ਦਾ ਕਾਰਨ ਅਕਸਰ ਇਸਤਰੀਆਂ ਹੁੰਦੀਆਂ ਹਨ।

ਮਾਲਕ ਅਤੇ ਨੌਕਰ, ਇਕੋ ਦੁਕਾਨ ਤੋਂ ਚੀਜ਼ਾਂ ਨਹੀਂ ਖਰੀਦਦੇ।

ਇਸਤਰੀ, ਪੁਰਸ਼ ਨੂੰ ਆਪਣੀਆਂ ਗੱਲਾਂ ਦੇ ਮੁਕਾਬਲੇ, ਹਰਕਤਾਂ ਨਾਲ ਵਧੇਰੇ ਪ੍ਰਭਾਵਿਤ ਕਰਦੀ ਹੈ।

ਵਧੇਰੇ ਲਾਡ ਪਿਆਰ ਨਾਲ ਪਲਿਆ ਬੱਚਾ, ਵੱਡਾ ਹੋ ਕੇ ਆਪਣੇ ਮਾਪਿਆਂ ਦਾ ਸਤਿਕਾਰ ਨਹੀਂ ਕਰਦਾ।

ਗਰੀਬ ਆਦਮੀ ਦੇ ਬਹੁਤੇ ਰਿਸ਼ਤੇਦਾਰ ਨਹੀਂ ਹੁੰਦੇ, ਕਿਉਂਕਿ ਕੋਈ ਉਸ ਦਾ ਰਿਸ਼ਤੇਦਾਰ ਬਣਨ ਲਈ ਤਿਆਰ ਹੀ ਨਹੀਂ ਹੁੰਦਾ।

ਜੇ ਜ਼ਿੰਦਗੀ ਵਿਚ ਦੁਸ਼ਮਣ ਨਾ ਹੋਣ ਤਾਂ ਇਹ ਫਰਜ਼ ਵੀ ਕਿਸੇ ਦੋਸਤ ਨੂੰ ਹੀ ਨਿਭਾਉਣਾ ਪੈਂਦਾ ਹੈ।

ਦੋਸਤਾਂ ਬਾਰੇ ਡੂੰਘਾਈ ਨਾਲ ਨਹੀਂ ਸੋਚਿਆ ਜਾਂਦਾ, ਕਿਉਂਕਿ ਸੋਚਣ ਵਿਚ ਨਫ਼ੇ-ਨੁਕਸਾਨ ਦੀ ਬਿਰਤੀ ਹੁੰਦੀ ਹੈ, ਜਦੋਂ ਕਿ ਦੋਸਤੀ ਇਸ ਬਿਰਤੀ ਤੋਂ ਮੁਕਤ ਹੁੰਦੀ ਹੈ।

ਦੋਸਤੀ, ਧਨ ਵਾਂਗ, ਕਮਾਉਣੀ ਸੌਖੀ ਹੁੰਦੀ ਹੈ ਪਰ ਸਾਂਭਣੀ ਔਖੀ ਹੁੰਦੀ ਹੈ।

ਜੇ ਸੰਸਾਰ ਵਿਚ ਭੈੜੇ ਲੋਕ ਨਾ ਹੁੰਦੇ ਤਾਂ ਅਨੇਕਾਂ ਧੰਦੇ ਵੀ ਨਾ ਹੁੰਦੇ।

ਅਤੀਤ ਪ੍ਰਤੀ ਸਤਿਕਾਰ ਹੋਣਾ ਚੰਗਾ ਹੈ ਪਰ ਜਨੂੰਨ ਹੋਣਾ ਮਾੜਾ ਹੈ।

ਯੁੱਧ ਮਾਨਵਜਾਤੀ ਜਿਤਨਾ ਪੁਰਾਣਾ ਹੈ, ਸ਼ਾਂਤੀ ਦੀਆਂ ਗੱਲਾਂ ਅਜੋਕੀ ਸਦੀ ਦੀ ਕਾਢ ਹਨ।

ਵਫ਼ਾਦਾਰੀ ਦਾ ਅਰਥ, ਮੁਸੀਬਤ ਵਿਚ ਵਫ਼ਾਦਾਰੀ ਤੋਂ ਹੁੰਦਾ ਹੈ।

ਕੇਵਲ ਨੀਵੇਂ ਕਿਰਦਾਰ ਵਾਲਾ ਬੰਦਾ ਹੀ ਕਹਿੰਦਾ ਹੈ ਕਿ ਉਸ ਨੂੰ ਕੁਝ ਕਰਨ ਜਾਂ ਬਣਨ ਦਾ ਅਵਸਰ ਨਹੀਂ ਮਿਲਿਆ।

ਵਿਗਿਆਨ ਨੇ ਸੁਖ ਸਹੂਲਤਾਂ ਦਾ ਵਾਅਦਾ ਕੀਤਾ ਹੈ, ਸ਼ਾਂਤੀ ਦਾ ਵਾਅਦਾ ਇਸ ਨੇ ਕਦੇ ਕੀਤਾ ਹੀ ਨਹੀਂ।

ਪੰਝੀ ਸਾਲ ਦੀ ਉਮਰ ਤਕ ਹਰ ਕੋਈ ਮੌਲਿਕ ਹੁੰਦਾ ਹੈ, ਅਸਲ ਮੌਲਿਕਤਾ ਉਹ ਹੁੰਦੀ ਹੈ, ਜਿਹੜੀ ਪੰਜਾਹ ਸਾਲ ਦੀ ਉਮਰ ਵਿਚ ਵੀ ਬਣੀ ਰਹੇ।

ਸਮੇਂ ਦੇ ਦਬਾਓ ਅਧੀਨ ਲਿਖਣ ਦੀ ਆਦਤ ਕਾਰਨ, ਜੇ ਲਿਖਣ ਲਈ ਪੱਤਰਕਾਰ ਕੋਲ ਖੁਲ੍ਹਾ ਸਮਾਂ ਹੋਵੇ ਤਾਂ ਉਸ ਦੀ ਲਿਖਤ ਦੀ ਪੱਧਰ ਸੁਧਰਦੀ ਨਹੀਂ, ਨਿਘਰਦੀ ਹੈ।

ਕਬਾੜੀ ਦੀ ਦੁਕਾਨ ਵੇਖ ਕੇ ਇਵੇਂ ਲਗਦਾ ਹੈ, ਜਿਵੇਂ ਨਵੀਆਂ ਚੀਜ਼ਾਂ ਬਣਨੀਆਂ ਹੀ ਬੰਦ ਹੋ ਗਈਆਂ ਹੋਣ।

ਪੂੰਜੀਵਾਦੀ ਅਰਥਚਾਰੇ, ਗਰੀਬ ਮੁਲਕਾਂ ਦੀ ਪਿਠ ਉਤੇ ਚੜ੍ਹ ਕੇ ਕਹਿੰਦੇ ਹਨ ਕਿ ਅਸੀਂ ਤੁਹਾਡਾ ਭਾਰ ਘਟਾਉਣਾ ਹੈ।

ਅਮੀਰ ਖਾਨਦਾਨ, ਆਮਦਨ ਦੇ ਘੱਟਣ ਨਾਲ ਅਤੇ ਗਰੀਬ ਪਰਿਵਾਰ, ਖਰਚਿਆਂ ਦੇ ਵੱਧਣ ਨਾਲ, ਪ੍ਰੇਸ਼ਾਨ ਹੁੰਦੇ ਹਨ।

ਬੌਧਿਕ ਬੇਈਮਾਨੀ ਵਿਚੋਂ, ਕੇਵਲ ਹੇਰਾਫੇਰੀਆਂ ਹੀ ਜਨਮਦੀਆਂ ਹਨ।

ਸਮਾਜ ਨੂੰ ਉਨ੍ਹਾਂ ਲੋਕਾਂ ਦੀ ਹਮੇਸ਼ਾ ਲੋੜ ਰਹਿੰਦੀ ਹੈ, ਜਿਨ੍ਹਾਂ ਦੀ ਦਿਲਚਸਪੀ ਅਸੰਭਵ ਵਿਚ ਹੋਵੇ।

ਜੇ ਮਨ ਹੀ ਸ਼ਾਂਤ ਨਹੀਂ ਤਾਂ ਸੁਖ-ਸਹੂਲਤਾਂ ਦੇ ਕੋਈ ਅਰਥ ਨਹੀਂ ਰਹਿੰਦੇ।

ਜ਼ਿੰਦਗੀ ਤੋਂ ਸਿਖੋ, ਜ਼ਿੰਦਗੀ ਨੂੰ ਸਿਖਾਉਣ ਵੀ ਦਿਓ।

ਕੋਈ ਵੀ ਗਲਤ ਨਹੀਂ ਹੁੰਦਾ, ਹਰ ਕੋਈ ਵੱਖਰੇ ਢੰਗ ਨਾਲ ਠੀਕ ਸੋਚਦਾ ਹੈ।

ਵਪਾਰੀਆਂ ਦੀ ਸਾਰੀ ਆਪਸੀ ਗੱਲਬਾਤ, ਗਾਹਕ ਦੀ ਜੇਬ ਵਿਚੋਂ ਪੈਸੇ ਕਢਣ ਬਾਰੇ ਹੀ ਹੁੰਦੀ ਹੈ।

ਅਤੀਤ ਦੇ ਅਨੁਭਵ, ਯਾਦਾਂ ਦੀ ਦੌਲਤ ਨਾਲ ਖਰੀਦੇ ਜਾਂਦੇ ਹਨ।

ਪ੍ਰੇਮੀ ਹਾਰ ਕੇ ਵੀ ਇਕ-ਦੂਜੇ ਨੂੰ ਵਧਾਈ ਹੀ ਦਿੰਦੇ ਹਨ।

ਪੂੰਜੀਵਾਦੀ ਭੈੜੇ ਹਨ ਪਰ ਪੂੰਜੀਵਾਦ ਲਾਭਕਾਰੀ ਹੈ, ਸਮਾਜਵਾਦ ਚੰਗਾ ਹੈ ਪਰ ਸਮਾਜਵਾਦੀ ਪ੍ਰਵਾਨ ਨਹੀਂ।

ਉਮਰ ਅਤੇ ਤਜਰਬੇ ਨਾਲ ਯਾਦਾਂ ਵਧੇਰੇ ਮੁਲਵਾਨ ਹੋ ਜਾਂਦੀਆਂ ਹਨ।

ਜੇ ਉਦਾਸ ਹੋ ਤਾਂ ਅਖਬਾਰ ਨਾ ਪੜ੍ਹੋ, ਹੋਰ ਉਦਾਸ ਹੋ ਜਾਵੋਗੇ।

ਜਦੋਂ ਤੁਸੀਂ ਹੋਵੋ ਇਥੇ ਅਤੇ ਹੋਣਾ ਚਾਹੋ ਉਥੇ, ਇਸ ਹਾਲਤ ਵਿਚੋਂ ਤਣਾਓ ਉਪਜਣਾ ਸੁਭਾਵਕ ਹੈ।

ਜੇ ਹੀਰ ਨੇ ਰਾਂਝੇ ਦੀ ਥਾਂ ਮਿਰਜ਼ੇ ਨੂੰ ਪਿਆਰ ਕੀਤਾ ਹੁੰਦਾ ਤਾਂ ਪੰਜਾਬ ਵਿਚ ਪਿਆਰ ਦੀ ਪਰੰਪਰਾ ਹੋਰ ਕਿਸਮ ਦੀ ਹੋਣੀ ਸੀ।

ਬਹੁਤ ਸਖ਼ਤ ਅਤੇ ਬਹੁਤ ਨਰਮ ਪਿਤਾ, ਮਤਰੇਏ ਪਿਤਾ ਵਰਗਾ ਹੁੰਦਾ ਹੈ।

ਨਾਸਤਕ ਪਤੀ ਵੀ ਮੰਨਦਾ ਹੈ ਕਿ ਬੀਵੀ, ਰੱਬ ਦਾ ਰੂਪ ਹੁੰਦੀ ਹੈ।

ਇਸਤਰੀ-ਪੁਰਸ਼ ਦੀ ਬਰਾਬਰੀ ਦਾ ਸੰਘਰਸ਼ ਜਾਰੀ ਰਹੇਗਾ, ਕਿਉਂਕਿ ਇਸ ਸੰਘਰਸ਼ ਵਿਚਲੇ ਵਿਰੋਧੀਆਂ ਵਿਚ ਪਿਆਰ ਬੜਾ ਹੈ।

ਸੋਗ ਮਨਾਉਣਾ, ਮਰੇ ਬੰਦੇ ਨਾਲ ਆਪਣਾ ਸਬੰਧ ਦੱਸਣ ਦਾ ਢੰਗ ਹੁੰਦਾ ਹੈ।

ਸਾਡੇ ਭਾਗਾਂ ਵਿਚ ਇਹ ਜੀਵਨ ਹੀ ਹੈ, ਸਾਡੇ ਹਿੱਸੇ ਇਹ ਸੰਸਾਰ ਹੀ ਆਇਆ ਹੈ।

ਜਵਾਨਾਂ ਨੂੰ ਜ਼ਿੰਮੇਵਾਰ ਬਣਾਉਣ ਵਾਸਤੇ ਬਜ਼ੁਰਗ ਆਪ ਪਿਛੇ ਮੁੜ ਜਾਂਦੇ ਹਨ।

ਵਿਧਵਾ ਹੋ ਜਾਣ ਦੀ ਸੂਰਤ ਵਿਚ ਇਸਤਰੀ ਦਾ ਧਿਆਨ ਆਪਣੇ ਨੁਕਸਾਂ ਅਤੇ ਆਪਣੀਆਂ ਘਾਟਾਂ ਵਲ ਹੀ ਜਾਂਦਾ ਹੈ।

ਉਦਾਸੀ ਵਿਚ, ਉਹ ਕੁਝ ਪੜ੍ਹੋ-ਸੁਣੋ ਜਿਸ ਦੇ ਅਰਥ ਸਦੀਵੀ ਹੋਣ।

ਜੀਵਨ ਦੀ ਕੋਈ ਮੌਤ ਨਹੀਂ ਹੁੰਦੀ, ਮੌਤ ਦਾ ਕੋਈ ਜੀਵਨ ਨਹੀਂ ਹੁੰਦਾ।

ਕਿਸੇ ਦੇ ਮਰਨ ਉਤੇ, ਉਸ ਦੇ ਕਮਰੇ ਵਿਚਲੀਆਂ ਉਸ ਦੀਆਂ ਚੀਜ਼ਾਂ ਵੀ, ਮੁਰਝਾ ਗਈਆਂ ਲਗਦੀਆਂ ਹਨ।

ਜੇ ਸਮਝਣ ਦੀ ਸ਼ਕਤੀ ਹੋਵੇ ਤਾਂ ਹਰ ਮਰਿਆ ਬੰਦਾ ਸੁਨੇਹਾ ਦਿੰਦਾ ਹੈ ਕਿ ਮੇਰੇ ਅੰਤ ਵਿਚੋਂ, ਤੁਸੀਂ ਆਪਣਾ ਅੰਤ ਵੇਖ ਲਵੋ।

ਕਈ ਵਾਰੀ ਦੁੱਖ ਇਤਨਾ ਵੱਡਾ ਹੁੰਦਾ ਹੈ ਕਿ ਭੁੱਲਣ ਲਈ, ਜ਼ਿੰਦਗੀ ਦੇ ਰਹਿੰਦੇ ਸਾਲ ਥੋੜ੍ਹੇ ਪ੍ਰਤੀਤ ਹੁੰਦੇ ਹਨ।

ਪਰਮਾਤਮਾ ਕਦੇ ਵੀ ਪਿਆਰ ਦੇਣਾ ਨਹੀਂ ਛੱਡਦਾ, ਅਸੀਂ ਲੈਣਾ ਬੰਦ ਕਰ ਦਿੰਦੇ ਹਾਂ।

ਜਿਊਂਦੇ ਮਹਿਸੂਸ ਕਰਨ ਵਾਸਤੇ, ਮੌਤ ਦੇ ਭੈਅ ਤੋਂ ਮੁਕਤ ਹੋਣਾ ਜ਼ਰੂਰੀ ਹੈ।

ਆਤਮਾ ਦੇ ਸੰਕਲਪ ਤੋਂ ਬਿਨਾਂ, ਪਰਮਾਤਮਾ ਦਾ ਸੰਕਲਪ ਸੰਭਵ ਨਹੀਂ ਸੀ ਹੋਣਾ।

ਪਤਨੀ ਦੇ ਚਲਾਣਾ ਕਰਨ 'ਤੇ ਹੀ ਪੁਰਸ਼ ਨੂੰ ਪਤਾ ਲਗਦਾ ਹੈ ਕਿ ਉਸ ਨੇ ਜ਼ਿੰਮੇਵਾਰੀਆਂ ਦਾ ਕਿਤਨਾ ਬੋਝ ਚੁਕਿਆ ਹੋਇਆ ਸੀ।

ਮੌਤ ਦਾ ਭੈਅ, ਹਰੇਕ ਧਰਮ ਦਾ ਆਧਾਰ ਹੁੰਦਾ ਹੈ।

ਪਰਮਾਤਮਾ ਆਪਣੇ ਸੁਨੇਹੇ, ਮਹਾਂਪੁਰਸ਼ਾਂ ਰਾਹੀਂ ਦਿੰਦਾ ਹੈ।

ਮੌਤ ਤੋਂ ਡਰੇ ਹੋਏ ਮਨੁੱਖ ਨੇ ਹੀ, ਆਤਮਾ ਦੇ ਅਮਰ ਹੋਣ ਦੀ ਗੱਲ ਸੋਚੀ ਹੋਵੇਗੀ।

ਚਾਪਲੂਸ, ਆਪ ਜਾਣ-ਬੁਝ ਕੇ ਮੂਰਖ ਬਣ ਕੇ, ਮਾਲਕ ਨੂੰ ਸਿਆਣੇ ਹੋਣ ਦੇ ਭਰਮ ਦੀ ਮੌਜ ਮਾਣਨ ਦਾ ਅਵਸਰ ਦਿੰਦੇ ਹਨ।

ਵਿਗਿਆਨ ਅਤੇ ਕਲਾ ਪਰਿਵਰਤਨ ਦੇ ਸੰਦ ਹਨ, ਵਿਗਿਆਨ ਪਦਾਰਥ ਨੂੰ ਬਦਲਦਾ ਹੈ, ਕਲਾ ਮਨੁੱਖ ਨੂੰ ਬਦਲਦੀ ਹੈ।

ਜਿਨ੍ਹਾਂ ਨੇ ਵਿਆਹ ਨਾ ਕਰਨ ਦਾ ਫੈਸਲਾ ਕੀਤਾ ਹੁੰਦਾ ਹੈ, ਉਹ ਪਿਆਰ ਦੀ ਪਹਿਲੀ ਛੱਲ ਨਾਲ ਹੀ ਘੰਟਿਆਂ-ਦਿਨਾਂ ਵਿਚ ਹੀ ਵਿਆਹ ਕਰਵਾ ਲੈਂਦੇ ਹਨ।

ਆਪਣੇ ਘਰ ਤੋਂ ਸਿਵਾਇ, ਕਿਸੇ ਵੀ ਥਾਂ, ਮਨੁੱਖ ਦਾ ਤਨ-ਮਨ ਨਹੀਂ ਰੱਜਦਾ।

ਜਿਸ ਕੋਲ ਪੈਸੇ ਹੋਣ ਉਹ ਅਮੀਰ ਹੈ, ਜਿਸ ਕੋਲ ਪੈਸਿਆਂ ਨੂੰ ਚੰਗੇ ਢੰਗ ਨਾਲ ਖਰਚਣ ਲਈ ਸਮਾਂ ਵੀ ਹੋਵੇ, ਉਹ ਖੁਸ਼ਹਾਲ ਹੈ।

ਕ੍ਰਿਸ਼ਨ ਨੇ ਗੀਤਾ ਕਹੀ ਨਹੀਂ ਸੀ, ਅਰਜਨ ਨੇ ਅਖਵਾਈ ਸੀ ਅਤੇ ਸੰਸਾਰ ਨੇ ਸੁਣੀ ਸੀ।

ਮੁਸਕਰਾਹਟ ਵਿਚ ਨੇੜੇ ਆਉਣ ਦਾ ਸੁਨੇਹਾ ਹੁੰਦਾ ਹੈ।

ਸਿਦਕ ਉਹ ਹੁੰਦਾ ਹੈ, ਜਦੋਂ ਹਾਰ ਨਿਸਚਿਤ ਹੋਣ ਦੇ ਬਾਵਜੂਦ, ਜਿੱਤ ਦੇ ਭਰੋਸੇ ਨਾਲ ਜੂਝਿਆ ਜਾਵੇ।

ਮਨੁੱਖ ਅਤੇ ਕੁਦਰਤ ਨੂੰ, ਮਨੁੱਖ ਦੀ ਸੋਚ ਨਿਖੇੜਦੀ ਹੈ।

ਜੇ ਦਿਲ ਵਿਚ ਚਾਓ ਹੋਵੇ ਤਾਂ ਹੀ ਤਲੀਆਂ ਉਤੇ ਮਹਿੰਦੀ ਦਾ ਰੰਗ ਉਘੜਦਾ ਹੈ।

ਸਮਾਜ ਦਾ ਸਭ ਤੋਂ ਮਜ਼ਬੂਤ ਰਿਸ਼ਤਾ, ਮਾਂ-ਪੁੱਤਰ ਦਾ ਰਿਸ਼ਤਾ ਹੁੰਦਾ ਹੈ।

ਮਨੁੱਖ, ਪਰਮਾਤਮਾ ਨੂੰ ਲੱਭਦਾ ਰਹਿੰਦਾ ਹੈ ਪਰ ਪਰਮਾਤਮਾ ਨੂੰ ਮਹਿਸੂਸ ਕਰਨ ਵਿਚ ਮਨੁੱਖ ਨੂੰ ਕੋਈ ਮੁਸ਼ਕਿਲ ਨਹੀਂ ਹੁੰਦੀ।

ਜਿਥੇ ਕੰਮ ਕਰਨ ਦਾ ਉਤਸ਼ਾਹ ਨਹੀਂ ਹੁੰਦਾ, ਉਥੇ ਨਾ ਬੱਚਤ ਹੁੰਦੀ ਹੈ, ਨਾ ਹੀ ਖੁਸ਼ਹਾਲੀ।

ਕਈ ਵਾਰੀ ਮੂਰਖ ਬਣਨਾ ਹੀ ਸਿਆਣਪ ਹੁੰਦੀ ਹੈ।

ਜੇ ਬਚਪਨ ਵਿਚ ਬੱਚੇ ਸੰਜਮ ਸਿਖ ਜਾਣ ਤਾਂ ਉਨ੍ਹਾਂ ਦੇ ਜੀਵਨ ਦਾ ਰਾਹ ਸਦਾ ਲਈ ਪੱਧਰਾ ਅਤੇ ਰਮਣੀਕ ਹੋ ਜਾਂਦਾ ਹੈ।

ਵਿਸ਼ਵਾਸ ਉਸ ਭਰੋਸੇ ਨੂੰ ਕਹਿੰਦੇ ਹਨ, ਜਿਹੜਾ ਸਾਡੀ ਤਾਕਤ ਦੀ ਤਾਕਤ ਵਧਾ ਦਿੰਦਾ ਹੈ।

ਜਿਹੜਾ ਪਰਿਵਾਰ ਇਕੱਠਾ ਖਾਂਦਾ ਹੈ, ਉਹ ਪਰਿਵਾਰ ਇਕੱਠਾ ਰਹਿੰਦਾ ਹੈ।

ਜਿਹੜਾ ਹਰ ਚੀਜ਼ ਦਾ ਹਰੇਕ ਪੱਖ ਵਿਚਾਰੇਗਾ, ਉਹ ਕੋਈ ਨਿਰਣਾ ਨਹੀਂ ਕਰ ਸਕੇਗਾ।

ਨੱਚਦਿਆਂ, ਗਾਉਂਦਿਆਂ, ਪਿਆਰ ਕਰਦਿਆਂ ਸਾਨੂੰ ਅਧੂਰੇਪਣ ਤੋਂ ਮੁਕਤ ਹੋਣ ਅਤੇ ਸੰਪੂਰਣ ਹੋਣ ਦਾ ਆਨੰਦ ਮਿਲਦਾ ਹੈ।

ਸਮਾਜ ਕਹਿੰਦਾ ਹੈ, ਜੋ ਹੈ ਉਸ ਨਾਲ ਸੰਤੁਸ਼ਟ ਹੋਵੋ ਅਤੇ ਹੋਰ ਲਈ ਮਿਹਨਤ ਕਰੋ।

ਉੱਚਾ ਮੁੱਲ ਉਨ੍ਹਾਂ ਚੀਜ਼ਾਂ ਦਾ ਹੀ ਪੈਂਦਾ ਹੈ, ਜਿਹੜੀਆਂ ਵਿੱਕ ਸਕਦੀਆਂ ਹੋਣ ਪਰ ਵੇਚੀਆਂ ਨਾ ਜਾਣ।

ਪ੍ਰੇਮੀ ਅਤੇ ਪ੍ਰੇਮਿਕਾ ਜਦੋਂ ਇਕ-ਦੂਜੇ ਦਾ ਹੱਥ ਫੜਦੇ ਹਨ ਤਾਂ ਦੋਹਾਂ ਦੇ ਹੱਥਾਂ ਦੀਆਂ ਲਕੀਰਾਂ ਬਦਲ ਜਾਂਦੀਆਂ ਹਨ।

ਸਬਰ-ਸੰਤੋਖ ਦਾ ਅਰਥ, ਕੰਮ-ਕਮਾਈ ਨੂੰ ਘਟਾਉਣਾ ਨਹੀਂ, ਸਗੋਂ ਜੋ ਹੈ ਉਸ ਨਾਲੋਂ ਵੱਧ ਪ੍ਰਸੰਨ, ਨਜ਼ਰ ਆਉਣਾ ਹੁੰਦਾ ਹੈ।

ਜੇ ਕੋਈ ਕੇਵਲ ਸੱਚ ਬੋਲਣ ਦਾ ਫੈਸਲਾ ਕਰ ਲਵੇ, ਉਹ ਕੁਝ ਘੰਟਿਆਂ ਵਿਚ ਹੀ ਮੂਧਾ ਪਿਆ ਹੋਵੇਗਾ।

ਜਿਤਨਾ ਕੁ ਸੁਆਰਥ ਅਤੇ ਹਉਮੈ ਮਨੁੱਖ ਤਿਆਗਦਾ ਹੈ, ਉਤਨਾ ਕੁ ਉਹ ਸ਼ਾਂਤ ਹੋ ਜਾਂਦਾ ਹੈ।

ਜ਼ਿੰਦਗੀ ਨੂੰ ਸਮਝਣ ਦੀ ਯੋਗਤਾ, ਸਮਝੌਤੇ ਦੀ ਇੱਛਾ ਵਿਚੋਂ ਉਪਜਦੀ ਹੈ।

ਆਪਣੀ ਅਣਖ ਦਾ ਝੰਡਾ ਝੁਲਾ ਕੇ, ਕਿਸੇ ਨਾਲ ਪਿਆਰ ਨਹੀਂ ਕੀਤਾ ਜਾ ਸਕਦਾ।

ਬੁਢਾਪੇ ਵਿਚ ਸਾਥੀਆਂ ਦੇ ਵਿਛੜਨ ਦੀ ਅਤੇ ਜੰਗ ਵਿਚ ਪੁੱਤਰਾਂ ਦੇ ਮਰਨ ਦੀ ਰਫ਼ਤਾਰ ਤੇਜ਼ ਹੋ ਜਾਂਦੀ ਹੈ।

ਲਗਭਗ ਹਰ ਇਸਤਰੀ ਨੇ ਆਪਣੇ ਜੀਵਨ ਦੇ ਅੰਤਲੇ ਵਰ੍ਹੇ, ਵਿਧਵਾ ਵਜੋਂ ਗੁਜ਼ਾਰਨੇ ਹੁੰਦੇ ਹਨ।

ਅਵਿਸ਼ਵਾਸ, ਮਨੁੱਖ ਨੂੰ ਇਕੱਲਿਆਂ ਕਰ ਦਿੰਦਾ ਹੈ।

ਗੈਰ-ਸਮਾਜਿਕ ਵਿਹਾਰ ਕਰਨ ਵਾਲਾ ਮਨੁੱਖ ਵੀ ਸਮਾਜਿਕ ਪ੍ਰਵਾਨਗੀ ਲਈ ਤਾਂਘਦਾ ਰਹਿੰਦਾ ਹੈ।

ਬੁਢਾਪੇ ਵਿਚ ਪਤੀ-ਪਤਨੀ ਦੀ ਪਰਸਪਰ-ਨਿਰਭਰਤਾ ਵੱਧਣ ਨਾਲ, ਪਿਆਰ ਹੋਰ ਵੀ ਵੱਧ ਜਾਂਦਾ ਹੈ।

ਦੂਜਿਆਂ ਦੇ ਨੇੜੇ ਹੋਣ ਵਾਸਤੇ, ਅਸੀਂ ਉਨ੍ਹਾਂ ਨੂੰ ਆਪਣੇ ਭੇਤ ਦੱਸਣ ਲੱਗ ਪੈਂਦੇ ਹਾਂ।

ਬਹਾਦਰਾਂ ਦੇ ਹੱਥ ਹੀ ਤਲਵਾਰਾਂ ਹੁੰਦੇ ਹਨ, ਜਦੋਂ ਕਿ ਬੁਜ਼ਦਿਲਾਂ ਦੀ ਹਿਫਾਜ਼ਤ ਸੰਗੀਨਾਂ ਵੀ ਨਹੀਂ ਕਰ ਸਕਦੀਆਂ।

ਪ੍ਰੇਮੀ ਨੂੰ ਜਦੋਂ ਪ੍ਰੇਮਿਕਾ ਦੀ ਯਾਦ ਆਉਂਦੀ ਹੈ ਤਾਂ ਉਸ ਦਾ ਵਕਤ ਬੜਾ ਸੋਹਣਾ ਲੰਘਦਾ ਹੈ।

ਚਾਦਰ ਨਾਲੋਂ ਵਧੇਰੇ ਪੈਰ ਫੈਲਾਉਣ ਵਾਲਿਆਂ ਨੂੰ ਹੱਥ ਵੀ ਫੈਲਾਉਣੇ ਪੈਂਦੇ ਹਨ।

ਜੇ ਮਨੁੱਖ ਦੀ ਨਿਰੰਤਰ ਸੇਵਾ ਕਰਨ ਵਾਲੇ ਪਸ਼ੂਆਂ ਨਾਲ ਹੁੰਦੇ ਵਿਹਾਰ ਨੂੰ ਵੇਖੀਏ ਤਾਂ ਸਾਨੂੰ ਆਪਣੇ ਦੁੱਖ ਭੁਲ ਜਾਣਗੇ।

ਨਾਲਾਇਕ, ਇਮਤਿਹਾਨਾਂ ਵਿਚ ਨੰਬਰ ਘੱਟ ਲੈਣ ਵਾਲਾ ਹੀ ਨਹੀਂ ਹੁੰਦਾ, ਆਪਣਾ ਕੰਮ ਠੀਕ ਢੰਗ ਨਾਲ ਨਾ ਕਰਨ ਵਾਲਾ ਵੀ ਹੁੰਦਾ ਹੈ।

ਜਦੋਂ ਅਸੀਂ ਕਿਸੇ ਨਾਲ ਮੁਕਾਬਲਾ ਕਰਦੇ ਹਾਂ ਤਾਂ ਉਹ ਵੀ ਵਿਕਾਸ ਕਰਦਾ ਹੈ।

ਜੇ ਸਾਥ ਚੰਗਾ ਹੋਵੇ ਤਾਂ ਸਾਰੀਆਂ ਥਾਵਾਂ ਨੇੜੇ ਲੱਗਣ ਲੱਗ ਪੈਂਦੀਆਂ ਹਨ।

ਪ੍ਰੇਮਿਕਾ ਨਾਲ ਨੱਚਣ ਵਿਚ ਕਦੇ ਥਕਾਵਟ ਨਹੀਂ ਹੁੰਦੀ।

ਗੀਤ ਛੋਟੇ ਹੁੰਦੇ ਹਨ, ਕਿਉਂਕਿ ਉਨ੍ਹਾਂ ਨੇ ਸਾਡੇ ਬੁਲ੍ਹਾਂ ’ਤੇ ਨੱਚਣਾ ਹੁੰਦਾ ਹੈ ਅਤੇ ਬੁਲ੍ਹਾਂ ’ਤੇ ਬਹੁਤੀ ਥਾਂ ਨਹੀਂ ਹੁੰਦੀ।

ਇਤਿਹਾਸ ਵਿਚੋਂ ਗੈਰ-ਹਾਜ਼ਰ ਰੱਖੀਆਂ ਗਈਆਂ ਇਸਤਰੀਆਂ, ਹੁਣ ਇਤਿਹਾਸ ਨੂੰ ਪੁੱਠਾ ਗੇੜਾ ਦੇਣਗੀਆਂ।

ਹਰੀ ਘਾਹ ਉਤੇ, ਕਿਸੇ ਨਾਲ ਨੰਗੇ ਪੈਰੀਂ ਟੁਰਨਾ ਹੁਣ ਸੰਭਵ ਨਹੀਂ ਰਿਹਾ, ਕਿਉਂਕਿ ਸਾਡੇ ਪੈਰਾਂ ਨਾਲ ਕਾਰਾਂ ਬੰਨ੍ਹ ਦਿਤੀਆਂ ਗਈਆਂ ਹਨ।

ਮਦਦ ਤਾਂ ਹੀ ਸਹੀ ਹੁੰਦੀ ਹੈ, ਜੇ ਉਦੇਸ਼ ਕਿਸੇ ਡਿਗੇ ਨੂੰ ਮੁੜ ਖੜ੍ਹਾ ਕਰਨਾ ਹੀ ਹੋਵੇ।

ਚੰਗੇ ਬੰਦਿਆਂ ਦੀ ਸੰਗਤ ਵਿਚ ਅਸੀਂ ਨਿਰਸੁਆਰਥ ਹੋ ਜਾਂਦੇ ਹਾਂ, ਜਿਸ ਕਾਰਨ ਸਾਨੂੰ ਆਪਣਾ-ਆਪ ਚੰਗਾ ਲਗਣ ਲਗ ਪੈਂਦਾ ਹੈ।

ਜੀਓ ਜਿਤਨਾ ਚਿਰ ਮਰਜ਼ੀ, ਪਹਿਲੇ ਪੰਜੀ ਸਾਲ ਜ਼ਿੰਦਗੀ ਦਾ ਅੱਧ ਹੁੰਦੇ ਹਨ।

ਜ਼ਿੰਦਗੀ ਵਿਚ ਸ਼ਿਕਾਇਤਾਂ ਇਤਨੀਆਂ ਵੱਧ ਗਈਆਂ ਹਨ ਕਿ ਧੰਨਵਾਦ ਦੇ ਬੈਠਣ ਲਈ ਥਾਂ ਹੀ ਕੋਈ ਨਹੀਂ ਰਹੀ।

ਰਸਤੇ ਦੀ ਧੂੜ ਕਾਰਨ ਅਜੇ ਤਕ ਕਿਸੇ ਨੇ ਟੁਰਨਾ ਨਹੀਂ ਤਿਆਗਿਆ।

ਜੇ ਤੁਸੀਂ ਬਿਮਾਰੀ ਤੋਂ ਠੀਕ ਹੀ ਨਹੀਂ ਹੋਣਾ ਚਾਹੁੰਦੇ ਤਾਂ ਡਾਕਟਰ ਕੀ ਕਰ ਸਕਦਾ ਹੈ!

ਪਾਟੇ ਨੂੰ ਸਿਊਣ ਨਾਲ, ਰੁਸੇ ਨੂੰ ਮਨਾਉਣ ਨਾਲ, ਭੁੱਖੇ ਨੂੰ ਰਜਾਉਣ ਨਾਲ, ਡਿੱਗੇ ਨੂੰ ਉਠਾਉਣ ਨਾਲ ਹੀ ਘਰ ਵੱਸਦੇ ਹਨ।

ਮਨੁੱਖ ਜੋ ਵੀ ਕਰਦਾ ਹੈ, ਉਸ ਦਾ ਸਭ ਤੋਂ ਪਹਿਲਾ ਪ੍ਰਭਾਵ, ਉਸ ਦੇ ਆਪਣੇ ਉਤੇ ਹੀ ਪੈਂਦਾ ਹੈ।

ਸਮੁੰਦਰ ਵਿਚ ਅਥਾਹ ਪਾਣੀ ਹੁੰਦਾ ਹੈ ਪਰ ਫਿਰ ਵੀ ਉਸ ਦੀ ਹੋਰ ਪਾਣੀ ਸਮੋਣ ਦੀ ਸਮਰਥਾ ਵੀ ਅਥਾਹ ਹੁੰਦੀ ਹੈ।

ਜਿਸ ਦੀ ਆਪਣੀ ਭੁੱਖ ਹੀ ਸ਼ਾਂਤ ਨਹੀਂ, ਉਹ ਕਿਸੇ ਦੀ ਕੀ ਮਦਦ ਕਰ ਸਕਦਾ ਹੈ?

ਉਮਰ ਕੋਈ ਹੋਵੇ, ਕੁਝ ਨਵਾਂ ਸਿਖਣ ਦੀਆਂ ਅਥਾਹ ਸੰਭਾਵਨਾਵਾਂ ਹੁੰਦੀਆਂ ਹਨ।

ਹਮਦਰਦੀ ਮਨੁੱਖ ਨੂੰ ਨਿਜੀ ਅਤੇ ਤੰਗ ਦਾਇਰਿਆਂ ਵਿਚੋਂ ਕੱਢ ਕੇ ਜ਼ਿੰਦਗੀ ਦੇ ਵੱਡੇ ਵਰਤਾਰਿਆਂ ਵਿਚ ਲੈ ਆਉਂਦੀ ਹੈ।

ਸਵਰਗ, ਪੁਰਸ਼ ਸੋਚ ਦਾ ਸੁਪਨਾ ਹੈ, ਉਥੇ ਪੁਰਸ਼ਾਂ ਦੇ ਮੌਜ-ਮੇਲੇ ਵਾਲੀਆਂ ਵਸਤਾਂ ਹੀ ਹਨ।

ਚੰਗਿਆਂ ਅਤੇ ਸਿਆਣਿਆਂ ਦੀ ਸੰਗਤ, ਮਨੁੱਖ ਨੂੰ ਭਟਕਣ ਨਹੀਂ ਦਿੰਦੀ।

ਲੋਕ ਅਕਸਰ ਮੌਕੇ ਦਾ ਲਾਭ ਨਹੀਂ ਉਠਾਉਂਦੇ, ਕਿਉਂਕਿ ਮੌਕਾ ਕੰਮ ਦੇ ਰੂਪ ਵਿਚ ਆਉਂਦਾ ਹੈ ਅਤੇ ਮਿਹਨਤ ਦੀ ਮੰਗ ਕਰਦਾ ਹੈ।

ਸੰਸਾਰ ਨੂੰ ਆਪਣਾ ਕਹਿਣ ਵਾਸਤੇ, ਸਾਨੂੰ ਸਾਰੇ ਸੰਸਾਰ ਦੀ ਲੋੜ ਹੈ।

ਹਰੇਕ ਵਿਅਕਤੀ, ਦਿਨ ਦਾ ਬਹੁਤਾ ਸਮਾਂ ਸਾਧਾਰਣ-ਸਾਊ ਮਨੁੱਖ ਹੀ ਹੁੰਦਾ ਹੈ।

ਕਿਸੇ ਥਾਂ ਪਹੁੰਚਣ ਦਾ ਵਾਅਦਾ ਕਰਨ ਸਮੇਂ, ਆਪਣੀ ਚੁਸਤੀ-ਸੁਸਤੀ ਨੂੰ ਜ਼ਰੂਰ ਧਿਆਨ ਵਿਚ ਰੱਖਣਾ ਚਾਹੀਦਾ ਹੈ।

ਬਹਾਦਰ, ਲਾਇਕ ਅਤੇ ਕਾਬਲ, ਦੂਜਿਆਂ ਲਈ ਪ੍ਰਸੰਸਾ ਨਾਲ ਭਰੇ ਹੁੰਦੇ ਹਨ।

ਜੀਵਨ, ਵਹੀਆਂ ਵਾਲੀ ਹਿਸਾਬ-ਕਿਤਾਬ ਦੀ ਬਿਰਤੀ ਨਾਲ ਨਹੀਂ ਚਲਦਾ।

ਬਜ਼ਾਰ ਜਾਣ ਵੇਲੇ ਕੰਮਾਂ ਦੀ ਸੂਚੀ ਬਣਾ ਕੇ ਲੈ ਕੇ ਜਾਓ, ਇਵੇਂ ਤੁਹਾਨੂੰ ਆਪਣੇ ਸਿਆਣੇ ਹੋਣ ਦਾ ਅਹਿਸਾਸ ਹੋਵੇਗਾ।

ਜਿਹੜਾ ਅੰਦਰੋਂ ਅਮੀਰ ਹੁੰਦਾ ਹੈ, ਉਹੀ ਦੂਜਿਆਂ ਦੀ ਮਦਦ ਕਰਦਾ ਹੈ।

ਕਿਸੇ ਦੀ ਪ੍ਰਸੰਸਾ ਕਰਨ ਦਾ ਉਦੇਸ਼ ਉਸ ਵਿਚ ਆਪਣਾ ਵਿਸ਼ਵਾਸ ਅਤੇ ਭਰੋਸਾ ਪ੍ਰਗਟਾਉਣਾ ਹੁੰਦਾ ਹੈ।

ਕਦੇ ਨਾ ਕਹੋ, ਮੈਂ ਇਹ ਨਹੀਂ ਕਰ ਸਕਦਾ, ਦੱਸੋ ਕਿਵੇਂ, ਕਿਤਨੇ ਚਿਰ ਵਿਚ ਕਰ ਸਕਦੇ ਹੋ।

ਆਪਣੀ ਗਲਤੀ ਦੀ ਮੁਆਫ਼ੀ ਇਤਨੇ ਸਿੱਧੇ, ਸਪਸ਼ਟ ਅਤੇ ਨਿਮਰ ਢੰਗ ਨਾਲ ਮੰਗੋ ਕਿ ਅਗਲਾ ਮੁਆਫ਼ ਕਰਨ ਦਾ ਮੌਕਾ ਗੁਆਉਣਾ ਨਾ ਚਾਹੇ।

ਆਨੰਦ, ਸੰਭੋਗ ਵਿਚ ਨਹੀਂ ਹੁੰਦਾ, ਸੰਭੋਗ ਸਮੇਂ ਆਪਣੀ ਹਉਮੈ ਦੇ ਤਿਆਗ, ਪੂਰਨ ਭਾਂਤ ਸਮਰਪਣ ਅਤੇ ਦੂਜੇ ਨੂੰ ਪ੍ਰਵਾਨ ਕਰਨ ਵਿਚ ਹੁੰਦਾ ਹੈ।

ਜਦੋਂ ਵੀ ਕਿਸੇ ਰਿਸ਼ਤੇ ਦਾ ਲਾਭ ਉਠਾਉਣਾ ਚਾਹੋਗੇ, ਉਹ ਰਿਸ਼ਤਾ ਫਿੱਕਾ ਪੈ ਜਾਵੇਗਾ।

ਧਾਰਮਿਕ ਸਥਾਨ 'ਤੇ ਸ਼ਾਂਤੀ ਇਸ ਕਾਰਨ ਮਿਲਦੀ ਹੈ, ਕਿਉਂਕਿ ਉਥੇ ਅਸੀਂ ਆਪਣਾ ਅਤੇ ਆਪਣੀ ਸ਼ਰਧਾ ਦਾ ਕਿਸੇ ਨਾਲ ਮੁਕਾਬਲਾ ਨਹੀਂ ਕਰਦੇ।

ਇਸਤਰੀ ਦੀ ਤਾਕਤ ਨੂੰ ਪਛਾਨਣ ਦੇ ਪੱਖੋਂ, ਪੁਰਸ਼ ਵਿਚ ਝਿਜਕ ਹੈ।

ਰਲ ਕੇ ਖਾਧੇ ਭੋਜਨ ਵਿਚ, ਪ੍ਰੇਮ ਅਤੇ ਸਦਭਾਵਨਾ ਰਲੇ ਹੋਣ ਕਾਰਨ, ਇਹ ਵਧੇਰੇ ਸੁਆਦੀ ਲਗਦਾ ਹੈ।

ਜਦੋਂ ਮਨੁੱਖ ਸੁਤੰਤਰ ਹੁੰਦਾ ਹੈ ਤਾਂ ਉਹ ਪਿਆਰ ਦੀ ਪਕੜ ਵਿਚ ਆਉਣ ਲਈ ਤਾਂਘਦਾ ਰਹਿੰਦਾ ਹੈ।

ਜ਼ਿੰਦਗੀ ਦੀਆਂ ਗੰਭੀਰ ਅਤੇ ਸੰਕਟ ਵਾਲੀਆਂ ਘੜੀਆਂ, ਕਵਿਤਾ ਰਚਣ ਅਤੇ ਚਿੰਤਨ ਕਰਨ ਲਈ ਬੁਲਾਵਾ ਹੁੰਦੀਆਂ ਹਨ।

ਕਿਸੇ ਨੂੰ ਭੰਡਣ ਵਾਸਤੇ, ਸੂਝ-ਸਿਆਣਪ ਦੀ ਲੋੜ ਨਹੀਂ ਪੈਂਦੀ।

ਅਨੁਭਵ ਜਿਤਨਾ ਡੂੰਘਾ ਅਤੇ ਵਿਸ਼ਾਲ ਹੁੰਦਾ ਹੈ, ਉਸ ਨੂੰ ਪ੍ਰਗਟਾਉਣ ਵਾਲੀ ਸ਼ਬਦਾਵਲੀ ਉਤਨੀ ਹੀ ਸਰਲ, ਉੱਚੀ, ਸੂਖਮ, ਲਚਕਦਾਰ ਅਤੇ ਫੁਰਤੀਲੀ ਹੋ ਜਾਂਦੀ ਹੈ।

ਹਰੇਕ ਸੰਕਟ ਦੇ ਪਹਿਲੇ ਚੌਵ੍ਹੀ ਘੰਟੇ ਫ਼ੈਸਲਾਕੁਨ ਹੁੰਦੇ ਹਨ।

ਜੇ ਸਭ ਕੁਝ ਵੀ ਗੁੰਮ ਜਾਵੇ, ਹਿੰਮਤ ਫਿਰ ਵੀ ਬਚ ਜਾਂਦੀ ਹੈ।

ਆਪਣੀ ਰਚਨਾ ਵਿਚ ਪ੍ਰਗਟਾਈਆਂ ਜਾਣ ਵਾਲੀਆਂ ਸਥਿਤੀਆਂ ਸਬੰਧੀ, ਨਿਜੀ ਅਨੁਭਵ ਨਾ ਹੋਣ ਕਾਰਨ, ਲੇਖਕ ਅਕਸਰ ਸ਼ਬਦਜਾਲ ਵਿਚ ਉਲਝਦੇ ਰਹਿੰਦੇ ਹਨ।

ਜੀਵਨ ਦੇ ਅੱਧ ਵਿਚ, ਸਾਡਾ ਸਰੀਰ, ਸਾਡੇ ਨਾਲ ਰੁੱਸਣ ਲਗ ਪੈਂਦਾ ਹੈ।

ਸਮੇਂ ਨੇ ਬੀਤਣਾ ਹੀ ਹੈ, ਜਾਗਦਿਆਂ ਵੀ, ਸੁਤਿਆਂ ਵੀ, ਹੱਸਦਿਆਂ ਵੀ, ਰੋਂਦਿਆਂ ਵੀ।

ਰੁੱਖਾਂ ਨਾਲ, ਰਸਤਿਆਂ 'ਤੇ ਰੌਣਕ ਹੋ ਜਾਂਦੀ ਹੈ।

ਵੈਣ, ਸਾਹਮਣੇ ਰੱਖੇ ਕਾਗਜ਼ ਤੋਂ ਪੜ੍ਹ ਕੇ ਨਹੀਂ ਪਾਏ ਜਾਂਦੇ।

ਉਹ ਰਿਸ਼ਤਾ ਹੀ ਕੀ, ਜਿਸ ਵਿਚ ਪੈ ਕੇ ਦੋਵੇਂ ਧਿਰਾਂ ਉੱਨਤ ਨਾ ਹੋਣ।

ਅਸ਼ੋਕ, ਕਾਲਿੰਗਾ ਵਿਚ ਵਿਖਾਈ ਬਹਾਦਰੀ ਕਰਕੇ ਨਹੀਂ, ਬੁੱਧ ਦੀ ਸ਼ਰਨ ਵਿਚ ਆਉਣ ਕਰਕੇ ਯਾਦ ਕੀਤਾ ਜਾਂਦਾ ਹੈ।

ਪੂਰਵਜਾਂ ਦੀਆਂ ਜੀਵਨ-ਜੁਗਤਾਂ ਨੂੰ ਸੰਸਕ੍ਰਿਤੀ ਕਹਿੰਦੇ ਹਨ।

ਇਸਤਰੀ ਹਰ ਉਸ ਰਸਮ ਅਤੇ ਰਿਸ਼ਤੇ ਦਾ ਸਮਰਥਨ ਕਰਦੀ ਹੈ, ਜਿਹੜਾ ਪਤੀ ਨਾਲ, ਉਸ ਦੇ ਆਪਣੇ ਰਿਸ਼ਤੇ ਨੂੰ ਮਜ਼ਬੂਤ ਕਰਦਾ ਹੈ।

ਘਰ ਦਾ ਹਰੇਕ ਜੀਅ ਆਪਣੇ ਸੁੱਖ ਦਾ ਧਿਆਨ ਰਖਦਾ ਹੈ, ਮਾਂ ਹਰੇਕ ਦੇ ਸੁੱਖ ਦਾ ਧਿਆਨ ਰਖਦੀ ਹੋਈ, ਆਪਣਾ ਸੁੱਖ ਭੁਲ ਜਾਂਦੀ ਹੈ।

ਆਪਣੇ ਬੱਚਿਆਂ ਵਿਚ ਹਰ ਵੇਲੇ ਨੁਕਸ ਕੱਢਣ ਵਾਲੇ ਮਾਪੇ, ਆਪਣੇ ਬੁਢਾਪੇ ਨੂੰ ਦੁਖਦਾਈ ਬਣਾ ਲੈਂਦੇ ਹਨ।

ਆਪਣੇ ਸਰੀਰ ਵਿਚੋਂ, ਇਸਤਰੀਆਂ ਆਪ ਘਾਟਾਂ ਵੇਖਦੀਆਂ ਹਨ ਪਰ ਦੂਜਿਆਂ ਨੂੰ ਵਿਖਾਉਂਦੀਆਂ ਗੁਣ ਹਨ।

ਢਹਿੰਦੀ ਕਲਾ ਵਿਚ ਅਸੀਂ ਆਪਣੇ ਔਗੁਣ ਹੀ ਵੇਖਦ ਹਾ।

ਪਿਤਾ, ਜਵਾਨ ਧੀ ਵਿਚ ਨੁਕਸ ਕੱਢਣ ਦੀ ਥਾਂ ਚੁੱਪ ਕਰ ਜਾਂਦਾ ਹੈ ਪਰ ਅਸਿੱਧੇ ਢੰਗ ਨਾਲ ਪਤਨੀ ਵਿਚ ਨੁਕਸ ਕੱਢਦਾ ਹੈ।

ਥਕਾਵਟ ਵਿਚ, ਸਹੀ ਨਿਰਣੇ ਕਰਨ ਦੀ ਯੋਗਤਾ ਘੱਟ ਜਾਂਦੀ ਹੈ।

ਪਤਨੀ ਦੀ ਬੀਮਾਰੀ ਦੌਰਾਨ ਜੇ ਪਤੀ ਬੀਮਾਰ ਪੈ ਜਾਵੇ ਤਾਂ ਪਤਨੀ ਇਸ ਲਈ ਠੀਕ ਹੋ ਜਾਂਦੀ ਹੈ, ਕਿਉਂਕਿ ਵੱਡੀ ਮੁਸੀਬਤ ਸਾਹਮਣੇ, ਛੋਟੀ ਮੁਸੀਬਤ ਆਪੇ ਮੁੱਕ ਜਾਂਦੀ ਹੈ।

ਮਾਪਿਆਂ ਦੇ ਮਰ ਜਾਣ ਉਪਰੰਤ ਭੈਣਾਂ-ਭਰਾਵਾਂ ਨਾਲ ਸਾਡਾ ਰਿਸ਼ਤਾ ਬਦਲ ਜਾਂਦਾ ਹੈ।

ਹਰੇਕ ਮਾਂ ਨੂੰ ਇਕ ਧੀ ਚਾਹੀਦੀ ਹੁੰਦੀ ਹੈ, ਉਹ ਗੱਲਾਂ ਕਰਨ ਲਈ, ਜਿਹੜੀਆਂ ਕੇਵਲ ਧੀ ਨਾਲ ਹੀ ਕੀਤੀਆਂ ਜਾ ਸਕਦੀਆਂ ਹਨ।

ਪਰਿਵਰਤਨ ਦੁਖੀ ਕਰਦਾ ਹੈ ਪਰ ਪਰਿਵਰਤਨ ਤੋਂ ਮੂੰਹ ਮੋੜਨਾ, ਦੁੱਖ ਨਾਲੋਂ ਵੀ ਵੱਡੀ ਨਿਰਾਸਤਾ ਉਪਜਾਉਂਦਾ ਹੈ।

ਮੌਲਿਕ ਵਿਅਕਤੀ ਦੀ ਪਛਾਣ ਇਹ ਹੁੰਦੀ ਹੈ ਕਿ ਉਹ ਕਿਸੇ ਤੋਂ ਪ੍ਰਭਾਵਿਤ ਹੋਣ ਨਾਲੋਂ ਵੱਧ, ਉਸਨੂੰ ਪ੍ਰਭਾਵਿਤ ਕਰਦਾ ਹੈ।

ਖੂਹ ਵਿਚ ਵੇਖਣ ਵੇਲੇ ਅਸੀਂ ਪਾਣੀ ਹੀ ਨਹੀਂ ਵੇਖਦ, ਡੂੰਘਾਈ ਵੀ ਵੇਖਦੇ ਹਾਂ।

ਸੱਟ ਲਗਣ 'ਤੇ ਪਤਾ ਲਗਦਾ ਹੈ ਕਿ ਸੰਸਾਰ ਕਿਤਨਾ ਸਖਤ, ਠੋਸ ਅਤੇ ਕਠੋਰ ਹੈ।

ਕਿਸੇ ਵੱਡੀ ਮੁਹਿੰਮ ਦੌਰਾਨ, ਔਖ ਜਾਂ ਥਕਾਵਟ ਦੀ ਪ੍ਰਵਾਹ ਨਹੀਂ ਕੀਤੀ ਜਾਂਦੀ।

ਬਚਪਨ ਦੀ ਕਿਸੇ ਆਸ ਦੇ ਪੂਰੇ ਹੋਣ ਨੂੰ ਖੁਸ਼ੀ ਆਖਦੇ ਹਨ, ਕਿਸੇ ਇੱਛਾ ਦੇ ਪੂਰੇ ਹੋਣ ਨੂੰ ਪ੍ਰਸੰਨਤਾ ਕਿਹਾ ਜਾਂਦਾ ਹੈ।

ਮਹਾਨ ਰਚਨਾਵਾਂ ਸੁਧਾਰਵਾਦੀ ਨਹੀਂ ਹੁੰਦੀਆਂ, ਜੁਗ-ਪਲਟਾਊ ਹੁੰਦੀਆਂ ਹਨ।

ਪੁਰਸ਼ਾਂ ਦੇ ਪ੍ਰਸੰਸਾਮਈ ਧਿਆਨ ਨਾਲ, ਇਸਤਰੀਆਂ ਚੁਸਤ-ਦਰੁਸਤ ਰਹਿੰਦੀਆਂ ਹਨ; ਇਸਤਰੀਆਂ ਦੀ ਹਾਜ਼ਰੀ ਨਾਲ ਪੁਰਸ਼ ਥੱਕਦੇ ਨਹੀਂ।

ਦੂਜਿਆਂ ਨੂੰ ਮੁਆਫ਼ ਕਰਕੇ, ਅਸੀਂ ਆਪਣੇ ਜ਼ਖ਼ਮਾਂ ਦਾ ਇਲਾਜ ਕਰ ਲੈਂਦੇ ਹਾਂ।

ਨਿਰਾਸ ਹੋਣ ਕਾਰਨ ਬਹੁਤੇ ਲੋਕ, ਬੁੱਢੇ ਹੋਣ ਤੋਂ ਪਹਿਲਾਂ ਹੀ, ਬੁੱਢਿਆਂ ਵਾਲ਼ਾ ਵਿਹਾਰ ਕਰਨ ਲਗ ਪੈਂਦੇ ਹਨ।

ਪੁਰਸ਼, ਪਤਨੀ ਵਿਚ ਉਹ ਸਭ ਕੁਝ ਚਾਹੁੰਦਾ ਹੈ ਜੋ ਮਾਂ ਵਿਚ ਸੀ; ਇਸਤਰੀ, ਪਤੀ ਵਿਚੋਂ ਉਹ ਕੁਝ ਲਭਦੀ ਹੈ ਜੋ ਉਸ ਦੇ ਆਪਣੇ ਪਿਤਾ ਵਿਚ ਹੋਣਾ ਚਾਹੀਦਾ ਸੀ।

ਕਵੀ, ਕਵਿਤਾ ਜਿਊਂਦੇ ਹਨ ਅਤੇ ਜ਼ਿੰਦਗੀ ਲਿਖਦੇ ਹਨ।

ਕਿਸੇ ਨਾਲ ਗੱਲਬਾਤ ਕਰਨ ਵੇਲੇ ਪ੍ਰਵਾਨਗੀ, ਅਪ੍ਰਵਾਨਗੀ ਮਾਪੀ ਜਾਂਦੀ ਹੈ।

ਆਪਣੀਆਂ ਘਾਟਾਂ ਨੂੰ ਸਵੀਕਾਰਨ ਨਾਲ ਮਨੁੱਖ ਤਣਾਓਮੁਕਤ ਅਤੇ ਸੁਤੰਤਰ ਹੋ ਜਾਂਦਾ ਹੈ।

ਸੰਸਾਰ ਵਿਚ ਬਹੁਤ ਘੱਟ ਲੋਕ, ਆਪਣੀ ਉਮਰ ਅਨੁਸਾਰ ਵਿਹਾਰ ਕਰਦੇ ਹਨ।

ਭੈੜੇ ਬੰਦੇ ਦੀਆਂ ਪੱਕੀਆਂ ਨਿਸ਼ਾਨੀਆਂ ਹਨ: ਬੋਲਦਾ ਹੈ ਤਾਂ ਝੂਠ ਬੋਲਦਾ ਹੈ; ਵਾਅਦਾ ਕਰਦਾ ਹੈ ਤਾਂ ਪੂਰਾ ਨਹੀਂ ਕਰਦਾ; ਵਿਸ਼ਵਾਸ ਕਰਨ ਉਤੇ ਧੋਖਾ ਦਿੰਦਾ ਹੈ।

ਜੇ ਤੁਸੀਂ ਮੰਨੋ ਕਿ ਗਲਤੀਆਂ ਜ਼ਿੰਦਗੀ ਦਾ ਭਾਗ ਹੁੰਦੀਆਂ ਹਨ ਤਾਂ ਇਹ ਸਬੂਤ ਹੈ ਕਿ ਤੁਸੀਂ ਵਿਕਾਸ ਕਰ ਰਹੇ ਹੋ।

ਜੇਕਰ ਕੋਈ ਮੁਸੀਬਤ ਤੁਹਾਨੂੰ ਮਾਰਦੀ ਨਹੀਂ, ਤਾਂ ਉਸ ਮੁਸੀਬਤ ਦਾ ਉਦੇਸ਼ ਤੁਹਾਨੂੰ ਮਜ਼ਬੂਤ ਕਰਨਾ ਹੁੰਦਾ ਹੈ।

ਕੰਮ ਨੂੰ ਪਿਆਰ ਕਰਨ ਵਾਲਾ ਅਤੇ ਪਿਆਰ ਨਾਲ ਕੰਮ ਕਰਨ ਵਾਲਾ ਕਾਮਾ, ਕਲਾਕਾਰ ਬਣ ਜਾਂਦਾ ਹੈ।

ਮਹਾਨ ਪੁਸਤਕਾਂ ਦੇ ਮੋਢਿਆਂ 'ਤੇ ਚੜ੍ਹ ਕੇ ਵੇਖੋ, ਸੰਸਾਰ ਬੜਾ ਉਦਾਰ ਅਤੇ ਵਿਸ਼ਾਲ ਵਿਖਾਈ ਦੇਵੇਗਾ।

ਘਾਟਿਆਂ ਦੇ ਕੁਲ ਜੋੜ ਨੂੰ ਤਜਰਬਾ ਕਹਿੰਦੇ ਹਨ।

ਪਿਆਰ ਦੀਆਂ ਮਾਣਨ ਅਤੇ ਯਾਦ ਰੱਖਣਯੋਗ ਗੱਲਾਂ, ਪਿਆਰ ਦੇ ਸੱਜਰੇਪਣ ਵਿਚੋਂ ਉਪਜਦੀਆਂ ਹਨ।

ਕਿਸੇ ਵੀ ਲਾਪ੍ਰਵਾਹ ਅਤੇ ਗੈਰ-ਜ਼ਿੰਮੇਵਾਰ ਬੰਦੇ ਦੀ ਦੇਖ-ਭਾਲ ਕਰਨਾ, ਬੜਾ ਅਕਾਊ ਕੰਮ ਹੁੰਦਾ ਹੈ।

ਬਹੁਤੇ ਲੋਕਾਂ ਨਾਲ ਅਸੀਂ ਸਿਆਣੀਆਂ ਗੱਲਾਂ ਹੀ ਕਰਦੇ ਹਾਂ, ਆਪਣੇ ਪਿਆਰੇ ਨਾਲ ਅਸੀਂ ਸਾਰੀਆਂ ਗੱਲਾਂ ਕਰਦੇ ਹਾਂ।

ਜਿਹੜੀ ਗੱਲ ਸੁਣਨ ਵਿਚ ਚੰਗੀ ਲੱਗੇ, ਉਹ ਸਾਨੂੰ ਸੱਚੀ ਵੀ ਲੱਗਣ ਲੱਗ ਪੈਂਦੀ ਹੈ।

ਨਾਲਾਇਕ ਬੱਚੇ ਪਾਲਣੇ, ਬੜਾ ਥਕਾਊ ਕਾਰਜ ਹੁੰਦਾ ਹੈ।

ਪਰਿਵਾਰ ਫੈਲਦਾ ਹੈ, ਘਰ ਸੁੰਗੜਦਾ ਹੈ; ਬੱਚਿਆਂ ਦੇ ਚਲੇ ਜਾਣ 'ਤੇ, ਘਰ ਖੁਲ੍ਹਾ ਨਹੀਂ, ਖਾਲੀ ਹੋ ਜਾਂਦਾ ਹੈ।

ਕਿਸੇ ਨਾਲ ਇਕ ਚੰਗੀ, ਸੁਹਿਰਦ ਅਤੇ ਖੁਲ੍ਹੀ ਮੁਲਾਕਾਤ, ਪੀਡੀ ਦੋਸਤੀ ਦੇ ਬੂਹੇ ਖੋਲ੍ਹ ਦਿੰਦੀ ਹੈ।

ਅਨੇਕਾਂ ਦਾ ਪਿਆਰ, ਇਕ ਹੀ ਗ਼ਲਤ-ਫ਼ਹਿਮੀ ਵਿਚ ਦਮ ਤੋੜ ਜਾਂਦਾ ਹੈ।

ਜਿਹੜੇ ਲੱਛਣ ਸਮੁੱਚੀ ਮਾਨਵਜਾਤੀ ਦੇ ਸਾਂਝੇ ਹਨ, ਉਨ੍ਹਾਂ ਵਿਚੋਂ ਮੋਹਰੀ ਲੱਛਣ ਜੀਵਨ ਨੂੰ ਚੰਗੇ ਢੰਗ ਨਾਲ ਜਿਊਣ ਦੀ ਅਸਫਲਤਾ ਹੈ।

ਫੌਜੀਆਂ ਦੇ ਦੁੱਖ, ਯੁੱਧ ਮੁੱਕਣ ਉਪਰੰਤ ਸ਼ੁਰੂ ਹੁੰਦੇ ਹਨ ਜਦੋਂ ਮਾਰੇ ਗਏ ਸਾਥੀਆਂ ਦੇ ਚਿਹਰੇ, ਅੱਖਾਂ ਅਗੋਂ ਹੱਟਦੇ ਹੀ ਨਹੀਂ।

ਇਮਤਿਹਾਨਾਂ ਉਪਰੰਤ, ਸਵਾਲਾਂ ਦੇ ਗਲਤ ਦਿਤੇ ਉੱਤਰਾਂ ਦੀ ਗਿਣਤੀ ਵੱਧਣ ਨਾਲ, ਖੁਸ਼ੀ, ਚਿੰਤਾ ਬਣ ਜਾਂਦੀ ਹੈ।

ਭਾਵੇਂ ਘਟਨਾ ਇਕ ਹੀ ਹੋਵੇ, ਵੇਰਵੇ ਦੱਸਣ ਦਾ ਹਰੇਕ ਦਾ ਢੰਗ, ਵੱਖਰਾ ਹੁੰਦਾ ਹੈ।

ਸਰੀਰਕ ਪੀੜਾਂ ਦਾ ਇਲਾਜ ਭਾਵੇਂ ਸੰਭਵ ਹੋ ਜਾਵੇ, ਮਾਨਸਿਕ ਦਰਦਾਂ ਦਾ ਇਲਾਜ ਸੰਭਵ ਨਹੀਂ ਹੋਵੇਗਾ।

ਜਿਸ ਤੋਂ ਕਈ ਵਾਰੀ ਹਾਰੇ ਹੋਈਏ, ਉਸਨੂੰ ਇਕ ਵਾਰ ਹਰਾਉਣ ਦੀ ਖ਼ੁਸ਼ੀ, ਵੱਡੀ ਜਿੱਤ ਦਾ ਹੁਲਾਰਾ ਦਿੰਦੀ ਹੈ।

ਕਿਸੇ ਦੇ ਹੱਸਣ ਤੋਂ ਪਤਾ ਲਗ ਜਾਂਦਾ ਹੈ ਕਿ ਉਹ ਕਿਤਨਾ ਕੁ ਸੁਤੰਤਰ ਹੈ।

ਜਿਹੜੇ ਤਲਾਕ ਦੀ ਮੌਜ ਮਾਣਦੇ ਹਨ, ਉਨ੍ਹਾਂ ਨੇ ਪਹਿਲਾਂ ਅਣਜੋੜ ਵਿਆਹ ਦੀਆਂ ਪੀੜਾਂ ਹੰਢਾਈਆਂ ਹੁੰਦੀਆਂ ਹਨ।

ਜੇ ਮਨੁੱਖ ਸਮਾਜ ਵਿਚ ਨਾ ਰਹਿੰਦਾ ਹੁੰਦਾ, ਤਾਂ ਉਸ ਨੇ ਇਜ਼ਤ, ਬੇਇਜ਼ਤੀ ਦੀ ਪ੍ਰਵਾਹ ਨਹੀਂ ਸੀ ਕਰਨੀ।

ਪਿਆਰ, ਵਿਆਹ ਅਤੇ ਪਰਿਵਾਰ ਇਕ-ਦੂਜੇ ਦਾ ਧਿਆਨ ਰੱਖਣ ਨਾਲ ਹੀ ਸਫਲ ਅਤੇ ਮਾਣਨਯੋਗ ਹੁੰਦੇ ਹਨ।

ਤਲਾਕ ਉਪਰੰਤ, ਦੋਹਾਂ ਧਿਰਾਂ ਨੂੰ ਇਹ ਜਾਣ ਕੇ ਪ੍ਰੇਸ਼ਾਨੀ ਹੁੰਦੀ ਹੈ ਕਿ ਉਨ੍ਹਾਂ ਬਾਰੇ ਸਮਾਜ, ਉਵੇਂ ਨਹੀਂ ਸੋਚਦਾ, ਜਿਵੇਂ ਉਹ ਸੋਚਦੇ ਹਨ।

ਅਸਫਲਤਾ ਦਾ ਡਰ, ਸਮਾਜਿਕ ਡਰ ਹੁੰਦਾ ਹੈ, ਕਿਉਂਕਿ ਸਮਾਜ ਸਫਲ ਬੰਦਿਆਂ ਦੀ ਹੀ ਕਦਰ ਕਰਦਾ ਹੈ।

ਮਾਨਸਿਕ ਦਰਦ, ਮਨੁੱਖ ਦੇ ਸਮਾਜੀਕਰਣ ਕਰਕੇ ਹੁੰਦੇ ਹਨ।

ਹਰ ਕਿਸੇ ਕੋਲ, ਆਪਣੀ ਕਿਸਮ ਦੀਆਂ ਕਹਾਣੀਆਂ ਹੁੰਦੀਆਂ ਹਨ।

ਕਈ ਨਰਕੀ ਜੀਵਨ ਜਿਊਣ ਨਾਲੋਂ, ਤਲਾਕਸ਼ੁਦਾ ਕਹਾਉਣਾ ਚੰਗਾ ਸਮਝਦੇ ਹਨ।

ਧਾਰਮਿਕ ਸਥਾਨਾਂ ਦੀ ਗਿਣਤੀ ਵੱਧਣ ਦਾ ਕਾਰਨ ਇਹ ਨਹੀਂ ਕਿ ਲੋਕ ਵਧੇਰੇ ਧਾਰਮਿਕ ਹੋ ਗਏ ਹਨ, ਸਗੋਂ ਇਹ ਹੈ ਕਿ ਲੋਕ ਵਧੇਰੇ ਝੂਠੇ, ਬੇਈਮਾਨ ਅਤੇ ਧੋਖੇਬਾਜ਼ ਹੋ ਗਏ ਹਨ।

ਗਲਤੀ ਉਪਰੰਤ ਮੁਆਫ਼ੀ ਮੰਗਣ 'ਤੇ ਮਨੁੱਖ ਸਿਆਣਾ ਸਮਝਿਆ ਜਾਂਦਾ ਹੈ, ਗਲਤੀ ਤੋਂ ਬਿਨਾਂ ਹੀ ਮੁਆਫ਼ੀ ਮੰਗਣ 'ਤੇ ਲੋਕ ਜਾਣ ਜਾਂਦੇ ਹਨ ਕਿ ਉਹ ਵਿਆਹਿਆ ਹੋਇਆ ਹੈ।

ਹਰ ਕਿਸੇ ਕੋਲ, ਸਮੱਸਿਆਵਾਂ ਉਪਜਾਉਣ ਲਈ ਤਾਂ ਸਮਾਂ ਹੁੰਦਾ ਹੈ, ਸੁਲਝਾਉਣ ਲਈ ਨਹੀਂ ਹੁੰਦਾ।

ਹੁਣ ਵਿਆਹ ਪੱਛੜ ਕੇ ਹੁੰਦੇ ਹਨ, ਪਰ ਟੁੱਟਦੇ ਜਲਦੀ ਹਨ।

ਗੁੱਸਾ ਅਕਸਰ ਉਨ੍ਹਾਂ ਨੂੰ ਆਉਂਦਾ ਹੈ, ਜਿਹੜੇ ਬੋਲਣਾ ਤਾਂ ਚਾਹੁੰਦੇ ਹਨ ਪਰ ਸੁਣਨਾ ਨਹੀਂ ਚਾਹੁੰਦੇ।

ਇਕੱਠੇ ਰਹਿਣ ਨਾਲ ਜੇ ਪਿਆਰ ਹੋਵੇ ਤਾਂ ਪਿਆਰ ਵੱਧਦਾ ਹੈ, ਜੇ ਨਾ ਹੋਵੇ ਤਾਂ ਨਫ਼ਰਤ ਵੱਧਦੀ ਹੈ।

ਪ੍ਰੇਸ਼ਾਨ ਪੁਰਸ਼, ਚੁੱਪ ਅਤੇ ਇਕੱਲਾ ਹੋਣਾ ਚਾਹੁੰਦਾ ਹੈ ਪਰ ਪ੍ਰੇਸ਼ਾਨ ਇਸਤਰੀ, ਕਿਸੇ ਨਾਲ ਗੱਲਾਂ ਕਰਨੀਆਂ ਚਾਹੁੰਦੀ ਹੈ।

ਜਿਨ੍ਹਾਂ ਦਾ ਅਸੀਂ ਸਤਿਕਾਰ ਕਰਦੇ ਹਾਂ, ਉਹ ਸਾਡੀ ਤਾਕਤ ਬਣ ਜਾਂਦੇ ਹਨ।

ਆਪਣੇ ਆਪ ਵਿਚ ਵਿਸ਼ਵਾਸ ਜਗਾਉਣ ਨਾਲ, ਸਾਰਿਆਂ ਵਿਚ ਭਰੋਸਾ ਜਾਗ ਪਵੇਗਾ।

ਜਿਹੜਾ ਆਪ ਡਰਿਆ ਹੁੰਦਾ ਹੈ, ਉਹ ਦੂਜਿਆਂ 'ਤੇ ਸ਼ੱਕ ਕਰਦਾ ਹੈ।

ਕਿਸੇ ਨੂੰ ਵੀ ਤੁਹਾਡੇ ਗੋਡਿਆਂ-ਮੋਢਿਆਂ ਦੇ ਦਰਦਾਂ ਵਿਚ ਦਿਲਚਸਪੀ ਨਹੀਂ ਹੁੰਦੀ, ਸੋ ਦਰਦਾਂ ਦੀ ਗੱਲ ਸੰਖੇਪ ਹੀ ਚੰਗੀ ਲਗਦੀ ਹੈ।

ਹਰ ਦੇਸ਼ ਦੇ ਚੋਰ ਅਤੇ ਜੰਦਰੇ ਵੱਖਰੀ ਕਿਸਮ ਦੇ ਹੁੰਦੇ ਹਨ।

ਕੰਮ ਵਾਲੀ ਥਾਂ 'ਤੇ ਤਣਾਓ ਇਸ ਲਈ ਉਪਜਦਾ ਹੈ, ਕਿਉਂਕਿ ਅਸੀਂ ਸਹਿਕਰਮੀਆਂ ਤੋਂ ਅੱਗੇ ਵੀ ਲੰਘਣਾ ਚਾਹੁੰਦੇ ਹਾਂ ਅਤੇ ਉਨ੍ਹਾਂ ਦੇ ਨਾਲ ਵੀ ਰਹਿਣਾ ਚਾਹੁੰਦੇ ਹਾਂ।

ਬੰਗਾਲੀ ਬੜੇ ਕ੍ਰਾਂਤੀਕਾਰੀ ਹਨ ਪਰ ਰਸਮਾਂ-ਰੀਤਾਂ, ਲਿਬਾਸ, ਭੋਜਨ ਅਤੇ ਵਿਹਾਰ ਦੇ ਪੱਖੋਂ ਬੜੇ ਪਰੰਪਰਾਵਾਦੀ ਹਨ।

ਜਿਹੜੇ ਲੋਕ ਪਰਮਾਤਮਾ ਨੂੰ ਨਹੀਂ ਮੰਨਦੇ, ਉਨ੍ਹਾਂ ਨੂੰ ਵਧੇਰੇ ਜ਼ਿੰਮੇਵਾਰੀ ਨਾਲ ਜਿਊਣਾ ਪੈਂਦਾ ਹੈ।

ਸਾਡੇ ਸੁਆਰਥ, ਸਾਨੂੰ ਚੰਗੇ ਇਨਸਾਨਾਂ ਵਾਲਾ ਵਿਹਾਰ ਨਹੀਂ ਕਰਨ ਦਿੰਦੇ।

ਜੇ ਪਤਾ ਹੀ ਨਹੀਂ ਕਿਥੇ ਜਾਣਾ ਹੈ ਤਾਂ ਸਭ ਰਸਤੇ ਉਧਰ ਜਾਂਦੇ ਪ੍ਰਤੀਤ ਹੋਣਗੇ।

ਜਦੋਂ ਅਸੀਂ ਸਮਝਦੇ ਹਾਂ ਕਿ ਜ਼ਿੰਦਗੀ ਦੇ ਅਰਥ ਅਸੀਂ ਸਮਝ ਲਏ ਹਨ, ਜ਼ਿੰਦਗੀ ਬਦਲ ਚੁਕੀ ਹੁੰਦੀ ਹੈ।

ਤਲਾਕ ਉਪਰੰਤ ਪਤੀ, ਪਤਨੀ ਵੱਖ-ਵੱਖ ਪਲੇਟਫਾਰਮਾਂ 'ਤੇ ਖਲੋਤੀਆਂ ਗੱਡੀਆਂ ਵਾਂਗ ਲਗਦੇ ਹਨ।

ਚੰਗੇ ਆਗੂ ਬਹੁਤ ਘੱਟ ਗਲਤੀਆਂ ਕਰਦੇ ਹਨ ਪਰ ਵੱਡੇ ਆਗੂ ਗਲਤੀਆਂ ਕਰਨ ਉਪਰੰਤ ਸਿੱਟੇ ਭੁਗਤਣ ਤੋਂ ਡਰਦੇ ਨਹੀਂ।

ਜਦੋਂ ਤਕ ਮਨੁੱਖ ਪਰਮਾਤਮਾ ਵਲ ਨਹੀਂ ਮੁੜਦਾ, ਉਸ ਨੂੰ ਸੰਸਾਰ ਦੇ ਪਦਾਰਥ ਭਰਮਾਉਂਦੇ ਰਹਿੰਦੇ ਹਨ।

ਸੋਹਣੀਆਂ ਇਸਤਰੀਆਂ, ਬੀਮਾਰ ਵੀ ਨਖਰੇ ਨਾਲ ਹੁੰਦੀਆਂ ਹਨ।

ਜਿਸ ਸ਼ਹਿਰ ਵਿਚ ਸਾਨੂੰ ਕੋਈ ਜਾਣਦਾ-ਪਛਾਣਦਾ ਨਾ ਹੋਵੇ, ਉਹ ਸ਼ਹਿਰ ਸਾਨੂੰ ਅੰਨ੍ਹਾ ਲਗਦਾ ਹੈ।

ਜਦੋਂ ਉਦਾਸ ਇਸਤਰੀ, ਸ਼ੀਸ਼ੇ ਵਿਚ ਵੇਖਦੀ ਹੈ ਤਾਂ ਇਕ ਹੋਰ ਉਦਾਸੀ, ਉਸ ਦੇ ਚਿਹਰੇ 'ਤੇ ਆਣ ਬੈਠਦੀ ਹੈ।

ਸਾਗਰ ਵਿਚ ਮਿਲ ਗਈ ਨਦੀ ਨੂੰ ਲੱਭਣਾ, ਸੰਭਵ ਨਹੀਂ ਹੁੰਦਾ।

ਕਈ ਘਰਾਂ ਦੇ ਦਰਵਾਜ਼ੇ, ਦਸਤਕ ਲਈ ਤਰਸਦੇ ਰਹਿੰਦੇ ਹਨ।

ਮੁਸ਼ਕਿਲਾਂ ਵਿਚੋਂ ਲੰਘ ਰਹੇ ਬੰਦੇ ਉਤੇ, ਸਾਨੂੰ ਆਪਣੀਆਂ ਨਿਜੀ ਸਮੱਸਿਆਵਾਂ ਦਾ ਬੋਝ ਨਹੀਂ ਪਾਉਣਾ ਚਾਹੀਦਾ।

ਮੁਕੱਦਮੇ ਰਾਹੀਂ ਜਾਇਦਾਦ ਵੰਡਣ ਉਪਰੰਤ, ਆਪਣਿਆਂ ਨੂੰ ਵੀ ਇੰਜ ਮਿਲਿਆ ਜਾਂਦਾ ਹੈ, ਜਿਵੇਂ ਆਹਮੋ-ਸਾਹਮਣੇ ਲੰਘਣ ਵਾਲੀਆਂ ਗੱਡੀਆਂ ਮਿਲਦੀਆਂ ਹਨ।

ਆਪਣੇ ਮਨੋਰਥ ਵਿਚ ਸਫਲ ਹੋਣ ਵਾਸਤੇ, ਖ਼ਤ ਵਿਚ ਕੁਝ ਵੀ ਲਿਖੋ, ਤਹਿਜ਼ੀਬ ਅੰਦਰ ਰਹਿ ਕੇ ਲਿਖੋ।

ਪਰਾਇਆ ਦੇਸ਼, ਕਿਤਨਾ ਵੀ ਵਿਸ਼ਾਲ ਹੋਵੇ, ਉਹ ਆਪਣੇ ਘਰ ਨਾਲੋਂ ਸੌੜਾ ਹੀ ਲਗਦਾ ਹੈ।

ਪਿੰਡਾਂ ਵਿਚ ਦਰੱਖਤਾਂ ਵਿਚੋਂ ਲੰਘਦੀ ਹਵਾ ਸਵੱਛ ਹੁੰਦੀ ਹੈ, ਜਿਹੜੀ ਸ਼ਹਿਰ ਵਿਚੋਂ ਲੰਘਦਿਆਂ ਦੁਰਗੰਧ ਬਣ ਜਾਂਦੀ ਹੈ।

ਉਦਾਸ ਬੰਦਾ, ਰੌਣਕ ਵਾਲੀ ਥਾਂ ਤੇ ਜਾ ਕੇ ਹੋਰ ਵੀ ਉਦਾਸ ਹੋ ਜਾਂਦਾ ਹੈ।

ਹੁਣ ਜਵਾਨ ਚਿੜੀਆਂ ਨੂੰ, ਵਿਦੇਸ਼ੀ ਬੁੱਢੇ ਦਰੱਖਤਾਂ 'ਤੇ ਆਲ੍ਹਣੇ ਪਾਉਣੇ ਪੈ ਰਹੇ ਹਨ।

ਕਈਆਂ ਤੋਂ ਵਿਛੜਨ ਵੇਲੇ, ਇਤਨਾ ਦੁੱਖ ਹੁੰਦਾ ਹੈ ਕਿ ਦਿਲ ਕੁਰਲਾ ਕੇ ਪੁੱਛਦਾ ਹੈ: ਤੂੰ ਮਿਲਿਆ ਹੀ ਕਿਉਂ ਸੀ, ਚੰਗਾ ਹੁੰਦਾ ਤੂੰ ਨਾ ਹੀ ਮਿਲਦਾ।

ਗੁਲਾਬਾਂ ਨੂੰ ਹਸਾਉਣ ਵਾਸਤੇ, ਤ੍ਰੇਲ ਆਪ ਰੋਂਦੀ ਹੈ।

ਜਾਗਣ ਅਤੇ ਸੌਣ ਦਾ ਸਾਧਾਰਣ ਵਕਤ, ਸਾਧਾਰਣ ਲੋਕਾਂ ਲਈ ਹੁੰਦਾ ਹੈ।

ਕਲਾਕਾਰੀ, ਗੁੰਝਲਦਾਰ ਨੂੰ ਸਰਲ ਅਤੇ ਸਾਧਾਰਣ ਨੂੰ ਸੁੰਦਰ ਬਣਾਉਣ ਵਿਚ ਹੁੰਦੀ ਹੈ।

ਟੈਲੀਫੋਨ ਨੇ ਲੋਕਾਂ ਨੂੰ ਨੇੜੇ ਹੋਣ ਦਾ ਭਰਮ ਦਿਤਾ ਹੈ, ਸੱਚ ਇਹ ਹੈ ਕਿ ਜਿਹੜੇ ਨੇੜੇ ਹਨ, ਉਨ੍ਹਾਂ ਵਿਚਕਾਰ ਗੱਲਬਾਤ ਦਾ ਫਾਸਲਾ ਵੱਧਦਾ ਜਾ ਰਿਹਾ ਹੈ।

ਦਾਦੇ-ਨਾਨੇ ਤੋਂ ਗਲਤੀ ਦੀ ਮੁਆਫ਼ੀ ਮੰਗਣ ਦੀ ਲੋੜ ਨਹੀਂ ਪੈਂਦੀ, ਇਹ ਉਹ ਦਰ ਹਨ, ਜਿਥੇ ਮੁਆਫ਼ੀ, ਗ਼ਲਤੀ ਕਰਨ ਤੋਂ ਪਹਿਲਾਂ ਹੀ ਮਿਲ ਜਾਂਦੀ ਹੈ।

ਮਾਂ-ਬਾਪ ਕੋਈ ਵੀ ਬਣ ਸਕਦਾ ਹੈ ਪਰ ਅੰਮੜੀ ਅਤੇ ਬਾਬਲ ਕਹਾਉਣ ਵਾਸਤੇ, ਬੜੀ ਮਿਹਨਤ ਕਰਨੀ ਪੈਂਦੀ ਹੈ।

ਜੇ ਤੁਸੀਂ ਕਿਸੇ ਪੱਖੋਂ ਕਾਮਯਾਬ ਹੋ ਤਾਂ ਕਾਰਨ ਇਹ ਹੈ ਕਿ ਤੁਸੀਂ ਅਸਫਲਤਾ ਦੇ ਬਾਵਜੂਦ, ਯਤਨ ਕਰਦੇ ਰਹੇ ਹੋਵੋਗੇ।

ਜਿਸ ਬੋਲੀ ਦਾ ਰੋਜ਼ੀ-ਰੋਟੀ ਨਾਲ ਸਬੰਧ ਨਹੀਂ ਰਹਿੰਦਾ, ਉਸ ਨੂੰ ਬੋਲਣ-ਲਿਖਣ-ਪੜ੍ਹਨ ਵਾਲਿਆਂ ਦੀ ਗਿਣਤੀ ਘਟਦੀ ਜਾਂਦੀ ਹੈ।

ਚਾਪਲੂਸ ਆਪਣਾ ਢਿੱਡ ਵਜਾਉਂਦੇ ਅਤੇ ਸੁਆਰਥ ਗਾਉਂਦੇ ਹਨ।

ਮਾਂ ਉਹ ਵਾਅਦੇ ਵੀ ਪੂਰੇ ਕਰਦੀ ਹੈ, ਜਿਹੜੇ ਉਸ ਨੇ ਕੀਤੇ ਹੀ ਨਹੀਂ ਹੁੰਦੇ।

ਲੋਕ ਹੁਸਨ ਨਹੀਂ ਵੇਖਦੇ, ਹੁਸਨ ਜਲਵੇ ਵਿਖਾਉਣ ਲਈ ਆਪ ਬੇਤਾਬ ਹੁੰਦਾ ਹੈ।

ਜਵਾਨੀ ਵਰਗੀ ਕੋਈ ਹੋਰ ਮੌਜ ਨਹੀਂ ਹੁੰਦੀ।

ਇਸ਼ਕ ਵਿਚ ਬਦਨਾਮ ਹੋਣ ਦੇ ਅਰਥ, ਮਸ਼ਹੂਰ ਹੋਣ ਤੋਂ ਹੁੰਦੇ ਹਨ।

ਸਭਿਅਤਾ ਦਾ ਜਨਮ ਗਿਆਨ ਨਾਲ, ਇਸ ਦਾ ਵਿਕਾਸ ਮਿਹਨਤ ਅਤੇ ਆਜ਼ਾਦੀ ਨਾਲ ਅਤੇ ਇਸ ਵਿਚ ਨਿਘਾਰ ਭ੍ਰਿਸ਼ਟਾਚਾਰ ਨਾਲ ਵਾਪਰਦਾ ਹੈ।

ਕਿਸੇ ਨੂੰ ਸਮਝਣ ਦਾ ਸੌਖਾ ਢੰਗ ਹੈ ਪਿਆਰ ਕਰੋ, ਇਵੇਂ ਕੁਝ ਵੀ ਹੋਰ ਸਮਝਣ ਦੀ ਲੋੜ ਨਹੀਂ ਰਹੇਗੀ।

ਇਸਤਰੀ, ਪੁਰਸ਼ ਦੇ ਲਾਰਿਆਂ ਨੂੰ ਵੀ, ਵਾਅਦੇ ਸਮਝਦੀ ਹੈ।

ਜੇ ਆਦਰਸ਼ਵਾਦ ਨਾ ਹੁੰਦਾ ਤਾਂ ਯਥਾਰਥਵਾਦ ਦੀ ਪੱਧਰ ਬੜੀ ਨੀਵੀਂ ਹੋਣੀ ਸੀ।

ਜਿਸ ਇਸਤਰੀ ਦੇ ਸੋਹਣੇ ਹੋਣ ਜਾਂ ਕਰੂਪ ਹੋਣ ਸਬੰਧੀ ਕੋਈ ਸੰਦੇਹ ਨਾ ਹੋਵੇ, ਉਸ ਦੀ ਸਦਭਾਵਨਾ ਪ੍ਰਾਪਤ ਕਰਨ ਲਈ ਉਸ ਦੇ ਬੌਧਿਕ ਗੁਣਾਂ ਦੀ ਪ੍ਰਸੰਸਾ ਕਰੋ।

ਜਦੋਂ ਹੋਰ ਲੋਕ ਤੁਹਾਡੇ ਵਾਂਗ ਕਪੜੇ ਪਾਉਣ, ਸੋਚਣ ਅਤੇ ਬੋਲਣ ਲਗ ਪੈਣ ਤਾਂ ਸਪਸ਼ਟ ਹੈ ਕਿ ਤੁਹਾਡੇ ਵਿਚ ਆਗੂ ਵਾਲੇ ਗੁਣ ਹਨ।

ਜੇ ਮੁਖ ਗੱਲਾਂ 'ਤੇ ਸਹਿਮਤੀ ਹੋਵੇ ਤਾਂ ਸਭ ਪ੍ਰਕਾਰ ਦੇ ਵੱਖਰੇਵਿਆਂ ਨੂੰ ਬਰਦਾਸ਼ਤ ਕਰਨਾ ਸੌਖਾ ਹੋ ਜਾਂਦਾ ਹੈ।

ਸਫਲ ਵਿਅਕਤੀ, ਕਿਸੇ ਕੰਮ ਦੇ ਪਸੰਦ ਜਾਂ ਨਾ-ਪਸੰਦ ਹੋਣ ਨੂੰ ਆਪਣੇ ਉਦੇਸ਼ ਦੀ ਪ੍ਰਾਪਤੀ ਦੇ ਰਾਹ ਦੀ ਰੁਕਾਵਟ ਨਹੀਂ ਬਣਨ ਦਿੰਦੇ।

ਵਿਆਹ ਵਿਚ ਸਫਲਤਾ, ਸਾਂਝਾਂ ਨੂੰ ਉਸਾਰਨ ਵਿਚੋਂ ਨਹੀਂ, ਵੱਖਰੇਵਿਆਂ ਨੂੰ ਸਵੀਕਾਰਨ ਨਾਲ ਮਿਲੇਗੀ।

ਅਸੀਂ ਅਕਸਰ ਗਲਤੀ ਇਹ ਕਰਦੇ ਹਾਂ ਕਿ ਦਿਲ ਦੀਆਂ ਗੱਲਾਂ ਨੂੰ, ਦਿਮਾਗ ਨਾਲ ਸਮਝਣ ਦਾ ਅਸਫਲ ਉਪਰਾਲਾ ਕਰਦੇ ਹਾਂ।

ਸਾਡੇ ਸੁਆਰਥ, ਲੋਕਾਈ ਨੂੰ ਆਪਣਿਆਂ ਅਤੇ ਪਰਾਇਆਂ ਵਿਚ ਵੰਡਦੇ ਰਹਿੰਦੇ ਹਨ।

ਰਾਜਸੀ ਨੇਤਾਵਾਂ ਦੀ ਸੁਹਿਰਦਤਾ, ਉਨ੍ਹਾਂ ਵਲੋਂ ਵਿਖਾਈ ਸਮੇਂ ਦੀ ਪਾਬੰਦੀ ਤੋਂ ਮਾਪੀ ਜਾਂਦੀ ਹੈ।

ਜੇ ਜਾਗੋਗੇ ਤਾਂ ਸਾਰਾ ਸੰਸਾਰ ਨਾਲ ਜਾਗੇਗਾ, ਘੁਰਾੜੇ ਮਾਰੋਗੇ, ਕੇਵਲ ਤੁਸੀਂ ਹੀ ਮਾਰੋਗੇ।

ਨਸੀਬਾਂ ਵਾਲਾ ਹੈ ਉਹ, ਜਿਸ ਨੂੰ ਜੀਵਨ ਭਰ ਕਰਨ ਲਈ ਆਪਣਾ ਕੰਮ ਲੱਭ ਪਿਆ ਹੈ, ਉਸ ਨੂੰ ਕਿਸੇ ਹੋਰ ਮਿਹਰ ਲਈ ਅਰਦਾਸ ਕਰਨ ਦੀ ਲੋੜ ਨਹੀਂ ਪਏਗੀ।

ਖੁਸ਼ਹਾਲੀ, ਵਰਤਮਾਨ ਸਮੱਸਿਆਵਾਂ ਹੱਲ ਕਰਨ ਨਾਲ ਨਹੀਂ, ਨਵੇਂ ਅਵਸਰਾਂ ਤੋਂ ਲਾਭ ਉਠਾਉਣ ਨਾਲ ਆਉਂਦੀ ਹੈ।

ਜਿਤਨੀਆਂ ਮਰਜ਼ੀ ਸਾਂਝਾਂ ਦੀ ਗੱਲ ਕਰੀਏ, ਪਤੀ-ਪਤਨੀ ਦੀ ਸੋਚ ਵਿਚ ਅਨੇਕਾਂ ਵੱਖਰੇਵੇਂ ਬਣੇ ਰਹਿਣਗੇ।

ਤੈਮੂਰ, ਚੰਗੇਜ਼ ਅਤੇ ਹਿਟਲਰ ਭੈੜੇ ਢੰਗ ਅਪਨਾਉਣ ਕਰਕੇ, ਪ੍ਰਸਿੱਧ ਹੋਣ ਦੀ ਇੱਛਾ ਵਿਚ, ਬਦਨਾਮ ਹੋ ਗਏ ਸਨ।

ਪਿਆਰ ਅਧੂਰੇ ਹੋਣ ਦੇ ਅਹਿਸਾਸ ਅਤੇ ਸੰਪੂਰਨ ਹੋਣ ਦੀ ਤਾਂਘ ਵਿਚੋਂ ਉਪਜਦਾ ਹੈ।

ਚੰਗਿਆਂ ਨੂੰ, ਚੰਗੇ ਲਗਣ ਦੀ ਤਾਂਘ, ਸਾਨੂੰ ਚੰਗਾ ਬਣਾ ਦਿੰਦੀ ਹੈ।

ਹੱਸਣ ਨਾਲ ਸਿਹਤ ਠੀਕ ਰਹਿੰਦੀ ਹੈ, ਰੋਣ ਨਾਲ ਦੁੱਖ ਸਹਿਣਯੋਗ ਹੋ ਜਾਂਦੇ ਹਨ।

ਧਰਮ ਇਹ ਨਹੀਂ ਦੱਸਦੇ ਕਿ ਸੁੱਖ ਕਿਵੇਂ ਮਾਣੋ, ਉਹ ਦੱਸਦੇ ਹਨ ਕਿ ਦੁੱਖ ਕਿਵੇਂ ਬਰਦਾਸ਼ਤ ਕਰੋ।

ਕਵਿਤਾ, ਮਨੁੱਖ ਦੀ ਧੁਰ-ਅੰਦਰਲੀ ਆਵਾਜ਼ ਹੁੰਦੀ ਹੈ।

ਪਿਆਰ, ਤਣਾਓ ਉਪਜਾਉਂਦਾ ਹੈ, ਸੰਭੋਗ ਤਣਾਓ ਤੋਂ ਛੁਟਕਾਰਾ ਦਿਵਾਉਂਦਾ ਹੈ।

ਜ਼ਿੰਦਗੀ ਦੇ ਕੋਈ ਅਰਥ ਨਹੀਂ, ਅਰਥ ਅਸੀਂ ਆਪਣੇ ਕਾਰਜਾਂ ਰਾਹੀਂ ਲੱਭਣੇ ਹੁੰਦੇ ਹਨ।

ਸੰਸਾਰ ਇਹ ਨਹੀਂ ਵੇਖਦਾ ਕਿ ਅਸੀਂ ਸੋਚਦੇ ਕੀ ਹਾਂ, ਉਹ ਸਾਡੇ ਕਾਰਜਾਂ ਨੂੰ ਵੇਖਕੇ, ਅਨੁਮਾਨ ਲਾਉਂਦਾ ਹੈ ਕਿ ਅਸੀਂ ਕੀ ਸੋਚਦੇ ਰਹੇ ਹਾਂ।

ਮਸਤਕ ਵਿਚੋਂ ਗਣਿਤ ਉਪਜਦਾ ਹੈ, ਦਿਲ ਵਿਚੋਂ ਕਾਵਿ।

ਕਲਾ ਜਿਤਨੀ ਪੁਰਾਣੀ ਹੁੰਦੀ ਜਾਂਦੀ ਹੈ, ਉਹ ਉਤਨੀ ਹੀ ਨਿਖਰਦੀ ਜਾਂਦੀ ਹੈ।

ਹਵਾ ਅਤੇ ਪਾਣੀ, ਮਨੁੱਖ ਦੀਆਂ ਬੁਨਿਆਦੀ ਲੋੜਾਂ ਹਨ, ਹੱਸਣ ਨਾਲ ਹਵਾ ਵਗਦੀ ਹੈ, ਰੋਣ ਨਾਲ ਪਾਣੀ ਵਹਿੰਦਾ ਹੈ।

ਚੰਗੇ ਕੰਮ ਦਾ ਇਨਾਮ, ਕੰਮ ਦੇ ਵਿਚ ਹੀ ਛੁਪਿਆ ਹੁੰਦਾ ਹੈ।

ਪ੍ਰਸੰਨ ਹੋਣ ਦੀ ਹਾਲਤ ਵਿਚ, ਅਸੀਂ ਕਿਸੇ ਨੂੰ ਪ੍ਰਭਾਵਿਤ ਕਰਨ ਦਾ ਯਤਨ ਨਹੀਂ ਕਰਦੇ।

ਅੱਖ, ਦਿਲ ਦੀ ਜ਼ਬਾਨ ਬੋਲਦੀ ਹੈ।

ਸਾਰੇ ਫ਼ਿਲਾਸਫ਼ਰ, ਅਧਿਆਪਕ ਤੁਹਾਡੇ ਲਈ ਨਹੀਂ ਹਨ, ਤੁਹਾਨੂੰ ਇਕ ਫ਼ਿਲਾਸਫ਼ਰ ਜਾਂ ਇਕ ਅਧਿਆਪਕ ਦੀ ਲੋੜ ਹੈ, ਜਿਹੜਾ ਤੁਹਾਨੂੰ ਤੁਹਾਡੀ ਮੰਜ਼ਲ ਦਿਖਾ ਦੇਵੇ।

ਮਾਂ ਨਾਲ ਰੁੱਸ ਕੇ ਬੱਚਾ, ਵਧੇਰੇ ਪਿਆਰ ਲਈ ਬੇਨਤੀ ਕਰ ਰਿਹਾ ਹੁੰਦਾ ਹੈ।

ਮਹਾਨ ਵਿਚਾਰ ਦਿਮਾਗ ਵਿਚੋਂ ਨਹੀਂ, ਦਿਲ ਵਿਚੋਂ ਉਪਜਦੇ ਹਨ।

ਕਵਿਤਾ ਦੇ ਅਨੁਵਾਦ ਵਿਚ ਸ਼ਬਦ ਹੀ ਬਚਦੇ ਹਨ, ਕਵਿਤਾ ਗੁਆਚ ਜਾਂਦੀ ਹੈ।

ਸੰਭਵ ਨੂੰ ਅਸੰਭਵ ਦੇ ਸੰਦਰਭ ਵਿਚ ਹੀ ਪ੍ਰਗਟਾਇਆ ਜਾ ਸਕਦਾ ਹੈ।

ਇਕ ਸਫ਼ਲਤਾ, ਅਨੇਕਾਂ ਅਸਫ਼ਲਤਾਵਾਂ ਨੂੰ ਢੱਕ ਲੈਂਦੀ ਹੈ।

ਜਿਨ੍ਹਾਂ ਬਚਪਨ ਵਿਚ ਮੁਸ਼ਕਿਲਾਂ ਹੰਢਾਈਆਂ ਹੋਣ, ਉਹ ਜਲਦੀ-ਜਲਦੀ ਹਾਰ ਨਹੀਂ ਮੰਨਦੇ।

ਹਾਦਸਿਆਂ ਤੋਂ ਬਚਣ ਲਈ, ਬਿਸਤਰੇ ਵਿਚ ਹੀ ਪਏ ਰਹਿਣ ਵਾਲੇ, ਅਕਸਰ ਮੰਜੇ ਤੋਂ ਡਿਗ ਕੇ ਲੱਤਾਂ ਤੁੜਵਾ ਲੈਂਦੇ ਹਨ।

ਮਾਂ ਉਸ ਕਾਮੇ ਦਾ ਨਾਂ ਹੈ, ਜਿਸ ਨੂੰ ਕਦੇ ਛੁੱਟੀ ਨਹੀਂ ਮਿਲਦੀ।

ਲਾਲਚੀ ਬੰਦੇ ਦੀ ਅੱਖ, ਉਸ ਦੇ ਢਿੱਡ ਨਾਲੋਂ ਵੀ ਵੱਡੀ ਹੁੰਦੀ ਹੈ।

ਜਿਥੇ ਲੇਟਣ ਤੋਂ ਬਿਨਾਂ ਵੀ ਆਰਾਮ ਦਾ ਅਹਿਸਾਸ ਹੋਵੇ, ਉਸ ਥਾਂ ਨੂੰ ਘਰ ਕਹਿੰਦੇ ਹਨ।

ਇਸਤਰੀ, ਇਸਤਰੀ ਨੂੰ ਡੂੰਘੀ ਨੀਝ ਨਾਲ ਵੇਖਦੀ ਹੈ ਪਰ ਵੇਖਦੀ ਅਕਸਰ ਨੁਕਸ ਹੀ ਹੈ।

ਜਿਨ੍ਹਾਂ ਨੂੰ ਕੁਝ ਵੀ ਮਿਲਣ ਦੀ ਬਿਲਕੁਲ ਕੋਈ ਆਸ ਨਾ ਹੋਵੇ, ਉਨ੍ਹਾਂ ਨੂੰ ਤੋਹਫ਼ੇ ਦੇਣਾ, ਦੇਣ ਵਾਲੇ ਦੀ ਖੁਸ਼ਹਾਲੀ ਦੀ ਉੱਚਤਮ ਅਵਸਥਾ ਹੁੰਦੀ ਹੈ।

ਆਪਣੇ ਅਸੂਲਾਂ 'ਤੇ ਕਾਇਮ ਰਹਿ ਕੇ, ਪ੍ਰਾਪਤ ਕੀਤੀ ਸਫ਼ਲਤਾ, ਵਧੇਰੇ ਹੰਢਣਸਾਰ ਅਤੇ ਵਧੇਰੇ ਤਸੱਲੀ ਵਾਲੀ ਹੁੰਦੀ ਹੈ।

ਪੜ੍ਹਿਆਂ-ਲਿਖਿਆਂ ਵਿਚ ਅਗਿਆਨਤਾ ਘੱਟ ਨਹੀਂ ਹੁੰਦੀ, ਅਗਿਆਨਤਾ ਦੀ ਕਿਸਮ ਹੀ ਵੱਖਰੀ ਹੁੰਦੀ ਹੈ।

ਕੁਝ ਕਰਕੇ ਪਛਤਾਉਣਾ, ਕੁਝ ਨਾ ਕਰਨ ਦੇ ਪਛਤਾਵੇ ਨਾਲੋਂ ਘੱਟ ਦੁਖਦਾਈ ਹੁੰਦਾ ਹੈ।

ਸਿਕੰਦਰ ਨੇ ਪੋਰਸ ਰਾਹੀਂ, ਭਾਰਤ ਨੂੰ ਦੱਸਿਆ ਸੀ ਕਿ ਹਾਰਨ ਦੇ ਬਾਵਜੂਦ, ਸਿਰ ਕਿਵੇਂ ਉੱਚਾ ਰੱਖਣਾ ਚਾਹੀਦਾ ਹੈ।

ਪਤਨੀ, ਆਪਣੇ ਪਤੀ ਦੀਆਂ ਸਾਰੀਆਂ ਆਦਤਾਂ ਬਦਲ ਕੇ, ਸ਼ਿਕਾਇਤ ਕਰਦੀ ਹੈ ਕਿ ਇਹ ਹੁਣ ਪਹਿਲਾਂ ਵਰਗੇ ਨਹੀਂ ਰਹੇ।

ਘਰੇਲੂ ਨੁਸਖਿਆਂ ਵਿਚ ਸਭ ਤੋਂ ਵਧੀਆ ਨੁਸਖਾ ਹੈ; ਪ੍ਰਸੰਨ, ਸੁਘੜ, ਸਿਆਣੀ ਅਤੇ ਸਹਿਯੋਗੀ ਪਤਨੀ।

ਅਨੇਕਾਂ ਰਿਸ਼ਤਿਆਂ ਵਿਚ ਨੇੜਤਾ ਹੁੰਦੀ ਹੈ, ਨਿੱਘ ਨਹੀਂ ਹੁੰਦਾ।

ਜ਼ਿੰਦਗੀ, ਨਾ ਕੇਵਲ ਤਰਕ ਨਾਲ ਚਲਦੀ ਹੈ, ਨਾ ਹੀ ਕੇਵਲ ਭਾਵਨਾਵਾਂ ਨਾਲ, ਇਹ ਅਕਸਰ ਭਾਵਕ-ਤਰਕ ਨਾਲ ਚਲਦੀ ਹੈ।

ਜ਼ਿੰਦਗੀ ਸੋਚੀ ਦਿਮਾਗ ਨਾਲ ਜਾਂਦੀ ਹੈ ਪਰ ਜੀਵੀ ਦਿਲ ਨਾਲ ਜਾਂਦੀ ਹੈ।

ਬੱਚਿਆਂ ਲਈ ਖੇਡਣਾ ਬੜਾ ਜ਼ਰੂਰੀ ਹੈ ਪਰ ਖੇਡਣ ਨਾਲੋਂ ਵੀ ਉਨ੍ਹਾਂ ਵਲੋਂ ਸੁਪਨੇ ਵੇਖਣੇ ਵਧੇਰੇ ਜ਼ਰੂਰੀ ਹਨ।

ਛੋਟਾ ਬੰਦਾ ਦੱਸੇਗਾ ਕਿ ਉਸ ਨੇ ਕੀ-ਕੀ ਕੀਤਾ ਹੈ, ਵੱਡਾ ਬੰਦਾ ਦਸੇਗਾ ਕਿ ਉਸ ਨੂੰ ਕੀ-ਕੀ ਕਰਨ ਦਾ ਵਕਤ ਹੀ ਨਹੀਂ ਮਿਲਿਆ।

ਕੋਈ ਵੀ ਬੰਦਾ ਮੁਸੀਬਤਾਂ ਕਾਰਨ ਨਹੀਂ ਨਿਘਰਦਾ, ਉਨ੍ਹਾਂ ਨੂੰ ਹੱਲ ਕਰਨ ਲਈ, ਲੋੜੀਂਦੀ ਹਿੰਮਤ ਦੀ ਘਾਟ ਕਾਰਨ ਨਿਘਰਦਾ ਹੈ।

ਅਧਿਆਪਕ ਗਿਆਨ ਦਾ ਬੂਹਾ ਖੋਲ੍ਹਦੇ ਹਨ ਪਰ ਪ੍ਰਵੇਸ਼ ਵਿਦਿਆਰਥੀ ਨੇ ਆਪ ਕਰਨਾ ਹੁੰਦਾ ਹੈ।

ਹਰ ਕੋਈ ਆਪਣੀਆਂ ਸਮੱਸਿਆਵਾਂ ਦੇ ਬੋਝ ਨੂੰ ਹੀ ਭਾਰਾ ਸਮਝਦਾ ਹੈ।

ਜਦੋਂ ਵੀ ਮੁਸ਼ਕਿਲ ਦਾ ਸਾਹਮਣਾ ਹੋਵੇ, ਯਾਦ ਰੱਖੋ, ਸਾਰੇ ਸਫਲ ਵਿਅਕਤੀਆਂ ਨੂੰ ਮੁਸ਼ਕਿਲਾਂ ਦਾ ਸਾਹਮਣਾ ਕਰਨਾ ਪਿਆ ਹੈ।

ਖੁਸ਼ਹਾਲ ਲੋਕਾਂ ਦੇ ਜੀਵਨ ਦੀ ਸ਼ਾਨ, ਮੁਸ਼ਕਿਲਾਂ ਦੀ ਦੇਣ ਹੁੰਦੀ ਹੈ।

ਜਿਹੜਾ ਨਿਰੰਤਰ ਮਿਹਨਤ ਕਰਦਾ ਹੈ, ਉਸ ਨੂੰ ਇਕ ਦਿਨ ਅਚਾਨਕ ਸਵੇਰੇ, ਸਾਰੇ ਵਧਾਈ ਦੇਣ ਆ ਰਹੇ ਹੋਣਗੇ।

ਜੇਕਰ ਹਾਰ ਤੁਹਾਨੂੰ ਨਸ਼ਿਆਂ ਵਲ ਲੈ ਜਾਂਦੀ ਹੈ ਤਾਂ ਸਪਸ਼ਟ ਹੈ ਕਿ ਉਸ ਕੰਮ ਨੂੰ ਤੁਸੀਂ, ਪੂਰੀ ਲਗਨ ਨਾਲ ਕੀਤਾ ਹੀ ਨਹੀਂ ਸੀ।

ਕੰਮ ਦੇ ਸਮੇਂ ਦੌਰਾਨ ਅਤੇ ਕੰਮ ਵਾਲੀ ਥਾਂ 'ਤੇ ਸ਼ਰਾਬ ਪੀਣ ਵਾਲੇ, ਨਾ ਸਰੀਰ ਤੋਂ ਅੱਗੇ ਸੋਚਦੇ ਹਨ, ਨਾ ਵੇਖਦੇ ਹਨ।

ਨੌਕਰ ਘੜੀ ਵੇਖ ਕੇ ਕੰਮ ਕਰਦਾ ਹੈ, ਮਾਲਕ ਕੰਮ ਕਰਕੇ ਘੜੀ ਵੇਖਦਾ ਹੈ।

ਹਰ ਕਤਲ ਤੋਂ ਪਹਿਲਾਂ, ਅਕਸਰ ਕਾਤਲ ਅਤੇ ਮਕਤੂਲ ਵਿਚਕਾਰ, ਲੰਮਾ ਅਤੇ ਕੌੜਾ ਤਕਰਾਰ ਹੋਇਆ ਹੁੰਦਾ ਹੈ।

ਹੌਸਲਾ ਨਹੀਂ ਛੱਡਣਾ ਚਾਹੀਦਾ, ਕਈ ਵਾਰ ਜਿੰਦਰਾ, ਗੁੱਛੇ ਦੀ ਆਖਰੀ ਚਾਬੀ ਨਾਲ ਹੀ ਖੁਲ੍ਹਦਾ ਹੈ।

ਜਿਵੇਂ ਹਰੇਕ ਨਿੱਛ ਨਾਲ ਡਾਕਟਰ ਕੋਲ ਨਹੀਂ ਜਾਣਾ ਚਾਹੀਦਾ, ਉਵੇਂ ਹੀ ਹਰੇਕ ਬੋਲ-ਬੁਲਾਰੇ ਮਗਰੋਂ, ਵਕੀਲ ਵਲ ਨਹੀਂ ਭੱਜਣਾ ਚਾਹੀਦਾ।

ਵਕਤ, ਹਮੇਸ਼ਾ ਰੁਝਿਆਂ ਕੋਲ ਹੁੰਦਾ ਹੈ, ਵਿਹਲਿਆਂ ਕੋਲ ਕਦੇ ਵਕਤ ਨਹੀਂ ਹੁੰਦਾ।

ਆਪ ਕੰਮ ਕਰੋ, ਗੱਲਾਂ ਦੂਜਿਆਂ ਨੂੰ ਕਰਨ ਦਿਓ।

ਮਨੁੱਖ ਦਾ ਸੁਭਾਓ ਨਹੀਂ ਬਦਲਦਾ, ਪ੍ਰਗਟਾਵੇ ਦਾ ਢੰਗ ਹੀ ਬਦਲਦਾ ਹੈ।

ਜਿਥੇ ਮਾਲਕ ਢਿੱਲੇ ਹੋਣਗੇ, ਉਥੇ ਨੌਕਰ ਚੋਰ ਬਣ ਜਾਣਗੇ।

ਕਿਸੇ ਵੀ ਪੱਖੋਂ ਭੁੱਖੇ ਆਦਮੀ ਕੋਲ ਕੇਵਲ ਸ਼ਿਕਾਇਤਾਂ ਹੀ ਹੁੰਦੀਆਂ ਹਨ, ਉਸ ਕੋਲ ਕਿਸੇ ਦੀ ਪ੍ਰਸੰਸਾ ਕਰਨ ਦਾ ਰੱਜ ਨਹੀਂ ਹੁੰਦਾ।

ਕਵੀ ਸੰਖੇਪਤਾ ਲਈ, ਫੌਜੀ ਡਸਿਪਲਨ ਲਈ, ਸੰਤ ਸਹਿਣਸ਼ੀਲਤਾ ਲਈ ਅਤੇ ਦਰਵੇਸ਼ ਗਿਆਨ ਲਈ ਜਾਣੇ ਜਾਂਦੇ ਹਨ।

ਜ਼ਿੰਮੇਵਾਰ, ਹੋਰ ਜ਼ਿੰਮੇਵਾਰੀ ਚੁੱਕਣ ਲਈ ਹੀ ਮਿਹਨਤ ਕਰਦੇ ਹਨ।

ਜਿਹੜਾ ਆਪਣੇ ਸੰਦਾਂ ਦਾ ਸਤਿਕਾਰ ਨਹੀਂ ਕਰਦਾ, ਉਹ ਚੰਗਾ ਕਾਰੀਗਰ ਹੋ ਹੀ ਨਹੀਂ ਸਕਦਾ।

ਸਾਦਗੀ ਤੋਂ ਬਿਨਾਂ, ਦੂਜਿਆਂ ਪ੍ਰਤੀ ਸੁਹਿਰਦਤਾ ਵਿਖਾਉਣੀ ਸੰਭਵ ਨਹੀਂ ਹੁੰਦੀ।

ਕੱਟੀ ਹੋਈ ਪਤੰਗ, ਸਬੂਤੀ ਕਿਸੇ ਦੇ ਹੱਥ ਨਹੀਂ ਆਉਂਦੀ।

ਜਿਸ ਤੋਂ ਆਪਣੀ ਗੱਲ ਮਨਵਾਉਣੀ ਹੋਵੇ, ਪਹਿਲਾਂ ਉਸ ਨੂੰ ਰਜਾਓ, ਰੱਜੇ ਆਦਮੀ ਵਿਚ ਨਾਂਹ ਕਹਿਣ ਦੀ ਹਿੰਮਤ ਨਹੀਂ ਹੁੰਦੀ।

ਜਦੋਂ ਰੱਬ ਮਿਲ ਜਾਂਦਾ ਹੈ ਤਾਂ ਕਿਸੇ ਹੋਰ ਨੂੰ ਮਿਲਣ ਦੀ ਇੱਛਾ ਹੀ ਨਹੀਂ ਰਹਿੰਦੀ।

ਆਨੰਦ ਨੂੰ ਤਲਾਸ਼ੋ ਤਾਂ ਸੱਚ ਮਿਲ ਜਾਂਦਾ ਹੈ, ਸੱਚ ਨੂੰ ਲਭੋ ਤਾਂ ਆਨੰਦ ਮਿਲ ਜਾਂਦਾ ਹੈ।

ਮਨੁੱਖ ਕੋਲ ਦੋ ਹੀ ਭਾਸ਼ਾਵਾਂ ਹਨ, ਗਣਿਤ ਦੀ ਭਾਸ਼ਾ ਅਤੇ ਪ੍ਰੇਮ ਦੀ ਭਾਸ਼ਾ, ਲੈਣ ਦੀ ਭਾਸ਼ਾ ਅਤੇ ਦੇਣ ਦੀ ਭਾਸ਼ਾ।

ਜਿਓਂ ਹੀ ਕੋਈ ਪਤੰਗ ਉਡਾਉਂਦਾ ਹੈ ਤਾਂ ਅਨੇਕਾਂ ਕਾਟੀਮਾਰ ਵੀ ਨਾਲ ਹੀ ਤਿਆਰ ਹੋ ਜਾਂਦੇ ਹਨ।

ਵਾਪਸ ਕਰਨ ਦੀ ਯੋਗਤਾ ਤੋਂ ਬਿਨਾਂ, ਕਿਸੇ ਤੋਂ ਕਿਸੇ ਪ੍ਰਕਾਰ ਦਾ ਕਰਜ਼ਾ ਲੈਣਾ, ਜਵਾਨ ਨੂੰ ਵੀ ਬੁੱਢਾ ਬਣਾ ਦਿੰਦਾ ਹੈ।

ਮਲਾਹਾਂ ਦੀ ਸ਼ੋਹਰਤ, ਤੂਫਾਨ ਉਸਾਰਦੇ ਹਨ।

ਮਨੁੱਖ ਅੰਦਰਲਾ ਪ੍ਰਸ਼ਨਾਂ ਦਾ ਸ਼ੋਰ, ਮਨ ਟਿਕਦਿਆਂ ਹੀ, ਨਿਖਰੀ ਹੋਈ ਅਤੇ ਡੂੰਘੀ ਚੁੱਪ ਬਣ ਜਾਂਦਾ ਹੈ।

ਭਾਰਤ ਨੇ ਤਿੰਨ ਮਹਾਨ ਮਹਾਤਮਾ ਪੈਦਾ ਕੀਤੇ ਹਨ; ਬੁੱਧ ਅਤੇ ਗਾਂਧੀ, ਤੀਜੇ ਨੇ ਅਜੇ ਜਨਮ ਲੈਣਾ ਹੈ।.

ਕਰਜ਼ਾ ਵਾਪਸ ਕਰਨ ਵੇਲੇ ਸ਼ਿਕਾਇਤਾਂ ਨਹੀਂ ਕਰਨੀਆਂ ਚਾਹੀਦੀਆਂ, ਕਿਉਂਕਿ ਇਵੇਂ ਕਰਜ਼ੇ ਦੀ ਇਕ ਵੀ ਕਿਸ਼ਤ ਘਟੇਗੀ ਨਹੀਂ।

ਪੱਥਰ, ਕਠੋਰਤਾ ਦਾ ਆਖਰੀ ਨਮੂਨਾ ਹੈ ਪਰ ਅਕ੍ਰਿਤਘਣਤਾ ਦੀ ਸੱਟ, ਪੱਥਰ ਨਾਲੋਂ ਵੀ ਦੁਖਦਾਈ ਹੁੰਦੀ ਹੈ।

ਗਹਿਣਿਆਂ ਵਿਚ, ਅਧਿਕ ਦਿਲਚਸਪੀ ਲੈਣ ਵਾਲੀ ਇਸਤਰੀ, ਅੰਦਰੋਂ ਕੋਹਜੀ ਅਤੇ ਡਰੀ ਹੋਈ ਹੁੰਦੀ ਹੈ।

ਨੁਕਸਾਨ ਅਤੇ ਨਫ਼ਾ ਦੋ ਅਜਿਹੀਆਂ ਸੰਗਲੀਆਂ ਹਨ, ਜਿਨ੍ਹਾਂ ਨੇ ਹਰੇਕ ਪੁਰਸ਼ ਨੂੰ ਜਕੜਿਆ ਹੋਇਆ ਹੈ।

ਜਿਨ੍ਹਾਂ ਕੋਲ ਬਹੁਤ ਕਪੜੇ ਹੁੰਦੇ ਹਨ, ਉਹ ਕੁਝ ਪਹਿਨ ਲੈਣ ਪਰ ਫਿਰ ਵੀ ਸੋਚਦੇ ਰਹਿੰਦੇ ਹਨ ਕਿ ਇਨ੍ਹਾਂ ਦੀ ਥਾਂ, ਜੇ ਉਹ ਕਪੜੇ ਪਹਿਨ ਲੈਂਦੇ ਤਾਂ ਵਧੇਰੇ ਢੁੱਕਣੇ ਸਨ।

ਬੁੱਧੀਮਾਨ ਨੂੰ ਕੋਈ ਵੀ ਚੀਜ਼ ਨੁਕਸਾਨ ਨਹੀਂ ਕਰਦੀ।

ਜੇ ਕੁਝ ਕਰੋਗੇ ਤਾਂ ਆਲੋਚਨਾ ਵੀ ਹੋਵੇਗੀ ਪਰ ਆਲੋਚਨਾ ਤੋਂ ਇਹ ਸਾਬਤ ਹੋ ਜਾਵੇਗਾ ਕਿ ਤੁਸੀਂ ਕੁਝ ਕੀਤਾ ਹੈ।

ਮਨੁੱਖ ਇਕ ਹੀ ਪਹਾੜਾ ਜਾਣਦਾ ਹੈ, ਦੁੱਗਣੇ ਦਾ, ਉਹ ਹਰ ਵੇਲੇ ਆਪਣੇ ਧਨ ਅਤੇ ਜਾਇਦਾਦ ਨੂੰ ਦੁੱਗਣਾ ਕਰਨ ਦੇ ਯਤਨ ਵਿਚ ਹੁੰਦਾ ਹੈ।

ਅਕਲ ਜੇ ਚੁੱਪ ਰਹੇ, ਤਾਂ ਹੀ ਡੂੰਘਾ ਅਹਿਸਾਸ ਬੋਲਦਾ ਹੈ।

ਬੂੰਦ ਵਿਚ, ਸਾਗਰ ਹੋਣ ਦੀ ਤਾਂਘ, ਹਰੇਕ ਧਰਮ ਦਾ ਸਾਰ ਹੈ।

ਗਿਆਨ ਕਠਿਨ ਹੈ, ਗਿਆਨ ਦਾ ਹੰਕਾਰ ਆਸਾਨ ਹੈ; ਗਿਆਨ ਤਾਂ ਆਉਂਦਾ ਨਹੀਂ, ਡਿਗਰੀਆਂ ਦਾ ਹੰਕਾਰ ਆ ਜਾਂਦਾ ਹੈ।

ਸੁੰਦਰਤਾ, ਅੱਖਾਂ ਦੀ ਭੁੱਖ ਅਤੇ ਪਿਆਰ ਦੀ ਪਿਆਸ ਲਾਹੁਣ ਲਈ ਹੁੰਦੀ ਹੈ।

ਖਿਮਾ, ਪਿਆਰ ਅਤੇ ਬਰਕਤ, ਪਰਮਾਤਮਾ ਦੇ ਗੁਣ ਹਨ।

ਪਰਮਾਤਮਾ ਮਨੁੱਖ ਨੂੰ ਕਹਿੰਦਾ ਹੈ: ਤੂੰ ਵੀ ਕੁਝ ਕਰ, ਸਭ ਕੁਝ ਕੀਤਾ-ਕਰਾਇਆ ਨਾ ਲੱਭਿਆ ਕਰ।

ਹੀਣਾ ਉਸ ਨੂੰ ਕਹਿੰਦੇ ਹਨ, ਜਿਹੜਾ ਆਪਣੀਆਂ ਲੋੜਾਂ ਲਈ ਉਧਾਰ ਮੰਗਦਾ ਹੈ।

ਹੁਣ ਤਕ ਮਨੁੱਖ ਨੇ ਜਿਤਨਾ ਵੀ ਵਿਕਾਸ ਕੀਤਾ ਹੈ, ਉਹ ਅਰਦਾਸਾਂ ਨਾਲ ਨਹੀਂ, ਮਿਹਨਤ ਅਤੇ ਜਦੋਜਹਿਦ ਨਾਲ ਹੀ ਕੀਤਾ ਹੈ।

ਬਹਾਦਰ ਵਿਅਕਤੀ, ਚੰਚਲ ਨਹੀਂ ਹੁੰਦੇ, ਧੀਰ, ਗੰਭੀਰ ਅਤੇ ਸ਼ਾਂਤ ਹੁੰਦੇ ਹਨ।

ਅੱਗੇ ਵੱਧਦੀਆਂ ਵਹੀਰਾਂ, ਮੋਏ ਸਾਥੀਆਂ ਦੇ ਸਿਰਹਾਣੇ ਨਹੀਂ ਬੈਠਦੀਆਂ।

ਸਮਾਧੀ ਕੀ ਹੈ ? ਬੂੰਦ ਦਾ ਸਾਗਰ ਵਿਚ ਸਮੋ ਜਾਣਾ, ਸਾਗਰ ਦਾ ਬੂੰਦ ਵਿਚ ਸਮਾ ਜਾਣਾ।

ਜੇ ਤੁਹਾਡੇ ਸਮਾਗਮ ਵਿਚ, ਤੁਹਾਡੇ ਗੁਆਂਢੀ ਸ਼ਾਮਲ ਨਹੀਂ ਹੁੰਦੇ ਤਾਂ ਇਹ ਗੁਆਂਢੀਆਂ ਦਾ ਨਹੀਂ, ਤੁਹਾਡਾ ਦੋਸ਼ ਗਿਣਿਆ ਜਾਵੇਗਾ।

ਬੀਰਤਾ ਦੀ ਕੋਈ ਉਦਾਹਰਣ, ਕਿਸੇ ਹੋਰ ਉਦਾਹਰਣ ਨਾਲ ਨਹੀਂ ਮਿਲਦੀ।

ਆਸ਼ਕ, ਮਾਸ਼ੂਕ ਦੇ ਹਾਸਿਆਂ ਨੂੰ ਯਾਦ ਕਰਕੇ ਦਿਨ-ਰਾਤ ਰੋਂਦਾ ਹੈ।

ਜੇ ਸਾਡੀਆਂ ਸਾਰੀਆਂ ਅਰਦਾਸਾਂ ਮੰਨ ਲਈਆਂ ਜਾਣ ਤਾਂ ਸਾਡਾ ਆਪਣਾ ਜੀਵਨ ਨਰਕ ਹੋ ਜਾਵੇਗਾ।

ਰਾਜਨੀਤਕ ਸ਼ਕਤੀ ਪਿਛੇ ਦੌੜਨ ਵਾਲੇ, ਸਫਲ ਹੋ ਕੇ ਵੀ ਡਰਦੇ ਰਹਿੰਦੇ ਹਨ।

ਪ੍ਰੇਮੀਆਂ ਨੇ, ਉਦਾਸੀ ਦੇ ਗਹਿਣੇ ਪਾਏ ਹੁੰਦੇ ਹਨ।

ਪ੍ਰੇਮਿਕਾ ਵਲੋਂ ਮੁਸਕਰਾ ਕੇ ਵੇਖੇ ਜਾਣ ਤੋਂ ਪਹਿਲਾਂ, ਪ੍ਰੇਮੀ ਆਮ ਜਿਹਾ ਬੰਦਾ ਹੁੰਦਾ ਹੈ।

ਸਿਆਸਤ ਮਸਲਿਆਂ ਦੇ ਸਿਰ 'ਤੇ ਚਲਦੀ ਹੈ, ਜੇ ਮਸਲੇ ਨਾ ਹੋਣ ਤਾਂ ਇਹ ਉਪਜਾਏ ਜਾਂਦੇ ਹਨ।

ਮਹਾਂਪੁਰਸ਼ ਦੀ ਨਿਸ਼ਾਨੀ ਇਹ ਹੁੰਦੀ ਹੈ ਕਿ ਲੋਕ ਆਪਣੀ ਕਲਪਨਾ ਰਾਹੀਂ, ਉਸ ਨਾਲ ਕਈ ਕਥਾਵਾਂ ਜੋੜ ਲੈਂਦੇ ਹਨ।

ਮੁਹੱਬਤ ਵਿਚ, ਦਿਲ ਦੀ ਗਹਿਰਾਈ ਨੂੰ, ਪੀੜਾਂ ਮਾਪਦੀਆਂ ਹਨ।

ਕਈ ਵਾਰੀ ਸਾਰੀ ਦੁਨੀਆ ਤੋਂ ਵਾਕਫ਼ ਬੰਦਾ, ਆਪਣੇ ਘਰ ਦਾ ਰਾਹ ਭੁੱਲ ਜਾਂਦਾ ਹੈ।

ਦਿਲ, ਦਰਦ ਦਾ ਘਰ ਹੁੰਦਾ ਹੈ।

ਪ੍ਰੇਮੀ ਦੀ ਆਤਮਕਥਾ ਤਿੰਨ ਸ਼ਬਦਾਂ ਵਿਚ ਸਿਮਟੀ ਹੁੰਦੀ ਹੈ; ਦਰਦ, ਉਡੀਕ ਅਤੇ ਵਿਛੋੜਾ।

ਇਸਤਰੀ ਇਤਨੀ ਮੁਹੱਬਤ ਕਰਦੀ ਹੈ ਕਿ ਪੁਰਸ਼ ਇਕੱਲਾ ਰਹਿਣ ਜੋਗਾ ਹੀ ਨਹੀਂ ਰਹਿੰਦਾ।

ਕਈ ਸੋਹਣੇ, ਸਿਆਣੇ ਅਤੇ ਚੰਗੇ ਤਾਂ ਬੜੇ ਹੁੰਦੇ ਹਨ ਪਰ ਭਰੋਸੇਯੋਗ ਨਹੀਂ ਹੁੰਦੇ।

ਕਮਰੇ ਵਿਚ ਆਪਣੇ ਪਿਆਰੇ ਦੀ ਹਾਜ਼ਰੀ ਨਾਲ, ਪਰਦਿਆਂ ਉਤਲੇ ਫੁੱਲ ਵੀ ਖੁਸ਼ਬੂ ਦੇਣ ਲਗ ਪੈਂਦੇ ਹਨ।

ਹਾਦਸਿਆਂ ਵਿਚੋਂ ਗੁਜ਼ਰ ਕੇ, ਕਈ ਪਾਰੇ ਵਰਗੇ ਬੰਦੇ, ਸੰਗਮਰਮਰ ਬਣ ਜਾਂਦੇ ਹਨ।

ਇਹ ਜੀਵਨ ਜਿਊਣ ਲਈ ਹੈ, ਹਰ ਵੇਲੇ ਮੁਕਤੀ ਦੀਆਂ ਗੱਲਾਂ ਕਰਨ ਲਈ ਨਹੀਂ।

ਵਿਛੜਿਆ ਪ੍ਰੇਮੀ, ਮੱਸਿਆ ਵਿਚੋਂ ਚੰਨ ਲੱਭਦਾ ਰਹਿੰਦਾ ਹੈ।

ਸਲੀਕਾ, ਸੂਝ ਅਤੇ ਜੀਵਨ-ਜਾਚ, ਵਕਤ ਪਾ ਕੇ ਹੀ ਆਉਂਦੇ ਹਨ।

ਜਿਹੜਾ ਵੀ ਹਕੂਮਤ ਦੀ ਕੁਰਸੀ ਮੱਲਦਾ ਹੈ, ਉਸ ਨੂੰ ਲਾਹੁਣ ਵਾਲੇ ਵੀ, ਨਾਲ ਹੀ ਸਰਗਰਮ ਹੋ ਜਾਂਦੇ ਹਨ।

ਇੱਛਾ ਅਤੇ ਔਕਾਤ ਵਿਚਕਾਰ ਫਾਸਲਾ, ਕਦੇ ਨਹੀਂ ਮਿਟਦਾ।

ਪਿਆਰ ਵਿਚ, ਸਭ ਸਾਵਧਾਨੀਆਂ ਦੀਆਂ ਧੱਜੀਆਂ ਉੱਡ ਜਾਂਦੀਆਂ ਹਨ।

ਉਦਾਸ ਬੰਦਿਆਂ ਵਿਚ ਇਖ਼ਲਾਕ ਵਧੇਰੇ ਹੁੰਦਾ ਹੈ।

ਚੰਗੇ ਆਗੂ, ਪੈਰੋਕਾਰ ਨਹੀਂ, ਚੰਗੇਰੇ ਆਗੂ ਉਪਜਾਉਂਦੇ ਹਨ।

ਜਿਥੇ ਮਨੁੱਖ ਰੁਕ ਜਾਂਦਾ ਹੈ, ਵਿਕਾਸ ਦਾ ਰਸਤਾ ਉਥੋਂ ਹੀ ਸ਼ੁਰੂ ਹੁੰਦਾ ਹੈ।

ਨੱਚਿਆ ਚਾਅ ਨਾਲ ਜਾਂਦਾ ਹੈ, ਝਾਂਜਰਾਂ ਨਾਲ ਨਹੀਂ।

ਸਿੱਖ ਧਰਮ, ਰਬਾਬ ਦੀ ਤਾਰ ਤੋਂ, ਤੇਗ ਦੀ ਧਾਰ ਤਕ ਫੈਲਿਆ ਹੋਇਆ ਹੈ।

ਅਨੇਕਾਂ ਬੰਦੇ ਇਸ ਸੰਸਾਰ ਵਿਚ, ਜ਼ਿੰਦਗੀ ਦਾ ਜੁਰਮਾਨਾ ਭਰਨ ਹੀ ਆਉਂਦੇ ਹਨ।

ਇਸ ਸੰਸਾਰ ਵਿਚ ਹਰ ਕੋਈ ਆਪਣੀ-ਆਪਣੀ ਕਿਸਮ ਦਾ ਮਨਸੂਰ ਹੈ।

ਹਰਿਮੰਦਰ ਦੇ ਸਰੋਵਰ ਦਾ ਪਾਣੀ, ਬਾਣੀ ਦਾ ਸ਼ਰਬਤ ਹੈ।

ਜਿਹੜੀ ਸਫਲਤਾ, ਬਿਨਾਂ ਕੋਈ ਯਤਨ ਕੀਤਿਆਂ ਮਿਲਦੀ ਹੈ, ਉਸ ਦੀ ਪੱਧਰ ਉੱਚੀ ਨਹੀਂ ਹੁੰਦੀ।

ਪੁਰਸ਼ ਦੀ ਔਕਾਤ, ਪਹਿਲਾਂ ਕਮੀਜ਼ ਤੋਂ, ਫਿਰ ਤਮੀਜ਼ ਤੋਂ ਪਛਾਣੀ ਜਾਂਦੀ ਹੈ।

ਕਿਸੇ ਵੀ ਮਾਂ ਨੇ, ਆਪਣੇ ਇਕਲੌਤੇ ਬੱਚੇ ਦੀ ਮੌਤ ਮਗਰੋਂ, ਚੰਨ ਦੀ ਪ੍ਰਸੰਸਾ ਨਹੀਂ ਕੀਤੀ।

ਜਿਨ੍ਹਾਂ ਮਾਪਿਆਂ ਦਾ ਕੋਈ ਸ਼ੌਕ ਹੁੰਦਾ ਹੈ, ਉਹ ਬੱਚਿਆਂ 'ਤੇ ਬੋਝ ਨਹੀਂ ਪਾਉਂਦੇ, ਬੋਝ ਨਹੀਂ ਬਣਦੇ।

ਸੱਚੀਆਂ ਪਿਆਰ ਕਹਾਣੀਆਂ ਦੇ ਕੋਈ ਅੰਤ ਨਹੀਂ ਹੁੰਦੇ।

ਹੈਂਕੜ ਅਤੇ ਨਿਕੰਮਾਪਣ ਨਾਲ-ਨਾਲ ਚਲਦੇ ਹਨ।

ਜਨਮ ਅਤੇ ਮੌਤ ਜ਼ਿੰਦਗੀ ਦੇ ਸਾਜ਼ ਦੀਆਂ ਦੋ ਤਾਰਾਂ ਹਨ, ਜਿਨ੍ਹਾਂ ਉੱਤੇ ਸੰਸਾਰ ਦਾ ਸੰਗੀਤ, ਨਿਰੰਤਰ ਜਾਰੀ ਰਹਿੰਦਾ ਹੈ।

ਅਜੋਕੇ ਸੰਸਾਰ ਵਿਚ, ਕਿਸੇ ਲਈ ਵੀ ਆਪਣੇ ਸਭਿਆਚਾਰ ਤਕ ਸੀਮਤ ਹੋ ਕੇ ਜਿਊਣਾ, ਸੰਭਵ ਨਹੀਂ ਰਿਹਾ।

ਜਿਹੜਾ ਵਿਅਕਤੀ ਕੇਵਲ ਮਾਤ-ਭਾਸ਼ਾ ਜਾਣਦਾ ਹੈ, ਅਜੋਕੇ ਸੰਸਾਰ ਦੀ ਦ੍ਰਿਸ਼ਟੀ ਤੋਂ, ਉਹ ਅਨਪੜ੍ਹ ਹੈ।

ਕਿਸੇ ਸਮਾਜ ਕੋਲ, ਜਿਤਨੇ ਸ਼ਕਤੀਸ਼ਾਲੀ ਸੰਚਾਰ ਸਾਧਨ ਹੋਣਗੇ, ਉਤਨਾ ਹੀ ਉਸ ਦਾ ਸਭਿਆਚਾਰ ਤੇਜ਼ੀ ਨਾਲ ਫੈਲੇਗਾ।

ਪਛਤਾਵਾ, ਸਜ਼ਾ ਨਾਲੋਂ ਵੀ ਵਧੇਰੇ ਥਕਾਊ ਹੁੰਦਾ ਹੈ।

ਸਮਾਂ ਦੋ ਕਿਸਮ ਦਾ ਹੁੰਦਾ ਹੈ: ਕੰਮ ਦਾ ਸਮਾਂ ਅਤੇ ਪਿਆਰ ਦਾ ਸਮਾਂ, ਬਾਕੀ ਸਭ ਕੁਝ, ਸਮੇਂ ਦੀ ਦੁਰਵਰਤੋਂ ਹੈ।

ਨੱਚਦੀ-ਝੂੰਮਦੀ ਅਕਲ ਨੂੰ, ਕਲਪਨਾ ਕਹਿੰਦੇ ਹਨ।

ਮਹਾਂਭਾਰਤ ਚੰਗੇ ਲੋਕਾਂ ਦੇ ਭੈੜੇ ਕੰਮਾਂ ਦੀ ਕਹਾਣੀ ਹੈ।

ਜਿਹੜੇ ਜਾਗਦੇ ਹਨ, ਉਹੀ ਜਗਦੇ ਹਨ, ਬਾਕੀ ਬੁਝੇ ਰਹਿੰਦੇ ਹਨ।

ਸਵੇਰੇ ਜਾਗਣਾ, ਜ਼ਿੰਦਗੀ ਵਿਚ ਅੱਗੇ ਹੋਣ ਦੀ ਸ਼ਰਤ ਹੈ, ਅੱਗੇ ਹੋਣ ਨਾਲ ਅਨੇਕਾਂ ਨਵੀਆਂ ਸੋਚਾਂ ਉਪਜਣਗੀਆਂ ਅਤੇ ਨਵੀਆਂ ਸੋਚਾਂ ਹੀ ਅਗੇ ਲੈ ਕੇ ਜਾਣਗੀਆਂ।

ਪਰਿਵਾਰ, ਆਪਸੀ ਜ਼ਿੱਦ, ਸਹਿਣਸ਼ੀਲਤਾ ਦੀ ਘਾਟ ਅਤੇ ਮਿਲਵਰਤਣ ਦੀ ਅਣਹੋਂਦ ਕਾਰਨ ਟੁੱਟ ਜਾਂਦੇ ਹਨ।

ਰਾਜਨੀਤੀ ਸੁਆਰਥ ਦਾ ਅਖਾੜਾ ਹੈ, ਸੋ ਰਾਜਨੀਤੀ ਵਿਚ ਕਿਸੇ ਦੇ ਸੁਆਰਥ ਨੂੰ ਨਿੰਦਿਆ ਨਹੀਂ ਜਾਂਦਾ।

ਭਾਸ਼ਾ ਦੀ ਸਭ ਤੋਂ ਸੁੰਦਰ ਵਰਤੋਂ, ਕਵਿਤਾ ਵਿਚ ਹੁੰਦੀ ਹੈ।

ਵਿਆਹ ਸਮੇਂ ਹਰ ਕੋਈ ਸੋਚਦਾ ਹੈ, ਵਿਆਹ ਤਾਂ ਮੇਰਾ ਹੀ ਹੋ ਰਿਹਾ ਹੈ, ਬਾਕੀ ਤਾਂ ਸਾਰੇ ਭੱਠ ਝੋਕ ਰਹੇ ਹਨ।

ਮਹਾਂਪੁਰਸ਼ ਸੰਸਾਰ ਵਿਚ ਧੰਨਵਾਦ ਦੀ ਭਾਵਨਾ ਨਾਲ ਵਿਚਰਦੇ ਹਨ।

ਕੇਵਲ ਆਪਣੇ ਆਪ ਨੂੰ ਸਹੀ ਦੱਸਣ ਵਾਲੇ ਲੋਕਾਂ ਦੀ, ਕਿਸੇ ਸਮੱਸਿਆ ਨੂੰ ਹੱਲ ਕਰਨ ਵਿਚ ਕੋਈ ਦਿਲਚਸਪੀ ਨਹੀਂ ਹੁੰਦੀ।

ਪੁਸਤਕਾਂ ਸਾਨੂੰ ਚੁੱਪ ਰਹਿਣ ਦਾ ਆਨੰਦ ਮਾਣਨਾ ਸਿਖਾਉਂਦੀਆਂ ਹਨ।

ਇਸਤਰੀ, ਸੋਚਣ ਵਾਲੇ ਪੁਰਸ਼ ਨੂੰ, ਮਹਿਸੂਸ ਕਰਨਾ ਸਿਖਾਉਂਦੀ ਹੈ।

ਅੱਖਾਂ, ਸਾਡੀ ਸਮੁੱਚੀ ਸਿਹਤ ਦੀ ਸੂਚਨਾ ਦਿੰਦੀਆਂ ਹਨ।

ਸਾਡੇ ਸੰਤੁਲਤ ਵਿਕਾਸ ਵਾਸਤੇ, ਸੁੱਖਾਂ ਅਤੇ ਦੁੱਖਾਂ, ਜਿੱਤਾਂ ਅਤੇ ਹਾਰਾਂ ਆਦਿ ਸਭ ਅਨੁਭਵਾਂ ਦਾ ਹੋਣਾ ਜ਼ਰੂਰੀ ਹੁੰਦਾ ਹੈ।

ਜੇ ਗੁੱਸੇ ਵਿਚ ਖਲੋਤੇ ਹੋ ਤਾਂ ਜਦੋਂ ਬੈਠੋਗੇ, ਨੁਕਸਾਨ ਹੋ ਚੁੱਕਾ ਹੋਵੇਗਾ।

ਤਿੱਤਲੀ ਦਾ ਸਾਰਾ ਗਿਆਨ ਫੁੱਲਾਂ ਬਾਰੇ ਹੁੰਦਾ ਹੈ।

ਘਰ ਵਿਚ ਰਾਸ਼ਨ ਦੀ ਲੋੜ, ਭਾਸ਼ਣ ਨਾਲ ਪੂਰੀ ਨਹੀਂ ਕੀਤੀ ਜਾ ਸਕਦੀ।

ਸਜਾਵਟੀ ਚੀਜ਼ਾਂ ਆਪਣੇ ਆਪ ਵਿਚ ਸੋਹਣੀਆਂ ਨਹੀਂ ਹੁੰਦੀਆਂ, ਉਨ੍ਹਾਂ ਦੇ ਆਲੇ ਦੁਆਲੇ ਦਾ ਵਾਤਾਵਰਣ ਉਨ੍ਹਾਂ ਨੂੰ ਸੋਹਣਾ ਬਣਾਉਂਦਾ ਹੈ।

ਕਈਆਂ ਦਾ ਬਹਾਨਾ, ਉਨ੍ਹਾਂ ਦੀ ਗਲਤੀ ਨਾਲੋਂ ਵੀ ਵਧੇਰੇ ਭੈੜਾ ਹੁੰਦਾ ਹੈ।

ਜਿਥੇ ਸਾਰੇ ਬੋਲ ਰਹੇ ਹੋਣ, ਉਥੇ ਸੁਣ ਕੋਈ ਨਹੀਂ ਰਿਹਾ ਹੁੰਦਾ।

ਫਟੇ ਹੋਏ ਕੋਟ ਨੂੰ ਸੋਨੇ ਦੇ ਬਟਨ ਨਹੀਂ ਲਗਦੇ।

ਆਮਦਨ ਅਤੇ ਜਾਇਦਾਦ ਕਿਤਨੀ ਵੀ ਹੋਵੇ, ਖੁਸ਼ਹਾਲੀ ਬੱਚਤ ਨਾਲ ਹੀ ਆਵੇਗੀ।

ਤਲਾਕ ਦੀ ਲੜਾਈ ਲੜੀ ਹੀ ਜਾਂਦੀ ਹੈ, ਜਿੱਤੀ ਨਹੀਂ ਜਾਂਦੀ।

ਤਜਰਬੇ ਨਾਲ ਸਿਆਣਪ ਵਧਦੀ ਹੈ ਪਰ ਮੂਰਖਤਾ ਘਟਦੀ ਨਹੀਂ, ਮੂਰਖਤਾ ਘਟਾਉਣ ਵਾਸਤੇ, ਵੱਖਰੇ ਉਪਰਾਲੇ ਕਰਨੇ ਪੈਣਗੇ।

ਜੇ ਕੋਈ ਉਦੇਸ਼ ਨਾ ਹੋਵੇ ਤਾਂ ਮਿਹਨਤ ਵਗਾਰ ਬਣ ਕੇ ਰਹਿ ਜਾਂਦੀ ਹੈ।

ਸਭ ਤੋਂ ਮੁਸ਼ਕਿਲ ਕੰਮ, ਕਿਸੇ ਦੀ ਸੋਚ ਨੂੰ ਬਦਲਣਾ ਹੁੰਦਾ ਹੈ।

ਕਿਸ਼ਤਾਂ 'ਤੇ ਚੀਜ਼ਾਂ ਲੈਣ ਦਾ ਨੁਕਸਾਨ ਇਹ ਹੁੰਦਾ ਹੈ ਕਿ ਚੀਜ਼ ਲੈਣ ਦੀ ਖੁਸ਼ੀ, ਇਕ ਵਾਰੀ ਹੁੰਦੀ ਹੈ ਪਰ ਜਿਤਨੀਆਂ ਕਿਸ਼ਤਾਂ ਹੁੰਦੀਆਂ ਹਨ, ਉਤਨੀ ਵਾਰ ਪ੍ਰੇਸ਼ਾਨੀ ਹੁੰਦੀ ਹੈ।

ਜਿਸ ਦੀ ਸਿਹਤ ਚੰਗੀ ਹੈ, ਉਸ ਦਾ ਹਰੇਕ ਦਿਨ ਤਿਉਹਾਰ ਹੈ।

ਮਾਂਗਵੇ ਗਹਿਣੇ ਭਾਰੇ ਲਗਦੇ ਹਨ, ਕਿਉਂਕਿ ਉਨ੍ਹਾਂ ਵਿਚ ਗੁੰਮ ਜਾਣ ਦੇ ਡਰ ਦਾ ਬੋਝ ਵੀ ਹੁੰਦਾ ਹੈ।

ਮਾਰੂਥਲਾਂ ਕੋਲ, ਬਰਫ਼ਾਂ ਦਾ ਗਿਆਨ ਨਹੀਂ ਹੁੰਦਾ।

ਜਿਥੇ ਸਾਰੇ ਬਾਂਗ ਦੇਣ ਵਾਲੇ ਹੋਣ, ਉਥੇ ਰਾਤ ਪੈਂਦੀ ਹੀ ਨਹੀਂ।

ਕਾਂ ਕਿਧਰੇ ਵੀ ਹੋਵੇ, ਉਸ ਦਾ ਰੰਗ ਕਾਲਾ ਹੀ ਹੁੰਦਾ ਹੈ।

ਇਸ ਸੰਸਾਰ ਵਿਚ ਹਰ ਕੋਈ ਵਿਸ਼ੇਸ਼ ਅਤੇ ਵਿਲੱਖਣ ਹੈ ਪਰ ਹਰ ਕੋਈ ਕਿਸੇ ਹੋਰ ਵਰਗਾ ਸਾਧਾਰਣ ਬਣਨ ਦੀ ਜ਼ਿੱਦ ਕਰ ਰਿਹਾ ਹੈ।

ਥਾਣੇਦਾਰ ਦਾ ਡੰਡਾ ਵੇਖ ਕੇ, ਚੋਰ ਦੇ ਉੱਤਰ ਸੰਖੇਪ ਹੋ ਜਾਂਦੇ ਹਨ।

ਕਿਸੇ ਮਨੋਰੰਜਨ ਨੂੰ ਮੁਫ਼ਤ ਮਾਣਨ ਵਾਲੇ, ਸਭ ਤੋਂ ਵੱਧ ਸ਼ਿਕਾਇਤਾਂ ਕਰਦੇ ਹਨ।

ਦ੍ਰਿਸ਼ਟੀ ਵਿਸ਼ਾਲ ਹੋਣ ਨਾਲ ਬੁੱਧੀ ਵਿਚ ਸਭ ਵਿਰੋਧਾਂ ਦੇ ਬੈਠਣ ਲਈ ਥਾਂ ਬਣ ਜਾਂਦੀ ਹੈ।

ਰਿਸ਼ੀ, ਪਹਾੜਾਂ ਵਿਚ ਲੁੱਕਣ ਨਹੀਂ ਸਨ ਗਏ, ਪਹਾੜ ਉਨ੍ਹਾਂ ਦੀ ਪਾਠਸ਼ਾਲਾ ਸਨ, ਜਿਥੇ ਉਨ੍ਹਾਂ ਨੇ ਚਿੰਤਨ ਕਰਕੇ, ਆਤਮਕ ਪ੍ਰਯੋਗ ਕੀਤੇ।

ਸਿਆਣਾ ਤਾਂ ਸਾਨੂੰ ਮੁਸ਼ਕਿਲਾਂ ਬਣਾਉਂਦੀਆਂ ਹਨ ਪਰ ਖ਼ੁਸ਼ਹਾਲੀ ਮਿਹਨਤ ਨਾਲ ਹੀ ਆਉਂਦੀ ਹੈ।

ਆਪਣੇ ਕਰਤੱਵ ਦਾ ਪਾਲਣ ਕਰਨ ਵਾਲਾ ਵਿਅਕਤੀ, ਕਦੇ ਅਸੰਤੁਸ਼ਟ ਜਾਂ ਪ੍ਰੇਸ਼ਾਨ ਨਹੀਂ ਹੁੰਦਾ।

ਜੇ ਭੁੱਖ ਲੱਗੀ ਹੋਵੇ ਤਾਂ ਵਿਰੋਧਤਾ ਕਰਨ ਦੀ ਹਿੰਮਤ ਨਹੀਂ ਹੁੰਦੀ ਪਰ ਜੇ ਬਹੁਤ ਭੁੱਖ ਲੱਗੀ ਹੋਵੇ ਤਾਂ ਵਿਰੋਧਤਾ ਹੀ ਨਹੀਂ, ਹਿੰਸਾ ਵੀ ਹੋਵੇਗੀ।

ਸਿਆਣਿਆਂ ਨੂੰ ਸਲਾਹ ਦੀ ਲੋੜ ਨਹੀਂ ਹੁੰਦੀ, ਮੂਰਖ ਇਸ ਦੀ ਵਰਤੋਂ ਨਹੀਂ ਕਰਦੇ।

ਆਪਣੇ ਆਪ ਨੂੰ ਮਰਿਯਾਦਾ ਵਿਚ ਬੰਨ੍ਹਣ ਨਾਲ, ਦੂਜਿਆਂ ਨੂੰ ਪ੍ਰਸੰਨਤਾ ਅਤੇ ਆਪਣੇ ਆਪ ਨੂੰ ਸ਼ਾਂਤੀ ਮਿਲਦੀ ਹੈ।

ਇਕ ਦਮ ਚੰਗਾ ਜਾਂ ਭੈੜਾ ਬਣਨਾ ਸੰਭਵ ਨਹੀਂ ਹੁੰਦਾ, ਹਰ ਆਦਤ ਨੂੰ ਵਕਤ ਲਗਦਾ ਹੈ।

ਕਾਰਜ ਕੋਈ ਹੋਵੇ, ਠੀਕ ਢੰਗ ਇਕ ਹੀ ਹੁੰਦਾ ਹੈ, ਗਲਤ ਢੰਗ ਅਨੇਕਾਂ ਹੁੰਦੇ ਹਨ।

ਪ੍ਰੇਮ-ਵਿਆਹ ਕਰਾਉਣ ਵਾਲੇ ਪ੍ਰੇਮੀ, ਜਾਂ ਤਾਂ ਆਪਣੇ ਵਿਆਹ ਦਾ ਬਹੁਤ ਅਧਿਕ ਮਾਣ ਕਰਦੇ ਹਨ ਜਾਂ ਆਪਣੇ ਵਿਆਹ 'ਤੇ ਸ਼ਰਮਸਾਰ ਹੁੰਦੇ ਰਹਿੰਦੇ ਹਨ, ਉਨ੍ਹਾਂ ਵਿਚ ਸੰਤੁਲਨ ਨਹੀਂ ਹੁੰਦਾ।

ਚੰਗੇ-ਭਲੇ ਲੋਕ, ਜ਼ਿੰਦਗੀ ਵਿਚ ਅਕਸਰ ਇਸ ਲਈ ਗੁਆਚ ਜਾਂਦੇ ਹਨ, ਕਿਉਂਕਿ ਉਹ ਸਮੇਂ ਸਿਰ ਨਾਂਹ ਕਹਿਣ ਦੀ ਦਲੇਰੀ ਨਾ ਵਿਖਾ ਸਕੇ।

ਮਨ ਦੀ ਗੱਲ, ਜਿਤਨੇ ਵਿਸਥਾਰ ਵਿਚ ਬੁੱਧ ਨੇ ਕੀਤੀ ਹੈ, ਕਿਸੇ ਨੇ ਨਹੀਂ ਕੀਤੀ।

ਮਹਾਂਪੁਰਸ਼ ਲੰਮੇ ਭਾਵੇਂ ਨਾ ਹੋਣ, ਉੱਚੇ ਜ਼ਰੂਰ ਹੁੰਦੇ ਹਨ।

ਜਿਸ ਲਈ ਸਾਰਾ ਸੰਸਾਰ ਭਟਕ ਰਿਹਾ ਹੈ, ਉਹ ਮਨ ਦੀ ਸ਼ਾਂਤੀ ਹੈ।

ਮਹਾਨ ਸਾਹਿਤ, ਕਦੇ ਵੀ ਕੇਵਲ ਵਰਤਮਾਨ ਬਾਰੇ ਨਹੀਂ ਹੁੰਦਾ, ਇਹ ਸਭ ਸਮਿਆਂ ਲਈ ਹੁੰਦਾ ਹੈ।

ਚੰਗਾ ਜੀਵਨ, ਪ੍ਰੇਮ ਦਾ ਪ੍ਰੇਰਿਆ ਅਤੇ ਗਿਆਨ ਦਾ ਸੋਧਿਆ ਹੁੰਦਾ ਹੈ।

ਕਿਸੇ ਪਿਆਰੇ ਦੇ ਚਲਾਣੇ ਨਾਲ, ਸਾਨੂੰ ਲਗਦਾ ਹੈ ਕਿ ਕੋਈ ਸਾਡੇ ਜੀਵਨ ਦੀ ਵੀ ਕੰਨੀ ਖਿਸਕਾ ਗਿਆ ਹੈ।

ਜਿਸ ਨੂੰ ਦਿਲ ਦਾ ਦੌਰਾ ਪਿਆ ਹੋਵੇ, ਉਹ ਆਪਣੇ ਤੋਂ ਕਿਸੇ ਘੱਟ ਉਮਰ ਵਾਲੇ ਬੰਦੇ ਦੇ, ਦਿਲ ਦਾ ਦੌਰਾ ਪੈਣ ਕਾਰਨ, ਮਰਨ 'ਤੇ ਪ੍ਰੇਸ਼ਾਨ ਹੋ ਜਾਂਦਾ ਹੈ।

ਜਦੋਂ ਸਭ ਕੁਝ ਖਾਣ ਦੇ ਵਸੀਲੇ ਉਪਜ ਪੈਂਦੇ ਹਨ ਤਾਂ ਡਾਕਟਰ ਕਹਿੰਦਾ ਹੈ ਕਿ ਜੋ-ਜੋ ਸੁਆਦ ਲਗਦਾ ਹੈ, ਉਹ-ਉਹ ਨਹੀਂ ਖਾਣਾ।

ਨੀਵੇਂ ਬੰਦੇ, ਲੜਨ ਅਤੇ ਵਿਰੋਧ ਕਰਨ ਸਮੇਂ ਹੀ ਚਮਕਦੇ ਹਨ।

ਪਰਮਾਤਮਾ ਵਿਚ ਭਰੋਸਾ ਇਹ ਵਿਸ਼ਵਾਸ ਸਿਰਜਦਾ ਹੈ ਕਿ ਸਾਡੇ ਸਾਰੇ ਪ੍ਰਸ਼ਨਾਂ ਦੇ ਉੱਤਰ ਮਿਲ ਜਾਣਗੇ।

ਨਿਰਸੁਆਰਥ ਸੇਵਾ ਕਰਨ ਵਾਲਿਆਂ ਦੀ ਸਿਹਤ ਠੀਕ ਰਹਿੰਦੀ ਹੈ ਅਤੇ ਉਹ ਅਕਸਰ ਲੰਮਾ ਜੀਵਨ ਜਿਊਂਦੇ ਹਨ।

ਗਿਆਨ ਕਹਿੰਦਾ ਹੈ, ਅਸੀਂ ਕੁਦਰਤ ਨੂੰ ਨਹੀਂ ਬਦਲ ਸਕਦੇ, ਅਗਿਆਨਤਾ ਕਹਿੰਦੀ ਹੈ, ਬਦਲ ਸਕਦੇ ਹਾਂ।

ਜਿਹੜਾ ਅਧਿਆਪਕ ਸਾਨੂੰ ਚੰਗਾ ਲਗਦਾ ਹੈ, ਉਸ ਦਾ ਵਿਸ਼ਾ ਸੌਖਾ ਹੋ ਜਾਂਦਾ ਹੈ।

ਕੁਦਰਤੀ ਨਜ਼ਾਰੇ, ਸਾਨੂੰ ਪੈਸਿਆਂ ਤੋਂ ਬਿਨਾਂ ਹੀ ਅਮੀਰ ਹੋਣ ਦਾ ਅਹਿਸਾਸ ਕਰਾਉਂਦੇ ਹਨ।

ਤੰਗ ਸਕੂਲਾਂ ਵਿਚਲੇ ਬੱਚਿਆਂ ਵਿਚ ਕੁਝ ਸੋਚਣ-ਕਰਨ ਦੀ ਇੱਛਾ ਵੀ ਤੰਗ ਹੋ ਜਾਂਦੀ ਹੈ।

ਨਾਨੇ-ਨਾਨੀ, ਦਾਦੇ-ਦਾਦੀ ਤੋਂ ਮਿਲੇ ਪੈਸਿਆਂ ਦੀ ਖ਼ੁਸ਼ੀ, ਮਾਤਾ-ਪਿਤਾ ਤੋਂ ਮਿਲੇ ਪੈਸਿਆਂ ਦੀ ਖ਼ੁਸ਼ੀ ਨਾਲੋਂ, ਵੱਖਰੀ ਅਤੇ ਵਧੇਰੇ ਹੁੰਦੀ ਹੈ।

ਚੀਜ਼ਾਂ ਤੋੜਨ ਵਿਚ ਬੱਚਿਆਂ ਦੀ ਸਿਰਜਣਾਤਮਕਤਾ ਲੁਕੀ ਹੁੰਦੀ ਹੈ, ਕਿਉਂਕਿ ਜਿਹੜਾ ਤੋੜੇਗਾ ਨਹੀਂ, ਉਹ ਕੁਝ ਸਿਰਜੇਗਾ ਵੀ ਨਹੀਂ।

ਹਰੇਕ ਜੀਵ-ਜੰਤੂ ਦੁਖੀ ਹੈ ਪਰ ਸ਼ਿਕਾਇਤ ਕੇਵਲ ਮਨੁੱਖ ਕਰਦਾ ਹੈ।

ਡਾਕਟਰਾਂ ਨੂੰ ਮਰੀਜ਼ ਹੀ ਚੰਗੇ ਲਗਦੇ ਹਨ, ਤੰਦਰੁਸਤ ਬੰਦੇ ਉਨ੍ਹਾਂ ਨੂੰ ਪ੍ਰੇਸ਼ਾਨ ਹੀ ਕਰਦੇ ਰਹਿੰਦੇ ਹਨ।

ਮਨ, ਸਰੀਰ ਦਾ ਸੂਖਮ ਭਾਗ ਹੈ; ਸਰੀਰ, ਮਨ ਦਾ ਸਥੂਲ ਰੂਪ ਹੈ।

ਜ਼ਿੰਦਗੀ ਨੂੰ ਇਕ ਹੱਦ ਤਕ ਹੀ ਸਮਝਿਆ ਜਾ ਸਕਦਾ ਹੈ, ਇਸ ਹੱਦ ਤੋਂ ਅੱਗੇ ਜ਼ਿੰਦਗੀ ਅਤੇ ਸਮਝ ਵਿਚਕਾਰ ਰਿਸ਼ਤਾ ਟੁੱਟ ਜਾਂਦਾ ਹੈ।

ਜੀਵਨ ਵਿਚ ਮਾਯੂਸੀ ਇਸ ਕਾਰਨ ਵੀ ਹੈ, ਕਿਉਂਕਿ ਮਨੁੱਖ ਹਰ ਰਿਸ਼ਤੇ ਨੂੰ ਗਣਿਤ ਦੇ ਪ੍ਰਸ਼ਨ ਵਾਂਗ ਸਮਝਣਾ ਚਾਹੁੰਦਾ ਹੈ।

ਚੰਗੇ ਬਜ਼ੁਰਗ ਲਗਦੇ ਉਦਾਸ ਹਨ ਪਰ ਵਾਸਤਵ ਵਿਚ ਉਹ ਡੂੰਘੇ, ਸ਼ਾਂਤ ਅਤੇ ਗੰਭੀਰ ਹੁੰਦੇ ਹਨ।

ਜੇ ਰਾਤ ਨਾ ਹੁੰਦੀ ਤਾਂ ਮਨੁੱਖ ਨੇ ਦਿਨ ਦੀ ਥਕਾਵਟ ਨਾਲ ਹੀ ਮਰ ਜਾਣਾ ਸੀ।

ਜਦੋਂ ਸਾਰੇ ਅਚਾਨਕ ਚੁੱਪ ਹੋ ਜਾਣ ਤਾਂ ਵਕਤ ਦੇ ਰੁਕ ਜਾਣ ਦਾ ਅਹਿਸਾਸ ਹੁੰਦਾ ਹੈ।

ਉਦੇਸ਼ ਤੋਂ ਬਿਨਾਂ, ਸਫ਼ਲਤਾ ਦੇ ਕੋਈ ਅਰਥ ਨਹੀਂ ਹੁੰਦੇ।

ਜਦੋਂ ਸਾਡੀ ਕੋਈ ਇੱਛਾ ਜਾਗਦੀ ਹੈ ਤਾਂ ਉਸ ਦੀ ਪੂਰਤੀ ਲਈ ਅਸੀਂ ਭਵਿਖ ਉਪਜਾ ਲੈਂਦੇ ਹਾਂ।

ਜੇ ਸਿਹਤ ਚੰਗੀ ਹੋਵੇ ਤਾਂ ਹਰ ਚੀਜ਼ ਦੀ ਆਸ ਬਣੀ ਰਹਿੰਦੀ ਹੈ।

ਹਰ ਪਲ, ਨਵਾਂ ਹੁੰਦਾ ਹੈ ਪਰ ਹਰ ਪਲ ਨੂੰ ਮਨੁੱਖ, ਮਿਲਦਾ ਪੁਰਾਣੇ ਢੰਗ ਨਾਲ ਹੈ।

ਸੁਚੇਤ ਮਨ ਤੋਂ ਪਰ੍ਹੇ, ਇਕ ਸਾਂਝਾ ਅਚੇਤ ਮਨ ਹੁੰਦਾ ਹੈ, ਜਿਹੜਾ ਕਰੋੜਾਂ ਸਾਲ ਪੁਰਾਣਾ ਹੈ।

ਬੱਚਾ, ਮਾਂ ਦੇ ਗਰਭ ਵਿਚ, ਇਸ ਧਰਤੀ ਉੱਤੇ ਜੀਵਨ ਦੇ ਪਹਿਲੇ ਦਿਨ ਤੋਂ ਆਪਣੇ ਜਨਮ ਲੈਣ ਤਕ ਦਾ, ਕਰੋੜਾਂ ਸਾਲਾਂ ਦਾ ਸਫਰ ਤਹਿ ਕਰਦਾ ਹੈ।

ਜੋ ਵੀ ਸਹੀ ਢੰਗ ਨਾਲ ਜੀ ਰਿਹਾ ਹੈ, ਉਹ ਨਹੀਂ ਪੁਛੇਗਾ; ਜੀਵਨ ਕੀ ਹੈ ਜਾਂ ਜੀਵਨ ਦਾ ਉਦੇਸ਼ ਕੀ ਹੈ ?

ਬੁਰਾਈ ਵੇਖੋਗੇ ਤਾਂ ਸੋਚ ਦੀ ਪੱਧਰ ਨੀਵੀਂ ਹੀ ਰਹੇਗੀ, ਕਿਉਂਕਿ ਨੀਵੀਂ ਸੋਚ ਨਾਲ, ਕੇਵਲ ਬੁਰਾਈ ਹੀ ਵੇਖੀ ਜਾ ਸਕਦੀ ਹੈ।

ਧਾਰਮਿਕ ਸਥਾਨ, ਪਾਰਟੀ, ਕਲੱਬ, ਧੜੇਬੰਦੀ, ਪਰਿਵਾਰ ਆਦਿ ਇਕੱਲੇਪਣ ਦੀ ਉਕਤਾਹਟ ਤੋਂ ਬਚਣ ਦੇ ਉਪਰਾਲੇ ਹੁੰਦੇ ਹਨ।

ਡਰ ਦੇ ਆਲੇ-ਦੁਆਲੇ ਘੁੰਮਦੇ ਵਿਚਾਰਾਂ ਨੂੰ, ਚਿੰਤਾ ਕਹਿੰਦੇ ਹਨ।

ਪਿਆਰ ਅਗਾਂਹ ਵੱਲ ਵੇਖਦਾ ਹੈ, ਨਫ਼ਰਤ ਬੀਤੇ 'ਤੇ ਕੇਂਦਰਿਤ ਹੁੰਦੀ ਹੈ।

ਹਰ ਚੀਜ਼ ਦਾ ਉੱਜਵਲ ਪੱਖ ਵੇਖਣ ਨਾਲ, ਸੋਚ ਉੱਚੀ ਹੋ ਜਾਂਦੀ ਹੈ, ਉੱਚੀ ਸੋਚ ਕੇਵਲ ਗੁਣ ਵੇਖਦੀ ਹੈ।

ਪਛਤਾਵਾ ਵਾਪਰ ਚੁੱਕੇ ਦਾ ਅਤੇ ਚਿੰਤਾ ਵਾਪਰਨ ਵਾਲੇ ਦੀ ਕੀਤੀ ਜਾਂਦੀ ਹੈ।

ਜਵਾਨੀ ਉਹ ਉਮਰ ਹੁੰਦੀ ਹੈ, ਜਦੋਂ ਗੱਲਾਂ ਛੋਟੀਆਂ ਅਤੇ ਹਾਸੇ ਲੰਮੇ ਹੁੰਦੇ ਹਨ।

ਅਨੇਕਾਂ ਘਰ ਇਸ ਲਈ ਬਰਬਾਦ ਹੋ ਰਹੇ ਹਨ, ਕਿਉਂਕਿ ਉਥੇ ਪੈਸੇ ਬਾਰੇ ਦ੍ਰਿਸ਼ਟੀਕੋਣ ਸਹੀ ਨਹੀਂ ਹੈ।

ਸੰਤ ਉਹ ਹੈ ਜੋ ਬੁਰਾਈ ਨਾ ਵੇਖੇ, ਮਹਾਂਪੁਰਸ਼ ਉਹ ਹੈ ਜਿਹੜਾ ਕੇਵਲ ਅਛਾਈ ਹੀ ਵੇਖੇ।

ਤਾਕਤ ਅਤੇ ਪੈਸੇ ਦਾ ਸਿੱਧਾ ਸਬੰਧ ਹੈ; ਜਿਨ੍ਹਾਂ ਕੋਲ ਪੈਸਾ ਹੈ, ਉਹ ਤਾਕਤ ਪਿਛੇ ਦੌੜ ਰਹੇ ਹਨ, ਜਿਨ੍ਹਾਂ ਕੋਲ ਤਾਕਤ ਹੈ, ਉਹ ਪੈਸੇ ਮਗਰ ਹਨ।

ਮੁਆਫ਼ ਕਰਨ ਦੀ ਭਾਵਨਾ ਤੋਂ ਬਿਨਾਂ, ਪ੍ਰਸੰਨ ਨਹੀਂ ਹੋਇਆ ਜਾ ਸਕਦਾ।

ਪੈਸੇ ਨਾਲ ਸਾਰੀਆਂ ਸਮੱਸਿਆਵਾਂ ਹੱਲ ਨਹੀਂ ਹੁੰਦੀਆਂ ਪਰ ਪੈਸੇ ਬਿਨਾਂ ਕੋਈ ਵੀ ਸਮੱਸਿਆ ਹੱਲ ਨਹੀਂ ਹੁੰਦੀ।

ਚਿੰਤਾ ਕਰ ਰਿਹਾ ਵਿਅਕਤੀ, ਮੀਂਹ ਆਉਣ ਤੋਂ ਪਹਿਲਾਂ ਹੀ ਛੱਤਰੀ ਖੋਲ੍ਹ ਲੈਂਦਾ ਹੈ।

ਬੱਚਤ ਦੀ ਆਦਤ ਤੋਂ ਬਿਨਾਂ, ਸਭ ਆਦਤਾਂ ਚਲਿਤਰ ਬਣ ਜਾਂਦੀਆਂ ਹਨ।

ਪੈਸੇ ਕਮਾਉਣਾ ਅਜਿਹਾ ਸ਼ੌਕ ਹੈ, ਜਿਸ ਨਾਲ ਸਾਰੇ ਸ਼ੌਕ ਪੂਰੇ ਕੀਤੇ ਜਾਂਦੇ ਹਨ।

ਪੈਸੇ ਦੀ ਪ੍ਰਵਾਹ ਨਾ ਕਰਨ ਵਾਲੇ, ਵਕਤ ਦੀ ਪ੍ਰਵਾਹ ਵੀ ਨਹੀਂ ਕਰਦੇ, ਜਿਸ ਕਾਰਨ ਉਨ੍ਹਾਂ ਕੋਲ, ਇਨ੍ਹਾਂ ਦੋਹਾਂ ਦੀ ਘਾਟ ਹੀ ਰਹਿੰਦੀ ਹੈ।

ਦੂਜਿਆਂ ਨੂੰ ਖ਼ੁਸ਼ ਕੀਤੇ ਬਿਨਾਂ, ਆਪ ਪ੍ਰਸੰਨ ਨਹੀਂ ਹੋਇਆ ਜਾ ਸਕਦਾ।

ਜਦੋਂ ਪੈਸਾ ਬੋਲਦਾ ਹੈ, ਕੋਈ ਨਹੀਂ ਕਹਿੰਦਾ ਕਿ ਸਮਝ ਨਹੀਂ ਆ ਰਹੀ।

ਵਕਤ, ਪੈਸੇ ਨਾਲੋਂ ਵੀ ਕੀਮਤੀ ਹੁੰਦਾ ਹੈ, ਪੈਸਾ ਮੁੜ ਕਮਾਇਆ ਜਾ ਸਕਦਾ ਹੈ ਪਰ ਵਕਤ ਮੁੜ ਨਹੀਂ ਮਿਲਦਾ।

ਸ਼ੀਸ਼ੇ ਵਿਚ ਹੀ ਨਾ ਵੇਖੀ ਜਾਓ, ਬਾਰੀ ਤੋਂ ਬਾਹਰ ਵੀ ਵੇਖੋ।

ਭਰਿੰਡ, ਅਕਸਰ ਉਦਾਸ ਚਿਹਰੇ 'ਤੇ ਹੀ ਡੰਗ ਮਾਰਦੀ ਹੈ।

ਹੱਸਣ ਵਾਲਿਆਂ ਦੀ ਜ਼ਿੰਦਗੀ ਉਤੇ ਪਕੜ ਮਜ਼ਬੂਤ ਹੁੰਦੀ ਹੈ, ਜ਼ਿੰਦਗੀ ਉੱਤੇ ਮਜ਼ਬੂਤ ਪਕੜ ਤੋਂ ਬਿਨਾਂ, ਹੱਸਣਾ ਸੰਭਵ ਨਹੀਂ ਹੁੰਦਾ।

ਪੈਸੇ ਨੂੰ ਕਿਸੇ ਬੇਇਜ਼ਤੀ ਦੀ ਪ੍ਰਵਾਹ ਨਹੀਂ ਹੁੰਦੀ।

ਪਰਿਵਾਰਕ ਜੀਵਨ ਦੀ ਕੁਰਬਾਨੀ ਦੇ ਕੇ ਕਮਾਏ ਪੈਸੇ ਵਿਚੋਂ ਤਸੱਲੀ ਨਹੀਂ ਮਿਲੇਗੀ।

ਇਸਤਰੀ ਨੂੰ ਆਪਣੇ ਕੁਦਰਤੀ ਹੁਸਨ ਨਾਲ ਕਦੇ ਰੱਜ ਨਹੀਂ ਹੁੰਦਾ।

ਲੋਕ ਇਸ ਲਈ ਪ੍ਰਸਿੱਧ ਹੋਣਾ ਚਾਹੁੰਦੇ ਹਨ, ਕਿਉਂਕਿ ਪ੍ਰਸਿੱਧ ਬੰਦੇ ਲਈ ਸਭ ਥਾਵਾਂ 'ਤੇ ਸਾਰੇ ਬੂਹੇ ਖੁੱਲ੍ਹ ਜਾਂਦੇ ਹਨ।

ਆਪਣੀ ਪ੍ਰਸੰਨਤਾ, ਸਾਡੀ ਜ਼ਿੰਮੇਵਾਰੀ ਹੈ, ਦੂਜੇ ਆਰਜ਼ੀ ਤੌਰ 'ਤੇ ਸਹਾਇਕ ਹੋ ਸਕਦੇ ਹਨ ਪਰ ਜ਼ਿੰਮੇਵਾਰੀ ਸਾਡੀ ਹੀ ਰਹੇਗੀ।

ਅਜੋਕੀਆਂ ਖੇਡਾਂ ਅਜਿਹੀਆਂ ਬਣ ਗਈਆਂ ਹਨ, ਜਿਨ੍ਹਾਂ ਵਿਚ ਖਿਡਾਰੀਆਂ ਨੂੰ ਆਰਾਮ ਅਤੇ ਦਰਸ਼ਕਾਂ ਨੂੰ ਕਸਰਤ ਕਰਨ ਦੀ ਲੋੜ ਪੈਂਦੀ ਹੈ।

ਅਕਸਰ ਲੋਕ ਉਹ ਪੈਸੇ ਖਰਚਣੇ ਚਾਹੁੰਦੇ ਹਨ, ਜਿਹੜੇ ਉਨ੍ਹਾਂ ਨੇ ਕਮਾਏ ਨਹੀਂ ਹੁੰਦੇ; ਉਹ ਚੀਜ਼ਾਂ ਖਰੀਦਣ ਲਈ, ਜਿਨ੍ਹਾਂ ਦੀ ਉਨ੍ਹਾਂ ਨੂੰ ਲੋੜ ਨਹੀਂ ਹੁੰਦੀ; ਉਨ੍ਹਾਂ ਨੂੰ ਦਿਖਾਉਣ ਲਈ, ਜਿਹੜੇ ਉਨ੍ਹਾਂ ਨੂੰ ਚੰਗੇ ਨਹੀਂ ਲਗਦੇ।

ਪੈਸਾ, ਜ਼ਿੰਦਗੀ ਅਤੇ ਸੰਸਾਰ ਵਿਚੋਂ ਲੰਘਣ ਲਈ, ਰਾਹ ਸਾਫ਼ ਕਰਨ ਦੀ ਸਹੂਲਤ ਬਣਦਾ ਹੈ।

ਕਿਸੇ ਦੀ ਡਾਢੀ ਲੋੜ ਬਣੇ ਰਹਿਣ ਨਾਲ, ਸਾਡੀਆਂ ਲੋੜਾਂ ਆਪੇ ਪੂਰੀਆਂ ਹੋਈ ਜਾਂਦੀਆਂ ਹਨ।

ਚੋਰ ਵੀ ਪੈਸੇ ਦਾ ਸਤਿਕਾਰ ਕਰਦੇ ਹਨ, ਇਸੇ ਕਾਰਨ ਉਹ ਦੂਜਿਆਂ ਦੇ ਪੈਸੇ ਨੂੰ ਆਪਣਾ ਬਣਾਉਣ ਲਈ, ਰਾਤ ਭਰ ਮਿਹਨਤ ਕਰਦੇ ਹਨ।

ਧਰਮ ਨੇ, ਲੋਭ ਨੂੰ ਭੰਡ ਕੇ, ਇਸ ਨੂੰ ਹਰਮਨ ਪਿਆਰਾ ਬਣਾ ਦਿਤਾ ਹੈ।

ਕਿਸੇ ਰਿਸ਼ਤੇਦਾਰ ਨੂੰ ਉਧਾਰ ਦੇਣਾ ਅਤੇ ਉੱਕਾ-ਪੁੱਕਾ ਦੇ ਦੇਣਾ, ਇਕ ਹੀ ਗੱਲ ਹੈ, ਕਿਉਂਕਿ ਦੋਹਾਂ ਦੀ ਲਾਗਤ ਬਰਾਬਰ ਹੁੰਦੀ ਹੈ।

ਇਸ ਸੰਸਾਰ ਵਿਚ, ਹਰ ਕੋਈ ਆਪਣੇ ਆਪ ਨੂੰ ਲੱਭ ਰਿਹਾ ਹੈ।

ਜ਼ਿੰਦਗੀ ਦਾ ਪਹਿਲਾ ਧੱਕਾ ਉਦੋਂ ਲਗਦਾ ਹੈ, ਜਦੋਂ ਸਾਨੂੰ ਆਪਣੀ ਕਮਾਈ ਹੋਈ ਆਮਦਨ ਵਿਚ ਹੀ ਗੁਜ਼ਾਰਾ ਕਰਨਾ ਪੈਂਦਾ ਹੈ।

ਭ੍ਰਿਸ਼ਟਾਚਾਰ, ਬੱਚਿਆਂ ਦਾ ਭਵਿਖ ਸੰਵਾਰਨ ਵਾਸਤੇ ਕੀਤਾ ਜਾਂਦਾ ਹੈ ਪਰ ਸਫਲਤਾ ਉਨ੍ਹਾਂ ਦਾ ਭਵਿਖ ਵਿਗਾੜਨ ਵਿਚ ਹੀ ਮਿਲਦੀ ਹੈ।

ਪੈਸੇ ਨਾ ਰਹਿਣ ਦੀ ਸੂਰਤ ਵਿਚ ਸਾਡੀ ਆਪਣੇ ਆਪ ਨਾਲ ਜਾਣ-ਪਛਾਣ ਹੋ ਜਾਂਦੀ ਹੈ, ਕਿਉਂਕਿ ਝੂਠੀ ਮਹਿਮਾ ਕਰਨ ਵਾਲੇ ਨਹੀਂ ਰਹਿੰਦੇ।

ਹਵਾਈ ਕਿਲ੍ਹੇ ਬਣਾਉਣ ਲਈ ਵੀ, ਪੈਸਿਆਂ ਦੀ ਲੋੜ ਪੈਂਦੀ ਹੈ।

ਗਰੀਬਾਂ ਵਿਚ ਵਿਆਹ ਤੋੜਨ ਦੀ ਮਾਇਕ ਹਿੰਮਤ ਨਹੀਂ ਹੁੰਦੀ, ਇਸੇ ਕਰਕੇ ਤਲਾਕ ਅਕਸਰ ਪੈਸੇ ਵਾਲਿਆਂ ਦੇ ਪਰਿਵਾਰਾਂ ਵਿਚ ਹੁੰਦੇ ਹਨ।

ਜਿਥੇ ਪੈਸਾ ਹੈ, ਉਥੇ ਝਗੜਾ ਹੋਵੇਗਾ, ਝਗੜਾ ਪੈਸੇ ਕਰਕੇ ਨਹੀਂ ਹੋਵੇਗਾ, ਪੈਸੇ ਪ੍ਰਤੀ ਦ੍ਰਿਸ਼ਟੀਕੋਣ ਕਰਕੇ ਹੋਵੇਗਾ।

ਸੌਖੀਆਂ ਕਿਸ਼ਤਾਂ 'ਤੇ ਚੀਜ਼ਾਂ ਖਰੀਦਣ ਵਾਲੇ, ਜਲਦੀ ਜਾਣ ਜਾਂਦੇ ਹਨ ਕਿ ਵਪਾਰੀਆਂ ਵੱਲੋਂ 'ਸੌਖੀਆਂ' ਵਿਸ਼ੇਸ਼ਣ ਦੀ ਦੁਰਵਰਤੋਂ ਕੀਤੀ ਗਈ ਹੈ।

ਹਰ ਦੁਕਾਨਦਾਰ ਦੀਆਂ ਦੋ ਸ਼ਕਲਾਂ ਹੁੰਦੀਆਂ ਹਨ, ਦੂਜੀ ਉਦੋਂ ਦਿਸਦੀ ਹੈ, ਜਦੋਂ ਕੋਈ ਚੀਜ਼ ਮੋੜਨ ਜਾਈਏ।

ਕੰਜੂਸ ਪੈਸਾ ਜੋੜ ਕੇ ਆਨੰਦ ਲੈਂਦਾ ਹੈ, ਸ਼ਾਹ-ਖਰਚ ਪੈਸਾ ਖਰਚ ਕੇ ਆਨੰਦ ਲੈਂਦਾ ਹੈ ਪਰ ਦੋਵੇਂ ਇਕ-ਦੂਜੇ ਨੂੰ ਮੂਰਖ ਸਮਝਦੇ ਹਨ।

ਪੈਸੇ ਨਾਲ, ਖੁਸ਼ੀ ਭਾਵੇਂ ਨਾ ਲੱਭੇ ਪਰ ਸਾਥੀ ਲਭਣ ਵਿਚ ਸੌਖ ਹੁੰਦੀ ਹੈ।

ਪੁਰਾਣੇ ਜ਼ਮਾਨੇ ਵਿਚ, ਪੈਸੇ ਬਚਾਉਣ ਵਾਲੇ ਨੂੰ ਕੰਜੂਸ ਕਹਿੰਦੇ ਸੀ, ਅੱਜ ਕਲ ਅਜੂਬਾ ਕਹਿੰਦੇ ਹਨ।

ਜਿਹੜੇ ਹਰ ਕਿਸੇ ਨਾਲ ਬਹਿਸ ਕਰਦੇ ਹਨ, ਉਹ ਵੀ ਪੈਸੇ ਨਾਲ ਬਹਿਸ ਨਹੀਂ ਕਰਦੇ।

ਅਜੋਕੇ ਜੀਵਨ ਵਿਚ ਸਮੱਸਿਆਵਾਂ ਇਤਨੀਆਂ ਹਨ ਕਿ ਸਵੇਰ ਦੀਆਂ ਸਮੱਸਿਆਵਾਂ ਸ਼ਾਮ ਹੁੰਦੇ-ਹੁੰਦੇ ਪੁਰਾਣੀਆਂ ਹੋ ਜਾਂਦੀਆਂ ਹਨ ਅਤੇ ਨਵੀਆਂ ਉਪਜ ਪੈਂਦੀਆਂ ਹਨ।

ਇਕ ਵਾਰੀ ਜੇ ਅੱਖ ਭਟਕ ਜਾਵੇ ਤਾਂ ਭਟਕਦੀ ਹੀ ਚਲੀ ਜਾਂਦੀ ਹੈ।

ਰਾਜਨੀਤੀ ਦੀ ਦੁਰਵਰਤੋਂ ਹੋਣ ਕਾਰਨ, ਇਸ ਦੇ ਅਰਥ ਚੰਗੇ ਨਹੀਂ ਰਹੇ।

ਤਿਉਹਾਰ, ਫਿੱਕੇ ਪੈਂਦੇ ਜਾਂਦੇ ਜੀਵਨ ਵਿਚ, ਰੰਗ ਭਰ ਕੇ ਇਸ ਦੀ ਰੌਣਕ ਵਧਾ ਦਿੰਦੇ ਹਨ।

ਕੰਵਾਰੇ ਬੰਦੇ ਨੂੰ ਕੇਵਲ ਇਕ ਲਾਭ ਹੁੰਦਾ ਹੈ ਕਿ ਉਹ ਮੰਜੇ ਦੇ ਦੋਵੇਂ ਪਾਸਿਓਂ ਥੱਲੇ ਉਤਰ ਸਕਦਾ ਹੈ।

ਮਾਂਵਾਂ ਸੰਸਾਰ ਵਿਚ ਆਪਣੀ ਸੰਤਾਨ ਦਾ ਰਾਹ ਸਾਫ਼ ਕਰਨ ਵਿਚ ਰੁਝੀਆਂ ਰਹਿੰਦੀਆਂ ਹਨ।

ਪਿਆਸੇ ਨੂੰ ਜਦੋਂ ਪਾਣੀ ਮਿਲਦਾ ਹੈ ਤਾਂ ਉਹ ਪਿਆਸ ਦਾ ਆਨੰਦ ਮਾਣਦਾ ਹੈ।

ਕਿਸੇ ਥਾਣੇ ਵਿਚ ਅਜੇ ਤਕ ਗਿੱਧਾ ਨਹੀਂ ਪਿਆ।

ਜਦੋਂ ਤਕ ਦੇਸ਼ ਦੀਆਂ ਸਮੱਸਿਆਵਾਂ ਹੱਲ ਕਰਨ ਦੀ ਸਾਂਝੀ ਯੋਗਤਾ ਨਹੀਂ ਉਪਜਦੀ, ਸਾਡੀਆਂ ਆਪਣੀਆਂ ਸਮੱਸਿਆਵਾਂ ਵੀ ਹੱਲ ਨਹੀਂ ਹੋਣਗੀਆਂ।

ਜਵਾਨੀ ਦੀ ਦਹਿਲੀਜ਼ 'ਤੇ ਪੈਰ ਰਖ ਰਹੀ ਮੁਟਿਆਰ, ਸ਼ੀਸ਼ੇ ਨੂੰ ਆਪਣਾ ਸਾਥੀ ਬਣਾ ਲੈਂਦੀ ਹੈ।

ਧਾਰਮਿਕ ਸਥਾਨ ਉਸਾਰਨ ਲਈ, ਪੈਸਾ ਨਹੀਂ, ਉਤਸ਼ਾਹ ਚਾਹੀਦਾ ਹੁੰਦਾ ਹੈ।

ਮਸ਼ਹੂਰ ਬੰਦੇ ਨੂੰ ਮਾਰਨ ਵਾਲੇ ਵੀ, ਮਸ਼ਹੂਰ ਹੋ ਜਾਂਦੇ ਹਨ।

ਇਸਤਰੀ ਜਾਣਦੀ ਹੈ ਕਿ ਪੁਰਸ਼ ਉਸ ਦੀ ਸੁੰਦਰਤਾ ਨੂੰ ਵੇਖਣਾ ਚਾਹੁੰਦਾ ਹੈ, ਸੋ ਉਹ ਸੁੰਦਰ ਬਣਨ ਦਾ ਹਰ ਸੰਭਵ ਯਤਨ ਕਰਦੀ ਹੈ।

ਜੇ ਇਸਤਰੀਆਂ ਸੋਹਣੀਆਂ ਨਾ ਹੁੰਦੀਆਂ ਤਾਂ ਕਿਸੇ ਪੁਰਸ਼ ਨੇ, ਕਿਸੇ ਵੀ ਖੇਤਰ ਵਿਚ, ਕੋਈ ਕਮਾਈ ਨਹੀਂ ਸੀ ਕਰਨੀ।

ਸ਼ਤਰੰਜ ਦੀ ਖੇਡ ਮੁੱਕਣ 'ਤੇ ਬਾਦਸ਼ਾਹ ਅਤੇ ਪਿਆਦਾ ਆਦਿ ਸਾਰੇ ਇਕ ਹੀ ਡੱਬੇ ਵਿਚ ਰਹਿੰਦੇ ਹਨ।

ਸ਼ੁਕਰ ਹੈ, ਸ਼ਾਹ ਜਹਾਨ ਨੇ ਤਾਜ ਮਹਿਲ ਕਿਸੇ ਠੇਕੇਦਾਰ ਤੋਂ ਨਹੀਂ ਸੀ ਬਣਵਾਇਆ।

ਪ੍ਰਸੰਨਤਾ ਵਧਾਈਆਂ ਮਿਲਣ ਤਕ ਹੀ ਹੁੰਦੀ ਹੈ, ਇਸ ਤੋਂ ਪਹਿਲਾਂ ਅਤੇ ਮਗਰੋਂ ਕੰਮ ਕਰਨਾ ਪੈਂਦਾ ਹੈ।

ਜੀਵਨ ਦੇ ਸਾਰੇ ਤਜਰਬੇ ਪ੍ਰਾਪਤ ਕਰਨ ਵਾਸਤੇ ਬੁਢਾਪਾ ਬੜਾ ਜ਼ਰੂਰੀ ਹੈ।

ਜੇ ਸ੍ਰੀ ਗੁਰੂ ਗ੍ਰੰਥ ਸਾਹਿਬ ਨਾ ਹੁੰਦੇ ਤਾਂ ਪੰਜਾਬੀ ਦੀ ਲਿਪੀ ਗੁਰਮੁਖੀ ਨਹੀਂ ਸੀ ਹੋਣੀ।

ਵਿੱਦਿਆ, ਸਾਡੇ ਵੱਖਰੇਵਿਆਂ ਅਤੇ ਸਾਂਝਾਂ ਦੋਹਾਂ ਨੂੰ, ਉਘਾੜ ਦਿੰਦੀ ਹੈ।

ਲੋਕਗੀਤ ਕਿਸੇ ਬੋਲੀ ਦੀ ਸਦੀਆਂ ਦੀ ਕਮਾਈ ਹੁੰਦੇ ਹਨ, ਜਿਨ੍ਹਾਂ ਦੀ ਸਦੀਆਂ ਤੱਕ ਵਰਤੋਂ ਹੁੰਦੀ ਹੈ।

ਕੁਦਰਤ ਸਾਰੇ ਜੀਵਾਂ ਦੀ ਨਿਰਪੱਖ ਮਾਂ ਹੁੰਦੀ ਹੈ।

ਵਕਤ ਦੀ ਫਜ਼ੂਲਖਰਚੀ, ਸਭ ਤੋਂ ਮਹਿੰਗਾ ਸ਼ੌਕ ਹੈ।

ਮਹਾਨਤਾ ਦੇ ਸਾਰੇ ਗੁਣ, ਨਾਰੀ-ਗੁਣ ਹਨ, ਇਨ੍ਹਾਂ ਨੂੰ ਅਪਨਾ ਕੇ ਪੁਰਸ਼, ਮਹਾਨ ਬਣ ਜਾਂਦੇ ਹਨ।

ਮਾਂਵਾਂ ਕੋਲ, ਸਿਧਾਂਤ ਅਤੇ ਫ਼ਲਸਫੇ ਨਹੀਂ ਹੁੰਦੇ, ਭਾਵਕ ਸੂਝ ਅਤੇ ਮੋਹ ਹੁੰਦਾ ਹੈ।

ਮਹਾਨਤਾ, ਮਰਦਾਨਾ ਸੰਕਲਪ ਹੈ; ਨਾਰੀ, ਜੀਵਨ ਸਿਰਜਣ ਕਰਕੇ ਜਨਮਜਾਤ ਮਹਾਨ ਹੈ।

ਪੁਰਸ਼ ਨੇ ਬਹੁਤ ਕਾਨੂੰਨ ਬਣਾਏ ਹਨ ਅਤੇ ਲਗਭਗ ਸਾਰੇ ਤੋੜੇ ਹਨ, ਇਸਤਰੀ ਨੇ ਕੋਈ ਕਾਨੂੰਨ ਨਹੀਂ ਬਣਾਇਆ ਅਤੇ ਕੋਈ ਤੋੜਿਆ ਵੀ ਨਹੀਂ।

ਸਿਖਰ 'ਤੇ ਪਹੁੰਚ ਕੇ ਪੁਰਸ਼ਾਂ ਵਿਚ ਵੀ ਨਾਰੀ-ਗੁਣ ਜਾਗ ਪੈਂਦੇ ਹਨ।

ਅਸਲ ਯੋਧਾ ਉਹ ਹੁੰਦਾ ਹੈ ਜਿਹੜਾ, ਨਿਪੋਲੀਅਨ ਵਾਂਗ, ਹਾਰਨ ਦੇ ਬਾਵਜੂਦ ਮਹਾਨ ਸਮਝਿਆ ਜਾਵੇ।

ਇਸਤਰੀ ਪ੍ਰਸੰਸਾ ਨਾਲੋਂ ਵੀ ਆਪਣੀ ਨਿੰਦਾ ਵਧੇਰੇ ਧਿਆਨ ਨਾਲ ਸੁਣਦੀ ਹੈ।

ਜਿਥੇ ਕੰਮ ਕਰਨ ਦਾ ਉਤਸ਼ਾਹ ਨਹੀਂ ਹੁੰਦਾ, ਉਥੇ ਬਹਾਨੇ ਹੁੰਦੇ ਹਨ।

ਅਸੀਂ ਸਵਰਗ ਕਿਉਂ ਜਾਈਏ ? ਧਰਤੀ ਨੂੰ ਸਵਰਗ ਕਿਉਂ ਨਾ ਬਣਾਈਏ ?

ਵੱਡੇ ਬੰਦੇ, ਟੁਰਦੇ ਹੌਲੀ ਹਨ ਪਰ ਉਨ੍ਹਾਂ ਦੇ ਵਿਚਾਰ ਲੰਮੀਆਂ ਪੁਲਾਂਘਾਂ ਪੁੱਟਦੇ ਹਨ, ਸੋ ਉਹ ਅੱਗੇ ਹੀ ਰਹਿੰਦੇ ਹਨ।

ਜਿਥੇ ਸੁਧਾਰ ਦੀ ਸਭ ਤੋਂ ਵੱਧ ਲੋੜ ਹੁੰਦੀ ਹੈ, ਉਥੇ ਹੀ ਸੁਧਾਰ ਦਾ ਸਭ ਤੋਂ ਵੱਧ ਵਿਰੋਧ ਹੁੰਦਾ ਹੈ।

ਕਰਮਚਾਰੀਆਂ ਨੂੰ, ਇਕ ਵਾਰੀ ਦਿੱਤੀ ਸਹੂਲਤ ਵਾਪਸ ਨਹੀਂ ਲਈ ਜਾ ਸਕਦੀ।

ਸੁੰਦਰਤਾ ਦੇ ਦਰਸ਼ਨ, ਮਨੁੱਖ ਨੂੰ ਇਕਾਗਰ ਕਰ ਦਿੰਦੇ ਹਨ।

ਸ਼ਿੰਗਾਰ ਕਿਸ ਲੇਖੇ, ਜੇ ਕੋਈ ਪਰਤ ਕੇ ਨਾ ਵੇਖੇ!

ਖਿਆਲਾਂ ਦੇ ਦਰਵਾਜ਼ੇ, ਖੁਲ੍ਹੇ ਰੱਖਣੇ ਚਾਹੀਦੇ ਹਨ, ਕੀ ਪਤਾ, ਕਿਹੜੇ ਵੇਲੇ ਕਿਹੜਾ ਆ ਜਾਵੇ।

ਵਿਆਹ ਨਾਲ, ਦੋਹਾਂ ਪਰਿਵਾਰਾਂ ਦੀ ਆਰਥਿਕ ਸ਼ਕਤੀ ਨੂੰ ਪਰਸਪਰ ਲਾਭ ਪੁਜਦਾ ਹੈ, ਇਸ ਲਾਭ ਨੂੰ ਸਮਾਜਿਕ ਅਮੀਰੀ ਕਹਿੰਦੇ ਹਨ।

ਆਤਮਘਾਤ ਨੂੰ ਸਮੱਸਿਆ ਦਾ ਹੱਲ ਸਮਝਿਆ ਜਾਂਦਾ ਹੈ ਪਰ ਇਸ ਨਾਲ ਕੋਈ ਸਮੱਸਿਆ ਪੂਰੀ ਤਰ੍ਹਾਂ ਹੱਲ ਨਹੀਂ ਹੁੰਦੀ।

ਜਦੋਂ ਤਕ ਬਰਤਨ ਖਾਲੀ ਨਾ ਕੀਤਾ ਜਾਵੇ, ਉਹ ਮਾਂਜਿਆ ਨਹੀਂ ਜਾ ਸਕਦਾ।

ਆਨੰਦ ਦਾ ਕੋਈ ਵਿਪਰੀਤ ਸ਼ਬਦ ਨਹੀਂ ਹੈ।

ਸ਼ੰਕਿਆਂ ਨਾਲ ਦਾਰਸ਼ਨਿਕ ਉਪਜਦੇ ਹਨ, ਸ਼ਰਧਾ ਨਾਲ ਸੰਤ ਉਪਜਦੇ ਹਨ।

ਆਯੁਰਵੈਦ ਵਿਚ ਤੰਦਰੁਸਤ ਵਿਅਕਤੀ ਉਹ ਹੈ, ਜਿਸ ਨੂੰ ਆਪਣੇ ਸਰੀਰ ਦੇ ਹੋਣ ਬਾਰੇ ਪਤਾ ਹੀ ਨਾ ਲਗੇ।

ਹਰੇਕ ਕਤਲ ਨਾਲ ਔਸਤਨ ਛੇ ਪਰਿਵਾਰ ਬਰਬਾਦ ਹੁੰਦੇ ਹਨ।

ਸਰੀਰ ਬਾਰੇ ਅਧਿਕ ਸੁਚੇਤ ਵਿਅਕਤੀ, ਵਾਸਤਵ ਵਿਚ ਬੀਮਾਰ ਹੁੰਦਾ ਹੈ।

ਬੇਵੱਸੀ ਵਿਚ, ਮਨੁੱਖ ਆਪਣਾ ਹੰਕਾਰ ਤਿਆਗ ਦਿੰਦਾ ਹੈ।

ਭਾਸ਼ਾ ਦੀ ਉਦੋਂ ਲੋੜ ਪੈਂਦੀ ਹੈ, ਜਦੋਂ ਦੂਜਾ ਸਾਹਮਣੇ ਹੋਵੇ, ਆਪਣੇ ਲਈ ਭਾਸ਼ਾ ਦੀ ਲੋੜ ਨਹੀਂ ਪੈਂਦੀ।

ਇਸ ਸੰਸਾਰ ਵਿਚ, ਪਸ਼ੂ ਅਜੇ ਤਕ ਕਿਸੇ ਪਾਪ ਵਿਚ ਨਹੀਂ ਪਏ, ਕਿਉਂਕਿ ਉਹ ਅਜੇ ਵੀ ਪਸ਼ੂ ਹੋਣ ਨਾਲ ਸੰਤੁਸ਼ਟ ਹਨ।

ਕਰੋਧ ਵਿਚ, ਦੂਜੇ ਨੂੰ ਨੀਵਾਂ ਵਿਖਾ ਕੇ, ਆਪਣੇ ਉੱਚੇ ਹੋਣ ਦੇ ਭਰਮ ਦਾ ਰਸ ਮਾਣਿਆ ਜਾਂਦਾ ਹੈ।

ਵਿਗਿਆਨ, ਮਨੁੱਖ ਦੇ ਸੁਪਨਿਆਂ ਨੂੰ ਅਸਲੀਅਤ ਬਣਾਉਂਦਾ ਜਾ ਰਿਹਾ ਹੈ।

ਜੇ ਸੱਚਾ ਸ਼ਰਧਾਲੂ ਮਿਲ ਜਾਵੇ ਤਾਂ ਭਟਕਿਆ ਹੋਇਆ ਗੁਰੂ ਵੀ, ਸਹੀ ਰਾਹ 'ਤੇ ਆ ਜਾਂਦਾ ਹੈ।

ਬੱਚੇ ਆਪਣੇ ਮਾਪਿਆਂ ਦਾ ਕਾਇਆਕਲਪ ਕਰ ਦਿੰਦੇ ਹਨ।

ਜਿਥੇ ਹੰਕਾਰ ਹੋਵੇਗਾ, ਉਥੇ ਸ਼ਿਕਾਇਤ ਹੋਵੇਗੀ; ਜਿਥੇ ਹੰਕਾਰ ਨਹੀਂ ਹੈ, ਉਥੇ ਧੰਨਵਾਦ ਹੋਵੇਗਾ।

ਮਨੁੱਖ ਹੀ ਪਰਮਾਤਮਾ ਨੂੰ ਨਹੀਂ ਖੋਜ ਰਿਹਾ, ਪਰਮਾਤਮਾ ਵੀ ਮਨੁੱਖ ਨੂੰ ਲੱਭ ਰਿਹਾ ਹੈ।

ਜੇ ਸਾਥ ਪ੍ਰੇਮ ਵਾਲਾ ਹੋਵੇ ਤਾਂ ਦੁੱਖ, ਸੁੱਖ ਹੋ ਜਾਂਦਾ ਹੈ।

ਅੱਖਾਂ ਮੀਟੇ ਬਿਨਾਂ, ਅਦਿਖ ਨੂੰ ਨਹੀਂ ਵੇਖਿਆ ਜਾ ਸਕਦਾ।

ਮਾਪਿਆਂ ਦੇ ਸੰਤੁਲਤ ਵਿਕਾਸ ਲਈ, ਬੱਚਿਆਂ ਨੂੰ ਮਾਪਿਆਂ ਕੋਲ ਰਹਿਣਾ ਚਾਹੀਦਾ ਹੈ।

ਧਿਆਨ ਤੂੰ ਨੂੰ ਕੱਟ ਦਿੰਦਾ ਹੈ, ਪ੍ਰੇਮ ਮੈਂ ਨੂੰ ਕੱਟ ਦਿੰਦਾ ਹੈ।

ਸੁਕਰਾਤ ਨੂੰ ਸਿਕੰਦਰ ਵਾਂਗ ਲੜਦਿਆਂ ਕਿਆਸਿਆ ਜਾ ਸਕਦਾ ਹੈ ਪਰ ਸਿਕੰਦਰ ਨੂੰ ਸੁਕਰਾਤ ਵਾਂਗ ਸੋਚਦਿਆਂ ਨਹੀਂ ਕਿਆਸਿਆ ਜਾ ਸਕਦਾ।

ਮਹਾਂਪੁਰਸ਼ ਜੋ ਕਹਿੰਦੇ ਹਨ, ਉਹ ਉਨ੍ਹਾਂ ਦੇ ਕਹੇ ਜਾਣ ਕਾਰਨ, ਸੱਚ ਪ੍ਰਤੀਤ ਹੋਣ ਲਗ ਪੈਂਦਾ ਹੈ।

ਜਰਮਨ ਹੈਂਕੜ, ਅਮਰੀਕੀ ਧਮਕੀ, ਅੰਗ੍ਰੇਜ਼ੀ ਰੋਹਬ, ਫਰਾਂਸੀਸੀ ਨਖ਼ਰਾ, ਇਤਾਲਵੀ ਚੁੱਪ, ਯੂਨਾਨੀ ਗੰਭੀਰਤਾ, ਤਿੱਬਤੀ ਨਿਮਰਤਾ, ਇਜ਼ਰਾਈਲੀ ਬਦਲਾ ਅਤੇ ਭਾਰਤੀ ਸ਼ਰਧਾ ਜਗਤ ਪ੍ਰਸਿੱਧ ਹਨ।

ਮੂਰਖ, ਮੂਰਖਤਾ ਉਪਰੰਤ, ਪਛਤਾਵੇ ਦੀ ਥਾਂ ਮਾਣ ਕਰਨ ਕਰਕੇ, ਸਹਿਜੇ ਹੀ ਪਛਾਣਿਆ ਜਾਂਦਾ ਹੈ।

ਅਤੀਤ ਪ੍ਰਤੀ ਅਤਿ ਅਧਿਕ ਸ਼ਰਧਾ, ਪਰਿਵਰਤਨ ਦਾ ਰਾਹ ਰੋਕ ਲੈਂਦੀ ਹੈ।

ਸੱਚੇ ਲੋਕਤੰਤਰ ਵਿਚ, ਸਾਰੇ ਰਾਜ ਕਰਦੇ ਹਨ।

ਸਮੇਂ ਦੇ ਅਰਥ, ਪਿਆਰੇ ਦੀ ਹਾਜ਼ਰੀ ਜਾਂ ਗੈਰ ਹਾਜ਼ਰੀ ਨਾਲ ਬਦਲ ਜਾਂਦੇ ਹਨ।

ਹਰ ਕਿਸੇ ਨੂੰ, ਆਪਣੇ ਚੰਗੇ ਪਿਤਾ ਵਰਗਾ ਬਣਨ ਵਾਸਤੇ, ਪਿਤਾ ਨਾਲੋਂ ਵਧੇਰੇ ਮਿਹਨਤ ਕਰਨੀ ਪੈਂਦੀ ਹੈ।

ਜੰਗ, ਸਮੁੱਚੀ ਮਾਨਵਜਾਤੀ ਦੀ ਫਜ਼ੂਲਖਰਚੀ ਦਾ ਸਬੂਤ ਹੁੰਦੀ ਹੈ।

ਮਾਇਆ ਦਾ ਸੰਤੁਸ਼ਟੀ ਪੜਾਓ ਕੋਈ ਨਹੀਂ ਹੁੰਦਾ।

ਇਨਸਾਫ਼ ਉਹ ਗੱਡੀ ਹੈ, ਜੋ ਅਕਸਰ ਲੇਟ ਹੋ ਜਾਂਦੀ ਹੈ।

ਜਿਨ੍ਹਾਂ ਦੀ ਹਾਜ਼ਰੀ ਨਾਲ ਕੋਈ ਲਾਭ ਨਹੀਂ ਹੁੰਦਾ, ਉਨ੍ਹਾਂ ਦੀ ਗੈਰਹਾਜ਼ਰੀ ਨਾਲ ਕੋਈ ਨੁਕਸਾਨ ਵੀ ਨਹੀਂ ਹੋਵੇਗਾ।

ਦੇਰ ਨਾਲ ਆਉਣ ਵਾਲਾ ਬੰਦਾ, ਵਧੇਰੇ ਬੋਲਦਾ ਹੈ।

ਜਿਥੇ ਆਸ ਨਹੀਂ ਹੁੰਦੀ, ਉਥੇ ਕੋਈ ਉੱਦਮ ਵੀ ਨਹੀਂ ਕੀਤਾ ਜਾਂਦਾ।

ਦੋ ਹਾਲਤਾਂ ਵਿਚ ਜੂਆ ਨਹੀਂ ਖੇਡਣਾ ਚਾਹੀਦਾ, ਜਦੋਂ ਖੇਡਣ ਦੀ ਹੈਸੀਅਤ ਨਾ ਹੋਵੇ ਅਤੇ ਜਦੋਂ ਹੈਸੀਅਤ ਹੋਵੇ।

ਕਈ ਲੋਕ ਫਾਸਲੇ ਮਾਪਣ ਅਤੇ ਥਾਂਵਾਂ ਗਿਣਨ ਲਈ ਹੀ ਯਾਤਰਾ ਕਰਦੇ ਹਨ।

ਜਿਨ੍ਹਾਂ ਘਰਾਂ ਵਿਚ ਮਹਿਮਾਨ ਨਹੀਂ ਆਉਂਦੇ, ਉਥੇ ਸਫ਼ਾਈ ਵਲ ਕੋਈ ਧਿਆਨ ਨਹੀਂ ਦਿੱਤਾ ਜਾਂਦਾ।

ਮੁਸੀਬਤਾਂ ਸਹੇੜਨ ਵਾਲਿਆਂ ਨੂੰ ਸੰਸਾਰ ਕਦੇ ਨਿਰਾਸ਼ ਨਹੀਂ ਕਰਦਾ।

ਵਿਸਥਾਰ ਦੀ ਲੋੜ ਝੂਠ ਨੂੰ ਹੀ ਹੁੰਦੀ ਹੈ, ਸੱਚ ਸਦਾ ਸੰਖੇਪ ਹੁੰਦਾ ਹੈ।

ਸਿਆਣਾ ਯਾਤਰੀ, ਕਦੇ ਵੀ ਆਪਣੇ ਦੇਸ਼ ਦੀ ਨਿੰਦਾ ਨਹੀਂ ਕਰਦਾ।

ਦੁੱਖ ਇਸ ਗੱਲ ਦਾ ਨਹੀਂ ਹੁੰਦਾ ਕਿ ਦੂਜੇ ਸਾਡੇ ਬਾਰੇ ਕੀ ਕਹਿੰਦੇ ਹਨ, ਦੁੱਖ ਇਸ ਗੱਲ ਦਾ ਹੁੰਦਾ ਹੈ ਕਿ ਉਹ ਕਿਵੇਂ ਕਹਿੰਦੇ ਹਨ।

ਸੁਪਨੇ ਭਾਵੇਂ ਕਿਤਨੇ ਵੀ ਸੁੰਦਰ ਹੋਣ, ਸਫਲਤਾ ਜਾਗਦਿਆਂ ਹੀ ਮਿਲੇਗੀ।

ਘਰ ਵਿਚ, ਪਿਛਲੇ ਦਰਵਾਜ਼ੇ ਜਿਤਨੇ ਵਧੇਰੇ ਹੋਣਗੇ, ਵਫ਼ਾਦਾਰੀਆਂ ਉਤਨੀਆਂ ਹੀ ਵੱਧ ਸ਼ੱਕੀ ਹੋਣਗੀਆਂ।

ਸਾਂਝੀ ਟੱਬਰਦਾਰੀ ਦੇ ਟੁੱਟਣ ਨਾਲ ਪਰਿਵਾਰਾਂ ਵਿੱਚ ਬੱਚਿਆਂ ਅਤੇ ਬਜ਼ੁਰਗਾਂ ਦਾ ਧਿਆਨ ਰੱਖਣ ਦੀ ਸਮਰੱਥਾ ਘੱਟ ਗਈ ਹੈ।

ਮਕਾਨ ਉਸਾਰਨ ਵਾਲੇ ਨੂੰ ਪ੍ਰੇਸ਼ਾਨ ਨਹੀਂ ਕਰਨਾ ਚਾਹੀਦਾ, ਕਿਉਂਕਿ ਉਹ ਪਹਿਲਾਂ ਹੀ ਬਹੁਤ ਪ੍ਰੇਸ਼ਾਨ ਹੋਇਆ ਹੁੰਦਾ ਹੈ।

ਸੁਸਤ ਬੰਦਿਆਂ ਦੀ ਦਿਲਚਸਪੀ, ਖਾਣ ਅਤੇ ਸੌਣ ਵਿਚ ਹੀ ਹੁੰਦੀ ਹੈ।

ਉਮਰ ਲੰਮੀ ਕਰਨ ਵਾਸਤੇ, ਭੋਜਨ ਸੰਖੇਪ ਕਰਨਾ ਪਏਗਾ।

ਇਤਿਹਾਸ ਦਾ ਸਭ ਤੋਂ ਹੁਸੀਨ ਪਲ ਉਹ ਹੁੰਦਾ ਹੈ, ਜਦੋਂ ਬਗ਼ਾਵਤ, ਇਨਕਲਾਬ ਬਣ ਜਾਂਦੀ ਹੈ।

ਜੰਗ, ਅਮਨ ਲਈ ਨਹੀਂ, ਜਿੱਤ ਲਈ ਲੜੀ ਜਾਂਦੀ ਹੈ, ਜਿੱਤ ਨਾਲ ਅਮਨ ਆਪੇ ਆ ਜਾਂਦਾ ਹੈ।

ਬਜ਼ੁਰਗਾਂ ਨੂੰ ਕੁਝ ਵੀ ਮਿਲ ਰਿਹਾ ਹੋਵੇ, ਕਿਸੇ ਵਿਚ ਸਾੜਾ ਨਹੀਂ ਉਪਜਦਾ।

ਜਿਥੇ ਧਨ ਇਕੱਤਰ ਕਰਨਾ ਹੀ ਇਕਮਾਤਰ ਜੀਵਨ ਦਾ ਉਦੇਸ਼ ਹੋਵੇਗਾ, ਉਥੇ ਸਾਰੀਆਂ ਕੁਰੀਤੀਆਂ ਆਪੇ ਆ ਜਾਣਗੀਆਂ।

ਜਿਸ ਬੇਗਮ ਵਿਚ ਕੋਈ ਨੁਕਸ ਨਹੀਂ ਹੁੰਦਾ, ਉਹ ਬੇਗਮ ਤਾਸ਼ ਵਿਚ ਹੁੰਦੀ ਹੈ।

ਪਿਆਰ ਤੋਂ ਬਿਨਾਂ ਕੀਤੀ ਸੇਵਾ, ਸੇਵਾ ਨਹੀਂ ਰਹਿੰਦੀ, ਸਿਰਦਰਦ ਬਣ ਜਾਂਦੀ ਹੈ।

ਜਦੋਂ ਘਰ ਵਿਚ ਮੁਫ਼ਤ ਚੀਜ਼ਾਂ ਆਉਣ ਲਗ ਜਾਣ, ਤਾਂ ਬੰਦਾ ਝੂਠ ਵੀ ਬੋਲਣ ਲੱਗ ਪੈਂਦਾ ਹੈ।

ਪ੍ਰਸ਼ਨ ਤੋਂ ਉੱਤਰ ਤੱਕ ਦੀ ਯਾਤਰਾ ਨੂੰ, ਚਿੰਤਨ ਕਹਿੰਦੇ ਹਨ।

ਪਿਆਰ ਮਾਣਨ ਦੇ ਰਾਹ ਵਿਚ ਜਦੋਂ ਖਤਰੇ ਹੋਣ ਤਾਂ ਪਿਆਰ ਹੋਰ ਵੀ ਵੱਧ ਮਾਣਨਯੋਗ ਹੋ ਜਾਂਦਾ ਹੈ।

ਬਾਂਝ ਇਸਤਰੀਆਂ ਅਤੇ ਨਿਪੁੰਸਕ ਪੁਰਸ਼ ਬੜੇ ਗੁੰਝਲਦਾਰ ਵਿਅਕਤੀ ਹੁੰਦੇ ਹਨ।

ਜਿਥੇ ਪਰਿਵਰਤਨ ਵਾਪਰਦੇ ਰਹਿੰਦੇ ਹਨ, ਉਥੇ ਇਨਕਲਾਬ ਨਹੀਂ ਆਉਂਦੇ, ਕਿਉਂਕਿ ਉਥੇ ਹਰ ਦਿਨ ਹੀ ਇਨਕਲਾਬ ਹੁੰਦਾ ਹੈ।

ਪਿਆਰ ਕਿਤਨਾ ਡੂੰਘਾ ਹੈ, ਇਸ ਦੀ ਸੋਝੀ ਵਿਛੋੜੇ ਵਿਚ ਮਿਲਦੀ ਹੈ।

ਪਿਆਰ ਨੂੰ, ਪਿਆਰ ਤੋਂ ਸਿਵਾਏ, ਕਿਸੇ ਚੀਜ਼ ਨਾਲ ਤਸੱਲੀ ਨਹੀਂ ਮਿਲਦੀ।

ਇਕੱਲਿਆਂ ਖੁਸ਼ੀ ਮਨਾਉਣੀ, ਸੋਗ ਦੀ ਹੀ ਇਕ ਵੰਨਗੀ ਹੁੰਦੀ ਹੈ।

ਜਿਨ੍ਹਾਂ ਨੂੰ ਅਸੀਂ ਨਾਸਤਕ ਕਹਿ ਕੇ ਨਿੰਦਦੇ ਹਾਂ, ਉਹ ਸਾਨੂੰ ਅੰਧ-ਵਿਸ਼ਵਾਸੀ ਕਹਿ ਕੇ ਭੰਡਦੇ ਹਨ।

ਉਤਸੁਕਤਾ ਦੀ ਕੋਈ ਹੱਦ ਨਹੀਂ ਹੁੰਦੀ, ਬੰਦ ਬੂਹਿਆਂ ਨਾਲ ਕੰਨ ਲਾ ਕੇ ਸੁਣਨਾ ਵੀ ਉਤਸੁਕਤਾ ਹੈ ਅਤੇ ਅਮਰੀਕਾ ਲੱਭ ਲੈਣਾ ਵੀ ਉਤਸੁਕਤਾ ਹੈ।

ਕੁਦਰਤ ਪੁੱਠੇ ਬੀਜ ਨੂੰ ਵੀ ਸਿੱਧਾ ਸਵੀਕਾਰ ਕਰਦੀ ਹੈ।

ਪਿਆਰ ਦੀਆਂ ਲੜਾਈਆਂ ਵਿਚ, ਵਧੇਰੇ ਪਿਆਰ ਕਰਨ ਵਾਲੀ ਧਿਰ, ਵਧੇਰੇ ਦੋਸ਼ ਅਤੇ ਦੁੱਖ ਸਵੀਕਾਰਨ ਲਈ ਤਿਆਰ ਹੋ ਜਾਂਦੀ ਹੈ।

ਬਹੁਤੇ ਗਰੀਬ ਅਤੇ ਬਹੁਤੇ ਅਮੀਰ, ਗਿਆਨ-ਪ੍ਰਾਪਤੀ ਸਬੰਧੀ ਬਹੁਤੇ ਗੰਭੀਰ ਨਹੀਂ ਹੁੰਦੇ।

ਡੂੰਘੇ ਵਿਚਾਰ, ਚੁੱਪ ਵਿਚੋਂ ਉਪਜਦੇ ਹਨ ਅਤੇ ਚੁੱਪ ਉਪਜਾਉਂਦੇ ਹਨ।

ਮਾਂ ਦੀ ਮਾਰ ਨਾਲ ਅਜੇ ਤਕ ਕਿਸੇ ਬੱਚੇ ਦੀ ਹੱਡੀ ਨਹੀਂ ਟੁੱਟੀ।

ਜ਼ਾਲਮ ਬਾਦਸ਼ਾਹ ਅਤੇ ਜ਼ਾਲਮ ਪਿਓ ਵਿਚਕਾਰ ਅੰਤਰ, ਕੇਵਲ ਗੁਲਾਮਾਂ ਦੀ ਗਿਣਤੀ ਦਾ ਹੁੰਦਾ ਹੈ।

ਬੱਚੇ, ਪਰਮਾਤਮਾ ਨੂੰ ਘੱਟ ਅਤੇ ਮਾਂ ਨੂੰ ਵੱਧ ਪਹਿਚਾਣਦੇ ਹਨ।

ਇਸਤਰੀ, ਪਤੀ ਦਾ ਹੁਕਮ ਮੰਨ ਕੇ, ਉਸ ਉਤੇ ਰਾਜ ਕਰਦੀ ਹੈ।

ਯੁੱਧ ਵਿਚ, ਦੇਰ ਨੂੰ ਬਰਦਾਸ਼ਤ ਨਹੀਂ ਕੀਤਾ ਜਾਂਦਾ।

ਜਦੋਂ ਕਿਸੇ ਭਾਸ਼ਾ ਦਾ ਦਰਜਾ ਨੀਵਾਂ ਹੋ ਜਾਂਦਾ ਹੈ ਤਾਂ ਉਸ ਨੂੰ ਬੋਲਣ ਵਾਲੇ ਵੀ ਹੀਣੇ ਹੋ ਜਾਂਦੇ ਹਨ।

ਸਿਰ ਉੱਚਾ ਕੀਤੇ ਬਿਨਾਂ, ਚੰਨ-ਤਾਰੇ ਨਹੀਂ ਵੇਖੇ ਜਾ ਸਕਦੇ।

ਆਪਣੇ ਧਰਮ ਜਾਂ ਆਪਣੇ ਦੇਸ਼ ਬਾਰੇ ਨਿਰਪੱਖ ਹੋ ਕੇ ਰਾਇ ਨਹੀਂ ਦਿਤੀ ਜਾ ਸਕਦੀ।

ਜਿਹੜੇ ਆਪਣਾ ਕੰਮ ਗੰਭੀਰਤਾ ਨਾਲ ਕਰਦੇ ਹਨ, ਉਨ੍ਹਾਂ ਦੇ ਯਤਨਾਂ ਨਾਲ ਗੰਭੀਰ ਪਰਿਵਰਤਨ ਵਾਪਰਦੇ ਹਨ।

ਅਮੀਰ ਉਹ ਹੈ, ਜਿਹੜਾ ਅਨੰਤ ਖੁਸ਼ਹਾਲੀ ਵਿਚ ਵੀ ਸੰਜਮ ਵਿਖਾਵੇ।

ਜਿਹੜੀ ਸਲਾਹ ਮੁਫ਼ਤ ਦਿਤੀ ਜਾਂਦੀ ਹੈ, ਉਸ ਦੀ ਵਰਤੋਂ ਨਹੀਂ ਕੀਤੀ ਜਾਂਦੀ।

ਬੱਚਿਆਂ ਦੇ ਬੋਝ ਨਾਲ ਅਜੇ ਤਕ ਕਿਸੇ ਘਰ ਦੀ ਛੱਤ ਨਹੀਂ ਡਿਗੀ।

ਲਾਇਕ ਵਿਅਕਤੀ ਸਭ ਕੁਝ ਜਾਣਦਾ ਹੁੰਦਾ ਹੈ, ਚਲਾਕ ਵਿਅਕਤੀ ਹਰ ਕਿਸੇ ਨੂੰ ਜਾਣਦਾ ਹੁੰਦਾ ਹੈ।

ਸਾਹਿਤ ਉਪਜਾਉਣਾ ਨਹੀਂ ਹੁੰਦਾ, ਸਿਰਜਣਾ ਹੁੰਦਾ ਹੈ।

ਜਿਸ ਚੀਜ਼ ਸਬੰਧੀ ਅਸੀਂ ਸਾਰੇ ਸੰਸਾਰ ਨੂੰ ਇਨਕਾਰ ਕੀਤਾ ਹੁੰਦਾ ਹੈ, ਉਸ ਨੂੰ ਸਾਡਾ ਪਿਆਰਾ ਮੰਗੇ, ਅਸੀਂ ਆਪਣੇ ਧੰਨਭਾਗ ਸਮਝਦੇ ਹਾਂ।

ਸੰਸਾਰ ਨੂੰ ਸਫਲ ਵਿਅਕਤੀ ਚਲਾਉਂਦੇ ਹਨ, ਜੇ ਤੁਸੀਂ ਸਫਲ ਨਹੀਂ ਹੋਵੋਗੇ, ਸੰਸਾਰ ਤਾਂ ਵੀ ਚਲਦਾ ਰਹੇਗਾ ਪਰ ਕੋਈ ਹੋਰ ਸਫਲ ਹੋ ਕੇ ਚਲਾਉਣਗੇ।

ਲੋਕਾਂ ਨੂੰ ਵਧੀਆਂ ਕੀਮਤਾਂ 'ਤੇ ਗਿਲਾ ਨਹੀਂ ਹੁੰਦਾ, ਕੀਮਤਾਂ ਵਿਚ ਹੁੰਦੇ ਨਿੱਤ-ਵਾਧੇ 'ਤੇ ਗਿਲਾ ਹੁੰਦਾ ਹੈ।

ਜ਼ਿੰਦਗੀ ਵਿਚ ਦੁੱਖਾਂ, ਮਾਯੂਸੀਆਂ ਅਤੇ ਮੁਸੀਬਤਾਂ ਦੇ ਬਾਵਜੂਦ, ਹਰ ਕੋਈ ਚੰਗੇਰੇ ਜੀਵਨ ਦੀ ਆਸ ਨਾਲ ਜਿਊਂਦਾ ਹੈ।

ਵਿਦਰੋਹੀ ਅਤੇ ਇਨਕਲਾਬੀ ਇਕੱਠੇ ਨਹੀਂ ਰਹਿ ਸਕਦੇ, ਕਿਉਂਕਿ ਵਿਦਰੋਹੀਆਂ ਦੀ ਦਿਲਚਸਪੀ ਢਾਹੁਣ ਅਤੇ ਉਖਾੜਨ ਵਿਚ ਹੁੰਦੀ ਹੈ ਅਤੇ ਇਨਕਲਾਬੀਆਂ ਦੀ ਪੁਨਰ-ਉਸਾਰੀ ਅਤੇ ਪਰਿਵਰਤਨ ਵਿਚ।

ਨੇਤਰਹੀਣ ਵਿਅਕਤੀ ਚਲਾਕ ਨਹੀਂ ਹੁੰਦੇ, ਸਾਜ਼ਸ਼ਾਂ ਨਹੀਂ ਕਰਦੇ, ਕਿਸੇ ਦਾ ਕੋਹਜ ਨਹੀਂ ਵੇਖਦੇ।

ਮਨੁੱਖ ਵਿਚਾਰਾਂ ਤੋਂ ਬਿਨਾਂ ਨਹੀਂ ਰਹਿ ਸਕਦਾ, ਜੇ ਨਵੇਂ ਵਿਚਾਰ ਨਹੀਂ ਹੋਣਗੇ ਤਾਂ ਉਹ ਪੁਰਾਣਿਆਂ ਨਾਲ ਹੀ ਚਿਮੜਿਆ ਰਹੇਗਾ।

ਜੇ ਜੀਵਨ ਵਿਚ ਦੁੱਖ ਨਾ ਹੁੰਦੇ ਤਾਂ ਹਰ ਕਿਸੇ ਨੇ ਸਾਰਾ ਜੀਵਨ ਬੱਚਿਆਂ ਵਾਂਗ ਵਿਹਾਰ ਕਰਨਾ ਸੀ।

ਚੜ੍ਹਦੀ ਉਮਰ ਦੇ ਜੋਸ਼ ਨੂੰ, ਢਲਦੀ ਉਮਰ ਦੀ ਹੋਸ਼ ਦੱਬ ਲੈਂਦੀ ਹੈ।

ਦੂਰੋਂ ਵੇਖਿਆਂ ਸਾਰੇ ਪਰਿਵਾਰ ਇਕੋ ਜਿਹੇ ਲਗਦੇ ਹਨ, ਨੇੜਿਓਂ ਵੇਖਿਆਂ ਹਰ ਪਰਿਵਾਰ ਵੱਖਰਾ ਲਗਦਾ ਹੈ।

ਜੇ ਮਨੁੱਖ ਵਿਚ ਕੁਝ ਜਾਣਨ ਦੀ ਇੱਛਾ ਨਾ ਹੁੰਦੀ ਤਾਂ ਉਸ ਵਿਚ ਕੁਝ ਸੋਚਣ ਅਤੇ ਸਿਰਜਣ ਦੀ ਵੀ ਯੋਗਤਾ ਨਹੀਂ ਸੀ ਹੋਣੀ।

ਹਿੰਸਾ, ਵਰਦੀ ਪਹਿਨ ਕੇ ਜਾਂ ਹਥਿਆਰ ਲੈ ਕੇ ਹੀ ਨਹੀਂ ਆਉਂਦੀ, ਇਹ ਧਰਮ ਦਾ ਬਾਣਾ ਪਾ ਕੇ ਵੀ ਆ ਸਕਦੀ ਹੈ।

ਅਸੀਂ ਟੁਰਨਾ ਹੀ ਨਹੀਂ, ਨਵੇਂ ਰਾਹ ਵੀ ਉਲੀਕਣੇ ਹਨ; ਨਵੇਂ ਰਾਹ ਹੀ ਨਹੀਂ ਉਸਾਰਨੇ, ਨਵੇਂ ਨਿਸ਼ਾਨੇ ਵੀ ਮਿੱਥਣੇ ਹਨ।

ਆਸ਼ਾਵਾਦੀ ਨਾ ਕੇਵਲ ਲੰਮਾ ਅਰਸਾ ਜਿਊਂਦੇ ਹਨ, ਉਹ ਜ਼ਿੰਦਗੀ ਨੂੰ ਜਿਊਣਯੋਗ ਵੀ ਬਣਾਈ ਰਖਦੇ ਹਨ।

ਕਈਆਂ ਦੀ ਸ਼ਖ਼ਸੀਅਤ ਵਿਚੋਂ ਧੂੰਆਂ ਤਾਂ ਲੰਮਾ ਅਰਸਾ ਉੱਠਦਾ ਰਹਿੰਦਾ ਹੈ ਪਰ ਇਹ ਕਦੇ ਭਾਂਬੜ ਨਹੀਂ ਬਣਦਾ।

ਪ੍ਰੇਮੀਆਂ ਨੇ, ਇਕ-ਦੂਜੇ ਨੂੰ ਅੰਦਰੋਂ ਘੁਟ ਕੇ ਫੜਿਆ ਹੁੰਦਾ ਹੈ।

ਜੇ ਤੁਸੀਂ ਬੱਚਿਆਂ ਦੇ ਰੌਲੇ-ਰੱਪੇ ਤੋਂ ਤੰਗ ਨਹੀਂ ਪੈਂਦੇ ਤਾਂ ਇਸ ਦਾ ਅਰਥ ਹੈ ਕਿ ਤੁਸੀਂ ਦਾਦਾ-ਦਾਦੀ ਜਾਂ ਨਾਨਾ-ਨਾਨੀ ਬਣ ਚੁੱਕੇ ਹੋ।

ਕਿਸੇ ਦੇ ਘਰ ਰੋਜ਼ ਜਾਓ, ਉਕਤਾ ਜਾਵੋਗੇ; ਧਾਰਮਿਕ ਸਥਾਨ 'ਤੇ ਰੋਜ਼ ਜਾਓ, ਜਿਸ ਦਿਨ ਨਹੀਂ ਜਾਓਗੇ, ਸਾਰਾ ਦਿਨ ਘਾਟ ਮਹਿਸੂਸ ਹੁੰਦੀ ਰਹੇਗੀ।

ਟੈਲੀਵਿਜ਼ਨ ਨੇ ਮਨੁੱਖ ਵਿਚ, ਇਕ ਦੂਜੇ ਵਲ ਧਿਆਨ ਦੇਣ ਅਤੇ ਹੋਰਾਂ ਨੂੰ ਧਿਆਨ ਨਾਲ ਸੁਣਨ ਦੀ ਯੋਗਤਾ ਘਟਾ ਦਿਤੀ ਹੈ।

ਪਰਿਵਾਰ ਛੋਟੇ ਹੋਣ ਕਾਰਨ, ਮਾਪੇ ਬੱਚਿਆਂ ਤੋਂ ਡਰਨ ਲਗ ਪਏ ਹਨ।

ਅਕਸਰ ਪੁਜਾਰੀ ਹੀ, ਸ਼ਰਧਾਲੂ ਦੇ ਪਰਮਾਤਮਾ ਨਾਲ ਮਿਲਾਪ ਦੇ ਰਾਹ ਦੀ, ਰੁਕਾਵਟ ਬਣ ਜਾਂਦਾ ਹੈ।

ਆਪਣੀਆਂ ਇੱਛਾਵਾਂ ਨੂੰ ਘਟਾਉਣ ਤੋਂ ਬਿਨਾਂ ਕੋਈ ਜਦੋਜਹਿਦ ਨਹੀਂ ਕੀਤੀ ਜਾ ਸਕਦੀ।

ਕਈਆਂ ਦੀ ਸ਼ਖ਼ਸੀਅਤ ਹੀ ਅਜਿਹੀ ਹੁੰਦੀ ਹੈ ਕਿ ਉਹ ਜਿਥੇ ਜਾਂਦੇ ਹਨ, ਉਥੇ ਹਾਦਸਾ ਬਣ ਕੇ ਹੀ ਪਹੁੰਚਦੇ ਹਨ।

ਇਨਕਲਾਬੀਆਂ ਵਾਸਤੇ ਮੁਸ਼ਕਿਲਾਂ ਉਦੋਂ ਉਪਜਦੀਆਂ ਹਨ, ਜਦੋਂ ਉਹ ਨਵੇਂ ਹਾਕਮ ਬਣ ਜਾਂਦੇ ਹਨ।

ਸਵੈ-ਕਾਬੂ, ਖੁਲ੍ਹੀ-ਡੁਲ੍ਹੀ ਸ਼ਖ਼ਸੀਅਤ ਦੀ ਮੁਖ ਪਛਾਣ ਹੁੰਦਾ ਹੈ।

ਕਈ ਕਿਸੇ ਵਿਚਾਰਧਾਰਾ ਦੇ ਵਿਦਿਆਰਥੀ ਬਣਨ ਦੀ ਥਾਂ ਉਸ ਵਿਚਾਰਧਾਰਾ ਦੇ ਢਾਡੀ ਬਣ ਜਾਂਦੇ ਹਨ।

ਜਿੱਤ ਦੌਰਾਨ ਦੋਸਤਾਂ ਦੀ ਮਨਜ਼ੂਰੀ ਲੱਭਣੀ ਬੇਕਾਰ ਹੈ, ਦੋਸਤ ਸਾਡੀ ਹਾਰ ਦੇ ਪਲਾਂ ਲਈ ਹੁੰਦੇ ਹਨ।

ਜਦੋਂ ਕੋਈ ਕੁਰਾਹੇ ਪੈ ਜਾਵੇ ਤਾਂ ਅੱਗੇ ਧੱਕਣ ਵਾਲੇ, ਵਹੀਰਾਂ ਘੱਤ ਕੇ ਪਹੁੰਚਦੇ ਹਨ।

ਜੇ ਤੁਹਾਨੂੰ ਨਹੁੰ ਟੁੱਕਣ ਦੀ ਭੈੜੀ ਆਦਤ ਹੈ ਤਾਂ ਤਿੰਨ ਦਿਨ ਇਕ ਘੰਟਾ ਲਗਾਤਾਰ ਨਹੁੰ ਟੁੱਕੋ, ਆਦਤ ਜਾਂਦੀ ਰਹੇਗੀ।

ਜੋ ਵੀ ਸਹੀ ਕਰਮ ਨਾਲ ਜੁੜਿਆ ਹੋਇਆ ਹੈ, ਉਸ ਕੋਲ ਨਿਰਾਸਤਾ ਲਈ ਕੋਈ ਵਕਤ ਹੀ ਨਹੀਂ ਰਹਿੰਦਾ।

ਸਨਕੀਆਂ ਦੇ ਅੰਦਰ ਅਨੰਤ ਹਨੇਰਾ ਹੁੰਦਾ ਹੈ ਅਤੇ ਓੜਕਾਂ ਦਾ ਹਨੇਰਾ ਅੰਦਰ ਜਾਣ ਲਈ, ਬਾਹਰ ਖਲੋਤਾ ਹੁੰਦਾ ਹੈ।

ਕਾਰਜ ਦੀ ਅਣਹੋਂਦ ਕਾਰਨ, ਸੁਪਨੇ ਸਰਾਪ ਬਣ ਜਾਂਦੇ ਹਨ।

ਕੁਝ ਕਰਕੇ ਵਿਖਾਉਣਾ, ਕਿਸੇ ਵਲੋਂ ਕੀਤੀ ਆਲੋਚਨਾ ਜਾਂ ਨਿੰਦਾ ਦਾ ਸਭ ਤੋਂ ਵੱਧ ਪ੍ਰਭਾਵਸ਼ਾਲੀ ਉੱਤਰ ਹੁੰਦਾ ਹੈ।

ਦੁੱਧ ਪੀਣ ਤੋਂ ਮਗਰੋਂ, ਕੱਚੀ ਲੱਸੀ ਪੀਣ ਨੂੰ ਕਿਸ ਦਾ ਦਿਲ ਕਰਦਾ ਹੈ?

ਕਿਸੇ ਨੂੰ ਤਪਾ ਕੇ, ਕੋਈ ਆਪ ਠੰਡਾ ਨਹੀਂ ਰਹਿ ਸਕਦਾ।

ਜੇ ਪਿਆਰਾ ਸੋਹਣਾ ਹੋਵੇ ਤਾਂ ਸੋਹਣੀਆਂ ਆਦਤਾਂ ਅਤੇ ਸੋਹਣੇ ਸ਼ਬਦਾਂ ਨੂੰ ਅਪਨਾਉਣ ਦੀ ਰੀਝ ਆਪਮੁਹਾਰੇ ਜਾਗਦੀ ਹੈ।

ਧੀਆਂ ਸੰਸਾਰ ਨੂੰ ਸਿਰਜਦੀਆਂ ਹਨ, ਪੁੱਤਰ ਇਸ ਸੰਸਾਰ ਨੂੰ ਵਿਸ਼ਾਲ ਕਰਦੇ ਹਨ।

ਜਿਸ ਬੱਚੇ ਦੇ ਸੁਪਨੇ, ਆਪਣੇ ਮਾਪਿਆਂ ਦੇ ਸੁਪਨਿਆਂ ਤੋਂ ਵੱਖਰੇ ਨਹੀਂ, ਉਹ ਸੰਤਾਨ ਦਾ ਅਸਫਲ ਤਜਰਬਾ ਹੈ।

ਹਰ ਮੇਲੇ ਦਾ ਪ੍ਰਬੰਧ ਪੁਰਸ਼ ਕਰਦੇ ਹਨ ਪਰ ਰੌਣਕ ਉਪਜਾਉਣ ਦੀ ਜ਼ਿੰਮੇਵਾਰੀ ਇਸਤਰੀਆਂ ਅਤੇ ਬੱਚਿਆਂ ਦੀ ਹੁੰਦੀ ਹੈ।

ਮਹਾਂਪੁਰਸ਼, ਮੰਗਣ ਉਤੇ ਝੋਲੀ ਨਹੀਂ ਭਰਦੇ, ਬਿਨ ਮੰਗੇ ਖਜ਼ਾਨੇ ਲੁਟਾਉਂਦੇ ਹਨ।

ਜਿਹੜਾ ਵਕਤ ਦੀ ਕਦਰ ਕਰਦਾ ਹੈ, ਉਸ ਦੇ ਹਿਰਦੇ ਵਿਚ ਜ਼ਰੂਰ ਕੋਈ ਉੱਚਾ ਉਦੇਸ਼ ਹੋਵੇਗਾ।

ਹਾਰਿਆਂ ਉੱਤੇ, ਜੇਤੂਆਂ ਦਾ ਰੰਗ ਚੜ੍ਹਦਾ ਹੈ ਪਰ ਜਿੱਤੇ ਹੋਏ ਵੀ ਹਾਰੇ ਹੋਇਆਂ ਦੇ ਪ੍ਰਭਾਵ ਤੋਂ ਅਛੋਹ ਨਹੀਂ ਰਹਿੰਦੇ।

ਉੱਤਰੀ ਭਾਰਤ ਦੀਆਂ ਸਾਰੀਆਂ ਭਾਸ਼ਾਵਾਂ ਨੇ ਸੰਸਕ੍ਰਿਤ ਦੇ ਘਾਟ ਤੋਂ ਪਾਣੀ ਪੀਤਾ ਹੋਇਆ ਹੈ।

ਮਹਾਂਪੁਰਸ਼ ਆਪਣੇ ਜੀਵਨ ਨੂੰ ਛੋਟੇ ਵੱਟਿਆਂ ਨਾਲ ਨਹੀਂ ਤੋਲਦੇ।

ਪਤਨੀ ਨਾਲ ਚਲਦਾ ਪੁਰਸ਼ ਸਾਊ ਅਤੇ ਵਿਸ਼ਵਾਸਯੋਗ ਸਮਝਿਆ ਜਾਂਦਾ ਹੈ, ਪੁਰਸ਼ ਨਾਲ ਚਲਦੀ ਪਤਨੀ ਸਿਆਣੀ ਅਤੇ ਤਾਕਤਵਰ ਸਮਝੀ ਜਾਂਦੀ ਹੈ।

ਭਾਰਤ ਬਾਹਰੀ ਹਮਲਿਆਂ ਵੇਲੇ ਹੀ ਅੱਖਾਂ ਖੋਲ੍ਹਦਾ ਹੈ।

ਸਮਾਜਵਾਦੀਆਂ ਅਤੇ ਪੂੰਜੀਵਾਦੀਆਂ ਵਿਚਕਾਰ ਰਿਸ਼ਤਾ ਹਮੇਸ਼ਾ ਸੱਪ ਅਤੇ ਨਿਉਲੇ ਵਾਲਾ ਰਿਹਾ ਹੈ।

ਰਾਜਧਾਨੀ ਵਿਚੋਂ ਉੱਠਣ ਵਾਲਾ ਵਿਵਾਦ ਸਾਰੇ ਦੇਸ਼ ਦਾ ਵਿਵਾਦ ਬਣ ਜਾਂਦਾ ਹੈ।

ਭਾਰਤ ਦੀ ਗਰੀਬੀ ਦਾ ਇਕ ਕਾਰਨ ਇਹ ਰਿਹਾ ਹੈ ਕਿ ਜ਼ਾਤਪਾਤ ਕਾਰਨ ਕੋਈ ਕਿਸੇ ਦੀ ਮਦਦ ਨਹੀ ਕਰ ਸਕਿਆ, ਜਿਸ ਕਾਰਨ ਸਾਰੇ ਕਮਜ਼ੋਰ ਹੋ ਗਏ।

ਭਾਰਤ ਇਸ਼ਨਾਨ-ਪ੍ਰਧਾਨ ਦੇਸ਼ ਹੈ, ਸੰਸਾਰ ਦੀ ਕੋਈ ਹੋਰ ਕੌਮ, ਭਾਰਤੀਆਂ ਜਿਤਨਾ ਨਹੀਂ ਨਹਾਉਂਦੀ।

ਭਾਰਤ ਵਿਚ ਈਸਾਈ-ਪਾਦਰੀ, ਪੱਛਮੀ ਹਕੂਮਤ ਦੀ ਧਾਰਮਿਕ ਫੌਜ ਬਣ ਕੇ ਆਏ।

ਨਵੀਨ ਭਾਰਤ ਨੇ ਜੋ ਕੁਝ ਕਹਿਣਾ ਸੀ, ਉਹ ਵਿਵੇਕਾਨੰਦ ਦੇ ਮੂੰਹੋਂ ਨਿਕਲਿਆ।

ਜੇ ਕਿਸੇ ਦੇਸ਼ ਦੇ ਲੋਕਾਂ ਨੂੰ ਆਪਣੇ ਵਰਗਾ ਬਣਾਉਣਾ ਹੋਵੇ ਤਾਂ ਉਨ੍ਹਾਂ ਨੂੰ ਆਪਣੀ ਭਾਸ਼ਾ ਸਿਖਾ ਦਿਓ ਜਾਂ ਉਨ੍ਹਾਂ ਨੂੰ ਉਨ੍ਹਾਂ ਦੀ ਭਾਸ਼ਾ ਭੁਲਾ ਦਿਓ।

ਜਿਥੇ ਪਿਆਰ ਦੀ ਗੱਲ ਹੋਵੇਗੀ, ਉਥੇ ਪਰਮਾਤਮਾ ਦਾ ਜ਼ਿਕਰ ਵੀ ਹੋਵੇਗਾ।

ਸਰਕਾਰਾਂ ਦਾ ਮੁਖ ਕੰਮ ਵਰਤਮਾਨ ਨੂੰ ਸੰਭਾਲਣਾ ਅਤੇ ਭਵਿਖ ਨੂੰ ਸੰਵਾਰਨਾ ਹੁੰਦਾ ਹੈ।

ਪਿਆਰ, ਸੁਪਨੇ ਵਾਲੀ ਨੀਂਦਰ ਅਤੇ ਵਿਆਹ, ਅਲਾਰਮ ਵਾਲੀ ਘੜੀ ਹੁੰਦਾ ਹੈ।

ਭਾਰਤ ਵਿਚ ਪੱਛਮੀ ਸਭਿਅਤਾ ਦੇ ਲਾਭ ਪਛਾਣਨ ਦੀ ਪਹਿਲ, ਰਾਜਾ ਰਾਮ ਮੋਹਨ ਰਾਇ ਨੇ ਕੀਤੀ ਸੀ।

ਜਿਨ੍ਹਾਂ ਦੇ ਸਮੁੱਚੇ ਜੀਵਨ ਵਿਚ ਇਕ ਵੀ ਮਾਣ ਕਰਨਯੋਗ ਪਲ ਨਹੀਂ ਹੁੰਦਾ, ਉਹ ਵੀ ਅਮਰ ਹੋਣ ਦਾ ਯਤਨ ਕਰ ਰਹੇ ਹਨ।

ਸਮਾਧੀ ਵਿਚ, ਪਲਕਾਂ ਬੰਦ ਪਰ ਅੱਖਾਂ ਖੁਲ੍ਹੀਆਂ ਹੁੰਦੀਆਂ ਹਨ।

ਖੁਸ਼ਹਾਲ ਵਿਅਕਤੀ, ਕਿਸੇ ਦਾਤੇ ਦੀ ਉਡੀਕ ਵਿਚ ਨਹੀਂ, ਕਿਸੇ ਲੋੜਵੰਦ ਦੀ ਭਾਲ ਵਿਚ ਹੁੰਦਾ ਹੈ।

ਈਮਾਨਦਾਰੀ ਨਾਲ ਹਾਰਨ ਦਾ ਵੀ, ਜਿੱਤ ਵਰਗਾ ਸੁਆਦ ਹੁੰਦਾ ਹੈ।

ਤਿਆਗ ਤੋਂ ਬਿਨਾਂ, ਆਨੰਦ ਸੰਭਵ ਨਹੀਂ ਹੈ, ਤਿਆਗ ਆਨੰਦ ਦੀ ਕੀਮਤ ਹੈ।

ਰਾਹ ਸਾਨੂੰ ਕਿਧਰੇ ਨਹੀਂ ਪਹੁੰਚਾਉਂਦੇ, ਪਹੁੰਚਾਉਂਦੇ ਸਾਡੇ ਕਦਮ ਹਨ।

ਜਦੋਂ ਇਹ ਧਾਰ ਲਈਏ ਕਿ ਕਿਸੇ ਦਾ ਦਿਲ ਨਹੀਂ ਦੁਖਾਉਣਾ, ਉਸੇ ਵੇਲੇ ਸਾਡਾ ਸਾਰਾ ਸ਼ਬਦਕੋਸ਼ ਬਦਲ ਜਾਵੇਗਾ।

ਆਪਣੇ ਆਪ ਤੋਂ ਨੱਸ ਕੇ, ਮਨੁੱਖ ਕਿਧਰੇ ਨਹੀਂ ਪਹੁੰਚਦਾ।

ਤੈਮੂਰ ਹੀ ਲੰਗੜਾ ਨਹੀਂ ਸੀ, ਸਾਰੇ ਤੈਮੂਰ ਲੰਗੜੇ ਹੁੰਦੇ ਹਨ।

ਪਰਮਾਤਮਾ ਦੇ ਚਰਨਾਂ ਵਿਚ ਸ਼ਰਧਾਲੂ, ਮੱਥਾ ਟੇਕਦਾ ਨਹੀਂ, ਮੱਥਾ ਰੱਖ ਦਿੰਦਾ ਹੈ।

ਈਮਾਨਦਾਰ ਉਹ ਹੈ, ਜਿਹੜਾ ਚਾਹੇ ਤਾਂ ਬੇਈਮਾਨ ਹੋ ਸਕਦਾ ਹੋਵੇ ਪਰ ਫਿਰ ਵੀ ਈਮਾਨਦਾਰੀ ਨੂੰ ਹੀ ਚੁਣੇ।

ਸਾਰੇ ਯੰਤਰ, ਸਾਡੀਆਂ ਇੰਦਰੀਆਂ ਦੇ ਵਿਸਥਾਰ ਹਨ।

ਪਿਆਰ ਵਿਚ, ਪ੍ਰੇਮੀ ਆਪਣੇ ਆਪ ਨੂੰ ਲੋਹਾ ਅਤੇ ਪ੍ਰੇਮਿਕਾ ਨੂੰ ਪਾਰਸ ਸਮਝਦਾ ਹੈ।

ਨੌਕਰੀ, ਨੌਕਰ ਤੋਂ, ਨੌਕਰੀ ਛੱਡਣ ਦੀ ਹਿੰਮਤ ਖੋਹ ਲੈਂਦੀ ਹੈ।

ਅਜੋਕੇ ਯੁਗ ਵਿਚ, ਸਿਪਾਹੀ, ਚੋਰ ਅਤੇ ਸੰਤ ਵਿਚ ਕੇਵਲ ਲਿਬਾਸ ਦਾ ਹੀ ਅੰਤਰ ਰਹਿ ਗਿਆ ਹੈ।

ਹਰ ਕੋਈ ਚਾਹੁੰਦਾ ਹੈ ਕਿ ਕੋਈ ਉਸ ਨੂੰ ਲੁਕ-ਲੁਕ ਕੇ ਵੇਖੇ।

ਦੂਜੇ ਦੀ ਖੁਸ਼ੀ ਨੂੰ, ਆਪਣੀ ਖੁਸ਼ੀ ਤੋਂ ਪਹਿਲ ਦੇਣ ਨੂੰ, ਪਿਆਰ ਕਹਿੰਦੇ ਹਨ।

ਗਿਆਨ ਖੰਭ ਦਿੰਦਾ ਹੈ, ਉੱਡਣ ਲਈ; ਤਜਰਬਾ ਜੜ੍ਹਾਂ ਦਿੰਦਾ ਹੈ, ਖੁੱਭਣ ਲਈ।

ਅਧਿਆਪਕ ਪੜ੍ਹਾਉਂਦੇ ਹਨ, ਗੁਰੂ ਜਗਾਉਂਦੇ ਹਨ।

ਅਖ਼ਬਾਰਾਂ, ਪ੍ਰਸਿੱਧ ਬੰਦਿਆਂ ਨੂੰ ਬਦਨਾਮ ਕਰਕੇ, ਆਪ ਬਲਵਾਨ ਹੋ ਜਾਂਦੀਆਂ ਹਨ।

ਸਮਾਜ ਦੀ ਨਰੋਈ ਸਿਹਤ ਲਈ, ਨਵੇਂ ਵਿਚਾਰਾਂ ਦੀ ਕਸਰਤ ਜ਼ਰੂਰੀ ਹੁੰਦੀ ਹੈ।

ਪੈਰ ਚਲਣ ਨਾਲ ਅਤੇ ਹੱਥ ਕੰਮ ਕਰਨ ਨਾਲ, ਬੁੱਧੀ ਨੂੰ ਵਿਸ਼ਾਲ ਕਰਦੇ ਹਨ।

ਹੁਣ ਸਰਕਾਰੀ ਛੁੱਟੀਆਂ ਇਤਨੀਆਂ ਵਧੇਰੇ ਹੋਣ ਲਗ ਪਈਆਂ ਹਨ ਕਿ ਕਰਮਚਾਰੀਆਂ ਵਿਚ ਹੜਤਾਲ ਕਰਨ ਦਾ ਉਤਸ਼ਾਹ ਹੀ ਨਹੀਂ ਰਿਹਾ।

ਜ਼ਿੰਦਗੀ ਵਿਚ ਬਿਨਾਂ ਗੁਆਇਆਂ ਕੁਝ ਨਹੀਂ ਮਿਲਦਾ, ਕਈ ਵਾਰੀ ਮਿਲ ਪਹਿਲਾਂ ਜਾਂਦਾ ਹੈ ਅਤੇ ਗੁਆਉਣ ਦਾ ਅਮਲ ਮਗਰੋਂ ਵਾਪਰਦਾ ਹੈ।

ਕਿਸੇ ਦਾ ਪ੍ਰਸਿੱਧ ਹੋਣਾ, ਅਖਬਾਰਾਂ ਲਈ ਇਕ ਵੰਗਾਰ ਹੁੰਦੀ ਹੈ।

ਜੇ ਮਰਨ ਦਾ ਇਰਾਦਾ ਹੋਵੇ ਤਾਂ ਸੰਸਾਰ, ਸਾਰੀਆਂ ਸਹੂਲਤਾਂ ਅਤੇ ਮੌਕੇ ਦਿੰਦਾ ਹੈ।

ਮੀਂਹ ਦੌਰਾਨ ਪਾਣੀ ਨੂੰ ਪੈਰ ਲਗ ਜਾਂਦੇ ਹਨ।

ਮਹਾਨ ਪੁਸਤਕ ਵਿਚ, ਦਰਿਆ ਵਾਂਗ ਜਿਥੋਂ ਚਾਹੋ, ਉਥੋਂ ਪ੍ਰਵੇਸ਼ ਕੀਤਾ ਜਾ ਸਕਦਾ ਹੈ।

ਸੰਸਾਰ ਵਿਚ ਗਿਆਨ ਦਾ ਥਾਨ ਖੁਲ੍ਹਦਾ ਰਹਿੰਦਾ ਹੈ ਅਤੇ ਲੋਕ ਆਪਣੇ ਮੇਚ ਦੇ ਵਿਚਾਰ ਪਹਿਨਦੇ ਰਹਿੰਦੇ ਹਨ।

ਅਲਵਿਦਾ ਕਹਿਣ ਲਈ ਪ੍ਰੇਮਿਕਾ, ਪ੍ਰੇਮੀ ਨੂੰ ਆਪਣੇ ਨੇੜੇ ਕਰ ਲੈਂਦੀ ਹੈ।

ਥੱਕੇ ਹੋਏ ਬੰਦੇ ਅੰਦਰ, ਨੀਂਦਰ ਦਾ ਦਰਿਆ ਵਗਣ ਲਗ ਪੈਂਦਾ ਹੈ।

ਵੱਡਿਆਈ, ਉੱਚੇ ਅਹੁਦੇ ਤੋਂ ਵੀ ਉੱਚੇ ਹੋਣ ਵਿਚ ਹੁੰਦੀ ਹੈ।

ਬੱਚੇ ਘਰ ਦਾ ਹੁਲੀਆ ਵਿਗਾੜ ਦਿੰਦੇ ਹਨ ਪਰ ਘਰ ਬੱਚਿਆਂ ਨਾਲ ਹੀ ਸ਼ੋਭਦਾ ਹੈ।

ਪਿਆਰ ਇਕ ਅਜਿਹੀ ਅੱਗ ਹੁੰਦੀ ਹੈ, ਜਿਹੜੀ ਸਾੜਦੀ ਨਹੀਂ, ਭੁੰਨਦੀ ਹੈ।

ਪ੍ਰਸੰਨ ਵਿਅਕਤੀ ਨੂੰ ਕਿਸੇ ਸ਼ਿੰਗਾਰ ਦੀ ਲੋੜ ਨਹੀਂ ਹੁੰਦੀ।

ਜ਼ਿੰਦਗੀ ਵਿਚ ਗਰੀਬ ਰਹਿਣ ਅਤੇ ਅਮੀਰ ਹੋਣ ਸਬੰਧੀ ਫੈਸਲਾ, ਜਵਾਨੀ ਵਿਚ ਹੀ ਹੋ ਜਾਂਦਾ ਹੈ।

ਮਨੁੱਖਾਂ ਅਤੇ ਜਾਨਵਰਾਂ ਵਿਚ ਥੋੜ੍ਹਾ ਜਿਹਾ ਹੀ ਅੰਤਰ ਹੈ ਪਰ ਕਈ ਇਸ ਅੰਤਰ ਨੂੰ ਵੀ ਮੇਟਣ 'ਤੇ ਲੱਗੇ ਹੋਏ ਹਨ।

ਜ਼ਿੰਦਗੀ, ਛੋਟਿਆਂ ਨੂੰ ਵੱਡੇ ਅਤੇ ਵੱਡਿਆਂ ਨੂੰ ਛੋਟੇ ਬਣਾ ਕੇ, ਪਰਖਦੀ ਰਹਿੰਦੀ ਹੈ।

ਭਰੇ ਹੋਏ ਮੇਜ਼ ਦੇ ਅਰਥ ਇਹ ਨਹੀਂ ਕਿ ਤੁਹਾਡੇ ਕੋਲ ਕੰਮ ਬਹੁਤ ਹੈ, ਸਗੋਂ ਇਹ ਹਨ ਕਿ ਤੁਸੀਂ ਕੰਮ ਨਹੀਂ ਕਰਦੇ।

ਜਦੋਂ ਕੋਈ ਵਰਤਾਰਾ ਇਕ-ਸੁਰ ਹੋ ਜਾਂਦਾ ਹੈ ਤਾਂ ਉਹ ਸਰਲ ਹੋ ਜਾਂਦਾ ਹੈ।

ਦੁੱਖ ਅਤੇ ਸੁੱਖ ਦੇ ਅਰਥ ਜਾਣਨ ਲਈ, ਵਿਆਹ ਕਰਾਉਣਾ ਜ਼ਰੂਰੀ ਹੈ।

ਖੇਤਰ ਕੋਈ ਹੋਵੇ, ਨਿੱਕੀਆਂ ਚੌਧਰਾਂ ਵਾਸਤੇ ਵਧੇਰੇ ਭੱਜਦੌੜ ਕਰਨੀ ਪੈਂਦੀ ਹੈ।

ਜਿਹੜਾ ਪੈਸੇ ਦੇ ਪੱਖੋਂ ਕੰਜੂਸ ਹੈ, ਉਹ ਕਿਸੇ ਵੀ ਪੱਖੋਂ ਖੁਲ੍ਹ-ਦਿਲਾ ਨਹੀਂ ਹੋ ਸਕਦਾ।

ਜਦੋਂ ਮਨੁੱਖ ਅੰਦਰੋਂ ਭਰ ਜਾਂਦਾ ਹੈ ਤਾਂ ਉਹ ਸਮੱਸਿਆ ਨਹੀਂ ਰਹਿੰਦਾ, ਸਹਿਯੋਗੀ ਬਣ ਜਾਂਦਾ ਹੈ।

ਪਹਾੜਾਂ ਦਾ ਜਲਵਾਯੂ ਚੰਗਾ ਹੁੰਦਾ ਹੈ ਪਰ ਮੌਸਮ ਅਕਸਰ ਖਰਾਬ ਹੁੰਦਾ ਹੈ।

ਕੰਜੂਸ ਬੰਦਾ, ਕਿਸੇ ਨੂੰ ਪਿਆਰ ਨਹੀਂ ਕਰ ਸਕਦਾ।

ਸੇਵਾ-ਮੁਕਤੀ ਦਾ ਲਾਭ ਇਹ ਹੁੰਦਾ ਹੈ ਕਿ ਹਰ ਦਿਨ ਐਤਵਾਰ ਹੋ ਜਾਂਦਾ ਹੈ।

ਪਾਟੇ ਖਾਂ ਅਤੇ ਨਾਢੂ ਖਾਂ ਜਨਮ ਨਹੀਂ ਲੈਂਦੇ, ਅਵਤਾਰ ਹੀ ਧਾਰਦੇ ਹਨ।

ਆਰਥਿਕ ਪੱਖੋਂ ਲਿਤਾੜੇ ਹੋਏ ਲੋਕ, ਭੋਗਦੇ ਕੁਝ ਨਹੀਂ, ਭੁਗਤਦੇ ਸਭ ਕੁਝ ਹਨ।

ਗੱਲਾਂ ਕਰਨ ਵਿਚ, ਕੁੜੀਆਂ ਦੋ ਸਾਲ ਦੀ ਉਮਰ ਵਿਚ ਹੀ, ਮੁੰਡਿਆਂ ਨੂੰ ਪਛਾੜਨ ਲਗ ਪੈਂਦੀਆਂ ਹਨ।

ਅਣਵਿਉਂਤੀ ਜ਼ਿੰਦਗੀ ਇਵੇਂ ਹੁੰਦੀ ਹੈ, ਜਿਵੇਂ ਰਸਤਾ ਨਾ ਜਾਣਨ ਵਾਲੇ ਡਰਾਈਵਰ ਸਾਹਮਣੇ ਥੋੜ੍ਹੀ-ਥੋੜ੍ਹੀ ਦੇਰ ਮਗਰੋਂ ਚੌਕ ਆਈ ਜਾਣ।

ਅਸ਼ਲੀਲਤਾ ਸਰੀਰ ਵਿਚ ਨਹੀਂ, ਕਪੜਿਆਂ ਵਿਚ ਹੁੰਦੀ ਹੈ।

ਰਾਜਨੀਤੀ ਵਿਚ ਕਿਸੇ ਦਾ ਮਹੱਤਵ ਇਸ ਗੱਲ 'ਤੇ ਨਿਰਭਰ ਕਰਦਾ ਹੈ ਕਿ ਉਹ ਸਰਕਾਰ ਡੇਗ ਸਕਦਾ ਹੈ ਕਿ ਨਹੀਂ।

ਇਸਤਰੀਆਂ ਅਕਸਰ ਵਿਚਾਰਾਂ ਪੱਖੋਂ ਪਰੰਪਰਾਵਾਦੀ ਅਤੇ ਕਪੜਿਆਂ ਪੱਖੋਂ ਆਧੁਨਿਕ ਹੁੰਦੀਆਂ ਹਨ, ਪੁਰਸ਼ਾਂ ਦੀ ਹਾਲਤ ਇਸ ਤੋਂ ਬਿਲਕੁਲ ਉਲਟ ਹੁੰਦੀ ਹੈ।

ਮੂਰਖ, ਪਾਣੀ ਦੀ ਗਹਿਰਾਈ ਨੂੰ ਦੋਹਾਂ ਪੈਰਾਂ ਨਾਲ ਜਾਣਨ ਦਾ ਯਤਨ ਕਰਦੇ ਹਨ।

ਧਾਰਮਿਕ ਸਥਾਨ 'ਤੇ ਮਨੁੱਖ ਆਪਣੇ ਜਜ਼ਬਿਆਂ ਨੂੰ ਠੰਡਾ ਕਰਨ ਜਾਂਦੇ ਹਨ।

ਉੱਜੜਨਾ ਅਤੇ ਉੱਜੜ ਕੇ ਫਿਰ ਵੱਸਣਾ, ਮਨੁੱਖ ਨੂੰ ਸਿਆਣਾ, ਦਲੇਰ ਅਤੇ ਤਿੱਖਾ ਬਣਾ ਦਿੰਦਾ ਹੈ।

ਜੇ ਤੁਸੀਂ ਆਪਣੀ ਉਮਰ ਭੁੱਲ ਜਾਓ ਤਾਂ ਹੁਣ ਕਿਤਨੇ ਸਾਲਾਂ ਦੇ ਹੋਣਾ ਪਸੰਦ ਕਰੋਗੇ?

ਜੇ ਕੋਈ ਚੰਗਾ ਬੰਦਾ, ਬੁਰਾਈ ਦੇ ਰਾਹ ਪੈ ਜਾਵੇ ਤਾਂ ਉਹ ਬੁਰੇ ਤੋਂ ਵੀ ਬੁਰਾ ਹੋ ਨਿਬੜਦਾ ਹੈ।

ਕਮਜ਼ੋਰ ਸੋਚ ਵਾਲੇ ਬੰਦੇ, ਅਤੀਤ ਦੇ ਗੁਣ ਗਾਉਂਦੇ ਰਹਿੰਦੇ ਹਨ।

ਸੋਹਣੀ ਇਸਤਰੀ ਦੀ ਹਰ ਚੀਜ਼, ਚੋਰੀ ਕਰਨ ਯੋਗ ਹੁੰਦੀ ਹੈ।

ਯੁੱਧ ਵਿਚ ਸਮਰਪਣ ਦੇ ਅਰਥ ਹਾਰ ਤੋਂ ਹਨ ਪਰ ਧਰਮ ਵਿਚ ਸਮਰਪਣ ਦੇ ਅਰਥ ਹਾਰ-ਜਿੱਤ ਤੋਂ ਉਪਰ ਉੱਠ ਜਾਣ ਦੇ ਹਨ।

ਪ੍ਰਤੱਖ ਹਾਰਾਂ ਤੋਂ ਬਿਨਾਂ, ਸਨਮਾਨਯੋਗ ਜਿੱਤਾਂ ਸੰਭਵ ਨਹੀ ਹੁੰਦੀਆਂ।

ਕੁਦਰਤ ਦੇ ਨੇਮ, ਕਿਸੇ ਨਾਲ ਕੋਈ ਰਿਆਇਤ ਨਹੀਂ ਕਰਦੇ।

ਹਰੇਕ ਪਰਿਵਰਤਨ, ਆਪਣੇ ਨਾਲ ਬੜੀ ਵੱਡੀ ਟੁੱਟ-ਭੱਜ ਲੈ ਕੇ ਆਉਂਦਾ ਹੈ।

ਗਰੀਬੀ ਝਗੜੇ ਉਪਜਾਉਂਦੀ ਹੈ ਅਤੇ ਝਗੜੇ ਗਰੀਬੀ ਉਪਜਾਉਂਦੇ ਹਨ।

ਬਦੀ ਤੋਂ ਮੂੰਹ ਮੋੜਨਾ, ਨੇਕੀ ਹੈ; ਨੇਕੀ ਵਲ ਪਿੱਠ ਕਰਨੀ, ਬਦੀ ਹੈ।

ਸਦੀਆਂ ਤੋਂ ਘੂਕ ਸੁਤੀਆਂ ਕੌਮਾਂ, ਇਕ ਹੀ ਹਲੂਣੇ ਨਾਲ ਨਹੀਂ ਜਾਗਦੀਆਂ।

ਇਸਤਰੀਆਂ ਸਮਾਜਿਕ ਇੰਜੀਨੀਅਰ ਹੁੰਦੀਆਂ ਹਨ, ਉਹ ਰਿਸ਼ਤਿਆਂ ਦੇ ਨਿਰਮਾਣ ਦੇ ਨਾਲ-ਨਾਲ, ਇਨ੍ਹਾਂ ਦੀ ਸਾਂਭ-ਸੰਭਾਲ ਅਤੇ ਮੁਰੰਮਤ ਵੀ ਕਰਦੀਆਂ ਰਹਿੰਦੀਆਂ ਹਨ।

ਸਹਿਮਿਆਂ ਹੋਇਆਂ ਨੂੰ ਡਰਾਉਣ ਵਿਚ, ਕੋਈ ਸੂਰਮਗਤੀ ਨਹੀਂ ਹੁੰਦੀ।

ਲਾਲਚੀ ਬੰਦੇ, ਵਿਆਹ ਲਈ ਰਿਸ਼ਤਾ ਹੋਣ 'ਤੇ ਸੋਚਦੇ ਹਨ, ਜੇ ਥੋੜ੍ਹਾ ਚਿਰ ਹੋਰ ਉਡੀਕ ਲੈਂਦੇ ਤਾਂ ਰਿਸ਼ਤਾ ਹੋਰ ਅਮੀਰ ਘਰ ਵਿਚ ਹੋ ਜਾਣਾ ਸੀ।

ਅਧਿਆਪਕ ਦਾ ਪਹਿਲਾ ਕਰਤੱਵ, ਸਿਲੇਬਸ ਪੜ੍ਹਾਉਣਾ ਨਹੀਂ, ਜ਼ਿੰਦਗੀ ਦਾ ਸਲੀਕਾ ਸਿਖਾਉਣਾ ਹੁੰਦਾ ਹੈ।

ਪਿਆਰ ਦੋ ਬੰਦਿਆਂ ਦੀ ਦੁਨੀਆ ਹੁੰਦੀ ਹੈ, ਜਦੋਂ ਕਿ ਵਿਆਹ ਵਿਚ ਸਾਰਾ ਸੰਸਾਰ ਸ਼ਾਮਲ ਹੁੰਦਾ ਹੈ।

ਕੁਝ ਕੰਮ ਮਨੁੱਖ ਨੇ ਗੁਲਾਮਾਂ ਵਾਂਗ, ਕੁਝ ਕਲਾਕਾਰਾਂ ਅਤੇ ਕੁਝ ਮੂਰਖਾਂ ਵਾਂਗ ਕਰਨੇ ਹੁੰਦੇ ਹਨ, ਇਨ੍ਹਾਂ ਸਾਰਿਆਂ ਵਿਚ ਸੰਤੁਲਨ ਦੀ ਲੋੜ ਹੁੰਦੀ ਹੈ।

ਜਿਨ੍ਹਾਂ ਦੇ ਕੋਈ ਅਸੂਲ ਨਹੀਂ ਹੁੰਦੇ, ਉਨ੍ਹਾਂ ਬਾਰੇ ਪਤਾ ਨਹੀਂ ਲਗਦਾ ਕਿ ਉਹ ਕਿਹੜੀ ਹਾਲਤ ਵਿਚ ਕੀ ਕਰਨਗੇ।

ਦਰਸ਼ਕਾਂ ਨੂੰ ਟੈਲੀਵਿਜ਼ਨ ਉਤੇ ਚੰਗੇ ਅਤੇ ਭੈੜੇ ਦੋਵੇਂ ਪ੍ਰਕਾਰ ਦੇ ਪ੍ਰੋਗਰਾਮ ਵੇਖਣ ਦੀ ਪੂਰੀ ਖੁਲ੍ਹ ਹੁੰਦੀ ਹੈ ਪਰ ਉਹ ਅਕਸਰ ਵੇਖਦੇ ਭੈੜੇ ਪ੍ਰੋਗਰਾਮ ਹਨ।

ਜਿਨ੍ਹਾਂ ਢੰਗਾਂ ਨਾਲ ਲੋਕ ਭਾਰਤ ਵਿਚ ਅਮੀਰ ਹੁੰਦੇ ਹਨ, ਉਵੇਂ ਪੱਛਮ ਵਿਚ ਨਹੀਂ ਹੁੰਦੇ ਅਤੇ ਹੋ ਵੀ ਨਹੀਂ ਸਕਦੇ।

ਜਿਥੇ ਪਤੀ-ਪਤਨੀ ਕਦੇ ਵੀ ਨਹੀਂ ਬਹਿਸਦੇ, ਉਥੇ ਉਹ ਇਕ-ਦੂਜੇ ਦਾ ਧਿਆਨ ਵੀ ਨਹੀਂ ਰੱਖਦੇ ਹੋਣਗੇ।

ਸਾਹਿਤਕਾਰ, ਜਿਸ ਸਮਾਜ ਨੂੰ ਨਿੰਦਦਾ ਹੈ, ਉਸੇ ਸਮਾਜ ਤੋਂ ਮਾਨਤਾ ਚਾਹੁੰਦਾ ਹੈ।

ਵਿਗਿਆਨ ਨੇ ਮਿਲਣ-ਗਿਲਣ ਅਤੇ ਗੱਲਬਾਤ ਕਰਨ ਦੇ ਸਾਧਨ ਵਧਾ ਦਿਤੇ ਹਨ ਪਰ ਹਰ ਕਿਸੇ ਨੂੰ ਅੰਦਰੋਂ ਇਕੱਲਾ ਕਰ ਦਿਤਾ ਹੈ।

ਪਰਮਾਤਮਾ ਬੜਾ ਦੂਰ ਹੈ ਪਰ ਪਰਮਾਤਮਾ ਜਿਤਨਾ ਨੇੜੇ ਵੀ ਕੋਈ ਨਹੀਂ।

ਮਹਾਂਪੁਰਸ਼ ਹਰ ਸੁੱਚੇ ਕੰਮ ਵਿਚ ਉੱਚੇ ਹੁੰਦੇ ਹਨ।

ਕਿਸੇ ਨੂੰ ਕੀ ਦੇਣਾ ਹੈ, ਕਿਤਨਾ ਦੇਣਾ ਹੈ, ਕਦੋਂ ਦੇਣਾ ਹੈ, ਕਿਵੇਂ ਦੇਣਾ ਹੈ, ਇਹ ਫ਼ੈਸਲੇ ਪਰਮਾਤਮਾ ਨੇ ਆਪਣੇ ਕੋਲ ਰੱਖੇ ਹੋਏ ਹਨ।

ਸੰਸਾਰ ਦੇ ਪ੍ਰਸਿਧ ਆਸ਼ਕਾਂ ਦੀ ਸੰਤਾਨ ਨਹੀਂ ਹੋਈ।

ਜਵਾਨਾਂ ਦੀ ਆਲੋਚਨਾ ਕਰਕੇ, ਬੁੱਢੇ ਆਪਣੇ ਫੇਫੜਿਆਂ ਦੀ ਕਸਰਤ ਕਰਦੇ ਹਨ।

ਜੇ ਸਿਖਿਆ ਮਨੁੱਖ ਨੂੰ ਵਿਸ਼ਾਲ ਵਰਤਾਰੇ ਨਾਲ ਇਕ-ਸੁਰ ਨਹੀਂ ਕਰਦੀ ਤਾਂ ਉਹ ਸਿਖਿਆ ਨਹੀਂ, ਸੂਚਨਾ ਹੀ ਹੈ।

ਬਿਰਧ ਮਰਦਾ ਹੈ, ਅਤੀਤ ਮਰਦਾ ਹੈ; ਜਵਾਨ ਮਰਦਾ ਹੈ, ਭਵਿਖ ਮਰਦਾ ਹੈ।

ਮਿਹਨਤ ਦਾ ਆਨੰਦ ਦੇਰ ਨਾਲ ਮਿਲਦਾ ਹੈ, ਸੁਸਤੀ ਦਾ ਸੁੱਖ ਉਸੇ ਵੇਲੇ ਮਿਲ ਜਾਂਦਾ ਹੈ।

ਪਰੰਪਰਾਵਾਦੀ ਸਮਾਜਾਂ ਵਿਚ ਦੂਜੇ ਘਰਾਂ ਦੀ ਖਬਰ ਰਖਣਾ, ਮੁਫ਼ਤ ਮਨਪ੍ਰਚਾਵਾ ਹੁੰਦਾ ਹੈ।

ਜਿਨ੍ਹਾਂ ਦੇ ਕੋਈ ਅਸੂਲ ਨਹੀਂ ਹੁੰਦੇ, ਉਨ੍ਹਾਂ ਦੇ ਡਿਗਣ ਅਤੇ ਵਿਕਣ ਦਾ ਕੋਈ ਮਿਆਰ ਵੀ ਨਹੀਂ ਹੁੰਦਾ।

ਲਗਭਗ ਸਾਰੇ ਸੰਸਾਰ ਵਿਚ ਦੇਸ਼ ਦੇ ਉੱਤਰੀ ਖੇਤਰ, ਦੱਖਣੀ ਖੇਤਰਾਂ ਨਾਲੋਂ ਵੱਧ ਖ਼ੁਸ਼ਹਾਲ ਹੁੰਦੇ ਹਨ।

ਜੇ ਵਿਦਿਆ ਪ੍ਰਾਪਤੀ ਦੀ ਜਦੋਜਹਿਦ ਨਾ ਮਾਣੀ ਜਾਵੇ ਤਾਂ ਅਜਿਹਾ ਵਿਅਕਤੀ ਕਿਸੇ ਵੀ ਪ੍ਰਕਾਰ ਦੀ ਜਦੋਜਹਿਦ ਨਹੀਂ ਕਰ ਸਕਦਾ।

ਪੰਜਾਬੀ ਕੋਲ ਕੁਝ ਹੋਵੇ ਸਹੀ, ਉਹ ਮੁਸੀਬਤ ਵਿਚ ਫਸੇ ਬੰਦੇ ਨੂੰ ਨਾਂਹ ਨਹੀਂ ਕਰਦਾ।

ਜੇ ਯਥਾਰਥਕ ਹੋ ਕੇ ਸਮਝੌਤਾ ਨਾ ਕੀਤਾ ਜਾਵੇ ਤਾਂ ਸਮਝੌਤਾ ਹੋਣ ਦੇ ਬਾਵਜੂਦ ਯਥਾਰਥ ਨਹੀਂ ਬਦਲੇਗਾ।

ਵੱਡੇ ਸ਼ਹਿਰਾਂ ਵਿਚ ਗੱਲਾਂ ਦੇ ਉਹ ਅਰਥ ਨਹੀਂ ਕੱਢੇ ਜਾਂਦੇ, ਜਿਹੜੇ ਛੋਟੇ ਕਸਬਿਆਂ ਵਿਚ ਕੱਢੇ ਜਾਂਦੇ ਹਨ।

ਕਿਸਾਨ ਦੀ ਦਿਲਚਸਪੀ ਕਮਾਉਣ, ਖਾਣ, ਪਾਉਣ, ਹੰਢਾਉਣ ਵਿਚ ਹੁੰਦੀ ਹੈ; ਵਪਾਰੀ ਦੀ ਦਿਲਚਸਪੀ ਕਮਾਉਣ, ਬਚਾਉਣ, ਲਾਉਣ, ਵਧਾਉਣ ਵਿਚ ਹੁੰਦੀ ਹੈ।

ਬਚਪਨ ਵਿਚ ਚਾਹਿਆ ਜਾਂਦਾ ਹੈ ਕਿ ਜਲਦੀ ਵੱਡਾ ਹੋ ਜਾਵਾਂ, ਵੱਡਾ ਹੋ ਕੇ ਸਾਰਾ ਜੀਵਨ, ਮਨੁੱਖ ਆਪਣੀ ਉਮਰ ਨਾਲੋਂ ਛੋਟਾ ਲਗਣ ਦਾ ਯਤਨ ਕਰਦਾ ਰਹਿੰਦਾ ਹੈ।

ਜੇ ਦੋ ਕੰਜੂਸ ਆਪਸ ਵਿੱਚ ਮਿਲਣ ਤਾਂ ਉਹ ਇਕ-ਦੂਜੇ ਦੀ ਕੰਜੂਸੀ ਦੀ ਕਦਰ ਕਰਦਿਆਂ, ਗੱਲਾਂ ਹੀ ਕਰਦੇ ਹਨ, ਖਾਂਦੇ-ਖੁਆਉਂਦੇ ਕੁਝ ਨਹੀਂ।

ਉਦਾਸੀ ਵੀ ਇਕ ਯਾਤਰਾ ਹੈ, ਜਿਸ ਵਿਚ ਟੁਰਿਆ-ਪਹੁੰਚਿਆ ਨਹੀਂ ਜਾਂਦਾ, ਸੋਚਿਆ-ਮਹਿਸੂਸਿਆ ਹੀ ਜਾਂਦਾ ਹੈ।

ਚੰਗੇ ਸਭਿਆਚਾਰਾਂ ਵਿਚ ਪੁਰਾਣੀਆਂ ਰੁਹ-ਰੀਤਾਂ ਅਤੇ ਪਰੰਪਰਾਵਾਂ ਤਾਂ ਹੁੰਦੀਆਂ ਹਨ ਪਰ ਉਨ੍ਹਾਂ ਪ੍ਰਤੀ ਸੰਕੀਰਣਤਾ ਨਹੀਂ ਹੁੰਦੀ।

ਸਭਿਆਚਾਰਕ ਰਜਾਈਆਂ ਵਿਚ ਬੜਾ ਨਿੱਘ ਹੁੰਦਾ ਹੈ ਪਰ ਇਹ ਨਿੱਘ ਤਾਂ ਹੀ ਰਹਿੰਦਾ ਹੈ ਜੇ ਸਮੇਂ-ਸਮੇਂ ਇਨ੍ਹਾਂ ਦਾ ਰੂੰ ਬਦਲਦੇ ਰਹੀਏ।

ਹੁਣ ਲਗਭਗ ਸਾਰੇ ਸਮਾਗਮ ਖ਼ਬਰ ਲਗਵਾਉਣ ਅਤੇ ਫੋਟੋਆਂ ਖਿਚਵਾਉਣ ਲਈ ਹੀ ਕੀਤੇ ਜਾਂਦੇ ਹਨ।

ਜੇ ਸੰਕਟ ਵਿਚ ਪਰਿਵਾਰ ਖਿੰਡਦਾ ਨਹੀਂ ਤਾਂ ਇਹ ਦਸ ਵਿਚੋਂ ਨੌਂ ਹਾਲਤਾਂ ਵਿਚ ਇਸਤਰੀ ਕਰਕੇ ਨਹੀਂ ਖਿੰਡਦਾ।

ਜਿਹੜੇ ਪੁਰਸ਼ ਪਹਿਲ ਨਹੀਂ ਕਰਦੇ, ਉਨ੍ਹਾਂ ਦੀ ਪਹਿਲ ਕਰਨ ਵਾਲੀਆਂ ਇਸਤਰੀਆਂ ਵਿਚ ਦਿਲਚਸਪੀ ਵੀ ਨਹੀਂ ਹੁੰਦੀ।

ਰਿਸ਼ਤਾ ਲੱਭਣ ਵੇਲੇ ਪਤਾ ਲਗਦਾ ਹੈ ਕਿ ਚੰਗੇ, ਸਾਊ ਅਤੇ ਪੈਸੇ ਵਾਲੇ ਲੋਕਾਂ ਦੇ ਪੁੱਤਰ-ਧੀਆਂ, ਪਹਿਲਾਂ ਹੀ ਵਿਆਹੇ ਹੋਏ ਹਨ।

ਕਿਸੇ ਨੂੰ ਜਿਤਨਾ ਅੰਦਰੋਂ ਖੋਖਲੇ ਹੋਣ ਦਾ ਅਹਿਸਾਸ ਹੋਵੇਗਾ, ਉਤਨੀਆਂ ਹੀ ਉਸ ਦੀਆਂ ਇਛਾਵਾਂ ਵਧੇਰੇ ਹੋਣਗੀਆਂ।

ਕਿਸੇ ਦੇਸ਼ ਵਿਚ ਫ਼ਿਲਾਸਫ਼ੀ ਦੇ ਉਪਜਣ ਤੋਂ ਪਹਿਲਾਂ, ਮਜ਼ਬੂਤ ਸਭਿਅਤਾ ਦਾ ਉਸਰਨਾ ਲਾਜ਼ਮੀ ਹੁੰਦਾ ਹੈ।

ਹਰ ਕਿਸੇ ਨੇ ਮਰਨਾ ਹੈ ਪਰ ਹਰ ਕੋਈ ਸੋਚਦਾ ਹੈ ਕਿ ਸ਼ਾਇਦ ਉਸ ਨੂੰ ਇਸ ਨੇਮ ਤੋਂ ਰਿਆਇਤ ਮਿਲ ਜਾਵੇ।

ਕਿਸੇ ਨਾਲ ਗੁਜ਼ਾਰੇ ਚੰਗੇ ਦਿਨ ਯਾਦ ਰਹਿੰਦੇ ਹਨ, ਭੈੜੀਆਂ ਗੱਲਾਂ ਫਿੱਕੀਆਂ ਪੈ ਜਾਂਦੀਆਂ ਹਨ।

ਲਗਭਗ ਪੰਜਾਹ ਸਾਲ ਦੀ ਉਮਰ ਵਿਚ, ਅਕਸਰ ਆਪਣੇ ਪੁਰਾਣੇ ਜਮਾਤੀਆਂ ਨੂੰ ਮੁੜ ਮਿਲਣ ਦੀ ਇੱਛਾ ਜਾਗਦੀ ਹੈ।

ਚੰਗੇ, ਸੁੱਖੀ ਅਤੇ ਸ਼ਾਂਤ ਜੀਵਨ ਦਾ ਭੇਤ ਇਹ ਹੈ ਕਿ ਔਖੇ ਦਿਨਾਂ ਵਿਚ ਚੁੱਪ ਰਹੋ, ਸੁੱਖ ਜਲਦੀ ਮੁੜ ਆਉਣਗੇ।

ਸਰਦੀ, ਕੁਦਰਤ ਦਾ ਰੈਫਰੀਜਰੇਟਰ ਹੁੰਦੀ ਹੈ, ਜਿਸ ਤੋਂ ਹਰ ਕਿਸੇ ਨੂੰ ਲਾਭ ਹੁੰਦਾ ਹੈ।

ਜਦੋਂ ਸਕੂਲ ਵਿਚ ਅਧਿਆਪਕ, ਵਿਦਿਆਰਥੀ ਨੂੰ ਸਜ਼ਾ ਦਿੰਦਾ ਹੈ ਤਾਂ ਅਸਲ ਵਿਚ ਅਧਿਆਪਕ ਉਹ ਕੁਝ ਕਰ ਰਿਹਾ ਹੁੰਦਾ ਹੈ, ਜੋ ਘਰ ਵਿਚ ਮਾਪਿਆਂ ਨੂੰ ਕਰਨਾ ਚਾਹੀਦਾ ਸੀ।

ਵਿਆਹ ਲਈ ਜਦੋਜਹਿਦ ਕਰਨ ਵਾਲੇ, ਵਿਆਹ ਕਰਕੇ, ਵਿਆਹ ਦੀਆਂ ਹੀ ਗੱਲਾਂ ਕਰਦੇ ਰਹਿੰਦੇ ਹਨ।

ਠੰਡੇ ਮੁਲਕਾਂ ਵਿਚ ਇਸਤਰੀਆਂ-ਪੁਰਸ਼, ਦੇਰ ਨਾਲ ਜਵਾਨ ਹੁੰਦੇ ਹਨ ਅਤੇ ਦੇਰ ਨਾਲ ਹੀ ਬੁੱਢੇ ਹੁੰਦੇ ਹਨ।

ਜਿਥੇ ਧਰਤੀ ਉਪਜਾਊ ਨਹੀਂ ਹੁੰਦੀ, ਉਥੇ ਕੋਈ ਸਭਿਆਚਾਰ ਵੀ ਨਹੀਂ ਉਪਜਦਾ।

ਮੁਆਫ਼ ਕਰਨਾ, ਪਰਉਪਕਾਰ ਵੀ ਹੁੰਦਾ ਹੈ ਅਤੇ ਸੁਆਰਥ ਵੀ।

ਜਨਮ, ਵਿਆਹ ਅਤੇ ਮੌਤ ਜਿਹੇ ਸਾਧਾਰਣ ਵਰਤਾਰਿਆਂ ਨੂੰ ਮਹੱਤਵਪੂਰਨ ਬਣਾਉਣ ਵਾਸਤੇ, ਇਨ੍ਹਾਂ ਨਾਲ ਰਸਮਾਂ-ਗੀਤਾਂ ਜੋੜ ਦਿਤੀਆਂ ਜਾਂਦੀਆਂ ਹਨ।

ਮਸ਼ੀਨ ਸਭ ਕੁਝ ਕਰਦੀ ਹੈ ਪਰ ਪ੍ਰਸੰਨ ਹੋ ਕੇ ਨਹੀਂ ਕਰਦੀ।

ਅਜਨਬੀ ਦਹਿਲੀਜ਼ਾਂ, ਖਾਲ੍ਹੀ ਹੱਥਾਂ ਨਾਲ ਨਹੀਂ ਟੱਪੀਆਂ ਜਾਂਦੀਆਂ, ਰਿਸ਼ਤੇਦਾਰਾਂ ਦੇ ਘਰ, ਕੁਝ ਲੈ ਕੇ ਜਾਣ ਪਿਛੇ, ਇਹੀ ਕਾਰਨ ਹੁੰਦਾ ਹੈ।

ਸਬਕ ਤੋਲੇ ਜਾਣੇ ਚਾਹੀਦੇ ਹਨ, ਗਿਣੇ ਨਹੀਂ ਜਾਣੇ ਚਾਹੀਦੇ।

ਜਦੋਂ ਅਸੀਂ ਕਿਸੇ ਲੇਖਕ ਦੀ ਰਚਨਾ ਨੂੰ ਪਸੰਦ ਕਰਦੇ ਹਾਂ ਤਾਂ ਉਸ ਲੇਖਕ ਨੂੰ ਜਾਣਨ-ਵੇਖਣ ਲਈ ਤਾਂਘ ਵੀ ਉਪਜਦੀ ਹੈ।

ਜਦੋਂ ਤਲਾਕੀ ਇਸਤਰੀ ਦਾ ਕਿਸੇ ਤਲਾਕੇ ਪੁਰਸ਼ ਨਾਲ ਵਿਆਹ ਹੁੰਦਾ ਹੈ ਤਾਂ ਰਜਾਈ ਵਿਚ ਚਾਰ ਬੰਦੇ ਵੜ ਜਾਂਦੇ ਹਨ।

ਸਬਰ ਨਾਲ ਪੇਸ਼ ਆਉਣਾ ਚਾਹੀਦਾ ਹੈ, ਆਪਣੇ ਆਪ ਨਾਲ ਵੀ ਅਤੇ ਦੂਜਿਆਂ ਨਾਲ ਵੀ।

ਆਪਣੇ ਵਿਹਾਰ ਬਾਰੇ ਸ਼ਰਮਸਾਰ ਹੋਣ ਨਾਲੋਂ, ਪਛਤਾਉਣਾ ਚੰਗਾ ਹੁੰਦਾ ਹੈ।

ਪ੍ਰੇਮੀ, ਮਿਲ ਕੇ ਇਕ-ਦੂਜੇ ਦੀ ਗੈਰ-ਹਾਜ਼ਰੀ ਦੇ ਸਮੇਂ ਦੀਆਂ ਹੀ ਗੱਲਾਂ ਕਰਦੇ ਹਨ।

ਗੁਆਚਿਆ ਬੰਦਾ, ਕਿਥੇ ਜਾਂਦਾ ਹੈ ਪਤਾ ਨਹੀਂ ਲਗਦਾ ਪਰ ਉਹ ਜਿਥੇ ਨਹੀਂ ਜਾਂਦਾ, ਉਹ ਉਸ ਦਾ ਘਰ ਹੁੰਦਾ ਹੈ।

ਬੁਢਾਪੇ ਦੀ ਸ਼ਿਕਾਇਤ ਨਹੀਂ ਕਰਨੀ ਚਾਹੀਦੀ, ਕਿਉਂਕਿ ਕਈਆਂ ਨੂੰ ਬੁੱਢੇ ਹੋਣ ਦਾ ਅਵਸਰ ਹੀ ਨਹੀਂ ਮਿਲਦਾ।

ਕਈ ਸੰਭੋਗ ਨੂੰ ਇਸ ਲਈ ਕੋਸਦੇ ਹਨ, ਕਿਉਂਕਿ ਇਸ ਨਾਲ ਬਿਸਤਰੇ ਦੀ ਚਾਦਰ ਵਿਚ ਵੱਟ ਪੈ ਜਾਂਦੇ ਹਨ।

ਜਦੋਂ ਮਨ ਸ਼ਾਂਤ ਹੋ ਜਾਵੇ ਤਾਂ ਇੱਛਾਵਾਂ ਸੌਂ ਜਾਂਦੀਆਂ ਹਨ।

ਨਿਮਰਤਾ ਨਾਲ ਅਸੀਂ ਜਿੱਤਦੇ ਹਾਂ, ਮੁਆਫ਼ ਕਰਨ ਨਾਲ ਅਸੀਂ ਫ਼ਤਹਿ ਪਾਉਂਦੇ ਹਾਂ।

ਜਿਨ੍ਹਾਂ ਚੀਜ਼ਾਂ ਦੀ ਸਾਨੂੰ ਆਸ ਹੁੰਦੀ ਹੈ, ਉਨ੍ਹਾਂ ਚੀਜ਼ਾਂ ਨੂੰ ਅਸੀਂ ਝਟ ਪ੍ਰਵਾਨ ਕਰ ਲੈਂਦੇ ਹਾਂ।

ਹਰ ਬੀਮਾਰੀ ਦੀ ਦਵਾਈ ਪਿਆਰ ਹੈ, ਜੇ ਆਰਾਮ ਨਾ ਆਵੇ ਤਾਂ ਦਵਾਈ ਦੁਗਣੀ ਕਰ ਦੇਣੀ ਚਾਹੀਦੀ ਹੈ।

ਘਸੀਆਂ ਹੋਈਆਂ ਚੀਜ਼ਾਂ ਘਸਣ ਦੇ ਬਾਵਜੂਦ ਵਰਤੋਂ ਵਿਚ ਰਹਿੰਦੀਆਂ ਹਨ ਪਰ ਜੇ ਜ਼ੰਗਾਲ ਲਗ ਜਾਵੇ ਤਾਂ ਇਹ ਵਰਤਣਯੋਗ ਨਹੀਂ ਰਹਿੰਦੀਆਂ।

ਉਹੀ ਕੰਮ ਮੁਲਤਵੀ ਕਰਨਾ ਚਾਹੀਦਾ ਹੈ, ਜਿਹੜਾ ਕਦੇ ਵੀ ਨਾ ਕਰਨਾ ਹੋਵੇ।

ਦੂਜਿਆਂ ਨਾਲ ਨਿਮਰਤਾ ਨਾਲ ਪੇਸ਼ ਆਉਣਾ ਚਾਹੀਦਾ ਹੈ, ਇਸ ਲਈ ਨਹੀਂ ਕਿ ਉਹ ਸ਼ਰੀਫ਼ ਹਨ, ਸਗੋਂ ਇਸ ਲਈ ਕਿ ਤੁਸੀਂ ਸ਼ਰੀਫ਼ ਹੋ।

ਜ਼ਰੂਰੀ ਨਹੀਂ ਕਿ ਦਿਲ ਦੇ ਰੋਗਾਂ ਦਾ ਮਾਹਿਰ, ਸਫਲ ਪ੍ਰੇਮੀ ਵੀ ਹੋਵੇ।

ਮੁਆਫ਼ ਕਰਨ ਨਾਲ, ਮਨੁੱਖ ਪ੍ਰੇਸ਼ਾਨ ਹੋਣ ਅਤੇ ਨਫ਼ਰਤ ਕਰਨ ਤੋਂ ਬਚ ਜਾਂਦਾ ਹੈ।

ਪਿਆਰ ਦਰਦ ਹੀ ਦਿੰਦਾ ਹੈ, ਪਰ ਆਪਣੇ ਪਿਆਰੇ ਵਲੋਂ ਦਿਤੇ ਹੋਣ ਕਾਰਨ, ਇਹ ਦਰਦ ਵੀ ਚੰਗਾ ਲਗਦਾ ਹੈ।

ਸ਼ਬਦਾਂ ਦੀ ਆਵਾਜ਼ ਨਾਲ ਅਸੀਂ ਸੁਣਦੇ ਹਾਂ ਪਰ ਸਮਝਦੇ ਅਸੀਂ ਚੁੱਪ ਵਿਚ ਹੀ ਹਾਂ।

ਰੱਬ ਦੇ ਨਾਂ ਵਿਚ ਹੀ ਆਨੰਦ ਹੈ, ਆਨੰਦ ਵਿਚ ਹੀ ਰੱਬ ਹੈ।

ਜੋਸ਼ ਨਾਲ, ਮਨੁੱਖ ਗਰੀਬੀ ਦੀਆਂ ਪੀੜਾਂ ਅਤੇ ਅਮੀਰੀ ਦੇ ਅਕੇਵੇਂ ਤੋਂ ਬਚ ਜਾਂਦਾ ਹੈ।

ਬਹਾਦਰੀ, ਆਪਣੇ ਆਪ ਵਿਚ ਹੀ ਇਕ ਗੁਣ ਨਹੀਂ ਹੁੰਦੀ, ਇਹ ਹਰੇਕ ਗੁਣ ਦਾ ਭਾਗ ਵੀ ਹੁੰਦੀ ਹੈ।

ਲੋੜ ਇਸ ਗੱਲ ਦੀ ਸੀ ਕਿ ਬੰਦਾ ਸਾਊ ਵੀ ਹੁੰਦਾ ਅਤੇ ਤਾਕਤਵਰ ਵੀ ਪਰ ਕੁਝ ਕੇਵਲ ਸਾਊ ਹੀ ਹਨ ਅਤੇ ਕੁਝ ਕੇਵਲ ਤਾਕਤਵਰ ਹੀ ਹਨ।

ਵਿਸ਼ਵਾਸ ਨਾਲ ਅਸੰਭਵ, ਸੰਭਵ ਹੋ ਜਾਂਦਾ ਹੈ; ਪਿਆਰ ਨਾਲ ਅਸੰਭਵ, ਸੌਖਾ ਵੀ ਹੋ ਜਾਂਦਾ ਹੈ।

ਉਂਝ ਬੇਇਨਸਾਫ਼ੀ ਨੂੰ ਭੁਲਣਾ ਮੁਸ਼ਕਿਲ ਹੁੰਦਾ ਹੈ ਪਰ ਮੁਆਫ਼ ਕਰਨ ਨਾਲ ਇਹ ਮੁਸ਼ਕਿਲ ਵੀ ਹੱਲ ਹੋ ਜਾਂਦੀ ਹੈ।

ਸ਼ੀਸ਼ਾ ਕਹਿੰਦਾ ਹੈ: ਆਪਣੀ ਸ਼ਕਲ ਤਾਂ ਵੇਖ! ਦਿਲ ਕਹਿੰਦਾ ਹੈ: ਮੇਰੇ ਵਰਗਾ ਹੋਰ ਕੌਣ ਹੈ?

ਸੰਸਾਰ ਵਿਚ ਜੋ ਵੀ ਵਿਲੱਖਣ ਹੈ, ਉਹ ਇਕੱਲਾ ਹੈ।

ਸ਼ਰਾਬੀ ਕੋਸ਼ਿਸ਼ ਕਰਦਾ ਹੈ ਕਿ ਉਹ ਚੰਗਾ ਸ਼ਰਾਬੀ ਬਣੇ ਪਰ ਸ਼ਰਾਬ ਉਸ ਨੂੰ ਚੰਗਾ ਰਹਿਣ ਨਹੀਂ ਦਿੰਦੀ।

ਕਿਰਾਏ ਦੇ ਮਕਾਨ ਵਿਚ ਰਹਿਣ ਵਾਲੇ ਅਕਸਰ ਕਿਰਾਏ ਦਾ ਪ੍ਰਬੰਧ ਕਰਨ ਵਿਚ ਹੀ ਰੁਝੇ ਰਹਿੰਦੇ ਹਨ।

ਆਪਣੇ ਆਪ ਵਰਗਾ ਹੋਣ ਵਿਚ ਜੋ ਆਨੰਦ ਹੈ, ਉਸ ਦੀ ਕੋਈ ਰੀਸ ਨਹੀਂ ਹੁੰਦੀ।

ਸੱਪ ਦਾ ਜ਼ਹਿਰ ਉਤਾਰਨ ਵਾਲੇ ਕੁਝ ਮੰਤਰ ਹਨ ਪਰ ਆਦਮੀ ਦਾ ਜ਼ਹਿਰ ਕਿਸੇ ਮੰਤਰ ਨਾਲ ਵੀ ਨਹੀਂ ਉਤਰਦਾ।

ਚੰਗਾ ਸ਼ਾਇਰ, ਮੁਹੱਬਤ ਬਾਰੇ ਲਿਖਣ ਤੋਂ ਪਹਿਲਾਂ ਮੁਹੱਬਤ ਕਰਦਾ ਹੈ।

ਜ਼ਮਾਨੇ ਨੂੰ ਸਿਧਾਂਤ ਨਹੀਂ ਬਦਲਦੇ, ਸ਼ਖ਼ਸੀਅਤਾਂ ਬਦਲਦੀਆਂ ਹਨ।

ਸੱਪ ਖਜ਼ਾਨੇ 'ਤੇ ਹੀ ਕੁੰਡਲੀ ਮਾਰਦਾ ਹੈ ਪਰ ਮਨੁੱਖ ਕੁਝ ਸਿੱਕਿਆਂ ਲਈ ਹੀ ਸੱਪ ਬਣ ਜਾਂਦਾ ਹੈ।

ਆਪਣਾ ਚਿਹਰਾ ਹਰ ਕਿਸੇ ਨੂੰ ਚੰਗਾ ਲਗਦਾ ਹੈ ਪਰ ਜੇ ਇਹ ਕਿਸੇ ਹੋਰ ਨੂੰ ਵੀ ਚੰਗਾ ਲਗਣ ਲਗ ਪਵੇ ਤਾਂ ਇਹ ਆਪਣੇ ਆਪ ਨੂੰ ਵੀ ਹੋਰ ਚੰਗਾ ਲਗਣ ਲਗ ਪੈਂਦਾ ਹੈ।

ਆਪਣੇ ਦਿਲ ਵਿਚ ਜੇ ਆਲ੍ਹਣਾ ਬਣਾਈਏ ਤਾਂ ਕੋਈ ਨਾ ਕੋਈ ਪੰਛੀ ਅਵੱਸ਼ ਆਵੇਗਾ।

ਜਿਸ ਨਾਲ ਤਲਾਕ ਹੋ ਜਾਵੇ, ਉਸ ਦਾ ਸਭ ਕੁਝ ਹਾਸੋ-ਹੀਣਾ ਲਗਣ ਲਗ ਪੈਂਦਾ ਹੈ।

ਅਜੋਕੇ ਯੁਗ ਵਿਚ ਫਜ਼ੂਲ ਅਤੇ ਨਿਕੰਮੀਆਂ ਚੀਜ਼ਾਂ ਸਾਡੀਆਂ ਲੋੜਾਂ ਬਣ ਗਈਆਂ ਹਨ।

ਸੰਸਾਰ ਕੋਲ ਨਰਕ-ਸਵਰਗ ਹੈ, ਭਾਰਤ ਕੋਲ ਮੁਕਤੀ ਹੈ; ਸੰਸਾਰ ਦੁੱਖ-ਸੁੱਖ ਦੀ ਗੱਲ ਕਰਦਾ ਹੈ, ਭਾਰਤ ਕੋਲ ਆਨੰਦ ਹੈ; ਸੰਸਾਰ ਸਰੀਰ-ਬੁਧੀ ਬਾਰੇ ਸੋਚਦਾ ਹੈ, ਭਾਰਤ ਕੋਲ ਆਤਮਾ ਹੈ, ਭਾਰਤ ਦਾ ਮਹੱਤਵ ਤੀਜੇ ਸੰਕਲਪ ਕਾਰਨ ਹੈ।

ਮਨੁੱਖ ਆਪਣੀ ਆਮਦਨ ਦਾ ਲਗਭਗ ਤੀਜਾ ਹਿੱਸਾ ਦਿਖਾਵੇ 'ਤੇ ਖਰਚਦਾ ਹੈ।

ਚੰਗੇ ਫੈਸਲੇ ਕਰਨ ਵਿਚ ਹਮੇਸ਼ਾ ਦੇਰ ਹੋ ਜਾਂਦੀ ਹੈ, ਭੈੜੇ ਫੈਸਲੇ ਜਲਦੀ ਹੋ ਜਾਂਦੇ ਹਨ।

ਦੋਸਤੀ ਮੁੱਕਣ ਉਤੇ, ਕਿਸੇ ਦੀ ਨਿੰਦਾ-ਉੱਸਤਤ ਦਾ ਕੋਈ ਅਰਥ ਨਹੀਂ ਰਹਿੰਦਾ।

ਲਾਸ਼ ਉਤੇ ਕਫ਼ਨ ਸਾਧਾਰਣ ਚਾਦਰ ਹੋਵੇ ਜਾਂ ਜ਼ਰੀ ਵਾਲੀ ਸ਼ਾਲ, ਕੋਈ ਫ਼ਰਕ ਨਹੀਂ ਪੈਂਦਾ।

ਜਦੋਂ ਜ਼ਿੰਦਗੀ ਵਿਚੋਂ ਕੋਈ ਪਿਆਰਾ ਨਿਕਲ ਜਾਂਦਾ ਹੈ ਤਾਂ ਲਗਦਾ ਹੈ, ਜਿਵੇਂ ਸ਼ਬਦਾਂ ਵਿਚੋਂ ਅਰਥ ਵੀ ਨਿਕਲ ਗਏ ਹੋਣ।

ਅਨੇਕਾਂ ਬੰਦੇ ਭੁਲੇਖਾ ਦੋਸਤ ਹੋਣ ਦਾ ਪਾ ਕੇ ਦੁਸ਼ਮਣ ਸਾਬਤ ਹੁੰਦੇ ਹਨ।

ਸੱਚੀ ਅਰਦਾਸ ਨੂੰ ਸ਼ਬਦਾਂ ਦਾ ਜਾਮਾ ਪਹਿਨਾਉਣ ਦੀ ਲੋੜ ਨਹੀਂ ਪੈਂਦੀ।

ਸੂਰਜ ਚੜ੍ਹਨ ਨਾਲ, ਤਾਰੇ ਮਰ ਨਹੀਂ ਜਾਂਦੇ।

ਅਜੋਕੇ ਧਾਰਮਿਕ ਆਗੂ ਨਿਮਰਤਾ ਵੀ ਆਕੜ ਕੇ ਪ੍ਰਗਟਾਉਂਦੇ ਹਨ।

ਆਪਣੀਆਂ ਮੁਸੀਬਤਾਂ ਦਾ ਕਾਰਨ ਅਕਸਰ ਅਸੀਂ ਆਪ ਹੀ ਹੁੰਦੇ ਹਾਂ।

ਭਾਰਤ ਦਾ ਗਿਆਨ ਕਾਲ-ਮੁਕਤ ਹੈ, ਕਾਲ-ਮੁਕਤ ਹੋਣ ਕਰਕੇ ਹੀ ਇਹ ਮਹਾਨ ਹੈ।

ਵਿਸ਼ਾਲ ਦੁਨੀਆ ਵਿਚ, ਆਪਣਿਆਂ ਦੇ ਥੋੜ੍ਹੇ ਹੋਣ ਦਾ ਕੋਈ ਗਿਲਾ ਨਹੀਂ ਹੁੰਦਾ ਪਰ ਦਿਲ ਚਾਹੁੰਦਾ ਹੈ ਕਿ ਉਹ ਆਪਣੇ ਬਣੇ ਰਹਿਣ।

ਯਥਾਰਥ ਦੇ ਅਨੇਕਾਂ ਇਤਿਹਾਸ ਹਨ, ਸੁਪਨਿਆਂ ਦਾ ਇਕ ਵੀ ਇਤਿਹਾਸ ਨਹੀਂ ਲਿਖਿਆ ਗਿਆ।

ਹਰ ਤਿਉਹਾਰ ਨਾਲ ਇਕ ਕਹਾਣੀ ਜੁੜੀ ਹੁੰਦੀ ਹੈ, ਜਿਸ ਨੂੰ ਜਾਣਨ ਨਾਲ ਤਿਉਹਾਰ ਦੀ ਰੌਣਕ ਅਤੇ ਤਸੱਲੀ ਵੱਧ ਜਾਂਦੀ ਹੈ।

ਪੁਰਸ਼ਾਂ ਦੀ ਦਿਲਚਸਪੀ ਨੇਮਾਂ ਅਤੇ ਕਾਨੂੰਨਾਂ ਵਿਚ ਹੁੰਦੀ ਹੈ, ਇਸਤਰੀਆਂ ਦੀ ਰਸਮਾਂ ਅਤੇ ਰਿਵਾਜਾਂ ਵਿਚ।

ਕ੍ਰਿਸ਼ਨ, ਭਾਰਤ ਦੇ ਸਮੁੱਚੇ ਚਿੰਤਨ ਦਾ ਸਾਗਰ ਹੈ।

ਵਿਆਹ ਦੀ ਖੁਸ਼ੀ, ਰਹਿੰਦੀ ਉਮਰ ਨਾਲੋਂ ਛੋਟੀ ਨਹੀਂ ਹੋਣੀ ਚਾਹੀਦੀ।

ਕਿਸੇ ਵਲੋਂ ਆਪਣੀ ਕਾਬਲੀਅਤ ਨੂੰ ਬਰਬਾਦ ਕਰਨਾ, ਹਰ ਕਿਸੇ ਨੂੰ ਉਦਾਸ ਕਰਦਾ ਹੈ।

ਜੇ ਚੰਗੇ ਵਿਚਾਰਾਂ ਨੂੰ ਅਪਨਾਉਣਾ ਨਹੀਂ ਤਾਂ ਉਨ੍ਹਾਂ ਦੇ ਹੋਣ ਜਾਂ ਨਾ ਹੋਣ ਦਾ ਕੋਈ ਫ਼ਰਕ ਨਹੀਂ ਪੈਂਦਾ।

ਭਾਰਤੀ ਸਭਿਅਤਾ ਨੇ ਤਿੰਨ ਨਾਇਕ ਸਿਰਜੇ ਹਨ: ਸੰਤ, ਯੋਧਾ ਅਤੇ ਪ੍ਰੇਮੀ; ਕ੍ਰਿਸ਼ਨ ਇਨ੍ਹਾਂ ਤਿੰਨਾਂ ਦਾ ਸੁਮੇਲ ਹੈ।

ਪਿਆਰ ਵਿਚ ਪ੍ਰਸ਼ਨ ਨਾ ਪੁੱਛੋ, ਪਿਆਰ ਕਰੋ, ਇਸ ਨਾਲ ਹੀ ਸਾਰੇ ਪ੍ਰਸ਼ਨਾਂ ਦੇ ਉੱਤਰ ਮਿਲ ਜਾਣਗੇ।

ਸੁਪਨੇ ਵਾਂਗ, ਪਿਆਰ ਵਿਚ ਵੀ ਕੁਝ ਵੀ ਅਸੰਭਵ ਨਹੀਂ ਹੁੰਦਾ।

ਜੋ ਸਾਰੇ ਜਾਣਦੇ ਹੁੰਦੇ ਹਨ, ਉਹ ਗਿਆਨ ਨਹੀਂ ਹੁੰਦਾ, ਸੂਚਨਾ ਹੁੰਦੀ ਹੈ।

ਮਨੁੱਖੀ ਸੋਚ ਸੁਭਾਵਕ ਹੀ ਹਾਂ-ਪੱਖੀ ਹੈ, ਮਨੁੱਖ ਨੂੰ ਵਿਸ਼ਵਾਸ ਕਰਨ ਨਾਲ ਆਨੰਦ ਮਿਲਦਾ ਹੈ ਅਤੇ ਵਿਸ਼ਵਾਸ ਵਿਚ ਆਪਣੇ ਨਾਲ ਇਨਸਾਫ਼ ਹੋਣ ਦਾ ਭਰੋਸਾ ਹੁੰਦਾ ਹੈ।

ਸੰਸਾਰ ਦੀਆਂ ਵਚਿਤਰ ਚੀਜ਼ਾਂ ਸਾਨੂੰ ਹੈਰਾਨ ਨਹੀਂ ਕਰਦੀਆਂ, ਅਸੀਂ ਉਨ੍ਹਾਂ ਨੂੰ ਵੇਖਦੇ ਹੀ ਹੈਰਾਨੀ ਨਾਲ ਹਾਂ।

ਮਨੁੱਖ ਨਿਰੰਤਰ ਸੰਘਰਸ਼ ਕਾਰਨ ਮਹਾਨ ਬਣਿਆ ਹੈ, ਨਿਰੰਤਰ ਆਲਸ ਮਨੁੱਖ ਦਾ ਪਤਨ ਸਾਬਤ ਹੋਵੇਗਾ।

ਅਸੰਭਵ ਲਈ ਯਤਨ ਕਰਕੇ ਅਸੀਂ ਸੰਭਵ ਦੀ ਸਿਖਰ 'ਤੇ ਪਹੁੰਚ ਜਾਂਦੇ ਹਾਂ।

ਚੰਗੇ ਵਿਚਾਰਾਂ ਨੂੰ ਲਿਖ ਲਵੋ, ਨਹੀਂ ਤਾਂ ਇਹ ਛੱਤਰੀਆਂ, ਚਾਬੀਆਂ, ਰੁਮਾਲਾਂ ਅਤੇ ਐਨਕਾਂ ਵਾਂਗ ਗੁਆਚ ਜਾਣਗੇ।

ਹਰ ਵੇਲੇ ਕੰਮ ਕਰਨ ਵਾਲਾ ਬੰਦਾ ਬੜਾ ਅਕਾਊ ਹੁੰਦਾ ਹੈ।

ਹਰ ਸੁੰਦਰ ਇਸਤਰੀ ਪਿਛੇ, ਉਸ ਨੂੰ ਪਿਆਰ ਕਰਨ ਵਿਚ ਅਸਫਲ ਹੋਏ, ਪੁਰਸ਼ਾਂ ਦੀ ਭੀੜ ਹੁੰਦੀ ਹੈ।

ਫ਼ੈਸਲਾ ਨਾ ਕਰਨਾ ਵੀ ਇਕ ਫ਼ੈਸਲਾ ਹੁੰਦਾ ਹੈ।

ਜਦੋਂ ਤਕ ਤੁਸੀਂ ਚਾਹੇ ਅਨੁਸਾਰ ਸਫ਼ਲ ਨਹੀਂ ਹੁੰਦੇ, ਆਪਣੀ ਅਸਫ਼ਲਤਾ ਦੇ ਸਾਰੇ ਸਬੂਤ ਮਿਟਾਉਂਦੇ ਜਾਓ।

ਘਮੰਡੀ ਉਹ ਹੈ, ਜਿਹੜਾ ਸੁੰਦਰ ਇਸਤਰੀ ਦੀ ਹਾਜ਼ਰੀ ਵਿਚ ਸੁੰਦਰਤਾ ਤੋਂ ਪ੍ਰਭਾਵਿਤ ਨਾ ਹੋਵੇ।

ਪਰਿਵਰਤਨ ਦਾ ਵਿਰੋਧ ਕਰਨ ਵਾਲੇ, ਸੰਸਾਰ ਦੇ ਬਦਲਣ ਵਿਚ ਦੇਰੀ ਤਾਂ ਕਰ ਸਕਦੇ ਹਨ ਪਰ ਪਰਿਵਰਤਨ ਨੂੰ ਰੋਕ ਨਹੀਂ ਸਕਦੇ।

ਕਾਮਯਾਬ ਅਫ਼ਸਰ ਜਾਂ ਅਧਿਕਾਰੀ ਉਹ ਹੁੰਦਾ ਹੈ, ਜਿਸ ਦੇ ਅਧੀਨ ਕਰਮਚਾਰੀ ਮਿਹਨਤੀ ਹੁੰਦੇ ਹਨ।

ਦੁਕਾਨ ਵਿਚ ਪਈ ਚੀਜ਼ ਦੀ ਚਮਕ, ਗਾਹਕ ਨੂੰ ਕਹਿੰਦੀ ਹੈ, ਮੈਨੂੰ ਲੈ ਜਾਓ।

ਜੇ ਹਰ ਚੀਜ਼ ਕਿਸਮਤ 'ਤੇ ਛੱਡੀ ਜਾਵੇ ਤਾਂ ਕਿਸਮਤ ਕੁਝ ਵੀ ਨਹੀਂ ਛੱਡਦੀ।

ਜੇ ਮੀਟਿੰਗ ਵਿਚ ਇਕ ਚੁੱਪ ਰਹੇ ਅਤੇ ਬਾਕੀ ਸਾਰੇ ਬੋਲੀ ਜਾਣ ਤਾਂ ਗੱਲ ਚੁੱਪ ਰਹਿਣ ਵਾਲੇ ਦੀ ਮੰਨੀ ਜਾਵੇਗੀ।

ਅਨੇਕਾਂ ਇਸ ਕਰਕੇ ਨਫ਼ਰਤ ਨੂੰ ਚਿਮੜੇ ਰਹਿੰਦੇ ਹਨ ਕਿ ਜੇ ਨਫ਼ਰਤ ਤਿਆਗ ਦਿਤੀ ਤਾਂ ਸਾੜਾ ਕਰਨਾ ਪਵੇਗਾ।

ਕਿਸੇ ਵਿਚਾਰ ਨੂੰ ਜਾਣਨਾ ਅਤੇ ਕਿਸੇ ਵਿਚਾਰ ਨੂੰ ਸਮਝਣਾ ਦੋ ਵੱਖਰੀਆਂ ਗੱਲਾਂ ਹੁੰਦੀਆਂ ਹਨ।

ਕੀ ਹਾਲ-ਚਾਲ ਹੈ ? ਇਹ ਪ੍ਰਸ਼ਨ ਨਹੀਂ, ਸ਼ੁਭ-ਇੱਛਾ ਦਾ ਪ੍ਰਗਟਾਵਾ ਹੁੰਦਾ ਹੈ।

ਦੋ ਵਾਰੀ ਸੋਚੋ, ਇਕ ਵਾਰੀ ਬੋਲੋ, ਕੁਝ ਵੀ ਬੋਲਣ ਦਾ ਪਛਤਾਵਾ ਨਹੀਂ ਹੋਵੇਗਾ।

ਸਨਕੀਪੁਣਾ, ਜਵਾਨੀ ਦੇ ਮੁੱਕ ਜਾਣ ਦਾ ਐਲਾਨ ਹੁੰਦਾ ਹੈ।

ਦੁਲਹਨ ਦੀ ਸੁੰਦਰਤਾ, ਉਸ ਦੇ ਨੈਣ-ਨਕਸ਼ਾਂ ਵਿਚੋਂ ਨਹੀਂ, ਉਸ ਦੀ ਪ੍ਰਸੰਨਤਾ ਵਿਚੋਂ ਝਲਕਦੀ ਹੈ।

ਪਤਨਾਲੇ ਵਿਚੋਂ ਲੰਘਦੇ ਮੀਂਹ ਦੇ ਪਾਣੀ ਦੇ ਸ਼ੋਰ ਤੋਂ ਇੰਜ ਲਗਦਾ ਹੈ ਜਿਵੇਂ ਪਤਨਾਲਾ ਗਰਾਰੇ ਕਰ ਰਿਹਾ ਹੋਵੇ।

ਰਾਤ ਵੇਲੇ ਬੱਦਲ, ਚੰਨ ਨੂੰ ਲਿਸ਼ਕਾ ਦਿੰਦੇ ਹਨ।

ਜੇ ਕਿਸੇ ਬੰਦੇ ਦੇ ਚਰਿਤਰ ਦੀ ਸਮਝ ਨਾ ਪਵੇ, ਤਾਂ ਉਸ ਦੇ ਦੋਸਤਾਂ ਨੂੰ ਵੇਖੋ।

ਭਵਿਖ ਵਿਚ ਬਹੁਤ ਦੂਰ ਤਕ ਵੇਖਣ ਦੀ ਲੋੜ ਨਹੀਂ, ਕਿਉਂਕਿ ਭਵਿਖ ਇਕ-ਇਕ ਦਿਨ ਬਣ ਕੇ ਆਉਂਦਾ ਹੈ।

ਕਈ ਜਾਣਦੇ ਹੁੰਦੇ ਹਨ ਕਿ ਹਰ ਕਿਸੇ ਨੂੰ ਮੂਰਖ ਨਹੀਂ ਬਣਾਇਆ ਜਾ ਸਕਦਾ ਪਰ ਉਹ ਮੂਰਖਤਾ ਕਰਨ ਅਤੇ ਆਪ ਮੂਰਖ ਬਣਨ ਦੀ ਕੋਸ਼ਿਸ਼ ਜਾਰੀ ਰਖਦੇ ਹਨ।

ਪੈਸੇ ਉਧਾਰ ਲੈ ਕੇ ਜੇ ਕੋਈ ਕਹੇ; ਸ਼ੁਕਰਗੁਜ਼ਾਰ ਰਹਾਂਗਾ ਤਾਂ ਸਮਝ ਲੈਣਾ ਚਾਹੀਦਾ ਹੈ ਕਿ ਉਸ ਦੀ ਪੈਸੇ ਮੋੜਨ ਦੀ ਕੋਈ ਮਰਜ਼ੀ ਨਹੀਂ।

ਕਈ ਬੋਲਣਾ ਸਿਖਦੇ ਰਹਿੰਦੇ ਹਨ, ਜਦੋਂ ਕਿ ਲੋੜ ਉਨ੍ਹਾਂ ਨੂੰ ਚੁੱਪ ਰਹਿਣ ਦੀ ਕਲਾ ਸਿਖਣ ਦੀ ਹੁੰਦੀ ਹੈ।

ਕਈ ਬਹਿਸਾਂ ਸਾਰੀਆਂ ਜਿੱਤ ਲੈਂਦੇ ਹਨ ਅਤੇ ਦੋਸਤ ਸਾਰੇ ਗੁਆ ਲੈਂਦੇ ਹਨ।

ਜਿਹੜਾ ਇਕੱਲਾ ਰਹਿੰਦਾ ਹੈ ਉਸ ਦਾ ਚਿਹਰਾ ਭਾਵੇਂ ਗੋਲ ਹੀ ਹੋਵੇ ਪਰ ਉਸ ਦਾ ਮੂੰਹ ਲਮਕਿਆ ਹੋਇਆ ਹੀ ਵਿਖਾਈ ਦਿੰਦਾ ਹੈ।

ਸਫਲਤਾ ਨੂੰ, ਜਾਗ ਕੇ ਗੁਜ਼ਾਰੀਆਂ ਰਾਤਾਂ ਨਾਲ, ਮਾਪਣਾ ਚਾਹੀਦਾ ਹੈ।

ਸੁਸਤ ਬੰਦੇ ਥੱਕਣ ਤੋਂ ਪਹਿਲਾਂ ਆਰਾਮ ਕਰਦੇ ਹਨ ਅਤੇ ਉਹ ਆਰਾਮ ਕਰਨ ਨਾਲ ਹੀ ਥੱਕ ਜਾਂਦੇ ਹਨ।

ਹੀਣ ਭਾਵਨਾ, ਹੀਣ ਬੰਦਿਆਂ ਵਿਚ ਹੀ ਹੁੰਦੀ ਹੈ, ਵਿਸ਼ਵਾਸੀ ਬੰਦਿਆਂ ਵਿਚ ਵਿਸ਼ਵਾਸ ਦੀ ਹੀ ਭਾਵਨਾ ਹੁੰਦੀ ਹੈ।

ਚੰਗੇ ਅਤੇ ਮਾੜੇ ਅਧਿਆਪਕਾਂ ਦੀ ਕੇਵਲ ਤਨਖਾਹ ਬਰਾਬਰ ਹੁੰਦੀ ਹੈ, ਉਨ੍ਹਾਂ ਦੀ ਬਾਕੀ ਹਰ ਗੱਲ ਵੱਖਰੀ ਹੁੰਦੀ ਹੈ।

ਕਲਾ-ਕ੍ਰਿਤ ਜਿਤਨੀ ਪੁਰਾਤਨ ਹੋਵੇਗੀ, ਉਸ ਦੀ ਕੀਮਤ ਉਤਨੀ ਵੱਧ ਆਧੁਨਿਕ ਹੋਵੇਗੀ।

ਜੇ ਸੰਭਵ ਹੁੰਦਾ ਤਾਂ ਲੋਕ ਪੁੱਤਰਾਂ-ਧੀਆਂ ਤੋਂ ਪਹਿਲਾਂ, ਪੋਤੇ-ਪੋਤੀਆਂ ਅਤੇ ਦੋਹਤੇ-ਦੋਹਤੀਆਂ ਨੂੰ ਪਾਲਦੇ।

ਜੇ ਇਹ ਪ੍ਰਵਾਹ ਨਾ ਹੁੰਦੀ ਕਿ ਫਲ ਕਿਸ ਨੂੰ ਮਿਲਦਾ ਹੈ, ਸਾਡੀ ਕੋਈ ਵੀ ਮਿਹਨਤ ਅਜਾਈਂ ਨਹੀਂ ਸੀ ਜਾਣੀ।

ਨਿੱਕੇ ਕੰਮਾਂ ਨੂੰ ਧਿਆਨ ਨਾਲ ਕਰਨ ਵਾਲੇ ਨੂੰ ਵੱਡੇ ਕੰਮ ਦਿਓ, ਤੁਹਾਨੂੰ ਆਪਣੇ ਫ਼ੈਸਲੇ 'ਤੇ ਮਾਣ ਰਹੇਗਾ।

ਜਿਹੜੀ ਚੀਜ਼ ਗੁਆਉਣ ਦੀ ਸਮਰਥਾ ਨਾ ਹੋਵੇ, ਉਸ ਨੂੰ ਖਤਰੇ ਵਿਚ ਪਾਉਣ ਦਾ ਖਤਰਾ, ਮੂਲ ਨਹੀਂ ਲੈਣਾ ਚਾਹੀਦਾ।

ਜਦੋਂ ਜਿੱਤੋ, ਚੁੱਪ ਰਹੋ, ਜਿੱਤ ਨੂੰ ਬੋਲਣ ਦਿਓ; ਜਦੋਂ ਹਾਰੋ ਤਾਂ ਵੀ ਚੁੱਪ ਰਹੋ, ਹਾਰ ਵੀ ਮਾਣਯੋਗ ਸਮਝੀ ਜਾਵੇਗੀ।

ਪ੍ਰੇਮੀ-ਪ੍ਰੇਮਿਕਾ ਇਕ ਦੂਜੇ ਨਾਲ ਉਹੀ ਕੁਝ ਕਰਦੇ ਹਨ, ਜੋ ਬਹਾਰ, ਫੁੱਲਾਂ ਨਾਲ ਕਰਦੀ ਹੈ।

ਜ਼ਿੰਦਗੀ ਦਾ ਸਭ ਤੋਂ ਔਖਾ ਕੰਮ, ਉਦੇਸ਼ ਲੱਭਣਾ ਹੁੰਦਾ ਹੈ, ਮਿਹਨਤ ਕਰਨ ਦੀ ਲੋੜ, ਇਸ ਮਗਰੋਂ ਹੀ ਉਪਜਦੀ ਹੈ।

ਟੁਰਨਾ ਸਿਖ ਰਹੇ ਬੱਚੇ ਦੇ ਕਦਮਾਂ ਵਿਚ ਮਾਂ ਆਪਣਾ ਟੁਰਦਾ-ਫਿਰਦਾ ਦਿਲ ਵੇਖਦੀ ਹੈ।

ਸਿਆਣਪ ਦੇ ਵੱਧਣ ਨਾਲ, ਚੀਜ਼ਾਂ ਦੀ ਲੋੜ ਘੱਟ ਜਾਂਦੀ ਹੈ।

ਸੁੰਦਰਤਾ ਵਿਚ ਹਮੇਸ਼ਾ ਪ੍ਰਸੰਨਤਾ ਦਾ ਸੁਨੇਹਾ ਹੁੰਦਾ ਹੈ, ਪ੍ਰਸੰਨਤਾ ਕਾਰਨ ਹੀ ਕੋਈ ਸਾਨੂੰ ਸੁੰਦਰ ਲਗਦਾ ਹੈ।

ਭਾਵੇਂ ਬੰਦਾ ਚੁੱਪ ਹੀ ਰਹੇ, ਉਸ ਦੇ ਕਪੜੇ ਬੋਲਦੇ ਰਹਿੰਦੇ ਹਨ; ਕਈ ਵਾਰੀ ਬੰਦਾ ਕੁਝ ਹੋਰ ਕਹਿੰਦਾ ਹੈ, ਉਸ ਦੇ ਕਪੜੇ ਕੁਝ ਹੋਰ ਦਸਦੇ ਹਨ।

ਅੱਖਾਂ ਅਤੇ ਕੰਨਾਂ ਨੂੰ ਝੂਠ-ਸੱਚ ਪਛਾਣਨ ਦੀ ਜਾਚ ਹੁੰਦੀ ਹੈ।

ਚੰਗੀ ਗੱਲਬਾਤ, ਅਸਹਿਮਤੀ ਦੇ ਬਾਵਜੂਦ, ਗੱਲਬਾਤ ਬਣੀ ਰਹਿੰਦੀ ਹੈ ਅਤੇ ਇਹ ਜਾਰੀ ਰਹਿੰਦੀ ਹੈ।

ਸੁਣਨ ਨਾਲ ਅਸੀਂ ਸਿਆਣੇ ਹੁੰਦੇ ਹਾਂ, ਬੇਲੋੜਾ ਬੋਲਣ ਨਾਲ, ਅਕਸਰ ਅਸੀਂ ਇਸ ਸਿਆਣਪ ਨੂੰ ਅਜਾਈਂ ਗੁਆ ਦਿੰਦੇ ਹਾਂ।

ਕਿਸੇ ਚੀਜ਼ ਨੂੰ ਅਸੀਂ ਉਤਨਾ ਕੁ ਹੀ ਜਾਣਦੇ ਹੁੰਦੇ ਹਾਂ, ਜਿਤਨਾ ਉਸ ਨੂੰ ਪ੍ਰਗਟਾਉਣ ਵਾਲੀ ਭਾਸ਼ਾ ਨੂੰ ਜਾਣਦੇ ਹੁੰਦੇ ਹਾਂ।

ਜੇ ਸੰਸਾਰ ਵਿਚ ਮੂਰਖ ਨਾ ਹੁੰਦੇ ਤਾਂ ਸੰਸਾਰ ਹੱਸਦਾ ਕਿਨ੍ਹਾਂ ਉਤੇ ?

ਪਿਆਰ ਵਿਚ ਸਮੁੱਚਾ ਸਰੀਰ ਅਤੇ ਸਰੀਰ ਦਾ ਹਰੇਕ ਅੰਗ ਜਾਗ ਪੈਂਦਾ ਹੈ।

ਜਿਹੜੇ ਵਿਸ਼ੇ ਔਖੇ ਹੁੰਦੇ ਹਨ, ਉਹੀ ਲਾਭਦਾਇਕ ਹੁੰਦੇ ਹਨ।

ਖੁਸ਼ਹਾਲੀ ਜੇ ਸੰਭਾਲੀ ਨਾ ਜਾਵੇ ਤਾਂ ਇਹ ਕੰਗਾਲੀ ਦੇ ਰਾਹ ਪੈ ਜਾਂਦੀ ਹੈ।

ਭਾਂਡਾ ਜਿਤਨਾ ਛੋਟਾ ਹੋਵੇਗਾ, ਉਹ ਉਤਨਾ ਹੀ ਜਲਦੀ ਤੱਤਾ ਹੋ ਜਾਵੇਗਾ, ਇਹ ਗੱਲ ਮਨੁੱਖੀ ਦਿਮਾਗ 'ਤੇ ਵੀ ਲਾਗੂ ਹੁੰਦੀ ਹੈ।

ਵਿਆਹ ਕਰਕੇ, ਮਨੁੱਖ ਸਮਾਜ ਦੇ ਪੱਖ ਵਿਚ ਖਲੋ ਜਾਂਦਾ ਹੈ।

ਸੰਤੁਸ਼ਟ ਲੋਕਾਂ ਦੀ ਵਿਕਾਸ ਵਿਚ ਕੋਈ ਦਿਲਚਸਪੀ ਨਹੀਂ ਹੁੰਦੀ।

ਦਰਦ, ਸਰੀਰ ਦਾ ਅਲਾਰਮ ਹੁੰਦਾ ਹੈ।

ਭ੍ਰਿਸ਼ਟਾਚਾਰ ਅਕਸਰ ਉਦੋਂ ਫੈਲਦਾ ਹੈ ਜਦੋਂ ਲੋੜ ਅਤੇ ਲਾਲਚ ਵਿਚਕਾਰ ਅੰਤਰ ਮਿਟ ਜਾਂਦਾ ਹੈ।

ਧਾਰਮਿਕ ਸਥਾਨ 'ਤੇ ਪਾਪੀ ਪ੍ਰਸੰਨ ਹੋਣ ਲਈ ਆਉਂਦੇ ਹਨ।

ਲਾਲਚ, ਅੰਤ ਵਿਚ ਬੈਂਕ ਖਾਤੇ ਵਿਚ ਸਿਫ਼ਰਾਂ ਵਧਾਉਣ ਦਾ ਅਮਲ ਬਣ ਜਾਂਦਾ ਹੈ।

ਮਨੁੱਖ ਸਦੀਆਂ ਤੋਂ ਚੂਹੇ ਮਾਰਨ ਦੇ ਢੰਗ-ਤਰੀਕੇ ਲੱਭ ਰਿਹਾ ਹੈ, ਜਦੋਂ ਕਿ ਬਿੱਲੀ ਕੁਦਰਤ ਦਾ ਇਕ ਸ਼ਰਤੀਆ ਸਫਲ ਢੰਗ ਹੈ।

ਵੱਡੀ ਜੰਗ ਦੌਰਾਨ ਮੁਲਕਾਂ ਦੇ ਨਕਸ਼ੇ ਬੱਦਲਾਂ ਵਾਂਗ ਬਦਲਦੇ ਹਨ।

ਵਿਆਹ, ਪੁੱਤਰ ਵਲੋਂ ਦਲ-ਬਦਲੀ ਅਤੇ ਧੀ ਵਲੋਂ ਘਰ-ਬਦਲੀ ਹੁੰਦਾ ਹੈ।

ਕਿਸੇ ਦੇ ਪ੍ਰਸਿੱਧ ਹੋਣ ਨਾਲ ਬਹੁਤ ਲੋਕ ਉਸ ਨੂੰ ਜਾਣਨ ਲਗ ਪੈਂਦੇ ਹਨ, ਬਦਨਾਮ ਹੋਣ ਨਾਲ, ਹੋਰ ਵੀ ਵਧੇਰੇ ਲੋਕ ਜਾਣਨ ਲਗ ਪੈਂਦੇ ਹਨ।

ਜੀਵਨ ਦੀਆਂ ਸਾਰੀਆਂ ਸਮੱਸਿਆਵਾਂ ਹੱਲ ਹੋਣ ਨਾਲ, ਜੀਵਨ ਸੁਖਾਲਾ ਨਹੀਂ, ਬੋਝਲ ਹੋ ਜਾਵੇਗਾ।

ਜਦੋਂ ਅੰਦਰਲਾ ਮੁਰਝਾ ਜਾਵੇ ਤਾਂ ਮਨੁੱਖ ਆਪਣੇ ਆਲੇ-ਦੁਆਲੇ ਮਹਿੰਗੀਆਂ ਚੀਜ਼ਾਂ ਦੀ ਰੌਣਕ ਲਾਉਣ ਦਾ ਨਿਸਫਲ ਉਪਰਾਲਾ ਕਰਦਾ ਹੈ।

ਸੰਗੀਤ, ਸਾਨੂੰ ਸਭ ਨੂੰ ਪਿਆਰੀਆਂ ਤਸੱਲੀਆਂ ਹੀ ਦਿੰਦਾ ਹੈ, ਇਹ ਕਿਸੇ ਦਾ ਦਿਲ ਨਹੀਂ ਦੁਖਾਉਂਦਾ।

ਰਾਤ ਨੂੰ ਅਜੋਕਾ ਮਨੁੱਖ ਆਪਣੇ ਆਪ ਨੂੰ ਕਮਰੇ ਵਿਚ ਕੈਦ ਕਰਕੇ, ਕੁੱਤੇ ਨੂੰ ਆਜ਼ਾਦ ਛੱਡ ਦਿੰਦਾ ਹੈ।

ਪਿਆਰ ਦੌਰਾਨ, ਪ੍ਰੇਮਿਕਾ ਆਪਣੀਆਂ ਅੱਖਾਂ ਬੰਦ ਕਰ ਲੈਂਦੀ ਹੈ ਤਾਂ ਕਿ ਪ੍ਰੇਮੀ ਦੇ ਉਸ ਨੂੰ ਵੇਖਣ ਵਾਲੇ ਨੈਣਾਂ ਦੀ ਰੋਸ਼ਨੀ, ਦੂੱਗਣੀ ਹੋ ਜਾਵੇ।

ਆਪਣੇ ਮੋਰਚੇ 'ਤੇ ਡੱਟੇ ਰਹਿਣ ਨਾਲ, ਕਿਸੇ 'ਤੇ ਹਮਲਾ ਨਹੀਂ ਕੀਤਾ ਜਾ ਸਕਦਾ।

ਸਾਰੀਆਂ ਹੱਦਾਂ-ਸਰਹੱਦਾਂ ਦਾ ਨਿਰਮਾਣ ਹਿੰਸਾ ਨਾਲ ਕੀਤਾ ਗਿਆ ਹੁੰਦਾ ਹੈ।

ਰਾਤ ਵੇਲੇ ਪਿੰਡ ਵਿਚ ਕੋਈ ਮਹਿਮਾਨ ਆਵੇ ਤਾਂ ਉਸ ਦਾ ਹਾਲ-ਚਾਲ ਸਭ ਤੋਂ ਪਹਿਲਾਂ ਉਸ ਪਿੰਡ ਦੇ ਕੁੱਤੇ ਹੀ ਪੁੱਛਦੇ ਹਨ।

ਸਮੇਂ ਦੇ ਬੀਤਣ ਨਾਲ ਦੁੱਖ ਦੂਰ ਨਹੀਂ ਹੁੰਦੇ, ਦੁੱਖ ਸਾਡੇ ਬਦਲਣ ਨਾਲ ਦੂਰ ਹੁੰਦੇ ਹਨ।

ਮੱਥਾ ਘਰ ਰੱਖ ਕੇ, ਗੁਰਦੁਆਰੇ ਨਹੀਂ ਜਾਣਾ ਚਾਹੀਦਾ।

ਸਾਨੂੰ ਅਕਸਰ ਉਸ ਦੇ ਖੋਹੇ ਜਾਣ ਦਾ ਡਰ ਹੁੰਦਾ ਹੈ, ਜਿਹੜਾ ਅਸੀਂ ਆਪ ਸੰਸਾਰ ਤੋਂ ਖੋਹਿਆ ਹੁੰਦਾ ਹੈ।

ਗੀਤਾ ਇਹ ਨਹੀਂ ਕਹਿੰਦੀ ਕਿ ਕਰਮ ਦਾ ਫਲ ਨਹੀਂ ਮਿਲੇਗਾ, ਕਹਿੰਦੀ ਹੈ, ਫਲ ਮਿਲੇਗਾ ਪਰ ਫਲ ਦੀ ਇੱਛਾ ਨਾ ਕਰੋ।

ਕਵੀ ਨੇ ਆਪਣੀਆਂ ਦੋ ਅੱਖਾਂ ਨਾਲ ਬੁਝੀਆਂ ਹੋਈਆਂ ਲੱਖਾਂ ਅੱਖਾਂ ਲਈ ਵੀ ਵੇਖਣਾ ਹੁੰਦਾ ਹੈ।

ਜੇ ਪਿਆਰ ਵਿਚ ਆਨੰਦ ਹੋਵੇ ਤਾਂ ਪਿਆਰੇ ਦੀ ਮੁਸਕਰਾਹਟ ਸਾਡੇ ਹੋਠਾਂ ਤੇ ਆ ਜਾਂਦੀ ਹੈ, ਜੇ ਪਿਆਰ ਡੂੰਘਾ ਹੋਵੇ ਤਾਂ ਸਾਡੇ ਅਥਰੂ ਪਿਆਰੇ ਦੀ ਅੱਖ ਵਿਚੋਂ ਟਪਕਦੇ ਹਨ।

ਜਦੋਂ ਜੰਗ ਨਹੀਂ ਹੁੰਦੀ, ਪਲੇਗ ਨਹੀਂ ਫੈਲਦੀ, ਅਕਾਲ ਨਹੀਂ ਪੈਂਦੇ, ਲੋਕ ਉਦੋਂ ਵੀ ਮਰਦੇ ਹਨ।

ਜੇ ਮਨੁੱਖ ਕੁਦਰਤ ਨੂੰ ਇਵੇਂ ਹੀ ਲੁੱਟਦਾ ਰਿਹਾ ਤਾਂ ਉਸ ਦੇ ਬੱਚੇ, ਆਉਂਦੇ ਯੁਗ ਦੇ ਆਦਿਵਾਸੀ ਹੋਣਗੇ।

ਕੀ ਸੀਤਾ ਇਕ ਚੀਜ਼ ਸੀ, ਜਿਹੜੀ ਰਾਮ ਨੇ ਜਿੱਤੀ ਅਤੇ ਰਾਵਣ ਨੇ ਚੁਰਾਈ ਸੀ ?

ਸਾਰੇ ਭਾਰਤੀ ਧਰਮ, ਮਨੁੱਖ ਨੂੰ ਨਿੰਦਾ-ਉਸਤਤ ਤੋਂ ਨਿਆਰਾ ਅਤੇ ਅਭਿੱਜ ਰਹਿਣਾ ਸਿਖਾਉਂਦੇ ਹਨ।

ਜੇ ਪਤੀ-ਪਤਨੀ ਵਿਚ ਬਹੁਤ ਪਿਆਰ ਹੋਵੇ ਤਾਂ ਉਹ ਸ਼ਕਲ-ਸੂਰਤ ਵਜੋਂ, ਭੈਣ-ਭਰਾ ਲਗਣ ਲਗ ਪੈਂਦੇ ਹਨ।

ਲੱਛਮਣ, ਰਾਮ ਦਾ ਪਰਛਾਵਾਂ ਸੀ, ਉਹ ਰਾਮ ਨਾਲ ਪਰਛਾਵੇਂ ਵਾਂਗ ਹੀ ਰਿਹਾ।

ਪੁਰਸ਼ ਅਤੇ ਇਸਤਰੀ ਵਿਚ ਕੋਈ ਬੁਨਿਆਦੀ ਅੰਤਰ ਨਹੀਂ ਹੈ, ਕੁਝ ਤਕਨੀਕੀ ਵੱਖਰੇਵੇਂ ਹੀ ਹਨ।

ਵਿਧਵਾ ਇਸਤਰੀ, ਉਦਾਸੀ ਨੂੰ ਘੁਟ ਕੇ ਫੜ ਲੈਂਦੀ ਹੈ।

ਜੇ ਸਾਂਝ ਸੱਚੀ ਹੋਵੇ ਤਾਂ ਪਤੀ-ਪਤਨੀ ਆਪਣੀ-ਆਪਣੀ ਅੱਖ ਨਾਲ, ਦੂਜੇ ਦਾ ਸੁਪਨਾ ਵੀ ਵੇਖ ਸਕਦੇ ਹਨ।

ਅਜੋਕੇ ਯੁਗ ਦੇ ਅਣਗਿਣਤ ਬੁਲਬੁਲੇ, ਅਮਰ ਹੋਣ ਦੀ ਜ਼ਿੱਦ ਕਰ ਰਹੇ ਹਨ।

ਇਕ ਚੰਗੀ ਪੁਸਤਕ, ਮਨ ਦੀ ਕੈਦ ਵਿਚੋਂ, ਸੈਂਕੜੇ ਸ਼ੰਕਿਆਂ ਨੂੰ ਆਜ਼ਾਦ ਕਰ ਦਿੰਦੀ ਹੈ।

ਜਿਥੇ ਪਿਆਰ ਹੋਵੇ, ਉਥੇ ਗੱਲ ਕਹੀ ਅੱਧੀ ਜਾਂਦੀ ਹੈ, ਸਮਝੀ ਪੂਰੀ ਜਾਂਦੀ ਹੈ।

ਮਨੁੱਖ ਨੇ ਆਪਣੇ ਤਨ ਨੂੰ ਢਕਣ ਦਾ ਨਿਰਣਾ ਕਰਕੇ, ਆਪਣੇ ਮਨ 'ਤੇ ਵੀ ਪਰਦਾ ਪਾ ਲਿਆ ਹੈ।

ਪੜ੍ਹੇ ਜਾਣ ਉਪਰੰਤ, ਅਖ਼ਬਾਰ, ਰੱਦੀ ਬਣਨ ਦੀ ਆਪਣੀ ਹੱਤਕ, ਚੁੱਪ-ਚਾਪ ਬਰਦਾਸ਼ਤ ਕਰ ਲੈਂਦੀ ਹੈ।

ਅਜੋਕਾ ਮਨੁੱਖ ਚੀਜ਼ਾਂ ਵਿਚ, ਚੀਜ਼ ਬਣ ਕੇ ਗੁਆਚਦਾ ਜਾ ਰਿਹਾ ਹੈ।

ਗਾਰੇ ਵਿਚ ਖੁੱਭੇ ਪੈਰਾਂ ਨਾਲ, ਨੱਚਿਆ ਨਹੀਂ ਜਾ ਸਕਦਾ।

ਕਈ ਜਵਾਬ ਇਤਨੇ ਪ੍ਰਭਾਵਸ਼ਾਲੀ ਹੁੰਦੇ ਹਨ ਕਿ ਇਹ ਸਵਾਲ ਨੂੰ ਬਦਲ ਦਿੰਦੇ ਹਨ।

ਪੰਛੀ ਦੀ ਉਡਾਣ ਨਾ ਖੰਭਾਂ ਵਿਚ ਹੁੰਦੀ ਹੈ ਨਾ ਅਸਮਾਨ ਵਿਚ, ਇਹ ਬਾਹਰੀ ਸ਼ਰਤਾਂ ਹਨ, ਪੰਛੀ ਦੀ ਉਡਾਣ ਉਸ ਦੇ ਅੰਦਰ ਹੁੰਦੀ ਹੈ।

ਜਿਸ ਬੂਟੇ ਨੂੰ ਬਹਾਰ ਵਿਚ ਵੀ ਜਾਗ ਨਹੀਂ ਆਉਂਦੀ, ਉਹ ਕਦੇ ਨਹੀਂ ਜਾਗੇਗਾ।

ਮੋਟੀਆਂ ਅੱਖਾਂ ਬਹੁਤਾ ਨਹੀਂ ਵੇਖਦੀਆਂ, ਮੋਟੀਆਂ ਅੱਖਾਂ ਨੂੰ ਬਹੁਤਾ ਵੇਖਿਆ ਜਾਂਦਾ ਹੈ।

ਧਰਤੀ ਸੂਰਜ ਦੁਆਲੇ ਘੁੰਮਦੀ ਹੈ ਪਰ ਇਸ ਨੂੰ ਘੁਮਾਉਂਦੇ ਕੰਮ ਕਰਨ ਵਾਲੇ ਹੱਥ ਹਨ।

ਬੋਲ ਸਾਡੇ ਮਨ ਦੀ ਭਾਸ਼ਾ ਹੁੰਦੇ ਹਨ, ਜੇ ਮਨ ਰੋਗੀ ਹੈ ਤਾਂ ਬੋਲ ਵੀ ਰੋਗੀ ਹੋਣਗੇ।

ਭਿਖਸ਼ੂ ਦੇ ਕਾਸੇ ਵਿਚ ਲੋਕ ਅੰਨ ਹੀ ਨਹੀਂ ਪਾਉਂਦੇ, ਦੁਖੀ ਆਪਣਾ ਦੁੱਖ ਅਤੇ ਰੋਗੀ ਆਪਣਾ ਰੋਗ ਵੀ ਪਾਉਂਦੇ ਹਨ।

ਕਵਿਤਾ ਦਾ ਇਕ ਸਿਰਾ ਸੰਗੀਤ ਨਾਲ ਅਤੇ ਦੂਜਾ ਸਿਰਾ ਫ਼ਲਸਫ਼ੇ ਨਾਲ ਜੁੜਿਆ ਹੁੰਦਾ ਹੈ।

ਕਲਪਨਾ ਉਤੇ ਕੋਈ ਨੇਮ-ਕਾਨੂੰਨ ਲਾਗੂ ਨਹੀਂ ਹੁੰਦਾ।

ਹਰ ਮਨੁੱਖ ਆਪਣਾ ਚਾਨਣਾ-ਹਨੇਰਾ ਆਪ ਸਿਰਜਦਾ ਹੈ।

ਜੇ ਕੰਮ ਵਿਚੋਂ ਆਨੰਦ ਲੈਣ ਲਗ ਪਈਏ ਤਾਂ ਕੰਮ ਆਪਣੇ ਆਪ ਨਿਬੜ ਜਾਂਦਾ ਹੈ।

ਹੰਕਾਰ ਦਾ ਜ਼ੋਰ ਹੁੰਦਾ ਹੈ, ਨਿਮਰਤਾ ਦੀ ਸ਼ਕਤੀ ਹੁੰਦੀ ਹੈ।

ਜੇ ਖਲੋ ਕੇ ਖਾਧਾ ਜਾਵੇ ਤਾਂ ਵੱਧ ਖਾਣ ਦਾ ਪਤਾ ਬੈਠਣ ਵੇਲੇ ਲਗਦਾ ਹੈ, ਜੇ ਬਹਿ ਕੇ ਵੱਧ ਖਾਧਾ ਜਾਵੇ ਤਾਂ ਖਲੋਣ ਵੇਲੇ ਪਤਾ ਲਗਦਾ ਹੈ; ਪਛਤਾਵਾ ਬੈਠਣ-ਖਲੋਣ ਦਾ ਨਹੀਂ, ਵੱਧ ਖਾਣ ਦਾ ਹੋਣਾ ਚਾਹੀਦਾ ਹੈ।

ਸ਼ਰਧਾ ਦਾ ਅਰਥ ਹੈ, ਸੰਪੂਰਨ ਭਾਵ ਨਾਲ ਕਹੀ ਹੋਈ ਹਾਂ।

ਕਾਮ ਦੀ ਉਸਾਰੂ ਵਰਤੋਂ, ਕਲਾ ਵਿਚ ਅਤੇ ਮਾਰੂ ਵਰਤੋਂ, ਅਪਰਾਧਾਂ ਵਿਚ ਪ੍ਰਗਟ ਹੁੰਦੀ ਹੈ।

ਬਾਹਰਲੇ ਸਬੰਧ ਫ਼ਾਸਲੇ ਦੇ ਸਬੰਧ ਹੁੰਦੇ ਹਨ, ਨੇੜਤਾ ਵੀ ਫ਼ਾਸਲਾ ਹੁੰਦੀ ਹੈ।

ਬਸੰਤ ਦੇ ਆਉਣ ਨਾਲ, ਧਰਤੀ ਮੁੜ ਮੁਟਿਆਰ ਹੋ ਜਾਂਦੀ ਹੈ।

ਬਸੰਤ ਇਸ ਕਰਕੇ ਚੰਗੀ ਲਗਦੀ ਹੈ, ਕਿਉਂਕਿ ਬਸੰਤ ਦੌਰਾਨ ਆਕਸੀਜਨ ਦੀ ਸਪਲਾਈ ਵੱਧ ਜਾਂਦੀ ਹੈ।

ਜ਼ਿੰਦਗੀ ਵਿਚ ਝੁਕ ਕੇ ਟੁਰਨ ਦੀ ਲੋੜ ਨਹੀਂ ਪਰ ਆਕੜ ਕੇ ਟੁਰਨ ਦੀ ਵੀ ਲੋੜ ਨਹੀਂ।

ਅਧੂਰਾ ਕੰਮ ਚਿੰਤਾ ਉਪਜਾਉਂਦਾ ਹੈ, ਕੰਮ ਪੂਰਾ ਕਰਨ ਨਾਲ ਚਿੰਤਾ ਤੋਂ ਮੁਕਤੀ ਮਿਲਦੀ ਹੈ।

ਮਹਾਂਪੁਰਸ਼ ਇਕ ਦੂਜੇ ਦੇ ਪਿਛੇ ਨਹੀਂ ਟੁਰਦੇ, ਈਸਾ ਵਰਗਾ ਦੁਬਾਰਾ ਨਹੀਂ ਹੋਇਆ, ਨਾਨਕ ਵਰਗਾ ਦੁਬਾਰਾ ਨਹੀਂ ਹੋਣਾ।

ਹਰ ਨਸ਼ਾ, ਸਰੀਰ ਨੂੰ ਵੱਖਰੇ ਢੰਗ ਨਾਲ ਲੁੱਟਦਾ ਹੈ।

ਪੰਜਾਬੀਆਂ ਦਾ ਇਹ ਖਾਸਾ ਹੈ ਕਿ ਇਹ ਗਿਆਨ ਦੇ ਖੇਤਰ ਵਿਚ ਫਾਡੀ ਰਹਿ ਕੇ ਵੀ ਬੜੇ ਪ੍ਰਸੰਨ ਹਨ।

ਸਮਾਗਮਾਂ ਵਿਚ ਹੁਣ ਬੰਦੇ ਸ਼ਾਮਲ ਨਹੀਂ ਹੁੰਦੇ, ਸਰੀਰ ਹੀ ਸ਼ਾਮਲ ਹੁੰਦੇ ਹਨ।

ਜ਼ਿੰਦਗੀ ਜਿਊਣ ਲਈ ਪੈਸਾ ਵਗੈਰਾ ਚਾਹੀਦਾ ਹੁੰਦਾ ਹੈ, ਕਈ ਵਗੈਰਾ ਦਾ ਪ੍ਰਬੰਧ ਕਰ ਲੈਂਦੇ ਹਨ ਪਰ ਪੈਸਾ ਉਨ੍ਹਾਂ ਤੋਂ ਨਹੀਂ ਜੁੜਦਾ।

ਕਿਸੇ ਵੀ ਭਾਸ਼ਾ ਵਿਚ ਚੁੱਪ ਨੂੰ ਪ੍ਰਗਟਾਉਣ ਦੀ ਸਮਰੱਥਾ ਨਹੀਂ ਹੈ।

ਜਦੋਂ ਆਰੰਭ ਸੰਪੂਰਨ ਹੋ ਜਾਂਦਾ ਹੈ ਤਾਂ ਉਸ ਨੂੰ ਅੰਤ ਕਿਹਾ ਜਾਂਦਾ ਹੈ।

ਮਨੁੱਖ ਗਿਆਨ ਨੂੰ ਬੰਨ੍ਹਦਾ ਚਲਾ ਜਾਂਦਾ ਹੈ, ਲੋੜ ਆਪਣੇ ਆਪ ਨੂੰ ਖੋਲ੍ਹਣ ਦੀ ਹੈ।

ਕਿਸੇ ਕੋਲ ਵੀ ਇਤਨਾ ਗਿਆਨ ਨਹੀ ਹੁੰਦਾ ਕਿ ਉਹ ਵਿਸ਼ਵਾਸ ਨਾਲ ਕਹਿ ਸਕੇ: ਮੈਂ ਤਾਂ ਕੁਝ ਨਹੀਂ ਜਾਣਦਾ।

ਅਜੋਕੇ ਮਨੁੱਖ ਦੀ ਦਿਲਚਸਪੀ ਪੰਡਤ ਹੋਣ ਵਿਚ ਹੈ, ਭਗਤ ਹੋਣ ਵਿਚ ਨਹੀਂ।

ਗੂੰਗੇ ਵਿਅਕਤੀ ਦੇ ਵਿਕਾਸ ਦੇ ਸਾਰੇ ਦੁਆਰ ਬੰਦ ਹੁੰਦੇ ਹਨ।

ਮੌਤ ਜੀਵਨ ਦਾ ਨਹੀਂ, ਜਨਮ ਦਾ ਅੰਤ ਹੁੰਦੀ ਹੈ।

ਜੇ ਇਕ ਦਿਨ ਅਚਾਨਕ ਤੁਸੀਂ ਆਪਣੀ ਪਤਨੀ ਦੀ ਭਰਪੂਰ ਪ੍ਰਸ਼ੰਸਾ ਕਰੋਗੇ ਤਾਂ ਉਹ ਹੈਰਾਨ ਤਾਂ ਹੋਵੇਗੀ ਹੀ, ਸ਼ਾਇਦ ਡਰ ਵੀ ਜਾਵੇ।

ਸੁੱਤਾ ਮਨੁੱਖ, ਨਾ ਗਰੀਬ ਹੁੰਦਾ ਹੈ ਨਾ ਅਮੀਰ, ਨਾ ਸੁਖੀ ਨਾ ਦੁਖੀ, ਕਿਉਂਕਿ ਨੀਂਦਰ ਹਰ ਕਿਸੇ ਨੂੰ ਯਥਾਰਥ ਤੋਂ ਪਰ੍ਹੇ ਲੈ ਜਾਂਦੀ ਹੈ।

ਵਿਦਵਾਨ, ਵਿਦਵਾਨ ਨੂੰ ਹਰਾ ਸਕਦਾ ਹੈ, ਮੂਰਖ ਨੂੰ ਨਹੀਂ; ਮੂਰਖ ਨੂੰ ਵਿਦਵਾਨ ਨਾਲ ਲੜਾਓ, ਵਿਦਵਾਨ ਹਾਰ ਜਾਵੇਗਾ।

ਸਫਲਤਾ ਕਿਸੇ ਨੂੰ ਵੀ ਵਿਰਸੇ ਵਿਚ ਨਹੀਂ ਮਿਲਦੀ।

ਸਮਾਜਵਾਦੀ ਫ਼ਲਸਫ਼ਾ, ਪੀੜਤਾਂ ਲਈ ਚੰਡੀ ਦੀ ਵਾਰ ਹੈ ਅਤੇ ਲੋਟੂਆਂ ਲਈ ਜ਼ਫ਼ਰਨਾਮਾ।

ਸ਼ਬਦਾਂ ਦੇ ਅਰਥ ਅਮਲਾਂ ਵਿਚ ਹੁੰਦੇ ਹਨ, ਅਮਲ-ਵਿਹੂਣੇ ਸ਼ਬਦ ਕੇਵਲ ਸ਼ੋਰ ਹੁੰਦੇ ਹਨ।

ਪੰਜਾਬੀਆਂ ਨੂੰ ਭੁਲੇਖਾ ਹੈ ਕਿ ਸੋਚਣ ਨਾਲੋਂ ਲੜਨਾ ਵਧੇਰੇ ਮਹੱਤਵਪੂਰਨ ਹੈ, ਇਸੇ ਕਰਕੇ ਕੋਈ ਪੰਜਾਬੀ ਫ਼ਿਲਾਸਫ਼ਰ ਨਹੀਂ ਹੋਇਆ, ਸਾਰੇ ਯੋਧੇ ਹੀ ਹੋਏ ਹਨ।

ਜੇ ਬਰਫ਼ੀ ਵਿਚ ਖੰਡ ਵਧੇਰੇ ਹੋਵੇ ਤਾਂ ਇਹ ਖੋਏ ਨੂੰ ਉਜਾੜ ਦਿੰਦੀ ਹੈ।

ਮਿੱਠੀ ਚੀਜ਼ ਖਾਣ ਦੀ ਇੱਛਾ ਥਕਾਵਟ ਵਿਚੋਂ ਉਪਜਦੀ ਹੈ, ਮਸਾਲੇ ਵਾਲੀ ਚੀਜ਼ ਖਾਣ ਦੀ ਇੱਛਾ ਭੁੱਖ ਵਿਚੋਂ ਜਾਗਦੀ ਹੈ।

ਕਿਸੇ ਥਾਂ ਜਿਤਨੀਆਂ ਵਧੇਰੇ ਪਾਬੰਦੀਆਂ ਹੋਣਗੀਆਂ, ਉਤਨੀ ਹੀ ਵਧੇਰੇ ਉਨ੍ਹਾਂ ਦੀ ਉਲੰਘਣਾ ਹੋਵੇਗੀ।

ਕਈਆਂ ਨੂੰ ਵੇਖ ਕੇ ਅੱਖਾਂ ਦੁਖਣ ਲਗ ਪੈਂਦੀਆਂ ਹਨ।

ਜਿਨ੍ਹਾਂ ਨੇ ਅਤੀਤ ਦੀਆਂ ਯਾਦਾਂ ਦਾ ਬੋਝ ਚੁਕਿਆ ਹੁੰਦਾ ਹੈ, ਉਨ੍ਹਾਂ ਨੂੰ ਵਰਤਮਾਨ ਨਾਲ ਇਕ-ਸੁਰ ਹੋਣ ਵਿਚ ਮੁਸ਼ਕਿਲ ਹੁੰਦੀ ਹੈ।

ਜਦੋਂ ਦੋ ਗੁਆਂਢਣਾਂ ਲੜਨ ਤਾਂ ਤੀਜੀ ਯਤਨ ਕਰਦੀ ਹੈ ਕਿ ਉਨ੍ਹਾਂ ਦੇ ਬੋਲ-ਬੁਲਾਰੇ ਵਿਚੋਂ ਕੁਝ ਸੁਣਨਾ ਰਹਿ ਨਾ ਜਾਵੇ।

ਫਰਾਂਸ ਵਿਚ ਢੁੱਕਵੇਂ ਅਤੇ ਨਵੇਂ-ਨਿਵੇਕਲੇ ਕਪੜੇ ਪਹਿਨਣਾ, ਰਾਸ਼ਟਰੀ ਸ਼ੌਕ ਹੈ।

ਕਈ ਗੱਲ ਇਵੇਂ ਸੁਣਾਉਂਦੇ ਹਨ ਜਿਵੇਂ ਉਹ ਕੋਈ ਗੱਲ ਨਹੀਂ ਸੁਣਾਉਣ ਲਗੇ, ਕੋਈ ਸਾਜ਼ਿਸ਼ ਬਿਆਨ ਕਰਨ ਲਗੇ ਹਨ।

ਕੰਪਿਊਟਰ ਸਭ ਕੁਝ ਕਰਦਾ ਹੈ ਪਰ ਮਨੁੱਖ ਵਾਂਗ ਚਿੰਤਾ ਨਹੀਂ ਕਰਦਾ।

ਘਰ ਅੰਦਰ ਪੁਰਾਣੇ ਜਾਂ ਘਸੇ ਹੋਏ ਕਪੜੇ ਨਹੀਂ ਪਾਉਣੇ ਚਾਹੀਦੇ, ਘਰ ਅੰਦਰ ਪਾਉਣ ਲਈ ਵੱਖਰੇ ਕਪੜੇ ਹੋਣੇ ਚਾਹੀਦੇ ਹਨ, ਕਿਉਂਕਿ ਕਪੜੇ ਸਾਡੀ ਸ਼ਖ਼ਸੀਅਤ ਅਤੇ ਕਾਰਜਸ਼ੈਲੀ ਨੂੰ ਨਿਰਧਾਰਤ ਕਰਦੇ ਹਨ।

ਪਰਮਾਤਮਾ ਦੇਣ ਦਾ ਹਿਸਾਬ ਨਹੀਂ ਰਖਦਾ ਅਤੇ ਦੇ ਕੇ ਹਿਸਾਬ ਨਹੀਂ ਮੰਗਦਾ।

ਪਰਿਵਾਰ ਵਿਚ ਇਸਤਰੀ ਦੀ ਆਵਾਜ਼, ਸੂਝ ਦੀ ਆਵਾਜ਼ ਹੁੰਦੀ ਹੈ।

ਸਾਵਣ, ਧਰਤੀ ਨੂੰ ਹਰਿਆਵਲ ਦਾ ਖ਼ਤ ਲਿਖਦਾ ਹੈ।

ਕਿਸੇ ਮੁਲਵਾਨ ਚੀਜ਼ ਨੂੰ ਨਿਗੁਣੀ ਸਿੱਧ ਕਰਨਾ ਹੋਵੇ ਤਾਂ ਉਸ ਦੇ ਕੋਲ ਕੋਕਾ-ਕੋਲਾ ਦੀ ਖਾਲੀ ਬੋਤਲ ਰੱਖ ਦਿਓ।

ਪੰਛੀ ਦੀ ਉਡਾਣ ਲਈ ਹਰ ਪਿੰਜਰਾ ਛੋਟਾ ਹੁੰਦਾ ਹੈ।

ਪਰਿਵਾਰ ਦੀ ਇਜ਼ਤ ਤਾਂ ਹੀ ਬਣਦੀ ਹੈ ਜੇ ਇਸ ਇਜ਼ਤ ਦੀ ਜ਼ਿੰਮੇਵਾਰੀ ਸਾਰੇ ਚੁੱਕਣ।

ਜਿਵੇਂ ਬੀਮਾਰੀ ਮੁੱਕਣ 'ਤੇ ਬੀਮਾਰੀ ਦੀ ਘਾਟ ਮਹਿਸੂਸ ਨਹੀਂ ਹੁੰਦੀ, ਉਵੇਂ ਹੀ ਭੈੜੇ ਬੰਦੇ ਦੇ ਟੁਰ ਜਾਣ ਨਾਲ, ਕੋਈ ਘਾਟਾ ਨਹੀਂ ਪੈਂਦਾ।

ਲਾਡਲਾ ਪੁੱਤਰ, ਉਪਰੋਂ-ਥਲੋਂ ਵੱਧਣਾ ਬੰਦ ਕਰਕੇ, ਵਿਚਕਾਰੋਂ ਤੇਜ਼ੀ ਨਾਲ ਵਿਕਾਸ ਕਰਨ ਲਗ ਪੈਂਦਾ ਹੈ।

ਇਸਤਰੀਆਂ ਨੂੰ ਸਿੱਧੇ ਪ੍ਰਸ਼ਨਾਂ ਨਾਲ ਨਫ਼ਰਤ ਹੁੰਦੀ ਹੈ।

ਗਰੀਬਾਂ ਕੋਲ ਗਰੀਬੀ ਦਾ ਬੜਾ ਤਜਰਬਾ ਹੁੰਦਾ ਹੈ ਪਰ ਇਸ ਤਜਰਬੇ ਦਾ ਕੋਈ ਲਾਭ ਨਹੀਂ ਉਠਾਉਂਦਾ।

ਕਈ ਬਹੁਤ ਹੇਠੋਂ ਉਠਦੇ ਹਨ ਪਰ ਉਹ ਉੱਠਣ ਤੋਂ ਮਗਰੋਂ ਬੈਠਦੇ ਨਹੀਂ।

ਪ੍ਰੇਮੀ-ਪ੍ਰੇਮਿਕਾ ਨੂੰ ਆਜ਼ਾਦੀ ਦਾ ਆਨੰਦ ਉਦੋਂ ਹੀ ਆਉਂਦਾ ਹੈ, ਜਦੋਂ ਉਹ ਇਕ-ਦੂਜੇ ਦੀ ਕੈਦ ਵਿਚ ਹੋਣ।

ਝਿਜਕ ਭਾਰਤੀਆਂ ਦੇ ਵਿਹਾਰ ਦਾ ਬੁਨਿਆਦੀ ਅੰਗ ਹੈ, ਅਸੀਂ ਸਫਲ ਹੋਣ ਤੋਂ ਵੀ ਝਿਜਕਦੇ ਹਾਂ।

ਜੇ ਦਸਤਕ ਹੁੰਦੀ ਰਹੇ ਤਾਂ ਘਰ ਦੇ ਦਰਵਾਜ਼ੇ ਜਿਊਂਦੇ ਰਹਿੰਦੇ ਹਨ ਅਤੇ ਅੰਦਰ ਹਾਸੇ ਗੂੰਜਦੇ ਰਹਿੰਦੇ ਹਨ।

ਜਿਹੜੇ ਵੇਖ ਕੇ ਹੀ ਪੌੜੀਆਂ ਗਿਣਨ ਲਗ ਪੈਣ, ਉਹ ਰਾਹ ਵਿਚ ਹੀ ਰਹਿੰਦੇ ਹਨ।

ਵਾਲ ਰੰਗਣ ਵਾਲਾ, ਹਰ ਰੋਜ਼ ਸ਼ੀਸ਼ੇ ਵਿਚੋਂ ਸਵੇਰੇ, ਸਭ ਤੋਂ ਪਹਿਲਾਂ ਆਪਣੀ ਉਮਰ ਵੇਖਦਾ ਹੈ।

ਜੇ ਵਿਛੜਨ ਦਾ ਡਰ ਨਾ ਹੋਵੇ ਤਾਂ ਮਿਲਣ ਦੀ ਤਾਂਘ ਵੀ ਨਹੀਂ ਹੁੰਦੀ।

ਪ੍ਰੇਮੀ ਸੋਚਦਾ ਹੈ ਜੇ ਮੈਂ ਪ੍ਰੇਮਿਕਾ ਨੂੰ ਜਿੱਤ ਲਵਾਂ ਤਾਂ ਲੋਕ ਸਿਕੰਦਰ ਨੂੰ ਭੁਲ ਜਾਣਗੇ।

ਮੁਸ਼ਕਿਲ ਕੰਮ ਨੂੰ ਕਰਨ ਲਈ ਸਮਾਂ ਵਧੇਰੇ ਲਗਦਾ ਹੈ, ਅਸੰਭਵ ਕੰਮ ਨੂੰ ਕਰਨ ਲਈ ਯਤਨ ਵਧੇਰੇ ਕਰਨੇ ਪੈਂਦੇ ਹਨ।

ਆਪਣੇ ਇਤਿਹਾਸ 'ਤੇ, ਬਹੁਤ ਅਧਿਕ ਮਾਣ ਕਰਨ ਨਾਲ, ਮਨੁੱਖ ਭਵਿਖ ਪ੍ਰਤੀ, ਲਾਪ੍ਰਵਾਹ ਹੋ ਜਾਂਦਾ ਹੈ।

ਜੇ ਪਤੀ ਚੁੱਪ ਹੋਵੇ ਤਾਂ ਪਤਨੀ ਨੂੰ ਸਮਝਣਾ ਚਾਹੀਦਾ ਹੈ ਕਿ ਉਸ ਦੀ ਪ੍ਰਸੰਸਾ ਹੋ ਰਹੀ ਹੈ।

ਸਾਡਾ ਬਚਪਨ ਉਦੋਂ ਮੁੱਕਦਾ ਹੈ, ਜਦੋਂ ਅਸੀਂ ਕੋਈ ਜ਼ਿੰਮੇਵਾਰੀ ਚੁੱਕਦੇ ਹਾਂ।

ਅਮਰੀਕਾ ਟੀਮ ਵਜੋਂ ਨਹੀਂ ਜਿੱਤਦਾ, ਵਿਅਕਤੀਗਤ ਸਫਲਤਾ ਅਮਰੀਕਾ ਦਾ ਲੱਛਣ ਹੈ।

ਗੁੱਸਾ, ਕਿਸੇ ਕਮਜ਼ੋਰ ਵਿਅਕਤੀ ਵਲੋਂ ਤਾਕਤਵਰ ਵਿਖਾਈ ਦੇਣ ਦਾ ਯਤਨ ਹੁੰਦਾ ਹੈ ਪਰ ਇਵੇਂ ਉਹ ਪਹਿਲੇ ਨਾਲੋਂ ਵੀ ਵੱਧ ਕਮਜ਼ੋਰ ਹੋ ਜਾਂਦਾ ਹੈ।

ਤਲਵਾਰ ਸਰੀਰ ਦੇ ਬਾਹਰਲੇ ਹਿੱਸੇ ਨੂੰ ਹੀ ਜ਼ਖਮੀ ਕਰਦੀ ਹੈ ਪਰ ਤਿੱਖੇ ਸ਼ਬਦ ਤਾਂ ਹੱਡੀਆਂ ਤੋੜ ਦਿੰਦੇ ਹਨ।

ਜ਼ਿੰਦਗੀ ਦੇ ਡੂੰਘੇ ਅਨੁਭਵਾਂ ਲਈ ਤਾਂਘ ਰਿਹਾ ਮਨੁੱਖ, ਆਪ-ਮੁਹਾਰੇ ਪਰਮਾਤਮਾ ਦੀ ਉਂਗਲੀ ਫੜ ਲੈਂਦਾ ਹੈ।

ਧਰਮ ਦੀ ਆਲੋਚਨਾ ਸਭ ਪ੍ਰਕਾਰ ਦੀ ਆਲੋਚਨਾ ਦਾ ਆਰੰਭ ਹੁੰਦੀ ਹੈ।

ਮੁੱਕਾ ਤਾਣ ਕੇ, ਕਿਸੇ ਨਾਲ ਹੱਥ ਨਹੀਂ ਮਿਲਾਇਆ ਜਾ ਸਕਦਾ।

ਦਲੀਲਾਂ ਵਾਲੇ ਬੰਦੇ, ਧਾਰਮਿਕ ਨਹੀਂ ਹੁੰਦੇ।

ਮਨੁੱਖ ਵਧੇਰੇ ਲਾਲਚੀ ਨਹੀਂ ਹੋ ਗਿਆ, ਲਾਲਚ ਕਰਨ ਅਤੇ ਪ੍ਰਗਟਾਉਣ ਦੇ ਮੌਕੇ ਵੱਧ ਗਏ ਹਨ।

ਜਦੋਂ ਵਿੱਦਿਅਕ ਪ੍ਰਣਾਲੀ ਸਹੀ ਹੋ ਗਈ ਤਾਂ ਬੱਚੇ ਹੱਸਦਿਆਂ ਸਕੂਲ ਜਾਇਆ ਕਰਨਗੇ ਅਤੇ ਛੁੱਟੀਆਂ ਦੌਰਾਨ ਰੋਇਆ ਕਰਨਗੇ।

ਤਾਕਤਵਰ, ਤਾਕਤਵਰਾਂ ਦੀ ਕਦਰ ਕਰਨ ਕਰਕੇ ਤਾਕਤਵਰ ਰਹਿੰਦੇ ਹਨ; ਕਮਜ਼ੋਰ, ਕਮਜ਼ੋਰਾਂ ਦਾ ਅਪਮਾਨ ਕਰਕੇ ਹੋਰ ਕਮਜ਼ੋਰ ਹੋ ਜਾਂਦੇ ਹਨ।

ਗੁਰੂ ਗੋਬਿੰਦ ਸਿੰਘ ਨੇ, ਡਰ ਕੇ ਲੁਕਿਆਂ ਹੋਇਆਂ ਨੂੰ, ਉਘੜਵੇਂ ਰੂਪ ਵਿਚ ਪ੍ਰਗਟ ਹੋਣ ਅਤੇ ਝੱਟ ਪਛਾਣੇ ਜਾਣ ਵਾਲਾ ਪਹਿਰਾਵਾ ਅਤੇ ਸਵੈਮਾਣ ਦਿੱਤਾ ਸੀ।

ਮਹਾਨ ਚਿੰਤਕ ਸੰਸਾਰ ਨੂੰ ਅਜਿਹੇ ਅੰਦਾਜ਼ ਨਾਲ ਵੇਖਦੇ ਹਨ ਕਿ ਸੰਸਾਰ ਬਦਲ ਜਾਂਦਾ ਹੈ।

ਇਸ ਸੰਸਾਰ ਨੂੰ ਬਣਨ ਵਿਚ ਕਰੋੜਾਂ ਸਾਲ ਲਗੇ ਹਨ ਪਰ ਹਰ ਕਿਸੇ ਨੂੰ ਇਹ ਬਣਿਆ-ਬਣਾਇਆ ਮਿਲ ਜਾਂਦਾ ਹੈ।

ਸਿਕੰਦਰ ਆਪਣੇ ਉਦੇਸ਼ ਵਿਚ ਸਫ਼ਲ ਨਹੀਂ ਹੋਇਆ ਪਰ ਉਸ ਦੀ ਦਲੇਰੀ ਸਾਰੇ ਸੰਸਾਰ ਨੂੰ ਫ਼ਤਹਿ ਕਰਨ ਦੇ ਸੁਪਨੇ ਵਿਚ ਸੀ।

ਪ੍ਰੇਮੀ-ਪ੍ਰੇਮਿਕਾ, ਇਕ-ਦੂਜੇ ਦਾ ਗੁਪਤ ਨਾਂ ਰੱਖ ਕੇ, ਗੁਝੇ ਢੰਗ ਨਾਲ ਸ਼ਕਤੀਸ਼ਾਲੀ ਹੋ ਜਾਂਦੇ ਹਨ।

ਕਤਲ ਕਰਨ ਵਾਲੇ ਵੀ ਕਾਤਲ ਅਖਵਾਉਣ ਤੋਂ ਡਰਦੇ ਹਨ।

ਖ਼ਾਹਿਸ਼ ਨਾਲ ਬਲਦੇ ਰਹਿਣਾ ਅਤੇ ਧੂੰਆਂ ਨਾ ਨਿਕਲਣ ਦੇਣਾ, ਮੁਹੱਬਤ ਦਾ ਦਸਤੂਰ ਹੁੰਦਾ ਹੈ।

ਆਮ ਕਰਕੇ ਮਨੁੱਖ ਹਨੇਰੇ ਤੋਂ ਡਰਦਾ ਹੈ ਪਰ ਕਈ ਚਾਨਣੇ ਤੋਂ ਵੀ ਡਰਦੇ ਹਨ।

ਚੰਨ ਇਸ ਕਰਕੇ ਸੁੰਦਰ ਹੈ, ਕਿਉਂਕਿ ਇਹ ਘਟਦਾ-ਵਧਦਾ ਰਹਿੰਦਾ ਹੈ।

ਚੰਗੇ ਬੰਦਿਆਂ ਦੀ ਚਰਚਾ ਕਰਨ ਨਾਲ ਹੀ ਰੌਣਕ ਹੋ ਜਾਂਦੀ ਹੈ।

ਜਿਸ ਨੇ ਵੀ ਸੱਚ ਲੱਭਿਆ ਹੈ, ਭੀੜ ਉਸ ਨਾਲ ਨਾਰਾਜ਼ ਹੋਈ ਹੈ।

ਸੈਰ ਨਾਲ ਤਾਕਤ ਅਤੇ ਤੰਦਰੁਸਤੀ ਹੀ ਨਹੀਂ ਵੱਧਦੀ, ਸਵੈ-ਵਿਸ਼ਵਾਸ ਅਤੇ ਹੌਸਲਾ ਵੀ ਵੱਧਦੇ ਹਨ।

ਜੇ ਕੁਦਰਤ ਦੀ ਸੁੰਦਰਤਾ ਮਾਣਨੀ ਆ ਜਾਵੇ ਤਾਂ ਲਾਲਚ ਅਤੇ ਸੁਆਰਥ ਘੱਟ ਜਾਂਦੇ ਹਨ।

ਕਿਸੇ ਦਾ ਚਰਿਤਰ ਜਾਣਨਾ ਚਾਹੁੰਦੇ ਹੋ ਤਾਂ ਉਸ ਨਾਲ ਇਕ ਘੰਟਾ ਖੇਡੋ।

ਤੰਗ ਜੁੱਤੀ ਪਹਿਨਣ ਦਾ ਲਾਭ ਇਹ ਹੁੰਦਾ ਹੈ ਕਿ ਇਸ ਨਾਲ ਹੋਰ ਸਾਰੀਆਂ ਪ੍ਰੇਸ਼ਾਨੀਆਂ ਭੁਲ ਜਾਂਦੀਆਂ ਹਨ।

ਪਰੰਪਰਾ ਨੂੰ ਵੰਗਾਰਨ 'ਤੇ ਪਤਾ ਲਗਦਾ ਹੈ ਕਿ ਪਰੰਪਰਾ ਕਿਤਨੀ ਬਲਵਾਨ ਹੈ।

ਜਿਹੜੇ ਹਰ ਰੋਜ਼ ਪੜ੍ਹਦੇ ਹਨ, ਉਹ ਅਫ਼ਸਰ ਲੱਗਦੇ ਹਨ; ਜਿਹੜੇ ਕੇਵਲ ਇਮਤਿਹਾਨਾਂ ਨੇੜੇ ਪੜ੍ਹਦੇ ਹਨ, ਉਹ ਵੱਧ ਤੋਂ ਵੱਧ ਕਲਰਕ ਹੀ ਬਣਦੇ ਹਨ।

ਅਚਾਨਕ ਵੀ ਅਚਾਨਕ ਨਹੀਂ ਵਾਪਰਦਾ, ਅਚਾਨਕ ਦਾ ਵੀ ਪਿਛੋਕੜ ਹੁੰਦਾ ਹੈ।

ਪਰੰਪਰਾਵਾਦੀ ਸਮਾਜ, ਭਵਿਖ ਵਿਚੋਂ ਵੀ ਅਤੀਤ ਵੇਖਣਾ ਚਾਹੁੰਦੇ ਹਨ।

ਨਾਹਰਿਆਂ ਵਿਚ ਅਕਲ ਜਾਂ ਤਮੀਜ਼ ਨਹੀਂ ਹੁੰਦੀ, ਇਹ ਭੀੜ ਦੀਆਂ ਚੀਕਾਂ ਹੁੰਦੇ ਹਨ।

ਪਤੀ-ਪਤਨੀ ਦੇ ਹਰੇਕ ਝਗੜੇ ਵਿਚ ਪੁਰਸ਼ ਖੁਆਰ ਹੁੰਦਾ ਹੈ, ਇਸਤਰੀ ਦੁਖੀ ਹੁੰਦੀ ਹੈ।

ਪਹਾੜ ਚੜ੍ਹਨ ਦੌਰਾਨ, ਡਿਗਣ ਦੀਆਂ ਸਾਰੀਆਂ ਸਹੂਲਤਾਂ ਹਾਜ਼ਰ ਹੁੰਦੀਆਂ ਹਨ।

ਆਪ ਮਹਿਮਾਨ ਹੋਣਾ ਅਤੇ ਕਿਸੇ ਮਹਿਮਾਨ ਦਾ ਆਉਣਾ, ਦੋ ਅਜਿਹੇ ਅਨੁਭਵ ਹਨ, ਜਿਨ੍ਹਾਂ ਵਿਚ ਕੁਝ ਵੀ ਸਾਂਝਾ ਨਹੀਂ ਹੁੰਦਾ।

ਦੁੱਧ ਦਾ ਭਰਿਆ ਹੋਇਆ ਪਤੀਲਾ, ਰਸੋਈ ਦੀ ਸਜਾਵਟ ਹੁੰਦਾ ਹੈ।

ਜੇ ਪਹਿਲੇ ਹੀ ਯਤਨ ਵਿਚ ਸਫਲ ਹੋ ਜਾਈਏ ਤਾਂ ਖ਼ੁਸ਼ੀ ਨੂੰ ਲੁਕਾ ਕੇ ਰੱਖਣਾ ਚਾਹੀਦਾ ਹੈ, ਕਿਉਂਕਿ ਹਰ ਵਾਰੀ ਇਵੇਂ ਨਹੀਂ ਵਾਪਰੇਗਾ।

ਜਿਹੜਾ ਦੁਕਾਨਦਾਰ ਗਾਹਕਾਂ ਨੂੰ ਧੋਖਾ ਦਿੰਦਾ ਹੈ, ਉਸ ਦੇ ਨੌਕਰ ਈਮਾਨਦਾਰ ਨਹੀਂ ਹੁੰਦੇ।

ਮੁਸੀਬਤਾਂ ਵਿਚੋਂ ਨਿਕਲੇ ਰਾਹਾਂ 'ਤੇ ਹਨੇਰਾ ਨਹੀਂ ਹੁੰਦਾ।

ਨਵੀਆਂ ਵੰਗਾਰਾਂ ਨਾਲ ਬਰ ਮੇਚਣ ਦੀ ਸ਼ਕਤੀ ਨੂੰ ਅਕਲ ਕਹਿੰਦੇ ਹਨ।

ਜੇ ਅਸੀਂ ਅਜੇ ਵੀ ਜਿਊਂਦੇ ਹਾਂ ਤਾਂ ਅਰਥ ਇਹੀ ਹੈ ਕਿ ਜਿਸ ਉਦੇਸ਼ ਲਈ ਸਾਨੂੰ ਇਸ ਸੰਸਾਰ ਵਿਚ ਭੇਜਿਆ ਗਿਆ ਹੈ, ਉਹ ਅਜੇ ਵੀ ਅਧੂਰਾ ਹੈ।

ਪੁਰਸ਼, ਹਰ ਥਾਂ ਇਸਤਰੀ ਦਾ ਮਹਿਮਾਨ ਹੀ ਬਣਨਾ ਲੋਚਦਾ ਹੈ।

ਹਾਸਾ ਅਤੇ ਚੁੱਪ ਗੱਲਬਾਤ ਦੇ ਦੋ ਸਿਰੇ ਹੁੰਦੇ ਹਨ।

ਜਿਸ ਨੂੰ ਦਿਲ ਦਾ ਦੌਰਾ ਪੈ ਚੁਕਿਆ ਹੋਵੇ, ਉਹ ਹਰ ਅਰਥੀ ਵਿਚੋਂ ਆਪਣੀ ਮੌਤ ਵੇਖਣ ਲਗ ਪੈਂਦਾ ਹੈ।

ਹਰ ਨਵੇਂ ਵਿਚਾਰ ਨੂੰ ਸਥਾਪਤ ਵਿਚਾਰਾਂ ਦਾ ਹੀ ਨਹੀਂ, ਸਥਾਪਤ ਮੂਰਖਾਂ ਦਾ ਵੀ ਸਾਹਮਣਾ ਕਰਨਾ ਪੈਂਦਾ ਹੈ।

ਪਰਿਵਰਤਨ ਵਿਚਾਰਾਂ ਵਿਚ ਵਾਪਰਦਾ ਹੈ, ਵਿਸ਼ਵਾਸਾਂ ਵਿਚ ਕੋਈ ਪਰਿਵਰਤਨ ਨਹੀਂ ਵਾਪਰਦਾ।

ਬੁੱਧ ਨੇ ਕਿਹਾ ਸੀ: ਮੂਰਤੀਆਂ ਨਾ ਪੂਜੋ ਪਰ ਸੰਸਾਰ ਵਿਚ ਸਭ ਤੋਂ ਵੱਧ ਮੂਰਤੀਆਂ ਬੁੱਧ ਦੀਆਂ ਹੀ ਹਨ।

ਭਾਰਤ ਦਾ ਮਨ, ਮੁਖ ਤੌਰ 'ਤੇ ਵਿਸ਼ਵਾਸੀ ਹੈ, ਇਹ ਵਿਚਾਰ ਉਤੇ ਵੀ ਵਿਸ਼ਵਾਸ ਕਰਦਾ ਹੈ।

ਬੁੱਧ ਨੇ ਸ਼ਰਧਾਲੂਆਂ ਨੂੰ ਕਿਹਾ ਸੀ: ਕੋਈ ਭਗਵਾਨ ਨਹੀਂ ਹੈ, ਸ਼ਰਧਾਲੂਆਂ ਨੇ ਕਿਹਾ: ਤੁਸੀਂ ਹੀ ਭਗਵਾਨ ਹੋ।

ਸੰਸਾਰ ਦੀ ਕੋਈ ਵੀ ਚੀਜ਼ 'ਹੈ' ਦੀ ਹਾਲਤ ਵਿਚ ਨਹੀਂ ਹੈ, ਹਰ ਚੀਜ਼ 'ਹੋਣ' ਜਾਂ ਪਰਿਵਰਤਨ ਦੀ ਹਾਲਤ ਵਿਚ ਹੁੰਦੀ ਹੈ।

ਪਹਿਲਾਂ ਚਿੰਤਾ ਹੁੰਦੀ ਸੀ, ਵਿਆਹ ਹੋਵੇਗਾ ਕਿ ਨਹੀਂ; ਫਿਰ ਚਿੰਤਾ ਉਪਜੀ, ਕਿਸ ਨਾਲ ਹੋਵੇਗਾ; ਹੁਣ ਚਿੰਤਾ ਹੈ, ਕਿਤਨੀ ਦੇਰ ਚਲੇਗਾ?

ਕਿਸੇ ਪਿਆਰੇ ਨੇ ਹੀ ਕਿਸੇ ਨੂੰ ਪਹਿਲਾ ਪਿਆਰ ਕੀਤਾ ਹੋਵੇਗਾ, ਕਿਸੇ ਵਾਹਿਗੁਰੂ ਨੇ ਹੀ ਵਾਹਿਗੁਰੂ ਉਚਾਰਿਆ ਹੋਵੇਗਾ, ਕਿਸੇ ਪਰਮਾਤਮਾ ਵਰਗੇ ਨੂੰ ਹੀ ਪਰਮਾਤਮਾ ਦਾ ਨਾਂ ਸੁਝਿਆ ਹੋਵੇਗਾ।

ਮਨੁੱਖ ਇਤਿਹਾਸ ਪੜ੍ਹਦਾ ਹੈ, ਲਿਖਦਾ ਵੀ ਹੈ ਪਰ ਉਹ ਇਤਿਹਾਸ ਤੋਂ ਸਿਖਦਾ ਕੁਝ ਨਹੀਂ।

ਕਿਸੇ ਦੀ ਬਹੁਤ ਅਧਿਕ ਮਦਦ, ਮਦਦ ਨਾ ਰਹਿ ਕੇ ਰੁਕਾਵਟ ਬਣ ਜਾਂਦੀ ਹੈ।

ਅਨੇਕਾਂ ਸਮਾਗਮ, ਅੰਤ ਨੂੰ ਸਰਕਸ ਬਣ ਜਾਂਦੇ ਹਨ।

ਪਤੀ, ਆਪਣੀ ਪਤਨੀ ਦੇ ਰਾਜਸੀ ਵਿਚਾਰ ਬਦਲ ਸਕਦਾ ਹੈ ਪਰ ਉਸ ਦੇ ਧਾਰਮਿਕ ਵਿਸ਼ਵਾਸ ਨਹੀਂ ਬਦਲ ਸਕਦਾ।

ਮੋਹ ਨਾਲ ਭਰੀ ਮਾਂ, ਪੁੱਤਰ ਨੂੰ ਵਿਦਵਾਨ ਬਣਾ ਕੇ ਸ਼ਿਕਾਇਤ ਕਰਦੀ ਹੈ ਕਿ ਇਹ ਮੇਰੀ ਗੱਲ ਨਹੀਂ ਸੁਣਦਾ।

ਜੇ ਪੁੱਤਰ ਮਾਂ ਕੋਲ, ਆਪਣੀ ਪਤਨੀ ਦੀਆਂ ਸ਼ਿਕਾਇਤਾਂ ਨਾ ਲਾਵੇ ਤਾਂ ਮਾਂ ਸਮਝਦੀ ਹੈ, ਪੁੱਤਰ ਦੁਖੀ ਹੈ ਪਰ ਆਪਣਾ ਦੁੱਖ ਦੱਸਦਾ ਨਹੀਂ।

ਇਸਤਰੀ, ਨਿਤਾ-ਪ੍ਰਤੀ ਦੇ ਘਰੇਲੂ ਅਤੇ ਸਮਾਜਿਕ ਕੰਮਾਂ ਵਿਚ ਨਿਰੰਤਰ ਘੁੰਮਦੀ ਰਹਿੰਦੀ ਹੈ, ਕਿਧਰੇ ਪਹੁੰਚਦੀ ਨਹੀਂ।

ਪਤੀ ਦੀ ਗਲਤੀ ਇਹ ਹੈ ਕਿ ਉਹ ਪੁਰਸ਼ ਹੈ, ਉਸ ਦਾ ਪੁਰਸ਼ ਹੋਣਾ ਹੀ ਇਸਤਰੀ ਲਈ ਅਨਿਆਇ ਹੈ।

ਜਿਨ੍ਹਾਂ ਲੋਕਾਂ ਦੇ ਹੱਕ ਖੋਹੇ ਗਏ ਹਨ, ਜਦੋਂ ਤਕ ਉਹ ਹੱਕ ਵਾਪਸ ਨਹੀਂ ਮਿਲਦੇ, ਉਦੋਂ ਤਕ ਉਹ ਲੋਕ, ਸਮੁੱਚੇ ਸਮਾਜ ਲਈ ਸਿਰਦਰਦ ਬਣੇ ਰਹਿਣਗੇ।

ਇਹ ਸਾਡੀ ਕਲਪਨਾ ਦੀ ਗਰੀਬੀ ਹੈ ਕਿ ਸਾਨੂੰ ਭਵਿਖ ਧੁੰਦਲਾ ਲਗਦਾ ਹੈ।

ਜਿਹੜੀ ਇਸਤਰੀ, ਪੁਰਸ਼ ਤੋਂ ਨਹੀਂ ਡਰਦੀ, ਪੁਰਸ਼ ਉਸ ਤੋਂ ਡਰਨ ਲਗ ਪੈਂਦਾ ਹੈ।

ਪਰੰਪਰਾਗਤ ਸਮਾਜਾਂ ਵਿਚ ਇਸਤਰੀ ਦੇ ਕਰਤੱਵ ਹੀ ਹੁੰਦੇ ਹਨ, ਕੋਈ ਅਧਿਕਾਰ ਨਹੀਂ ਹੁੰਦੇ।

ਇੱਛਾ ਉਸ ਲੋੜ ਨੂੰ ਕਹਿੰਦੇ ਹਨ, ਜਿਹੜੀ ਹੋਵੇ, ਪਰ ਪੂਰੀ ਨਾ ਹੋਵੇ।

ਜਿਹੋ ਜਿਹੇ ਅਸੀਂ ਆਪ ਹੋਵਾਂਗੇ, ਉਹੋ ਜਿਹਾ ਸਾਡਾ ਭਵਿਖ ਹੋਵੇਗਾ।

ਮਨੁੱਖ ਦਾ ਉਦੇਸ਼ ਪ੍ਰਸੰਨ ਹੋਣਾ ਹੈ, ਉਦਾਸੀ ਭਾਵੇਂ ਕਿਤਨੀ ਹੋਵੇ, ਉਦਾਸ ਹੋਣਾ ਕਦੇ ਵੀ ਮਨੁੱਖ ਦਾ ਉਦੇਸ਼ ਨਹੀਂ ਬਣੇਗਾ।

ਗੁਲਾਮ ਸਾਰੇ ਇਕੋ-ਜਿਹੇ ਹੁੰਦੇ ਹਨ, ਆਜ਼ਾਦ ਬੰਦੇ ਵੱਖਰੇ-ਵੱਖਰੇ ਹੁੰਦੇ ਹਨ।

ਜਦੋਂ ਤਕ ਸਾਨੂੰ ਕਿਸੇ ਨੇ ਮੁਸੀਬਤ ਵਿਚੋਂ ਕੱਢਿਆ ਨਾ ਹੋਵੇ, ਸਾਡੇ ਵਿਚ ਕਿਸੇ ਦੀ ਮੁਸੀਬਤ ਦੌਰਾਨ ਮਦਦ ਕਰਨ ਦੀ ਇੱਛਾ ਵੀ ਨਹੀਂ ਉਪਜਦੀ।

ਗੁਲਾਮਾਂ ਦੇ ਯੁਗ ਵਿਚ, ਗੁਲਾਮਾਂ ਵਲੋਂ ਇਸਤਰੀਆਂ ਨਾਲੋਂ ਵੀ ਵਧੇਰੇ ਕੰਮ ਕਰਨ ਕਰਕੇ, ਇਸਤਰੀਆਂ ਦਾ ਆਰਥਿਕ ਮਹੱਤਵ, ਗੁਲਾਮਾਂ ਨਾਲੋਂ ਵੀ ਘੱਟ ਗਿਆ ਸੀ।

ਸਿਧਾਰਥ ਵਲੋਂ ਆਖਰੀ ਵਾਰ ਆਪਣੀ ਪਤਨੀ ਅਤੇ ਪੁੱਤਰ ਨੂੰ ਵੇਖਣਾ, ਮੋਹ ਅਤੇ ਤਿਆਗ ਦਾ ਅਨੋਖਾ ਸੁਮੇਲ ਸੀ।

ਚੰਨ ਉਤੇ ਪਹੁੰਚ ਕੇ ਨੀਲ ਆਰਮਸਟਰਾਂਗ ਧਰਤੀ ਜੋਗਾ ਨਹੀਂ ਸੀ ਰਿਹਾ, ਕਿਉਂਕਿ ਉਸ ਮਗਰੋਂ ਉਸ ਦਾ ਨਾਂ ਧਰਤੀ ਤੋਂ ਹੱਟ ਕੇ, ਚੰਨ ਨਾਲ ਜੁੜ ਗਿਆ ਸੀ।

ਪੁਰਸ਼, ਪਿਆਰ ਇਕ ਇਸਤਰੀ ਨੂੰ ਕਰਦਾ ਹੈ ਪਰ ਉਸ ਦਾ ਮੋਹ ਤਿੰਨ ਇਸਤਰੀਆਂ ਲਈ ਹੁੰਦਾ ਹੈ, ਇਕ ਉਹ, ਦੂਜੀ ਉਸ ਵਰਗੀ ਅਤੇ ਤੀਜੀ, ਜਿਸ ਤੋਂ ਉਸ ਦਾ ਭੁਲੇਖਾ ਪਵੇ।

ਜੇ ਪੁੱਤਰ ਨਾਲ ਪਹਿਲੇ ਦਸ ਸਾਲ ਪਿਆਰ ਅਤੇ ਫਿਰ ਕਰੜਾਈ ਕੀਤੀ ਜਾਵੇ ਤਾਂ ਉਹ ਸੋਲ੍ਹਾਂ ਸਾਲ ਦੀ ਉਮਰ ਵਿਚ ਆਪਣੇ ਫੈਸਲੇ ਆਪ ਕਰਨ ਅਤੇ ਵਡਿਆਂ ਦੇ ਵਿਚਾਰ-ਵਟਾਂਦਰੇ ਵਿਚ ਸ਼ਾਮਲ ਹੋਣ ਯੋਗ ਹੋ ਜਾਂਦਾ ਹੈ।

ਹਿੰਸਕ ਢੰਗਾਂ ਨਾਲ ਲਿਆਂਦੇ ਪਰਿਵਰਤਨ, ਨਾ ਹੰਢਣਸਾਰ ਹੁੰਦੇ ਹਨ ਨਾ ਸੋਹਣੇ।

ਜਦੋਂ ਤਕ ਹੰਕਾਰ ਨਾ ਟੁੱਟੇ, ਸੰਭੋਗ ਸੰਭਵ ਨਹੀਂ ਹੁੰਦਾ; ਜਿਸ ਸੰਭੋਗ ਵਿਚ ਹੰਕਾਰ ਹੁੰਦਾ ਹੈ, ਉਸ ਨੂੰ ਬਲਾਤਕਾਰ ਕਹਿੰਦੇ ਹਨ।

ਪਾਪ ਅਤੇ ਧਰਮ ਦਾ ਗੂੜ੍ਹਾ ਸਬੰਧ ਹੈ, ਜਿਸ ਦਿਨ ਸੰਸਾਰ ਵਿਚੋਂ ਪਾਪ ਮੁੱਕ ਜਾਵੇਗਾ, ਉਸ ਦਿਨ ਧਰਮ ਵੀ ਮੁੱਕ ਜਾਵੇਗਾ।

ਕਿਸੇ ਲੜਾਕੇ ਅਤੇ ਆਕੜਖਾਨ ਵਿਅਕਤੀ ਨਾਲ ਟਕਰਾਉਣਾ ਸੌਖਾ ਹੁੰਦਾ ਹੈ ਪਰ ਉਸ ਤੋਂ ਖਹਿੜਾ ਛੁਡਾਉਣਾ ਔਖਾ ਹੁੰਦਾ ਹੈ।

ਸੈਰ ਕਰਨ ਨਾਲ ਸਰੀਰ ਦਾ ਅਤੇ ਸਰੀਰ ਨਾਲੋਂ ਵੀ ਵੱਧ ਮਨ ਦਾ ਵਿਕਾਸ ਹੁੰਦਾ ਹੈ।

ਕਈ ਵਰਤਾਰੇ ਇਕ-ਪਾਸੜ ਹੁੰਦੇ ਹਨ, ਬਾਗ ਨੂੰ ਆਜ਼ਾਦ ਕਰ ਦਿਓ, ਜੰਗਲ ਬਣ ਜਾਵੇਗਾ; ਜੰਗਲ ਨੂੰ ਆਜ਼ਾਦ ਕਰ ਦਿਓ, ਬਾਗ ਨਹੀਂ ਬਣੇਗਾ।

ਪਿਆਰ ਕੁਦਰਤ ਦਾ ਵਰਦਾਨ ਹੈ, ਵਿਆਹ ਮਨੁੱਖ ਦੀ ਕਾਢ ਹੈ।

ਪ੍ਰੇਮ, ਮਨੁੱਖ ਨੂੰ ਨਰੋਆ ਅਤੇ ਸੱਜਰਾ ਰੱਖਦਾ ਹੈ।

ਚੰਗੇ ਕੰਮਾਂ ਵਿਚ ਆਰਾਮ ਨਹੀਂ ਹੁੰਦਾ, ਇਸੇ ਲਈ ਇਹ ਨਹੀਂ ਕੀਤੇ ਜਾਂਦੇ।

ਅਨੇਕਾਂ ਵਾਰ ਇਵੇਂ ਵਾਪਰਦਾ ਹੈ ਕਿ ਕਿਸੇ ਨੂੰ ਨੇੜੇ ਆ ਕੇ ਮਿਲਣ ਨਾਲ ਉਹ ਬੜਾ ਦੂਰ ਵਿਖਾਈ ਦੇਣ ਲਗ ਪੈਂਦਾ ਹੈ।

ਜਿਸ ਨੂੰ ਵਿਆਹ ਵਿਚ ਪ੍ਰੇਮ ਨਹੀਂ ਮਿਲਦਾ, ਉਹ ਵਿਆਹ ਤੋਂ ਬਾਹਰ ਪ੍ਰੇਮ ਲਭਣ ਲਗ ਪੈਂਦਾ ਹੈ, ਵੇਸਵਾਵਾਂ ਵਿਆਹਾਂ ਦੇ ਪ੍ਰੇਮ-ਰਹਿਤ ਹੋਣ ਕਾਰਨ ਹੀ ਆਪਣਾ ਧੰਦਾ ਕਰਦੀਆਂ ਹਨ।

ਪੱਥਰ ਨੂੰ ਜਿਤਨੀ ਦੂਰ ਸੁੱਟਣ ਦੀ ਇੱਛਾ ਹੋਵੇ, ਉਤਨਾ ਹੀ ਉਸ ਨੂੰ ਘੁੱਟ ਕੇ ਫੜਨਾ ਪੈਂਦਾ ਹੈ।

ਚੰਗੀਆਂ ਚੀਜ਼ਾਂ ਕਰਨ ਲਈ ਮੁੜ-ਮੁੜ ਕਿਹਾ ਜਾਂਦਾ ਹੈ, ਭੈੜੀਆਂ ਚੀਜ਼ਾਂ ਕਰਨ ਦਾ ਬੋਝ ਅਸੀਂ ਆਪੇ ਚੁੱਕ ਲੈਂਦੇ ਹਾਂ।

ਪਿਆਰ ਵਿਰੁੱਧ ਮਨੁੱਖ ਅਜੇ ਤਕ ਇਕ ਵੀ ਦਲੀਲ ਨਹੀਂ ਉਸਾਰ ਸਕਿਆ।

ਵਿਆਹ ਦਾ ਮੁੱਖ ਉਦੇਸ਼ ਸੰਤਾਨ ਪ੍ਰਾਪਤੀ ਹੈ, ਵੇਸਵਾ ਨਾਲ ਸਬੰਧਾਂ ਦਾ ਉਦੇਸ਼ ਸੰਤਾਨ-ਪ੍ਰਾਪਤੀ ਨਾ ਹੋਣ ਕਾਰਨ ਹੀ, ਵੇਸਵਾ ਨਾਲ ਪੁਰਸ਼ ਦੇ ਸਬੰਧਾਂ ਨੂੰ ਭੰਡਿਆ ਜਾਂਦਾ ਹੈ।

ਸੰਸਾਰ ਨੂੰ ਸ਼ਾਂਤ ਹੋ ਕੇ ਵੇਖੋ, ਤੁਹਾਨੂੰ ਆਪਣੇ ਅਨੁਭਵ 'ਤੇ ਹੈਰਾਨੀ ਹੋਵੇਗੀ।

ਕਲਾ, ਯਥਾਰਥ ਦੇ ਆਲੇ-ਦੁਆਲੇ ਰੌਣਕ ਉਪਜਾਉਂਦੀ ਹੈ।

ਅਮੀਰੀ ਉਦੋਂ ਤਕ ਹੀ ਟਿਕਦੀ ਹੈ, ਜਿਤਨਾ ਚਿਰ ਮਨੁੱਖ ਕੰਮ ਕਰਦਾ ਰਹਿੰਦਾ ਹੈ।

ਪੈਰ ਕਦੇ ਹੰਕਾਰ ਨਹੀਂ ਕਰਦੇ, ਹੰਕਾਰ ਸਦਾ ਸਿਰ ਹੀ ਕਰਦਾ ਹੈ।

ਸੰਸਾਰ ਵਿਚ ਸੱਤ ਨਹੀਂ ਅੱਠ ਅਜੂਬੇ ਹਨ, ਲੱਖਾਂ ਲੋਕ ਆਪਣੇ ਆਪ ਨੂੰ ਅੱਠਵਾਂ ਅਜੂਬਾ ਸਮਝਦੇ ਹਨ।

ਮਨੁੱਖ ਸੋਚਦਾ ਹੈ ਕਿ ਸੰਸਾਰ ਨੇ ਉਸ ਨੂੰ ਪਕੜਿਆ ਹੋਇਆ ਹੈ, ਜਦੋਂ ਕਿ ਅਸਲੀਅਤ ਇਹ ਹੈ ਕਿ ਮਨੁੱਖ ਨੇ ਸੰਸਾਰ ਨੂੰ ਪਕੜਿਆ ਹੋਇਆ ਹੈ।

ਜਿਸ ਨੇ ਵੀ ਸੰਸਾਰ ਸਿਰਜਿਆ ਹੈ, ਉਸ ਨੇ ਧਿਆਨ ਰੱਖਿਆ ਹੋਵੇਗਾ ਕਿ ਮਨੁੱਖ ਸੁਖੀ ਜੀਵਨ ਜਿਊਣ ਦਾ ਯਤਨ ਕਰੇ ਪਰ ਜੀਵੇ ਨਾ।

ਨਿੱਜੀ ਵਿਕਾਸ ਉਦੋਂ ਵਾਪਰਦਾ ਹੈ, ਜਦੋਂ ਮਨੁੱਖ ਆਪਣੀ ਮਰਜ਼ੀ ਨਾਲ ਇਕੱਲਿਆਂ ਕੰਮ ਕਰਦਾ ਹੈ।

ਸਮਝ ਸਾਨੂੰ ਉਹੀ ਗੱਲ ਆਉਂਦੀ ਹੈ, ਜਿਹੜੀ ਪਿਆਰ ਅਤੇ ਸੁਹਿਰਦਤਾ ਨਾਲ ਕਹੀ-ਸੁਣੀ ਜਾਵੇ।

ਕਿਸਮਤ ਦਾ ਸੰਕਲਪ, ਹਾਰ ਅਤੇ ਅਸਫਲਤਾ ਵਿਚ, ਕਮਜ਼ੋਰ ਬੰਦੇ ਨੂੰ, ਧਰਵਾਸ ਦੇਣ ਅਤੇ ਜਿਉਂਦੇ ਰੱਖਣ ਲਈ ਘੜਿਆ ਗਿਆ ਸੀ।

ਰਾਮਾਇਣ ਸਾਨੂੰ ਦੱਸਦੀ ਹੈ ਕਿ ਮਨੁੱਖ ਦੀ ਸੋਚ ਅਤੇ ਉਸਦਾ ਚਰਿਤਰ ਕਿਤਨਾ ਉੱਚਾ ਉੱਠ ਸਕਦਾ ਹੈ।

ਸਨਮਾਨ ਉਨ੍ਹਾਂ ਇਨਾਮਾਂ ਦਾ ਹੀ ਹੁੰਦਾ ਹੈ, ਜਿਹੜੇ ਨਿਰਪੱਖ ਹੋ ਕੇ ਦਿੱਤੇ ਜਾਣ।

ਜਿਨ੍ਹਾਂ ਵਿਚ ਸੱਚ ਬੋਲਣ ਦੀ ਧੁਨ ਹੁੰਦੀ ਹੈ, ਉਨ੍ਹਾਂ ਦਾ ਨਾਂ ਸੁਕਰਾਤ, ਈਸਾ ਜਾਂ ਮਨਸੂਰ ਹੁੰਦਾ ਹੈ।

ਕਿਸੇ ਸੋਹਣੇ ਚਿਹਰੇ ਨੂੰ ਵੇਖਣ ਨਾਲ, ਵੇਖਣ ਵਾਲੇ ਦੇ ਦਿਲ ਅਤੇ ਦਿਮਾਗ ਵਿਚਲਾ ਫ਼ਾਸਲਾ ਮਿਟ ਜਾਂਦਾ ਹੈ।

ਜੇ ਦਿਲ ਵਿਚ ਪਿਆਰ ਹੈ ਤਾਂ ਵੈਰੀ ਵੀ ਮਿੱਤਰ ਹੈ, ਜੇ ਨਫ਼ਰਤ ਹੈ ਤਾਂ ਮਿੱਤਰ ਵੀ ਵੈਰੀ ਹੈ।

ਭਾਰਤੀ ਮਾਪੇ, ਬੱਚਿਆਂ ਨੂੰ, ਆਪਣੀ ਸੰਤਾਨ ਨਹੀਂ, ਆਪਣੀ ਕਮਾਈ ਅਤੇ ਦੌਲਤ ਸਮਝਦੇ ਹਨ।

ਜਿਨ੍ਹਾਂ ਨੇ ਉਤਰਨਾ ਹੁੰਦਾ ਹੈ ਉਹ ਕਹਿੰਦੇ ਹਨ ਸਟੇਸ਼ਨ ਆ ਗਿਆ, ਸਟੇਸ਼ਨ ਆ ਗਿਆ; ਜਿਨ੍ਹਾਂ ਨੇ ਚੜ੍ਹਨਾ ਹੁੰਦਾ ਹੈ, ਉਹ ਕਹਿੰਦੇ ਹਨ ਗੱਡੀ ਆ ਗਈ, ਗੱਡੀ ਆ ਗਈ।

ਪਤੀ-ਪਤਨੀ ਇਕ ਦੂਜੇ ਦੀਆਂ ਲੋੜਾਂ, ਮਾਹਿਰ ਬਣ ਕੇ ਪੂਰੀਆਂ ਕਰਦੇ ਹਨ।

ਕਲਾਕਾਰ ਦਾ ਪਹਿਲਾ ਸਬੰਧ ਕਲਾ ਨਾਲ ਹੁੰਦਾ ਹੈ, ਦੂਜਾ ਸਬੰਧ ਪ੍ਰੇਰਨਾ ਦੇਣ ਵਾਲੀ ਇਸਤਰੀ ਨਾਲ, ਪਤਨੀ ਨਾਲ ਸਬੰਧ ਤੀਜੇ ਦਰਜੇ 'ਤੇ ਆਉਂਦਾ ਹੈ।

ਵਿਸ਼ਵਾਸ ਦੇ ਅਮੁੱਕ ਸਰੋਤ ਦਾ ਨਾਂ, ਪਰਮਾਤਮਾ ਹੈ।

ਆਸ-ਉਮੀਦ ਵਿਚ, ਖਿੰਡੀਆਂ ਹੋਈਆਂ ਸ਼ਕਤੀਆਂ ਨੂੰ, ਮੁੜ ਇਕੱਠਿਆਂ ਕਰਨ ਦੀ ਸ਼ਕਤੀ ਹੁੰਦੀ ਹੈ।

ਹੁਣ ਲਗਭਗ ਹਰ ਕੋਈ ਪਿੰਡ ਛੱਡਣਾ ਚਾਹੁੰਦਾ ਹੈ, ਜੋ ਉਥੇ ਬੈਠਾ ਹੈ, ਮਜਬੂਰੀ ਵੱਸ ਬੈਠਾ ਹੈ।

ਭਾਰਤ ਵਿਚ ਹਿੰਸਕ ਇਨਕਲਾਬ ਨਹੀਂ ਵਾਪਰਦੇ, ਇਥੇ ਕਬੀਰ ਵਾਲੇ, ਨਾਨਕ ਵਾਲੇ ਇਨਕਲਾਬ ਹੀ ਵਾਪਰਦੇ ਹਨ।

ਜੇ ਕੋਈ ਕਹਿੰਦਾ ਹੈ ਕਿ ਉਸ ਨੇ ਕਦੇ ਝੂਠ ਨਹੀਂ ਬੋਲਿਆ, ਉਸ ਵੇਲੇ ਉਹ ਝੂਠ ਹੀ ਬੋਲ ਰਿਹਾ ਹੁੰਦਾ ਹੈ।

ਹੌਸਲਾ ਚਲਦੇ ਰਹਿਣ ਵਿਚ ਨਹੀਂ, ਉਦੋਂ ਚਲਦੇ ਰਹਿਣ ਵਿਚ ਹੁੰਦਾ ਹੈ, ਜਦੋਂ ਬਾਕੀ ਸਾਰੇ ਬਹਿ ਜਾਣ।

ਸਾਡੇ ਲਈ ਜੇ ਦੂਜਿਆਂ ਦੀ ਰਾਇ ਹੀ ਮੁਲਵਾਨ ਹੈ ਤਾਂ ਅਸੀਂ ਬਾਹਰੀ ਵਿਹਾਰ ਤਕ ਹੀ ਸੀਮਤ ਰਹਾਂਗੇ, ਸਾਡੇ ਅੰਦਰਲੇ ਖਜ਼ਾਨੇ ਸੁੱਤੇ ਰਹਿਣਗੇ।

ਜੇ ਬੱਚੇ ਦੀ ਪਾਲਣਾ-ਪੋਸਣਾ ਵੱਲ ਮਾਂ ਵਾਂਗ ਪਿਤਾ ਵੀ ਧਿਆਨ ਦੇਵੇ ਤਾਂ ਬੱਚੇ ਦੀਆਂ ਮੌਜਾਂ ਹੀ ਲਗ ਜਾਂਦੀਆਂ ਹਨ।

ਵਿਚਾਰ-ਵਟਾਂਦਰੇ ਵਾਲੇ ਸਥਾਨਾਂ 'ਤੇ ਵਿਸ਼ਾਲ ਇਕੱਠ ਸੰਭਵ ਨਹੀਂ ਹੁੰਦੇ, ਕਿਉਂਕਿ ਆਮ ਲੋਕਾਂ ਕੋਲ ਵਿਚਾਰਾਂ ਦੀ ਸੂਝ ਨਹੀਂ ਹੁੰਦੀ।

ਜੇ ਮਰੀਜ਼ ਨਾਲ ਉਸ ਦੇ ਪਰਿਵਾਰ ਦੀ ਹਮਦਰਦੀ ਨਾ ਹੋਵੇ ਤਾਂ ਕੋਈ ਦਵਾਈ ਬੀਮਾਰੀ 'ਤੇ ਅਸਰ ਨਹੀਂ ਕਰਦੀ।

ਹੋਰਾਂ ਨਾਲ ਸਾਡੇ ਰਿਸ਼ਤਿਆਂ ਅਤੇ ਸਬੰਧਾਂ ਦਾ ਦਾ ਆਧਾਰ, ਸਾਡੀਆਂ ਲੋੜਾਂ ਅਤੇ ਥੁੜਾਂ ਹੁੰਦੀਆਂ ਹਨ।

ਤੰਗ ਥਾਵਾਂ 'ਤੇ ਰਹਿਣ ਵਾਲੇ ਲੋਕ, ਲੜਨ ਦੇ ਮੁਹਾਵਰੇ ਵਿਚ ਬੋਲਦੇ ਹਨ।

ਕੁਰਬਾਨ ਹੋਣ ਦੀ ਜ਼ਿੰਮੇਵਾਰੀ, ਯੋਧਿਆਂ ਦੀ ਹੁੰਦੀ ਹੈ, ਉਨ੍ਹਾਂ ਦੀਆਂ ਕੁਰਬਾਨੀਆਂ ਨੂੰ ਜਿਊਂਦੇ ਰਖਣ ਦੀ ਜ਼ਿੰਮੇਵਾਰੀ, ਢਾਡੀਆਂ ਦੀ ਹੁੰਦੀ ਹੈ।

ਜੋ ਖੇਡਦਾ ਹੀ ਨਹੀਂ, ਉਹ ਨਾ ਹਾਰਦਾ ਹੈ, ਨਾ ਜਿੱਤਦਾ ਹੈ।

ਜੋ ਸਰਲ ਹੁੰਦਾ ਹੈ, ਉਹ ਸੱਚ ਦੇ ਨੇੜੇ ਹੁੰਦਾ ਹੈ।

ਦੂਜਿਆਂ ਉਤੇ ਸ਼ੱਕ ਕਰਨ ਦੀ ਆਦਤ ਨਿੱਜੀ ਤਜਰਬੇ ਅਤੇ ਸਮਾਜਿਕ ਚੌਗਿਰਦੇ ਦੀ ਦੇਣ ਹੁੰਦੀ ਹੈ।

ਚੰਗਾ ਪਤੀ, ਆਪਣੀ ਪਤਨੀ ਨਾਲ ਉਦੋਂ ਹੀ ਲੜਦਾ ਹੈ, ਜਦੋਂ ਉਹ ਪੇਕੇ ਗਈ ਹੁੰਦੀ ਹੈ।

ਡਰ ਮਨੁੱਖ ਨੂੰ ਜਿਊਣ ਨਹੀਂ ਦਿੰਦਾ ਅਤੇ ਉਮੀਦ ਉਸਨੂੰ ਮਰਨ ਨਹੀਂ ਦਿੰਦੀ।

ਜਦੋਂ ਕੋਈ ਸਾਡੇ ਜੀਵਨ ਦਾ ਸਹਿਜ ਭਾਗ ਬਣ ਜਾਂਦਾ ਹੈ ਤਾਂ ਉਸ ਬਾਰੇ ਬਹੁਤੀਆਂ ਗੱਲਾਂ ਨਹੀਂ ਕੀਤੀਆਂ ਜਾਂਦੀਆਂ।

ਜਦੋਂ ਸੋਹਣਾ ਪਿਆਲਾ, ਸ਼ਰਾਬ ਨਾਲ ਭਰਿਆ ਜਾਂਦਾ ਹੈ ਤਾਂ ਵੀ ਸ਼ਰਾਬ ਵੇਖੀ ਜਾਂਦੀ ਹੈ, ਪਿਆਲਾ ਕੋਈ ਨਹੀਂ ਵੇਖਦਾ।

ਨੋਟਾਂ ਦਾ ਦੀਵਾਨਾ, ਅੰਤ ਨੂੰ ਸੁੰਗੜ ਕੇ ਨੋਟ ਜਿਤਨਾ ਹੀ ਰਹਿ ਜਾਂਦਾ ਹੈ।

ਮਨੁੱਖ ਦਾ ਸਰੀਰ ਭਾਵੇਂ ਬੁੱਢਾ ਹੋ ਜਾਵੇ, ਇਛਾਵਾਂ ਜਵਾਨ ਹੀ ਰਹਿੰਦੀਆਂ ਹਨ।

ਕਲਾਕਾਰ, ਹੁਸਨ-ਪ੍ਰਸਤ ਅਤੇ ਆਸ਼ਕ-ਮਿਜ਼ਾਜ ਹੁੰਦੇ ਹਨ।

ਚਲਣ ਵੇਲੇ ਸਿਧਾਰਥ ਕੋਲ ਕੇਵਲ ਪ੍ਰਸ਼ਨ ਹੀ ਸਨ, ਮੁੜਨ ਵੇਲੇ ਉਸ ਕੋਲ ਹਰੇਕ ਪ੍ਰਸ਼ਨ ਦਾ ਉੱਤਰ ਸੀ।

ਚੰਗੀਆਂ ਗੱਲਾਂ ਦੇ ਮੁਕਾਬਲੇ, ਲੋਕ ਹਲਕੀਆਂ ਗੱਲਾਂ ਨੂੰ ਵਧੇਰੇ ਦਿਲਚਸਪੀ ਨਾਲ ਸੁਣਦੇ ਹਨ।

ਹੁਣ ਹਰ ਨਵੀਂ ਕਾਢ ਨੂੰ ਵਪਾਰ ਉਧਾਲ ਕੇ ਲੈ ਜਾਂਦਾ ਹੈ।

ਵੱਡੀਆਂ ਕਾਰਾਂ ਮਨੁੱਖ ਦੀ ਲੋੜ ਨੂੰ ਨਹੀਂ, ਉਸ ਦੀ ਹਉਮੈ ਨੂੰ ਸੰਤੁਸ਼ਟ ਕਰਨ ਲਈ ਹੁੰਦੀਆਂ ਹਨ।

ਤੁਹਾਡੀਆਂ ਸ਼ਿਕਾਇਤਾਂ ਕਿਤਨੀਆਂ ਪੁਰਾਣੀਆਂ ਹਨ, ਉਨ੍ਹਾਂ ਤੋਂ ਪਤਾ ਲਗੇਗਾ ਕਿ ਤੁਹਾਡੇ ਵਿਚ ਮੁਆਫ਼ ਕਰਨ ਦੀ ਸ਼ਕਤੀ ਕਿਤਨੀ ਹੈ।

ਅਮੀਰਾਂ ਵਲੋਂ ਕੀਤੇ ਜਾਂਦੇ ਗੈਰ-ਜ਼ਿੰਮੇਵਾਰ ਖਰਚੇ, ਸਮਾਜ ਦਾ ਅਮਨ ਅਤੇ ਰਿਸ਼ਤਿਆਂ ਦਾ ਸੰਤੁਲਨ ਵਿਗਾੜਦੇ ਹਨ।

ਜੇ ਚਾਹੁੰਦੇ ਹੋ ਕਿ ਕੋਈ ਕੰਮ ਚੰਗੀ ਤਰ੍ਹਾਂ ਕੀਤਾ ਜਾਣਾ ਚਾਹੀਦਾ ਹੈ ਤਾਂ ਉਹ ਆਪ ਕਰੋ।

ਕਿਸੇ ਨਾਲ ਝਗੜੇ ਸਮੇਂ, ਕੇਂਦਰੀ ਅਤੇ ਅਸਲੀ ਸ਼ਿਕਾਇਤ 'ਤੇ ਕੇਂਦਰਿਤ ਰਹਿਣ ਨਾਲ, ਸਮਝੌਤਾ ਜਲਦੀ ਹੋ ਜਾਂਦਾ ਹੈ।

ਖੁਸ਼ਹਾਲੀ ਨਾਲ, ਨਿਰਭਰਤਾ ਘੱਟਣ ਕਰਕੇ, ਸਾਂਝਾਂ ਕਮਜ਼ੋਰ ਪੈ ਜਾਂਦੀਆਂ ਹਨ।

ਮਹਿਮਾਨ ਦੇ ਆਉਣ ਤੋਂ ਪਹਿਲਾਂ ਘਰ ਦੀ ਸਫ਼ਾਈ ਇਸ ਆਧਾਰ 'ਤੇ ਕੀਤੀ ਜਾਂਦੀ ਹੈ ਕਿ ਮਹਿਮਾਨ ਤੋਂ ਅਸੀਂ ਕੀ ਸੁਣਨਾ ਚਾਹੁੰਦੇ ਹਾਂ।

ਜਦੋਂ ਭੁੱਖ ਨਾਲੋਂ ਭੋਜਨ ਵੱਧ ਹੋਵੇ ਤਾਂ ਸ਼ਾਂਤੀ ਹੁੰਦੀ ਹੈ, ਜਦੋਂ ਭੋਜਨ ਨਾਲੋਂ ਭੁੱਖ ਵੱਧ ਜਾਵੇ ਤਾਂ ਹਿੰਸਾ ਅਤੇ ਦੰਗੇ-ਫ਼ਸਾਦ ਹੁੰਦੇ ਹਨ।

ਸੰਸਾਰ ਲਈ ਅਮਰੀਕਾ ਵਿਕਾਸ ਦਾ ਮਾਡਲ ਹੈ, ਹਰ ਦੇਸ਼ ਅਮਰੀਕਾ ਜਿਤਨਾ ਵਿਕਾਸ ਕਰਨਾ ਚਾਹੁੰਦਾ ਹੈ।

ਪਿਆਰ ਵਿਚ ਅੱਖਾਂ ਸੁਣਨ ਲਗ ਪੈਂਦੀਆਂ ਹਨ, ਕੰਨ ਵੇਖਣ ਲਗ ਪੈਂਦੇ ਹਨ।

ਬੱਚਿਆਂ ਦਾ ਚੰਗਾ ਡਾਕਟਰ, ਮਾਂਵਾਂ ਵਿਚ ਬੜਾ ਹਰਮਨ ਪਿਆਰਾ ਹੁੰਦਾ ਹੈ।

ਉਧਾਰ ਲੈਣ ਵਾਲੇ ਖਰਚੀਲੇ ਹੁੰਦੇ ਹਨ, ਉਹ ਉਨ੍ਹਾਂ ਚੀਜ਼ਾਂ ਨੂੰ ਵੀ ਖਰੀਦ ਲੈਂਦੇ ਹਨ, ਜਿਹੜੀਆਂ ਉਨ੍ਹਾਂ ਨੇ ਨੱਕਦ ਨਹੀਂ ਸਨ ਖਰੀਦਣੀਆਂ।

ਨਸ਼ਾ, ਇਕੱਲੇ ਆਦਮੀ ਦਾ ਭੈੜਾ ਪਰ ਪੱਕਾ ਸਾਥੀ ਹੁੰਦਾ ਹੈ।

ਦਿਲ ਦੀਆਂ ਗੱਲਾਂ ਕਰਨ ਵਾਸਤੇ ਤਿਆਰੀ ਕਰਨ ਦੀ ਲੋੜ ਨਹੀਂ ਪੈਂਦੀ।

ਜਦੋਂ ਮਨ ਪ੍ਰਸੰਨ ਹੋਵੇ ਤਾਂ ਕੋਈ ਚੀਜ਼ ਭਾਰੀ ਨਹੀਂ ਲਗਦੀ।

ਜਿਨ੍ਹਾਂ ਬੱਚਿਆਂ ਤੋਂ ਵੱਡਿਆਂ ਵਾਲਾ ਵਿਹਾਰ ਮੰਗਿਆ ਜਾਂਦਾ ਹੈ, ਉਹ ਅਕਸਰ ਵੱਡੇ ਹੋ ਕੇ ਬੱਚਿਆਂ ਵਾਂਗ ਵਿਹਾਰ ਕਰਦੇ ਹਨ।

ਟਰੈਕਟਰ, ਕਿਸਾਨ ਨੂੰ ਮਕੈਨਿਕ ਬਣਾ ਦਿੰਦਾ ਹੈ।

ਕੰਮ ਦੀ ਬਹੁਤਾਤ ਨਾਲ ਥਕਾਵਟ ਦੇ ਨਾਲ ਆਮਦਨ ਵੀ ਉਪਜਦੀ ਹੈ, ਵਿਹਲੇਪਣ ਵਿਚੋਂ ਥਕਾਵਟ ਦੇ ਨਾਲ-ਨਾਲ ਅਕੇਵਾਂ ਵੀ ਉਪਜਦਾ ਹੈ।

ਸਰਕਾਰੀ ਕਰਮਚਾਰੀ ਅਕਸਰ ਸੋਮਵਾਰ ਨੂੰ ਬੀਮਾਰ ਪੈਂਦੇ ਹਨ, ਕਿਉਂਕਿ ਉਨ੍ਹਾਂ ਨੂੰ ਦੋ ਦਿਨ ਦੇ ਨਿਰੰਤਰ ਆਰਾਮ ਨਾਲ ਬੁਖ਼ਾਰ ਹੋ ਜਾਂਦਾ ਹੈ।

ਜੇ ਮੰਗਣੀ ਬਹੁਤ ਲਮਕ ਜਾਵੇ ਤਾਂ ਵਿਆਹ ਦੀ ਸੰਭਾਵਨਾ ਸੁੰਗੜ ਜਾਂਦੀ ਹੈ।

ਜਦੋਂ ਕੋਈ ਉਧਾਰ ਲੈ ਕੇ ਵਾਪਸ ਨਹੀਂ ਕਰਦਾ, ਉਹ ਦੇਣ ਵਾਲੇ ਦੀਆਂ ਯਾਦਾਂ ਵਿਚ ਵੱਸ ਜਾਂਦਾ ਹੈ।

ਜੇ ਇਮਤਿਹਾਨਾਂ ਦੇ ਮੁੱਕਦਿਆਂ ਹੀ ਕਿਸੇ ਨਾਲ ਪਿਆਰ ਹੋ ਜਾਵੇ ਤਾਂ ਲਗਦਾ ਹੈ, ਜਿਵੇਂ ਇਮਤਿਹਾਨ ਖਤਮ ਹੀ ਨਹੀਂ ਹੋਏ।

ਅਜੋਕੇ ਯੁੱਗ ਵਿੱਚ ਫੈਸ਼ਨਦਾਰ ਲੋਕ, ਕਪੜੇ ਪਾ ਕੇ ਫੈਸ਼ਨ ਨਹੀਂ ਕਰਦੇ, ਕਪੜੇ ਲਾਹ ਕੇ ਫੈਸ਼ਨ ਵਿਖਾਉਂਦੇ ਹਨ।

ਦੁਸ਼ਮਣ ਹਮੇਸ਼ਾ ਸਿਆਣੇ ਹੁੰਦੇ ਹਨ, ਮੂਰਖਾਂ ਨੂੰ ਦੁਸ਼ਮਣ ਬਣਾਉਣਾ ਸੰਭਵ ਨਹੀਂ ਹੁੰਦਾ।

ਘਰ ਦੀਆਂ ਫਾਲਤੂ ਚੀਜ਼ਾਂ ਘਰ ਵਿਚ ਹੀ ਇਸ ਲਈ ਰਹਿੰਦੀਆਂ ਹਨ, ਕਿਉਂਕਿ ਜਿਨ੍ਹਾਂ ਨੂੰ ਇਹ ਦਿਤੀਆਂ ਜਾ ਸਕਦੀਆਂ ਹਨ, ਉਹ ਸਾਨੂੰ ਚੰਗੇ ਨਹੀਂ ਲਗਦੇ।

ਜੇ ਜਵਾਨ ਚਿਹਰੇ 'ਤੇ ਸ਼ਰਮ ਦੀ ਭਾਹ ਨਾ ਹੋਵੇ, ਉਹ ਸੋਹਣਾ ਅਤੇ ਵਿਸ਼ਵਾਸਯੋਗ ਨਹੀਂ ਲਗਦਾ।

ਚੰਗੀ ਰਚਨਾ ਉਹ ਹੁੰਦੀ ਹੈ, ਜਿਹੜੀ ਮੁੱਕਣ ਉਪਰੰਤ ਵੀ ਪਾਠਕ ਦੇ ਮਨ ਵਿਚ ਚਲਦੀ ਰਹਿੰਦੀ ਹੈ।

ਅਜੋਕੇ ਯੁਗ ਵਿਚ ਅਸੀਂ ਆਪਣਾ ਸਭਿਆਚਾਰ ਗੁਆ ਨਹੀਂ ਰਹੇ, ਅਸੀਂ ਹੋਰ ਸਭਿਆਚਾਰਾਂ ਤੋਂ ਜਾਣੂ ਹੋ ਰਹੇ ਹਾਂ।

ਕਈਆਂ ਨੇ ਬੜੇ ਗਹਿਣੇ ਪਾਏ ਹੁੰਦੇ ਹਨ ਪਰ ਫਿਰ ਵੀ ਉਨ੍ਹਾਂ ਦੀ ਕਰੂਪਤਾ ਘਟਦੀ ਨਹੀਂ ਸਗੋਂ ਵੱਧ ਜਾਂਦੀ ਹੈ।

ਬਜ਼ਾਰ ਵਿਚ ਜਦੋਂ ਕੀਮਤਾਂ ਬੇਸ਼ਰਮ ਹੋ ਜਾਂਦੀਆਂ ਹਨ ਤਾਂ ਗਾਹਕਾਂ ਨੂੰ ਚੀਜ਼ਾਂ ਖਰੀਦਣ ਤੋਂ ਸ਼ਰਮ ਆਉਣ ਲਗ ਪੈਂਦੀ ਹੈ।

ਜੇ ਪਿਆਰ ਹੋ ਜਾਵੇ ਤਾਂ ਦੋਹਾਂ ਧਿਰਾਂ ਦੀ ਹਾਲਤ, ਤਰਸਯੋਗ ਹੋ ਜਾਂਦੀ ਹੈ।

ਵਿਚਾਰਾਂ ਵਿਚ ਰੰਗ ਭਰਨ ਨੂੰ ਚਿੱਤਰਕਲਾ ਕਹਿੰਦੇ ਹਨ।

ਜਿਉਂ-ਜਿਉਂ ਇਸਤਰੀ ਦੀ ਉਮਰ ਵੱਧਦੀ ਹੈ, ਉਸ ਦੇ ਡਰ ਜਵਾਨ ਹੋ ਜਾਂਦੇ ਹਨ।

ਕਈ ਲੇਖਕਾਂ ਦੀਆਂ ਰਚਨਾਵਾਂ ਵਿਚ ਅਰਥ, ਸ਼ਬਦਾਂ ਵਿਚ ਹੀ ਅੜੇ ਰਹਿੰਦੇ ਹਨ।

ਜਿਹੜੇ ਵਿਰਸੇ ਵਿਚ ਮਿਲੀ ਜਾਇਦਾਦ ਨਾਲ ਹੋਰ ਜਾਇਦਾਦ ਨਹੀਂ ਜੋੜਦੇ, ਉਨ੍ਹਾਂ ਦਾ ਚਰਿਤਰ ਨਿਘਰਨ ਲਗ ਪੈਂਦਾ ਹੈ।

ਸਮਾਜ ਵਿਚ, ਪੁਰਸ਼ ਦੀ ਤਾਕਤਵਰ ਹੈਸੀਅਤ ਕਾਰਨ, ਉਸ ਦੇ ਔਗੁਣ, ਕਿਧਰੇ ਵੀ ਚਰਚਾ ਦਾ ਵਿਸ਼ਾ ਨਹੀਂ ਬਣਦੇ ਪਰ ਇਸਤਰੀ ਆਪਣੀ ਕਮਜ਼ੋਰ ਹੈਸੀਅਤ ਕਾਰਨ, ਹਰ ਥਾਂ ਤਮਾਸ਼ਾ ਬਣਦੀ ਹੈ।

ਲੇਖਕ ਆਪਣੀ ਕਲਮ ਨਾਲ ਚੰਨ੍ਹ ਚਾੜ੍ਹਦਾ ਅਤੇ ਸੂਰਜ ਡੋਬਦਾ ਹੈ।

ਜੀਵਨ ਦਾ ਉਦੇਸ਼ ਕੋਈ ਨਹੀਂ, ਉਦੇਸ਼ ਮਨੁੱਖੀ ਦਿਮਾਗ ਦੀ ਕਾਢ ਹੈ।

ਜਦੋਂ ਕੋਈ ਲੜਕੀ ਵਿਆਹ ਲਈ ਹਾਂ ਕਰ ਦਿੰਦੀ ਹੈ ਤਾਂ ਉਸ ਮਗਰੋਂ ਉਸ ਦੇ ਹੱਥ ਕੁਝ ਨਹੀਂ ਰਹਿੰਦਾ।

ਕਈ ਪਤੀ, ਪਤਨੀਆਂ ਨਾਲ ਰੁੜ੍ਹਦੇ ਰਹਿੰਦੇ ਹਨ, ਕਈ ਪਤਨੀਆਂ ਨੂੰ ਪਤੀ, ਧੂਹੀ ਜਾਂਦੇ ਹਨ, ਪਤੀ-ਪਤਨੀ ਨਾਲ-ਨਾਲ ਘੱਟ ਹੀ ਤੁਰਦੇ ਹਨ।

ਜਦੋਂ ਅਕਲ ਜਵਾਬ ਦੇ ਜਾਂਦੀ ਹੈ, ਉਦੋਂ ਦਿਲ ਫੈਸਲੇ ਕਰਦਾ ਹੈ।

ਪਿਆਰ ਅੰਨ੍ਹਾ ਨਹੀਂ ਹੁੰਦਾ, ਇਹ ਨਵੀਆਂ ਅੱਖਾਂ ਦਿੰਦਾ ਹੈ।

ਪੁਰਸ਼ ਦੀਆਂ ਤਿੰਨ ਤੀਬਰ ਇੱਛਾਵਾਂ ਹਨ: ਸੰਤਾਨ, ਦੌਲਤ ਅਤੇ ਪ੍ਰਸਿੱਧੀ; ਹੋਰ ਸਾਰੀਆਂ ਇੱਛਾਵਾਂ, ਇਨ੍ਹਾਂ ਤਿੰਨਾਂ ਵਿਚ ਸਮੋਈਆਂ ਹੋਈਆਂ ਹਨ।

ਮਹਾਨ ਗਿਆਨ, ਕਦੇ ਵੀ ਮਨੋਰੰਜਨ ਨਹੀਂ ਬਣਦਾ।

ਕਿਸੇ ਦਾ ਡਰ ਜਾਂ ਰੋਹਬ ਉਸ ਵਲੋਂ ਨੁਕਸਾਨ ਕੀਤੇ ਜਾ ਸਕਣ ਦੇ ਅਨੁਪਾਤ ਵਿਚ ਹੁੰਦਾ ਹੈ।

ਅਸਲੀ ਸੋਹਣਾ ਉਹ ਹੁੰਦਾ ਹੈ, ਜਿਹੜਾ ਅੰਨ੍ਹੇ ਨੂੰ ਵੀ ਸੋਹਣਾ ਲਗੇ।

ਜਿਹੜੇ ਦੁੱਖਾਂ ਲਈ ਅਸੀਂ ਕਿਸੇ ਨੂੰ ਦੋਸ਼ ਨਹੀਂ ਦੇ ਸਕਦੇ, ਉਹ ਦੁੱਖ ਅਸੀਂ ਕਿਸਮਤ ਦੇ ਖਾਤੇ ਵਿਚ ਪਾ ਦਿੰਦੇ ਹਾਂ।

ਜਦੋਂ ਤਕ ਜੀਵਨ ਵਿਚ ਮਨੁੱਖ ਕੁਝ ਕਰਦਾ ਨਹੀਂ, ਉਸ ਨੂੰ ਆਪਣੀ ਸਮਰੱਥਾ ਦਾ ਪਤਾ ਵੀ ਨਹੀਂ ਲਗਦਾ।

ਪੇਂਡੂ, ਪਿੰਡ ਵਿਚੋਂ ਨਿਕਲ ਆਉਂਦੇ ਹਨ ਪਰ ਪਿੰਡ, ਉਨ੍ਹਾਂ ਵਿਚੋਂ ਨਹੀਂ ਨਿਕਲਦਾ।

ਚੁੱਪ ਰਹਿਣ ਦੀ ਅਸਫਲਤਾ, ਮਨੁੱਖ ਦੀਆਂ ਵੱਡੀਆਂ ਅਸਫਲਤਾਵਾਂ ਵਿਚੋਂ ਮੋਹਰੀ ਅਸਫਲਤਾ ਹੈ।

ਲੋਕਾਂ ਦੀ ਪਿੱਠ ਪਿਛੇ ਕਹੀਆਂ ਗੱਲਾਂ, ਜੇ ਸਾਹਮਣੇ ਕਹੀਆਂ ਜਾਣ ਤਾਂ ਸਾਡੀ ਅਤੇ ਸਮਾਜ ਦੀ ਹੋਂਦ ਹੀ ਮਿਟ ਜਾਵੇਗੀ।

ਕਈ ਅਖੌਤੀ ਕਵੀਆਂ ਦਾ ਕਸੂਰ ਇਹ ਹੁੰਦਾ ਹੈ ਕਿ ਉਨ੍ਹਾਂ ਨੇ ਆਪਣੀ ਕਵਿਤਾ, ਕਦੇ ਸਰੋਤਿਆਂ ਵਿਚ ਬਹਿ ਕੇ ਨਹੀਂ ਸੁਣੀ ਹੁੰਦੀ।

ਜਿਸ ਨੂੰ ਮੁਆਫ਼ੀ ਮੰਗਣੀ ਪੈ ਜਾਵੇ, ਉਹ ਬਦਲਾ ਲੈਣ ਲਈ ਮੌਕਾ ਲੱਭੇਗਾ।

ਨਾ ਉਧਾਰ ਲਵੋ, ਨਾ ਦਿਓ, ਜੇ ਮੁਸੀਬਤ ਪੈ ਹੀ ਜਾਵੇ ਤਾਂ ਉਧਾਰ ਦੇ ਭਾਵੇਂ ਦਿਓ, ਲਓ ਨਾ: ਦਿਓਗੇ, ਮੁੜੇਗਾ ਨਹੀਂ; ਲਓਗੇ, ਮੋੜ ਨਹੀਂ ਸਕੋਗੇ।

ਠੀਕ ਸੋਚ ਵਾਲੇ ਬੰਦੇ, ਫ਼ਿਲਾਸਫ਼ਰ ਹੋ ਸਕਦੇ ਹਨ, ਇਨਕਲਾਬੀ ਨਹੀਂ।

ਜ਼ਿੰਦਗੀ ਬੜੀ ਸੰਖੇਪ ਹੈ ਪਰ ਜਿਸ ਨੇ ਆਪਣੇ ਆਪ ਨੂੰ ਬਰਬਾਦ ਕਰਨਾ ਹੋਵੇ, ਉਸ ਲਈ ਚੋਖੀ ਲੰਮੀ ਹੈ।

ਅਜੋਕੇ ਯੁਗ ਵਿਚ ਗਰੀਬ ਉਹ ਹੈ, ਜਿਸ ਨੂੰ ਕਿਸੇ ਚੋਰ ਦਾ ਡਰ ਨਹੀਂ।

ਬੁੱਢੇ ਅਮੀਰ ਪਤੀ ਦੇ ਮਰਨ 'ਤੇ, ਜਵਾਨ ਵਿਧਵਾ, ਇਕ ਅੱਖ ਨਾਲ ਰੋਂਦੀ ਅਤੇ ਦੂਜੀ ਅੱਖ ਨਾਲ ਹੱਸਦੀ ਹੈ।

ਫੌਜੀਆਂ ਨੂੰ ਵਰਦੀ ਹੀ ਫੱਬਦੀ ਹੈ, ਸਾਧਾਰਣ ਕੱਪੜੇ ਇੰਜ ਲਗਦੇ ਹਨ, ਜਿਵੇਂ ਉਨ੍ਹਾਂ ਨੇ ਕਿਸੇ ਦੇ ਮੰਗ ਕੇ ਪਾਏ ਹੋਣ।

ਧਾਰਮਿਕ ਸਥਾਨ ਸਦੀਆਂ ਤੋਂ ਪਰਮਾਤਮਾ ਦੇ ਪ੍ਰਬੰਧ ਅਧੀਨ ਚਲ ਰਹੇ ਹਨ, ਕਦੇ ਘਾਟਾ ਨਹੀਂ ਪਿਆ, ਕਿਸੇ ਦਾ ਖੇਤਰਫਲ ਨਹੀਂ ਘਟਿਆ।

ਪੁੱਤਰ ਜਿਤਨੇ ਮਰਜ਼ੀ ਹੋਣ, ਪਿਤਾ ਬਣਨ ਦੀ ਤਸੱਲੀ, ਧੀ ਨਾਲ ਹੀ ਮਿਲੇਗੀ।

ਨੀਂਦਰ ਦੌਰਾਨ, ਅਸੀਂ ਜਿਊਂਦੇ ਵੀ ਹੁੰਦੇ ਹਾਂ ਅਤੇ ਮਰੇ ਹੋਏ ਵੀ ਹੁੰਦੇ ਹਾਂ।

ਸੱਚ ਬੋਲਣ ਦੀ ਹੀ ਨਹੀਂ, ਸੁਣਨ ਦੀ ਵੀ ਹਿੰਮਤ ਘੱਟ ਰਹੀ ਹੈ।

ਬੱਚੇ, ਆਪਣੇ ਮਾਪਿਆਂ ਦੇ ਮਾਪਿਆਂ ਨੂੰ ਦਾਦਾ-ਦਾਦੀ, ਨਾਨਾ-ਨਾਨੀ ਕਹਿ ਕੇ ਬਜ਼ੁਰਗ ਬਣਾ ਦਿੰਦੇ ਹਨ।

ਜੀਵਨ ਵਿਚ ਪਹਿਲਾਂ ਹੀ ਬੜੇ ਦੁੱਖ ਹਨ, ਕਈ ਵਿਆਹ ਕਰਕੇ ਦੁੱਖਾਂ ਦੀ ਟਕਸਾਲ ਹੀ ਲਾ ਲੈਂਦੇ ਹਨ।

ਗੁਲਾਬ ਦੇ ਫੁੱਲ ਥੋੜ੍ਹੇ ਹੁੰਦੇ ਹਨ ਅਤੇ ਥੋੜ੍ਹਿਆਂ ਲਈ ਹੁੰਦੇ ਹਨ।

ਜਦੋਂ ਲਾਇਕ ਬੰਦਾ ਮਿਹਨਤ ਨਹੀਂ ਕਰਦਾ ਤਾਂ ਸਾਧਾਰਣ ਬੰਦਾ, ਮਿਹਨਤ ਕਰਕੇ, ਲਾਇਕ ਤੋਂ ਵੀ ਅਗੇ ਲੰਘ ਜਾਂਦਾ ਹੈ।

ਮੇਜ਼ 'ਤੇ ਸਲੀਕੇ ਨਾਲ ਰੱਖਿਆ ਭੋਜਨ, ਮਹਿਮਾਨ ਨੂੰ ਕਹਿ ਰਿਹਾ ਹੁੰਦਾ ਹੈ: ਤੁਸੀਂ ਬੜੇ ਮਹੱਤਵਪੂਰਨ ਹੋ।

ਅਸਲ ਗੱਲ ਇਹ ਹੁੰਦੀ ਹੈ ਕਿ ਅਸਲੀ ਗੱਲ ਕੀਤੀ ਕਿਵੇਂ ਜਾਵੇ।

ਬਹੁਤ ਸਿਆਣੇ ਅਤੇ ਬਹੁਤ ਮੂਰਖ, ਕਦੇ ਨਹੀਂ ਬਦਲਦੇ।

ਬੇਕਾਬੂ ਘੋੜੇ ਦੀ ਰਫ਼ਤਾਰ ਦੇ ਕੋਈ ਅਰਥ ਨਹੀਂ ਹੁੰਦੇ।

ਹਰ ਪਾਪ ਅਤੇ ਕੁਕਰਮ ਵਿਚ ਘਟੋ-ਘੱਟ ਦੋ ਵਿਅਕਤੀ ਸ਼ਾਮਲ ਹੁੰਦੇ ਹਨ।

ਆਪਣੇ ਦੁਸ਼ਮਣਾਂ ਦਾ ਸਤਿਕਾਰ ਕਰਨਾ ਚਾਹੀਦਾ ਹੈ, ਕਿਉਂਕਿ ਉਹ ਹੀ ਸਾਡੇ ਬਾਰੇ ਸੱਚ ਬੋਲਦੇ ਹਨ।

ਜਿਸ ਨੂੰ ਆਪਣਾ ਨਾਂ ਪਸੰਦ ਨਹੀਂ, ਉਸ ਦੀ ਕਾਰਗੁਜ਼ਾਰੀ ਦੀ ਪੱਧਰ ਉੱਚੀ ਨਹੀਂ ਹੋਵੇਗੀ।

ਹਰ ਡਾਕਟਰ ਦੀ ਕੋਈ ਨਾ ਕੋਈ ਮਨਪਸੰਦ ਬੀਮਾਰੀ ਹੁੰਦੀ ਹੈ।

ਚੰਗੇ ਲਤੀਫ਼ਿਆਂ ਵਿਚ, ਹਸਾਉਣ ਦੇ ਨਾਲ-ਨਾਲ, ਸਿਆਣਾ ਬਣਾਉਣ ਦੀ ਵੀ ਸ਼ਕਤੀ ਹੁੰਦੀ ਹੈ।

ਅਸਲ ਵਿਚ ਪ੍ਰਸਿੱਧ ਉਹ ਹੁੰਦਾ ਹੈ, ਜਿਸ ਉਤੇ ਸਕੂਲੀ ਬੱਚਿਆਂ ਨੂੰ ਲੇਖ ਲਿਖਣ ਲਈ ਕਿਹਾ ਜਾਵੇ।

ਯਾਤਰਾ ਨਾਲ ਪੱਖਪਾਤ ਘਟਦੇ ਹਨ ਅਤੇ ਦੂਜਿਆਂ ਨੂੰ ਪ੍ਰਵਾਨ ਕਰਨ ਦੀ ਯੋਗਤਾ ਵੱਧਦੀ ਹੈ।

ਮਹਾਂਕਾਵਿ ਅਤੇ ਧਾਰਮਿਕ ਗ੍ਰੰਥ ਨਾਵਾਂ ਦਾ ਭੰਡਾਰ ਹੁੰਦੇ ਹਨ।

ਕਿਸੇ ਦੇਸ਼ ਦੀਆਂ ਇਮਾਰਤਾਂ, ਉਸ ਦੇਸ਼ ਦੇ ਲੋਕਾਂ ਦੇ ਇਰਾਦਿਆਂ ਅਤੇ ਸੋਚਾਂ ਦਾ ਪ੍ਰਗਟਾਵਾ ਹੁੰਦੀਆਂ ਹਨ।

ਘਰ ਦਾ ਸੁੱਖ, ਘਰੋਂ ਦੂਰ ਜਾ ਕੇ ਹੀ ਪਤਾ ਲਗਦਾ ਹੈ।

ਬੱਚੇ ਦਾ ਨਾਂ ਸੋਚ-ਸਮਝ ਕੇ ਰਖਣਾ ਚਾਹੀਦਾ ਹੈ, ਕਿਉਂਕਿ ਇਹ ਲੱਖਾਂ ਵਾਰ ਬੋਲਿਆ-ਸੁਣਿਆ ਜਾਣਾ ਹੁੰਦਾ ਹੈ।

ਅਕਲ ਕਪੜਿਆਂ ਵਿਚੋਂ ਨਹੀਂ, ਗੱਲਬਾਤ ਅਤੇ ਆਦਤਾਂ ਵਿਚੋਂ ਝਲਕਦੀ ਹੈ।

ਯਾਤਰਾ ਦੌਰਾਨ ਇਹ ਜਾਣ ਕੇ ਖ਼ੁਸ਼ੀ ਹੁੰਦੀ ਹੈ ਕਿ ਦੂਜੇ ਵੀ ਸਾਡੇ ਵਰਗੇ ਹੀ ਹਨ।

ਅਨੇਕਾਂ ਆਪ ਨਹੀਂ, ਉਨ੍ਹਾਂ ਦਾ ਸਾਮਾਨ ਯਾਤਰਾ ਕਰਦਾ ਹੈ, ਉਹ ਸਾਮਾਨ ਦੀ ਰਾਖੀ ਲਈ ਨਾਲ ਜਾਂਦੇ ਹਨ।

ਮਨੁੱਖ ਮੌਤ ਤੋਂ ਨਹੀਂ ਡਰਦਾ, ਮਰਨ ਤੋਂ ਡਰਦਾ ਹੈ।

ਚੰਗਾ ਜੀਵਨ ਲੰਬਾਈ ਵਿਚ ਨਹੀਂ, ਡੂੰਘਾਈ ਵਿਚ ਮਾਪਿਆ ਜਾਂਦਾ ਹੈ।

ਆਪਣੇ ਆਪ ਨੂੰ ਜਾਣਨ ਲਈ, ਕੁਝ ਅਰਸਾ ਅਜਨਬੀਆਂ ਵਿਚ ਵਿਚਰੋ।

ਹਰ ਵਿਚਾਰਧਾਰਾ ਆਪਣੀਆਂ ਸੰਭਾਵਨਾਵਾਂ ਹੰਢਾਉਣ ਉਪਰੰਤ, ਅਗਲੇਰੇ ਵਿਚਾਰਾਂ ਦੇ ਵਿਕਾਸ ਵਿਚ ਰੁਕਾਵਟ ਬਣ ਜਾਂਦੀ ਹੈ।

ਆਪਣੀ ਸਮੁੱਚੀ ਯੋਗਤਾ ਪਰਖਣ ਲਈ, ਖਾਲੀ ਜੇਬ ਨਾਲ ਯਾਤਰਾ 'ਤੇ ਨਿਕਲੋ।

ਸਾਡੀ ਬੋਲਬਾਣੀ, ਸਾਡੀ ਸੋਚ ਦੀ ਨੁਮਾਇਸ਼ ਲਾਉਂਦੀ ਹੈ।

ਹੱਥ ਇਸ ਲਈ ਮਹੱਤਵਪੂਰਨ ਹਨ, ਕਿਉਂਕਿ ਦਿਮਾਗ ਵਲੋਂ ਲਏ ਗਏ ਹਰੇਕ ਫੈਸਲੇ ਨੂੰ, ਇਹ ਹੀ ਅਮਲ ਵਿਚ ਲਿਆਉਂਦੇ ਹਨ।

ਚੰਗੀ ਗੱਲਬਾਤ ਉਹ ਹੁੰਦੀ ਹੈ, ਜਿਸ ਦੇ ਵੇਰਵੇ ਭਾਵੇਂ ਯਾਦ ਨਾ ਰਹਿਣ, ਇਕ ਮਿੱਠਾ ਜਿਹਾ ਅਨੁਭਵ ਦਿਲ ਵਿਚ ਵਸਿਆ ਰਹਿੰਦਾ ਹੈ।

ਬੱਚਤ ਦੀ ਆਦਤ ਤੋਂ ਬਿਨਾਂ, ਮਿਹਨਤ ਵੀ, ਮਜ਼ਦੂਰੀ ਬਣ ਕੇ ਰਹਿ ਜਾਂਦੀ ਹੈ।

ਕਾਨੂੰਨ, ਨੇਮ, ਰਿਵਾਜ ਆਦਿ ਬੰਧਨ ਸਾਡੇ ਉਤੇ ਸਮਾਜ ਠੋਸਦਾ ਹੈ; ਅਸੂਲ, ਸੰਜਮ ਅਤੇ ਸਲੀਕਾ, ਅਸੀਂ ਆਪ ਆਪਣੇ ਉਤੇ ਲਾਗੂ ਕਰਦੇ ਹਾਂ।

ਜਿਤਨੀਆਂ ਕਿਸੇ ਵਿਅਕਤੀ ਦੀਆਂ ਲੋੜਾਂ ਘੱਟ ਹੁੰਦੀਆਂ ਹਨ, ਉਤਨਾ ਹੀ ਉਹ ਵਧੇਰੇ ਸੁਤੰਤਰ ਹੁੰਦਾ ਹੈ।

ਮਦਦ ਕਰਨ ਵਾਲੇ ਨੂੰ ਕਦੀ ਜਿਤਲਾਉਣਾ ਨਹੀਂ ਚਾਹੀਦਾ ਅਤੇ ਮਦਦ ਲੈਣ ਵਾਲੇ ਨੂੰ ਕਦੀ ਭੁਲਣਾ ਨਹੀਂ ਚਾਹੀਦਾ।

ਕਿਸੇ ਤੋਂ, ਉਦੋਂ ਤਕ ਕੁਝ ਵੀ ਸਿਖਿਆ ਨਹੀਂ ਜਾ ਸਕਦਾ, ਜਦੋਂ ਤਕ ਸਾਡੇ ਮਨ ਵਿਚ ਉਸ ਪ੍ਰਤੀ ਸਤਿਕਾਰ ਨਹੀਂ ਜਾਗਦਾ।

ਸੰਜਮ ਉਹ ਢਾਲ ਹੈ, ਜਿਸ ਨਾਲ ਸਿਆਣਾ ਬੰਦਾ, ਸਾਰੇ ਹਮਲੇ ਸਫਲਤਾ ਨਾਲ ਬਰਦਾਸ਼ਤ ਕਰਦਾ ਹੈ।

ਉਮਰ ਦੇ ਵੱਧਣ ਨਾਲ, ਸਾਡੀ ਅਤੇ ਸ਼ੀਸ਼ੇ ਵਿਚਲੀ ਵਿੱਥ ਵੀ ਵੱਧਦੀ ਜਾਂਦੀ ਹੈ।

ਲਗਭਗ ਪੰਜਾਹ ਸਾਲ ਦੀ ਉਮਰ ਵਿਚ ਸਾਡੇ ਸਫਲ-ਅਸਫਲ ਹੋਣ ਦਾ ਨਿਰਣਾ ਹੋ ਜਾਂਦਾ ਹੈ, ਬਾਕੀ ਜ਼ਿੰਦਗੀ ਇਸ ਨਿਰਣੇ ਦੀ ਰੋਸ਼ਨੀ ਵਿਚ ਗੁਜ਼ਰਦੀ ਹੈ।

ਮਨੁੱਖ ਜਵਾਨੀ ਵਿਚ ਪਿਆਰ ਦਾ ਅਤੇ ਬੁਢਾਪੇ ਵਿਚ ਸਤਿਕਾਰ ਦਾ ਭੁੱਖਾ ਹੁੰਦਾ ਹੈ।

ਬੁਢਾਪੇ ਵਿਚ, ਮੂਰਖਾਂ ਤੋਂ ਸਿਵਾਏ, ਸਾਰੇ ਬੰਦੇ ਸਿਆਣੇ ਅਤੇ ਸਾਊ ਹੋ ਜਾਂਦੇ ਹਨ।

ਜਵਾਨੀ ਵਿਚ ਮਨੁੱਖ ਬਜਾਜਾਂ ਅਤੇ ਲਲਾਰੀਆਂ ਕੋਲ ਜਾਂਦਾ ਹੈ, ਬੁਢਾਪੇ ਵਿਚ ਐਨਕਸਾਜ਼ਾਂ ਅਤੇ ਦੰਦਸਾਜ਼ਾਂ ਕੋਲ ਜਾਣ ਲਗ ਪੈਂਦਾ ਹੈ।

ਦੂਜਿਆਂ ਦਾ ਧਿਆਨ ਖਿੱਚਣ ਦੀ ਥਾਂ, ਉਨਾਂ ਵੱਲ ਧਿਆਨ ਦੇਣ ਨਾਲ ਵਧੇਰੇ ਤਸੱਲੀ ਮਿਲਦੀ ਹੈ।

ਮਾਂ ਬਣਨ ਉਪਰੰਤ, ਇਸਤਰੀ ਆਰਾਮ ਕਰਨਾ ਭੁਲ ਜਾਂਦੀ ਹੈ।

ਕੋਈ ਕਵੀ, ਆਪਣੀ ਬੋਲੀ ਤੋਂ ਇਲਾਵਾ, ਕਿਸੇ ਹੋਰ ਬੋਲੀ ਵਿਚ, ਹਰਮਨ-ਪਿਆਰਾ ਨਹੀਂ ਹੋਇਆ।

ਮਾਂ ਇਕ ਅਜਿਹਾ ਰੱਬ ਹੈ, ਜਿਸ ਦੀ ਹਸਤੀ ਪ੍ਰਤੀ ਕੋਈ ਵੀ ਨਾਸਤਕ ਨਹੀਂ ਹੁੰਦਾ।

ਦੂਜਿਆਂ ਨੂੰ ਡਰਾਉਣ ਵਾਲੇ, ਆਪ ਅੰਦਰੋਂ ਸਹਿਮੇ ਹੋਏ ਹੁੰਦੇ ਹਨ।

ਇਸਤਰੀ ਆਪਣੇ ਆਪ ਨੂੰ ਛੁਪਾ ਕੇ ਪ੍ਰਗਟ ਕਰਦੀ ਹੈ।

ਜਿਸ ਨਜ਼ਰ ਨਾਲ ਸਾਨੂੰ ਮਾਂ ਵੇਖਦੀ ਹੈ, ਉਹ ਨਜ਼ਰ, ਦੁਨੀਆ ਦੇ ਕਿਸੇ ਹੋਰ ਬੰਦੇ ਕੋਲ ਨਹੀਂ ਹੁੰਦੀ।

ਨਵੀਂ ਪਤਨੀ ਵਲੋਂ ਖਾਣਾ ਲਾਉਂਦਿਆਂ, ਪਤੀ ਖਾਣੇ ਵੱਲ ਨਹੀਂ, ਪਤਨੀ ਵੱਲ ਵੇਖਦਾ ਹੈ, ਕੁਝ ਸਾਲ ਮਗਰੋਂ, ਉਹ ਪਤਨੀ ਵੱਲ ਨਹੀਂ, ਖਾਣੇ ਵੱਲ ਵੇਖਦਾ ਹੈ।

ਰਿਸ਼ਤਾ ਕੋਈ ਹੋਵੇ, ਇਹ ਉਦੋਂ ਤਕ ਹੀ ਨਿਭਦਾ ਹੈ, ਜਦੋਂ ਤਕ ਤਮੀਜ਼ ਦੇ ਘੇਰੇ ਵਿਚ ਰਹਿ ਕੇ ਵਿਹਾਰ ਕੀਤਾ ਜਾਂਦਾ ਹੈ।

ਜੇ ਕੰਮ ਨੂੰ ਟਾਲਣ ਦਾ ਕੋਈ ਬਹਾਨਾ ਹੋ ਸਕਦਾ ਹੈ ਤਾਂ ਵਿਹਲੜ ਅਤੇ ਕੰਮ-ਚੋਰ ਉਸ ਨੂੰ ਨਿਸਚੇ ਹੀ ਲੱਭ ਲੈਣਗੇ।

ਕੋਈ ਅੱਗੋਂ ਕਿਤਨੀ ਮਿਹਨਤ ਕਰੇਗਾ, ਇਸ ਗੱਲ 'ਤੇ ਨਿਰਭਰ ਕਰਦਾ ਹੈ ਕਿ ਅੱਜ ਤਕ ਉਸ ਨੇ ਮਿਹਨਤ ਕੀਤੀ ਕਿੰਨੀ ਹੈ ?

ਕੇਵਲ ਆਪੇ ਕੰਮ ਕਰਨ ਵਾਲੇ ਹੀ, ਕਿਸੇ ਦੇ ਕੰਮ ਆ ਸਕਦੇ ਹਨ।

ਚੰਗੀ ਕਵਿਤਾ, ਆਮ ਕਰਕੇ ਕਵੀ, ਆਪਣੇ ਜੀਵਨ ਦੇ ਤਿੰਨ ਦਹਾਕਿਆਂ ਤੋਂ ਪਹਿਲਾਂ ਲਿਖ ਲੈਂਦਾ ਹੈ।

ਮਨੁੱਖ ਕੋਲ ਕੁਝ ਵੀ ਅਜਿਹਾ ਨਹੀਂ ਜਿਹੜਾ ਜਾਨਵਰਾਂ ਲਈ ਲਾਹੇਵੰਦ ਹੋਵੇ ਪਰ ਜਾਨਵਰਾਂ ਕੋਲ ਬਹੁਤ ਕੁਝ ਅਜਿਹਾ ਹੈ ਜੋ ਮਨੁੱਖ ਲਈ ਲਾਭਕਾਰੀ ਹੁੰਦਾ ਹੈ।

ਮਨੁੱਖੀ ਇਤਿਹਾਸ ਵਿਚ ਵੀ ਦੋਸਤਾਂ ਦੀ ਵਫ਼ਾਦਾਰੀ ਦੇ ਮੁਕਾਬਲੇ ਘੋੜਿਆਂ ਦੀ ਵਫ਼ਾਦਾਰੀ ਦੀਆਂ ਉਦਾਹਰਣਾਂ ਵਧੇਰੇ ਹਨ।

ਪੇਂਡੂਆਂ ਅਤੇ ਅਨਪੜ੍ਹਾਂ ਨੂੰ ਪਰੇਤ ਚਿਮੜਦੇ ਹਨ, ਸ਼ਹਿਰੀਆਂ ਅਤੇ ਪੜ੍ਹਿਆਂ-ਲਿਖਿਆਂ ਦਾ ਦਿਮਾਗ ਖਰਾਬ ਹੁੰਦਾ ਹੈ।

ਉਹੀ ਜਾਨਵਰ ਬੀਮਾਰ ਹੁੰਦੇ ਹਨ, ਜਿਨ੍ਹਾਂ ਨੂੰ ਮਨੁੱਖ ਪਾਲਦਾ ਹੈ।

ਜੀਵਨ ਦੇ ਕੁਝ ਚੋਣਵੇਂ ਪਲਾਂ ਵਿਚ ਹੀ ਮਨੁੱਖ ਇਨਸਾਨਾਂ ਵਾਲਾ ਵਿਹਾਰ ਕਰਦਾ ਹੈ, ਬਾਕੀ ਸਾਰਾ ਜੀਵਨ ਉਹ ਜਾਨਵਰਾਂ ਵਾਲੀ ਪੱਧਰ 'ਤੇ ਹੀ ਜਿਊਂਦਾ ਹੈ।

ਨਰਕ ਡਰਾਵਾ ਹੈ, ਸਵਰਗ ਲਾਰਾ ਹੈ, ਮਨੁੱਖ ਨੂੰ ਇਨ੍ਹਾਂ ਦੋਹਾਂ ਦੀ ਲੋੜ ਹੁੰਦੀ ਹੈ।

ਕਰਮ-ਕਾਂਡਾਂ ਅਤੇ ਵਹਿਮਾਂ-ਭਰਮਾਂ ਨੂੰ ਮੰਨਣ ਵਾਲੇ ਲੋਕ, ਸੋਚਣ ਨਾਲ ਉਪਜਣ ਵਾਲੇ ਦਰਦ ਤੋਂ ਬਚੇ ਰਹਿੰਦੇ ਹਨ।

ਸ਼ਹੀਦ, ਮੌਤ ਦਾ ਵਟਣਾ ਮਲ ਕੇ, ਸੋਹਣੇ ਹੋ ਜਾਂਦੇ ਹਨ।

ਸੱਚ ਉਤੇ ਤੋਹਮਤਾਂ ਭਾਵੇਂ ਸੌ ਲਗਣ, ਉਸ ਨੂੰ ਕਦੇ ਸ਼ਰਮਿੰਦਗੀ ਨਹੀਂ ਸਹਿਣੀ ਪੈਂਦੀ।

ਜੇ ਧੱਕੇ ਖਾਣ ਦੀ ਜਾਚ ਆਉਂਦੀ ਹੋਵੇ ਤਾਂ ਹਰ ਧੱਕੇ ਨਾਲ ਅਸੀਂ ਅੱਗੇ ਹੀ ਜਾਵਾਂਗੇ।

ਜਿਹੜੇ ਆਪਣੇ ਕਪੜੇ ਆਪ ਪ੍ਰੈਸ ਕਰਦੇ ਹਨ, ਉਹ ਆਪਣੇ ਕਪੜਿਆਂ ਦਾ ਵਧੇਰੇ ਧਿਆਨ ਰਖਦੇ ਹਨ।

ਹਵਾਈ ਜਹਾਜ਼ ਵਿਚ ਖਲੋ ਕੇ, ਬੈਠੇ ਬੰਦਿਆਂ ਨੂੰ ਵੇਖਣ ਨਾਲ, ਹਰ ਕੋਈ ਉਤਨਾ ਕੁ ਦਿਸਦਾ ਹੈ, ਜਿਤਨਾ ਪਾਸਪੋਰਟ ਵਿਚ ਲਗੀ ਫੋਟੋ ਵਿਚ ਦਿਸਦਾ ਹੈ।

ਸ਼ਹੀਦ, ਮੌਤ ਦੇ ਅਰਥ ਬਦਲ ਦਿੰਦਾ ਹੈ।

ਹਰ ਮੋਟਾ ਬੰਦਾ ਭਾਰ ਤੋਲਣ ਵੇਲੇ ਸੋਚਦਾ ਹੈ ਕਿ ਹੁਣ ਤਾਂ ਭਾਰ ਘੱਟ ਗਿਆ ਹੋਵੇਗਾ।

ਗ਼ਦਾਰ ਹਮੇਸ਼ਾ ਉਸ ਸਮੇਂ ਧੋਖਾ ਦਿੰਦਾ ਹੈ, ਜਦੋਂ ਉਸ ਦੀ ਵਫ਼ਾਦਾਰੀ ਦੀ ਸਭ ਤੋਂ ਵੱਧ ਲੋੜ ਹੁੰਦੀ ਹੈ।

ਜੇ ਨੀਅਤ ਮਾੜੀ ਹੋਵੇ ਤਾਂ ਕਾਰਨਾਮੇ, ਕਰਤੂਤਾਂ ਬਣ ਜਾਂਦੇ ਹਨ।

ਈਰਖਾਲੂ ਦੀ ਨਜ਼ਰ, ਕਦੇ ਕਮਜ਼ੋਰ ਨਹੀਂ ਹੁੰਦੀ।

ਨਕਲਮਾਰ ਜਿਥੇ ਵੀ ਜਾਂਦਾ ਹੈ, ਨਕਲ ਦੀ ਆਦਤ ਨਾਲ ਲੈ ਕੇ ਜਾਂਦਾ ਹੈ।

ਜਵਾਨੀ ਉਦੋਂ ਤਕ ਹੀ ਹੁੰਦੀ ਹੈ, ਜਦੋਂ ਤਕ ਕੋਈ ਸਾਨੂੰ ਆਪਣੀ ਮੁਹੱਬਤ ਨਾਲ ਪ੍ਰਸੰਨ ਜਾਂ ਉਦਾਸ ਕਰ ਸਕਦਾ ਹੋਵੇ।

ਇਮਤਿਹਾਨਾਂ ਵਿਚ ਨਕਲ ਉਦੋਂ ਤਕ ਜਾਰੀ ਰਹੇਗੀ, ਜਦੋਂ ਤਕ ਰੋਜ਼ਗਾਰ, ਯੋਗਤਾ ਦੇ ਆਧਾਰ 'ਤੇ ਨਹੀਂ, ਡਿਗਰੀ ਦੇ ਆਧਾਰ 'ਤੇ ਮਿਲੇਗਾ।

ਇਕੱਠੇ ਸੈਰ ਕਰਨ ਵਾਲੇ ਪਤੀ-ਪਤਨੀ, ਜ਼ਿੰਦਗੀ ਦੀ ਹਰ ਵੰਗਾਰ ਦਾ ਖਿੜੇ-ਮੱਥੇ ਸਾਹਮਣਾ ਕਰ ਸਕਦੇ ਹਨ।

ਡਾਕੀਆ, ਸੁੱਖ-ਦੁੱਖ ਵੰਡਦਾ, ਸਾਰੇ ਸਮਾਜ ਨੂੰ ਹਰਕਤ ਵਿਚ ਰੱਖਦਾ ਹੈ।

ਪੇਂਡੂ ਵਿਦਿਆਰਥੀ ਪਾਸ ਹੋਣ ਲਈ ਨਕਲ ਮਾਰਦੇ ਹਨ ਅਤੇ ਸ਼ਹਿਰੀ ਵਿਦਿਆਰਥੀ ਅੱਵਲ ਆਉਣ ਲਈ।

ਦਸ ਸਾਲ ਦੇ ਅਨਪੜ੍ਹ, ਵੀਹ ਸਾਲ ਦੇ ਬੀਮਾਰ, ਤੀਹ ਸਾਲ ਦੇ ਵਿਹਲੇ, ਚਾਲ੍ਹੀ ਸਾਲ ਦੇ ਕੰਵਾਰੇ, ਪੰਜਾਹ ਸਾਲ ਦੇ ਨਿਰਸੰਤਾਨ ਅਤੇ ਸੱਠ ਸਾਲ ਦੇ ਬਿਨ-ਮਕਾਨ ਬੰਦੇ ਦੀ ਹਾਲਤ ਕਦੇ ਨਹੀਂ ਸੁਧਰਦੀ।

ਟੈਲੀਫੋਨ ਉਤੇ ਸੁਨੇਹਾ, ਪਹਿਲੇ ਪੰਜ ਵਾਕਾਂ ਵਿਚ ਦਿਤਾ-ਲਿਆ ਜਾਂਦਾ ਹੈ, ਬਾਕੀ ਸਾਰੀ ਗੱਲਬਾਤ ਲਮਕਾਓ ਹੁੰਦੀ ਹੈ।

ਸੈਰ ਕਰਨ ਨਾਲ ਭਾਵੇਂ ਗਿਆਨ ਪ੍ਰਾਪਤ ਨਹੀਂ ਹੁੰਦਾ ਪਰ ਪ੍ਰਾਪਤ ਗਿਆਨ ਦੀ, ਪੁਣ-ਛਾਣ ਹੋ ਜਾਂਦੀ ਹੈ।

ਹਰ ਸਭਿਆਚਾਰ ਦੇ ਲੋਕਾਂ ਨੂੰ ਇਹ ਭਰਮ ਹੁੰਦਾ ਹੈ ਕਿ ਉਹ ਬੜੇ ਮਿਲਾਪੜੇ ਅਤੇ ਮਹਿਮਾਨ-ਨਿਵਾਜ਼ ਹਨ।

ਪ੍ਰਾਪਤ ਹੋਏ ਚੰਗੇ ਖ਼ਤ, ਸਾਡੇ ਸਿਰ ਦਾ ਸਿਰਹਾਣਾ ਬਣੇ ਰਹਿੰਦੇ ਹਨ।

ਪੁਰਸ਼, ਪਹਾੜ ਨੂੰ ਚੜ੍ਹਨ ਦੀ ਦ੍ਰਿਸ਼ਟੀ ਨਾਲ ਅਤੇ ਇਸਤਰੀਆਂ, ਡਿਗ ਪੈਣ ਦੇ ਭੈਅ ਨਾਲ ਵੇਖਦੀਆਂ ਹਨ।

ਸਾਡੇ ਮਨ ਦੀਆਂ ਸ਼ਿਕਾਇਤਾਂ, ਸਾਡੀਆਂ ਸਰੀਰਕ ਸਮੱਸਿਆਵਾਂ ਬਣ ਕੇ ਪ੍ਰਗਟ ਹੁੰਦੀਆਂ ਹਨ।

ਕਿਸੇ ਡਿਗੇ ਹੋਏ ਬੰਦੇ ਨੂੰ ਚੁੱਕਣ ਦੀ ਥਾਂ ਉਸ ਨੂੰ ਆਪੇ ਉੱਠਣ ਦਾ ਹੌਸਲਾ ਦੇਣਾ ਚਾਹੀਦਾ ਹੈ।

ਅੰਤ ਨੂੰ ਜ਼ਿੰਦਗੀ ਹਰ ਕਿਸੇ ਨਾਲ ਰੁੱਸ ਜਾਂਦੀ ਹੈ।

ਕਈ ਕੁੱਕੜ ਸਮਝਦੇ ਹਨ ਕਿ ਜੇ ਉਹ ਬਾਂਗ ਨਾ ਦੇਣ ਤਾਂ ਸੂਰਜ ਨਹੀਂ ਚੜ੍ਹੇਗਾ।

ਛੋਟੀ ਚੀਜ਼ ਦੇ ਵੱਡੇ ਪ੍ਰਛਾਵੇਂ ਨੂੰ ਚਿੰਤਾ ਕਹਿੰਦੇ ਹਨ।

ਜਿਸ ਨੂੰ ਅਸੀਂ ਥਕਾਵਟ ਸਮਝਦੇ ਹਾਂ ਉਹ ਅਸਲ ਵਿਚ ਕੰਮ ਵਿਚ ਦਿਲਚਸਪੀ ਨਾ ਹੋਣ ਦਾ ਅਕੇਵਾਂ ਹੁੰਦਾ ਹੈ।

ਆਪਣੀਆਂ ਸਮੱਸਿਆਵਾਂ ਲਈ, ਆਪਣੇ ਤੋਂ ਕਮਜ਼ੋਰਾਂ ਨੂੰ ਦੋਸ਼ ਦੇਣ ਦੀ ਬਿਰਤੀ, ਵਿਸ਼ਵਵਿਆਪੀ ਹੈ।

ਸਾਡੇ ਚਿਹਰੇ ਦੀ ਨੁਹਾਰ ਦਾ ਨਿਰਣਾ, ਸਾਡੀਆਂ ਅੱਖਾਂ ਕਰਦੀਆਂ ਹਨ।

ਜਦੋਂ ਕਿਸੇ ਨਾਲ ਨਫ਼ਰਤ ਹੋ ਜਾਵੇ ਤਾਂ ਹੋਰ ਨਫ਼ਰਤ ਕਰਨ ਦੇ, ਨਿਤ ਨਵੇਂ ਕਾਰਨ ਲੱਭੇ ਜਾਂਦੇ ਹਨ ਅਤੇ ਸਹਿਜੇ ਹੀ ਲਭ ਜਾਂਦੇ ਹਨ।

ਜਿੱਤਿਆ ਹੋਇਆ ਬੰਦਾ, ਥਕਾਵਟ ਦੀ ਸ਼ਿਕਾਇਤ ਨਹੀਂ ਕਰਦਾ।

ਜਿਉਂ-ਜਿਉਂ ਮਨੁੱਖ ਪੀਣ ਵਾਲੇ ਪਾਣੀ ਨੂੰ ਸਾਫ਼ ਕਰਦਾ ਗਿਆ ਹੈ, ਤਿਉਂ-ਤਿਉਂ ਉਸ ਦੀ ਉਮਰ ਵੱਧਦੀ ਗਈ ਹੈ।

ਧੋਖੇਬਾਜ਼ ਦਾ ਪਛਤਾਵਾ ਵੀ ਧੋਖਾ ਹੁੰਦਾ ਹੈ।

ਚੰਗੇ ਬਣੋ, ਇਕੱਲੇ ਰਹਿ ਜਾਣ ਦੇ ਬਾਵਜੂਦ, ਗੁਣਾਂ ਦੇ ਸਾਥ ਕਾਰਨ, ਇਕੱਲੇ ਮਹਿਸੂਸ ਨਹੀਂ ਕਰੋਗੇ।

ਪੁਰਸ਼ ਹਰਕਤ ਦਾ ਪ੍ਰਤੀਕ ਹੈ, ਇਸਤਰੀ ਟਿਕਾਓ ਦੀ ਪ੍ਰਤੀਨਿਧ ਹੁੰਦੀ ਹੈ।

ਸੁਆਰਥ ਤੋਂ ਬਿਨਾਂ, ਝੂਠ ਬੋਲਣ ਦੀ ਲੋੜ ਨਹੀਂ ਪੈਂਦੀ।

ਮਨੁੱਖ ਜੋ ਸਭ ਤੋਂ ਮਗਰੋਂ ਸਿਖਦਾ-ਸੁਣਦਾ ਹੈ, ਉਹ ਸਭ ਤੋਂ ਪਹਿਲਾਂ ਭੁਲਦਾ ਹੈ।

ਪੁਰਸ਼ ਗਿਆਨ ਨੂੰ ਆਪਣੀ ਪ੍ਰਾਪਤੀ ਸਮਝਦਾ ਹੈ, ਇਸਤਰੀ ਵਿਸ਼ਵਾਸ ਨੂੰ ਆਪਣੀ ਪੂੰਜੀ ਸਮਝਦੀ ਹੈ।

ਦੂਜਿਆਂ ਦੇ ਸਾਥ ਵਿਚ ਅਸੀਂ ਸੁਣਦੇ ਹੀ ਹਾਂ, ਸਮਝਦੇ ਉਦੋਂ ਹੀ ਹਾਂ ਜਦੋਂ ਅਸੀਂ ਇਕੱਲੇ ਹੁੰਦੇ ਹਾਂ।

ਇਤਿਹਾਸ ਨੇ ਪੰਜਾਬੀਆਂ ਨੂੰ ਆਰਾਮ ਨਹੀਂ ਕਰਨ ਦਿਤਾ।

ਨਸ਼ਾ, ਇਕੱਲੇ ਬੰਦੇ ਦਾ ਸਾਥੀ ਹੁੰਦਾ ਹੈ ਅਤੇ ਉਸ ਨੂੰ ਅੰਦਰੋਂ-ਬਾਹਰੋਂ ਇਕੱਲਾ ਕਰ ਕੇ ਉਜਾੜ ਦਿੰਦਾ ਹੈ।

ਬੱਚਿਆਂ ਵਿਚ ਸਹਿਯੋਗ ਦਾ ਗੁਣ ਉਪਜਾਉਣ ਲਈ, ਖੇਡਾਂ ਅਤੇ ਖਿਡੌਣੇ ਉਹੀ ਖਰੀਦੋ, ਜਿਨ੍ਹਾਂ ਨੂੰ ਖੇਡਣ ਲਈ, ਬੱਚੇ ਨੂੰ ਸਾਥੀਆਂ ਦੀ ਲੋੜ ਪਏ।

ਮੁਸ਼ਕਿਲਾਂ ਤਾਂ ਹੀ ਹੱਲ ਹੋਣਗੀਆਂ, ਜੇ ਤੁਸੀਂ ਸੋਚੋ ਕਿ ਤੁਸੀਂ ਆਪਣੀਆਂ ਮੁਸ਼ਕਿਲਾਂ ਨਾਲੋਂ ਵੱਡੇ ਹੋ।

ਪਹਾੜਾਂ 'ਤੇ ਚੜ੍ਹਨ ਵਾਲੇ ਪਹਿਲਾਂ ਮਨ ਵਿਚ ਅਭਿਆਸ ਕਰਦੇ ਹਨ।

ਜੇ ਕਿਸੇ ਦੀ ਸਮੱਸਿਆ ਧਿਆਨ ਨਾਲ ਸੁਣ ਲਈਏ, ਇਸੇ ਨਾਲ ਹੀ ਉਸ ਦੀ ਅੱਧੀ ਸਮੱਸਿਆ ਹੱਲ ਹੋ ਜਾਂਦੀ ਹੈ।

ਦੂਜਿਆਂ ਦੀ ਮਦਦ ਕਰਦਿਆਂ ਸਾਨੂੰ ਆਪਣੀਆਂ ਸਮੱਸਿਆਵਾਂ ਦੇ ਹੱਲ ਸੁਝਦੇ ਹਨ।

ਡਰ, ਗੁੱਸਾ ਅਤੇ ਈਰਖਾ ਬਾਂਝ ਅਨੁਭਵ ਹਨ, ਇਨ੍ਹਾਂ ਵਿਚੋਂ ਕੁਝ ਵੀ ਚੰਗਾ ਨਹੀਂ ਉਪਜਦਾ।

ਸਾਰੇ ਮੰਗਵੇਂ ਪੈਸਿਆਂ ਨਾਲ ਉਸਾਰਿਆ ਮਕਾਨ, ਅਕਸਰ ਵੇਚਣਾ ਪੈਂਦਾ ਹੈ।

ਜ਼ਿੰਦਗੀ ਦੇ ਚਮਕੀਲੇ ਦਿਨਾਂ ਵਿਚ ਬਚਾਏ ਪੈਸੇ, ਜੀਵਨ ਦੇ ਉਦਾਸੇ ਦਿਨਾਂ ਵਿਚ ਰੌਣਕ ਭਰ ਦਿੰਦੇ ਹਨ।

ਲੋੜਾਂ ਕਦੇ ਮਹਿੰਗੀਆਂ ਨਹੀਂ ਹੁੰਦੀਆਂ ਅਤੇ ਇੱਛਾਵਾਂ ਕਦੇ ਸਸਤੀਆਂ ਨਹੀਂ ਹੁੰਦੀਆਂ।

ਰਿਸ਼ਤਾ ਕਰਨ ਵੇਲੇ, ਲੜਕੇ ਦਾ ਭਵਿਖ ਅਤੇ ਲੜਕੀ ਦਾ ਵਰਤਮਾਨ, ਫ਼ੈਸਲੇ ਦਾ ਆਧਾਰ ਹੁੰਦੇ ਹਨ।

ਜੇ ਲੱਖ ਵਿਚੋਂ ਇਕ ਵੀ ਰੁਪਿਆ ਕੱਢ ਲਿਆ ਜਾਵੇ ਤਾਂ ਉਸ ਦੀ ਲੱਖ ਵਾਲੀ ਸ਼ਾਨ ਨਹੀਂ ਰਹਿੰਦੀ।

ਸੱਚ ਕੋਈ ਵੀ ਮੂਰਖ ਬੋਲ ਸਕਦਾ ਹੈ, ਅਕਲ ਤਾਂ ਝੂਠ ਬੋਲਣ ਵਾਸਤੇ ਚਾਹੀਦੀ ਹੁੰਦੀ ਹੈ।

ਮਨੁੱਖ ਕਿਧਰੇ ਵੀ ਜਾਵੇ, ਉਸ ਦੇ ਪਰਿਵਾਰ ਦਾ ਮਾਣ-ਸਤਿਕਾਰ ਅਤੇ ਬਦਨਾਮੀ ਨਾਲ- ਨਾਲ ਚਲਦੀ ਹੈ।

ਸੰਸਾਰ ਵਿਚ ਇਕ ਵੀ ਦੇਸ਼ ਅਜਿਹਾ ਨਹੀਂ, ਜਿਥੇ ਲੋਕ ਅਨਪੜ੍ਹ ਹੋਣ ਅਤੇ ਦੇਸ਼ ਅਮੀਰ ਹੋਵੇ ਜਾਂ ਲੋਕ ਪੜ੍ਹੇ-ਲਿਖੇ ਹੋਣ ਅਤੇ ਦੇਸ਼ ਗਰੀਬ ਹੋਵੇ।

ਝੂਠ ਨੂੰ ਸਬੂਤਾਂ ਦੀ ਲੋੜ ਹੁੰਦੀ ਹੈ, ਸੱਚ ਆਪਣੇ ਆਪ ਵਿਚ ਸਬੂਤ ਹੁੰਦਾ ਹੈ।

ਇੰਟਰਨੈਟ, ਨਵੇਂ ਯੁਗ ਦੀਆਂ ਰਿਸ਼ਤੇਦਾਰੀਆਂ ਦਾ ਵਿਚੋਲਾ ਬਣ ਗਿਆ ਹੈ।

ਇਸਤਰੀ-ਪੁਰਸ਼, ਆਪ ਮਾਪੇ ਬਣ ਕੇ, ਆਪਣੇ ਮਾਪਿਆਂ ਬਾਰੇ, ਆਪਣੀ ਰਾਇ ਨੂੰ ਸੋਧਦੇ ਹਨ।

ਬੱਚੇ ਲਈ ਮਾਂ ਹੀ ਉਸ ਦਾ ਬ੍ਰਹਿਮੰਡ ਹੈ, ਮਾਂ ਲਈ ਬੱਚਾ ਹੀ ਉਸ ਦਾ ਸੰਸਾਰ ਹੁੰਦਾ ਹੈ।

ਕੋਈ ਵੀ ਬੰਦਾ ਆਪਣੀ ਮਾਂ ਸਾਹਮਣੇ ਡੀਂਗਾਂ ਨਹੀਂ ਮਾਰ ਸਕਦਾ।

ਪਹਿਲਾ ਲੱਖ ਰੁਪਿਆ ਹੀ ਬਚਾਉਣਾ ਮੁਸ਼ਕਿਲ ਹੁੰਦਾ ਹੈ, ਅਗਲੇਰਾ ਹਰ ਲੱਖ, ਪਹਿਲੇ ਲੱਖ ਦੀ ਸ਼ਾਬਾਸ਼ ਨਾਲ ਜਲਦੀ ਹਾਜ਼ਰ ਹੋ ਜਾਂਦਾ ਹੈ।

ਹਰ ਪਰਿਵਾਰ ਵਿਚ ਕੋਈ ਨਾ ਕੋਈ ਹੁੰਦਾ ਹੈ, ਜਿਹੜਾ ਹਾਰਮੋਨੀਅਮ ਨੂੰ ਤਬਲੇ ਵਾਂਗ ਵਜਾਉਣ ਦੀ ਜ਼ਿੱਦ ਕਰਦਾ ਹੈ।

ਬੱਚੇ ਉਹ ਰੋਸ਼ਨੀ ਹੁੰਦੇ ਹਨ, ਜਿਹੜੀ ਅੰਨ੍ਹੇ ਮਾਪਿਆਂ ਨੂੰ ਵੀ ਸੁਜਾਖੇ ਬਣਾ ਦਿੰਦੀ ਹੈ।

ਡਾਕਖਾਨਾ, ਕਿਸੇ ਨਾਲ ਲੰਮੀ ਬਾਂਹ ਕਰਕੇ ਹੱਥ ਮਿਲਾਉਣ ਦਾ ਵਸੀਲਾ ਹੁੰਦਾ ਹੈ।

ਕੁਝ ਚੰਗਾ ਕਰਨ ਲਈ ਤਾਕਤ ਦੀ ਨਹੀਂ, ਇਰਾਦੇ ਦੀ ਲੋੜ ਹੁੰਦੀ ਹੈ।

ਜਿਹੜੇ ਮਾਪੇ ਨਹੀਂ ਬਣਦੇ, ਉਨ੍ਹਾਂ ਲਈ ਸੰਸਾਰ ਵਿਚ, ਆਪਣੀ ਪਛਾਣ ਦੀ ਸਮੱਸਿਆ ਬਣੀ ਰਹਿੰਦੀ ਹੈ।

ਸਮੱਸਿਆਵਾਂ ਉਦੋਂ ਹੀ ਉਪਜਦੀਆਂ ਹਨ, ਜਦੋਂ ਸਾਡੀ ਸੋਚ ਸਪਸ਼ਟ ਨਾ ਹੋਵੇ।

ਮਜਬੂਰੀ ਵਸ ਕੀਤੇ ਕੰਮ ਵਿਚੋਂ, ਸੰਤੁਸ਼ਟਤਾ ਅਤੇ ਪ੍ਰਸੰਨਤਾ ਨਹੀਂ ਉਪਜਦੀ।

ਤੁਹਾਡੀ ਜੇਬ ਵਿਚ ਪੈਸਾ ਹੋਣਾ ਚਾਹੀਦਾ ਹੈ, ਉਸ ਨੂੰ ਕੱਢਣ ਦੇ ਸੰਸਾਰ ਕੋਲ ਅਨੇਕਾਂ ਢੰਗ ਹਨ।

ਹੁਣ ਝੂਠ ਬੋਲਣਾ ਕੇਵਲ ਛੋਟੇ ਬੱਚਿਆਂ ਲਈ ਹੀ ਪਾਪ ਹੈ।

ਉਧਾਰ ਲਏ ਪੈਸੇ ਮੋੜਨ ਵਿਚ ਦੇਰ ਇਸ ਲਈ ਹੁੰਦੀ ਹੈ, ਕਿਉਂਕਿ ਇਹ ਆਸ ਨਾਲੋਂ ਬਹੁਤ ਜਲਦੀ ਖਰਚ ਹੋ ਜਾਂਦੇ ਹਨ।

ਜਿਨ੍ਹਾਂ ਨੂੰ ਸਭ ਕੁਝ ਕੀਤਾ-ਕਰਾਇਆ ਮਿਲ ਜਾਂਦਾ ਹੈ, ਉਹ ਸਾਰੀ ਜ਼ਿੰਦਗੀ ਬੱਚਿਆਂ ਵਾਲੀਆਂ ਹਰਕਤਾਂ ਕਰਦੇ ਰਹਿੰਦੇ ਹਨ।

ਜਿਹੜੇ ਕਰਜ਼ਾ ਲੈ ਕੇ ਪੁੱਤਰ ਦਾ ਵਿਆਹ ਕਰਦੇ ਹਨ, ਉਥੇ ਕਰਜ਼ਾ, ਨੂੰਹ ਨੂੰ ਲਾਹੁਣਾ ਪੈਂਦਾ ਹੈ।

ਉਧਾਰ ਅਤੇ ਕਰਜ਼ੇ ਵਿਚ ਚਿੰਤਾ ਛੁਪੀ ਹੁੰਦੀ ਹੈ, ਇਹ ਲੈਣ-ਦਣ ਉਪਰੰਤ ਹੀ ਪਤਾ ਲਗਦਾ ਹੈ ਕਿ ਚਿੰਤਾ ਕਿਸ ਨੇ ਕਰਨੀ ਹੈ।

ਇਸਤਰੀ ਵਲੋਂ ਤਿਆਗੇ ਜਾਣ ਉਪਰੰਤ, ਪੁਰਸ਼ ਲਈ ਸ਼ਾਂਤ ਰਹਿਣਾ ਸੰਭਵ ਨਹ ਰਹਿੰਦਾ।

ਨਸ਼ੀਲੇ ਪਦਾਰਥ ਉਧਾਰ ਨਹੀਂ ਮਿਲਦੇ, ਕਿਉਂਕਿ ਲੈਣ ਵਾਲੇ, ਨਸ਼ੇ ਦੀ ਲੋਰ ਵਿਚ, ਉਧਾਰ ਲਾਹੁਣਾ ਭੁਲ ਜਾਂਦੇ ਹਨ।

ਕੁਰਬਾਨੀਆਂ ਦੇਣ ਦਾ ਐਲਾਨ ਆਗੂ ਕਰਦੇ ਹਨ ਪਰ ਕੁਰਬਾਨੀਆਂ ਦਿੰਦੇ ਸਾਧਾਰਣ ਲੋਕ ਹਨ।

ਜਿਹੜਾ ਦੋਸਤ ਵੱਡਾ ਉਧਾਰ ਲੈਂਦਾ ਹੈ, ਉਹ ਵਾਪਸ ਕਰਨ ਤਕ, ਦੁਸ਼ਮਣ ਬਣ ਚੁੱਕਾ ਹੁੰਦਾ ਹੈ।

ਥੱਕੇ ਹੋਏ ਪਤੀ-ਪਤਨੀ, ਜਦੋਂ ਇਕ-ਦੂਜੇ ਨੂੰ ਚੁੰਮਦੇ ਹਨ ਤਾਂ ਇਕ ਨੂੰ ਨਿੱਛ ਅਤੇ ਦੂਜੇ ਨੂੰ ਉਬਾਸੀ ਆ ਜਾਂਦੀ ਹੈ।

ਬਜ਼ਾਰ ਜਾਣ ਵੇਲੇ ਦੀਆਂ ਗੱਲਾਂ, ਮੁੜਨ ਵੇਲੇ ਦੀਆਂ ਗੱਲਾਂ ਨਾਲੋਂ, ਵੱਖਰੀ ਭਾਂਤ ਦੀਆਂ ਹੁੰਦੀਆਂ ਹਨ।

ਜਿਹੜਾ ਗੁਆਚਾ ਪਤੀ ਜਾਂ ਜਿਹੜਾ ਲਿਆ ਉਧਾਰ ਸੱਤ ਸਾਲ ਵਾਪਸ ਨਾ ਮੁੜੇ, ਉਸ ਦੇ ਮੁੜਨ ਦੀ ਕੋਈ ਸੰਭਾਵਨਾ ਨਹੀਂ ਰਹਿੰਦੀ।

ਮਿਲਣਾ ਅਤੇ ਵਿਛੜਨਾ, ਸਮੁੱਚੇ ਜੀਵ-ਜੰਤੂ ਜਗਤ ਦੇ ਬੁਨਿਆਦੀ ਅਨੁਭਵ ਹਨ।

ਸਿਆਣਪ ਤਿੱਖੀ ਨਹੀਂ ਹੁੰਦੀ, ਕੂਲੀ ਹੁੰਦੀ ਹੈ।

ਆਪਣਾ ਸਿਰ ਆਪ ਨਹੀਂ ਗੁੰਦਿਆ ਜਾ ਸਕਦਾ, ਆਪਣੀ ਪ੍ਰਸੰਨਤਾ ਵਿਚ ਦੂਜਿਆਂ ਨੂੰ ਸ਼ਾਮਲ ਕਰਨਾ ਜ਼ਰੂਰੀ ਹੁੰਦਾ ਹੈ।

ਜੇ ਨਵਾਂ-ਨਵਾਂ ਵਿਆਹ ਹੋਇਆ ਹੋਵੇ ਅਤੇ ਉਧਾਰ ਦੇਣ ਵਾਲਾ ਜਵਾਨ ਹੋਵੇ ਤਾਂ ਚੰਗਾ ਹੈ, ਉਧਾਰ ਨਾ ਹੀ ਲਓ।

ਅਜੋਕੇ ਸੰਸਾਰ ਵਿਚ, ਬਦਨਾਮ ਆਦਤਾਂ ਵਾਲੇ ਲੋਕ ਪ੍ਰਸਿੱਧ ਹੋਣ ਦਾ ਯਤਨ ਕਰ ਰਹੇ ਹਨ।

ਪ੍ਰੇਮੀਆਂ ਦਾ ਵਿਆਹ ਹੋਣਾ ਅਤੇ ਨਾ ਹੋਣਾ, ਦੋਵੇਂ ਪਛਤਾਵਾ ਸਿਰਜਦੇ ਹਨ।

ਜਦੋਂ ਕਿਸੇ ਨੂੰ ਭੈੜੇ ਕੰਮਾਂ ਦੀ ਸਜ਼ਾ ਨਾ ਮਿਲੇ ਤਾਂ ਬਾਕੀਆਂ ਵਿਚ ਚੰਗੇ ਕੰਮ ਕਰਨ ਦਾ ਉਤਸ਼ਾਹ ਨਹੀਂ ਰਹਿੰਦਾ।

ਉਧਾਰ ਉਹੀ ਲੈਂਦੇ ਹਨ, ਜਿਨ੍ਹਾਂ ਦੇ ਪੈਰ ਚਾਦਰ ਨਾਲੋਂ ਵੱਡੇ ਹੁੰਦੇ ਹਨ, ਕਿਉਂਕਿ ਚਾਦਰ ਵੀ ਉਧਾਰ ਲਈ ਗਈ ਹੁੰਦੀ ਹੈ।

ਪੁਰਸ਼ ਦਾ ਸਭ ਤੋਂ ਵੱਡਾ ਅਪਮਾਨ, ਪਤਨੀ ਵਲੋਂ ਨਿਪੁੰਸਕ ਕਹੇ ਜਾਣਾ ਹੁੰਦਾ ਹੈ ਅਤੇ ਇਸਤਰੀ ਦੀ ਸਭ ਤੋਂ ਵੱਡੀ ਬੇਇਜ਼ਤੀ, ਪਤੀ ਵਲੋਂ ਚਰਿਤਰਹੀਣ ਕਹੇ ਜਾਣਾ ਹੁੰਦੀ ਹੈ।

ਸਾਰੇ ਸੋਹਣੇ ਲੋਕ, ਥੋੜ੍ਹਾ ਜਿਹਾ ਵਿਗੜੇ ਹੋਏ ਹੁੰਦੇ ਹਨ, ਇਸ ਵਿਗਾੜ ਨੂੰ ਨਖ਼ਰਾ ਕਿਹਾ ਜਾਂਦਾ ਹੈ।

ਇਸਤਰੀਆਂ ਬਹਿਸ ਨਹੀਂ ਕਰਦੀਆਂ, ਕਿਉਂਕਿ ਉਨ੍ਹਾਂ ਕੋਲ ਸਹਿਮਤ ਹੋਣ ਦੀ ਸਿਆਣਪ ਹੁੰਦੀ ਹੈ।

ਇਕ ਭੈੜੀ ਆਦਤ, ਹੋਰ ਭੈੜੀਆਂ ਆਦਤਾਂ ਨੂੰ ਵਾਜਾਂ ਮਾਰਨ ਲਗ ਪੈਂਦੀ ਹੈ।

ਪਰੀਆਂ ਬੜੀਆਂ ਸੋਹਣੀਆਂ ਹੁੰਦੀਆਂ ਹਨ ਪਰ ਪਰੀਆਂ ਦੀ ਸੰਤਾਨ ਨਹੀਂ ਹੁੰਦੀ।

ਕਲਾ ਅਤੇ ਕਵਿਤਾ ਅਸਫਲ ਪਿਆਰ ਵਿਚੋਂ ਹੀ ਉਪਜਦੀਆਂ ਹਨ, ਸਫਲ ਪਿਆਰ ਵਿਚੋਂ ਕੇਵਲ ਬੱਚੇ ਉਪਜਦੇ ਹਨ।

ਸੁੰਦਰ ਇਸਤਰੀ ਇਕ ਵੀ ਸ਼ਬਦ ਬੋਲੇ ਬਿਨਾਂ, ਪੂਰਾ ਭਾਸ਼ਣ ਦੇ ਜਾਂਦੀ ਹੈ।

ਹਰੇਕ ਸਭਿਆਚਾਰ ਵਿੱਚ ਇਸਤਰੀਆਂ ਵਿਚ ਸਲੀਕਾ ਵਧੇਰੇ ਹੁੰਦਾ ਹੈ, ਇਸੇ ਲਈ ਉਹ ਜੁਰਮ ਘੱਟ ਕਰਦੀਆਂ ਹਨ।

ਇਸਤਰੀਆਂ ਕੋਲ, ਪੈਸਾ ਪੁਰਸ਼ਾਂ ਜਿਤਨਾ ਨਹੀਂ ਹੁੰਦਾ ਪਰ ਉਨ੍ਹਾਂ ਕੋਲ ਭਾਵਕ ਅਮੀਰੀ ਪੁਰਸ਼ਾਂ ਨਾਲੋਂ ਵਧੇਰੇ ਹੁੰਦੀ ਹੈ।

ਝੂਠ, ਹਰ ਝਗੜੇ ਦਾ ਇਕ ਲਾਜ਼ਮੀ ਭਾਗ ਹੁੰਦਾ ਹੈ।

ਪਿਆਰ ਕਰਨਾ, ਇਸਤਰੀ ਦਾ ਧਰਮ ਹੈ, ਹਜ਼ਾਰਾਂ ਵਾਰ ਹਾਰ ਜਾਣ ਦੇ ਬਾਵਜੂਦ, ਉਹ ਆਪਣਾ ਧਰਮ ਨਹੀਂ ਛੱਡਦੀ।

ਹਰੇਕ ਰਿਸ਼ਤਾ ਬਣਾਈ ਰਖਣ ਵਾਸਤੇ, ਇਸਤਰੀ ਨੂੰ ਪੁਰਸ਼ ਨਾਲੋਂ ਵਧੇਰੇ ਯਤਨ ਹੀ ਨਹੀਂ, ਵਧੇਰੇ ਕੁਰਬਾਨੀਆਂ ਵੀ ਕਰਨੀਆਂ ਪੈਂਦੀਆਂ ਹਨ।

ਨਿਕੰਮਿਆਂ ਨੂੰ ਨਿਕੰਮਿਆਂ ਦਾ ਸਹਾਰਾ ਅਤੇ ਆਸਰਾ ਹੁੰਦਾ ਹੈ।

ਦਰਿਆ ਵਿਚਕਾਰ ਪਹੁੰਚ ਕੇ, ਪਿਛੇ ਜਾਣਾ ਅਤੇ ਅੱਗੇ ਜਾਣਾ, ਇਕੋ ਜਿਹਾ ਮੁਸ਼ਕਿਲ ਕਾਰਜ ਹੁੰਦਾ ਹੈ।

ਬਾਕੀ ਦੀ ਰਹਿੰਦੀ ਜ਼ਿੰਦਗੀ ਲਈ ਅੱਜ ਪਹਿਲਾ ਦਿਨ ਹੈ, ਜੋ ਕੁਝ ਚੰਗਾ ਕਰਨਾ ਹੈ, ਉਹ ਅੱਜ ਹੀ ਆਰੰਭ ਕਰੋ।

ਸਾਡੇ ਗੁਣਾਂ-ਔਗੁਣਾਂ ਨੂੰ ਸਾਡੀਆਂ ਜ਼ਿੰਮੇਵਾਰੀਆਂ ਉਜਾਗਰ ਕਰਦੀਆਂ ਹਨ।

ਸਮਾਜ ਦੇ ਭਲੇ ਤੋਂ ਪਹਿਲਾਂ, ਸਾਨੂੰ ਆਪਣਾ ਵਿਕਾਸ ਕਰਨਾ ਚਾਹੀਦਾ ਹੈ।

ਜੂਆ ਉਦੋਂ ਤਕ ਖੇਡਿਆ ਜਾਂਦਾ ਹੈ, ਜਦੋਂ ਤਕ ਸਾਰੇ, ਸਭ ਕੁਝ ਹਾਰ ਨਹੀਂ ਜਾਂਦੇ।

ਪਿਆਰ ਹੋ ਜਾਣ 'ਤੇ ਪ੍ਰੇਮੀ ਅਤੇ ਪ੍ਰੇਮਿਕਾ ਦੋਵੇਂ ਪੰਜ-ਤਾਰਾ ਸੁਪਨੇ ਵੇਖਣ ਲੱਗ ਪੈਂਦੇ ਹਨ।

ਮਾਪੇ, ਘਰ ਦੇ ਅਧਿਆਪਕ ਅਤੇ ਅਧਿਆਪਕ, ਸਕੂਲ ਦੇ ਮਾਪੇ ਹੁੰਦੇ ਹਨ।

ਜਿਥੇ ਉਤਸ਼ਾਹ ਨਹੀਂ ਹੁੰਦਾ, ਉਥੇ ਬਹਾਨੇ ਅਤੇ ਸ਼ਿਕਾਇਤਾਂ ਹੁੰਦੀਆਂ ਹਨ।

ਅਸੰਤੁਸ਼ਟ ਵਿਅਕਤੀ, ਆਪਣੇ ਘਰ ਦਾ ਹੀ ਨਹੀਂ, ਸਮੁੱਚੇ ਸਮਾਜ ਦਾ ਵੀ ਵਾਤਾਵਰਣ ਵਿਗਾੜ ਦਿੰਦੇ ਹਨ।

ਕਿਸੇ ਨਾਲ ਪਿਆਰ ਹੋ ਜਾਣ ਵਰਗੇ ਹਾਦਸੇ ਜਵਾਨੀ ਵਿਚ ਹੀ ਵਾਪਰਦੇ ਹਨ ਅਤੇ ਜਵਾਨੀ ਵਿਚ ਹੀ ਵਾਪਰਨੇ ਚਾਹੀਦੇ ਹਨ, ਕਿਉਂਕਿ ਕੇਵਲ ਜਵਾਨੀ ਹੀ ਇਨ੍ਹਾਂ ਨੂੰ ਬਰਦਾਸ਼ਤ ਕਰ ਸਕਦੀ ਹੈ।

ਕਿਸੇ ਨੂੰ ਸਵੇਰੇ ਜਗਾਉਣ ਵਾਸਤੇ ਸੂਰਜ ਦੂਜੀ ਵਾਰੀ ਨਹੀਂ ਚੜ੍ਹਦਾ।

ਭਾਸ਼ਾ ਦੀ ਦ੍ਰਿਸ਼ਟੀ ਤੋਂ ਭਾਰਤੀ ਸ਼ੂਦਰ ਹਨ, ਕਿਉਂਕਿ ਇਨ੍ਹਾਂ ਦੀ ਬਿਰਤੀ ਦੂਜਿਆਂ ਦੀ ਭਾਸ਼ਾ ਸਿਖਣ ਦੀ ਥਾਂ, ਉਸ ਦਾ ਵਿਰੋਧ ਕਰਨ ਦੀ ਹੁੰਦੀ ਹੈ।

ਸ਼ਹਿਰ ਦੇ ਅਰਥ ਪਰਿਵਰਤਨ ਤੋਂ ਹਨ, ਪਿੰਡ ਨਵੇਂ ਵਿਚਾਰਾਂ, ਨਵੀਆਂ ਵਿਧੀਆਂ ਅਤੇ ਨਵੀਆਂ ਤਕਨੀਕਾਂ ਦਾ ਅਕਸਰ ਵਿਰੋਧ ਕਰਦੇ ਹਨ।

ਗੁਆਚੇ ਮੌਕਿਆਂ ਦਾ ਪਛਤਾਵਾ ਕਰਦਿਆਂ, ਕਈ ਹੋਰ ਅਵਸਰ ਗੁਆਚ ਜਾਂਦੇ ਹਨ।

ਜੇ ਜ਼ਿੰਦਗੀ ਪ੍ਰਤੀ ਹੁੰਗਾਰਾ ਹਾਂ-ਪੱਖੀ ਹੋਵੇ ਤਾਂ ਮਨੁੱਖ ਥੱਕਦਾ ਨਹੀਂ।

ਜੇ ਕਰਨ ਲਈ ਕੁਝ ਨਾ ਹੋਵੇ ਤਾਂ ਬੁਢਾਪਾ ਛਾਲਾਂ ਮਾਰਦਾ ਆਣ ਪਹੁੰਚਦਾ ਹੈ।

ਅਜੇ ਤਕ ਕਿਸੇ ਸ਼ਰੀਫ ਆਦਮੀ ਦੀ ਇਹ ਇੱਛਾ ਨਹੀਂ ਹੋਈ ਕਿ ਉਹ ਬਦਮਾਸ਼ ਨਜ਼ਰ ਆਵੇ।

ਨਿਸ਼ਾਨੇ 'ਤੇ ਛੋਟੇ ਅਤੇ ਤੰਗ ਰਸਤਿਆਂ ਤੋਂ ਪਹੁੰਚਣ ਦੀ ਕਾਹਲ ਵਿਚ ਜ਼ਿੰਦਗੀ ਦੀ ਮਾਲ-ਰੋਡ ਗੁਆਚ ਜਾਂਦੀ ਹੈ।

ਕੱਚੇ ਇਰਾਦਿਆਂ ਨਾਲ, ਪੱਕੇ ਨਤੀਜੇ ਸੰਭਵ ਨਹੀਂ ਹੁੰਦੇ।

ਪਿਆਰ ਦੇ ਖੇਤਰ ਵਿਚ ਕੋਈ ਵਿਉਂਤ ਨਹੀਂ ਚਲਦੀ, ਕਿਉਂਕਿ ਪਿਆਰ ਦਾ ਮਾਰਗ ਨਿਸਚਿਤ ਨਹੀਂ ਹੁੰਦਾ।

ਜਿਸ ਖੇਡ ਦੇ ਨੇਮ ਨਾ ਹੋਣ, ਉਹ ਖੇਡ ਬਹੁਤਾ ਚਿਰ ਖੇਡੀ ਨਹੀਂ ਜਾ ਸਕਦੀ।

ਕੰਜੂਸ ਵਿਅਕਤੀ ਖੁਸ਼ੀ ਵੇਲੇ ਵੀ ਖੁਲ੍ਹ ਕੇ ਨਹੀਂ ਹੱਸਦਾ ਅਤੇ ਅਸਮਾਨ ਵੇਖਣ ਵੇਲੇ ਵੀ ਪੂਰੀ ਤਰ੍ਹਾਂ ਅੱਖ ਨਹੀਂ ਖੋਲ੍ਹਦਾ।

ਪਿਆਰ ਨਾਲ, ਮਨੁੱਖ ਕੋਰੇ ਲੱਠੇ ਤੋਂ ਬੋਸਕੀ ਬਣ ਜਾਂਦਾ ਹੈ।

ਚੰਗਿਆਂ ਨੂੰ ਅਸੀਂ ਪ੍ਰਭਾਵਿਤ ਨਹੀਂ ਕਰਦੇ, ਸਗੋਂ ਉਨ੍ਹਾਂ ਤੋਂ ਪ੍ਰਭਾਵਿਤ ਹੋਣ ਦਾ ਯਤਨ ਕਰਦੇ ਹਾਂ।

ਪਿਆਰ ਵਿਚ ਨਿਰਛੱਲਤਾ, ਭੋਲਾਪਣ ਅਤੇ ਅੱਲ੍ਹੜਪਣ, ਪਿਆਰ ਦੀਆਂ ਖੁਸ਼ੀਆਂ ਨੂੰ ਗੋਟਾ-ਕਿਨਾਰੀ ਲਾ ਦਿੰਦੇ ਹਨ।

ਪਿਆਰ ਕਿਸੇ ਦੇ ਸਦਕੇ ਜਾਣ ਦਾ ਕਮਾਲ-ਹੁਨਰ ਹੁੰਦਾ ਹੈ।

ਧਨ ਦਾ ਲੋਭੀ, ਨਿਰਦਈ ਅਤੇ ਜੱਸ ਦਾ ਲੋਭੀ, ਭ੍ਰਿਸ਼ਟ ਹੋ ਜਾਂਦਾ ਹੈ।

ਭਾਰਤ ਵਿਚ, ਬ੍ਰਾਹਮਣ ਨੇ ਕਦੇ ਸ਼ਸਤਰ ਨਹੀਂ ਚੁੱਕਿਆ, ਉਸ ਦੇ ਸ਼ਸਤਰ ਕਰੋਧ ਅਤੇ ਸਰਾਪ ਰਹੇ ਹਨ।

ਜਿਹੜੇ ਮਿਹਨਤ ਵਿਚੋਂ ਨਹੀਂ ਗੁਜ਼ਰਦੇ, ਉਨ੍ਹਾਂ ਦੀ ਸਮਾਜ ਅਤੇ ਸੰਸਾਰ ਵਿਚ ਕੋਈ ਪਛਾਣ ਵੀ ਨਹੀਂ ਬਣਦੀ।

ਪਿਆਰ ਕਾਰਨ, ਅੰਦਰ ਚਾਨਣਾ ਹੁੰਦਾ ਹੈ, ਜਿਸ ਕਾਰਨ, ਬਾਹਰਲਾ ਹਨੇਰਾ ਵੀ ਚੰਗਾ ਲਗਦਾ ਹੈ।

ਆਲਸੀ ਲੋਕ ਅਕਸਰ ਮਿਹਨਤ ਕਰਨ ਵਾਲਿਆਂ ਦੀਆਂ ਪ੍ਰਾਪਤੀਆਂ ਨੂੰ ਕਿਸਮਤ ਨਾਲ ਜੋੜਦੇ ਹਨ।

ਕੁਝ ਵੀ ਕਰਨ ਦੀ ਜਾਚ, ਉਸ ਨੂੰ ਕਰਨ ਨਾਲ ਹੀ ਆਉਂਦੀ ਹੈ।

ਪਿਆਰ ਕਰਨਾ ਅਤੇ ਉਦਾਸ ਨਾ ਹੋਣਾ, ਅਸੰਭਵ ਹੁੰਦਾ ਹੈ।

ਜਿਥੇ ਪਿਆਰ ਪਤਲਾ ਹੁੰਦਾ ਹੈ, ਉਥੇ ਗਿਲੇ-ਸ਼ਿਕਵੇ ਮੋਟੇ ਹੁੰਦੇ ਹਨ।

ਭੈੜੀਆਂ ਗੱਲਾਂ ਦੀ ਅਗਿਆਨਤਾ ਵੀ ਚੰਗੇ ਗਿਆਨ ਦੀ ਇਕ ਕਿਸਮ ਹੁੰਦੀ ਹੈ।

ਜਿਸ ਪੁਰਸ਼ ਨੂੰ ਕੋਈ ਇਸਤਰੀ ਪਿਆਰ ਨਹੀਂ ਕਰਦੀ, ਉਸ ਪੁਰਸ਼ ਨੂੰ ਕੋਈ ਪੁਰਸ਼ ਵੀ ਪਸੰਦ ਨਹੀਂ ਕਰਦਾ ਹੋਵੇਗਾ।

ਜਿਨ੍ਹਾਂ ਲਈ ਅਸੀਂ ਜ਼ਿੰਮੇਵਾਰ ਹੁੰਦੇ ਹਾਂ, ਸਾਡੇ ਲਈ ਉਨ੍ਹਾਂ ਦੀ ਸ਼ਾਬਾਸ਼ ਹੀ ਅਰਥ ਰਖਦੀ ਹੈ।

ਚੱਕਰਾਂ ਵਿਚ ਘੁੰਮਦੇ ਮਨ ਨਾਲ, ਸਿੱਧਾ ਸੋਚਣਾ ਸੰਭਵ ਨਹੀਂ ਹੁੰਦਾ।

ਮਹਾਨ ਲਿਖਤਾਂ ਸਾਨੂ ਸੰਸਿਆਂ ਅਤੇ ਦੁਚਿੱਤੀਆਂ ਦੇ ਜੰਗਲ ਵਿਚੋਂ ਬਾਹਰ ਲੈ ਜਾਂਦੀਆਂ ਹਨ।

ਜੀਵਨ ਵਿਚ, ਕਿਸੇ ਡੂੰਘੀ ਸੱਟ, ਵਿਛੋੜੇ ਅਤੇ ਵੱਡੇ ਘਾਟੇ ਤੋਂ ਬਿਨਾਂ, ਜੀਵਨ ਦੀ ਡੂੰਘੀ ਸੋਝੀ ਨਹੀਂ ਉਪਜਦੀ।

ਇਸਤਰੀ ਦਾ ਅਨੁਭਵ ਸਰੀਰਕ ਦਰਦਾਂ ਉਤੇ ਆਧਾਰਿਤ ਹੋਣ ਕਰਕੇ ਡੂੰਘਾ ਹੁੰਦਾ ਹੈ, ਪੁਰਸ਼ ਦਾ ਅਨੁਭਵ ਸਰੀਰਕ ਤਾਕਤ ਉਤੇ ਉਸਰਿਆ ਹੋਣ ਕਰਕੇ ਵਿਸ਼ਾਲ ਹੁੰਦਾ ਹੈ।

ਭਾਰਤੀ, ਸਿਆਣੇ ਵਿਖਾਈ ਦੇਣ ਦੇ ਯਤਨ ਵਿਚ ਜਲਦੀ ਬੁੱਢੇ ਹੋ ਜਾਂਦੇ ਹਨ।

ਸੱਚੇ ਸ਼ਰਧਾਲੂ ਨੂੰ ਝੁਕਣ ਦੌਰਾਨ, ਉੱਚੇ ਉੱਠਣ ਦਾ ਅਹਿਸਾਸ ਹੁੰਦਾ ਹੈ।

ਕਵੀ ਦਸਦੇ ਹਨ ਕਿ ਕੌਮ ਦੀ ਇਖ਼ਲਾਕੀ ਮਾਊਂਟ ਐਵਰੈਸਟ, ਕਿਤਨੀ ਉੱਚੀ ਹੈ।

ਜਿਥੇ ਜੀਵਨ ਦਾ ਪੱਧਰ ਨੀਵਾਂ ਹੁੰਦਾ ਹੈ, ਉਥੇ ਇੰਦਰੀਆਂ ਦਾ ਸੁਆਦ ਪ੍ਰਬਲ ਹੁੰਦਾ ਹੈ।

ਸਾਨੂੰ ਦੁਖੀ ਕਰਨ ਦੀ ਕਿਸੇ ਕੋਲ ਵਿਹਲ ਨਹੀਂ, ਆਪਣੇ ਆਪ ਨੂੰ ਦੁਖੀ ਕਰਨ ਲਈ, ਅਸੀਂ ਆਪ ਹੀ ਕਾਫ਼ੀ ਹੁੰਦੇ ਹਾਂ।

ਆਪਣੇ ਆਪ ਤੋਂ ਨੱਸ ਕੇ, ਕਿਧਰੇ ਵੀ ਜਾਣਾ ਕਦੇ ਵੀ ਸੰਭਵ ਨਹੀਂ ਹੁੰਦਾ।

ਵਿਸ਼ਵਾਸ ਤੋਂ ਵਿਵੇਕ ਵਲ ਦੀ ਯਾਤਰਾ ਨੂੰ ਵਿਗਿਆਨ ਕਹਿੰਦੇ ਹਨ, ਵਿਵੇਕ ਤੋਂ ਵਿਸ਼ਵਾਸ ਵਲ ਦੀ ਯਾਤਰਾ ਨੂੰ ਧਰਮ ਕਿਹਾ ਜਾਂਦਾ ਹੈ।

ਇਸ ਪਦਾਰਥਕ ਸੰਸਾਰ ਵਿਚ ਕੇਵਲ ਆਤਮਾ ਹੈ, ਜੋ ਪਦਾਰਥ ਨਹੀਂ ਹੈ।

ਕੋਈ ਵੀ ਵਿਗਿਆਨ ਕਿਸੇ ਹੋਰ ਵਿਗਿਆਨ ਦਾ ਵਿਰੋਧ ਨਹੀਂ ਕਰਦਾ ਅਤੇ ਕੋਈ ਵੀ ਧਰਮ ਕਿਸੇ ਹੋਰ ਧਰਮ ਨਾਲ ਸਹਿਮਤ ਨਹੀਂ ਹੁੰਦਾ।

ਪ੍ਰਕਾਸ਼ ਦਾ ਸੋਮਾ ਸੂਰਜ ਹੈ, ਹਨੇਰੇ ਦਾ ਸਰੋਤ ਅਗਿਆਨਤਾ ਹੈ।

ਬੂੰਦ, ਬੂੰਦ ਹੁੰਦਿਆਂ ਸਾਗਰ ਨਹੀਂ ਬਣ ਸਕਦੀ, ਇਸ ਦੀ ਬੂੰਦ ਬਣੇ ਰਹਿਣ ਦੀ ਜ਼ਿੱਦ ਹੀ, ਇਸ ਦੇ ਸਾਗਰ ਹੋਣ ਵਿਚ ਰੁਕਾਵਟ ਹੁੰਦੀ ਹੈ।

ਕੋਈ ਵੀ ਪਗਡੰਡੀ, ਰਾਤੋ-ਰਾਤ ਸ਼ਾਹ-ਰਾਹ ਨਹੀਂ ਬਣਦੀ।

ਸ਼ਹੀਦੀਆਂ ਤੋਂ ਬਿਨਾਂ, ਅਨੰਦਪੁਰ ਅਤੇ ਚਮਕੌਰ ਨਾਲ ਸਾਹਿਬ ਨਹੀਂ ਜੁੜਦਾ।

ਸੋਚ ਉਹੀ ਸਕਦੇ ਹਨ, ਜਿਨ੍ਹਾਂ ਦੇ ਮੋਢਿਆਂ 'ਤੇ ਸਿਰ ਹੋਵੇ।

ਰਿਸ਼ਤੇ, ਲੱਭਦਿਆਂ ਨਹੀਂ ਲਭਦੇ, ਇਹ ਉਸਾਰਨੇ ਪੈਂਦੇ ਹਨ।

ਰਿਆਜ਼ ਤੋਂ ਬਿਨਾਂ, ਕੋਈ ਸੰਗੀਤਕਾਰ ਨਹੀਂ ਬਣਦਾ।

ਮੁਆਫ਼ੀ ਮੰਗਣ ਅਤੇ ਮੁਆਫ਼ ਕਰਨ ਨਾਲ, ਟੁੱਟੀਆਂ ਚੀਜ਼ਾਂ ਨੂੰ ਜੋੜਨ ਦੀ ਜਾਚ ਆ ਜਾਂਦੀ ਹੈ।

ਜਿਹੜੇ ਖਿਡੌਣੇ ਟੁੱਟਦੇ ਨਹੀਂ, ਉਨ੍ਹਾਂ ਨੂੰ ਦੂਜੇ ਖਿਡੌਣੇ ਤੋੜਨ ਲਈ ਵਰਤਿਆ ਜਾਂਦਾ ਹੈ।

ਜਿਹੜਾ ਹੁਣੇ-ਹੁਣੇ ਜੇਬ ਕਟਵਾ ਕੇ ਆਇਆ ਹੋਵੇ, ਉਸ ਦੀ ਕੋਈ ਸਲਾਹ ਨਹੀਂ ਪੁੱਛਦਾ, ਉਸ ਦੀ ਕੋਈ ਸਲਾਹ ਮੰਨੀ ਨਹੀਂ ਜਾਂਦੀ।

ਕਿਸੇ ਕੰਮ ਲਈ, ਸੋਚ-ਸਮਝ ਕੇ ਪਹਿਲਾਂ ਕੀਤੀ ਤਿਆਰੀ ਨੂੰ ਵਿਉਂਤ ਕਹਿੰਦੇ ਹਨ।

ਮੁਸੀਬਤ ਵੇਲੇ ਮਨੁੱਖ ਆਪਣੀ ਅਕਲ ਦੇ ਘੇਰੇ ਵਿਚੋਂ ਨਿਕਲ ਕੇ ਕਿਸਮਤ ਦੀ ਉਂਗਲੀ ਫੜ ਲੈਂਦਾ ਹੈ।

ਬੁਢਾਪੇ ਵਿਚ ਚੰਗੇ ਬਣਨ ਦੀ ਲੋੜ ਹੁੰਦੀ ਹੈ, ਕਿਉਂਕਿ ਬੁਢਾਪੇ ਵਿਚ ਬਹੁਤਾ ਸਮਾਂ ਅਸੀਂ ਆਪਣੇ ਆਪ ਨਾਲ ਹੀ ਗੁਜ਼ਾਰਨਾ ਹੁੰਦਾ ਹੈ।

ਖਿਡੌਣੇ ਦਾ ਟੁੱਟਣਾ, ਬੱਚਿਆ ਦੀ ਖੇਡ ਦਾ ਇਕ ਭਾਗ ਹੁੰਦਾ ਹੈ।

ਮੁਸੀਬਤ ਉਸ ਹਾਲਤ ਨੂੰ ਕਹਿੰਦੇ ਹਨ ਜਦੋਂ ਅਸੀਂ ਕੁਝ ਕਰ ਰਹੇ ਹੁੰਦੇ ਹਾਂ ਅਤੇ ਅਚਾਨਕ ਕੁਝ ਹੋਰ ਕਰਨ ਦੀ ਮਜਬੂਰੀ ਆਣ ਬਣਦੀ ਹੈ।

ਜੇ ਜ਼ਿੰਦਗੀ ਦੀ ਸਮਝ ਵੱਧਣ ਨਾਲ, ਇੱਛਾਵਾਂ ਘਟਦੀਆਂ ਨਹੀਂ ਤਾਂ ਇਹ ਜ਼ਿੰਦਗੀ ਅਤੇ ਸਮਝ, ਦੋਹਾਂ ਦੀ ਦੁਰਵਰਤੋਂ ਹੁੰਦੀ ਹੈ।

ਬਿਰਧ ਅਵਸਥਾ, ਆਪਣੇ-ਆਪ ਵਿਚ ਮਹਾਂਪੁਰਸ਼ਾਂ ਵਾਲੇ ਗੁਣ ਉਪਜਾਉਣ ਦਾ ਇਕ ਸੁਨਹਿਰੀ ਅਵਸਰ ਹੁੰਦੀ ਹੈ।

ਕਈਆਂ ਦੇ ਮੱਥੇ 'ਤੇ ਲਿਖਿਆ ਹੁੰਦਾ ਹੈ 'ਜੀ ਆਇਆਂ ਨੂੰ' ਪਰ ਦਿਲ 'ਤੇ ਲਿਖਿਆ ਹੁੰਦਾ ਹੈ: 'ਅੰਦਰ ਆਉਣਾ ਸਖ਼ਤ ਮਨ੍ਹਾਂ ਹੈ'।

ਨਵੀਆਂ ਕਾਢਾਂ ਨਾਲ ਪਰਿਵਰਤਨ ਵਾਪਰਦਾ ਹੈ ਅਤੇ ਪਰਿਵਰਤਨ ਵਿਚ ਵਡੇ ਵਿਕਾਸ ਦੀਆਂ ਸੰਭਾਵਨਾਵਾਂ ਹੁੰਦੀਆਂ ਹਨ।

ਇਨਕਲਾਬ ਉਹ ਲਿਆਉਂਦੇ ਹਨ, ਜਿਹੜੇ ਚਾਹੁੰਦੇ ਹਨ ਕਿ ਉਨ੍ਹਾਂ ਦੇ ਪੋਤੇ-ਪੋਤੀਆਂ ਆਦਿ ਉਨ੍ਹਾਂ ਨਾਲੋਂ ਚੰਗੇਰਾ, ਸੁਤੰਤਰ ਅਤੇ ਖੁਸ਼ਹਾਲ ਜੀਵਨ ਜਿਊਣ।

ਗਾਹਕ ਦੀ ਸੰਤੁਸ਼ਟਤਾ, ਲਾਭਕਾਰੀ ਵਪਾਰ ਦਾ ਮੂਲ-ਮੰਤਰ ਹੁੰਦੀ ਹੈ।

ਜ਼ਿੰਮੇਵਾਰ ਉਹ ਹੁੰਦੇ ਹਨ, ਜਿਹੜੇ ਆਪਣੇ ਨਿਰਣਿਆਂ ਦੇ ਸਿੱਟੇ ਭੁਗਤਣ ਲਈ ਤਿਆਰ ਰਹਿੰਦੇ ਹਨ।

ਬੱਚਤ ਨਾਲ, ਚੀਜ਼ਾਂ ਖਰੀਦਣ ਦੀ ਸਮਰੱਥਾ ਵੱਧਦੀ ਹੈ ਪਰ ਲੋੜ ਘੱਟਦੀ ਹੈ।

ਅਚਾਨਕ ਮਿਲਿਆ ਧਨ, ਸਾਡੀਆਂ ਸਮੱਸਿਆਵਾਂ ਹੱਲ ਨਹੀਂ ਕਰਦਾ ਸਗੋਂ ਸਾਡਾ ਵਿਹਾਰ ਵਿਗਾੜ ਦਿੰਦਾ ਹੈ।

ਦਿਖਾਵੇ ਦੇ ਰੋਗ ਤੋਂ ਮੁਕਤ ਹੋਣਾ, ਖੁਸ਼ਹਾਲ ਹੋਣ ਦਾ ਗਾਡੀ-ਰਾਹ ਹੈ।

ਅਧੂਰੇ ਕਾਰਜ, ਕਦੇ ਵੀ ਸਫਲਤਾ, ਖੁਸ਼ਹਾਲੀ ਅਤੇ ਵਿਕਾਸ ਦੇ ਪੜਾਓ ਨਹੀਂ ਬਣਦੇ।

ਜਿਥੇ ਗਾਹਕ ਦਾ ਨਿਰਾਦਰ ਹੁੰਦਾ ਹੈ, ਉਹ ਅਦਾਰਾ ਅਤੇ ਵਪਾਰ ਜਲਦੀ ਠੱਪ ਹੋ ਜਾਂਦਾ ਹੈ।

ਗੁਣਵਾਨ ਵਸਤ, ਵਾਜਬ ਕੀਮਤ ਅਤੇ ਦੁਕਾਨਦਾਰ ਦਾ ਸਾਊ ਵਿਹਾਰ, ਸਫਲ ਵਪਾਰ ਦੇ ਆਧਾਰ ਹੁੰਦੇ ਹਨ।

ਵਪਾਰ ਵਿਚ ਪਹਿਲਾਂ ਵੇਚਣ ਵਾਲੇ ਦੀ ਮਰਜ਼ੀ ਚਲਦੀ ਸੀ, ਹੁਣ ਖਰੀਦਣ ਵਾਲੇ ਦੀ ਚਲਦੀ ਹੈ।

ਘਰ ਵਿਚ ਮੰਜੇ ਦੀ ਥਾਂ ਪਲੰਘ ਲਿਆਉਣ ਵਾਸਤੇ, ਸਾਰੇ ਪਰਿਵਾਰ ਦੀ ਮਿਹਨਤ ਦੇ ਵੀਹ ਸਾਲ ਲੱਗ ਜਾਂਦੇ ਹਨ।

ਅਸੀਂ ਵਸਤਾਂ ਹੀ ਨਹੀਂ ਖਰੀਦਦੇ, ਉਨ੍ਹਾਂ ਦੇ ਗੁਆਚਣ ਦਾ ਡਰ ਅਤੇ ਖਰਾਬ ਹੋਣ ਦੀ ਪ੍ਰੇਸ਼ਾਨੀ ਵੀ ਨਾਲ ਹੀ ਖਰੀਦ ਲਿਆਉਂਦੇ ਹਾਂ।

ਜਿਹੜੀ ਚੀਜ਼ ਖਰਾਬ ਹੋ ਸਕਦੀ ਹੈ, ਉਹ ਜ਼ਰੂਰ ਖਰਾਬ ਹੋਵੇਗੀ ਅਤੇ ਲੋੜ ਪੈਣ ਵੇਲੇ ਖਰਾਬ ਹੋਵੇਗੀ।

ਆਮਦਨ ਵੱਧਣ ਨਾਲ, ਖਰਚੇ ਵੀ ਨਾਲ ਆਣ ਰਲਦੇ ਹਨ।

ਗਾਹਕ ਨੂੰ ਆਉਣ ਦਿਓ, ਮੁਨਾਫ਼ਾ ਉਸ ਦੇ ਪਿਛੇ-ਪਿਛੇ ਆ ਰਿਹਾ ਹੁੰਦਾ ਹੈ।

ਉਚੇਰੀ ਵਿੱਦਿਆ ਵਾਲੇ ਬੰਦੇ, ਸਿਧਾਂਤਕ ਹੋਣ ਕਾਰਨ, ਕਾਰਜਾਂ ਦੀ ਥਾਂ ਵਿਚਾਰਾਂ ਵਿਚ ਦਿਲਚਸਪੀ ਲੈਣ ਕਰਕੇ, ਅਕਸਰ ਨੌਕਰੀ ਕਰਨ ਜੋਗੇ ਹੀ ਰਹਿ ਜਾਂਦੇ ਹਨ।

ਪਹਿਲਾਂ ਕਮਾਉਣ, ਫਿਰ ਖਰਚਣ ਅਤੇ ਕਮਾਏ ਵਿਚੋਂ ਕੁਝ ਬਚਾਉਣ ਨਾਲ, ਜ਼ਿੰਦਗੀ ਵਿਚ ਪੈਸੇ ਦੀ ਕਦੇ ਥੁੜ ਨਹੀਂ ਆਉਂਦੀ।

ਕੰਜੂਸੀ ਔਗੁਣ ਹੈ, ਸੰਜਮ ਗੁਣ ਹੈ; ਕੰਜੂਸ ਖਰਚਦਾ ਹੀ ਨਹੀਂ, ਸੰਜਮੀ ਖਰਚਦਾ ਵੀ ਹੈ ਅਤੇ ਬਚਾਉਂਦਾ ਵੀ ਹੈ।

ਦੂਜਿਆਂ ਦੇ ਪੈਸੇ ਅਸੀਂ ਲਾਪ੍ਰਵਾਹੀ ਨਾਲ ਖਰਚਦੇ ਹਾਂ, ਜਿਸ ਕਾਰਨ ਇਹ ਫਜ਼ੂਲ ਚੀਜ਼ਾਂ ਖਰੀਦਣ ਕਾਰਨ, ਜਲਦੀ ਮੁੱਕ ਜਾਂਦੇ ਹਨ।

ਪ੍ਰਸੰਨਤਾ ਉਹ ਹਾਲਤ ਨਹੀਂ ਹੁੰਦੀ, ਜਿਸ ਵਿਚ ਕੋਈ ਸਮੱਸਿਆ ਨਾ ਹੋਵੇ, ਸਗੋਂ ਉਹ ਹਾਲਤ ਹੁੰਦੀ ਹੈ, ਜਦੋਂ ਮਿਹਨਤ ਨਾਲ ਸਾਰੀਆਂ ਮਹੱਤਵਪੂਰਨ ਸਮੱਸਿਆਵਾਂ ਨੂੰ ਹੱਲ ਕਰ ਲਿਆ ਗਿਆ ਹੋਵੇ।

ਨਵੇਂ ਗਿਆਨ ਵਿਚ ਅਤੇ ਅਜਨਬੀ ਲੋਕਾਂ ਵਿਚ ਦਿਲਚਸਪੀ ਲੈਣਾ, ਸਾਡੇ ਤੰਦਰੁਸਤ ਹੋਣ ਦੀ ਗਵਾਹੀ ਹੁੰਦਾ ਹੈ।

ਜਵਾਨੀ ਵਿਚ ਯਥਾਰਥਵਾਦੀ ਅਤੇ ਬੁਢਾਪੇ ਵਿਚ ਆਦਰਸ਼ਵਾਦੀ ਹੋਣ ਨਾਲ, ਜੀਵਨ ਸਾਰਥਕ ਅਤੇ ਉਮਰ ਲੰਮੀ ਹੋ ਜਾਂਦੀ ਹੈ।

ਕੁਦਰਤ, ਚੰਗੇ ਬੰਦਿਆਂ ਨੂੰ ਮੁਸੀਬਤਾਂ ਨਾਲ ਪਰਖ ਕੇ ਉਨ੍ਹਾਂ ਦਾ ਸਤਿਕਾਰ ਕਰਦੀ ਹੈ।

ਸਵੈਕਾਬੂ ਵਿਚ, ਸਾਰੀਆਂ ਖੁਸ਼ੀਆਂ ਦੇ ਖਜ਼ਾਨੇ ਅਤੇ ਸਭ ਪੀੜਾਂ ਦੀ ਦਵਾ ਹੁੰਦੀ ਹੈ।

ਜਿਹੜੇ ਸਮੁੱਚੀ ਮਨੁੱਖਤਾ ਲਈ ਸੋਚਦੇ ਹਨ, ਉਹ ਸਾਰੀ ਮਾਨਵਜਾਤੀ ਦੀ ਵਿਰਾਸਤ ਬਣ ਜਾਂਦੇ ਹਨ।

ਗੈਰ-ਜ਼ਿੰਮੇਵਾਰ ਅਤੇ ਬੇਅਸੂਲਾ ਹੋਏ ਬਿਨਾਂ, ਭੈੜਾ ਨਹੀਂ ਹੋਇਆ ਜਾ ਸਕਦਾ।

ਮੂਲ ਰੂਪ ਵਿਚ ਚੀਜ਼ਾਂ ਉਤੇ ਕਾਬਜ਼ ਹੋਣ ਦੀ ਬਿਰਤੀ ਹੀ ਮਨੁੱਖ ਦੇ ਦੁੱਖਾਂ ਦਾ ਆਧਾਰ ਹੈ।

ਅਨੁਸ਼ਾਸਨ ਦੇ ਅਰਥ ਆਪਣੇ ਆਪ ਨੂੰ ਕੱਸਣ ਤੋਂ ਨਹੀਂ, ਆਪਣੇ ਆਪ ਨੂੰ ਉਲਾਰ ਹੋਣ ਤੋਂ ਰੋਕਣ ਦੇ ਹਨ।

ਵੱਧ ਜਾਇਦਾਦ ਵਾਲਾ ਵਿਅਕਤੀ, ਤਿਆਗੀ ਅਤੇ ਉਦਾਰ ਹੋਣ ਦੀ ਥਾਂ, ਲੋਭੀ ਅਤੇ ਸੁਆਰਥੀ ਹੋ ਨਿਬੜਦਾ ਹੈ।

ਅੱਖ, ਰੱਬ ਨੂੰ ਕਿਵੇਂ ਵੇਖ ਸਕਦੀ ਹੈ, ਇਹ ਤਾਂ ਆਪਣੇ ਆਪ ਨੂੰ ਨਹੀਂ ਵੇਖ ਸਕਦੀ।

ਜਿਨ੍ਹਾਂ ਚੀਜ਼ਾਂ ਵਿਚੋਂ ਮਨੁੱਖ ਨੂੰ ਤਸੱਲੀ ਅਤੇ ਖੁਸ਼ੀ ਮਿਲਦੀ ਹੈ, ਉਹ ਚੀਜ਼ਾਂ ਨਹੀਂ ਹੁੰਦੀਆਂ, ਰਿਸ਼ਤਿਆਂ ਦਾ ਨਿੱਘ ਹੁੰਦਾ ਹੈ!

ਛੋਟੇ ਬੰਦਿਆਂ ਲਈ, ਨਿਗੁਣੀਆਂ ਚੀਜ਼ਾਂ ਹੀ ਮਹਾਨ ਹੁੰਦੀਆਂ ਹਨ।

ਜੇ ਸਲੀਕਾ ਨਾ ਹੋਵੇ ਤਾਂ ਕਲਾਕਾਰ ਵੀ, ਮਜ਼ਦੂਰ ਹੀ ਨਜ਼ਰ ਆਵੇਗਾ।

ਪਿਆਰ ਕਾਇਆ-ਕਲਪ ਕਰਦਾ ਹੈ, ਪਿਆਰ ਨਾਲ ਪੁਰਸ਼, ਕੋਮਲ ਅਤੇ ਨਿਮਰ ਹੋ ਜਾਂਦਾ ਹੈ ਅਤੇ ਇਸਤਰੀ, ਉਦਾਰ ਅਤੇ ਦਲੇਰ ਹੋ ਜਾਂਦੀ ਹੈ।

ਜਦੋਂ ਤਕ ਅਸੀਂ ਸਾਰਿਆਂ ਦੀ ਸਫਲਤਾ ਦਾ ਵਾਤਾਵਰਣ ਨਹੀਂ ਸਿਰਜਦੇ, ਸਾਡੀ ਆਪਣੀ ਸਫਲਤਾ ਵੀ ਹੰਢਣਸਾਰ ਨਹੀਂ ਹੋਵੇਗੀ।

ਨਿੰਦਾ ਕਰਨ ਨੂੰ ਪਸੰਦ ਕੋਈ ਨਹੀਂ ਕਰਦਾ ਪਰ ਨਿੰਦਾ ਕਰਦੇ ਸਾਰੇ ਹਨ।

ਮੂੰਹ-ਫੱਟ ਲੋਕ ਨਾ ਤਾਂ ਲੰਮੀ ਗੱਲਬਾਤ ਕਰ ਸਕਦੇ ਹਨ, ਨਾ ਹੀ ਕੋਈ ਸੁਖਾਵਾਂ ਰਿਸ਼ਤਾ ਉਸਾਰ ਸਕਦੇ ਹਨ।

ਕੋਈ ਕਿਤਨਾ ਵੀ ਸਿਆਣਾ ਹੋਵੇ, ਅਨੇਕਾਂ ਉਸ ਨੂੰ ਮੂਰਖ ਹੀ ਸਮਝਣਗੇ।

ਪਠਾਣ, ਰਾਜਪੂਤ ਅਤੇ ਜੱਟ, ਆਪਣੀ ਹੈਂਕੜ ਨੂੰ ਅਣਖ ਕਹਿੰਦੇ ਹਨ, ਜਿਸ ਕਾਰਨ ਇਹ ਹਰ ਵੇਲੇ ਮਰਨ-ਮਾਰਨ ਲਈ ਤਿਆਰ ਰਹਿੰਦੇ ਹਨ।

ਫੁੱਲ ਲਾਉਣ ਵਾਲਿਆਂ ਨਾਲੋਂ ਫੁੱਲ ਤੋੜਨ ਵਾਲਿਆਂ ਦੀ ਗਿਣਤੀ ਹਮੇਸ਼ਾ ਵੱਧ ਹੁੰਦੀ ਹੈ।

ਨਿੰਦਾ ਨਾਲ ਨਫ਼ਰਤ ਨਹੀਂ ਉਪਜਦੀ, ਨਫ਼ਰਤ ਵਿਚੋਂ ਨਿੰਦਾ ਉਪਜਦੀ ਹੈ।

ਹਰੇਕ ਬੇਈਮਾਨ, ਆਪਣੇ ਸਾਹਮਣੇ ਇਕ ਵੱਡਾ ਬੇਈਮਾਨ ਰੱਖ ਕੇ, ਆਪਣੇ ਆਪ ਨੂੰ ਕਹਿੰਦਾ ਹੈ: ਮੈਂ ਇਸ ਜਿਤਨਾ ਬੇਈਮਾਨ ਤਾਂ ਨਹੀਂ!

ਨਵੇਂ ਵਿਚਾਰ ਬੁੱਧੀ ਨੂੰ ਤਿੱਖਾ ਕਰਦੇ ਹਨ ਅਤੇ ਤਿੱਖੀ ਬੁੱਧੀ ਨਵੇਂ ਵਿਚਾਰ ਉਪਜਾਉਂਦੀ ਹੈ।

ਧੋਖਾ, ਚਲਾਕੀ, ਝੂਠ ਆਦਿ ਸ਼ਿਕਾਰ-ਯੁਗ ਦੌਰਾਨ, ਮਨੁੱਖ ਦੇ ਜਿਊਂਦੇ ਰਹਿਣ ਦੇ ਪੈਂਤੜੇ ਸਨ, ਜਿਹੜੇ ਹੁਣ ਆਦਤਾਂ ਬਣ ਗਏ ਹਨ।

ਜਿਸ ਦੇ ਮਨੋਰਥ ਧੁੰਦਲੇ ਹੋਣ, ਉਸ ਦੀਆਂ ਪ੍ਰਾਪਤੀਆਂ ਚਮਕੀਲੀਆਂ ਨਹੀਂ ਹੋ ਸਕਦੀਆਂ।

ਜਿਸ ਨੇ ਦੁੱਖ ਨਹੀਂ ਵੇਖੇ, ਉਸ ਦੀ ਸੂਝ ਤਿੱਖੀ ਅਤੇ ਦ੍ਰਿਸ਼ਟੀ ਵਿਸ਼ਾਲ ਨਹੀਂ ਹੋ ਸਕਦੀ।

ਵਿਯੋਗ ਦੇ ਦਰਦ ਤੋਂ ਬਿਨਾਂ, ਪਿਆਰ ਆਪਣੀ ਚਰਮਸੀਮਾ 'ਤੇ ਨਹੀਂ ਪਹੁੰਚ ਸਕਦਾ।

ਜਿਵੇਂ ਹੀਰੇ ਮਿਲਣ ਨਾਲ, ਹੱਥ ਵਿਚੋਂ ਪੱਥਰ ਆਪੇ ਡਿੱਗ ਪੈਂਦੇ ਹਨ, ਉਵੇਂ ਹੀ ਆਤਮਕ ਉਡਾਰੀਆਂ ਨਾਲ, ਸਰੀਰਕ ਭੁੱਖਾਂ ਆਪੇ ਵਿਸਰ ਜਾਂਦੀਆਂ ਹਨ।

ਲੜਾਈ ਅਤੇ ਲੱਸੀ, ਜਿਤਨੀ ਚਾਹੋ ਵਧਾਈ ਜਾ ਸਕਦੀ ਹੈ।

ਜਿਨ੍ਹਾਂ ਥਾਵਾਂ 'ਤੇ ਕੰਮਾਂ ਦੀ ਬਹੁਤਾਤ ਹੁੰਦੀ ਹੈ, ਉਹ ਥਾਵਾਂ ਸਾੜੇ, ਈਰਖਾ, ਨਿੰਦਾ, ਚੁਗਲੀ ਆਦਿ ਤੋਂ ਮੁਕਤ ਹੁੰਦੀਆਂ ਹਨ।

ਚੰਗੀ ਕਾਰਗੁਜ਼ਾਰੀ ਲਈ ਯਤਨ, ਵਿਕਾਸ ਦੀ ਨਿਸ਼ਾਨੀ ਹੁੰਦੇ ਹਨ।

ਕੋਈ ਵੀ ਕੰਮ ਅਜਿਹਾ ਨਹੀਂ ਹੁੰਦਾ, ਜਿਸ ਦੀ ਪੱਧਰ ਨੂੰ ਹੋਰ ਸੁਧਾਰਿਆ ਨਾ ਜਾ ਸਕੇ।

ਕਈਆਂ ਕੋਲ ਤੀਰ ਅਨੇਕਾਂ ਹੁੰਦੇ ਹਨ, ਨਿਸ਼ਾਨਾ ਕੋਈ ਨਹੀਂ ਹੁੰਦਾ।

ਜੋ ਕੁਦਰਤ ਕਰਦੀ ਹੈ ਅਤੇ ਜੋ ਵਿਗਿਆਨ ਕਹਿੰਦਾ ਹੈ, ਉਨ੍ਹਾਂ ਵਿਚਕਾਰ ਕੋਈ ਵਿਰੋਧ ਨਹੀਂ ਹੁੰਦਾ।

ਜੇ ਜਵਾਨੀ ਵਿਚ ਖੁਰਾਕ ਦੀ ਘਾਟ ਰਹੀ ਹੋਵੇ ਤਾਂ ਅਜਿਹੇ ਮਨੁੱਖ ਵਿਚ ਸਮਾਜ-ਵਿਰੋਧੀ ਰੁਚੀਆਂ ਹੀ ਉਪਜਦੀਆਂ ਹਨ।

ਧਰਮ, ਮਨੁੱਖ ਦੀਆਂ ਉਦਾਸ ਘੜੀਆਂ ਵਿਚ ਧਰਵਾਸ ਬਣਦਾ ਹੈ।

ਜੇ ਸਵੈਕਾਬੂ ਹੋਵੇ ਤਾਂ ਵਿਕਾਸ ਦਾ ਕੋਈ ਯਤਨ, ਵਿਅਰਥ ਨਹੀਂ ਜਾਂਦਾ।

ਕੁਰਾਹੇ ਪਏ ਬੰਦੇ ਦੀ ਸੋਚ ਵਾਂਗ, ਉਸ ਦਾ ਸਰੀਰ ਵੀ ਰੋਗੀ ਹੋ ਜਾਂਦਾ ਹੈ।

ਜਦੋਂ ਤਕ ਕਿਸੇ ਭੈੜੇ ਕੰਮ ਦਾ ਪਛਤਾਵਾ ਸੱਚਾ ਨਾ ਹੋਵੇ, ਸਾਡੇ ਵਿਹਾਰ ਵਿਚ ਸੁਖਾਵੀਂ ਤਬਦੀਲੀ ਨਹੀਂ ਵਾਪਰਦੀ।

ਜ਼ਿੰਮੇਵਾਰੀ ਸੰਭਾਲਦਿਆਂ ਹੀ ਹਿੰਮਤ, ਸੂਝ ਅਤੇ ਕਲਪਨਾ ਤਿੰਨੇ ਜਾਗ ਪੈਂਦੀਆਂ ਹਨ।

ਇਕ ਚੰਗਾ ਕੰਮ ਕੀਤਿਆਂ, ਆਤਮਾ ਹੋਰ ਚੰਗੇ ਕੰਮ ਕਰਨ ਦੀ ਪ੍ਰੇਰਨਾ ਦਿੰਦੀ ਹੈ।

ਜੇ ਪਛਤਾਵਾ ਸੱਚਾ ਹੋਵੇ ਤਾਂ ਪਛਤਾਵੇ ਵਿਚੋਂ ਵੀ ਹਿੰਮਤ ਉਪਜਦੀ ਹੈ।

ਨਾਸਤਿਕਤਾ, ਅਕਸਰ ਵਿਰੋਧਤਾ ਅਤੇ ਅਸੰਤੁਸ਼ਟਤਾ ਵਿਚੋਂ ਉਪਜਦੀ ਹੈ।

ਜਦੋਂ ਅੰਦਰਲੀ ਪ੍ਰੇਰਨਾ ਜਾਗ ਪਵੇ ਤਾਂ ਮਨੁੱਖ, ਬਿਨਾਂ ਨਿਗਰਾਨੀ ਦੇ ਕੰਮ ਕਰਨ ਲਗ ਪੈਂਦਾ ਹੈ।

ਵਿਆਹ, ਇਸਤਰੀ-ਪੁਰਸ਼ ਲਈ, ਇਕ-ਦੂਜੇ ਦੀ ਤਾਕਤ ਬਣਨ ਦਾ ਦਾਅਵਤਨਾਮਾ ਹੁੰਦਾ ਹੈ।

ਉੱਜੜਨਾ ਅਤੇ ਫਿਰ ਵੱਸਣਾ, ਗਲਤੀਆਂ ਤੋਂ ਸਬਕ ਸਿਖ ਕੇ ਸਹੀ ਰਾਹ ਅਪਨਾਉਣਾ, ਮਨੁੱਖ ਨੂੰ ਸਿਆਣਾ, ਦਲੇਰ ਅਤੇ ਤਿੱਖਾ ਬਣਾ ਦਿੰਦਾ ਹੈ।

ਕੰਮ ਕਰਨ ਨਾਲ, ਸਰੀਰਕ ਸ਼ਕਤੀ ਘੱਟਦੀ ਨਹੀਂ, ਵੱਧਦੀ ਹੈ।

ਜਿਥੇ ਕਾਮ ਦਾ ਬੋਲਬਾਲਾ ਹੋਵੇ, ਉਥੇ ਇਖ਼ਲਾਕੀ ਸੰਜਮ ਦੀ ਵਾਹ ਨਹੀਂ ਚਲਦੀ।

ਲੱਖਾਂ ਵਾਰ ਸ਼ੀਸ਼ੇ ਅਤੇ ਫੋਟੋ ਵਿਚ ਆਪਣੀ ਸ਼ਕਲ ਵੇਖਣ ਦੇ ਬਾਵਜੂਦ ਮਨੁੱਖ ਨਹੀਂ ਜਾਣਦਾ ਕਿ ਉਹ ਅਸਲ ਵਿਚ ਕਿਹੋ ਜਿਹਾ ਲਗਦਾ ਹੈ।

ਹਰ ਕਿਸੇ ਦੀ ਮੁੱਢਲੀ ਦਿਲਚਸਪੀ ਆਪਣੇ ਸਰੀਰ ਵਿਚ ਹੀ ਹੁੰਦੀ ਹੈ।

ਕੋਈ ਵੀ ਮਨੁੱਖ ਆਪਣੇ ਆਪ ਬਾਰੇ ਨਿਰਪੱਖ ਨਹੀਂ ਹੋ ਸਕਦਾ।

ਆਤਮਘਾਤ ਕਰਨ ਦਾ ਯਤਨ ਕਰਦੀਆਂ ਵਧੇਰੇ ਇਸਤਰੀਆਂ ਹਨ ਪਰ ਆਤਮਘਾਤ ਕਰਨ ਵਿਚ ਸਫਲ ਵਧੇਰੇ ਪੁਰਸ਼ ਹੁੰਦੇ ਹਨ।

ਹਰ ਚਤੁਰਾਈ, ਕੁਝ ਦੇਰ ਦੀ ਝੂਠੀ ਤਸੱਲੀ ਉਪਰੰਤ, ਪਛਤਾਵਾ ਬਣ ਜਾਂਦੀ ਹੈ।

ਜਦੋਂ ਮਨੁੱਖ ਨੂੰ, ਉਸ ਵਲੋਂ ਸੰਭਾਲਣ ਦੀ ਯੋਗਤਾ ਨਾਲੋਂ ਵਡੇਰਾ ਅਹੁਦਾ ਜਾਂ ਵਸਤ ਪ੍ਰਾਪਤ ਹੋ ਜਾਵੇ ਤਾਂ ਇਸ ਨਾਲ ਉਸ ਦੀ ਖੁਸ਼ੀ ਉਤਨੀ ਨਹੀਂ ਵਧਦੀ, ਜਿਤਨੀ ਪ੍ਰੇਸ਼ਾਨੀ ਵੱਧ ਜਾਂਦੀ ਹੈ।

ਕਿਸੇ ਵਿਅਕਤੀ ਜਾਂ ਚੀਜ਼ ਦਾ ਸੁਭਾਓ ਨਹੀਂ ਬਦਲਦਾ; ਕੈਂਚੀ ਨੇ ਕੱਟਣਾ ਹੀ ਹੁੰਦਾ ਹੈ, ਸੂਈ ਨੇ ਸਿਊਂਣਾ ਹੀ ਹੁੰਦਾ ਹੈ।

ਮਹਾਨ ਰਚਨਾਵਾਂ, ਅਸਫਲਤਾਵਾਂ ਦੇ ਵੇਰਵਿਆਂ ਨਾਲ ਭਰੀਆਂ ਹੋਣ ਦੇ ਬਾਵਜੂਦ, ਮਨੁੱਖ ਦੇ ਸਫਲ ਹੋਣ ਦਾ ਭਰੋਸਾ ਉਪਜਾਉਂਦੀਆਂ ਹਨ।

ਆਲੋਚਕਾਂ ਦੇ ਕਿਧਰੇ ਬੁੱਤ ਨਹੀਂ ਲਗਦੇ, ਬੁੱਤ ਉਨ੍ਹਾਂ ਦੇ ਹੀ ਲਗਦੇ ਹਨ, ਜਿਨ੍ਹਾਂ ਦੀ ਆਲੋਚਨਾ ਹੋਈ ਹੁੰਦੀ ਹੈ।

ਸਰਦੀਆਂ ਵਿਚ ਇਸਤਰੀਆਂ ਕਹਿੰਦੀਆਂ ਹਨ: ਦਿਨ ਛੋਟੇ ਹੋ ਗਏ ਹਨ ਪਰ ਪੁਰਸ਼ ਕਹਿੰਦੇ ਹਨ: ਰਾਤਾਂ ਲੰਮੀਆਂ ਹੋ ਗਈਆਂ ਹਨ।

ਹਰ ਯੁੱਗ ਦੇ ਆਪਣੇ ਵਲੀ-ਕੰਧਾਰੀ ਅਤੇ ਆਪਣੇ ਹੀ ਕੌਡੇ-ਰਾਖਸ਼ ਹੋਏ ਹਨ।

ਕਿਸਮਤ ਉਸੇ ਦੀ ਜਾਗੇਗੀ, ਜਿਹੜਾ ਆਪ ਵੀ ਜਾਗਦਾ ਹੋਵੇਗਾ।

ਜੇ ਇਸਤਰੀ ਵਿਚ ਪ੍ਰਸੂਤ-ਪੀੜਾ, ਭੁੱਲਣ ਦੀ ਯੋਗਤਾ ਨਾ ਹੁੰਦੀ ਤਾਂ ਕਿਸੇ ਵੀ ਪਰਿਵਾਰ ਵਿਚ, ਇਕ ਤੋਂ ਵਧੇਰੇ ਬੱਚੇ ਨਹੀਂ ਸਨ ਹੋਣੇ।

ਪਿਆਰ ਅਤੇ ਉਤਸ਼ਾਹ ਦੇ ਜੋੜਮੇਲ ਨੂੰ, ਸ਼ਰਧਾ ਆਖਦੇ ਹਨ।

ਦ੍ਰਿਸ਼ਟੀ ਹਰ ਕਿਸੇ ਕੋਲ ਹੁੰਦੀ ਹੈ, ਦ੍ਰਿਸ਼ਟੀਕੋਣ ਹਰ ਕਿਸੇ ਕੋਲ ਨਹੀਂ ਹੁੰਦਾ।

ਕੁਦਰਤ ਵਿਚ ਸ਼ੁਭ-ਅਸ਼ੁਭ ਦਾ ਕੋਈ ਵੱਖਰੇਵਾਂ ਨਹੀਂ ਹੁੰਦਾ।

ਇਸਤਰੀ ਲਈ ਬੇਜੋੜ-ਵਿਆਹ ਅਤੇ ਪੁਰਸ਼ ਲਈ ਕੱਚੀ-ਨੌਕਰੀ ਇਕੋ-ਜਿਹੇ ਦੁੱਖਦਾਈ ਅਨੁਭਵ ਹੁੰਦੇ ਹਨ।

ਠੀਕ ਮਾਤਰਾ ਅਤੇ ਸਹੀ ਢੰਗ ਨਾਲ ਭੋਜਨ ਘਰ ਵਿਚ ਹੀ ਖਾਧਾ ਜਾਂਦਾ ਹੈ, ਬਾਹਰ ਅਕਸਰ ਕਾਹਲ ਨਾਲ ਖਾਣ ਕਰਕੇ, ਵਧੇਰੇ ਖਾ ਲਿਆ ਜਾਂਦਾ ਹੈ।

ਅਜੋਕੇ ਸਮਾਜ ਵਿਚ, ਜਿਨ੍ਹਾਂ ਨੇ ਦੂਜਿਆਂ ਲਈ ਉਦਾਹਰਣ ਬਣਨਾ ਸੀ, ਉਹ ਆਪ ਕੁਰਾਹੇ ਪਏ ਹੋਏ ਹਨ।

ਗਲਤ ਢੰਗਾਂ, ਸਾਧਨਾਂ ਅਤੇ ਰਸਤਿਆਂ ਰਾਹੀਂ ਨਿਸ਼ਾਨਾ ਭਾਵੇਂ ਪ੍ਰਾਪਤ ਕਰ ਲਈਏ ਪਰ ਤਸੱਲੀ ਨਹੀਂ ਮਿਲਦੀ।

ਫੌਜ ਦੀ ਸ਼ਕਤੀ ਲੜਾਈ ਲੜਨ-ਜਿੱਤਣ ਵਿਚ ਨਹੀਂ ਹੁੰਦੀ, ਸਰਹੱਦਾਂ 'ਤੇ ਸ਼ਾਂਤੀ ਬਣਾਈ ਰਖਣ ਵਿਚ ਹੁੰਦੀ ਹੈ।

ਨਾਜਾਇਜ਼ ਸਬੰਧਾਂ ਵਿਚ, ਜ਼ਿੰਮੇਵਾਰੀ ਦੀ ਭਾਵਨਾ ਨਹੀਂ ਹੁੰਦੀ, ਇਸੇ ਲਈ ਇਹ ਪ੍ਰਵਾਨ ਨਹੀਂ ਹੁੰਦੇ।

ਜਦੋਂ ਦ੍ਰਿਸ਼ਟੀ ਵਪਾਰੀ ਹੋ ਜਾਵੇ ਤਾਂ ਸਭ ਕੁਝ ਵਿਕਾਊ ਹੋ ਜਾਂਦਾ ਹੈ।

ਉਦਾਸ-ਰਹਿਣੇ ਲੋਕ, ਆਪਣੇ ਆਪ ਨੂੰ, ਖੁਸ਼ ਰਹਿਣ ਵਾਲਿਆਂ ਨਾਲੋਂ, ਵਧੇਰੇ ਸਿਆਣਾ ਸਮਝਦੇ ਹਨ।

ਜ਼ਿੰਦਗੀ ਅਤੇ ਰੱਬ ਵਿਚਕਾਰ ਇਕ ਅਜਿਹਾ ਇਕਰਾਰ ਹੈ, ਜਿਸ ਵਿਚ ਰੱਬ ਜਦੋਂ ਚਾਹੇ, ਮੁੱਕਰ ਸਕਦਾ ਹੈ।

ਮਨੁੱਖ ਕੋਲ ਸਵਰਗ ਦੀ ਕੋਈ ਸੂਚਨਾ ਨਹੀਂ, ਉਸ ਕੋਲ ਸਾਰੇ ਅਨੁਭਵ ਅਤੇ ਵੇਰਵੇ ਨਰਕ ਬਾਰੇ ਹੀ ਹਨ।

ਅਨੇਕਾਂ ਵਿਅਕਤੀ, ਆਪਣੀ ਕਬਰ ਜੀਭ ਨਾਲ ਪੁੱਟਦੇ ਹਨ।

ਪੰਡਤ-ਭਾਈ-ਮੁਲਾਂ ਸਾਡੇ ਪ੍ਰਲੋਕ ਦੀ ਚਿੰਤਾ ਕਰਕੇ, ਇਸ ਲੋਕ ਵਿਚ, ਆਪਣਾ ਜੀਵਨ ਸੁਖਾਲਾ ਬਣਾ ਲੈਂਦੇ ਹਨ।

ਵਿਛੋੜੇ ਦੌਰਾਨ, ਦੋਵੇਂ ਧਿਰਾਂ ਦੂਜੇ ਨੂੰ ਜਿਊਂਦਾ ਅਤੇ ਆਪਣੇ ਆਪ ਨੂੰ ਅੱਧ-ਮਰਿਆ ਸਮਝਦੀਆਂ ਹਨ।

ਪੁੱਤਰਾਂ ਲਈ, ਮਾਪੇ ਚਲਾਣਾ ਹੀ ਕਰਦੇ ਹਨ, ਧੀਆਂ ਨੂੰ, ਨਾ ਪੂਰਾ ਹੋਣ ਵਾਲਾ ਘਾਟਾ ਵੀ ਪੈਂਦਾ ਹੈ।

ਵਿਦਾ ਹੋਣ ਵੇਲੇ, ਭੈੜੇ ਮਹਿਮਾਨ ਵੀ ਚੰਗੇ ਲਗਣ ਲਗ ਪੈਂਦੇ ਹਨ।

ਸੰਸਾਰ ਵਿਚ ਇਕ ਵੀ ਵਿਅਕਤੀ ਅਜਿਹਾ ਨਹੀਂ, ਜਿਸ ਨੇ ਸਮੇਂ ਨੂੰ ਅਜਾਈਂ ਨਾ ਗੁਆਇਆ ਹੋਵੇ।

ਕੀਤੀਆਂ ਮੂਰਖਤਾਵਾਂ ਅਤੇ ਨਾ ਕੀਤੀਆਂ ਸਿਆਣਪਾਂ, ਜ਼ਿੰਦਗੀ ਦੇ ਵਡੇ ਪਛਤਾਵੇ ਬਣ ਜਾਂਦੀਆਂ ਹਨ।

ਨਵਾਂ ਜ਼ਮਾਨਾ, ਪੁਰਾਣੇ ਬੰਦਿਆਂ ਨੂੰ ਰਾਸ ਨਹੀਂ ਆਉਂਦਾ।

ਅਨੇਕਾਂ ਵਾਰ ਇਵੇਂ ਵਾਪਰਦਾ ਹੈ ਕਿ ਬੀਮਾਰ ਪਿਤਾ ਹੁੰਦਾ ਹੈ ਪਰ ਮਰ ਮਾਂ ਜਾਂਦੀ ਹੈ।

ਕਤਲ ਹੋਇਆ ਬੰਦਾ, ਆਪਣੇ ਕਾਤਲ ਵਿਚ ਜਿਊਂਦਾ ਰਹਿੰਦਾ ਹੈ, ਉਹ ਉਸ ਦਿਨ ਪੂਰਾ ਮਰਦਾ ਹੈ, ਜਿਸ ਦਿਨ ਉਹ ਕਾਤਲ ਮਰਦਾ ਹੈ।

ਸਿਰ ਉੱਚਾ ਅਤੇ ਮਨ ਨੀਵਾਂ ਕਰਕੇ ਟੁਰਨ ਨਾਲ, ਘਬਰਾਹਟ ਮੁੱਕ ਜਾਂਦੀ ਹੈ।

ਜੇ ਪਿਆਸ ਮੈਲੀ ਹੈ ਤਾਂ ਸੁੱਚੇ ਪਾਣੀ ਵੀ ਜੂਠੇ ਹੋ ਜਾਣਗੇ।

ਪਿਆਰ ਦੀ ਦੁਨੀਆ ਵਿਚ, ਲਾਉਣੀਆਂ ਮੁਹੱਬਤਾਂ ਅਤੇ ਸੌਣਾ ਗੂੜ੍ਹੀਆਂ ਨੀਂਦਾਂ, ਕਦੇ ਵੀ ਸੰਭਵ ਨਹੀਂ ਹੁੰਦਾ।

ਮਨੁੱਖੀ ਸੋਚ, ਮਨੁੱਖੀ ਅਨੁਭਵ ਦਾ ਸੁਭਾਓ ਨਿਰਧਾਰਤ ਕਰਦੀ ਹੈ; ਸੋਚ ਬਦਲੋ, ਅਨੁਭਵ ਬਦਲ ਜਾਣਗੇ।

ਯੋਗਤਾ ਤੋਂ ਬਿਨਾਂ ਦੌਲਤ, ਸਾੜਾ ਅਤੇ ਈਰਖਾ ਹੀ ਉਪਜਾਉਂਦੀ ਹੈ।

ਤੰਗ-ਦ੍ਰਿਸ਼ਟੀ ਵਾਲੇ ਲੋਕ, ਇਕ ਛੋਟੀ ਮੋਰੀ ਵਿਚੋਂ ਵੀ ਦੋਵੇਂ ਅੱਖਾਂ ਨਾਲ ਵੇਖ ਸਕਦੇ ਹਨ।

ਪਿਆਰ ਕਰਨਾ ਹੀ ਮੁਸ਼ਕਿਲ ਹੈ, ਨਫ਼ਰਤ ਤਾਂ ਹਰ ਕੋਈ ਕਰ ਹੀ ਰਿਹਾ ਹੈ।

ਜੇ ਚੰਗੀ ਰਚਨਾ ਪੜ੍ਹਨ ਵਿਚ ਸੌਖੀ ਲਗਦੀ ਹੈ ਤਾਂ ਨਿਸਚੇ ਹੀ ਲੇਖਕ ਨੂੰ ਲਿਖਣ ਦੌਰਾਨ, ਔਖੀਆਂ ਮੁਸ਼ਕਿਲਾਂ ਵਿਚੋਂ ਲੰਘਣਾ ਪਿਆ ਹੋਵੇਗਾ।

ਗਲਤੀਆਂ, ਸਿਆਣੇ ਵੀ ਕਰਦੇ ਹਨ ਪਰ ਉਹ ਗਲਤੀਆਂ ਦੁਹਰਾਉਂਦੇ ਨਹੀਂ।

ਕਿਸੇ ਧਰਮ ਨੂੰ ਬਦਨਾਮ ਕਰਨ ਦਾ ਕਾਰਜ, ਉਸ ਧਰਮ ਦੇ ਕੱਟੜ ਸ਼ਰਧਾਲੂ ਹੀ ਕਰਦੇ ਹਨ।

ਆਪਣੇ ਕੰਮ ਨੂੰ ਨਿੰਦ ਕੇ, ਕੋਈ ਵੀ ਚੰਗਾ ਕਾਮਾ ਨਹੀਂ ਬਣ ਸਕਦਾ।

ਪਿਆਰ, ਸਦਾ ਦੂਜੇ ਬਾਰੇ ਸੋਚਦਾ ਹੈ ਅਤੇ ਦੂਜੇ ਨੂੰ ਆਪਣੇ ਨਾਲੋਂ ਚੰਗੇਰਾ ਸਮਝ ਕੇ ਸੋਚਦਾ ਹੈ, ਇਸ ਸੋਚ ਵਿਚ ਹੀ ਆਨੰਦ ਹੈ।

ਬੇਈਮਾਨੀ ਕਦੀ ਵੀ ਕਿਸੇ ਦੀ ਲੋੜ ਨਹੀਂ ਹੁੰਦੀ, ਇਹ ਇਕ ਆਦਤ ਹੁੰਦੀ ਹੈ।

ਪੁਸਤਕਾਂ ਪੜ੍ਹਨ ਨਾਲ ਜੀਵਨ ਉਤੇ ਸਾਡੀ ਪਕੜ ਮਜ਼ਬੂਤ ਹੋ ਜਾਂਦੀ ਹੈ।

ਪਰਿਵਾਰ ਸਾਨੂੰ ਜ਼ਿੰਮੇਵਾਰੀਆਂ ਨਿਭਾਉਣ ਦੀ ਮੌਜ ਮਾਣਨ ਦੇ ਅਨੇਕਾਂ ਅਵਸਰ ਦਿੰਦਾ ਹੈ।

ਕੋਈ ਵੀ ਹੰਢਣਸਾਰ ਤਬਦੀਲੀ, ਲਾਪ੍ਰਵਾਹੀ ਨਾਲ ਨਹੀਂ ਲਿਆਂਦੀ ਜਾ ਸਕਦੀ।

ਗੁਣ ਭਾਵੇਂ ਦੁਸ਼ਮਣ ਦੇ ਵੀ ਹੋਣ, ਅਪਣਾ ਲਓ; ਔਗੁਣ ਭਾਵੇਂ ਆਪਣੇ ਮੁਰਸ਼ਦ ਦੇ ਵੀ ਹੋਣ, ਤਿਆਗ ਦਿਓ।

ਭ੍ਰਿਸ਼ਟ ਵਸੀਲਿਆਂ ਨਾਲ ਆਰਾਮ ਦੇ ਸਾਧਨ ਤਾਂ ਜੁੜ ਜਾਂਦੇ ਹਨ ਪਰ ਸੁੱਖ ਚੰਗੇ ਸਾਧਨਾਂ ਨਾਲ ਹੀ ਸੰਭਵ ਹੁੰਦੇ ਹਨ।

ਪਿਆਰ ਵਿਚ, ਪ੍ਰੇਮੀ-ਪ੍ਰੇਮਿਕਾ ਇਕ ਦੂਜੇ ਨੂੰ ਸੁਆਲ ਹੀ ਉਹ ਪੁੱਛਦੇ ਹਨ, ਜਿਨ੍ਹਾਂ ਦੇ ਜਵਾਬ ਹਾਂ ਵਿਚ ਹੋਣ।

ਜਿਨ੍ਹਾਂ ਦੀ ਬਿਰਤੀ ਵਿਚ ਤਿਆਗ ਹੋਵੇ, ਉਨ੍ਹਾਂ ਨੂੰ ਕੁਝ ਗੁਆਚਣ ਦਾ ਡਰ ਨਹੀਂ ਹੁੰਦਾ।

ਦੁੱਖ ਆਪੇ ਆ ਜਾਂਦੇ ਹਨ, ਸੁੱਖ ਉਡੀਕਣੇ ਪੈਂਦੇ ਹਨ।

ਜਿਹੜਾ ਵੀ ਦੂਜਿਆਂ ਨੂੰ ਨੀਚ, ਕਮੀਨਾ, ਭੈੜਾ ਕਹੇ, ਸਮਝੋ ਉਹ ਆਪਣੇ ਆਪ ਬਾਰੇ ਹੀ ਦੱਸ ਰਿਹਾ ਹੈ।

ਹਰੇਕ ਕੰਮ ਕਰਨ ਦੇ ਤਿੰਨ ਢੰਗ ਹੁੰਦੇ ਹਨ: ਤੁਹਾਡਾ ਢੰਗ, ਮੇਰਾ ਢੰਗ, ਸਹੀ ਢੰਗ।

ਪਿੰਡਾਂ ਵਿਚ ਨਫ਼ਰਤ ਅਤੇ ਸ਼ਹਿਰਾਂ ਵਿਚ ਈਰਖਾ ਪ੍ਰਧਾਨ ਹੁੰਦੀ ਹੈ।

ਕਈ ਪਰਿਵਾਰਾਂ ਵਿਚ ਪੁੱਤਰ ਤਾਂ ਕਈ ਹੁੰਦੇ ਹਨ ਪਰ ਵਾਰਿਸ ਬਣਨ ਦੀ ਯੋਗਤਾ ਕਿਸੇ ਵਿਚ ਨਹੀਂ ਹੁੰਦੀ।

ਕੇਵਲ ਮਨੁੱਖ ਨੂੰ ਆਪਣੇ ਸੋਹਣੇ ਹੋਣ ਦਾ ਭਰਮ ਅਤੇ ਆਪਣੇ ਕੋਹਜੇ ਹੋਣ ਦਾ ਤੌਖਲਾ ਹੁੰਦਾ ਹੈ।

ਕਿਸੇ ਦੇ ਨੇੜੇ ਹੋਣ ਵਾਸਤੇ, ਵੱਡੇ ਤੋਹਫ਼ਿਆਂ ਦੀ ਨਹੀਂ, ਨਿੱਕੀਆਂ–ਨਿੱਕੀਆਂ ਸਿਫ਼ਤਾਂ ਦੀ ਲੋੜ ਪੈਂਦੀ ਹੈ।

ਕੇਵਲ ਵੀਹ ਪ੍ਰਤੀਸ਼ਤ ਕਪੜੇ ਪਹਿਨੇ ਜਾਂਦੇ ਹਨ, ਬਾਕੀ ਸਾਂਭੇ ਹੀ ਜਾਂਦੇ ਹਨ।

ਬਿਨਾਂ ਵਿਉਂਤ ਦੇ ਖਰੀਦੀਆਂ ਚੀਜ਼ਾਂ, ਹੋਰ ਚੀਜ਼ਾਂ ਨਾਲ ਇਕ–ਸੁਰ ਨਹੀਂ ਹੁੰਦੀਆਂ।

ਅਸੀਂ ਆਪਣੇ ਪਹਿਰਾਵੇ ਰਾਹੀਂ ਦੂਜਿਆਂ ਨੂੰ ਦੱਸਦੇ ਹਾਂ ਕਿ ਸਾਡੇ ਨਾਲ ਕਿਸ ਪ੍ਰਕਾਰ ਦਾ ਵਿਹਾਰ ਕੀਤਾ ਜਾਵੇ।

ਜਿਹੜੇ ਕਪੜੇ ਸਾਨੂੰ ਤੰਗ ਹੁੰਦੇ ਹਨ, ਉਹ ਬੜੇ ਹੰਢਣਸਾਰ ਹੁੰਦੇ ਹਨ।

ਕੇਵਲ ਜ਼ਰੂਰੀ ਚਿੱਠੀਆਂ ਹੀ ਲੇਟ ਹੁੰਦੀਆਂ ਹਨ।

ਜਿਹੜਾ ਕਪੜਾ ਸਾਨੂੰ ਪਸੰਦ ਹੁੰਦਾ ਹੈ, ਦਰਜ਼ੀ ਉਸੇ ਦੀ ਸਿਲਾਈ ਵਿਚ ਨੁਕਸ ਪਾ ਦਿੰਦਾ ਹੈ।

ਕਿਸੇ ਦੇ ਕਪੜਿਆਂ ਵਲ ਉਸ ਦੇ ਚੁੱਪ ਰਹਿਣ ਤਕ ਹੀ ਧਿਆਨ ਜਾਂਦਾ ਹੈ, ਬੋਲਣ ਨਾਲ ਧਿਆਨ, ਉਸ ਦੀ ਅਕਲ 'ਤੇ ਟਿੱਕ ਜਾਂਦਾ ਹੈ।

ਸਾਡੀ ਸਵੇਰ ਦੱਸਦੀ ਹੈ ਕਿ ਸਾਡਾ ਦਿਨ ਕਿਹੋ ਜਿਹਾ ਹੋਵੇਗਾ।

ਬਲੀਦਾਨ ਨਾਲ, ਸੂਲੀ ਜਿਹੀ ਕੋਹਜੀ ਚੀਜ਼ ਵੀ ਪਵਿਤਰ ਹੋ ਜਾਂਦੀ ਹੈ।

ਸਮੁੰਦਰ ਦੀ ਹਰ ਲਹਿਰ ਵਿਚ, ਸਮੁੱਚੇ ਸਾਗਰ ਦਾ ਸੁਨੇਹਾ ਹੁੰਦਾ ਹੈ।

ਮਨੁੱਖ ਤੋਂ ਇਲਾਵਾ ਸਮੁੱਚੇ ਜੀਵ-ਜੰਤੂ ਜਗਤ ਵਿਚ, ਮਾਪਿਆਂ ਤੋਂ ਇਕ ਵਾਰੀ ਵਿਛੜੀ ਸੰਤਾਨ, ਕਦੀ ਵਾਪਸ ਨਹੀਂ ਪਰਤਦੀ।

ਚੰਗੇ ਕੰਮ ਦੀ ਪਛਾਣ ਇਹ ਹੁੰਦੀ ਹੈ ਕਿ ਇਸ ਨੂੰ ਕਰਦਾ ਤਾਂ ਇਕ ਹੈ ਪਰ ਇਸ ਨੂੰ ਕਰਨ ਦੇ ਦਾਅਵੇਦਾਰ ਕਈ ਪੈਦਾ ਹੋ ਜਾਂਦੇ ਹਨ।

ਗਿਆਨਵਾਨ ਅਸੀਂ ਸਾਰੇ ਹਾਂ, ਅੰਤਰ ਗਿਆਨ ਦਾ ਨਹੀਂ, ਗਿਆਨ ਨਾਲ ਕੀਤੇ ਕਾਰਜਾਂ ਦਾ ਹੁੰਦਾ ਹੈ।

ਜਦੋਂ ਅਸੀਂ ਦੂਜਿਆਂ ਨੂੰ ਕੁਝ ਸਿਖਾਉਂਦੇ ਹਾਂ ਤਾਂ ਅਸੀਂ ਆਪ, ਉਸ ਕੰਮ ਦੇ ਮਾਹਿਰ ਬਣ ਜਾਂਦੇ ਹਾਂ।

ਗਿਆਨ ਉਹ ਧਨ ਹੈ, ਜਿਹੜਾ ਚੁੱਕਣਾ ਨਹੀਂ ਪੈਂਦਾ।

ਸਮਾਜ ਉਨ੍ਹਾਂ ਨੂੰ ਯਾਦ ਕਰਦਾ ਹੈ, ਜਿਨ੍ਹਾਂ ਨੇ ਸਮਾਜ ਤੋਂ ਲਿਆ ਕੁਝ ਨਹੀਂ ਹੁੰਦਾ ਪਰ ਦਿੱਤਾ ਸਭ ਕੁਝ ਹੁੰਦਾ ਹੈ।

ਕੋਈ ਵੀ ਕੰਮ ਅਜਿਹਾ ਨਹੀਂ, ਜਿਸ ਦਾ ਸਮਾਜ ਨੂੰ ਲਾਭ ਹੁੰਦਾ ਹੋਵੇ ਅਤੇ ਕਰਨ ਵਾਲੇ ਨੂੰ ਨੁਕਸਾਨ ਹੁੰਦਾ ਹੋਵੇ।

ਜੇ ਸਕੇ ਭਰਾਵਾਂ ਦੇ ਮੁਕਾਬਲੇ, ਚਾਚੇ-ਤਾਏ ਦੇ ਪੁੱਤਰ ਰਲ ਕੇ ਚਲਣ ਤਾਂ ਉਨ੍ਹਾਂ ਨੂੰ ਹੋਰ ਵੀ ਵੱਡੀ ਤਾਕਤ ਸਮਝਿਆ ਜਾਂਦਾ ਹੈ।

ਬੌਧਿਕ ਯੋਗਤਾ ਜਾਂ ਸਰੀਰਕ ਸ਼ਕਤੀ ਆਪਣੇ ਆਪ ਵਿਚ ਕੋਈ ਅਰਥ ਨਹੀਂ ਰੱਖਦੀ, ਅਰਥ ਇਨ੍ਹਾਂ ਦੀ ਵਰਤੋਂ ਵਿਚ ਹੁੰਦੇ ਹਨ।

ਸੰਸਾਰ ਵਿਚ, ਇਕ ਵੀ ਮਹਾਂਪੁਰਸ਼ ਅਜਿਹਾ ਨਹੀਂ ਹੋਇਆ, ਜਿਸ ਦਾ ਅਪਮਾਨ ਨਾ ਹੋਇਆ ਹੋਵੇ।

ਸਾਧਾਰਣ ਵਿਚੋਂ, ਵਿਸ਼ੇਸ਼ ਨੂੰ ਵੇਖਣ ਦੀ ਯੋਗਤਾ, ਕਲਾ ਅਖਵਾਉਂਦੀ ਹੈ।

ਥੱਕਿਆ ਹੋਇਆ ਬੰਦਾ, ਕੁਝ ਨਵਾਂ ਨਹੀਂ ਸੋਚ ਸਕਦਾ।

ਨਵੀਆਂ ਉਸਾਰੀਆਂ, ਨਵੀਆਂ ਸੋਚਾਂ ਨਾਲ ਹੀ ਸੰਭਵ ਹੁੰਦੀਆਂ ਹਨ।

ਮਕਾਨ ਵਿਚ ਰਹੇ ਜਿਹੜਾ ਮਰਜ਼ੀ ਪਰ ਮਕਾਨ ਵਿਚੋਂ ਸ਼ਖ਼ਸੀਅਤ, ਮਕਾਨ ਨੂੰ ਉਸਾਰਨ ਵਾਲੇ ਦੀ ਹੀ ਝਲਕੇਗੀ।

ਪੁਰਾਤਨ ਨਗਰ, ਭਾਵੇਂ ਕਿਤਨੇ ਵੀ ਆਧੁਨਿਕ ਹੋ ਜਾਣ, ਉਹ ਪੁਰਾਤਨਤਾ ਕਾਰਨ ਜਾਣੇ ਜਾਣਗੇ, ਆਧੁਨਿਕਤਾ ਕਾਰਨ ਨਹੀਂ।

ਕਿਸੇ ਦੀ ਬੁਰਾਈ ਨੂੰ ਪ੍ਰਸੰਨਤਾ ਨਾਲ ਸੁਣਨਾ, ਭੈੜੇ ਬੰਦੇ ਦਾ ਉਘੜਵਾਂ ਲੱਛਣ ਹੁੰਦਾ ਹੈ।

ਕਿਸੇ ਨਾਲ ਪਿਆਰ ਹੋ ਜਾਣ 'ਤੇ, ਅਸੀਂ ਯਥਾਰਥ ਪ੍ਰਤੀ ਅਵੇਸਲੇ ਹੋ ਜਾਂਦੇ ਹਾਂ।

ਜੇ ਮਨੁੱਖ ਆਪ ਈਮਾਨਦਾਰ ਬਣ ਜਾਵੇ ਤਾਂ ਸੰਸਾਰ ਵਿਚੋਂ ਇਕ ਬੇਈਮਾਨ ਘਟ ਜਾਵੇਗਾ।

ਸੰਸਾਰ ਵਿਚ ਜਿਤਨੇ ਕੁਕਰਮ ਹੋ ਰਹੇ ਹਨ, ਉਨ੍ਹਾਂ ਲਈ ਅਸੀਂ ਵੀ ਜ਼ਿੰਮੇਵਾਰ ਹਾਂ।

ਸੱਚਾ ਗਿਆਨ ਦੂਜਿਆਂ ਨੂੰ ਪਿਛੇ ਨਹੀਂ ਛੱਡਦਾ, ਪਿਛੇ ਰਹਿ ਗਿਆਂ ਨੂੰ ਨਾਲ ਟੋਰਦਾ ਹੈ।

ਗੁਣ, ਸਭ ਥਾਵਾਂ 'ਤੇ ਆਪਣਾ ਮਾਣ-ਸਤਿਕਾਰ ਕਰਵਾ ਲੈਂਦਾ ਹੈ।

ਘਮੰਡ ਵਿਚ, ਵਿਅਕਤੀ ਫੁੱਲਦਾ ਹੈ, ਫੈਲਦਾ ਨਹੀਂ; ਸੁੱਜਦਾ ਹੈ, ਸੱਜਦਾ ਨਹੀਂ।

ਹਰ ਕੋਈ ਆਪਣੇ ਕੰਮ ਵਿਚ ਦਿਲਚਸਪੀ ਦੇ ਅਨੁਪਾਤ ਵਿਚ ਹੀ ਲਾਇਕ-ਨਾਲਾਇਕ ਹੁੰਦਾ ਹੈ।

ਜੇ ਕਾਮਾ ਚੰਗਾ ਹੋਵੇ ਤਾਂ ਮਾਲਕ ਆਪੇ ਚੰਗਾ ਬਣ ਜਾਂਦਾ ਹੈ।

ਚੰਗੇ ਮਨੁੱਖ ਬਣਨਾ ਹੀ ਕਾਫ਼ੀ ਨਹੀਂ, ਕੰਮ ਦੇ ਬੰਦੇ ਬਣਨਾ ਵੀ ਜ਼ਰੂਰੀ ਹੁੰਦਾ ਹੈ।

ਹੌਸਲਾ, ਉਪਜਦਾ ਜਿੱਤਾਂ ਅਤੇ ਸਫਲਤਾਵਾਂ ਵਿਚੋਂ ਹੈ ਪਰ ਇਹ ਕੰਮ ਹਾਰਾਂ ਅਤੇ ਅਸਫਲਤਾਵਾਂ ਵੇਲੇ ਆਉਂਦਾ ਹੈ।

ਮਹਾਂਪੁਰਸ਼ ਉਦੇਸ਼ਾਂ ਅਧੀਨ ਚਲਦੇ ਹਨ, ਸਾਧਾਰਣ ਲੋਕ ਇੱਛਾਵਾਂ ਦੇ ਚਲਾਏ ਚਲਦੇ ਹਨ।

ਪਰੰਪਰਾਗਤ ਲੋਕ, ਪ੍ਰਚਲਤ ਨੂੰ ਪ੍ਰਚਾਰ ਕੇ, ਆਪਣੇ ਅਗਾਂਹਵਧੂ ਹੋਣ ਦਾ ਭਰਮ ਪਾਲਦੇ ਹਨ।

ਜਿਸ ਨੂੰ ਅਸੀਂ ਅਸਮਾਨ ਕਹਿੰਦੇ ਹਾਂ, ਉਹ ਸਾਡੀ ਨਜ਼ਰ ਦੀ ਹੱਦ ਹੁੰਦੀ ਹੈ।

ਮਨੁੱਖ ਦਾ ਉਦੇਸ਼ ਤਾਂ ਹਉਮੈ ਤੋਂ ਮੁਕਤ ਹੋਣਾ ਹੁੰਦਾ ਹੈ ਪਰ ਯਤਨ ਸਾਰੇ ਹਉਮੈ ਨੂੰ ਵਧਾਉਣ ਦੇ ਕੀਤੇ ਜਾਂਦੇ ਹਨ।

ਚੰਗਾ ਬੁਲਾਰਾ ਹੋਣਾ, ਆਗੂ ਬਣਨ ਦੀ ਪਹਿਲੀ ਸ਼ਰਤ ਹੁੰਦੀ ਹੈ।

ਕਈਆਂ ਨੂੰ ਅਸੀਂ ਮਿਲਦੇ ਕੁਝ ਪਲਾਂ ਲਈ ਹਾਂ ਪਰ ਪਛਤਾਉਂਦੇ ਜੀਵਨ ਭਰ ਲਈ ਹਾਂ।

ਸਬਰ-ਸੰਤੋਖ ਦੀ ਦੌਲਤ ਕਾਰਨ, ਦਰਵੇਸ਼, ਬਾਦਸ਼ਾਹਾਂ ਨਾਲੋਂ ਵੀ ਅਮੀਰ ਹੁੰਦੇ ਹਨ।

ਕਈ ਖਾਲੀ ਹੱਥਾਂ ਨਾਲ ਵੀ ਝੋਲੀਆਂ ਭਰ ਦਿੰਦੇ ਹਨ, ਕਈ ਹੱਥਾਂ ਵਿਚ ਫੜਿਆ ਵੀ ਖੋਹ ਲੈਂਦੇ ਹਨ।

ਗਮਲਿਆਂ ਵਿਚ ਲੱਗੇ ਬੂਟਿਆਂ ਦੀ ਛਾਂ ਨਹੀਂ ਮਾਣੀ ਜਾ ਸਕਦੀ।

ਜਦੋਂ ਤਕ ਜ਼ਿੰਦਗੀ ਦੀ ਟੇਕ ਕਿਸਮਤ ਤੋਂ ਹਟ ਕੇ ਮਿਹਨਤ 'ਤੇ ਨਹੀਂ ਟਿੱਕਦੀ, ਉਦੋਂ ਤੱਕ ਜ਼ਿੰਦਗੀ ਵਿਚ ਕੋਈ ਪਰਿਵਰਤਨ ਨਹੀਂ ਵਾਪਰਦਾ।

ਸੇਧ ਤੋਂ ਬਿਨਾਂ, ਕਮਜ਼ੋਰ, ਬਾਗੀ ਹੋ ਕੇ, ਹੋਰ ਕਮਜ਼ੋਰ ਹੋ ਜਾਂਦੇ ਹਨ।

ਮਾਤਭਾਸ਼ਾ ਬੋਲੇ ਬਿਨਾਂ ਸਾਡੇ ਵਿਚ ਆਜ਼ਾਦੀ ਦਾ ਅਹਿਸਾਸ ਨਹੀਂ ਜਾਗਦਾ।

ਜਿਥੇ ਸਾਰੇ ਰੋ ਰਹੇ ਹੋਣ, ਉਥੇ ਕੋਈ ਕਿਸੇ ਦੇ ਅੱਥਰੂ ਨਹੀਂ ਪੂੰਝਦਾ।

ਜਿਹੜੇ ਜਵਾਨੀ ਵਿਚ ਬੀਮਾਰ ਹੋਣ, ਉਹ ਕਿਸੇ ਦਾ ਆਦਰਸ਼, ਸਾਥ ਅਤੇ ਨਿੱਘ ਨਹੀਂ ਬਣਦੇ।

ਬਹੁਤ ਘੱਟ ਬੰਦੇ ਜਿਊਂਦੇ ਹਨ, ਬਹੁਤੇ ਮੌਤ ਨੂੰ ਟਾਲਣ ਵਿਚ ਰੁਝੇ ਹੋਏ ਹਨ।

ਦੁਚਿੱਤੀਆਂ ਨਾਲ ਕੀਤੇ ਪਿਆਰ ਵਿਚੋਂ, ਹੀਰ ਅਤੇ ਰਾਂਝਾ ਨਹੀਂ ਉਪਜਦੇ।

ਜੇ ਜ਼ਿੰਦਗੀ ਦੀ ਬਾਜ਼ੀ ਖੇਡਣੀ ਆਉਂਦੀ ਹੋਵੇ ਤਾਂ ਗੀਟੇ ਲੱਭਣੇ ਨਹੀਂ ਪੈਂਦੇ।

ਕੋਈ ਚੰਗਾ ਤਾਂ ਇਕ ਮਿੰਟ ਵਿਚ ਲਗਣ ਲਗ ਪੈਂਦਾ ਹੈ, ਪਸੰਦ ਕਰਨ ਵਿਚ ਘੰਟਾ ਹੀ ਲਗਦਾ ਹੈ, ਪਿਆਰ ਇਕ ਦਿਨ ਵਿਚ ਹੀ ਪੈ ਜਾਂਦਾ ਹੈ ਪਰ ਉਸ ਨੂੰ ਭੁੱਲਣ ਵਿਚ ਸਾਰੀ ਉਮਰ ਲਗ ਜਾਂਦੀ ਹੈ।

ਮਾਲਕ ਕਦੇ ਨਹੀਂ ਥੱਕਦੇ, ਜਿਹੜੇ ਥੱਕਦੇ ਹਨ, ਉਹ ਨੌਕਰ ਹੁੰਦੇ ਹਨ।

ਸਰਬੱਤ ਦਾ ਭਲਾ, ਕਿਸੇ ਦੀ ਜਾਨ ਲੈ ਕੇ ਨਹੀਂ, ਆਪਣਾ ਸੀਸ ਦੇ ਕੇ ਹੁੰਦਾ ਹੈ।

ਉਸਤਾਦ ਅਤੇ ਮਾਂ ਜ਼ਬਾਨ ਦੇ ਕੌੜੇ ਤਾਂ ਹੋ ਸਕਦੇ ਹਨ ਪਰ ਦਿਲ ਦੇ ਕਦੇ ਮਾੜੇ ਨਹੀਂ ਹੁੰਦੇ।

ਮਾਲਕਾਂ ਲਈ ਕੋਈ ਬੇਰੋਜ਼ਗਾਰੀ ਨਹੀਂ ਹੁੰਦੀ, ਬੇਰੋਜ਼ਗਾਰੀ ਸਰਕਾਰੀ ਨੌਕਰੀ ਲਗਣ ਵਾਲਿਆਂ ਲਈ ਹੁੰਦੀ ਹੈ।

ਚੰਗੇ ਅਧਿਆਪਕਾਂ ਤੋਂ ਜੋ ਕੁਝ ਪ੍ਰਾਪਤ ਹੁੰਦਾ ਹੈ, ਉਹ ਉਂਜ ਸਾਡੇ ਭਾਗਾਂ ਵਿਚ ਨਹੀਂ ਹੁੰਦਾ।

ਮਾਂ ਦਾ ਅਸਲੀ ਯੋਗਦਾਨ ਬੱਚੇ ਨੂੰ ਜਨਮ ਦੇਣਾ ਨਹੀਂ, ਉਸ ਨੂੰ ਪਿਆਰ ਨਾਲ ਪਾਲਣਾ-ਪੋਸਣਾ ਅਤੇ ਇਨਸਾਨ ਬਣਾਉਣਾ ਹੁੰਦਾ ਹੈ।

ਪਹਿਲਾ ਪਿਆਰ, ਪਹਿਲਾ ਚੁੰਮਣ, ਪਹਿਲੀ ਸੌਗਾਤ, ਪਹਿਲੀ ਨੌਕਰੀ, ਪਹਿਲੀ ਤਨਖਾਹ ਆਦਿ ਪਹਿਲੀ ਵਾਰ ਹੋਣ ਕਰਕੇ ਜੀਵਨ ਭਰ ਯਾਦ ਰਹਿਣ ਵਾਲੇ ਮਿੱਠੇ ਅਨੁਭਵ ਬਣ ਜਾਂਦੇ ਹਨ।

ਚੰਗੀ ਸੰਤਾਨ, ਪਿਤਾ ਦੀ ਧੰਨਵਾਦੀ ਹੁੰਦੀ ਹੈ ਪਰ ਮਾਂ ਦੀ ਧੰਨਵਾਦੀ ਹੀ ਨਹੀਂ ਹੁੰਦੀ, ਅਹਿਸਾਨਮੰਦ ਵੀ ਹੁੰਦੀ ਹੈ।

ਜਿਸ ਕਲਾ ਨੂੰ ਦੂਜੇ ਅਪਨਾਉਣਾ ਨਹੀਂ ਚਾਹੁੰਦੇ, ਉਹ ਕਲਾ ਨਹੀਂ ਹੁੰਦੀ।

ਲਾਟਰੀ ਨਾਲ ਅਮੀਰ ਹੋਣ ਅਤੇ ਜੂਏ ਨਾਲ ਬੱਚਤ ਕਰਨ ਦੀ ਕੋਈ ਉਦਾਹਰਣ ਨਹੀਂ ਮਿਲਦੀ।

ਭਾਵੇਂ ਧਾਰਮਿਕ ਸਥਾਨ ਹੀ ਹੋਵੇ, ਜੇ ਧਨ ਲੋੜ ਨਾਲੋਂ ਵੱਧ ਆਉਣ ਲਗ ਪਵੇ, ਉਹ ਧਾਰਮਿਕ ਸਥਾਨ ਵੀ ਭ੍ਰਿਸ਼ਟ ਹੋ ਜਾਵੇਗਾ।

ਕਈ ਸਾਰਾ ਜੀਵਨ, ਪਰਮਾਤਮਾ ਨੂੰ ਪ੍ਰੇਸ਼ਾਨ ਕਰਦੇ ਰਹਿੰਦੇ ਹਨ।

ਲਾਲਚ, ਧਨ ਨੂੰ ਇਕ ਵਸੀਲਾ ਨਹੀਂ ਰਹਿਣ ਦਿੰਦਾ, ਉਦੇਸ਼ ਬਣਾ ਦਿੰਦਾ ਹੈ।

ਉਡੀਕ ਦੌਰਾਨ, ਸਾਡੀਆਂ ਤਣਾਵਾਂ ਕਿਸੇ ਹੋਰ ਨੇ ਕਸੀਆਂ ਹੋਈਆਂ ਹੁੰਦੀਆਂ ਹਨ।

ਯਾਦ ਉਨ੍ਹਾਂ ਦੀ ਹੀ ਆਉਂਦੀ ਹੈ, ਜਿਹੜੇ ਆਪ ਨਹੀਂ ਆਉਂਦੇ ਅਤੇ ਜਿਨ੍ਹਾਂ ਕੋਲ ਅਸੀਂ ਪਹੁੰਚ ਨਹੀਂ ਸਕਦੇ।

ਉਦਾਸੀ, ਕਿਸੇ ਹੋਰ ਦੀ ਹੋਂਦ ਜਾਂ ਅਣਹੋਂਦ ਨਾਲ ਜੁੜੀ ਹੁੰਦੀ ਹੈ।

ਜੋ ਕੁਝ ਵੀ ਸਾਡੀ ਆਦਤ ਵਿਰੁਧ ਵਾਪਰਦਾ ਹੈ, ਉਹ ਸਾਨੂੰ ਪ੍ਰੇਸ਼ਾਨ ਕਰਦਾ ਹੈ।

ਧਨ ਕਿਸੇ ਦੀ ਰੱਖਿਆ ਨਹੀਂ ਕਰ ਸਕਦਾ, ਕਿਉਂਕਿ ਧਨ ਨੂੰ ਤਾਂ ਆਪ ਰੱਖਿਆ ਦੀ ਲੋੜ ਹੁੰਦੀ ਹੈ।

ਉਡੀਕ, ਮਜਬੂਰੀ ਦੀ ਇਕ ਉਦਾਹਰਣ ਹੁੰਦੀ ਹੈ।

ਕੋਈ ਵਕਤ ਕੱਟਦਾ ਹੈ, ਕੋਈ ਗੁਆਉਂਦਾ ਹੈ, ਕੋਈ ਗੁਜ਼ਾਰਦਾ ਹੈ, ਕੋਈ ਵਰਤਦਾ ਹੈ, ਕੋਈ ਇਸ ਦੇ ਪਿਛੇ ਦੌੜਦਾ ਹੈ; ਤੁਸੀਂ ਕੀ ਕਰਦੇ ਹੋ?

ਪੀੜ ਵਿਚ ਕੋਈ ਸਜਾਵਟ ਨਹੀਂ ਫੱਬਦੀ।

ਫੈਸ਼ਨ ਕਰਨ ਲਈ ਪਤਲੇ ਹੋਣਾ ਲਾਜ਼ਮੀ ਹੈ, ਮੋਟੇ ਬੰਦੇ ਲਈ ਕੋਈ ਫੈਸ਼ਨ ਨਹੀਂ ਹੁੰਦਾ।

ਵਧੇਰੇ ਵਿਸ਼ਲੇਸ਼ਣ ਅਤੇ ਪੁੱਣ-ਛਾਣ ਨਾਲ ਰਿਸ਼ਤੇ ਵਿਗੜਦੇ ਅਤੇ ਟੁੱਟਦੇ ਹਨ।

ਭੀੜ ਦਾ ਉਦੇਸ਼, ਅਕਸਰ ਪਰੰਪਰਾ ਦੀ ਰੱਖਿਆ ਕਰਨਾ ਹੁੰਦਾ ਹੈ।

ਸੋਚੋ, ਤੁਸੀਂ ਆਪਣੀ ਉਮਰ ਦੇ ਕਿਹੜੇ ਸਾਲ, ਸਿਆਣਪ ਨਾਲ ਗੁਜ਼ਾਰੇ ਹਨ?

ਉਦਾਸ-ਦੁਖੀ ਮਨੁੱਖ ਦੇ ਹੰਝੂ ਸੱਜਰੇ ਅਤੇ ਹਾਸੇ ਬਹੇ-ਬਹੇ ਲਗਦੇ ਹਨ।

ਝੂਠ ਬੋਲਣ ਵਾਲੇ ਨੂੰ ਰੱਬ ਦੀ ਪ੍ਰਵਾਹ ਨਹੀਂ ਹੁੰਦੀ, ਕਿਸੇ ਬੰਦੇ ਦਾ ਡਰ ਹੁੰਦਾ ਹੈ; ਸੱਚ ਬੋਲਣ ਵਾਲੇ ਨੂੰ ਰੱਬ ਦਾ ਡਰ ਹੁੰਦਾ ਹੈ, ਕਿਸੇ ਬੰਦੇ ਦੀ ਪ੍ਰਵਾਹ ਨਹੀਂ ਹੁੰਦੀ।

ਬਹੁਤੇ ਲੋਕ ਨਾਂ ਕਢਵਾਉਂਦੇ ਜਾਂ ਧਰਾਉਂਦੇ ਹਨ, ਨਾਂ ਕਮਾਉਂਦੇ ਨਹੀਂ।

ਵਿੱਛੜਿਆਂ ਨੂੰ, ਇਕ-ਦੂਜੇ ਨੂੰ ਉਡੀਕਣ ਦਾ ਰੁਝੇਵਾਂ ਮਿਲ ਜਾਂਦਾ ਹੈ।

ਭੀੜ ਕਿਸੇ ਦਾ ਸਨਮਾਨ ਨਹੀਂ ਕਰਦੀ, ਭੀੜ ਕੋਲ ਕੇਵਲ ਅਪਮਾਨ ਹੁੰਦਾ ਹੈ।

ਕਿਸੇ ਮਹਾਂ-ਮੂਰਖ ਨੂੰ ਵੇਖ ਕੇ ਪੁਨਰ-ਜਨਮ ਦੇ ਸਿਧਾਂਤ ਵਿਚ ਇਸ ਲਈ ਵਿਸ਼ਵਾਸ ਹੋ ਜਾਂਦਾ ਹੈ, ਕਿਉਂਕਿ ਇਕ ਹੀ ਜਨਮ ਵਿਚ ਕੋਈ ਉਤਨਾ ਮੂਰਖ ਨਹੀਂ ਬਣ ਸਕਦਾ।

ਆਧੁਨਿਕਤਾ ਤੋਂ ਬਿਨਾਂ, ਪਰੰਪਰਾ ਦੀ ਚਰਚਾ ਕਰਨੀ ਸੰਭਵ ਨਹੀਂ ਹੁੰਦੀ।

ਦੁਖੀ ਪਤਨੀ, ਜਾਣਨਾ ਚਾਹੁੰਦੀ ਹੈ ਕਿ ਪਿਛਲੇ ਜਨਮ ਵਿਚ ਉਸ ਤੋਂ ਕੀ ਪਾਪ ਹੋ ਗਏ ਸਨ ਕਿ ਇਸ ਜਨਮ ਵਿਚ, ਇਹ ਪਤੀ ਮਿਲਿਆ ਹੈ।

ਜਦੋਂ ਪਿਆਰਾ ਚਲਾ ਜਾਵੇ ਤਾਂ ਸਮਝ ਨਹੀਂ ਆਉਂਦੀ ਕਿ ਉਸ ਦੀ ਤਲਾਸ਼ ਕਰੀਏ ਜਾਂ ਉਸਦਾ ਇੰਤਜ਼ਾਰ ਕਰੀਏ।

ਦ੍ਰਿਸ਼ਟੀ ਜਿਤਨੀ ਵਿਸ਼ਾਲ ਹੋਵੇਗੀ, ਦ੍ਰਿਸ਼ ਉਤਨਾ ਵੱਡਾ ਅਤੇ ਰਮਣੀਕ ਹੋਵੇਗਾ।

ਠੋਸੇ ਜਾਣ ਕਾਰਨ, ਨੇਮਾਂ ਦੀ ਉਲੰਘਣਾ ਹੁੰਦੀ ਹੈ, ਆਪ ਉਸਾਰੇ ਹੋਣ ਕਾਰਨ, ਅਸੂਲ ਪਾਲੇ ਜਾਂਦੇ ਹਨ।

ਨਿਰਪੱਖ ਹੋਏ ਬਿਨਾਂ, ਵਿਸ਼ਾਲ ਨਹੀਂ ਹੋਇਆ ਜਾ ਸਕਦਾ।

ਜਿਤਨੇ ਕਿਸੇ ਕੋਲ ਵਧੇਰੇ ਵਿਚਾਰ ਹੋਣਗੇ, ਉਤਨੀ ਹੀ ਉਸ ਵਿਚ ਨਵੇਂ ਵਿਚਾਰਾਂ ਨੂੰ ਸਵੀਕਾਰਨ ਦੀ ਵਧੇਰੇ ਸਮਰੱਥਾ ਹੋਵੇਗੀ।

ਠਹਿਰ ਤਾਂ ਭਾਵੇਂ ਜਾਓ ਪਰ ਰੁਕੋ ਨਾ; ਭਾਵੇਂ ਦੌੜੋ ਨਾ ਪਰ ਚਲਦੇ ਰਹੋ।

ਈਰਖਾ-ਸਾੜਾ ਤਿਆਗਣ ਉਪਰੰਤ ਜੋ ਬਾਕੀ ਬਚਦਾ ਹੈ, ਉਸ ਨੂੰ ਪ੍ਰਸੰਨਤਾ ਅਤੇ ਆਨੰਦ ਕਹਿੰਦੇ ਹਨ।

ਤੁਸੀਂ ਜਿਥੇ ਵੀ ਬੈਠੇ ਹੋ, ਉਥੇ ਬੈਠੇ ਰਹਿਣ ਵਾਸਤੇ ਵੀ, ਬੜੀ ਤੇਜ਼ ਦੌੜਨਾ ਪਵੇਗਾ।

ਬੇਈਮਾਨ ਸਭ ਤੋਂ ਪਹਿਲਾਂ, ਆਪਣੇ ਮਾਪਿਆਂ ਨਾਲ ਹੀ ਬੇਈਮਾਨੀ ਕਰਦਾ ਹੈ।

ਜੇ ਜਮਾਤ ਵਿਚ ਤਿੰਨ ਚਾਰ ਵਿਦਿਆਰਥੀਆਂ ਦਾ ਨਾਂ ਇਕੋ ਹੋਵੇ ਤਾਂ ਅਧਿਆਪਕ ਉਨ੍ਹਾਂ ਦਾ ਨਾਂ ਬੋਲਣ ਦੇ ਢੰਗ ਵਿਚ ਫਰਕ ਪਾ ਲੈਂਦਾ ਹੈ।

ਜਿਤਨਾ ਕੋਈ ਵਧੇਰੇ ਬੇਲੋੜਾ ਹੁੰਦਾ ਹੈ, ਉਤਨਾ ਹੀ ਉਹ ਵਧੇਰੇ ਸ਼ੋਰ ਕਰਦਾ ਹੈ।

ਰਿਝਦੇ ਪਤੀਲੇ ਕੋਲ ਮੱਖੀਆਂ ਅਤੇ ਰੁੱਝੇ ਵਿਅਕਤੀ ਕੋਲ ਵਿਹਲੜ ਨਹੀਂ ਆਉਂਦੇ।

ਹਰ ਵੱਡੀ ਘਟਨਾ-ਦੁਰਘਟਨਾ ਮਨੁੱਖ ਨੂੰ ਆਪਣੇ ਆਪ ਦਾ ਪੁਨਰ-ਮੁਲਾਂਕਣ ਕਰਨ ਦਾ ਅਵਸਰ ਦਿੰਦੀ ਹੈ।

ਕੰਮਾਂ ਦਾ ਰੁਝੇਵਾਂ, ਸਭ ਪ੍ਰਕਾਰ ਦੇ ਕਲੇਸ਼ ਦੂਰ ਕਰਦਾ ਹੈ।

ਪੈਰਾਂ ਲਈ ਧਰਤੀ ਬੜੀ ਵੱਡੀ ਟੇਕ ਹੈ ਪਰ ਕੰਬਦੀਆਂ ਲਤਾਂ ਨੂੰ ਇਤਨੀ ਵੱਡੀ ਧਰਤੀ ਵੀ ਖੜਾ ਨਹੀਂ ਰੱਖ ਸਕਦੀ।

ਜਿਨ੍ਹਾਂ ਦੀਆਂ ਜਿਤਨੀਆਂ ਵਧੇਰੇ ਜ਼ਿੰਮੇਵਾਰੀਆਂ ਹੁੰਦੀਆਂ ਹਨ, ਉਹ ਉਤਨੇ ਵਧੇਰੇ ਪ੍ਰਸੰਨ ਹੁੰਦੇ ਹਨ।

ਜ਼ਿੰਦਗੀ ਦੇ ਅਮੁਲ ਅਤੇ ਅਭੁੱਲ ਅਨੁਭਵ, ਉਦੋਂ ਮਿਲਦੇ ਹਨ, ਜਦੋਂ ਪੈਸੇ ਦੀ ਦੁਨੀਆ ਵਿਚ, ਸਾਡੀ ਜੇਬ ਖਾਲ਼ੀ ਹੋਵੇ।

ਜਿਨ੍ਹਾਂ ਪਰਿਵਾਰਾਂ ਵਿਚ ਧੀ ਨਹੀਂ ਹੁੰਦੀ, ਉਥੇ ਨੂੰਹ ਦੀ ਉਡੀਕ ਕਰਨੀ ਪੈਂਦੀ ਹੈ।

ਬੱਚਤ ਨਾਲ, ਸਾਨੂੰ ਸਮੱਸਿਆਵਾਂ ਵਿਚੋਂ ਮੌਕੇ ਵੇਖਣ ਦੀ ਜਾਚ ਆ ਜਾਂਦੀ ਹੈ।

ਸਬਜ਼ੀ ਵਿਚ, ਲੂਣ ਹੋਰ ਮਸਾਲਿਆਂ ਦੇ ਅਧੀਨ ਹੋਣਾ ਚਾਹੀਦਾ ਹੈ, ਜੇ ਲੂਣ ਵੱਧ ਹੋਵੇ ਤਾਂ ਕਿਸੇ ਮਸਾਲੇ ਦਾ ਸਵਾਦ ਨਹੀਂ ਰਹਿੰਦਾ।

ਕਈਆਂ ਨੇ ਹਰ ਥਾਂ ਸ਼ਿਕਾਇਤਾਂ ਕੁੱਛੜ ਚੁੱਕੀਆਂ ਹੁੰਦੀਆਂ ਹਨ।

ਪਿਆਰ ਪੈਣ ਸਮੇਂ, ਇਕੋ ਵੇਲੇ ਸਭ ਕੁਝ ਮਿਲ ਜਾਣ ਅਤੇ ਸਭ ਕੁਝ ਗੁਆਚ ਜਾਣ ਦਾ ਅਹਿਸਾਸ ਹੁੰਦਾ ਹੈ।

ਪ੍ਰੇਮੀ ਚਾਹੁੰਦਾ ਹੈ ਕਿ ਪ੍ਰੇਮਿਕਾ ਜਾਇਆ ਨਾ ਕਰੇ, ਬਸ ਆਇਆ ਹੀ ਕਰੇ।

ਪਿਆਰ ਵਿਚ ਇਵੇਂ ਵਾਪਰਦਾ ਹੈ, ਜਿਵੇਂ ਕੋਈ ਝੀਲ ਖੋਹ ਕੇ ਲੈ ਜਾਵੇ ਅਤੇ ਜਾਂਦਾ ਹੋਇਆ ਇਕ ਕਿਸ਼ਤੀ ਦੇ ਜਾਵੇ।

ਸਮਾਜਿਕ ਬੰਧਨ ਵਧੇਰੇ ਹੋਣ ਕਰਕੇ, ਇਸਤਰੀ ਦਾ ਵਿਹਾਰ ਵਧੇਰੇ ਲੁਕਵਾਂ, ਜਟਿਲ ਅਤੇ ਸੂਖਮ ਹੁੰਦਾ ਹੈ।

ਕਿਸੇ ਦੇ ਗੁਣਾਂ ਨੂੰ ਸਲਾਹੁਣਾ ਵੀ, ਤੋਹਫ਼ੇ ਦੀ ਇਕ ਕਿਸਮ ਹੁੰਦੀ ਹੈ।

ਪ੍ਰੇਮਿਕਾ ਦੀ ਸ਼ਕਤੀ ਉਸ ਦੇ ਸੁੰਦਰ ਹੋਣ ਵਿਚ ਨਹੀਂ, ਉਸ ਦੇ ਅਪਹੁੰਚ ਹੋਣ ਵਿਚ ਹੁੰਦੀ ਹੈ।

ਸੰਸਾਰ ਹੈ ਤਾਂ ਬੜਾ ਵਿਸ਼ਾਲ ਪਰ ਇਸ ਨੂੰ ਵੇਖਣ ਦੀ ਸਾਡੀ ਸਮਰੱਥਾ ਬੜੀ ਸੀਮਤ ਹੈ।

ਹਰ ਝਗੜੇ ਵਿਚ ਦੋ ਹੰਕਾਰ ਲੜਦੇ ਹਨ।

ਇਨਕਲਾਬ ਲਿਆਉਣ ਵਾਲੇ, ਅਗਲੇਰੇ ਇਨਕਲਾਬ ਦੇ ਰਾਹ ਦੀ ਰੁਕਾਵਟ ਬਣ ਜਾਂਦੇ ਹਨ।

ਸੰਪੂਰਨ ਮਨੁੱਖ, ਸੰਪੂਰਨ ਪਤੀ, ਸੰਪੂਰਨ ਪਤਨੀ, ਸੰਪੂਰਨ ਪਰਿਵਾਰ, ਸੰਪੂਰਨ ਸਮਾਜ, ਇਹ ਸਭ ਆਦਰਸ਼ਾਂ ਅਤੇ ਸੁਪਨਿਆਂ ਦੇ ਨਾਂ ਹਨ।

ਹਰ ਧਰਮ ਨੂੰ ਪਾਪੀਆਂ ਦੀ ਲੋੜ ਹੁੰਦੀ ਹੈ, ਕਿਉਂਕਿ ਧਰਮ ਪਾਪੀਆਂ ਦੇ ਸਿਰ 'ਤੇ ਹੀ ਚਲਦੇ ਹਨ।

ਪ੍ਰੇਮੀ ਇਕ ਦੂਜੇ ਲਈ ਮਰਨ ਦੇ ਜਜ਼ਬੇ ਨਾਲ ਜਿਊਂਦੇ ਹਨ।

ਚਾਪਲੂਸ ਦਾ ਉਦੇਸ਼, ਮਾਲਕ ਦੀ ਤਾਕਤ ਨੂੰ ਆਪਣੀ ਅਕਲ ਨਾਲ ਵਰਤ ਕੇ, ਆਪ ਲਾਭ ਉਠਾਉਣਾ ਹੁੰਦਾ ਹੈ।

ਪਿਆਰ ਵਿਚ, ਆਪਣੇ ਦਿਲ 'ਤੇ ਡਾਕਾ ਮਾਰਨ ਲਈ, ਅਸੀਂ ਡਾਕੂ ਨੂੰ ਆਪ ਸ਼ਹਿ ਦਿੰਦੇ ਹਾਂ।

ਜੋਤਸ਼ੀ ਵਹਿਮ ਪਾਉਂਦੇ ਹਨ ਕਿਉਂਕਿ, ਵਹਿਮੀ ਲੋਕ ਹੀ ਜੋਤਸ਼ੀਆਂ ਕੋਲ ਜਾਂਦੇ ਹਨ ਅਤੇ ਹੋਰ ਨਵੇਂ ਵਹਿਮ ਲੈ ਆਉਂਦੇ ਹਨ।

ਇਸਤਰੀਆਂ, ਡਰ ਵੀ ਜਲਦੀ ਜਾਂਦੀਆਂ ਹਨ ਅਤੇ ਹੌਸਲੇ ਵਿਚ ਵੀ ਜਲਦੀ ਆ ਜਾਂਦੀਆਂ ਹਨ।

ਚਾਪਲੂਸ, ਮਾਲਕ ਨੂੰ ਤਬਲੇ ਵਾਂਗ ਕੱਸ ਕੇ, ਢੋਲ ਵਾਂਗ ਵਜਾਉਂਦੇ ਹਨ।

ਤੁਹਾਡੀ ਹਾਜ਼ਰੀ ਨਾਲ ਤਾੜੀਆਂ ਦਾ ਵੱਜਣਾ ਵੱਡੀ ਗੱਲ ਨਹੀਂ, ਵੱਡੀ ਗੱਲ ਹੈ ਤੁਹਾਡੀ ਗੈਰ-ਹਾਜ਼ਰੀ ਨੂੰ ਸ਼ਿੱਦਤ ਨਾਲ ਮਹਿਸੂਸ ਕੀਤੇ ਜਾਣਾ।

ਭੀੜ ਇਤਬਾਰਯੋਗ ਨਹੀਂ ਹੁੰਦੀ, ਤੁਹਾਡੇ ਸਨਮਾਨ ਸਮੇਂ ਭੀੜ ਜੁੜੇਗੀ, ਤੁਹਾਨੂੰ ਫਾਂਸੀ ਲਗਦੇ ਵੇਖਣ ਵਾਸਤੇ, ਭੀੜ ਹੋਰ ਵੀ ਵੱਧ ਜੁੜੇਗੀ।

ਜੋਤਿਸ਼ ਦਾ ਅਜੋਕਾ ਧੰਦਾ, ਡਰੇ ਹੋਏ ਨੂੰ ਧਰਵਾਸ ਦੇਣ ਅਤੇ ਹੌਸਲੇ ਵਾਲੇ ਨੂੰ ਡਰਾਉਣ ਦੇ ਆਧਾਰ 'ਤੇ ਚਲਦਾ ਹੈ।

ਕਈ ਜੋੜੇ ਬੜੇ ਅਜੀਬ ਹੁੰਦੇ ਹਨ, ਪਤੀ ਵਿਚ ਇਸਤਰੀ ਵਾਲੇ ਸਾਰੇ ਗੁਣ ਹੁੰਦੇ ਹਨ ਅਤੇ ਪਤਨੀ ਵਿਚ ਪੁਰਸ਼ ਵਾਲੇ ਸਾਰੇ ਔਗੁਣ ਹੁੰਦੇ ਹਨ।

ਰਾਜਨੀਤੀ ਵਿਚ ਹਾਕਮ ਅਤੇ ਵਿਰੋਧੀ ਧਿਰ ਦਾ ਰਿਸ਼ਤਾ ਬਾਂਦਰ ਅਤੇ ਬਿੱਲੀ ਵਾਲਾ ਹੁੰਦਾ ਹੈ।

ਝੂਠ ਦਾ ਉਘੜਵਾਂ ਲੱਛਣ ਇਹ ਹੁੰਦਾ ਹੈ ਕਿ ਇਹ ਸੱਚ ਦਾ ਭੁਲੇਖਾ ਪਾਉਂਦਾ ਹੈ।

ਜੋਤਸ਼ੀ ਖੂਬ ਜਾਣਦੇ ਹਨ ਕਿ ਚਿੰਤਾ ਕਰਨੀ ਮਨੁੱਖ ਦਾ ਸੁਭਾਓ ਹੈ ਅਤੇ ਆਸ-ਉਮੀਦ ਲਾਉਣੀ ਮਨੁੱਖ ਦੀ ਆਦਤ ਹੈ।

ਭੈੜੇ ਵਿਹਾਰ ਬਾਰੇ, ਚੰਗੀਆਂ ਗੱਲਾਂ ਕਰਨੀਆਂ ਸੰਭਵ ਨਹੀਂ ਹੁੰਦੀਆਂ।

ਰਾਜਨੀਤੀ ਵਿਚ ਰੱਜ ਨਹੀਂ ਹੁੰਦਾ, ਭੁੱਖ ਹੀ ਭੁੱਖ ਹੁੰਦੀ ਹੈ।

ਨਿੰਦਾ-ਮੁਕਤ ਅਤੇ ਪ੍ਰਸੰਨ-ਚਿਤ ਹੋ ਕੇ ਇਕੱਲਿਆਂ ਸੈਰ ਕਰੋ, ਸਰੀਰ ਅਤੇ ਮਨ, ਦੋਵੇਂ ਵਧਾਈ ਦੇਣਗੇ।

ਢਹਿੰਦੀ ਕਲਾ ਵਿਚ ਕੁਝ ਟੁੱਟ ਜਾਂਦੇ ਹਨ ਪਰ ਕੁਝ ਚੜ੍ਹਦੀ ਕਲਾ ਵਿਚ ਹੋ ਕੇ, ਸਾਰੇ ਰੀਕਾਰਡ ਤੋੜ ਦਿੰਦੇ ਹਨ।

ਹਾਕਮ ਅਤੇ ਵਿਰੋਧੀ ਧਿਰ, ਉਨ੍ਹਾਂ ਜੌੜੀਆਂ ਭੈਣਾਂ ਵਾਂਗ ਹੁੰਦੀਆਂ ਹਨ, ਜਿਥੇ ਇਕ ਦੂਜੀ ਨੂੰ ਕਹਿੰਦੀ ਹੈ: ਆਪਣੀ ਬੂਥੀ ਤਾਂ ਵੇਖ!

ਆਪਣਾ ਉਦੇਸ਼ ਮਿਥੋ ਕਿ ਆਟੋਗ੍ਰਾਫ ਲੈਣ ਵਾਲੇ ਨਹੀਂ, ਦੇਣ ਵਾਲੇ ਬਣਨਾ ਹੈ।

ਰਾਜਨੀਤੀ ਵਿਚ ਸਨਮਾਨ ਯਾਦ ਨਹੀਂ ਰਹਿੰਦੇ ਅਤੇ ਅਪਮਾਨ ਭੁਲਦੇ ਨਹੀਂ।

ਬਜ਼ਾਰ ਦੀ ਰੌਣਕ ਕਹਿੰਦੀ ਹੈ: ਮੌਜਾਂ ਲੁਟੋ; ਬਟੂਆ ਕਹਿੰਦਾ ਹੈ: ਸੰਜਮ ਵਰਤੋ।

ਚੋਣਾਂ ਨੇੜੇ ਆਗੂ, ਖੁੰਬਾਂ ਵਾਂਗ ਉੱਗਦੇ ਹਨ, ਖੁੰਬ ਦਾ ਲੱਛਣ ਹੈ ਕਿ ਇਸ ਦੀ ਜੜ੍ਹ ਨਹੀਂ ਹੁੰਦੀ।

ਰਾਜਸੀ ਆਗੂ ਆਪਣੀ ਮਰਜ਼ੀ ਨਾਲ ਨਹੀਂ, ਵਿਰੋਧੀਆਂ ਦੇ ਚਲਾਏ ਚਲਦੇ ਹਨ।

ਮਨੁੱਖ ਆਲੇ-ਦੁਆਲੇ ਨੂੰ ਉਵੇਂ ਨਹੀਂ ਵੇਖਦਾ, ਜਿਵੇਂ ਆਲਾ-ਦੁਆਲਾ ਹੁੰਦਾ ਹੈ, ਸਗੋਂ ਉਵੇਂ ਵੇਖਦਾ ਹੈ, ਜਿਵੇਂ ਉਹ ਆਪ ਹੁੰਦਾ ਹੈ।

ਜੇ ਮਾਲਕ ਚੰਦਰਮਾ ਵਲ ਉਂਗਲੀ ਕਰੇ ਤਾਂ ਝੋਲੀ-ਚੁੱਕ ਉਂਗਲੀ ਵੇਖਦਾ ਹੈ, ਚੰਦਰਮਾ ਨਹੀਂ।

ਪਰਜਾਤੰਤਰ ਦੀ ਬਹੁਗਿਣਤੀ ਜੇ ਕਿਸੇ ਮੁਰਗੇ ਨੂੰ ਮੁਰਗੀ ਕਹਿ ਦੇਵੇ ਤਾਂ ਉਹ ਅੰਡੇ ਨਹੀਂ ਦੇਣ ਲੱਗ ਪੈਂਦਾ।

ਰਾਜਸੀ ਆਗੂ, ਹਰ ਸਮਾਗਮ ਵਿਚ ਬੋਲਣਾ ਹੀ ਚਾਹੁੰਦੇ ਹਨ, ਉਨ੍ਹਾਂ ਵਿਚ ਸੁਣਨ ਦਾ ਸਬਰ ਨਹੀਂ ਹੁੰਦਾ।

ਅਕਲ ਅਤੇ ਬੇਅਕਲ ਵਿਚ ਅੰਤਰ ਅਕਲ ਦੀ ਮਾਤਰਾ ਵਿਚ ਨਹੀਂ, ਅਕਲ ਦੀ ਵਰਤੋਂ ਵਿਚ ਹੁੰਦਾ ਹੈ।

ਆਗੂਆਂ ਦੀ ਦਿਲਚਸਪੀ ਹਕੂਮਤ ਕਰਨ ਵਿਚ ਹੁੰਦੀ ਹੈ, ਮਸਲੇ ਸੁਲਝਾਉਣ ਵਿਚ ਨਹੀਂ।

ਰਾਜਨੀਤੀ ਪੁਰਸ਼-ਖੇਤਰ ਹੈ, ਇਸ ਵਿਚ ਇਸਤਰੀਆਂ ਵੀ ਪੁਰਸ਼ਾਂ ਵਾਲਾ ਵਿਹਾਰ ਕਰਦੀਆਂ ਹਨ।

ਜਿਸ ਰਿਸ਼ਤੇ ਵਿਚ ਪਰਸਪਰ ਪਿਆਰ-ਸਤਿਕਾਰ ਨਹੀਂ ਹੁੰਦਾ, ਉਸ ਰਿਸ਼ਤੇ ਨੂੰ ਅਣਬਣ ਕਹਿੰਦੇ ਹਨ।

ਰਾਜਨੀਤੀ ਵਿਚ, ਜੈ-ਜੈਕਾਰ ਜਿੱਤ ਦੀ ਹੁੰਦੀ ਹੈ, ਜਿੱਤਣ ਵਾਲੇ ਦੀ ਨਹੀਂ।

ਅਖਾਣਾਂ ਵਿਚ ਉਪਦੇਸ਼ ਅਤੇ ਮੁਹਾਵਰਿਆਂ ਵਿਚ ਅਨੁਭਵ ਹੁੰਦਾ ਹੈ।

ਖੁਸ਼ਹਾਲ ਪਰਿਵਾਰਾਂ ਵਿਚ, ਪਤੀ ਦੀ ਅਕਲ ਨੂੰ, ਪਤਨੀ ਦੀ ਸਿਆਣਪ, ਤਾਲ ਦਿੰਦੀ ਰਹਿੰਦੀ ਹੈ।

ਜੇ ਮਨ ਪ੍ਰਸੰਨ ਹੋਵੇ ਤਾਂ ਵਰਤ ਵਿਚੋਂ ਵੀ ਸਵਾਦ ਆਉਣ ਲਗ ਪੈਂਦਾ ਹੈ।

ਰਾਜਸੀ ਆਗੂ ਨੂੰ ਇਸ ਆਸ ਨਾਲ ਸੁਣਿਆ ਜਾਂਦਾ ਹੈ ਕਿ ਸ਼ਾਇਦ ਕੁਝ ਚਿਰ ਮਗਰੋਂ, ਉਹ ਕੋਈ ਅਕਲ ਦੀ ਗੱਲ ਵੀ ਕਰੇ।

ਮਿਹਨਤ ਤੋਂ ਬਿਨਾਂ ਅਮੀਰ ਹੋਣ ਦੀ ਇਛਾ, ਭ੍ਰਿਸ਼ਟਾਚਾਰ ਅਖਵਾਉਂਦੀ ਹੈ।

ਬੇਵੱਸ ਬੰਦੇ ਤੋਂ ਸਾਨੂੰ ਜ਼ਿੰਦਗੀ ਦੇ ਕਮਜ਼ੋਰ ਪਰ ਲਾਜ਼ਮੀ ਪੱਖਾਂ ਦਾ ਗਿਆਨ ਮਿਲਦਾ ਹੈ।

ਦੁਖੀ ਕਰਨ ਵਾਲੀਆਂ ਗੱਲਾਂ ਨੂੰ, ਹਰ ਥਾਂ, ਹਰ ਕਿਸੇ ਵਲੋਂ ਵਧੇਰੇ ਧਿਆਨ ਨਾਲ ਸੁਣਿਆ ਅਤੇ ਸੁਣਾਇਆ ਜਾਂਦਾ ਹੈ।

ਮਨੁੱਖ ਪ੍ਰਸੰਨਤਾ ਵਾਲੇ ਸਮੇਂ ਨੂੰ ਬੜੀ ਲਾਪ੍ਰਵਾਹੀ ਨਾਲ ਲੰਘਾ ਦਿੰਦਾ ਹੈ।

ਦੁੱਖ ਵਿਚ ਸਾਨੂੰ ਉਹ ਕੁਝ ਵੀ ਦਿਸਣ ਲਗ ਪੈਂਦਾ ਹੈ, ਜੋ ਪਹਿਲਾਂ ਦਿਸਿਆ ਨਹੀਂ ਹੁੰਦਾ।

ਜੇ ਟੁਰਨ ਦੀ ਯੋਗਤਾ ਨਹੀਂ ਤਾਂ ਤੰਦਰੁਸਤ ਹੋਣ ਦੇ ਵੀ ਕੋਈ ਅਰਥ ਨਹੀਂ ਹੁੰਦੇ।

ਛੁੱਟੀ ਤਾਂ ਹੀ ਚੰਗੀ ਲਗਦੀ ਹੈ, ਜੇ ਉਡੀਕਣ ਮਗਰੋਂ ਆਵੇ।

ਚੁਪ-ਚੁਪੀਤੇ ਕੀਤੀ ਮਦਦ, ਐਲਾਨ ਕਰਕੇ ਕੀਤੀ ਮਦਦ ਤੋਂ ਵਧੇਰੇ ਮੁਲਵਾਨ ਹੁੰਦੀ ਹੈ।

ਵਿਹਲਾ ਸਮਾਂ ਤਾਂ ਹੀ ਮਾਣਿਆ ਜਾ ਸਕੇਗਾ ਜੇ ਉਸ ਦੀ ਮਿਆਦ ਹੋਵੇ।

ਅਸੀਂ ਮਦਦ ਦਿੰਦੇ ਹਾਂ, ਮਗਰੋਂ ਮਿਲਣ ਦੀ ਆਸ ਨਾਲ; ਅਸੀਂ ਮਦਦ ਲੈਂਦੇ ਹਾਂ, ਮਗਰੋਂ ਦੇਣ ਦੇ ਭਰੋਸੇ ਨਾਲ।

ਕਰੋੜਾਂ ਸਾਲ ਪੁਰਾਣੇ ਸੰਸਾਰ ਨੂੰ ਸਾਡੇ ਲਈ ਨਵਾਂ ਬਣਾਉਣ ਦਾ ਕਾਰਜ ਕਲਾ ਕਰਦੀ ਹੈ।

ਪਰੰਪਰਾ ਵਿਚੋਂ ਅਸੀਂ ਸਭ ਤੋਂ ਉੱਤਮ ਅਤੇ ਆਧੁਨਿਕਤਾ ਵਿਚੋਂ ਅਸੀਂ ਸਭ ਤੋਂ ਢੁੱਕਵੇਂ ਦੀ ਚੋਣ ਕਰਦੇ ਹਾਂ।

ਸਾਲੇ ਜਾਂ ਸਾਂਢੂ ਨਾਲ ਭਾਈਵਾਲੀ ਅਤੇ ਸਹੁਰੇ ਨਾਲ ਵਪਾਰ ਕਦੇ ਰਾਸ ਨਹੀਂ ਆਉਂਦੇ।

ਮਨੁੱਖ ਆਪਣੇ ਜੀਵਨ ਨੂੰ ਚਲਾਉਂਦਾ ਤਰਕ ਨਾਲ ਹੈ ਪਰ ਮਾਣਦਾ ਭਾਵਨਾਵਾਂ ਨਾਲ ਹੈ।

ਕੀਰਤਨ-ਭਜਨ ਭੀੜ ਨੂੰ ਸੰਗਤ ਵਿਚ ਬਦਲ ਦਿੰਦੇ ਹਨ।

ਜੇ ਕਿਸੇ ਵਿਚ ਕੋਈ ਉਘੜਵਾਂ ਗੁਣ ਹੋਵੇ ਤਾਂ ਸਮਾਜ ਉਸ ਦੇ ਕਈ ਔਗੁਣ ਵਿਸਾਰ ਦਿੰਦਾ ਹੈ।

ਸੰਗੀਤ, ਆਤਮਾ 'ਤੇ ਪਈ ਧੂੜ ਨੂੰ ਸਾਫ਼ ਕਰਨ ਦੀ ਸਮਰੱਥਾ ਰਖਦਾ ਹੈ।

ਕਲਾ-ਪ੍ਰੇਮੀ ਅਮੀਰ ਭਾਵੇਂ ਨਾ ਹੋਣ ਪਰ ਉਹ ਪ੍ਰਸੰਨ ਅਤੇ ਖ਼ੁਸ਼ਹਾਲ ਹੁੰਦੇ ਹਨ।

ਮੌਲਿਕਤਾ, ਕਲਾਕਾਰ ਦਾ ਮੀਰੀ ਗੁਣ ਹੁੰਦੀ ਹੈ, ਜਿਸ ਵਿਚ ਮੌਲਿਕਤਾ ਨਾ ਹੋਵੇ, ਉਸ ਨੂੰ ਕਲਾਕਾਰ ਨਹੀਂ, ਕਾਮਾ ਹੀ ਕਿਹਾ ਜਾਂਦਾ ਹੈ।

ਸੰਗੀਤ ਉਨ੍ਹਾਂ ਭਾਵਾਂ ਨੂੰ ਪ੍ਰਗਟਾਉਂਦਾ ਹੈ, ਜਿਹੜੇ ਸ਼ਬਦਾਂ-ਰੰਗਾਂ ਵਿਚ ਪ੍ਰਗਟਾਏ ਨਹੀਂ ਜਾ ਸਕਦੇ ਅਤੇ ਜਿਨ੍ਹਾਂ ਨੂੰ ਪ੍ਰਗਟਾਏ ਬਿਨਾਂ ਰਿਹਾ ਵੀ ਨਹੀਂ ਜਾ ਸਕਦਾ।

ਕਲਾ ਦੇ ਖੇਤਰ ਵਿਚ, ਕੁਝ ਵੀ ਅਚਾਨਕ ਨਹੀਂ ਵਾਪਰਦਾ, ਜੋ ਅਚਾਨਕ ਵਾਪਰਦਾ ਹੈ, ਉਹ ਕਲਾ ਦੇ ਪੱਖੋਂ ਮਹੱਤਵਪੂਰਨ ਨਹੀਂ ਹੁੰਦਾ।

ਮਹਾਨ ਅਸ਼ੋਕ ਦੀ ਯਾਦ ਵਿਚ, ਭਾਰਤ ਕੇਵਲ ਇਕ ਹੋਟਲ ਹੀ ਉਸਾਰ ਸਕਿਆ ਹੈ।

ਮੀਸਣਾ ਉਹ ਹੁੰਦਾ ਹੈ, ਜਿਹੜਾ ਖਾਣਾ ਖਾਏ ਪਰ ਮੂੰਹ ਨਾ ਹਿਲਾਏ।

ਜਿਹੜੇ ਸ਼ਹਿਰ ਕਲਾ ਦੇ ਕੇਂਦਰ ਹਨ, ਉਹੀ ਸ਼ਹਿਰ ਅਸਫਲ ਕਲਾਕਾਰਾਂ ਦੇ ਕਬਰਸਤਾਨ ਵੀ ਹਨ।

ਕਿਸੇ ਵਲੋਂ ਮੂਰਖ ਕਹੇ ਜਾਣ 'ਤੇ, ਅਸੀਂ ਮਹੀਨਿਆਂ-ਬੱਧੀ ਝੂਰਦੇ ਰਹਿੰਦੇ ਹਾਂ; ਮੂਰਖਤਾ, ਮੂਰਖ ਕਹੇ ਜਾਣ ਵਿਚ ਨਹੀਂ, ਝੂਰਦੇ ਰਹਿਣ ਵਿਚ ਹੁੰਦੀ ਹੈ।

ਚਾਪਲੂਸ, ਮਾਲਕ ਨੂੰ, ਖਾਲੀ ਚਮਚੇ ਨਾਲ ਖੀਰ ਖੁਆਉਂਦੇ ਹਨ।

ਜੇ ਇਸਤਰੀ ਪੁਰਸ਼ ਦੀ ਪ੍ਰਸੰਸਾ ਕਰੇ ਤਾਂ ਪੁਰਸ਼ ਕਦੀ ਨਹੀਂ ਕਹਿੰਦਾ ਕਿ ਇਹ ਬੋਲਦੀ ਬਹੁਤ ਹੈ।

ਇਸਤਰੀਆਂ ਭੇਤ ਨਹੀਂ ਦਿੰਦੀਆਂ, ਭੇਤਾਂ ਦਾ ਵਟਾਂਦਰਾ ਕਰਦੀਆਂ ਹਨ।

ਇੱਕ ਅਤੇ ਇੱਕ ਗਿਆਰ੍ਹਾਂ ਤਾਂ ਹੀ ਹੁੰਦੇ ਹਨ ਜੇ ਉਹ ਬਰਾਬਰ ਹੋਣ ਨਹੀਂ ਤਾਂ ਦੋਵੇਂ ਇੱਕ-ਇੱਕ ਹੀ ਵਿਖਾਈ ਦੇਣਗੇ।

ਝੂਠ ਬੋਲਣਾ ਸੌਖਾ ਹੁੰਦਾ ਹੈ ਪਰ ਕੇਵਲ ਇਕ ਝੂਠ ਬੋਲਣਾ ਔਖਾ ਹੁੰਦਾ ਹੈ।

ਨਤੀਜੇ ਭੁੱਗਤਣ ਤੋਂ ਬਿਨਾਂ, ਪਤਾ ਹੀ ਨਹੀਂ ਲਗਦਾ ਕਿ ਅਸੀਂ ਗਲਤੀ ਕੀਤੀ ਹੈ।

ਅੰਦਾਜ਼ੇ ਕਦੀ ਵੀ ਅਸਲੀਅਤ ਨਹੀਂ ਹੁੰਦੇ ਅਤੇ ਅਸਲੀਅਤ ਦਾ ਕਦੀ ਵੀ ਅੰਦਾਜ਼ਾ ਨਹੀਂ ਲਾਇਆ ਜਾ ਸਕਦਾ।

ਸਹਿਣਸ਼ੀਲਤਾ ਤੋਂ ਬਿਨਾਂ, ਯਾਤਰਾ ਦਾ ਆਨੰਦ ਨਹੀਂ ਮਾਣਿਆ ਜਾ ਸਕਦਾ।

ਜਵਾਨੀ ਵਿਚ ਸ਼ਰਾਬ ਪੀਣੀ, ਅੱਗ ਨੂੰ ਅੱਗ ਲਾਉਣ ਵਾਲੀ ਗੱਲ ਹੁੰਦੀ ਹੈ।

ਚੰਗੀਆਂ ਆਦਤਾਂ ਨਾਲ ਧਨ, ਸਮੇਂ ਅਤੇ ਸ਼ਕਤੀ ਦੀ ਬੱਚਤ ਹੁੰਦੀ ਰਹਿੰਦੀ ਹੈ।

ਇਸਤਰੀ, ਜਿਸ ਨੂੰ ਪਿਆਰ ਕਰਦੀ ਹੈ, ਉਸ ਨੂੰ ਮਰਦ ਬਣਾ ਦਿੰਦੀ ਹੈ।

ਚਤੁਰਾਈ, ਰਾਜਨੀਤੀ ਦਾ ਗੁਣ ਹੈ ਪਰ ਧਰਮ ਦਾ ਔਗੁਣ ਹੈ।

ਸੰਕਟ ਦੌਰਾਨ, ਮਨੋਰੰਜਨ ਖਾਮੋਸ਼ ਹੋ ਜਾਂਦਾ ਹੈ।

ਪਿੰਡ ਵਿਚ ਨਿਰਪੱਖ ਹੋ ਕੇ ਨਹੀਂ ਰਿਹਾ ਜਾ ਸਕਦਾ।

ਧਨ ਉਹੀ ਵੱਧਦਾ ਹੈ, ਜਿਹੜਾ ਥੋੜ੍ਹਾ-ਥੋੜ੍ਹਾ ਕਰਕੇ ਜੋੜਿਆ ਜਾਵੇ।

ਪ੍ਰਸੰਸਾ ਦੇ ਭੁੱਖੇ ਬੰਦੇ, ਆਪਣੀ ਭੁੱਖ ਸਬੰਧੀ ਕੋਈ ਸੰਸਾ ਨਹੀਂ ਰਹਿਣ ਦਿੰਦੇ।

ਪੁਸਤਕਾਂ, ਪਾਠਕਾਂ ਲਈ ਸੋਚਣ ਦਾ ਕਾਰਜ ਕਰਦੀਆਂ ਹਨ।

ਮਾਪਿਆਂ ਦਾ ਕਰਤੱਵ ਹੈ ਕਿ ਉਹ ਆਪਣੀ ਸੰਤਾਨ ਨੂੰ, ਜ਼ਿੰਦਗੀ ਦੀ ਮੂਹਰਲੀ ਕਤਾਰ ਵਿਚ ਬੈਠਣ ਯੋਗ ਬਣਾਉਣ।

ਬਦਲਾ ਲੈਣ ਵਾਲਾ, ਆਪਣੇ ਦੁਸ਼ਮਣ ਤੋਂ ਵੀ ਨੀਵਾਂ ਹੋ ਜਾਂਦਾ ਹੈ।

ਫੈਸਲਾ ਛੇਤੀ ਕਰੋ ਪਰ ਆਰਾਮ ਨਾਲ ਸੋਚ-ਵਿਚਾਰ ਕੇ ਕਰੋ।

ਮਿੱਤਰਤਾ ਅਤੇ ਦੁਸ਼ਮਣੀ, ਬਰਾਬਰ ਧਿਰਾਂ ਵਿਚ ਹੀ ਨਿਭਦੀ ਹੈ।

ਬਹੁਤੇ ਲੋਕ ਸਜ਼ਾ ਤੋਂ ਡਰਦਿਆਂ ਨਹੀਂ, ਅਪਮਾਨ ਦੇ ਭੈਅ ਕਾਰਨ ਅਪਰਾਧ ਨਹੀਂ ਕਰਦੇ।

ਲਤੀਫ਼ਾ ਸੁਣਾਉਣ ਵਾਲਾ, ਆਪ ਹੱਸ ਕੇ ਲਤੀਫ਼ੇ ਦੀ ਫੂਕ ਕੱਢ ਦਿੰਦਾ ਹੈ।

ਜੇ ਮਿੱਤਰ ਬਰਾਬਰ ਨਾ ਹੋਣ ਤਾਂ ਮਿੱਤਰਤਾ ਦਾ ਅੰਤ ਜਲਦੀ ਹੋਵੇਗਾ ਅਤੇ ਅੰਤ, ਸੁਖਾਵਾਂ ਨਹੀਂ ਹੋਵੇਗਾ।

ਸ਼ਕਤੀਸ਼ਾਲੀ ਬੰਦੇ, ਵਰਤਾਰਿਆਂ ਦੇ ਵਾਪਰਨ ਦਾ ਵਸੀਲਾ ਬਣਦੇ ਹਨ ਜਦੋਂ ਕਿ ਡਰਪੋਕ, ਕੁਝ ਵਾਪਰਨ ਦੀ ਉਡੀਕ ਹੀ ਕਰਦੇ ਹਨ।

ਦੋਸਤ, ਨਰਾਜ਼ ਨਹੀਂ ਹੁੰਦੇ, ਜੋ ਨਰਾਜ਼ ਹੁੰਦੇ ਹਨ, ਉਹ ਦੋਸਤ ਹੀ ਨਹੀਂ ਹੁੰਦੇ।

ਉਦੇਸ਼ ਤੋਂ ਬਿਨਾਂ, ਆਪਣੇ ਆਪ ਬਾਰੇ ਸੁਚੇਤ ਹੋਣਾ ਸੰਭਵ ਨਹੀਂ ਹੁੰਦਾ।

ਜੇ ਕੰਮ ਸਾਡੇ ਕਾਬੂ ਵਿਚ ਹੋਣ, ਉਹ ਤਾਂ ਹੀ ਨਿਬੜਦੇ ਹਨ।

ਮਹਿਮਾਨਾਂ ਦੇ ਆਉਣ 'ਤੇ, ਘਰ ਸਾਫ਼ ਕਰਨਾ ਉਚੇਚ ਹੈ, ਘਰ ਦਾ ਸੁਭਾਵਕ ਹੀ ਸਾਫ਼ ਹੋਣਾ, ਸਾਡੀ ਚੰਗੀ ਕਾਰਗੁਜ਼ਾਰੀ ਦਾ ਸਬੂਤ ਹੁੰਦਾ ਹੈ।

ਚੰਗੀਆਂ ਆਦਤਾਂ ਦਾ ਹਰ ਕਿਸੇ 'ਤੇ ਰੋਅਬ ਪੈਂਦਾ ਹੈ।

ਸ਼ਖ਼ਸੀਅਤ, ਕੁਝ ਲੋਕਾਂ ਦੀ ਹੀ ਹੁੰਦੀ ਹੈ, ਬਾਕੀਆਂ ਦੇ ਕੇਵਲ ਨਾਂ ਹੀ ਹੁੰਦੇ ਹਨ।

ਜੇ ਉਦੇਸ਼ ਹੀ ਕੋਈ ਨਹੀਂ ਤਾਂ ਮਿਹਨਤ ਦਾ ਵੀ ਕੋਈ ਨਤੀਜਾ ਨਹੀਂ ਉਪਜੇਗਾ।

ਵਾਰ ਤਾਂ ਐਤਵਾਰ ਹੀ ਹੁੰਦਾ ਹੈ, ਬਾਕੀ ਸਾਰੇ ਸੋਮ-ਮੰਗਲ-ਬੁਧ ਹੀ ਹੁੰਦੇ ਹਨ।

ਥਕਾਵਟ ਉਨ੍ਹਾਂ ਕਾਰਜਾਂ ਵਿਚੋਂ ਉਪਜਦੀ ਹੈ, ਜਿਹੜੇ ਸਾਨੂੰ ਮਜਬੂਰੀ ਅਧੀਨ, ਨਿਸਚਿਤ ਸਮੇਂ 'ਤੇ, ਵਿਸ਼ੇਸ਼ ਢੰਗ ਨਾਲ ਕਰਨੇ ਪੈਂਦੇ ਹਨ।

ਐਤਵਾਰ ਨੂੰ ਘਰ ਵਿਚ ਸਾਰੇ ਜੀਆਂ ਦੀ ਇਕ ਹੀ ਉਮਰ ਹੁੰਦੀ ਹੈ।

ਹਰ ਵੇਲੇ ਕੰਮ ਵਿਚ ਰੁੱਝਿਆ ਬੰਦਾ ਵਿਚਾਰਾਂ ਅਤੇ ਵਿਹਾਰ ਦੇ ਪਖੋਂ ਖੁੰਢਾ ਹੁੰਦਾ ਹੈ।

ਕਿਸੇ ਦਾ ਚਰਿੱਤਰ ਜਾਣਨ ਲਈ, ਵੇਖੋ ਉਹ ਐਤਵਾਰ ਨੂੰ ਕੀ ਕਰਦਾ ਹੈ।

ਕਿਸੇ ਨੂੰ ਵੀ ਨਰਾਜ਼ ਨਾ ਕਰਨ ਵਾਲੀ ਬਿਰਤੀ ਵਾਲੇ ਲੋਕਾਂ ਦੀ ਸ਼ਖ਼ਸੀਅਤ ਦਾ, ਕੋਈ ਸਪਸ਼ਟ ਮੁਹਾਂਦਰਾ ਨਹੀਂ ਉੱਘੜਦਾ।

ਆਪਣੀ ਮਰਜ਼ੀ ਨਾਲ ਕੀਤੇ ਕੰਮਾਂ ਵਿਚੋਂ ਥਕਾਵਟ ਨਹੀਂ ਹੁੰਦੀ, ਸਗੋਂ ਮਨੋਰੰਜਨ ਉਪਜਦਾ ਹੈ।

ਜਦੋਂ ਕੋਈ ਆਪਣੇ ਦੋਸਤ ਦੇ ਭੈੜੇ ਕਾਰਜਾਂ ਨੂੰ ਪ੍ਰਵਾਨਗੀ ਦੇਣ ਲੱਗ ਪਵੇ ਤਾਂ ਕੁਝ ਚਿਰ ਮਗਰੋਂ, ਉਹ ਆਪ ਵੀ ਭੈੜੇ ਕੰਮ ਕਰਨ ਲੱਗ ਪੈਂਦਾ ਹੈ।

ਸਲੀਕੇ ਭਰੀ ਹਾਜ਼ਰ-ਜਵਾਬੀ ਸਾਡੇ ਵਿਹਾਰ ਅਤੇ ਸਾਡੀ ਸੋਚ ਦੀ ਸੁਤੰਤਰਤਾ ਦੀ ਨਿਸ਼ਾਨੀ ਅਤੇ ਗਵਾਹੀ ਹੁੰਦੀ ਹੈ।

ਐਤਵਾਰ ਵਾਲੇ ਦਿਨ, ਸਾਰੇ ਸਮਾਜ ਦਾ ਹਾਲ-ਚਾਲ ਬਦਲ ਜਾਂਦਾ ਹੈ।

ਸਾਨੂੰ ਨਾਂਹ ਕਹਿਣ ਵਾਲੇ, ਵਾਸਤਵ ਵਿਚ ਸਾਨੂੰ ਮਜ਼ਬੂਤ ਬਣਾਉਂਦੇ ਹਨ।

ਸਾਊ, ਸਲੀਕੇ ਵਾਲੀ ਸ਼ਬਦਾਵਲੀ ਵਰਤੋ, ਹਰ ਕੋਈ ਤੁਹਾਡੇ ਨਾਲ ਗੱਲ ਕਰਨੀ ਪਸੰਦ ਕਰੇਗਾ।

ਇਤਿਹਾਸ ਵਿਚ, ਪ੍ਰਸ਼ੰਸਾਯੋਗ ਬਹਾਦਰੀ ਦੀ ਕੋਈ ਇਕ ਉਦਾਹਰਣ, ਕਿਸੇ ਹੋਰ ਉਦਾਹਰਣ ਨਾਲ ਨਹੀਂ ਮਿਲਦੀ।

ਘਰ ਵਿਚ, ਇਸਤਰੀ ਦੇ ਸਹਿਯੋਗ ਤੋਂ ਬਿਨਾਂ ਐਤਵਾਰ, ਐਤਵਾਰ ਨਹੀਂ ਬਣਦਾ।

ਮਹਾਂਪੁਰਸ਼ਾਂ ਵਿਚਕਾਰ ਭਾਵੇਂ ਸਦੀਆਂ ਦਾ ਫਾਸਲਾ ਹੋਵੇ, ਉਹ ਸਾਰੇ ਸਮਕਾਲੀ ਅਤੇ ਇਕੋ ਜਿਹੇ ਲਗਦੇ ਹਨ।

ਕਮਜ਼ੋਰ ਸਮਾਜਾਂ ਅਤੇ ਪਰਿਵਾਰਾਂ ਵਿਚ, ਨਵੀਨਤਾ ਨੂੰ ਪ੍ਰਵਾਨ ਕਰਨ ਦੀ ਤਾਕਤ ਨਹੀਂ ਹੁੰਦੀ।

ਜ਼ਿੰਦਗੀ ਦੇ ਪਹਿਲੇ ਸੌ ਸਾਲ ਗੁਜ਼ਾਰਨੇ ਹੀ ਔਖੇ ਹੁੰਦੇ ਹਨ, ਫਿਰ ਹਮੇਸ਼ਾ ਵਾਸਤੇ ਸੌਖ ਹੋ ਜਾਂਦੀ ਹੈ।

ਸੰਸਾਰ ਦਾ ਕੋਈ ਵੀ ਦੇਸ਼, ਮਹਾਨ ਵਿਅਕਤੀਆਂ ਤੋਂ ਬਿਨਾਂ ਮਹਾਨ ਨਹੀਂ ਬਣਿਆ।

ਆਪਣੇ ਆਪ ਵਿਚ ਕੁਝ ਵੀ ਚੰਗਾ-ਮਾੜਾ ਨਹੀਂ ਹੁੰਦਾ, ਜੋ ਸਾਡੀ ਲੋੜ ਪੂਰੀ ਕਰੇ, ਉਸ ਨੂੰ ਚੰਗਾ ਅਤੇ ਜੋ ਨਾ ਕਰੇ ਉਸ ਨੂੰ ਅਸੀਂ ਮਾੜਾ ਕਹਿੰਦੇ ਹਾਂ।

ਪਰਿਵਾਰ, ਸਾਨੂੰ ਮਰਨ ਵਿਚ ਸਹੂਲਤ ਵੀ ਦਿੰਦਾ ਹੈ ਅਤੇ ਰੁਕਾਵਟ ਵੀ ਬਣਦਾ ਹੈ।

ਧਰਮ ਅਨੁਸਾਰ, ਦੁੱਖ ਸਜ਼ਾ ਨਹੀਂ, ਪਰਮਾਤਮਾ ਦੇ ਨੇੜੇ ਹੋਣ ਦੀ ਕੀਮਤ ਹੈ।

ਜਦੋਂ ਉੱਚਾ ਆਦਰਸ਼ ਮਿੱਥ ਲਿਆ ਜਾਵੇ ਤਾਂ ਜੀਵਨ ਦੀਆਂ ਪ੍ਰੇਸ਼ਾਨੀਆਂ, ਨੀਵੀਆਂ ਹੋ ਜਾਂਦੀਆਂ ਹਨ।

ਮਹਾਨ ਉਹ ਹੈ, ਜੋ ਸਦੀਆਂ ਪੁਰਾਣਾ ਹੋਵੇ ਅਤੇ ਹਰ ਵੇਲੇ ਨਵਾਂ ਲਗੇ।

ਮਨੁੱਖ ਉਨ੍ਹਾਂ ਮੁਸ਼ਕਿਲਾਂ ਨੂੰ ਹੀ ਬਰਦਾਸ਼ਤ ਕਰਦਾ ਹੈ, ਜਿਨ੍ਹਾਂ ਤੋਂ ਬਚਣ ਦਾ ਉਸ ਕੋਲ ਕੋਈ ਉਪਰਾਲਾ ਨਹੀਂ ਹੁੰਦਾ।

ਵਿਗਿਆਨ ਵਿਚ, ਨਵੇਂ ਦੀ ਮਹਿਮਾ ਅਤੇ ਧਰਮ ਵਿਚ, ਪੁਰਾਤਨ ਦੀ ਪੂਜਾ ਹੁੰਦੀ ਹੈ।

ਕੁਦਰਤ ਨੇ, ਕਿਸੇ ਨੂੰ ਵੀ ਜਦੋਜਹਿਦ, ਤਿਆਗ ਅਤੇ ਕੁਰਬਾਨੀ ਤੋਂ ਬਿਨਾਂ, ਮਹਾਨ ਨਹੀਂ ਬਣਨ ਦਿਤਾ।

ਮਨੁੱਖ, ਆਪਣਾ ਜੀਵਨ ਮਿਣਦਾ ਸਾਲਾਂ ਵਿਚ ਹੈ ਪਰ ਜਿਊਂਦਾ ਦਿਨਾਂ ਵਿਚ ਹੈ।

ਦਰਿਆ ਦਾ ਉਹੀ ਪਾਣੀ ਸਾਗਰ ਤਕ ਜਾਂਦਾ ਹੈ, ਜਿਹੜਾ ਦਰਿਆ ਦੀ ਮੁਖ-ਧਾਰਾ ਵਿਚ ਹੁੰਦਾ ਹੈ।

ਹੁਣ ਸਾਰੇ ਸੰਸਾਰ ਦੀ, ਸਾਰੇ ਸੰਸਾਰ ਵਿਚ ਦਿਲਚਸਪੀ ਪੈਦਾ ਹੋ ਗਈ ਹੈ।

ਜਦੋਂ ਸੁਪਨਾ ਵੱਡਾ ਹੋ ਜਾਵੇ ਤਾਂ ਸੰਸਾਰ ਛੋਟਾ ਰਹਿ ਜਾਂਦਾ ਹੈ।

ਯਥਾਰਥ ਸਮਕਾਲੀ ਹੁੰਦਾ ਹੈ, ਆਦਰਸ਼ ਸਦੀਵੀ ਹੁੰਦਾ ਹੈ।

ਕਿਸਮਤ ਅਤੇ ਮਿਹਨਤ ਵਿਚ ਅੰਤਰ ਇਹ ਹੈ ਕਿ ਤਾਸ਼ ਦੀ ਖੇਡ ਵਿਚ ਮਿਲੇ ਪੱਤੇ ਕਿਸਮਤ ਹੁੰਦੇ ਹਨ ਪਰ ਅਸੀਂ ਖੇਡਦੇ ਕਿਵੇਂ ਹਾਂ, ਇਹ ਮਿਹਨਤ ਹੁੰਦੀ ਹੈ।

ਭਾਰਤ ਦੇ ਲੋਕ, ਧਰਮ ਤੋਂ ਇਲਾਵਾ ਹਰੇਕ ਖੇਤਰ ਵਿਚ ਲਾਪ੍ਰਵਾਹ ਹਨ।

ਮਨੁੱਖ, ਸਮਾਜ ਦਾ ਅੰਗ ਇਸ ਲਈ ਬਣਦਾ ਹੈ, ਕਿਉਂਕਿ ਸਮਾਜ, ਫੈਲਣ ਅਤੇ ਵਿਕਾਸ ਕਰਨ ਦੀਆਂ ਸਹੂਲਤਾਂ ਦਿੰਦਾ ਹੈ।

ਜਦੋਂ ਤਕ ਕੋਈ ਕੌਮ ਲੰਮਾ ਅਰਸਾ ਰਾਜ ਨਹੀਂ ਕਰਦੀ, ਉਸ ਕੌਮ ਵਿਚ ਚੱਜ-ਆਚਾਰ ਦੀ ਕੋਈ ਨਿਵੇਕਲੀ ਪਰੰਪਰਾ ਨਹੀਂ ਉਪਜਦੀ।

ਵਪਾਰ ਨਾਲ ਘਮੰਡੀ ਅਤੇ ਕਠੋਰ ਲੋਕ ਵੀ ਨਿਮਰ ਅਤੇ ਸੇਵਾਭਾਵੀ ਬਣ ਜਾਂਦੇ ਹਨ।

ਸੁਖ-ਰਹਿਣਾ ਵਿਦਵਾਨ, ਗਿਆਨ ਦੀ ਤੌਹੀਨ ਹੁੰਦਾ ਹੈ।

ਬਦਲਾ ਉਹੀ ਲੈਂਦੇ ਹਨ, ਜਿਹੜੇ ਆਪਣੇ ਵਕਤ ਦੀ ਕਦਰ ਨਹੀਂ ਕਰਦੇ।

ਚੰਗਾ ਸ਼ਾਇਰ ਜਾਂ ਚੰਗਾ ਆਗੂ ਆਪਣੇ ਵਿਰੋਧ ਅਤੇ ਗੁੱਸੇ ਨੂੰ ਤਹਿਜ਼ੀਬ ਦੇ ਦਾਇਰੇ ਵਿਚ ਰਹਿ ਕੇ ਪ੍ਰਗਟਾਉਂਦਾ ਹੈ।

ਬਹੁਤੇ ਲੋਕ, ਦੌਲਤ ਅਤੇ ਸ਼ੋਹਰਤ ਦੀ ਝੂਠੀ ਸ਼ਾਨ ਤਕ ਹੀ ਵਿਕਾਸ ਕਰਦੇ ਹਨ।

ਚੰਗਾ ਬੰਦਾ, ਵਿਛੜਨ ਉਪਰੰਤ ਹੋਰ ਵੀ ਚੰਗਾ ਲੱਗਣ ਲੱਗ ਪੈਂਦਾ ਹੈ।

ਚੰਗੇ ਚੱਜ-ਆਚਾਰ ਤੋਂ ਬਿਨਾਂ, ਵਪਾਰ ਨਹੀਂ ਵਧਦਾ।

ਸੋਗ ਉਸੇ ਵਿਅਕਤੀ ਦੇ ਮਰਨ ਦਾ ਹੁੰਦਾ ਹੈ, ਜੋ ਚੰਗਾ ਸੀ ਜਾਂ ਜਿਸ ਵਿਚ ਚੰਗੇ ਬਣਨ ਦੀਆਂ ਸੰਭਾਵਨਾਵਾਂ ਸਨ।

ਇਕ-ਦੂਜੇ ਦੇ ਸੰਪਰਕ ਵਿਚ ਆਉਣ ਤੋਂ ਬਿਨਾਂ, ਇਸਤਰੀ ਅਤੇ ਪੁਰਸ਼ ਦੀ ਸ਼ਖ਼ਸੀਅਤ ਨਹੀਂ ਉਘੜਦੀ।

ਚੱਜ-ਆਚਾਰ ਸਿਖਾਇਆ ਨਹੀਂ ਜਾਂਦਾ, ਅਪਣਾਇਆ ਜਾਂਦਾ ਹੈ।

ਸਿਕੰਦਰ ਹੈ ਤਾਂ ਹਮਲਾਵਰ ਹੀ ਸੀ ਪਰ ਪੋਰਸ ਨਾਲ ਚੰਗੇ ਵਿਹਾਰ ਕਾਰਨ, ਉਸ ਨੇ ਸਦਾ ਲਈ ਭਾਰਤੀਆਂ ਦੇ ਦਿਲ ਜਿੱਤ ਲਏ ਸਨ।

ਕਿਸੇ ਕੰਮ ਨੂੰ ਸਹੀ ਢੰਗ ਨਾਲ ਕਰਨ ਦਾ ਸਬੂਤ ਇਹ ਹੁੰਦਾ ਹੈ ਕਿ ਇਸ ਨਾਲ ਕੰਮ ਵਿਚ ਸੁਧਾਰ ਅਤੇ ਕਾਮੇ ਵਿਚ ਵਿਕਾਸ ਵਾਪਰਦਾ ਹੈ।

ਇਸਤਰੀਆਂ ਵਿਚ ਚੱਜ-ਆਚਾਰ ਹੁੰਦਾ ਵੀ ਵਧੇਰੇ ਹੈ ਅਤੇ ਉਹ ਇਸ ਨੂੰ ਸਿਖਦੀਆਂ ਵੀ ਜਲਦੀ ਅਤੇ ਵਧੇਰੇ ਹਨ।

ਕੁਝ ਗਲਤੀਆਂ ਅਜਿਹੀਆਂ ਹੁੰਦੀਆਂ ਹਨ, ਜਿਨ੍ਹਾਂ ਨੂੰ ਕਰਨ ਤੋਂ ਬਿਨਾਂ ਸ਼ਖ਼ਸੀਅਤ ਵਿਚ ਲੋੜੀਂਦਾ ਵਿਕਾਸ ਨਹੀਂ ਵਾਪਰਦਾ।

ਜਿਸ ਦੇਸ਼ ਵਿਚ ਸਾਡਾ ਆਪਣਾ ਜਨਮ ਨਾ ਹੋਇਆ ਹੋਵੇ, ਉਸ ਨੂੰ ਅਸੀਂ ਮਹਾਨ ਨਹੀਂ ਸਮਝਦੇ।

ਕਿਸੇ ਨੂੰ ਪਸੰਦ ਕਰਦਿਆਂ, ਅਸੀਂ ਆਪਣੇ ਆਪ ਨੂੰ ਵੀ ਪਸੰਦ ਕਰ ਰਹੇ ਹੁੰਦੇ ਹਾਂ।

ਬਹੁਤੇ ਛਾਪਾਂ-ਛੱਲੇ ਪਾਉਣੇ ਅਮੀਰੀ ਦੀ ਨਹੀਂ, ਹੋਛੇਪਣ ਦੀ ਨਿਸ਼ਾਨੀ ਹੁੰਦੇ ਹਨ।

ਜਿਹੜੇ ਕੰਮ ਨਹੀਂ ਕਰਦੇ, ਉਹ ਕਿਸੇ ਵੀ ਪੱਖੋਂ ਵਿਕਾਸ ਵੀ ਨਹੀਂ ਕਰਦੇ।

ਜੇ ਬਦਲਾ ਲੈਣਾ ਮੁਲਤਵੀ ਕਰ ਦਿਤਾ ਜਾਵੇ ਤਾਂ ਅਕਸਰ ਬਦਲਾ ਲੈਣ ਦੀ ਲੋੜ ਹੀ ਨਹੀਂ ਪੈਂਦੀ।

ਉਦੇਸ਼ ਉੱਚਾ ਹੋਵੇ ਤਾਂ ਵਿਚਾਰ ਨੀਵੇਂ ਰਹਿ ਹੀ ਨਹੀਂ ਸਕਦੇ।

ਕੰਮ ਤੋਂ ਬਿਨਾਂ ਆਰਾਮ ਅਤੇ ਆਰਾਮ ਤੋਂ ਬਿਨਾਂ ਕੰਮ ਨਾਲ, ਜ਼ਿੰਦਗੀ ਸਜ਼ਾ ਹੋ ਨਿਬੜਦੀ ਹੈ।

ਜਿਨ੍ਹਾਂ ਨਾਲ ਸਾਡੀ ਅਣਬਣ ਹੁੰਦੀ ਹੈ, ਉਨ੍ਹਾਂ ਦੇ ਗੁਣ ਵੀ ਨੁਕਸ ਬਣ ਜਾਂਦੇ ਹਨ।

ਜਿਹੜੇ ਅੜੇ ਰਹਿੰਦੇ ਹਨ, ਉਹ ਸੱਚ ਨੂੰ ਨਹੀਂ, ਆਪਣੇ ਆਪ ਨੂੰ ਪਿਆਰ ਕਰਦੇ ਹਨ।

ਸਿਆਣਪ ਦਾ, ਮਖੌਲ ਨਹੀਂ ਉਡਾਇਆ ਜਾ ਸਕਦਾ।

ਬੱਚੇ ਜਦੋਂ ਜਾਣ ਜਾਂਦੇ ਹਨ ਕਿ ਕੋਈ ਕੋਕੋ ਨਹੀਂ ਹੁੰਦੀ ਤਾਂ ਉਹ ਆਪਣੇ ਮਾਪਿਆਂ ਨੂੰ, ਵੱਖਰੇ ਢੰਗ ਨਾਲ ਵੇਖਣ ਲਗ ਪੈਂਦੇ ਹਨ।

ਸਾਡੀ ਆਤਮਾ ਸਭ ਤੋਂ ਵੱਧ ਪ੍ਰਸੰਨ ਉਦੋਂ ਹੁੰਦੀ ਹੈ, ਜਦੋਂ ਅਸੀਂ ਆਪਣੀ ਗਲਤੀ ਖਿੜੇ-ਮੱਥੇ ਮੰਨ ਲੈਂਦੇ ਹਾਂ।

ਅਕਲ ਨਾਲ ਸ਼ਾਂਤੀ ਮਿਲਦੀ ਹੈ ਪਰ ਰੌਣਕ-ਮੇਲਾ ਮੂਰਖਤਾ ਨਾਲ ਹੀ ਉਪਜਦਾ ਹੈ।

ਜਿਸ ਵਰਤਾਰੇ ਦਾ ਵਰਤਮਾਨ ਹੈ, ਉਸ ਦਾ ਅਤੀਤ ਵੀ ਹੋਵੇਗਾ।

ਪੁਰਾਣੇ ਜ਼ਮਾਨੇ ਵਿਚ ਭਾਵੇਂ ਗਿਆਨ ਥੋੜ੍ਹਾ ਸੀ ਪਰ ਗਿਆਨ ਦਾ ਸਤਿਕਾਰ ਵਧੇਰੇ ਸੀ।

ਬਜ਼ੁਰਗਾਂ ਨੂੰ ਵੇਖ ਕੇ ਵਿਸ਼ਵਾਸ ਹੀ ਨਹੀਂ ਹੁੰਦਾ ਕਿ ਇਨ੍ਹਾਂ ਨੇ ਕਦੇ ਬੱਚਿਆਂ ਵਾਲੀਆਂ ਸ਼ਰਾਰਤਾਂ ਵੀ ਕੀਤੀਆਂ ਹੋਣਗੀਆਂ।

ਸੰਪੂਰਨ ਪ੍ਰਸੰਨਤਾ, ਸੁਪਨੇ ਵਿਚ ਵੀ ਸੰਭਵ ਨਹੀਂ ਹੁੰਦੀ।

ਜਿਥੇ ਸਾਡਾ ਭੋਲਾਪਣ ਗੁਆਚ ਜਾਂਦਾ ਹੈ, ਉਸ ਨੂੰ ਕਾਲਜ ਕਿਹਾ ਜਾਂਦਾ ਹੈ।

ਸੋਹਣੀ ਲਿਖਾਈ ਨਾਲ, ਪੜ੍ਹਾਈ ਸੌਖੀ ਹੋ ਜਾਂਦੀ ਹੈ।

ਮਾਹਿਰ ਉਸ ਨੂੰ ਕਹਿੰਦੇ ਹਨ, ਜਿਸ ਨੇ ਸਾਰੀਆਂ ਗਲਤੀਆਂ ਕਰ ਲਈਆਂ ਹੋਣ ਅਤੇ ਸਾਰੇ ਸਬਕ ਸਿੱਖ ਲਏ ਹੋਣ।

ਜੇ ਯੂਨੀਵਰਸਿਟੀ ਵਿਚ ਵਿਰੋਧੀ ਵਿਚਾਰ ਪ੍ਰਗਟਾਉਣ ਦੀ ਸੁਤੰਤਰਤਾ ਨਾ ਹੋਵੇ ਤਾਂ ਇਹ ਸੰਸਥਾ ਇਕ ਵੱਡਾ ਸਕੂਲ ਹੀ ਪ੍ਰਤੀਤ ਹੁੰਦੀ ਹੈ।

ਕਲਾ, ਸਾਡੀ ਉਸ ਸੂਝ ਨੂੰ ਪ੍ਰਭਾਵਿਤ ਕਰਦੀ ਹੈ, ਜਿਹੜੀ ਅਕਲ ਉਤੇ ਨਿਰਭਰ ਨਹੀਂ ਹੁੰਦੀ ਪਰ ਹੁੰਦੀ ਮਹੱਤਵਪੂਰਨ ਹੈ।

ਰੂੜੀ ਦਾ ਢੇਰ, ਨਵੇਂ ਕੂੜੇ ਨੂੰ ਵੇਖ ਕੇ, ਮੱਥੇ ਵੱਟ ਨਹੀਂ ਪਾਉਂਦਾ।

ਅਧਿਆਪਕ, ਵਿਦਿਆਰਥੀਆਂ ਨੂੰ ਸਿਲੇਬਸ ਪੜ੍ਹਾਉਂਦੇ ਹਨ ਪਰ ਵਿਦਿਆਰਥੀ ਪੜ੍ਹਦੇ-ਪਰਖਦੇ ਅਧਿਆਪਕਾਂ ਦਾ ਚਰਿੱਤਰ ਹਨ।

ਇਤਿਹਾਸ ਵਿਚ ਜੋ ਕੁਝ ਵੀ ਵਾਪਰਦਾ ਹੈ, ਉਸ ਦਾ ਪੈਮਾਨਾ ਮਨੁੱਖ ਹੁੰਦਾ ਹੈ।

ਸੰਖੇਪਤਾ, ਫ਼ਿਲਾਸਫ਼ੀ ਦਾ ਗੁਣ ਪਰ ਇਤਿਹਾਸ ਦਾ ਔਗੁਣ ਹੁੰਦੀ ਹੈ।

ਕਾਲਜਾਂ ਵਿਚ ਵਿਦਿਆਰਥੀਆਂ ਦੀ, ਪੜ੍ਹਾਈ ਤੋਂ ਸਿਵਾਇ, ਹਰ ਚੀਜ਼ ਵਿਚ ਦਿਲਚਸਪੀ ਹੁੰਦੀ ਹੈ।

ਫ਼ਿਲਾਸਫ਼ੀ ਦਾ ਉਦੇਸ਼ ਸਮੱਸਿਆਵਾਂ ਹੱਲ ਕਰਨਾ ਨਹੀਂ, ਸਮੱਸਿਆਵਾਂ ਸਬੰਧੀ ਚਿੰਤਨ ਕਰਨਾ ਹੁੰਦਾ ਹੈ।

ਹਰੇਕ ਘਟਨਾ-ਦੁਰਘਟਨਾ ਦਾ ਪਿਛੋਕੜ ਹੁੰਦਾ ਹੈ, ਇਸ ਤੱਥ ਵਿਚੋਂ ਹੀ ਇਤਿਹਾਸ ਦਾ ਸੰਕਲਪ ਉਪਜਿਆ ਹੈ।

ਨਾਬਰਾਬਰੀ ਕੁਦਰਤ ਵਿਚ ਵੀ ਹੈ, ਕਿਉਂਕਿ ਕਈ ਜਾਨਵਰ ਤਕੜੇ ਹਨ, ਕਈ ਕਮਜ਼ੋਰ ਹਨ।

ਕੁਦਰਤ, ਸਭਿਅਕ ਅਤੇ ਉਜੱਡ ਵਿਚ ਕੋਈ ਅੰਤਰ ਨਹੀਂ ਕਰਦੀ।

ਗਿਆਨ ਦਾ ਬੋਝ ਨਹੀਂ ਹੁੰਦਾ, ਪ੍ਰਭਾਵ ਹੁੰਦਾ ਹੈ।

ਜਿਹੜੇ ਪੜ੍ਹਦੇ ਹਨ, ਉਹ ਭੈੜੇ ਕੰਮਾਂ ਤੋਂ ਬਚੇ ਰਹਿੰਦੇ ਹਨ; ਜਿਹੜੇ ਭੈੜੇ ਕੰਮ ਕਰਦੇ ਹਨ, ਉਹ ਪੜ੍ਹਨ ਤੋਂ ਬਚਦੇ ਰਹਿੰਦੇ ਹਨ।

ਮਨੁੱਖ ਦੀਆਂ ਮੂਲ-ਪ੍ਰਵਿਰਤੀਆਂ ਨਹੀਂ ਬਦਲਦੀਆਂ, ਕੁਝ ਚਿਰ ਲਈ ਇਨ੍ਹਾਂ ਦਾ ਰੰਗ-ਰੂਪ ਹੀ ਬਦਲਦਾ ਹੈ।

ਯੁੱਧ, ਸ਼ਾਂਤੀ ਸਥਾਪਤ ਕਰਨ ਲਈ ਲੜਿਆ ਜਾਂਦਾ ਹੈ ਅਤੇ ਸ਼ਾਂਤੀ, ਅਕਸਰ ਯੁੱਧ ਦੀ ਤਿਆਰੀ ਲਈ ਵਰਤੀ ਜਾਂਦੀ ਹੈ।

ਪਰਿਵਰਤਨ ਅਤੇ ਦੁਹਰਾਓ ਕੁਦਰਤ ਦੇ ਦੋ ਮੁਖ ਨੇਮ ਹਨ।

ਮਨੁੱਖੀ ਇਤਿਹਾਸ ਵਿਚ, ਯੋਗਦਾਨ ਵਧੇਰੇ ਚਿੰਤਕਾਂ ਦਾ ਰਿਹਾ ਹੈ ਪਰ ਸਤਿਕਾਰ ਵਧੇਰੇ ਲੜਨ ਵਾਲਿਆਂ ਦਾ ਹੋਇਆ ਹੈ।

ਯੁੱਧ ਦੌਰਾਨ, ਦੇਸ਼ ਅੰਦਰਲੇ ਵਿਰੋਧ, ਝਗੜੇ, ਵਿਵਾਦ ਸਭ ਲੋਪ ਹੋ ਜਾਂਦੇ ਹਨ।

ਧਰਮ ਹੈ ਕਲਪਨਾ ਪਰ ਇਹ ਮੰਨਿਆ ਯਥਾਰਥ ਵਜੋਂ ਜਾਂਦਾ ਹੈ।

ਜਿਉਂ-ਜਿਉਂ ਬਾਹਰੀ ਖਤਰੇ ਵੱਧਦੇ ਹਨ, ਤਿਉਂ-ਤਿਉਂ ਦੇਸ਼ ਅੰਦਰਲੀ ਆਜ਼ਾਦੀ ਘੱਟਦੀ ਹੈ।

ਦੇਸ਼, ਯੋਗ ਅਗਵਾਈ ਦੀ ਘਾਟ ਕਾਰਨ ਅਤੇ ਪਰਿਵਾਰ, ਜ਼ਿੰਮੇਵਾਰੀ ਦੀ ਅਣਹੋਂਦ ਕਾਰਨ, ਨਿਘਰ ਜਾਂਦੇ ਹਨ।

ਜੇ ਸਭ ਕੁਝ ਤਬਾਹ ਹੋ ਗਿਆ ਤਾਂ ਮਨੁੱਖ ਪੁਨਰ-ਉਸਾਰੀ ਦਾ ਕਾਰਜ ਧਾਰਮਿਕ ਸਥਾਨਾਂ ਨੂੰ ਉਸਾਰਨ ਨਾਲ ਆਰੰਭ ਕਰੇਗਾ।

ਜੇ ਵਿਦਿਆਰਥੀ ਸੰਜਮ ਅਤੇ ਅਨੁਸ਼ਾਸਨ ਨਾ ਸਿਖਣ ਤਾਂ ਕੁਝ ਵੀ ਸਿਖਣ ਦਾ ਕੋਈ ਲਾਭ ਨਹੀਂ ਹੁੰਦਾ।

ਹਰੇਕ ਸਮਾਜ ਵਿਚ, ਸਭਨੀਂ ਥਾਈਂ, ਮੁੱਢਲਾ ਅਨੁਸ਼ਾਸਨ ਲਾਗੂ ਕਰਨ ਦਾ ਕਾਰਜ, ਧਰਮ ਨੇ ਕੀਤਾ ਹੈ।

ਬੁੱਧ ਅਤੇ ਮਾਰਕਸ ਨੇ ਸਮੁੱਚੇ ਸੰਸਾਰ ਬਾਰੇ ਸੋਚਿਆ ਸੀ, ਬੁੱਧ ਅਧਿਆਤਮਕ ਮਾਰਕਸ ਸੀ, ਮਾਰਕਸ ਪਦਾਰਥਵਾਦੀ ਬੁੱਧ ਸੀ।

ਭਾਰਤ ਨੇ ਆਤਮਕ ਸਮੱਸਿਆਵਾਂ ਬਾਰੇ ਸਦੀਵੀ ਅਤੇ ਡੂੰਘੇ ਪ੍ਰਸ਼ਨਾਂ ਦੇ, ਬੜੇ ਡੂੰਘੇ ਅਤੇ ਸਦੀਵੀ ਉੱਤਰ ਦਿਤੇ ਹਨ।

ਕੁਦਰਤ, ਵੱਖਰੇਵਿਆਂ ਨੂੰ ਪਸੰਦ ਕਰਦੀ ਹੈ।

ਮਨੁੱਖ ਸਭ ਕੁਝ ਤਿਆਗ ਕੇ ਵੀ ਪ੍ਰਸੰਸਾ ਦੀ ਕਾਮਨਾ ਕਰਦਾ ਰਹਿੰਦਾ ਹੈ।

ਸੰਸਾਰ ਦੇ ਹਰ ਦੇਸ਼ ਅਤੇ ਪ੍ਰਾਂਤ ਵਿਚ ਕੁਝ ਘਰਾਣੇ ਹੀ ਰਾਜ ਕਰਦੇ ਹਨ।

ਮਨੁੱਖੀ ਵਿਕਾਸ ਵਿਚ ਯੋਗਦਾਨ ਪਾਉਣ ਵਾਲਾ ਹਰੇਕ ਵਰਤਾਰਾ ਕਿਸੇ ਨਾ ਕਿਸੇ ਰੂਪ ਵਿਚ ਜੀਵਿਤ ਰਹਿੰਦਾ ਹੈ।

ਮਨੁੱਖ ਜਾਤੀ ਨੇ, ਜੀਵਨ ਦਾ ਜੋ ਪੱਧਰ ਇਕ ਵਾਰੀ ਪ੍ਰਾਪਤ ਕਰ ਲਿਆ, ਉਹ ਉਸ ਤੋਂ ਪਿਛੇ ਨਹੀਂ ਮੁੜੀ, ਅੱਗੇ ਹੀ ਗਈ ਹੈ।

ਕੁਝ ਵੀ ਵਾਪਰ ਜਾਵੇ, ਜੀਵਨ ਅਤੇ ਸੰਸਾਰ ਚਲਦਾ ਰਹਿੰਦਾ ਹੈ।

ਜੀਵਨ ਵਿਚ ਜੋ ਇਕ ਵਾਰੀ ਵਾਪਰਦਾ ਹੈ, ਉਹ ਇਕ ਵਾਰੀ ਵਾਪਰਨ ਕਰਕੇ ਮਹੱਤਵਪੂਰਨ ਹੋ ਜਾਂਦਾ ਹੈ।

ਲਿਖਣਾ ਇਸ ਲਈ ਔਖਾ ਲਗਦਾ ਹੈ, ਕਿਉਂਕਿ ਲਿਖਣ ਰਾਹੀਂ ਸਾਡਾ ਸੁਣਿਆ, ਪੜ੍ਹਿਆ, ਵੇਖਿਆ ਸਮਝਿਆ ਸਭ ਪਰਖਿਆ ਜਾਂਦਾ ਹੈ।

ਧਰਮ, ਕੁਦਰਤ ਨੂੰ ਪੂਜਦਾ ਹੈ; ਵਿਗਿਆਨ, ਕੁਦਰਤ ਨੂੰ ਪਰਖਦਾ ਹੈ।

ਹਰ ਬੰਦੇ ਵਿਚ, ਦੋਸਤ ਅਤੇ ਦੁਸ਼ਮਣ ਦੋਵੇਂ ਹਾਜ਼ਰ ਹੁੰਦੇ ਹਨ।

ਸੋਹਣਿਆਂ ਨੂੰ ਵੇਖਦੀਆਂ ਅੱਖਾਂ ਹਨ ਪਰ ਵਾਹ-ਵਾਹ ਦਿਲ ਵਿਚੋਂ ਉਠਦੀ ਹੈ।

ਵੱਡੇ ਖਰਚੇ ਕਰਨੇ ਸੌਖੇ ਹੁੰਦੇ ਹਨ, ਛੋਟੇ ਖਰਚਿਆਂ ਵੇਲੇ ਮਨੁੱਖ ਪੈਸੇ ਬਚਾਉਣ ਬਾਰੇ ਸੋਚਣ ਲੱਗ ਪੈਂਦਾ ਹੈ।

ਯੁੱਧ ਵਿਚ ਭਿੜਦੀ ਫੌਜ ਹੈ ਪਰ ਲੜਦਾ ਸਾਰੀ ਕੌਮ ਦਾ ਸਿਦਕ ਅਤੇ ਹੌਸਲਾ ਹੈ।

ਚਰਿਤਰ ਤੋਂ ਬਿਨਾਂ, ਮਨੁੱਖ ਦੀ ਹੋਂਦ ਤਾਂ ਹੁੰਦੀ ਹੈ ਪਰ ਪਛਾਣ ਨਹੀਂ ਹੁੰਦੀ।

ਸਲੀਕੇ ਨਾਲ ਵਿਛੜਨਾ ਵੀ ਮਿਹਰਬਾਨੀ ਦੀ ਇਕ ਕਿਸਮ ਹੁੰਦੀ ਹੈ।

ਪ੍ਰਸੰਸਾ ਕਰਨੀ, ਪ੍ਰਸੰਸਾ ਕਰਨ ਵਾਲੇ ਦਾ ਗੁਣ ਹੁੰਦੀ ਹੈ ਪਰ ਚਾਪਲੂਸੀ ਕਰਨੀ, ਚਾਪਲੂਸੀ ਸੁਣਨ ਵਾਲੇ ਦਾ ਔਗੁਣ ਹੁੰਦੀ ਹੈ।

ਕੰਜੂਸੀ, ਬੇਈਮਾਨੀ ਆਦਿ ਦੀ ਆਦਤ, ਮੁੱਢਲੇ ਜੀਵਨ ਦੀ ਕਿਸੇ ਬੁਨਿਆਦੀ ਥੁੜ ਕਾਰਨ ਉਪਜਦੀ ਹੈ।

ਜੇ ਕਿਸੇ ਨੂੰ ਆਪਣੇ ਸੋਹਣੇ ਹੋਣ ਦਾ ਗੁਮਾਨ ਹੋਵੇ ਤਾਂ ਉਸ ਨੂੰ ਕੋਹਜੇ ਨਾਲੋਂ ਵੀ ਵੱਧ ਬਦਸੂਰਤ ਸਮਝਿਆ ਜਾਂਦਾ ਹੈ।

ਪ੍ਰਸੰਨਤਾ ਦੇ ਮੁਕਾਬਲੇ ਉਦਾਸੀ ਵਧੇਰੇ ਡੂੰਘਾ ਅਨੁਭਵ ਹੈ, ਇਸੇ ਕਰਕੇ ਉਦਾਸ ਗੀਤ, ਵੱਧ ਪ੍ਰਭਾਵਿਤ ਕਰਦੇ ਹਨ।

ਜੇ ਮੁਖ ਗੱਲਾਂ 'ਤੇ ਸਹਿਮਤੀ ਹੋਵੇ ਤਾਂ ਵਿਚਾਰਾਂ ਦੇ ਵੱਖਰੇਵਿਆਂ ਨੂੰ ਬਰਦਾਸ਼ਤ ਕਰਨਾ ਸੌਖਾ ਹੁੰਦਾ ਹੈ।

ਮੁਸਕਰਾਇਆ ਬਰਾਬਰੀ ਦੇ ਆਧਾਰ 'ਤ ਜਾਂਦਾ ਹੈ, ਹੱਸਿਆ ਕਿਸੇ ਦੇ ਨੀਵੇਂ ਵਿਹਾਰ 'ਤੇ ਹੀ ਜਾਂਦਾ ਹੈ।

ਵਿਛੜੇ ਪ੍ਰੇਮੀਆਂ ਵਿਚ ਉਦਾਸੀ, ਆਪਣੇ ਸੱਚੇ ਹੋਣ ਦੇ ਅਨੁਪਾਤ ਵਿਚ ਹੁੰਦੀ ਹੈ।

ਉਚੇਚ ਵਾਲੇ ਰਿਸ਼ਤੇ ਠੰਡੇ ਹੀ ਨਹੀਂ, ਬੋਝਲ ਵੀ ਹੁੰਦੇ ਹਨ।

ਸੰਖੇਪਤਾ, ਸੱਚ ਦਾ ਉਘੜਵਾਂ ਲੱਛਣ ਹੁੰਦੀ ਹੈ।

ਮਨੁੱਖ, ਮੁਖ ਤੌਰ 'ਤੇ ਭਾਵਕ ਜੀਵ ਹੈ, ਜਿਹੜਾ ਕਦੇ-ਕਦੇ ਸੋਚਣ ਦਾ ਵੀ ਯਤਨ ਕਰਦਾ ਹੈ।

ਨਿੱਕੀਆਂ-ਨਿੱਕੀਆਂ ਖੁਸ਼ੀਆਂ, ਜ਼ਿੰਦਗੀ ਨੂੰ ਥੱਕਣ ਨਹੀਂ ਦਿੰਦੀਆਂ।

ਇਸਤਰੀਆਂ ਮੁਸਕਰਾ ਕੇ ਆਪਣੇ ਨੈਣ-ਨਕਸ਼ਾਂ ਨੂੰ ਤਿੱਖਾ ਅਤੇ ਪੁਰਸ਼ ਮੁਸਕਰਾਉਣ ਨਾਲ ਆਪਣੀ ਅਕਲ ਨੂੰ ਕੂਲਾ ਬਣਾ ਲੈਂਦੇ ਹਨ।

ਰੋਣ ਨਾਲ, ਦਿਲ ਨੂੰ ਲੱਗੀਆਂ ਸੱਟਾਂ ਠੀਕ ਹੋ ਜਾਂਦੀਆਂ ਹਨ।

ਪ੍ਰੇਮੀ, ਇਕ-ਦੂਜੇ ਦੀ ਲੋਅ ਨਾਲ ਲਿਸ਼ਕ ਪੈਂਦੇ ਹਨ।

ਕਿਸੇ ਨੂੰ ਨਿੰਦਣ ਵੇਲੇ ਅਸੀਂ ਆਪਣੇ ਆਪ ਨੂੰ ਪੂਰਾ ਅਤੇ ਦੂਜੇ ਨੂੰ ਅਧੂਰਾ ਸਮਝਦੇ ਹਾਂ, ਪਰ ਪਿਆਰ ਹੋ ਜਾਣ 'ਤੇ ਉਹ ਪੂਰਾ ਅਤੇ ਆਪਣਾ ਆਪ ਅਧੂਰਾ ਲੱਗਣ ਲੱਗ ਪੈਂਦਾ ਹੈ।

ਸਬਰ-ਸੰਤੋਖ ਨਾਲ ਕੀਤੀ ਮਿਹਨਤ ਦਾ ਰਾਹ ਲੰਮਾ ਹੈ ਪਰ ਇਸ ਰਾਹ ਉਤੇ ਮੁਲਵਾਨ ਫਲਾਂ ਦੇ ਰੁੱਖ ਅਨੇਕ ਹਨ।

ਜਦੋਂ ਸਾਨੂੰ ਕਿਸੇ ਵੱਡੇ ਸਵਾਲ ਦਾ ਜਵਾਬ ਮਿਲ ਜਾਂਦਾ ਹੈ ਤਾਂ ਅਸੀਂ ਸਵਾਲ-ਜਵਾਬ ਦੋਵੇਂ ਤਿਆਗ ਕੇ, ਤਸੱਲੀ ਆਪਣੇ ਕੋਲ ਰੱਖ ਲੈਂਦੇ ਹਾਂ।

ਛੋਟੇ ਰਸਤੇ, ਰਸਤੇ ਨਹੀਂ ਹੁੰਦੇ, ਰਸਤਿਆਂ ਦਾ ਭਰਮ ਹੁੰਦੇ ਹਨ।

ਹੁਨਰ, ਸਲੀਕਾ, ਸੂਝ ਅਤੇ ਸਿਆਣਪ ਜਿਹੇ ਗੁਣ, ਮਿਹਨਤ ਕਰਨ ਨਾਲ ਅਤੇ ਵਕਤ ਪਾ ਕੇ ਹੀ ਉਸਰਦੇ ਹਨ।

ਉੱਖੜੇ ਹੋਏ ਦਰੱਖਤ ਦੀ ਛਾਂ ਨਹੀਂ ਮਾਣੀ ਜਾ ਸਕਦੀ।

ਟੁੱਟੇ ਪਰਿਵਾਰ, ਸਬੂਤੇ ਅਤੇ ਭਰੋਸੇਮੰਦ ਬੰਦੇ ਪੈਦਾ ਨਹੀਂ ਕਰ ਸਕਦੇ।

ਪਰਿਵਾਰ ਦੀ ਇਕ-ਮੁੱਠ ਸ਼ਕਤੀ ਨਾਲੋਂ, ਕੋਈ ਮੁਸੀਬਤ ਵੱਡੀ ਨਹੀਂ ਹੁੰਦੀ।

ਕਿਸੇ ਵਲੋਂ ਸਾਨੂੰ ਆਪਣੇ ਨਿੱਜੀ ਵੇਰਵੇ ਦੱਸਣੇ, ਉਸ ਦੇ ਸਾਡੇ ਵਿਚ ਭਰੋਸੇ ਦਾ ਪ੍ਰਗਟਾਵਾ ਹੁੰਦੇ ਹਨ।

ਵੱਡਿਆਂ ਦਾ ਹੁਕਮ ਮੰਨੋ, ਛੋਟੇ ਤੁਹਾਡਾ ਹੁਕਮ ਮੰਨਣਗੇ।

ਇਸਤਰੀਆਂ ਦੀ ਹਾਜ਼ਰੀ ਨਾਲ ਪੁਰਸ਼ ਚੁੱਸਤ ਅਤੇ ਪੁਰਸ਼ਾਂ ਦੀ ਹਾਜ਼ਰੀ ਨਾਲ ਇਸਤਰੀਆਂ ਜਵਾਨ ਹੋ ਜਾਂਦੀਆਂ ਹਨ।

ਪ੍ਰੇਮੀਆਂ ਨੂੰ ਜਾਗਣਾ ਹੀ ਪੈਂਦਾ ਹੈ, ਜੇ ਇਕੱਠੇ ਹੋਣ ਤਾਂ ਸਾਰੀ ਰਾਤ ਸੌਂਦੇ ਨਹੀਂ, ਜੇ ਵਿਛੜੇ ਹੋਣ ਤਾਂ ਨੀਂਦਰ ਨਹੀਂ ਆਉਂਦੀ।

ਦਿਲ ਦੀ ਸਿਆਣਪ ਨੂੰ ਸਲੀਕਾ ਕਹਿੰਦੇ ਹਨ।

ਇਕ ਸਿਰੇ ਵਾਲੀ ਕੋਈ ਰੱਸੀ ਨਹੀਂ ਹੁੰਦੀ, ਇਕ ਧਿਰ ਵਾਲਾ ਕੋਈ ਰਿਸ਼ਤਾ ਨਹੀਂ ਹੁੰਦਾ।

ਇਹ ਕਦੇ ਨਹੀਂ ਹੋਵੇਗਾ ਕਿ ਸਾਨੂੰ ਕੇਵਲ ਚੰਗੇ ਬੰਦੇ ਹੀ ਮਿਲਣ ਜਾਂ ਸਾਡੀ ਬਾਰੀ ਵਿਚੋਂ ਕੇਵਲ ਠੰਡੀ ਹਵਾ ਹੀ ਆਵੇ।

ਦੋਸਤੀ ਬਾਰੇ ਡੂੰਘਾਈ ਨਾਲ ਨਹੀਂ ਸੋਚਿਆ ਜਾਂਦਾ, ਕਿਉਂਕਿ ਡੂੰਘਾਈ ਨਾਲ ਸੋਚਣ ਵਿਚ ਨਫ਼ੇ-ਨੁਕਸਾਨ ਦੀ ਬਿਰਤੀ ਹੁੰਦੀ ਹੈ।

ਕੰਮ ਨਾਲ ਅਸੀਂ ਚੰਗੇ ਹੀ ਨਹੀਂ, ਮਹੱਤਵਪੂਰਨ ਵੀ ਬਣਦੇ ਹਾਂ।

ਜਵਾਨੀ ਦੀਆਂ ਗਲਤੀਆਂ ਆਪਣੇ ਆਪ ਨੂੰ ਤਜਰਬੇਕਾਰ ਸਮਝਣ ਅਤੇ ਬੁਢਾਪੇ ਦੀਆਂ ਗਲਤੀਆਂ ਆਪਣੇ ਆਪ ਨੂੰ ਜਵਾਨ ਸਮਝਣ ਦੇ ਭੁਲੇਖੇ ਵਿਚੋਂ ਉਪਜਦੀਆਂ ਹਨ।

ਮੁਸ਼ਕਿਲਾਂ ਅਤੇ ਮੁਸੀਬਤਾਂ ਵਿਰੁਧ ਆਪਣੇ ਗੁਣਾਂ ਦੇ ਆਧਾਰ 'ਤੇ ਹੀ ਲੜਿਆ ਜਾ ਸਕਦਾ ਹੈ।

ਬਹਾਦਰ ਕੌਮਾਂ ਦੇ ਸਾਜ਼-ਸੰਗੀਤ ਅਤੇ ਨਾਚ ਵੀ ਮਜ਼ਬੂਤ ਹੁੰਦੇ ਹਨ।

ਅਸਫਲਤਾ ਨੂੰ ਸਫਲਤਾ ਵਿਚ ਪਲਟਾਉਣ ਦਾ ਕਾਰਜ, ਜੋਸ਼ ਕਰਦਾ ਹੈ।

ਕਾਤਲ ਨੂੰ ਕਤਲ ਕਰਨ ਕਰਕੇ ਫਾਂਸੀ ਨਹੀਂ ਲਾਇਆ ਜਾਂਦਾ ਸਗੋਂ ਇਹ ਦੱਸਣ ਲਈ ਲਾਇਆ ਜਾਂਦਾ ਹੈ ਕਿ ਕਿਸੇ ਦਾ ਕਤਲ ਨਹੀਂ ਕਰਨਾ ਚਾਹੀਦਾ।

ਸੁਸਤੀ ਦੀ ਸਜ਼ਾ ਅਸਫਲਤਾ ਹੀ ਨਹੀਂ ਹੁੰਦੀ, ਗਰੀਬੀ, ਸਾੜਾ, ਈਰਖਾ ਅਤੇ ਦੁਸ਼ਮਣੀ ਵੀ ਹੁੰਦੀ ਹੈ।

ਜਦੋਂ ਤਕ ਪੇਟ ਭੁੱਖਾ ਹੈ, ਗਿਆਨ ਦੀ ਭੁੱਖ ਜਾਗ ਹੀ ਨਹੀਂ ਸਕਦੀ।

ਇਨਕਲਾਬੀ ਵੀ ਹਾਕਮ ਬਣ ਕੇ ਪਰਿਵਰਤਨ ਦਾ ਵਿਰੋਧ ਅਤੇ ਵਿਰੋਧੀਆਂ ਦਾ ਕਤਲ ਕਰਨ ਲਗ ਪੈਂਦੇ ਹਨ।

ਖੁਸ਼ੀ ਮਾਣਨ ਲਈ, ਕਿਸੇ ਨੂੰ ਭਾਈਵਾਲ ਬਣਾਉਣਾ ਪੈਂਦਾ ਹੈ।

ਜਿਸ ਦਾ ਆਪਣਿਆਂ ਨਾਲ ਝਗੜਾ ਨਹੀਂ ਹੁੰਦਾ, ਉਸ ਨੂੰ ਅੱਧੀ ਮਾਨਵਜਾਤੀ ਦੀਆਂ ਆਦਤਾਂ ਦਾ ਪਤਾ ਹੀ ਨਹੀਂ ਲਗਦਾ।

ਪਿਆਰ ਵਿਚ ਦੂਜੀ ਧਿਰ ਬਾਰੇ ਜੋ ਸੋਚਿਆ ਜਾਂਦਾ ਹੈ, ਉਹ ਕਲਪਨਾ ਹੁੰਦੀ ਹੈ।

ਜੇ ਦਾਜ ਨਾ ਮਿਲਦਾ ਹੁੰਦਾ ਤਾਂ ਬਹੁਤੀਆਂ ਲੜਕੀਆਂ ਨੇ ਆਪਣੀ ਮਰਜ਼ੀ ਨਾਲ ਹੀ ਵਿਆਹ ਕਰਵਾਉਣੇ ਸਨ।

ਕਿੱਸੇ-ਕਹਾਣੀਆਂ ਉਨ੍ਹਾਂ ਪ੍ਰੇਮੀਆਂ ਦੇ ਹੀ ਬਣੇ ਹਨ, ਜਿਹੜੇ ਆਪਣੇ ਪਹਿਲੇ ਹੀ ਪਿਆਰ ਦੇ ਮੁੱਢਲੇ ਪੜਾਓ ਵਿਚ ਮਰ ਗਏ ਸਨ।

ਕੋਈ ਭੈੜਾ ਬੰਦਾ ਜਦੋਂ ਆਰਾਮ ਕਰਦਾ ਹੈ, ਉਦੋਂ ਹੀ ਉਹ ਕਿਸੇ ਨੂੰ ਪ੍ਰੇਸ਼ਾਨ ਨਹੀਂ ਕਰ ਰਿਹਾ ਹੁੰਦਾ।

ਇਸਤਰੀਆਂ ਇਸ ਲਈ ਦੁਖੀ ਹੁੰਦੀਆਂ ਹਨ, ਕਿਉਂਕਿ ਉਨ੍ਹਾਂ ਦਾ ਯਥਾਰਥ ਖੁੰਢਾ ਅਤੇ ਕਲਪਨਾ ਤਿੱਖੀ ਹੁੰਦੀ ਹੈ।

ਭਾਵੇਂ ਜੀਵਨ ਵਿਚ ਕੁਝ ਵੀ ਵਿਉਂਤ ਅਨੁਸਾਰ ਨਹੀਂ ਵਾਪਰਦਾ ਪਰ ਫਿਰ ਵੀ ਵਿਉਂਤ ਬਣਾਉਣੀ ਚਾਹੀਦੀ ਹੈ।

ਘਰ ਦਾ ਮਾਲਕ ਪੁਰਸ਼ ਹੁੰਦਾ ਹੈ ਪਰ ਘਰ ਦੀਆਂ ਜ਼ਿੰਮੇਵਾਰੀਆਂ ਇਸਤਰੀ ਦੀਆਂ ਸਮਝੀਆਂ ਜਾਂਦੀਆਂ ਹਨ।

ਜਾਇਦਾਦ, ਮੁੜ ਗਰੀਬੀ ਵਿਚ ਤਿਲ੍ਹਕਣ ਵਿਰੁੱਧ, ਬੀਮਾ ਹੁੰਦੀ ਹੈ।

ਨਿੱਕੀ-ਨਿੱਕੀ ਗੱਲ ਦੇ ਨੁਕਸ ਕੱਢੇ ਜਾਣ ਕਾਰਨ, ਇਸਤਰੀ ਵਿਚ ਪ੍ਰਸ਼ੰਸਾ ਦੀ ਤਾਂਘ ਵਧੇਰੇ ਹੁੰਦੀ ਹੈ।

ਇਸਤਰੀ ਦਾ ਬਾਹਰੀ ਰੂਪ ਦ੍ਰਿਸ਼ਮਈ ਅਤੇ ਵਿਹਾਰ ਨਾਟਕੀ ਹੁੰਦਾ ਹੈ, ਪੁਰਸ਼ ਬਾਹਰੋਂ ਸਾਧਾਰਨ ਪਰ ਅੰਦਰੋਂ ਗੁੰਝਲਦਾਰ ਹੁੰਦਾ ਹੈ।

ਸੁਆਦਲਾ ਭੋਜਨ ਇਸ ਲਈ ਵਧੇਰੇ ਖਾਧਾ ਜਾਂਦਾ ਹੈ, ਕਿਉਂਕਿ ਜੀਭ ਨੇ ਹਜ਼ਮ ਨਹੀਂ ਕਰਨਾ ਹੁੰਦਾ, ਕੇਵਲ ਸਵਾਦ ਲੈਣਾ ਹੁੰਦਾ ਹੈ।

ਸ਼ਹੀਦ ਦੇ ਪੈਰੋਕਾਰ, ਸ਼ਹੀਦ ਨਾਲੋਂ ਵੀ ਵੱਡੇ ਤਸੀਹੇ ਸਹਿੰਦੇ ਹਨ।

ਪੁਰਸ਼ ਬਹਿਸ ਅਤੇ ਵਿਸ਼ਲੇਸ਼ਣ ਕਰਨ ਵਿਚ ਮਾਹਿਰ ਅਤੇ ਇਸਤਰੀਆਂ ਅਨੁਮਾਨ ਲਾਉਣ ਅਤੇ ਨਿਚੋੜ ਕੱਢਣ ਵਿਚ ਨਿਪੁੰਨ ਹੁੰਦੀਆਂ ਹਨ।

ਘਰੇਲੂ ਖਰਚੇ, ਕਰਜ਼ੇ ਦੇ ਭੁਗਤਾਨ ਦੀ ਰਕਮ ਅਤੇ ਦੁਸ਼ਮਣਾਂ ਦੀ ਗਿਣਤੀ, ਹਮੇਸ਼ਾ ਅਨੁਮਾਨ ਨਾਲੋਂ ਵਧੇਰੇ ਹੁੰਦੀ ਹੈ।

ਮਨੁੱਖ ਦਾ ਸਭ ਤੋਂ ਵੱਡਾ ਭੁਲੇਖਾ ਇਹ ਹੁੰਦਾ ਹੈ ਕਿ ਦੂਜੇ ਸੁਖੀ ਹਨ ਅਤੇ ਮੈਂ ਦੁਖੀ ਹਾਂ।

ਵਿਉਂਤ ਤੋਂ ਬਿਨਾਂ ਕੇਵਲ ਦੁਰਘਟਨਾਵਾਂ ਹੀ ਵਾਪਰਦੀਆਂ ਹਨ।

ਕਿਸੇ ਦੀ ਯੋਗਤਾ ਜਾਂ ਸਿਆਣਪ ਸਬੰਧੀ ਗੱਪਾਂ ਨਹੀਂ ਮਾਰੀਆਂ ਜਾ ਸਕਦੀਆਂ, ਗੱਪਾਂ ਦਾ ਸਬੰਧ ਕਿਸੇ ਦੀ ਅਯੋਗਤਾ ਜਾਂ ਮੂਰਖਤਾ ਨਾਲ ਹੁੰਦਾ ਹੈ।

ਪਿਆਰ ਨਾਲ, ਉਮੀਦ ਜਵਾਨ ਅਤੇ ਹੌਸਲਾ ਬੁਲੰਦ ਰਹਿੰਦਾ ਹੈ।

ਕਲਾ ਉਪਜਦੀ ਵੀ ਪਿਆਰ ਵਿਚੋਂ ਹੈ ਅਤੇ ਸਮਝੀ ਅਤੇ ਮਾਣੀ ਵੀ ਪਿਆਰ ਨਾਲ ਹੀ ਜਾ ਸਕਦੀ ਹੈ।

ਕੁਦਰਤ ਦੀ ਚੁੱਪ ਵਿਚ ਵੀ ਸੁਨੇਹੇ ਹੁੰਦੇ ਹਨ, ਸੁਣਨ ਵਾਲੇ ਕੰਨ ਚਾਹੀਦੇ ਹਨ।

ਜਿਸ ਨੇ ਆ ਕੇ ਜਾਣਾ ਨਾ ਹੋਵੇ, ਉਸ ਪ੍ਰਤੀ ਅਸੀਂ ਅਵੇਸਲੇ ਹੋ ਜਾਂਦੇ ਹਾਂ।

ਯਾਦਾਂ ਉਸ ਪਿਆਰ ਦੀਆਂ ਹੀ ਹੁੰਦੀਆਂ ਹਨ, ਜਿਹੜਾ ਪ੍ਰਵਾਨ ਚੜ੍ਹਨਾ ਚਾਹੀਦਾ ਸੀ ਪਰ ਚੜ੍ਹਿਆ ਨਹੀਂ ਹੁੰਦਾ।

ਸੌ ਰੁਪਏ ਦੀ ਗਲਤੀ ਕਰੋ, ਪੰਜ ਸੌ ਰੁਪਏ ਦਾ ਸਬਕ ਸਿਖੋ, ਇਵੇਂ ਗਲਤੀਆਂ ਵੀ ਲਾਹੇਵੰਦਾ ਵਪਾਰ ਬਣ ਜਾਣਗੀਆਂ।

ਜਿਥੇ ਮਨੁੱਖਾਂ ਦੇ ਆਪਸੀ ਸਬੰਧ ਸੁਖਾਵੇਂ ਨਹੀਂ ਹੁੰਦੇ, ਉਥੇ ਕੁਦਰਤ ਅਤੇ ਮਨੁੱਖ ਦੇ ਆਪਸੀ ਰਿਸ਼ਤੇ ਵਿਚ ਵੀ ਨਿੱਘ ਨਹੀਂ ਹੁੰਦਾ।

ਚੰਗਿਆਂ ਕੋਲ ਸਭ ਕੁਝ ਨਹੀਂ ਹੁੰਦਾ ਪਰ ਉਨ੍ਹਾਂ ਕੋਲ ਜੋ ਹੁੰਦਾ ਹੈ, ਉਹ ਉਸੇ ਨਾਲ ਪ੍ਰਸੰਨ ਹੁੰਦੇ ਹਨ।

ਸੇਵਾ-ਮੁਕਤ ਵਿਅਕਤੀ, ਸੇਵਾ-ਮੁਕਤ ਬੰਦੇ ਨੂੰ ਮਿਲ ਕੇ ਬੜਾ ਪ੍ਰਸੰਨ ਹੁੰਦਾ ਹੈ।

ਗਲਤੀਆਂ ਸਾਨੂੰ ਬੰਨ੍ਹ ਲੈਂਦੀਆਂ ਹਨ, ਤਜਰਬਾ ਬਾਹਰ ਨਿਕਲਣ ਦਾ ਰਾਹ ਦੱਸਦਾ ਹੈ ਅਤੇ ਮਿਹਨਤ ਸਾਨੂੰ ਸੁਤੰਤਰ ਕਰਦੀ ਹੈ।

ਕੁਦਰਤ ਜਦੋਂ ਕਿਸੇ ਨੂੰ ਮੂਰਖ ਬਣਾਉਂਦੀ ਹੈ ਤਾਂ ਕੋਈ ਭੁਲੇਖਾ ਨਹੀਂ ਰਹਿਣ ਦਿੰਦੀ।

ਸਮਾਜ ਕੋਈ ਹੋਵੇ, ਪਰਜਾ, ਹਾਕਮਾਂ ਦੀ ਨਕਲ ਕਰਦੀ ਹੈ।

ਪੁਸਤਕਾਂ ਸਾਡੇ ਸੋਚਣ, ਮਹਿਸੂਸ ਕਰਨ ਅਤੇ ਕੰਮ ਕਰਨ ਦਾ ਢੰਗ ਬਦਲ ਦਿੰਦੀਆਂ ਹਨ।

ਜੇ ਮੁਖੀ ਚਰਿੱਤਰਵਾਨ ਨਾ ਹੋਵੇ ਤਾਂ ਉਸ ਸੰਸਥਾ ਦਾ ਨਿਘਰਨਾ ਯਕੀਨੀ ਹੁੰਦਾ ਹੈ, ਕਿਉਂਕਿ ਵੱਡੇ ਦਰੱਖਤ ਉਪਰੋਂ ਮੁਰਝਾਉਣਾ ਆਰੰਭ ਕਰਦੇ ਹਨ।

ਮਨੁੱਖ ਨੂੰ ਮਹੱਤਵ ਉਦੋਂ ਹੀ ਮਿਲਦਾ ਹੈ, ਜਦੋਂ ਉਸ ਨੂੰ ਕੋਈ ਜ਼ਿੰਮੇਵਾਰੀ ਦਿੱਤੀ ਜਾਂਦੀ ਹੈ।

ਰੋਣ ਨਾਲ ਦਿਲ ਨਿਰਮਲ, ਮਨ ਕੋਮਲ ਅਤੇ ਬਿਰਤੀ ਸਵੱਛ ਹੋ ਜਾਂਦੀ ਹੈ।

ਮੌਤ ਬਾਰੇ ਗੱਲਾਂ ਕਰਦਿਆਂ ਮਨੁੱਖ, ਇਨਸਾਨ ਬਣ ਜਾਂਦਾ ਹੈ।

ਜੇ ਰਿਸ਼ਤੇਦਾਰੀਆਂ ਨਾ ਹੁੰਦੀਆਂ ਤਾਂ ਹਰ ਕਿਸੇ ਨੂੰ ਆਪਣੀ ਆਮਦਨ ਵਿਚ ਹੀ ਗੁਜ਼ਾਰਾ ਕਰਨਾ ਪੈਣਾ ਸੀ।

ਜੀਵਨ ਦਾ ਅੰਤਲਾ ਦਿਨ ਮੌਤ ਦਾ ਪਹਿਲਾ ਦਿਨ ਹੋ ਨਿਬੜਦਾ ਹੈ।

ਜਦੋਜਹਿਦ ਅਤੇ ਰੁਕਾਵਟਾਂ ਤੋਂ ਬਿਨਾਂ ਕੀਤੇ ਪਿਆਰ ਦੀਆਂ ਯਾਦਾਂ ਨਹੀਂ ਬਣਦੀਆਂ।

ਮਨੁੱਖ ਨੇ ਕੁਝ ਅਜਿਹੇ ਕੰਮ ਵੀ ਕਰਨੇ ਹੁੰਦੇ ਹਨ, ਜਿਨ੍ਹਾਂ ਸਬੰਧੀ ਉਸ ਨੇ ਸਾਰਾ ਜੀਵਨ ਪਛਤਾਉਣਾ ਹੁੰਦਾ ਹੈ।

ਨਜ਼ਰਾਨਾ, ਜੁਰਮਾਨਾ, ਹਰਜਾਨਾ, ਤਹਿਖਾਨਾ, ਮੁਗ਼ਲ ਹਕੂਮਤ ਦੇ ਆਧਾਰ ਸਨ।

ਮਾਂਵਾਂ ਆਪਣੇ ਵਿਹਾਰ ਨਾਲ ਦੱਸਦੀਆਂ ਹਨ ਕਿ ਸਾਡੀ ਆਪਣੀ ਖੁਸ਼ੀ ਹੀ ਸਾਡੀ ਜ਼ਿੰਦਗੀ ਦਾ ਉਦੇਸ਼ ਨਹੀਂ ਹੋਣੀ ਚਾਹੀਦੀ।

ਜੇ ਮਨੁੱਖ ਅੰਦਰ ਸ਼ਰਧਾ ਹੋਵੇ ਤਾਂ ਉਸ ਨੂੰ ਤਾਰੇ ਪ੍ਰਕਰਮਾ ਅਤੇ ਪੰਛੀ ਕੀਰਤਨ ਕਰਦੇ ਪ੍ਰਤੀਤ ਹੋਣਗੇ।

ਕਿਸੇ ਨੂੰ ਪਿਆਰ ਅਤੇ ਧਿਆਨ ਨਾਲ ਸੁਣਨਾ, ਆਪਣੀ ਗੱਲ ਮਨਵਾਉਣ ਵਿਚ ਸਹਾਈ ਹੁੰਦਾ ਹੈ।

ਆਤੰਕਵਾਦੀਆਂ ਕੋਲ ਹਥਿਆਰ ਨਵੇਂ ਪਰ ਸੋਚ ਪੁਰਾਣੀ ਹੁੰਦੀ ਹੈ।

ਮਿਹਨਤ ਨਾਲ ਕਮਾਈ ਦੌਲਤ ਹੋਣੀ ਅਤੇ ਮਾਣਨ ਲਈ ਵਕਤ ਵੀ ਹੋਣਾ, ਖੁਸ਼ਹਾਲੀ ਦੀ ਉੱਚਤਮ ਅਵਸਥਾ ਹੁੰਦੀ ਹੈ।

ਕਿਸੇ ਵੀ ਇਸਤਰੀ ਨੂੰ ਕੋਈ ਨਿਕੰਮਾ ਬੰਦਾ ਚੰਗਾ ਨਹੀਂ ਲਗਦਾ, ਭਾਵੇਂ ਉਹ ਉਸ ਦਾ ਪਤੀ ਹੀ ਕਿਉਂ ਨਾ ਹੋਵੇ।

ਜੇ ਤੁਸੀਂ ਬੱਚੇ ਵਾਂਗ ਸੌਂ ਸਕਦੇ ਹੋ ਤਾਂ ਤੁਸੀਂ ਬਾਦਸ਼ਾਹ ਹੋ।

ਪੈਸਾ ਉਹੀ ਹੁੰਦਾ ਹੈ ਜਿਸ ਨੂੰ ਖਰਚਣ ਦਾ ਸਾਨੂੰ ਅਧਿਕਾਰ ਹੁੰਦਾ ਹੈ, ਬਾਕੀ ਪੈਸੇ ਦੀ ਅਸੀਂ ਰਾਖੀ ਹੀ ਕਰਦੇ ਹਾਂ।

ਕਰਜ਼ੇ ਅਤੇ ਕਬਜ਼ੀ ਦੀ ਤਕਲੀਫ਼ ਇਕੋ ਜਿਹੀ ਹੁੰਦੀ ਹੈ।

ਪ੍ਰੇਮੀਆਂ ਲਈ ਇਕ-ਦੂਜੇ ਬਾਰੇ, ਸੰਖੇਪ ਗੱਲਾਂ ਕਰਨੀਆਂ ਸੰਭਵ ਨਹੀਂ ਹੁੰਦੀਆਂ।

ਕਿਸੇ ਵਲੋਂ ਪਸੰਦ ਕੀਤੇ ਜਾਣਾ ਜਾਂ ਕਿਸੇ ਨੂੰ ਪਸੰਦ ਕਰਨਾ, ਸਾਡੇ ਤੰਦਰੁਸਤ ਹੋਣ ਦੀ ਨਿਸ਼ਾਨੀ ਹੁੰਦੀ ਹੈ।

ਚੰਗੀ ਕਾਰਗੁਜ਼ਾਰੀ ਨੂੰ ਦੁਹਰਾਉਣ ਦੀ ਯੋਗਤਾ ਨੂੰ ਨਿਪੁੰਨਤਾ ਕਹਿੰਦੇ ਹਨ।

ਸੱਚਾ ਅਮੀਰ ਆਪਣੀ ਅਮੀਰੀ ਨੂੰ ਲੁਕਾਉਣ ਦਾ ਯਤਨ ਕਰਦਾ ਹੈ।

ਸਥਾਪਤ ਹੋ ਚੁਕੀ ਯੋਗਤਾ ਨੂੰ ਸਮਰੱਥਾ ਕਹਿੰਦੇ ਹਨ।

ਜਿਸ ਦੇਸ਼ ਵਿਚ ਵਿਆਹ ਜਲਦੀ ਹੁੰਦੇ ਹਨ, ਉਹ ਦੇਸ਼ ਗਰੀਬ ਹੁੰਦਾ ਹੈ ਅਤੇ ਉਥੇ ਗਰੀਬੀ ਹੋਣ ਕਰਕੇ ਵਿਆਹ ਜਲਦੀ ਕੀਤੇ ਜਾਂਦੇ ਹਨ।

ਘੱਟ ਖੁਰਾਕ, ਘੱਟ ਕੰਮ, ਘੱਟ ਆਮਦਨ, ਘੱਟ ਵਸੀਲੇ, ਇਕ ਦੂਜੀ ਨਾਲ ਜੁੜੀਆਂ ਹੋਈਆਂ ਗਰੀਬੀ ਦੀਆਂ ਸੰਗਲੀਆਂ ਹਨ।

ਪੜ੍ਹਨ ਨਾਲ ਮਨੁੱਖ ਸ਼ਾਂਤ ਅਤੇ ਸੁਣਨ ਨਾਲ ਸਿਆਣਾ ਹੋ ਜਾਂਦਾ ਹੈ।

ਜਿਹੜਾ ਸਾਨੂੰ ਆਪਣੀ ਮੁਸਕਰਾਹਟ ਨਾਲ ਹਰਾਉਂਦਾ ਹੈ, ਉਸ ਦਾ ਅਸੀਂ ਵਿਰੋਧ ਨਹੀਂ ਕਰਦੇ, ਧੰਨਵਾਦ ਕਰਦੇ ਹਾਂ।

ਚੰਗਿਆਈ ਹਮੇਸ਼ਾ ਵਿਅਕਤੀਗਤ ਹੁੰਦੀ ਹੈ।

ਪੱਕੇ ਦੋਸਤ ਦੀ ਨਿਸ਼ਾਨੀ ਇਹ ਹੈ ਕਿ ਸਵੇਰੇ ਤਿੰਨ ਵਜੇ ਬੁਲਾਓ, ਆਵੇਗਾ।

ਜ਼ਿੰਦਗੀ ਸਾਡੀ ਹਿੰਮਤ ਦੇ ਅਨੁਪਾਤ ਵਿਚ ਫੈਲਦੀ-ਸੁੰਗੜਦੀ ਹੈ।

ਜੰਗ, ਹਾਰ ਨਾਲ ਨਹੀਂ, ਜਿੱਤ ਨਾਲ ਮੁੱਕਦੀ ਹੈ, ਜਦੋਂ ਤਕ ਜਿੱਤ ਦਾ ਨਿਰਣਾ ਨਹੀਂ ਹੁੰਦਾ, ਜੰਗ ਜਾਰੀ ਰਹਿੰਦੀ ਹੈ।

ਕਿਸੇ ਨੂੰ ਉਸ ਦੀ ਅਸਲੀਅਤ ਨਾਲੋਂ ਘਟਾ ਕੇ ਜਾਂ ਵਿਗਾੜ ਕੇ ਪੇਸ਼ ਕਰਨ ਨੂੰ ਨਿੰਦਾ ਕਹਿੰਦੇ ਹਨ।

ਅਜੋਕੇ ਸ਼ਹਿਰ ਕਾਰਾਂ ਲਈ ਬਣਾਏ ਜਾ ਰਹੇ ਹਨ, ਸ਼ਹਿਰ ਵਾਸੀਆਂ ਲਈ ਨਹੀਂ।

ਆਪਣੇ ਤੋਂ ਵੱਖਰੀ ਸੋਚ ਵਾਲੇ ਨੂੰ ਖਿੜੇ-ਮੱਥੇ ਪ੍ਰਵਾਨ ਕਰਨ ਨਾਲ, ਸਾਡੀ ਆਪਣੀ ਸੋਚ ਬਲਵਾਨ ਹੋ ਜਾਂਦੀ ਹੈ।

ਪਰਮਾਤਮਾ ਵਿਚ ਵਿਸ਼ਵਾਸ ਨਾਲ, ਮਨੁੱਖ ਦੀ ਮਾਨਸਿਕ ਬੇਚੈਨੀ ਘਟਦੀ ਹੈ।

ਜਿਹੜੇ ਕੰਮ ਨੂੰ ਲੰਮਾ ਅਰਸਾ ਲੱਗੇ, ਉਸ ਦੀ ਸਫਲਤਾ 'ਤੇ ਕਿਸੇ ਨੂੰ ਸਾੜਾ ਨਹੀਂ ਹੁੰਦਾ।

ਬੱਚਿਆਂ ਲਈ ਯਾਤਰਾ ਮਨੋਰੰਜਨ, ਜਵਾਨਾਂ ਲਈ ਸਿਖਿਆ ਅਤੇ ਵੱਡਿਆਂ ਲਈ ਅਨੁਭਵ ਹੁੰਦੀ ਹੈ।

ਗਲਤੀ ਦੀ ਸਜ਼ਾ ਦੇਣ ਤੋਂ ਪਹਿਲਾਂ, ਜੇ ਗਲਤੀ ਸੁਧਾਰਨ ਦੀ ਸਹੂਲਤ ਦੇ ਦਿਤੀ ਜਾਵੇ ਤਾਂ ਦੋਹਾਂ ਧਿਰਾਂ ਨੂੰ ਲਾਭ ਹੁੰਦਾ ਹੈ।

ਸੰਸਾਰ, ਲੱਖਾਂ-ਕਰੋੜਾਂ ਮੋਹਰਿਆਂ ਵਾਲੀ ਸ਼ਤਰੰਜ ਹੈ।

ਗਰੀਬਾਂ ਲਈ ਕਚਹਿਰੀਆਂ ਦੇ ਗੇਟ ਹੀ ਖੁਲ੍ਹੇ ਹੁੰਦੇ ਹਨ, ਇਨਸਾਫ਼ ਦੇ ਦਰਵਾਜ਼ੇ ਬੰਦ ਹੀ ਹੁੰਦੇ ਹਨ।

ਰਾਤ ਹਰ ਘਰ ਵਿਚ ਪੈਂਦੀ ਹੈ ਪਰ ਨੀਂਦਰ ਹਰ ਘਰ ਵਿਚ ਨਹੀਂ ਆਉਂਦੀ।

ਵਿਹਾਰ ਦਾ ਭਾਗ ਬਣ ਗਏ ਗਿਆਨ ਨੂੰ ਸਿਆਣਪ ਕਹਿੰਦੇ ਹਨ।

ਦੋਸਤ ਪੋਟਿਆਂ 'ਤੇ ਗਿਣੇ ਜਾਂਦੇ ਹਨ ਪਰ ਵਾਕਫ਼ਕਾਰਾਂ ਦੀ ਗਿਣਤੀ ਸਿਰ ਦੇ ਵਾਲਾਂ ਜਿਤਨੀ ਹੁੰਦੀ ਹੈ।

ਜਿਥੇ ਬਜ਼ੁਰਗਾਂ ਅਤੇ ਬੱਚਿਆਂ ਦਾ ਚੰਗਾ ਧਿਆਨ ਰੱਖਿਆ ਜਾਵੇ, ਉਹ ਪਰਿਵਾਰ ਖੁਸ਼ਹਾਲ ਹੁੰਦਾ ਹੈ।

ਸਮਾਜ ਦੇ ਆਖੇ ਲੱਗ ਕੇ ਕੋਈ ਮਹਾਨ ਨਹੀਂ ਬਣਿਆ, ਕੋਈ ਮਹਾਨ ਨਹੀਂ ਬਣ ਸਕਦਾ।

ਤੁਸੀਂ ਕਿਸੇ ਤੋਂ ਰਸਤਾ ਪੁੱਛਦੇ ਕਿਵੇਂ ਹੋ, ਉਵੇਂ ਦੱਸਿਆ ਜਾਵੇਗਾ ਅਤੇ ਉਹੋ ਜਿਹਾ ਰਸਤਾ ਦੱਸਿਆ ਜਾਵੇਗਾ।

ਭੈੜਾ ਬੰਦਾ ਜੇ ਗੈਰਹਾਜ਼ਰ ਹੋਵੇ ਤਾਂ ਉਸ ਦਾ ਚੰਗਾ ਪ੍ਰਭਾਵ ਪੈਂਦਾ ਹੈ।

ਜਰਮਨੀ ਨੂੰ ਬਰਬਾਦ ਕਰਨ ਵਾਲਾ ਹਿਟਲਰ ਇਹੀ ਸਮਝਦਾ ਰਿਹਾ ਕਿ ਉਹ ਜਰਮਨੀ ਦੀ ਸੇਵਾ ਕਰ ਰਿਹਾ ਸੀ।

ਜਦੋਂ ਇਹ ਸਮਝ ਆ ਜਾਵੇ ਕਿ ਜ਼ਿੰਦਗੀ ਤੋਂ ਲੈਣਾ ਨਹੀਂ, ਦੇਣਾ ਅਮੀਰੀ ਹੈ, ਉਦੋਂ ਪੁਰਸ਼ ਨੂੰ ਇਸਤਰੀ ਦਾ ਜਾਮਾ ਮਿਲਦਾ ਹੈ।

ਕਾਮ-ਸੰਭੋਗ, ਪਿਆਰ ਦਾ ਜਸ਼ਨ ਹੁੰਦਾ ਹੈ।

ਹਰ ਜਿਊਂਦਾ ਬੰਦਾ ਸੰਸਾਰ ਉਤੇ ਟਿੱਪਣੀ ਕਰਦਾ ਹੈ, ਟਿੱਪਣੀ ਤਾਂ ਮੁਰਦਾ ਵੀ ਕਰਦਾ ਹੈ ਪਰ ਵੱਖਰੇ ਅੰਦਾਜ਼ ਵਿਚ ਕਰਦਾ ਹੈ।

ਜਿਹੜਾ ਕਾਰਜ ਕਿਸੇ ਨੂੰ ਪੀੜਤ ਕਰਦਾ ਹੈ, ਉਸ ਕਾਰਜ ਵਿਚ ਅਤੇ ਉਸ ਨੂੰ ਕਰਨ ਵਾਲੇ ਵਿਚ ਵਿਕਾਸ ਨਹੀਂ ਵਾਪਰਦਾ।

ਤਬਾਹੀ ਦੇ ਹਥਿਆਰ, ਮਨੁੱਖ ਦੀ ਤਰਕਹੀਣ ਸੁਆਰਥੀ ਸੋਚ ਵਿਚੋਂ ਉਪਜਦੇ ਹਨ।

ਵਕਤ ਨਾਲ ਆਪੇ ਕੁਝ ਨਹੀਂ ਬਦਲਦਾ, ਬਦਲੇਗਾ ਉਹੀ, ਜਿਸ ਨੂੰ ਅਸੀਂ ਬਦਲਾਂਗੇ।

ਜਿਹੜੇ ਸਾਨੂੰ ਖੁਸ਼ੀ ਦਿੰਦੇ ਹਨ, ਉਨ੍ਹਾਂ ਨੂੰ ਆਪਣੇ ਨੇੜੇ ਕਰਨਾ ਚਾਹੀਦਾ ਹੈ; ਜਿਨ੍ਹਾਂ ਬਿਨਾਂ ਅਸੀਂ ਉਦਾਸ ਹੋ ਜਾਂਦੇ ਹਾਂ, ਆਪ ਉਨ੍ਹਾਂ ਦੇ ਨੇੜੇ ਹੋਣਾ ਚਾਹੀਦਾ ਹੈ।

ਮਨੁੱਖ ਉਪਦੇਸ਼ ਨਾਲੋਂ, ਡਰ ਨੂੰ ਵਧੇਰੇ ਮੰਨਦਾ ਹੈ।

ਲਾਲਚ, ਭਵਿਖ ਵਿਚ ਸੁੱਖ-ਮਾਣਨ ਦੀ ਇੱਛਾ ਵਿਚੋਂ ਉਪਜਦਾ ਹੈ।

ਰਾਮਾਇਣ ਵਿਚਾਰਾਂ ਦਾ ਗ੍ਰੰਥ ਹੈ, ਮਹਾਂਭਾਰਤ ਕਾਰਜਾਂ ਦਾ।

ਮੌਲਿਕ ਅਤੇ ਚੰਗਾ ਲੇਖਕ ਉਹ ਨਹੀਂ ਹੁੰਦਾ ਜਿਸ ਦੀ ਹੋਰ ਲੇਖਕ ਨਕਲ ਕਰਨ, ਸਗੋਂ ਉਹ ਹੁੰਦਾ ਹੈ ਜਿਸ ਦੀ ਨਕਲ ਕੀਤੀ ਤਾਂ ਜਾਵੇ ਪਰ ਹੋਵੇ ਨਾ।

ਜੇ ਦੇਣ ਵਾਲਾ ਮਿਹਰਬਾਨ ਅਤੇ ਲੈਣ ਵਾਲਾ ਕਦਰਦਾਨ ਹੋਵੇ ਤਾਂ ਦੋਵੇਂ ਖੁਸ਼ਹਾਲ ਹੁੰਦੇ ਹਨ।

ਪੁਰਾਣੇ ਨੂੰ ਜਾਣਨਾ, ਵਰਤਮਾਨ ਨੂੰ ਮਾਣਨਾ ਅਤੇ ਨਵੇਂ ਨੂੰ ਪਛਾਣਨਾ, ਖੁਸ਼ਹਾਲੀ ਦੇ ਲੱਛਣ ਹੁੰਦੇ ਹਨ।

ਫਿਲਮ ਵਿਚ ਨਾਇਕ ਹਮੇਸ਼ਾ ਖਲਨਾਇਕ ਨਾਲੋਂ ਸੋਹਣਾ, ਸਾਊ ਅਤੇ ਸਿਆਣਾ ਹੁੰਦਾ ਹੈ।

ਦੂਜਾ ਵਿਆਹ ਸਾਬਤ ਕਰਦਾ ਹੈ ਕਿ ਤਜਰਬੇ ਤੋਂ ਕੁਝ ਨਹੀਂ ਸਿਖਿਆ ਗਿਆ ਜਾਂ ਤਜਰਬਾ ਹੋਇਆ ਹੀ ਨਹੀਂ।

ਕੰਮ-ਚੋਰ ਨਹੀਂ ਜਾਣਦੇ ਕਿ ਕੰਮ ਦੀ ਮੌਜ ਵੀ ਮਾਣੀ ਜਾ ਸਕਦੀ ਹੈ।

ਉਹ ਕੁਝ ਕਰੋ, ਜੋ ਪਹਿਲੇ ਯਤਨ ਵਿਚ ਨਹੀਂ ਕੀਤਾ ਜਾ ਸਕਦਾ, ਇਵੇਂ ਤੁਹਾਨੂੰ ਸਭ ਕੁਝ ਕਰਨ ਦੀ ਜਾਚ ਆ ਜਾਵੇਗੀ।

ਜਿਸ ਵਿਚ ਆਪਣੇ ਅਸੂਲਾਂ ਨੂੰ ਤਿਲਾਂਜਲੀ ਦੇਣ ਦੀ ਆਦਤ ਨਹੀਂ, ਉਹ ਰਾਜਨੀਤੀ ਵਿਚ ਸਫਲ ਨਹੀਂ ਹੋ ਸਕਦਾ।

ਚਾਰ ਚੀਜ਼ਾਂ ਹਰ ਕੋਈ ਪਸੰਦ ਕਰਦਾ ਹੈ: ਆਪਣੀ ਅਕਲ, ਆਪਣੀ ਜਾਨ, ਆਪਣੀ ਸ਼ਕਲ ਅਤੇ ਆਪਣੇ ਪਿਤਾ ਦੀ ਜਾਇਦਾਦ।

ਵਿਰੋਧੀਆਂ ਦੇ ਸਾੜੇ ਦੇ ਬਾਵਜੂਦ ਜੇ ਕੋਈ ਵਿਕਾਸ ਕਰੀ ਜਾਵੇ ਤਾਂ ਹਿੰਸਾ ਉਪਜਦੀ ਹੈ।

ਦੂਜਿਆਂ ਦਾ ਭਲਾ ਸੋਚਣ ਵਾਲੇ ਦਾ ਆਪਣਾ ਭਲਾ ਆਪਣੇ ਆਪ ਹੋਈ ਜਾਂਦਾ ਹੈ।

ਇਲਮ ਅਤੇ ਅਕਲ ਵਿਚ ਕਮਾਉਣ ਅਤੇ ਖਰਚਣ ਵਾਲਾ ਅੰਤਰ ਹੁੰਦਾ ਹੈ।

ਇਕੱਲਿਆਂ ਸੋਚਣ ਵਿਚ ਮਨੁੱਖ ਆਪਣੀ ਸਾਰੀ ਸਮਰੱਥਾ ਵਰਤਦਾ ਹੈ ਪਰ ਰਲ ਕੇ ਸੋਚਣ ਨਾਲ, ਸਾਰਿਆਂ ਦਾ ਬਹੁਤਾ ਸਮਾਂ ਬਹਿਸਣ ਵਿਚ ਲੱਗ ਜਾਂਦਾ ਹੈ।

ਸਭ ਤੋਂ ਚੰਗਾ ਰਿਸ਼ਤੇਦਾਰ, ਬਚਪਨ ਦਾ ਦੋਸਤ ਹੁੰਦਾ ਹੈ।

ਪਿਆਰ ਕਰਦਿਆਂ, ਅਸੀਂ ਪਹਿਲਾਂ ਨਾਲੋਂ ਚੰਗੇਰੇ ਬਣਨ ਦਾ ਆਨੰਦ ਮਾਣਦੇ ਹਾਂ।

ਘਰ ਵਿਚ ਸਦਭਾਵਨਾ ਅਤੇ ਸੁਤੰਤਰਤਾ ਦਾ ਵਾਤਾਵਰਣ, ਨਵੇਂ ਵਿਚਾਰਾਂ ਦੇ ਉਪਜਣ ਅਤੇ ਆਮਦਨ ਵਧਾਉਣ ਵਿਚ ਸਹਾਈ ਹੁੰਦਾ ਹੈ।

ਆਤੰਕਵਾਦੀਆਂ ਦੀ ਸਮਝੌਤੇ ਵਿਚ ਦਿਲਚਸਪੀ ਨਹੀਂ ਹੁੰਦੀ, ਕਿਉਂਕਿ ਉਹ ਪਹਿਲਾ ਸਬਕ ਇਹ ਸਿਖਦੇ ਹਨ ਕਿ ਸਮਝੌਤੇ ਦੀਆਂ ਗੱਲਾਂ ਕਮਜ਼ੋਰ ਕਰਦੇ ਹਨ।

ਧਰਮ ਦਾ ਉਦੇਸ਼ ਮਨੁੱਖ ਨੂੰ ਸਵਰਗ ਲੈ ਜਾਣਾ ਨਹੀਂ, ਉਸ ਨੂੰ ਨਰਕ ਤੋਂ ਬਚਾਉਣਾ ਹੈ।

ਜੇ ਸਕੂਲ ਸਾਫ਼ ਅਤੇ ਸੋਹਣਾ ਹੋਵੇ ਤਾਂ ਬੱਚੇ ਵੀ ਸਾਫ਼-ਸੁਥਰੇ ਬਣ ਕੇ ਅਤੇ ਸੋਹਣੇ ਕਪੜੇ ਪਾ ਕੇ ਆਉਣਗੇ।

ਵਿਰੋਧੀ ਭਾਵੇਂ ਲੱਖ ਹੋਣ, ਕੋਈ ਦੁਸ਼ਮਣ ਨਹੀਂ ਹੋਣਾ ਚਾਹੀਦਾ।

ਬਹਿਸ ਕਰਨੀ ਪਰ ਫੈਸਲਾ ਨਾ ਹੋਣ ਦੇਣ ਦੀ ਨੀਤੀ ਨੂੰ, ਦਲੀਲਬਾਜ਼ੀ ਕਹਿੰਦੇ ਹਨ।

ਸੰਤਾਨ ਲਈ ਇਤਨਾ ਕੁ ਜ਼ਰੂਰ ਛੱਡ ਕੇ ਜਾਓ ਤਾਂ ਕਿ ਉਹ ਕੁਝ ਕਰ ਸਕੇ ਪਰ ਇਤਨਾ ਵੀ ਨਾ ਛੱਡ ਕੇ ਜਾਓ ਕਿ ਉਹ ਕੁਝ ਨਾ ਕਰੇ।

ਮੈਂ ਤੋਂ ਤੂੰ ਦੇ ਰਸਤੇ ਪੈ ਜਾਣ ਨੂੰ, ਪਿਆਰ ਕਹਿੰਦੇ ਹਨ।

ਦੋਸਤੀ, ਰਲ ਕੇ ਮੌਜ-ਮੇਲਾ ਮਾਣਨ ਲਈ ਨਹੀਂ, ਦੋਸਤਾਂ ਨੂੰ ਕੁਰਾਹੇ ਪੈਣ ਤੋਂ ਰੋਕਣ ਲਈ ਹੁੰਦੀ ਹੈ।

ਪਹਿਲਾਂ ਆਓ, ਪਹਿਲਾਂ ਜਾਓ ਦਾ ਨੇਮ, ਮੌਤ 'ਤੇ ਲਾਗੂ ਨਹੀਂ ਹੁੰਦਾ।

ਅਧਿਆਪਕ ਨੂੰ ਮਿਲ ਕੇ ਵਿਦਿਆਰਥੀ ਨੂੰ ਲਗਣਾ ਚਾਹੀਦਾ ਹੈ ਕਿ ਉਹ ਗਿਆਨ ਦੀ ਗੰਗਾ ਵਿਚ ਇਸ਼ਨਾਨ ਕਰ ਰਿਹਾ ਹੈ।

ਜੇ ਅੰਦਰ ਰੋਸ਼ਨੀ ਹੋਵੇ ਤਾਂ ਬਾਹਰ ਸਵੇਰ ਹੋਣ ਵਿਚ ਦੇਰ ਨਹੀਂ ਲਗਦੀ।

ਫ਼ਿਲਾਸਫ਼ਰ ਆਪਸ ਵਿਚ ਸਹਿਮਤ ਨਹੀਂ ਹੁੰਦੇ, ਉਨ੍ਹਾਂ ਦੀ ਸੋਚ ਦਾ ਵੱਖਰੇਵਾਂ ਹੀ ਉਨ੍ਹਾਂ ਨੂੰ ਫ਼ਿਲਾਸਫ਼ਰ ਬਣਾਉਂਦਾ ਹੈ।

ਜੋ ਕਹੋਗੇ, ਉਹ ਲੋਕ ਸ਼ਾਇਦ ਨਾ ਮੰਨਣ ਪਰ ਜੋ ਕਰੋਗੇ, ਉਹ ਸਾਰੇ ਮੰਨਣਗੇ।

ਆਪਣੇ ਕਪੜਿਆਂ ਦੇ ਰੰਗਾਂ ਬਾਰੇ ਸਾਡੇ ਬਹੁਤੇ ਫੈਸਲੇ, ਸਾਡੀ ਆਪਣੀ ਚਮੜੀ ਦੇ ਰੰਗ 'ਤੇ ਆਧਾਰਿਤ ਹੁੰਦੇ ਹਨ।

ਮਨ ਨੀਵਾਂ ਅਤੇ ਮੱਤ ਉੱਚੀ ਕੀਤੇ ਬਿਨਾਂ, ਸੈਰ ਨਹੀਂ ਕੀਤੀ ਜਾ ਸਕਦੀ।

ਲੋਕਤੰਤਰ ਵਿਚ ਪਰਿਵਰਤਨ ਦੀ ਇੱਛਾ ਬਲਵਾਨ ਹੋਣ ਕਾਰਨ, ਉਹੀ ਸਰਕਾਰ ਅਕਸਰ ਦੁਬਾਰਾ ਨਹੀਂ ਚੁਣੀ ਜਾਂਦੀ।

ਜਿਹੜਾ ਇਕੱਲਿਆਂ, ਇਕਾਂਤ ਵਿਚ ਆਪਣਾ ਕੰਮ ਕਰਨਾ ਪਸੰਦ ਨਹੀਂ ਕਰਦਾ, ਉਹ ਕਾਮਾ ਤਾਂ ਹੋ ਸਕਦਾ ਹੈ ਪਰ ਕਲਾਕਾਰ ਨਹੀਂ ਹੋ ਸਕਦਾ।

ਲੋਕ ਉਨ੍ਹਾਂ ਨੂੰ ਸੁਣਨਾ ਚਾਹੁੰਦੇ ਹਨ, ਜਿਨ੍ਹਾਂ ਨੇ ਆਪਣਾ ਮਨ ਜਿੱਤ ਲਿਆ ਹੈ।

ਸੱਚੇ ਅਰਥਾਂ ਵਿਚ ਸੰਸਾਰ ਵਿਚ ਅਮੀਰ ਕੋਈ ਨਹੀਂ, ਲੋਕ ਘੱਟ-ਵੱਧ ਗਰੀਬ ਹੀ ਹੁੰਦੇ ਹਨ।

ਜੀਵਨ ਦੇ ਪੰਜਵੇਂ ਦਹਾਕੇ ਵਿਚ ਮਨੁੱਖ ਨੂੰ ਅਕਸਰ ਆਪਣੀ ਅਕਲ ਮੁੜ ਤੋਲਣੀ ਪੈਂਦੀ ਹੈ।

ਜਦੋਂ ਬੱਚੇ ਬੋਲਣ ਦੇ ਨਾਲ-ਨਾਲ ਸੋਚਣ ਵੀ ਲੱਗ ਪੈਣ ਤਾਂ ਉਨ੍ਹਾਂ ਨੂੰ ਸਲਾਹ-ਮਸ਼ਵਰੇ ਵਿਚ ਸ਼ਾਮਲ ਕਰ ਲੈਣਾ ਚਾਹੀਦਾ ਹੈ।

ਜੱਜਾਂ ਨੂੰ ਕਾਨੂੰਨ ਦੇ ਸਾਰੇ ਸ਼ਲੋਕ ਅਤੇ ਮੰਤਰ ਜ਼ਬਾਨੀ ਯਾਦ ਹੁੰਦੇ ਹਨ।

ਮਹਾਨ ਆਗੂ ਉਹ ਹੁੰਦਾ ਹੈ, ਜਿਹੜਾ ਜਵਾਨਾਂ ਨੂੰ ਵੀ ਪ੍ਰਭਾਵਿਤ ਕਰੇ।

ਮਸ਼ੀਨਾਂ ਦੇ ਗੁੰਝਲਦਾਰ ਹੋਣ ਕਾਰਨ, ਉਨ੍ਹਾਂ ਦੇ ਖਰਾਬ ਹੋਣ ਦੀ ਰਫ਼ਤਾਰ ਵੀ ਵੱਧ ਜਾਂਦੀ ਹੈ।

ਸੋਹਣੀ ਇਸਤਰੀ ਦੇ, ਅਨੇਕਾਂ ਪੁਰਸ਼, ਆਪੇ ਚੌਕੀਦਾਰ ਬਣ ਜਾਂਦੇ ਹਨ।

ਨਾਜਾਇਜ਼ ਰਿਸ਼ਤੇ ਵਿਚ ਸ਼ਰਮਾਉਣ ਲਈ ਸਮਾਂ ਨਹੀਂ ਹੁੰਦਾ, ਸਮਾਂ ਕੇਵਲ ਪਛਤਾਉਣ ਲਈ ਹੀ ਹੁੰਦਾ ਹੈ।

ਕਈ ਪਤਨੀਆਂ ਬਜ਼ਾਰ ਵਿਚ ਆਪਣੇ ਪਤੀਆਂ ਵਾਸਤੇ ਅਕਲ ਖਰੀਦਣ ਜਾਂਦੀਆਂ ਹਨ।

ਲੁੱਟੇ ਜਾਣ ਮਗਰੋਂ, ਚੋਰੀ ਹੋ ਜਾਣ ਦਾ ਡਰ ਨਹੀਂ ਰਹਿੰਦਾ।

ਜੰਗਲ ਵਿਚ ਜਾਨਵਰਾਂ ਨੂੰ ਦੌੜਨ ਦੀ ਸਿਖਲਾਈ, ਸ਼ੇਰ ਦਿੰਦਾ ਹੈ।

ਨਾਜਾਇਜ਼ ਰਿਸ਼ਤੇ ਵਿਚ ਸਿੱਧੀ ਗੱਲ ਕੀਤੀ ਜਾਂਦੀ ਹੈ, ਜਿਵੇਂ ਗਾਹਕ, ਦੁਕਾਨਦਾਰ ਨਾਲ ਕਰਦਾ ਹੈ।

ਅਨੇਕਾਂ ਪੁਰਸ਼, ਇਸ ਭੁਲੇਖੇ ਦਾ ਸ਼ਿਕਾਰ ਹਨ ਕਿ ਕੋਈ ਵੀ ਇਸਤਰੀ, ਉਨ੍ਹਾਂ ਤੋਂ ਪ੍ਰਭਾਵਿਤ ਹੋਏ ਬਿਨਾਂ ਨਹੀਂ ਰਹਿ ਸਕਦੀ।

ਜਦੋਂ ਇਸਤਰੀ ਕਿਸੇ ਪੁਰਸ਼ ਦੀ ਸਾਦਗੀ ਪਸੰਦ ਕਰਦੀ ਹੈ ਤਾਂ ਉਹ ਛੈਲਾ ਬਣ ਕੇ ਵੱਧ ਪ੍ਰਭਾਵਿਤ ਕਰਨ ਦੇ ਯਤਨ ਵਿਚ, ਆਪਣਾ ਪ੍ਰਭਾਵ ਵਿਗਾੜ ਲੈਂਦਾ ਹੈ।

ਪ੍ਰੇਮੀ ਆਪਣੇ ਖ਼ਤਾਂ ਰਾਹੀਂ ਇਕ-ਦੂਜੇ ਨੂੰ ਆਪਣੇ ਦਿਲ ਦੀਆਂ ਤਸਵੀਰਾਂ ਭੇਜਦੇ ਹਨ।

ਪਿਆਰ ਕਰਨ ਵਾਲੀ ਇਸਤਰੀ ਘੱਟ ਬੋਲਦੀ ਹੈ, ਕਿਉਂਕਿ ਉਹ ਮਹਿਸੂਸ ਵਧੇਰੇ ਕਰਨ ਲੱਗ ਪੈਂਦੀ ਹੈ।

ਜਦੋਂ ਕਿਸੇ ਦੇ ਦਿਲ ਵਿਚ ਆਪਣੀ ਇਜ਼ਤ ਦਾ ਅਹਿਸਾਸ ਮੁੱਕ ਜਾਵੇ ਤਾਂ ਉਹ ਆਪਣੇ ਆਪ ਨੂੰ ਵੀ ਨਫ਼ਰਤ ਦੀ ਨਜ਼ਰ ਨਾਲ ਵੇਖਣ ਲੱਗ ਪੈਂਦਾ ਹੈ।

ਹੱਸਣ ਨਾਲ ਸਾਡੀ ਸ਼ਖ਼ਸੀਅਤ ਵਿਚਲੀ ਖੋਟ ਘਟਦੀ ਹੈ।

ਇਸਤਰੀ ਇਹ ਕਦੇ ਨਹੀਂ ਭੁੱਲਦੀ ਕਿ ਉਹ ਔਰਤ ਹੈ।

ਤਕੜੇ ਕਾਨੂੰਨ ਬਣਾਉਂਦੇ ਹਨ, ਕਮਜ਼ੋਰ ਸਜ਼ਾ ਭੁਗਤਦੇ ਹਨ।

ਜੇ ਕਿਸੇ ਵਿਦਿਅਕ ਸੰਸਥਾ ਦਾ ਮੁਖੀ ਚਰਿੱਤਰਵਾਨ ਨਹੀਂ ਤਾਂ ਲੋਕ ਉਸ ਨੂੰ ਹੀ ਨਹੀਂ, ਉਸ ਨੂੰ ਨਿਯੁਕਤ ਕਰਨ ਵਾਲਿਆਂ ਨੂੰ ਵੀ ਨਿੰਦਣ ਲੱਗ ਪੈਂਦੇ ਹਨ।

ਸਮੱਸਿਆਵਾਂ ਬਾਰੇ ਸੋਚਣ ਨਾਲ, ਸਮੱਸਿਆਵਾਂ ਸੰਕਟ ਨਹੀਂ ਬਣਦੀਆਂ।

ਜਦੋਂ ਤਕ ਨਸ਼ਈ ਦਾ ਕਿਸੇ ਉਚੇਰੀ ਸ਼ਕਤੀ ਵਿਚ ਵਿਸ਼ਵਾਸ ਨਾ ਜਾਗੇ, ਉਹ ਨਸ਼ੇ ਤਿਆਗ ਨਹੀਂ ਸਕਦਾ।

ਭਾਰਤ ਵਿਚ ਨੀਵੀਆਂ ਜਾਤਾਂ ਦੇ ਲੋਕ ਇਹ ਸਮਝਣ ਲੱਗ ਪਏ ਹਨ ਕਿ ਜਦੋਂ ਤਕ ਉਹ ਪਛੜੇ ਨਾ ਸਮਝੇ ਜਾਣ, ਉਹ ਅੱਗੇ ਨਹੀਂ ਜਾ ਸਕਦੇ।

ਜੋ ਕੁਝ ਸਾਨੂੰ ਔਖੇ ਵਕਤ ਸਿਖਾਉਂਦੇ ਹਨ, ਉਹ ਕੁਝ ਕਿਸੇ ਹੋਰ ਢੰਗ ਨਾਲ ਸਿੱਖਣਾ ਸੰਭਵ ਨਹੀਂ ਹੁੰਦਾ।

ਸੜਕ ਉਤੇ ਮੋੜ, ਸੜਕ ਦਾ ਅੰਤ ਨਹੀਂ ਹੁੰਦਾ, ਨਵੇਂ ਰਸਤੇ ਦਾ ਆਰੰਭ ਹੁੰਦਾ ਹੈ।

ਜਿਨ੍ਹਾਂ ਦੀ ਮਹੱਤਵਪੂਰਨ ਬਣਨ ਦੀ ਇੱਛਾ ਹੁੰਦੀ ਹੈ ਪਰ ਸਮਰੱਥਾ ਨਹੀਂ ਹੁੰਦੀ, ਉਹ ਆਪਣੇ ਤੋਂ ਕਮਜ਼ੋਰਾਂ 'ਤੇ ਰੋਅਬ ਪਾਉਣ ਲੱਗ ਪੈਂਦੇ ਹਨ।

ਯਾਤਰਾ ਦਾ ਉਦੇਸ਼ ਮੁੜ ਜਵਾਨ ਹੋਣਾ, ਅਣਗਾਹੇ ਰਾਹ ਵਾਹੁਣਾ, ਆਪਣੇ ਆਪ ਨੂੰ ਭੁਲਣਾ, ਨਵੇਂ ਲੋਕਾਂ ਨੂੰ ਲੱਭਣਾ ਅਤੇ ਨਵੀਆਂ ਧਰਤੀਆਂ ਨੂੰ ਵੇਖਣਾ ਹੁੰਦਾ ਹੈ।

ਜੇ ਸਿਆਣਪ ਨਾ ਹੋਵੇ ਤਾਂ ਵਕਤ ਅਤੇ ਵਸੀਲਿਆਂ ਦੀ ਦੁਰਵਰਤੋਂ ਹੀ ਹੋਵੇਗੀ।

ਮਨੁੱਖ ਜੋ ਵੇਖਦਾ ਹੈ, ਉਹ ਯਥਾਰਥ ਹੁੰਦਾ ਹੈ; ਜੋ ਸੋਚਦਾ ਹੈ, ਉਹ ਕਲਪਨਾ ਹੁੰਦੀ ਹੈ।

ਅਕਸਰ ਜ਼ਿੰਦਗੀ ਦੀਆਂ ਸਭ ਤੋਂ ਵੱਧ ਮਹੱਤਵਪੂਰਨ ਚੀਜ਼ਾਂ ਤਰਕ ਉਤੇ ਪੂਰੀਆਂ ਨਹੀਂ ਉਤਰਦੀਆਂ।

ਸੁਪਨਾ, ਬੰਦ ਅੱਖਾਂ ਵਾਲਾ ਯਥਾਰਥ ਹੁੰਦਾ ਹੈ; ਯਥਾਰਥ, ਖੁਲ੍ਹੀਆਂ ਅੱਖਾਂ ਵਾਲਾ ਸੁਪਨਾ ਹੁੰਦਾ ਹੈ।

ਇਤਿਹਾਸ ਪ੍ਰਸਿੱਧ ਬੰਦੇ ਉਪਜਾਉਂਦਾ ਹੈ ਪਰ ਇਤਿਹਾਸ ਹੀ ਪ੍ਰਸਿੱਧ ਬੰਦਿਆਂ ਨੂੰ ਰੋਲ ਦਿੰਦਾ ਹੈ।

ਜਦੋਂ ਪੁਰਸ਼, ਕਿਸੇ ਇਸਤਰੀ ਨੂੰ ਸੋਹਣੀ ਕਹਿੰਦਾ ਹੈ ਤਾਂ ਉਹ ਇਸਤਰੀ ਬਾਰੇ ਨਹੀਂ, ਆਪਣੇ ਮਨ ਦੀ ਹਾਲਤ ਬਾਰੇ ਦੱਸ ਰਿਹਾ ਹੁੰਦਾ ਹੈ।

ਹਰ ਚੀਜ਼ ਦਾ ਧਿਆਨ ਰੱਖ ਕੇ ਜੀਵਨ ਨਹੀਂ ਜੀਵਿਆ ਜਾ ਸਕਦਾ, ਹਰ ਚੀਜ਼ ਵਲੋਂ ਬੇਧਿਆਨੇ ਹੋ ਕੇ ਵੀ ਜੀਵਨ ਨਹੀਂ ਜੀਵਿਆ ਜਾ ਸਕਦਾ।

ਮੁਸੀਬਤ ਵੇਲੇ, ਰੱਬ ਕਿਸ ਅੱਗੇ ਅਰਦਾਸ ਕਰਦਾ ਹੋਵੇਗਾ?

ਸੁੰਦਰਤਾ ਉਹ ਹੈ, ਜਿਸ ਨੂੰ ਵੇਖ ਕੇ, ਸੁਨੇਹਾ ਦੇਣ ਆਇਆ ਬੰਦਾ, ਸੁਨੇਹਾ ਭੁਲ ਜਾਵੇ।

ਮਹੱਤਵਪੂਰਨ ਇਹ ਨਹੀਂ ਕਿ ਅਸੀਂ ਕਿਹੜੀ ਭਾਸ਼ਾ ਬੋਲਦੇ ਹਾਂ, ਮਹੱਤਵਪੂਰਨ ਇਹ ਹੈ ਕਿ ਅਸੀਂ ਬੋਲਦੇ ਕੀ ਹਾਂ।

ਜਦੋਂ ਤਕ ਸਾਡੀ ਸੋਚ ਸਵੱਛ ਨਹੀਂ ਹੁੰਦੀ, ਸਾਡੇ ਆਲੇ-ਦੁਆਲੇ ਗੰਦ ਹੀ ਰਹੇਗਾ।

ਸੰਸਾਰ ਵਿਚ ਕੋਈ ਵੀ ਅਜਿਹਾ ਨਹੀਂ, ਜਿਸ ਦੀ ਕੇਵਲ ਪ੍ਰਸ਼ੰਸਾ ਜਾਂ ਕੇਵਲ ਨਿੰਦਾ ਹੀ ਹੋਈ ਹੋਵੇ।

ਸਾਡਾ ਦ੍ਰਿਸ਼ਟੀਕੋਣ ਸੰਤੁਲਤ ਨਾ ਹੋਣ ਕਾਰਨ, ਜਾਂ ਅਸੀਂ ਜੀਵਨ ਵੇਖਦੇ ਹਾਂ ਜਾਂ ਮੌਤ, ਦੋਹਾਂ ਨੂੰ ਨਹੀਂ ਵੇਖਦੇ।

ਜਿਹੜਾ ਬਦਕਿਸਮਤੀ ਵਿਚ ਵੀ ਚਲਦਾ ਰਹਿੰਦਾ ਹੈ, ਉਸ ਨੂੰ ਅਗੋਂ ਕਿਸਮਤ ਉਡੀਕ ਰਹੀ ਹੁੰਦੀ ਹੈ।

ਹਰੇਕ ਸਾਹ ਵਿਚ ਜੀਵਨ ਅਤੇ ਮੌਤ ਦੋਵੇਂ ਹਨ, ਸਾਹ ਅੰਦਰ ਜਾਂਦਾ ਹੈ ਜੀਵਨ ਹੈ, ਸਾਹ ਬਾਹਰ ਜਾਂਦਾ ਹੈ ਮੌਤ ਹੈ।

ਭਾਰਤ ਦੇ ਸ਼ਹਿਰ ਦੱਸਦੇ ਹਨ ਕਿ ਸ਼ਹਿਰ ਕਿਹੋ ਜਿਹੇ ਨਹੀਂ ਹੋਣੇ ਚਾਹੀਦੇ।

ਕਿਸਮਤ ਉਨ੍ਹਾਂ 'ਤੇ ਮਿਹਰਬਾਨ ਹੁੰਦੀ ਹੈ, ਜਿਹੜੇ ਇਸ 'ਤੇ ਨਿਰਭਰ ਨਹੀਂ ਕਰਦੇ।

ਭੈੜੇ ਬੰਦੇ ਸਾਨੂੰ ਸਿਖਾਉਂਦੇ ਹਨ ਕਿ ਅਸੀਂ ਕਿਹੋ ਜਿਹਾ ਵਿਹਾਰ ਨਹੀਂ ਕਰਨਾ।

ਜਦੋਂ ਸਾਡੀ ਸੋਚ ਸਿੱਧੀ ਹੋ ਗਈ ਤਾਂ ਸਾਡੀਆਂ ਗਲੀਆਂ ਅਤੇ ਸੜਕਾਂ ਵੀ ਸਿੱਧੀਆਂ ਹੋ ਜਾਣਗੀਆਂ।

ਜਦੋਂ ਤੁਸੀਂ ਦੂਜਿਆਂ ਨਾਲੋਂ ਵੱਧ ਅਕਲ ਨਾਲ ਕਾਰਜ ਕਰੋਗੇ ਤਾਂ ਲੋਕ ਕਹਿਣਗੇ: ਤੁਸੀਂ ਕਿਸਮਤ ਵਾਲੇ ਹੋ।

ਮੁਫ਼ਤ ਮਿਲੀਆਂ ਚੀਜ਼ਾਂ ਤੋਲੀਆਂ ਨਹੀਂ ਜਾਂਦੀਆਂ।

ਕੇਵਲ ਮਿਹਨਤ ਹੀ ਸਫਲ ਨਹੀਂ ਬਣਾਏਗੀ; ਉਤਸ਼ਾਹ, ਆਪਣੇ ਆਪ ਵਿਚ ਭਰੋਸਾ ਅਤੇ ਸੁਹਿਰਦਤਾ, ਮਿਹਨਤ ਨਾਲੋਂ ਵੀ ਵਡੇਰੇ ਗੁਣ ਹਨ।

ਕਿਸਮਤ ਅਤੇ ਪ੍ਰਾਰਥਨਾਵਾਂ, ਕਿਸੇ ਕੌਮ ਦੀ ਰੱਖਿਆ ਨਹੀਂ ਕਰ ਸਕਦੀਆਂ।

ਦੇਸ਼ ਕੋਈ ਹੋਵੇ, ਆਰਥਿਕ ਇਨਕਲਾਬ, ਨਿਰਯਾਤ ਤੋਂ ਬਿਨਾਂ ਨਹੀਂ ਵਾਪਰਦਾ।

ਭਾਰਤ ਬਾਰੇ ਜੋ ਵੀ ਕਿਹਾ ਜਾਵੇ, ਉਸ ਦਾ ਉਲਟ ਵੀ ਉਤਨਾ ਹੀ ਸਹੀ ਹੁੰਦਾ ਹੈ।

ਆਤਮਾ ਕੁਝ ਕਰਨ ਲਈ ਨਹੀਂ ਕਹਿੰਦੀ, ਸ਼ਾਂਤ ਹੋਣ ਲਈ ਕਹਿੰਦੀ ਹੈ।

ਗੁੱਸੇ ਦੌਰਾਨ, ਜੇ ਆਪਣੇ ਭਾਵ ਲਿਖ ਸਕੋ ਤਾਂ ਲਿਖਣ 'ਤੇ, ਆਪਣੇ ਬਾਰੇ ਭੁਲੇਖੇ ਦੂਰ ਹੋ ਜਾਣ ਕਾਰਨ, ਤੁਸੀਂ ਗੁੱਸੇ ਨਹੀਂ ਰਹਿ ਸਕੋਗੇ।

ਨਵੇਂ ਪਤੀ-ਪਤਨੀ ਵਿਚਕਾਰ ਝਗੜਾ ਉਦੋਂ ਸ਼ੁਰੂ ਹੁੰਦਾ ਹੈ, ਜਦੋਂ ਉਹ ਇਕ-ਦੂਜੇ ਨੂੰ, ਪੰਝੀ ਸਾਲ ਪੁਰਾਣੀਆਂ ਆਦਤਾਂ, ਰਾਤੋ-ਰਾਤ ਤਿਆਗਣ ਲਈ ਕਹਿੰਦੇ ਹਨ।

ਵੱਡਾ ਕਵੀ ਆਪਣੀਆਂ ਕਵਿਤਾਵਾਂ ਵਿਚ ਜ਼ਬਾਨ ਦੇ ਖਜ਼ਾਨੇ ਭਰ ਦਿੰਦਾ ਹੈ।

ਕਵਿਤਾ ਤੱਤੇ-ਘਾਓ ਲਿਖੀ ਜਾਂਦੀ ਹੈ, ਵਾਰਤਕ ਲਿਖਣ ਲਈ, ਦਿਲ ਨਿੱਘਾ ਅਤੇ ਜਜ਼ਬੇ ਠੰਡੇ ਕਰਨੇ ਪੈਂਦੇ ਹਨ।

ਕਿਸੇ ਬੀਮਾਰੀ ਦਾ ਕਾਰਨ ਲੱਭ ਪੈਣ ਨਾਲ, ਉਸ ਦਾ ਇਲਾਜ ਆਰੰਭ ਹੋ ਜਾਂਦਾ ਹੈ।

ਯੋਗ-ਵਿਗਿਆਨ ਕਹਿੰਦਾ ਹੈ: ਦਰੱਖਤ ਵਾਂਗ ਖਲੋਵੋ, ਟੱਲੀ ਵਾਂਗ ਬੈਠੋ, ਕਮਾਨ ਵਾਂਗ ਲੇਟੋ ਅਤੇ ਹਵਾ ਵਾਂਗ ਚਲੋ।

ਜਿਉਂ-ਜਿਉਂ ਕੋਈ ਪ੍ਰਸਿੱਧ ਹੁੰਦਾ ਜਾਂਦਾ ਹੈ, ਉਸ ਦਾ ਨਾਂ ਅਤੇ ਸਿਰਨਾਵਾਂ ਸੰਖੇਪ ਹੁੰਦੇ ਜਾਂਦੇ ਹਨ।

ਚਲਣਾ, ਖਲੋਣਾ, ਬੈਠਣਾ ਅਤੇ ਲੇਟਣਾ, ਤੰਦਰੁਸਤ ਸਰੀਰ ਦੀਆਂ ਚਾਰ ਪੱਕੀਆਂ ਹਾਲਤਾਂ ਹੁੰਦੀਆਂ ਹਨ, ਕਿਸੇ ਇਕ ਦੇ ਵਿਗੜਨ ਨਾਲ ਸਾਰਾ ਸਰੀਰ ਪ੍ਰੇਸ਼ਾਨ ਹੁੰਦਾ ਹੈ।

ਵਿਕਾਸ ਇਕਾਗਰ ਮਨ ਹੀ ਕਰਦਾ ਹੈ, ਖਿੰਡਿਆ ਹੋਇਆ ਮਨ, ਸ਼ਕਤੀ ਨੂੰ ਅਜਾਈਂ ਗੁਆਉਂਦਾ ਹੈ।

ਸਕੂਟਰ ਜਾਂ ਮੋਟਰ ਸਾਈਕਲ ਉਤੇ ਬੈਠੇ ਤਿੰਨ ਸਵਾਰ ਅਕਸਰ ਮੁਸੀਬਤ ਦਾ ਸਾਹਮਣਾ ਕਰਨ ਜਾਂ ਮੁਸੀਬਤ ਉਪਜਾਉਣ ਜਾ ਰਹੇ ਹੁੰਦੇ ਹਨ।

ਇਛਾਵਾਂ ਤੋਂ ਮੁਕਤ ਹੋਣ ਦਾ ਯਤਨ ਹਰ ਕੋਈ ਕਰਦਾ ਹੈ, ਜਿਹੜਾ ਸਫਲ ਹੋ ਜਾਂਦਾ ਹੈ, ਉਸ ਨੂੰ ਬੁੱਧ ਕਹਿੰਦੇ ਹਨ।

ਇਸਤਰੀ ਪੁਰਸ਼ ਤੋਂ ਪ੍ਰਭਾਵਿਤ ਨਹੀਂ ਹੁੰਦੀ, ਉਹ ਪੁਰਸ਼ ਨੂੰ ਪ੍ਰਭਾਵਿਤ ਕਰਨ ਦੀ ਆਪਣੀ ਯੋਗਤਾ ਤੋਂ ਪ੍ਰਭਾਵਿਤ ਹੁੰਦੀ ਹੈ।

ਵਿਚਾਰ ਬਦਲਣ ਨਾਲ ਮਨ ਦੇ ਗੁਣ ਅਤੇ ਸਰੀਰ ਦੇ ਲੱਛਣ ਬਦਲ ਜਾਂਦੇ ਹਨ।

ਸਭ ਤੋਂ ਡੂੰਘੀ ਅਤੇ ਵਿਆਪਕ ਕਿਰਿਆ, ਸੰਭੋਗ ਦੀ ਕਿਰਿਆ ਹੁੰਦੀ ਹੈ।

ਭਾਰਤ ਵਿਚ ਧਰਮ, ਸਿਨੇਮਾ ਅਤੇ ਕ੍ਰਿਕਟ, ਯਥਾਰਥ ਤੋਂ ਬਚਣ ਦੇ ਉਪਰਾਲੇ ਹਨ।

ਆਪਣੇ ਗਲਤ ਕੰਮਾਂ ਨੂੰ ਤਜਰਬਾ ਮੰਨ ਕੇ, ਪਛਤਾਵੇ ਤੋਂ ਬਚਿਆ ਜਾ ਸਕਦਾ ਹੈ।

ਸੰਭੋਗ ਵਿਚ ਕੁਦਰਤ ਦੇ ਡੂੰਘੇ ਰਹੱਸ ਦਾ ਵਿਸਮਾਦੀ ਲਿਸ਼ਕਾਰਾ ਹੁੰਦਾ ਹੈ।

ਪ੍ਰੇਮੀ, ਇਕ-ਦੂਜੇ ਲਈ ਸੱਜਾ-ਖੱਬਾ ਹੱਥ ਬਣ ਜਾਂਦੇ ਹਨ।

ਇਸਤਰੀਆਂ ਦੀ ਦਿਲਚਸਪੀ, ਪੁਰਸ਼ਾਂ ਨਾਲੋਂ ਵਧੇਰੇ ਬੱਚਿਆਂ ਵਿਚ ਹੁੰਦੀ ਹੈ।

ਪ੍ਰਸਿੱਧੀ ਮਨੁੱਖ ਨੂੰ ਅੱਗੇ ਲੈ ਜਾਂਦੀ ਹੈ ਅਤੇ ਅਗਲੇਰਾ ਰਾਹ ਖੋਲ੍ਹ ਦਿੰਦੀ ਹੈ, ਜਦੋਂ ਕਿ ਬਦਨਾਮੀ ਬੰਦੇ ਨੂੰ ਪਛਾੜ ਕੇ ਅਗਲੇਰਾ ਰਾਹ ਬੰਦ ਕਰ ਦਿੰਦੀ ਹੈ।

ਸੰਭੋਗ ਵਿਚ, ਦੂਜੇ ਨੂੰ ਗੁਲਾਮ ਬਣਾ ਕੇ ਵਰਤਣ ਦਾ ਯਤਨ ਨਫ਼ਰਤ ਹੀ ਉਪਜਾਏਗਾ; ਧੰਨਵਾਦ ਉਦੋਂ ਹੀ ਉਪਜੇਗਾ, ਜਦੋਂ ਦੂਜੇ ਨੂੰ ਹਮਸਫ਼ਰ ਹੋਣ ਦੀ ਦਾਅਵਤ ਦਿਤੀ ਜਾਵੇਗੀ।

ਇਵੇਂ ਸਹਿਯੋਗ ਦਿਓ, ਜਿਵੇਂ ਸੱਜਾ ਹੱਥ, ਖੱਬੇ ਨੂੰ ਦਿੰਦਾ ਹੈ।

ਬੱਚੇ ਹਮੇਸ਼ਾ ਚਾਰ ਕਾਰਨਾਂ ਕਰਕੇ ਝੂਠ ਬੋਲਦੇ ਹਨ: ਸਜ਼ਾ ਤੋਂ ਬਚਣ ਲਈ, ਗੁੱਸੇ ਨੂੰ ਟਾਲਣ ਲਈ, ਕਿਸੇ ਗਲਤੀ ਨੂੰ ਛੁਪਾਉਣ ਲਈ ਅਤੇ ਝੂਠ-ਸੱਚ ਵਿਚ ਅੰਤਰ ਨਾ ਜਾਣਨ ਕਰਕੇ।

ਖਰਚਣ ਦਾ ਮਨੋਰੰਜਨ, ਕਮਾਉਣ ਦੀ ਤਾਕਤ ਵਿਚੋਂ ਉਪਜਦਾ ਹੈ।

ਕਿਸੇ ਵੀ ਵੱਡੇ ਸਫਲ ਅਫ਼ਸਰ ਪਿਛੇ ਇਕ ਸਿਆਣਾ, ਸੁਹਿਰਦ ਅਤੇ ਮਿਹਨਤੀ ਨਿੱਜੀ-ਸਕੱਤਰ ਖਲੋਤਾ ਹੁੰਦਾ ਹੈ।

ਕਮਾਉਣ ਵਿਚ ਅਕਲ ਵਰਤੀ ਜਾਂਦੀ ਹੈ, ਖਰਚਣ ਵਿਚ ਸੁਤੰਤਰਤਾ ਮਾਣੀ ਜਾਂਦੀ ਹੈ।

ਜੇ ਰਾਜਨੀਤੀ ਦੀ ਪੱਧਰ ਉੱਚੀ ਹੋਵੇ ਤਾਂ ਪੱਤਰਕਾਰੀ ਦੀ ਪੱਧਰ ਵੀ ਉੱਚੀ ਹੋ ਜਾਂਦੀ ਹੈ।

ਚਾਲ੍ਹੀ ਸਾਲ ਦੀ ਉਮਰ ਵਿਚ ਹਰ ਕਿਸੇ ਨੂੰ ਖਿਆਲ ਆਉਂਦਾ ਹੈ: ਮੇਰੀ ਜ਼ਿੰਦਗੀ ਕਿਧਰ ਜਾ ਰਹੀ ਹੈ?

ਦੂਜੇ ਜਾਂ ਤੀਜੇ ਵਿਆਹ ਦੀ ਸੁਹਾਗਰਾਤ ਵਿਚ, ਪਤੀ-ਪਤਨੀ ਨੂੰ, ਸ਼ਰਮਾਉਣ ਦੀ ਸਹੂਲਤ ਨਹੀਂ ਹੁੰਦੀ।

ਸਹੀ ਅਰਥਾਂ ਵਿਚ ਨਾ ਪੂਰਾ ਹੋਣ ਵਾਲਾ ਘਾਟਾ ਉਦੋਂ ਪੈਂਦਾ ਹੈ, ਜਦੋਂ ਕਿਸੇ ਦੇ ਬਚਪਨ ਵਿਚ ਉਸ ਦੀ ਮਾਂ ਮਰ ਜਾਵੇ।

ਜੇ ਵਿਸ਼ਵਾਸ ਨਹੀਂ ਕਿ ਸਾਡੇ ਬਿਨਾਂ ਵੀ ਸੰਸਾਰ ਚਲਦਾ ਰਹੇਗਾ ਤਾਂ ਅਖ਼ਬਾਰ ਵਿਚੋਂ ਬਰਸੀਆਂ ਵਾਲੇ ਇਸ਼ਤਿਹਾਰ ਪੜ੍ਹ ਕੇ ਵੇਖ ਲਓ।

ਮਹਾਨ ਉਹ ਹੁੰਦਾ ਹੈ, ਜਿਸ ਦਾ ਨਾਂ ਸੰਸਾਰ ਦੇ ਸਿਆਣੇ ਬੰਦੇ ਵੀ ਸਤਿਕਾਰ ਅਤੇ ਮਾਣ ਨਾਲ ਉਚਾਰਦੇ ਹਨ।

ਮਨੁੱਖ ਦੀਆਂ ਅਰਦਾਸਾਂ ਸੁਣ ਕੇ ਪਰਮਾਤਮਾ ਹੱਸਦਾ ਹੀ ਹੋਵੇਗਾ।

ਅਸੂਲ ਨਿਜੀ ਹੁੰਦੇ ਹਨ, ਜੇ ਕਿਸੇ ਦੇ ਅਸੂਲ ਤੁਹਾਨੂੰ ਪਸੰਦ ਨਹੀਂ ਤਾਂ ਦੱਸੋ ਕਿ ਉਸ ਦੇ ਕੀ ਅਸੂਲ ਹੋਣ ਪਰ ਉਹ ਤੁਹਾਡੇ ਅਸੂਲ ਨਹੀਂ ਹੋਣੇ ਚਾਹੀਦੇ।

ਕਿਸੇ ਵੱਡੇ ਦਰੱਖਤ ਥੱਲੇ ਇਕੱਲਿਆਂ ਸ਼ਾਂਤ ਹੋ ਕੇ ਬੈਠਣ ਨਾਲ, ਮਨ ਦੀਆਂ ਗੁੰਝਲਾਂ ਸੁਲਝਣ ਲੱਗ ਪੈਂਦੀਆਂ ਹਨ।

ਪਰਮਾਤਮਾ ਆਪਣਾ ਪਿਤਾ ਵਾਰਨ ਵਾਲੇ ਦਾ ਆਪ ਰਖਵਾਲਾ ਬਣ ਜਾਂਦਾ ਹੈ ਅਤੇ ਚਾਰ ਪੁੱਤਰ ਵਾਰਨ ਵਾਲੇ ਨੂੰ ਲੱਖਾਂ ਪੁੱਤਰ ਦੇ ਦਿੰਦਾ ਹੈ।

ਜੇ ਉਦਾਸ ਹੋ ਤਾਂ ਵਹਿੰਦੇ ਪਾਣੀ ਦੇ ਕਿਨਾਰੇ ਚੁੱਪ ਹੋ ਕੇ ਬੈਠੋ, ਪਾਣੀ ਦੇ ਵਹਾਓ ਵਿਚ ਤੁਹਾਡੀ ਉਦਾਸੀ ਵਹਿ ਜਾਵੇਗੀ।

ਪਰਮਾਤਮਾ ਆਪਣੀਆਂ ਦਾਤਾਂ ਮੰਗਤਿਆਂ ਨੂੰ ਨਹੀਂ ਦਿੰਦਾ, ਦਾਤਿਆਂ ਨੂੰ ਦਿੰਦਾ ਹੈ।

ਹਮਦਰਦੀ ਵਾਲੇ ਵਾਕ ਛੋਟੇ ਹੁੰਦੇ ਹਨ ਪਰ ਉਨ੍ਹਾਂ ਦਾ ਅਸਰ ਵੱਡਾ ਹੁੰਦਾ ਹੈ।

ਮਹੱਤਵਪੂਰਨ ਵਿਅਕਤੀ ਜਿਥੇ ਮਰਜ਼ੀ ਬਹਿਣ, ਉਹ ਮਹੱਤਵਪੂਰਨ ਹੀ ਰਹਿੰਦੇ ਹਨ, ਨਿਕੰਮੇ ਭਾਵੇਂ ਸਿਖਰ ਤੇ ਬਹਿ ਜਾਣ, ਉਹ ਮਹੱਤਵਪੂਰਨ ਨਹੀਂ ਬਣਦੇ।

ਸੱਚਾ ਗਿਆਨ ਮਨੁੱਖ ਨੂੰ ਮਾਇਆ ਤੋਂ ਉਪਰਾਮ ਕਰ ਦਿੰਦਾ ਹੈ।

ਜੇ ਪੁਸਤਕ ਚੰਗੀ ਹੋਵੇ ਤਾਂ ਉਹ ਸਾਡੇ ਸਮੁੱਚ ਉੱਤੇ ਛਾ ਜਾਂਦੀ ਹੈ।

ਵਪਾਰ ਵਿਚ ਨੇਮ ਜਾਂ ਸਿਧਾਂਤ ਨਹੀਂ, ਤਜਰਬਾ ਕੰਮ ਆਉਂਦਾ ਹੈ।

ਰੁਪਏ-ਪੈਸਿਆਂ ਦਾ ਸਿਆਣਪ ਨਾਲ ਹਿਸਾਬ ਰੱਖਣ ਵਾਲੇ ਅਨੇਕਾਂ ਮਿਲ ਜਾਣਗੇ ਪਰ ਘੰਟਿਆਂ-ਦਿਨਾਂ ਦਾ ਹਿਸਾਬ ਰੱਖਣਾ ਉਹ ਵੀ ਨਹੀਂ ਜਾਣਦੇ।

ਜੇ ਸਫਲ ਹੋਵੋਗੇ ਤਾਂ ਝੂਠੇ ਦੋਸਤ ਅਤੇ ਸੱਚੇ ਦੁਸ਼ਮਣ, ਖੁੰਬਾਂ ਵਾਂਗ ਪੈਦਾ ਹੋਣਗੇ।

ਜੇ ਮੁਸ਼ਕਿਲਾਂ ਅਨੇਕਾਂ ਹੋਣ ਤਾਂ ਇਕ-ਇਕ ਨੂੰ ਹੱਥ ਪਾਓ, ਤੁਸੀਂ ਬੜੀ ਜਲਦੀ ਵਿਹਲੇ ਹੋ ਜਾਓਗੇ।

ਅਸੀਂ ਹੀ ਦੁਖੀ ਨਹੀਂ, ਲੱਖਾਂ-ਕਰੋੜਾਂ ਸਾਡੇ ਨਾਲੋਂ ਵੀ ਵੱਧ ਦੁਖੀ ਹਨ।

ਜ਼ਿੰਦਗੀ ਵਿਚ ਮਨੁੱਖ ਜਿਤਨਾ ਕੁ ਪਿਆਰ ਕਰ ਲੈਂਦਾ ਹੈ, ਉਤਨਾ ਕੁ ਉਹ ਜੀਅ ਲੈਂਦਾ ਹੈ।

ਗਰੀਬੀ ਦਾ ਮਾੜਾ ਪੱਖ ਇਹ ਹੈ ਕਿ ਮਾਇਕ ਜਦੋਜਹਿਦ, ਆਤਮਕ ਜਦੋਜਹਿਦ ਨੂੰ ਕੁਚਲ ਦਿੰਦੀ ਹੈ।

ਮਨੁੱਖ, ਕੁਦਰਤ ਦੇ ਗਿਆਨ ਦੀ ਪੁਸ਼ਟੀ 'ਵਾਹ' ਕਹਿ ਕੇ ਕਰਦਾ ਹੈ।

ਇਸਤਰੀ ਦਾ ਸਾਰਾ ਪਿਆਰ ਅਗਲੇਰੀ ਪੀੜ੍ਹੀ ਦੀ ਉੱਤਪਤੀ ਲਈ ਹੁੰਦਾ ਹੈ, ਬਾਕੀ ਸਾਰੇ ਪਿਆਰ, ਇਸ ਪਿਆਰ ਲਈ ਵਸੀਲੇ ਹੀ ਹੁੰਦੇ ਹਨ।

ਜਿਉਂ-ਜਿਉਂ ਮਨੁੱਖ ਵਿਸ਼ਲੇਸ਼ਣ ਕਰਦਾ ਗਿਆ ਹੈ, ਉਸ ਦਾ ਸਹਿਜ ਅਨੁਭਵ ਅਤੇ ਮਨ ਦਾ ਸਕੂਨ ਗੁਆਚਦਾ ਗਿਆ ਹੈ।

ਰਾਜਨੀਤੀ ਅਤੇ ਵਪਾਰ ਵਿਚ ਹਾਰਿਆ ਹੋਇਆ ਵੀ ਅਤੇ ਜਿੱਤਿਆ ਹੋਇਆ ਵੀ, ਹਰ ਕੋਈ ਸ਼ਾਂਤੀ ਦੀ ਤਲਾਸ਼ ਵਿਚ ਭਟਕ ਰਿਹਾ ਹੈ।

ਸਾਡੇ ਅੰਦਰ ਦੀ ਆਵਾਜ਼, ਸਭ ਤੋਂ ਸਿਆਣੀ ਆਵਾਜ਼ ਹੁੰਦੀ ਹੈ।

ਵੱਸਦੇ ਘਰਾਂ ਵਿਚ, ਮਾਂਵਾਂ-ਭੈਣਾਂ, ਬੱਚਿਆਂ ਦੇ ਬਹਾਨੇ, ਕੜਾਹੀ ਵਿਚ, ਜ਼ਿੰਦਗੀ ਦੀਆਂ ਖੁਸ਼ੀਆਂ ਦੇ ਪੂੜੇ ਅਤੇ ਪਕੌੜੇ ਤਲਦੀਆਂ ਰਹਿੰਦੀਆਂ ਹਨ।

ਕਦੀ ਵੀ ਇਕ ਗ਼ਲਤੀ ਦੁਬਾਰਾ ਨਾ ਕਰੋ, ਕਰਨ ਲਈ ਲੱਖਾਂ-ਕਰੋੜਾਂ ਗਲਤੀਆਂ ਹਨ, ਹਰ ਰੋਜ਼ ਨਵੀਂ ਗ਼ਲਤੀ ਕਰੋ, ਜਲਦੀ ਸਿਆਣੇ ਬਣ ਜਾਵੋਗੇ।

ਵਿਦਵਾਨਾਂ ਨੂੰ, ਬੰਦਿਆਂ ਦੇ ਮੁਕਾਬਲੇ ਕਿਤਾਬਾਂ ਦਾ ਸਾਥ ਸੁਖਾਵਾਂ ਲਗਦਾ ਹੈ।

ਮਾਪਿਆਂ ਦੇ ਅਕਾਲ-ਚਲਾਣੇ ਨਾਲ, ਪੁੱਤਰਾਂ ਨੂੰ ਘਰ ਖੁਲ੍ਹਾ-ਖੁਲ੍ਹਾ ਅਤੇ ਧੀਆਂ ਨੂੰ ਘਰ ਖਾਲੀ-ਖਾਲੀ ਲਗਦਾ ਹੈ।

ਜਾਇਦਾਦ ਦਾ ਕੋਈ ਰੂਹਾਨੀ ਪੱਖ ਨਹੀਂ ਹੁੰਦਾ।

ਸਹਿਜ ਉਸ ਹਾਲਤ ਨੂੰ ਕਹਿੰਦੇ ਹਨ, ਜਿਸ ਵਿਚ ਸਾਰੇ ਵਿਰੋਧ ਇਕ-ਸੁਰ ਹੋ ਜਾਣ।

ਪਿੰਡ ਵਿਚ ਇੱਜ਼ਤ, ਅਕਲ ਦੀ ਨਹੀਂ, ਜ਼ਮੀਨ ਦੀ ਹੁੰਦੀ ਹੈ।

ਗੁਸੈਲ ਬੰਦੇ ਵਧੇਰੇ ਖਾਂਦੇ ਹਨ, ਉਹ ਖਾਂਦੇ ਨਹੀਂ, ਭੋਜਨ ਨੂੰ ਤਬਾਹ ਕਰਦੇ ਹਨ।

ਇਸਤਰੀਆਂ, ਪੁਰਸ਼ਾਂ ਦੇ ਬਰਾਬਰ ਹੋਣ ਦਾ ਯਤਨ ਇਸ ਭਰਮ ਅਧੀਨ ਕਰ ਰਹੀਆਂ ਹਨ ਕਿ ਸਫਲ ਹੋਣ ਲਈ ਪੁਰਸ਼ ਹੋਣਾ ਜ਼ਰੂਰੀ ਹੈ।

ਜਿਹੜੇ ਬੱਚੇ ਘਰੋਂ ਦੌੜ ਜਾਂਦੇ ਹਨ, ਉਹ ਅਸਲ ਵਿਚ ਆਪਣੇ ਮਾਪਿਆਂ ਨੂੰ ਲੱਭਣ ਜਾਂਦੇ ਹਨ।

ਦਾਦੀ ਅਤੇ ਪੋਤਾ, ਨਾਨਾ ਅਤੇ ਦੋਹਤੀ ਸੁਭਾਵਕ ਜੋਟੀਦਾਰ ਹੁੰਦੇ ਹਨ।

ਮਨੁੱਖ ਨੁਕਸਾਨ ਨੂੰ ਭੁਲ ਜਾਂਦਾ ਹੈ ਪਰ ਹੋਈ ਬੇਇਜ਼ਤੀ ਨੂੰ ਸਦਾ ਯਾਦ ਰਖਦਾ ਹੈ।

ਅਗਿਆਨਤਾ, ਅਗਿਆਨਤਾ ਹੈ, ਇਸ ਨੂੰ ਕਿਸੇ ਹੋਰ ਨਾਂ ਨਾਲ ਨਹੀਂ ਬੁਲਾਇਆ ਜਾ ਸਕਦਾ।

ਜੇ ਚਿਤਾਵਨੀ ਅਸਰ ਨਹੀਂ ਕਰਦੀ ਤਾਂ ਬੇਨਤੀ ਵੀ ਨਹੀਂ ਕਰੇਗੀ।

ਜੇ ਜ਼ਿੰਦਗੀ ਵਫ਼ਾ ਕਰੇ ਤਾਂ ਹਰੇਕ ਨਾਲ ਸਭ ਕੁਝ ਵਾਪਰਦਾ ਹੈ।

ਭਾਰਤ ਵਿਚ ਪੁਰਾਣਾ ਸਭਿਆਚਾਰ ਗੁਆਏ ਬਿਨਾਂ ਵੀ, ਨਵੀਆਂ ਗੱਲਾਂ ਅਪਨਾਉਣ ਦੀ ਅਥਾਹ ਸਮਰੱਥਾ ਹੈ।

ਬਦਲਾ ਲੈਣਾ ਉਵੇਂ ਹੀ ਹੈ, ਜਿਵੇਂ ਕੋਈ ਕੁੱਤੇ ਨੂੰ ਇਸ ਲਈ ਕੱਟੇ, ਕਿਉਂਕਿ ਕਿਸੇ ਵੇਲੇ ਕੁੱਤੇ ਨੇ, ਉਸ ਨੂੰ ਕੱਟਿਆ ਸੀ।

ਕਈ ਅਗਾਂਹਵਧੂ ਬਣ ਕੇ, ਦੇਸ਼ ਲਈ ਵੱਡੀ ਰੁਕਾਵਟ ਬਣ ਜਾਂਦੇ ਹਨ।

ਹਰ ਕਿਸੇ ਨੂੰ ਬੱਚੇ ਅਤੇ ਬਜ਼ੁਰਗ ਚੰਗੇ ਲਗਦੇ ਹਨ ਪਰ ਸਮੱਸਿਆ ਵਿਚਕਾਰਲਿਆਂ ਦੇ ਚੰਗੇ ਲੱਗਣ ਦੀ ਹੈ।

ਡਾਲਰ, ਅੰਗ੍ਰੇਜ਼ੀ ਅਤੇ ਕੰਪਿਊਟਰ ਅਜੋਕੇ ਸੰਸਾਰ ਵਿਚ ਸਫਲਤਾ ਦੇ ਸਾਧਨ ਹਨ।

ਚੰਗੀ ਜ਼ਿੰਦਗੀ ਦਾ ਉਦੇਸ਼ ਸਿਆਣਪ ਨਾਲ ਜਿਊਣਾ ਅਤੇ ਪ੍ਰਸੰਨ ਹੋ ਕੇ ਮਰਨਾ ਹੁੰਦਾ ਹੈ।

ਮਨੁੱਖ ਆਪਣੇ ਬੱਚਿਆਂ ਰਾਹੀਂ, ਦੂਜਿਆਂ ਨਾਲ ਮੁਕਾਬਲਾ ਕਰਦਾ ਰਹਿੰਦਾ ਹੈ।

ਜਦੋਂ ਪ੍ਰੇਮਿਕਾ, ਕਿਸੇ ਹੋਰ ਪੁਰਸ਼ ਨੂੰ ਸੋਹਣਾ ਅਤੇ ਸਿਆਣਾ ਕਹੇ ਤਾਂ ਪ੍ਰੇਮੀ, ਥੱਕਾ-ਟੁੱਟਾ ਨਜ਼ਰ ਆਉਣ ਲੱਗ ਪੈਂਦਾ ਹੈ।

ਵਿਦਵਾਨ ਉਹ ਹੁੰਦਾ ਹੈ, ਜਿਸ ਨੂੰ ਸੁਣ ਕੇ ਗਿਆਨ ਦੀ ਭੁੱਖ ਮਿਟੇ ਨਾ, ਸਗੋਂ ਜਾਗੇ ਅਤੇ ਵੱਧ ਜਾਵੇ।

ਦੁਖਦਾਈ ਖਬਰ ਕਿਵੇਂ, ਕਦੋਂ, ਕਿਸ ਨੂੰ, ਕਿਨ੍ਹਾਂ ਸ਼ਬਦਾਂ ਨਾਲ ਦਿੰਦੇ ਹੋ, ਇਸ ਵਿਚੋਂ ਤੁਹਾਡੀ ਸ਼ਖ਼ਸੀਅਤ ਦੀ ਪਰਖ ਹੋਵੇਗੀ।

ਸਮੇਂ ਦੀ ਪਾਬੰਦੀ ਤੋਂ ਬਿਨਾਂ, ਕੋਈ ਮਨੁੱਖ ਕਿਸੇ ਲਈ ਲਾਭਕਾਰੀ ਨਹੀਂ ਹੋ ਸਕਦਾ।

ਜੇ ਝਗੜਾ ਹੋ ਜਾਵੇ ਤਾਂ ਕੋਈ ਵੀ ਧਿਰ ਆਪਣੀ ਉਮਰ ਅਨੁਸਾਰ ਵਿਹਾਰ ਨਹੀਂ ਕਰਦੀ।

ਅਕਲ ਦਾ ਕੋਈ ਲਿੰਗ-ਪੁਲਿੰਗ ਨਹੀਂ ਹੁੰਦਾ।

ਵਿਦਿਆਰਥੀ-ਜੀਵਨ, ਪੜ੍ਹਾਈ ਪ੍ਰਤੀ ਲਾਪ੍ਰਵਾਹੀ ਅਤੇ ਇਮਤਿਹਾਨਾਂ ਪ੍ਰਤੀ ਚਿੰਤਾ ਦੇ ਖੱਟੇ-ਮਿੱਠੇ ਅਨੁਭਵਾਂ ਕਾਰਨ, ਯਾਦ ਰਹਿੰਦਾ ਹੈ।

ਹਰ ਕਿਸੇ ਦੇ ਜੀਵਨ ਵਿਚ ਇਕ ਵਕਤ ਆਉਂਦਾ ਹੈ, ਜਦੋਂ ਉਹ ਸੋਹਣੇ ਲੱਗਣ ਦੇ ਸ਼ੌਕ ਵਿਚ, ਆਪਣੀ ਸ਼ਕਲ ਚੰਗੀ ਤਰ੍ਹਾਂ ਵਿਗਾੜ ਲੈਂਦਾ ਹੈ।

ਹਰ ਪਾਠਕ ਦੀ ਦਿਲਚਸਪੀ ਕਈ ਲੇਖਕਾਂ ਵਿਚ ਹੁੰਦੀ ਹੈ ਪਰ ਸ਼ਰਧਾ ਕਿਸੇ ਇਕ ਲੇਖਕ ਪ੍ਰਤੀ ਹੀ ਹੁੰਦੀ ਹੈ।

ਕਿਸੇ ਲਈ ਸਤਿਕਾਰ ਪ੍ਰਗਟਾਉਣ ਵਾਸਤੇ ਸਤਿਕਾਰਯੋਗ ਦ੍ਰਿਸ਼ਟੀਕੋਣ ਅਤੇ ਫ਼ਾਸਲੇ ਦਾ ਹੋਣਾ ਜ਼ਰੂਰੀ ਹੁੰਦਾ ਹੈ।

ਦੁੱਖ ਇਸ ਆਸ ਨਾਲ ਸਹੇ ਜਾਂਦੇ ਹਨ ਕਿ ਇਹ ਜਲਦੀ ਮੁੱਕ ਜਾਣਗੇ।

ਹਰੇਕ ਬੀਮਾਰੀ ਦਾ ਇਲਾਜ, ਸਫ਼ਾਈ ਅਤੇ ਆਰਾਮ ਨਾਲ ਆਰੰਭ ਹੁੰਦਾ ਹੈ।

ਸੰਤੁਸ਼ਟ ਕਲਾਕਾਰ, ਅਧੂਰੇ ਅਤੇ ਅਸਫਲ ਹੀ ਰਹਿੰਦੇ ਹਨ।

ਇਸਤਰੀ ਸਭ ਕੁਝ ਕਰ ਸਕਦੀ ਹੈ ਪਰ ਆਪਣੀ ਮਰਜ਼ੀ ਵਿਰੁੱਧ ਉਹ ਕਿਸੇ ਨੂੰ ਪਿਆਰ ਨਹੀਂ ਕਰ ਸਕਦੀ।

ਸਭ ਤੋਂ ਮਿੱਠੀ ਮੁਸਕਰਾਹਟ ਮਾਂ ਅਤੇ ਬੱਚੇ ਦੇ ਮਿਲਣ ਵੇਲੇ ਪ੍ਰਗਟ ਹੁੰਦੀ ਹੈ।

ਬੁਢਾਪੇ ਵਿਚ, ਬਚਪਨ ਦੀਆਂ ਯਾਦਾਂ ਜਵਾਨ ਹੋ ਜਾਂਦੀਆਂ ਹਨ।

ਪ੍ਰਸੰਸਾ ਦਾ ਲੋਭ, ਕਦੇ ਬੁੱਢਾ ਨਹੀਂ ਹੁੰਦਾ।

ਰੰਗ ਸੱਤ ਨਹੀਂ, ਅਣਗਿਣਤ ਹਨ ਪਰ ਸਾਡੀ ਅੱਖ ਸੱਤ ਰੰਗ ਹੀ ਵੇਖ ਸਕਦੀ ਹੈ।

ਮਨੁੱਖ ਜੀਵਨ ਵਿੱਚ ਸੁਰੱਖਿਅਤ ਹੁੰਦਿਆਂ ਹੀ ਆਪਣੇ ਵਿਹਾਰ ਦੇ ਭੈੜੇ ਪੱਖ ਉਜਾਗਰ ਕਰਨ ਲੱਗ ਪੈਂਦਾ ਹੈ।

ਜਦੋਂ ਚਰਿੱਤਰ ਵਿਗੜਦਾ ਹੈ ਤਾਂ ਅਜਿਹੇ ਵਿਅਕਤੀ ਦਾ ਮਨੋਰੰਜਨ ਵੀ ਰੋਗੀ ਹੋ ਜਾਂਦਾ ਹੈ।

ਬੇਅਸੂਲਾ ਵਿਅਕਤੀ, ਭਰੋਸੇਯੋਗ ਨਹੀਂ ਹੁੰਦਾ।

ਵਧੇਰੇ ਪੂਜਾ-ਪਾਠ, ਵਧੇਰੇ ਧਾਰਮਿਕ ਹੋਣ ਦਾ ਸਬੂਤ ਨਹੀਂ ਹੁੰਦਾ, ਵਧੇਰੇ ਨਿਕੰਮੇ ਅਤੇ ਵਧੇਰੇ ਡਰੇ ਹੋਏ ਹੋਣ ਦੀ ਨਿਸ਼ਾਨੀ ਹੁੰਦਾ ਹੈ।

ਭਾਰਤੀ ਮੁਖ ਤੌਰ 'ਤੇ ਸਰੋਤੇ ਹਨ, ਪਾਠਕ ਨਹੀਂ; ਦਰਸ਼ਕ ਹਨ, ਕਰਤਾ ਨਹੀਂ।

ਪੂਜਾ ਅਤੇ ਅਰਦਾਸ, ਸਾਡੇ ਅੰਦਰਲੇ ਸੰਕਟਾਂ ਦੇ ਬਾਹਰਲੇ ਪ੍ਰਗਟਾਵੇ ਹੁੰਦੇ ਹਨ।

ਜਿਹੜੇ ਕਪੜੇ ਸਾਨੂੰ ਸੁੱਖ ਦਿੰਦੇ ਹਨ, ਉਨ੍ਹਾਂ ਨੂੰ ਅਸੀਂ ਫੈਸ਼ਨ ਨਹੀਂ ਮੰਨਦੇ।

ਥੱਕੇ ਹੋਏ ਮਨੁੱਖ ਅਤੇ ਸਮਾਜ, ਨਵੀਨਤਾ ਤੋਂ ਉਪਰਾਮ ਹੁੰਦੇ ਹਨ।

ਜੇ ਕੋਈ ਇਕ ਅੰਗ ਰੋਗੀ ਹੋਵੇ ਤਾਂ ਉਹ ਅੰਗ ਹੀ ਸਰੀਰ ਦਾ ਸਾਰਾ ਧਿਆਨ ਮੰਗਦਾ ਰਹਿੰਦਾ ਹੈ।

ਮਿਹਨਤ ਦਾ ਅਸਲੀ ਫਲ ਧਨ ਨਹੀਂ, ਤਜਰਬਾ ਅਤੇ ਚਰਿੱਤਰ ਹੁੰਦਾ ਹੈ।

ਭ੍ਰਿਸ਼ਟ ਢੰਗਾਂ ਨਾਲ ਪ੍ਰਾਪਤ ਕੀਤੇ ਸਾਧਨ ਚੰਗੇ ਉਦੇਸ਼ਾਂ ਲਈ ਵਰਤਣੇ ਸੰਭਵ ਨਹੀਂ ਹੁੰਦੇ।

ਕੰਮ ਨੂੰ ਨਿਆਂਪੂਰਣ, ਨਿਰਪੱਖ ਅਤੇ ਸੁਹਿਰਦ ਭਾਵਨਾ ਨਾਲ ਕਰਨ ਨਾਲ, ਮਨੁੱਖ ਵਿਚ ਇਨਸਾਨੀ ਗੁਣ ਉਪਜਦੇ ਹਨ।

ਕਿਸੇ ਨੂੰ ਨਫ਼ਰਤ ਕਰਦਿਆਂ, ਆਪ ਜੀਵਨ ਮਾਣਨ ਦਾ ਅਹਿਸਾਸ ਨਹੀਂ ਹੁੰਦਾ।

ਖ਼ੁਸ਼ ਰਹਿਣੇ ਲੋਕਾਂ ਕੋਲ ਰੁਝੇਵਿਆਂ ਦੀ ਅਮੀਰੀ ਅਤੇ ਕੰਮਾਂ ਦੀ ਰੌਣਕ ਹੁੰਦੀ ਹੈ।

ਤਿੱਖੀ ਬੁਧੀ ਜਿਹਾ ਕੋਈ ਸ਼ਿੰਗਾਰ ਨਹੀਂ ਹੁੰਦਾ।

ਪੁਰਾਤਨ ਦੇਸ਼ ਹੋਣ ਕਾਰਨ, ਭਾਰਤ ਵਿਚ ਬਜ਼ੁਰਗਾਂ ਦਾ ਸਤਿਕਾਰ ਹੋਣ ਕਰਕੇ, ਬੱਚਿਆਂ ਤੋਂ ਵੀ ਆਸ ਕੀਤੀ ਜਾਂਦੀ ਹੈ ਕਿ ਉਹ ਵੀ ਬਾਬਿਆਂ ਵਾਂਗ ਵਿਹਾਰ ਕਰਨ।

ਪਿਆਰ ਦੇ ਜਜ਼ਬੇ ਤੋਂ ਬਿਨਾਂ, ਸੁੰਦਰਤਾ ਵੇਖੀ ਹੀ ਨਹੀਂ ਜਾ ਸਕਦੀ।

ਜਿਹੜੀਆਂ ਲੜਾਈਆਂ ਪੜ੍ਹੇ-ਲਿਖੇ ਲੜਦੇ ਹਨ, ਉਨ੍ਹਾਂ ਨੂੰ ਵੇਖ ਕੇ ਅਨਪੜ੍ਹ ਬੰਦੇ ਸਤਿਕਾਰਯੋਗ ਲੱਗਣ ਲੱਗ ਪੈਂਦੇ ਹਨ।

ਝੂਠ ਦਾ ਵਰਤਮਾਨ ਹੀ ਹੁੰਦਾ ਹੈ, ਭਵਿੱਖ ਨਹੀਂ ਹੁੰਦਾ।

ਪਿਆਰ ਵਿਚ ਸਾਨੂੰ ਕੋਈ ਲੱਭ ਪੈਂਦਾ ਹੈ ਪਰ ਅਸੀਂ ਆਪ ਗੁਆਚ ਜਾਂਦੇ ਹਾਂ।

ਗਰੀਬੀ ਅਤੇ ਅਨਪੜ੍ਹਤਾ, ਕਿਧਰੇ ਵੀ ਸਨਮਾਨਯੋਗ ਨਹੀਂ ਹੁੰਦੀ।

ਮਨੁੱਖ ਦੇ ਜਿਸਮਾਨੀ ਕੱਦ ਨੂੰ, ਖੁਰਾਕ ਅਤੇ ਪੌਣਪਾਣੀ ਨਿਰਧਾਰਤ ਕਰਦੇ ਹਨ ਪਰ ਰੂਹਾਨੀ ਕੱਦ ਨੂੰ ਉਸ ਦੇ ਵਿਚਾਰ ਅਤੇ ਕਰਮ ਨਿਸਚਿਤ ਕਰਦੇ ਹਨ।

ਅਧਿਆਪਕ ਅਮੀਰ ਨਹੀਂ ਹੁੰਦੇ ਪਰ ਉਨ੍ਹਾਂ ਕੋਲ ਜੀਵਨ ਦੀ ਸੂਝ, ਸਮਝ ਅਤੇ ਤਸੱਲੀ ਦੀ ਅਮੀਰੀ ਵਧੇਰੇ ਹੁੰਦੀ ਹੈ।

ਰੋਂਦੀਆਂ ਅੱਖਾਂ ਲਈ ਬਸੰਤ ਵੀ ਪੱਤਝੜ ਹੁੰਦੀ ਹੈ।

ਬਾਦਸ਼ਾਹ ਦੀ ਬੇਨਤੀ ਵੀ ਹੁਕਮ ਹੁੰਦੀ ਹੈ।

ਧੋਖਾ, ਸਭਨੀ ਥਾਈਂ ਨਫ਼ਰਤ ਅਤੇ ਅਯੋਗਤਾ ਦਾ ਹਥਿਆਰ ਹੁੰਦਾ ਹੈ।

ਵਿਆਹ ਤੋਂ ਪਹਿਲਾਂ ਸਾਡਾ ਗਿਆਨ ਅਤੇ ਅਨੁਭਵ ਵੀ ਕੰਵਾਰੇ ਹੁੰਦੇ ਹਨ।

ਨਾਢੂ ਖਾਂ ਅਤੇ ਪਾਟੇ ਖਾਂ ਸ਼ਿਕਾਇਤ ਕਰਦੇ ਹਨ ਕਿ ਰੱਬ ਨੇ ਇਹ ਦੁਨੀਆ ਉਨ੍ਹਾਂ ਨੂੰ ਪੁੱਛ ਕੇ ਕਿਉਂ ਨਹੀਂ ਬਣਾਈ।

ਯਾਤਰਾ ਤੋਂ ਮੁੜੇ ਵਿਅਕਤੀ ਕੋਲ, ਨਵੇਂ ਅਨੁਭਵਾਂ ਦੀ ਕਮਾਈ ਹੁੰਦੀ ਹੈ।

ਜੂਆ ਲੋਭ ਵਿਚੋਂ ਉਪਜਦਾ ਹੈ ਅਤੇ ਫ਼ਜ਼ੂਲਖਰਚੀ ਉਪਜਾਉਂਦਾ ਹੈ।

ਕਿਸੇ ਨਾਲ ਝਗੜਦਿਆਂ ਧਿਆਨ ਰੱਖਣਾ ਚਾਹੀਦਾ ਹੈ ਕਿ ਸਮਝੌਤੇ ਵੇਲੇ ਸ਼ਰਮਸਾਰ ਨਾ ਹੋਣਾ ਪਵੇ।

ਦਲਾਲਾਂ ਨੂੰ ਈਮਾਨਦਾਰੀ ਨਾਲ ਚਿੜ ਹੁੰਦੀ ਹੈ।

ਭਾਰਤ ਦੇ ਬਹੁਤੇ ਪਿੰਡਾਂ ਵਿਚ ਅਜੇ ਵੀ ਸਤਾਰ੍ਹਵੀਂ-ਅਠਾਰ੍ਹਵੀਂ ਸਦੀ ਚਲ ਰਹੀ ਹੈ।

ਕਲਪਨਾ, ਵਾਰਤਕ ਨੂੰ ਕਵਿਤਾ ਬਣਾ ਦਿੰਦੀ ਹੈ।

ਸੰਸਾਰ ਵਿਚ ਹਰ ਰੋਜ਼ ਸਭ ਤੋਂ ਵੱਧ ਉਚਾਰਿਆ ਜਾਣ ਵਾਲਾ ਸ਼ਬਦ ਪਹਿਲਾਂ ਮਾਂ ਸੀ, ਹੁਣ ਹੈਲੋ ਹੈ।

ਜੇ ਸੱਚ, ਮਿੱਠਾ ਹੁੰਦਾ ਤਾਂ ਹਰ ਕਿਸੇ ਨੇ ਸੱਚ ਹੀ ਬੋਲਣਾ ਸੀ।

ਅਮੀਰਾਂ ਦੇ ਨੁਕਸਾਂ ਨੂੰ ਪੈਸਾ ਢੱਕ ਲੈਂਦਾ ਹੈ।

ਵਿਆਹ ਦੀਆਂ ਰਸਮਾਂ ਵੇਲੇ ਕਿਸੇ ਨਸ਼ੇ ਵਿਚ ਨਹੀਂ ਹੋਣਾ ਚਾਹੀਦਾ, ਇਸ ਨਾਲ ਵਿਆਹ ਦਾ ਸਰੂਰ ਜਾਂਦਾ ਰਹਿੰਦਾ ਹੈ।

ਅਸੀਂ ਸਭ ਬਰਾਬਰ ਹਾਂ, ਇਹ ਗੱਲ ਸੁਣਨ ਵਿਚ ਹੀ ਚੰਗੀ ਲਗਦੀ ਹੈ।

ਮਰਨ ਨਾਲ, ਮਨੁੱਖ ਦਾ ਅਧੂਰਾਪਣ ਮੁੱਕ ਜਾਂਦਾ ਹੈ।

ਜੇ ਤੀਹ ਸਾਲ ਤਕ ਕਿਸੇ ਨਾਲ ਪਿਆਰ ਨਾ ਹੋਵੇ ਤਾਂ ਸਮਝੋ ਦਿਲ ਨਹੀਂ ਹੈ, ਜੇ ਤੀਹ ਤੋਂ ਮਗਰੋਂ ਹਰ ਕਿਸੇ ਨਾਲ ਪਿਆਰ ਹੀ ਹੋਈ ਜਾਵੇ ਤਾਂ ਸਮਝੋ ਦਿਮਾਗ ਨਹੀਂ ਹੈ।

ਹਰ ਦੇਸ਼ ਦਾ ਸਭ ਤੋਂ ਵੱਧ ਖੁਸ਼ਹਾਲ ਵਰਗ, ਸਮਾਜ ਅਤੇ ਦੇਸ਼ ਪ੍ਰਤੀ, ਸਭ ਤੋਂ ਵੱਧ ਅਣਸ਼ੁਕਰਾ ਹੁੰਦਾ ਹੈ।

ਅਨੇਕਾਂ ਬੰਦੇ ਗਰੀਬੀ ਤੋਂ ਛੁਟਕਾਰਾ ਪਾਉਂਦੇ-ਪਾਉਂਦੇ, ਪ੍ਰਸਿੱਧ ਹੋ ਗਏ ਹਨ।

ਕਿਸੇ ਵਾਦ ਦੇ ਲੜ ਲੱਗਣ ਨਾਲ ਸਾਹਿਤ ਵਿਚ ਕਰੜਾਈ ਆ ਜਾਂਦੀ ਹੈ।

ਹਰ ਬਾਂਦਰ ਆਪਣੇ ਆਪ ਨੂੰ ਸੰਪੂਰਨ ਦੱਸ ਕੇ ਕਹਿੰਦਾ ਹੈ ਕਿ ਲੰਗੂਰਾਂ ਵਿਚ ਸੁਧਾਰ ਦੀ ਲੋੜ ਹੈ।

ਬੜਾ ਮੁਸ਼ਕਿਲ ਹੁੰਦਾ ਹੈ, ਆਪਣੀ ਪ੍ਰੇਮਿਕਾ ਨੂੰ ਕਿਸੇ ਹੋਰ ਦੀ ਡੋਲੀ ਚੜ੍ਹਦੇ ਵੇਖਣਾ।

ਜ਼ਰੂਰੀ ਨਹੀਂ ਕਿ ਜਿਸ ਦਾ ਨਾਂ ਚਤਰ ਸਿੰਘ ਹੋਵੇ ਉਹ ਚਲਾਕ ਵੀ ਹੋਵੇ।

ਬਸੰਤ ਨੂੰ, ਪੱਤਝੜ ਦੀ ਅਰਥੀ ਚੁੱਕਣ ਵਿਚ ਕੋਈ ਔਖ ਨਹੀਂ ਹੁੰਦੀ।

ਕੇਵਲ ਮਨੁੱਖ ਵਿਚ ਆਪਣੇ ਪੂਰਵਜਾਂ ਨੂੰ ਯਾਦ ਰਖਣ ਦੀ ਸੋਝੀ ਹੈ, ਕੇਵਲ ਮਨੁੱਖ ਚਾਹੁੰਦਾ ਹੈ ਕਿ ਆਉਣ ਵਾਲੀਆਂ ਪੀੜ੍ਹੀਆਂ ਉਸ ਨੂੰ ਯਾਦ ਰੱਖਣ।

ਹਿੰਦੂ ਧਰਮ ਦੇ ਸਾਰੇ ਤਿਉਹਾਰ ਖ਼ੁਸ਼ੀ ਮਨਾਉਣ ਦੇ ਤਿਉਹਾਰ ਹਨ ਪਰ ਇਨ੍ਹਾਂ ਦਿਨਾਂ ਵਿਚ ਹਿੰਦੂ ਅਕਸਰ ਵਰਤ ਰੱਖਦੇ ਹਨ।

ਪਿਛਲੇ ਅਰਬਾਂ ਸਾਲਾਂ ਵਿਚ ਧਰਤੀ ਉਤੇ ਇਕ ਵਾਰੀ ਵੀ ਸਵੇਰ ਹੋਣੀ ਰੁਕੀ ਨਹੀਂ।

ਹੁਸਨ ਕਦੇ ਵੀ ਅਣਗੌਲਿਆ ਨਹੀਂ ਰਹਿੰਦਾ।

ਜਦੋਂ ਤਕ ਜਿਸਮਾਂ ਦੀਆਂ ਗੱਲਾਂ ਨਹੀਂ ਮੁੱਕਦੀਆਂ, ਰੂਹਾਂ ਦੇ ਰਿਸ਼ਤੇ ਨਹੀਂ ਜਾਗਦੇ।

ਲਾਲਚੀ ਬੰਦੇ ਦੀ ਦਿਲਚਸਪੀ, ਵਧੇਰੇ ਵਿਚ ਹੁੰਦੀ ਹੈ, ਵਿਕਾਸ ਵਿਚ ਨਹੀਂ।

ਨੇਤਰਹੀਣ ਬੰਦੇ ਆਪਣੇ ਕੰਨਾਂ ਨਾਲ ਵੇਖਦੇ ਹਨ ਅਤੇ ਸਾਰੇ ਸਰੀਰ ਨਾਲ ਸੁਣਦੇ ਹਨ।

ਵਿਆਹੇ ਅਤੇ ਅਣ-ਵਿਆਹੇ, ਇਕ-ਦੂਜੇ 'ਤੇ ਤਰਸ ਖਾਂਦੇ ਰਹਿੰਦੇ ਹਨ।

ਲੋਭੀ ਨੂੰ ਪੈਸੇ ਨਾਲ, ਹੰਕਾਰੀ ਨੂੰ ਪ੍ਰਸੰਸਾ ਨਾਲ ਅਤੇ ਮੂਰਖ ਨੂੰ ਮਨਮਾਨੀ ਕਰਨ ਦੇਣ ਨਾਲ, ਕਾਬੂ ਕੀਤਾ ਜਾ ਸਕਦਾ ਹੈ।

ਧਾਰਮਿਕ ਛੁੱਟੀਆਂ ਨੂੰ ਨਾਸਤਕ ਵੀ ਮਾਣਦੇ ਹਨ।

ਜਨਸੰਖਿਆ ਦੇ ਵਾਧੇ ਸਬੰਧੀ ਹਰ ਕੋਈ ਚਿੰਤਾ ਕਰਦਾ ਹੈ ਪਰ ਕੋਈ ਵੀ ਠੀਕ ਸਮੇਂ 'ਤੇ ਚਿੰਤਾ ਨਹੀਂ ਕਰਦਾ।

ਸੰਤ-ਸਨਿਆਸੀ ਬਣਨਾ ਸੌਖਾ ਹੁੰਦਾ ਹੈ ਪਰ ਸਫਲ ਢੰਗ ਨਾਲ ਪਰਿਵਾਰ ਪਾਲਣਾ ਅਤੇ ਸਮਾਜਿਕ ਜ਼ਿੰਮੇਵਾਰੀਆਂ ਨਿਭਾਉਣੀਆਂ, ਸੌਖੀਆਂ ਨਹੀਂ ਹੁੰਦੀਆਂ।

ਹਰ ਘਰ ਵਿਚ ਇਕ ਪਤੀ ਅਤੇ ਇਕ ਪਤਨੀ ਹੁੰਦੀ ਹੈ, ਅਨੇਕਾਂ ਘਰਾਂ ਵਿਚ ਪਤਨੀ, ਪਤੀ ਵਾਲਾ ਅਤੇ ਪਤੀ, ਪਤਨੀ ਵਾਲਾ ਰੋਲ ਨਿਭਾ ਰਿਹਾ ਹੁੰਦਾ ਹੈ।

ਜੇ ਸਟੇਸ਼ਨ 'ਤੇ ਜਲਦੀ ਪਹੁੰਚ ਜਾਈਏ ਤਾਂ ਗੱਡੀ ਅਕਸਰ ਲੇਟ ਹੁੰਦੀ ਹੈ।

ਪਤੀ-ਪਤਨੀ ਵਿਚੋਂ ਇਕ ਦਾ ਚੁਸਤ-ਚਲਾਕ ਹੋਣਾ ਲਾਜ਼ਮੀ ਹੁੰਦਾ ਹੈ, ਕਿਉਂਕਿ ਇਸ ਬਿਨਾਂ ਪਰਿਵਾਰ ਨਹੀਂ ਚਲਦਾ।

ਜੀਵਨ ਵਿਚ ਹਰ ਰਿਸ਼ਤੇ ਦੇ ਮੁੱਢ ਵਿਚ ਸਾਂਝਾਂ, ਫਿਰ ਵੱਖਰੇਵੇਂ ਅਤੇ ਮਗਰੋਂ ਨੁਕਸ ਦਿਸਣ ਲੱਗ ਪੈਂਦੇ ਹਨ।

ਕਿਸੇ ਵੀ ਖੇਤਰ ਵਿਚ, ਸਿਖਰ 'ਤੇ ਪਹੁੰਚ ਕੇ, ਜੇ ਕੋਈ ਪਰਮਾਤਮਾ ਦੀ ਸ਼ਰਨ ਨਹੀਂ ਆਉਂਦਾ ਤਾਂ ਉਸ ਲਈ ਸੰਤੁਲਨ ਬਣਾਈ ਰੱਖਣਾ ਸੰਭਵ ਨਹੀਂ ਹੁੰਦਾ।

ਭੁੱਖਾ ਬੰਦਾ, ਥਾਲੀ ਵਿਚ ਭੋਜਨ ਪੈਣ ਤੋਂ ਪਹਿਲਾਂ ਹੀ ਖਾਣ ਲਗ ਪੈਂਦਾ ਹੈ।

ਵਿਆਹ ਤੋਂ ਖੁੰਝ ਗਈ ਇਸਤਰੀ ਦੀ ਬੇਇਜ਼ਤੀ ਹੁੰਦੀ ਵੀ ਵਧੇਰੇ ਹੈ ਅਤੇ ਉਹ ਮਹਿਸੂਸ ਵੀ ਵਧੇਰੇ ਕਰਦੀ ਹੈ।

ਪੰਜਾਹ ਸਾਲ ਦੇ ਇਸਤਰੀ-ਪੁਰਸ਼ ਭਾਵੇਂ ਕਿਤਨੇ ਵੀ ਗੁਣਵਾਨ ਹੋਣ, ਕੋਈ ਉਨ੍ਹਾਂ ਨਾਲ ਪਹਿਲਾ ਵਿਆਹ ਨਹੀਂ ਕਰਦਾ।

ਪ੍ਰਸੰਨਤਾ ਦੀ ਹਾਲਤ ਵਿਚ ਮਨੁੱਖ ਕਦੇ ਵੀ ਝੂਠ ਬੋਲਣ ਜਾਂ ਧੋਖਾ ਦੇਣ ਬਾਰੇ ਨਹੀਂ ਸੋਚਦਾ।

ਇਸਤਰੀਆਂ ਨੂੰ ਸਭ ਤੋਂ ਵੱਧ ਯੋਗੀਆਂ ਅਤੇ ਸਨਿਆਸੀਆਂ ਨੇ ਭੰਡਿਆ ਹੈ ਪਰ ਇਸਤਰੀਆਂ ਨੇ ਇਨ੍ਹਾਂ ਨੂੰ ਵੀ ਸਤਿਕਾਰ ਹੀ ਦਿੱਤਾ ਹੈ।

ਬਿਜਲੀ, ਰੇਡੀਓ, ਕਾਰ, ਸਿਨੇਮੇ ਅਤੇ ਪੈਨਸਲੀਨ ਨੇ ਵੀਹਵੀਂ ਸਦੀ ਦੀ ਨੁਹਾਰ ਨਿਰਧਾਰਤ ਕੀਤੀ ਸੀ।

ਰਾਜਨੀਤੀ ਵਿਚ, ਸੁਆਰਥ ਦੀ ਭਾਵਨਾ ਹੀ, ਰਾਜਨੀਤੀ ਵਿਚ ਦਿਲਚਸਪੀ ਲੈਣ ਵਾਲੇ ਲੋਕਾਂ ਨੂੰ, ਇਕ-ਦੂਜੇ ਦੇ ਨੇੜੇ ਲਿਆਉਂਦੀ ਹੈ।

ਜਿਤਨੇ ਕਿਸੇ ਕੋਲ ਤੱਥ ਘੱਟ ਹੁੰਦੇ ਹਨ, ਉਤਨਾ ਹੀ ਉਹ ਆਪਣੇ ਨਿਰਣੇ ਦੇ ਸਹੀ ਹੋਣ ਦਾ ਵਧੇਰੇ ਦਾਅਵਾ ਕਰਦਾ ਹੈ।

ਈਸਾਈ, ਯਹੂਦੀ, ਮੁਸਲਮਾਨ ਲਈ ਪਰਮਾਤਮਾ ਬਾਹਰ ਹੈ; ਹਿੰਦੂ, ਸਿੱਖ ਲਈ ਅੰਦਰ ਹੈ; ਜੈਨੀ, ਬੋਧੀ ਲਈ ਪਰਮਾਤਮਾ ਹੈ ਹੀ ਨਹੀਂ ਪਰ ਸੰਸਾਰ ਵਿਚ ਕੰਮ ਸਾਰਿਆਂ ਧਰਮਾਂ ਦੇ ਸ਼ਰਧਾਲੂਆਂ ਦਾ ਚੱਲ ਰਿਹਾ ਹੈ।

ਕਈ ਬੰਦਿਆਂ ਵਿਚ ਵਫ਼ਾਦਾਰੀ ਤੋਂ ਸਿਵਾਏ, ਕੁੱਤੇ ਵਾਲੇ ਸਾਰੇ ਲੱਛਣ ਹੁੰਦੇ ਹਨ।

ਅਣਬਣ ਦੌਰਾਨ, ਪਤੀ ਅਤੇ ਪਤਨੀ ਦੋਵੇਂ ਇਕ-ਦੂਜੇ ਦੀਆਂ ਨਿੱਕੀਆਂ-ਨਿੱਕੀਆਂ ਗੱਲਾਂ ਦੇ ਵੱਡੇ ਅਰਥ ਕੱਢਦੇ ਰਹਿੰਦੇ ਹਨ।

ਪਰੰਪਰਾਗਤ ਸਮਾਜਾਂ ਵਿਚ ਕਿਸੇ ਦੇ ਚਰਿੱਤਰ ਦੇ ਔਗੁਣ ਯਾਦ ਰੱਖੇ ਜਾਂਦੇ ਹਨ ਅਤੇ ਉਸਦੀ ਯੋਗਤਾ ਭੁਲਾ ਦਿੱਤੀ ਜਾਂਦੀ ਹੈ, ਆਧੁਨਿਕ ਦੇਸ਼ਾਂ ਵਿਚ ਉਲਟ ਵਾਪਰਦਾ ਹੈ।

ਬੀਮਾਰੀ ਦਾ ਸੰਕਟ ਟਲਦਿਆਂ ਹੀ ਮਨੁੱਖ, ਆਪਣੇ ਸਰੀਰ ਨਾਲ ਮੁੜ ਵਧੀਕੀਆਂ ਕਰਨ ਲੱਗ ਪੈਂਦਾ ਹੈ।

ਕਿਸੇ ਨੂੰ ਘਿਰਣਾ ਕਰਨੀ, ਉਸ ਨਾਲ ਡੂੰਘੇ ਸਬੰਧ ਦਾ ਹੀ ਸਬੂਤ ਹੁੰਦੀ ਹੈ।

ਜਿਹੜੇ ਵਿਆਹ ਨਹੀਂ ਕਰਵਾਉਂਦੇ, ਉਹ ਸਾਰਾ ਜੀਵਨ ਕੁਰਸੀ ਦੀ ਥਾਂ ਸਟੂਲ 'ਤੇ ਬੈਠੇ ਵਿਖਾਈ ਦਿੰਦੇ ਹਨ।

ਡਰਿਆ ਹੋਇਆ ਮਨੁੱਖ, ਕੁਝ ਵੀ ਨਹੀਂ ਸਿਖ ਸਕਦਾ।

ਤੂੰ ਮੇਰੀ ਹੈਂ, ਕਹਿਣ ਵਿਚ ਹੰਕਾਰ ਹੈ; ਮੈਂ ਤੇਰੀ ਹਾਂ, ਕਹਿਣ ਵਿਚ ਨਿਮਰਤਾ ਹੈ।

ਜੇ ਮਨੁੱਖ ਨੇ ਮਰਨਾ ਨਾ ਹੁੰਦਾ ਤਾਂ ਕਿਸੇ ਨੇ ਬੱਚਿਆਂ ਦੀ ਦੇਖਭਾਲ ਨਹੀਂ ਸੀ ਕਰਨੀ।

ਸਿਆਸਤ ਭ੍ਰਿਸ਼ਟ ਨਹੀਂ ਹੋ ਗਈ, ਜਿਹੜੇ ਲੋਕ ਭ੍ਰਿਸ਼ਟ ਸਨ, ਉਹ ਸਿਆਸਤ ਵਿਚ ਆ ਗਏ ਹਨ।

ਕਈ ਵਾਰੀ ਅਸੀਂ ਕੋਈ ਕਦਮ, ਚੁੱਕ ਤਾਂ ਲੈਂਦੇ ਹਾਂ ਪਰ ਪਤਾ ਨਹੀਂ ਲਗਦਾ ਕਿ ਇਸ ਕਦਮ ਨੂੰ ਰੱਖੀਏ ਕਿਥੇ?

ਅਕਲ ਉਥੇ ਹੀ ਹੋਵੇਗੀ, ਜਿੱਥੇ ਸੰਜਮ ਅਤੇ ਸਲੀਕਾ ਹੋਵੇਗਾ।

ਮਨੁੱਖਾਂ ਦੀ ਪਛਾਣ ਨਾਂਵਾਂ ਦੀ ਮੁਹਤਾਜ ਹੁੰਦੀ ਹੈ, ਪਸ਼ੂਆਂ ਦੀ ਪਛਾਣ ਉਨ੍ਹਾਂ ਦੇ ਵਿਹਾਰ ਨਾਲ ਜੁੜੀ ਹੁੰਦੀ ਹੈ।

ਡੂੰਘੀ ਨੀਝ ਉਹ ਹੁੰਦੀ ਹੈ, ਜਿਸ ਨਾਲ ਵੇਖਿਆਂ ਸਭ ਕੁਝ ਇਕ-ਦੂਜੇ ਨਾਲ ਜੁੜਿਆ ਹੋਇਆ ਵਿਖਾਈ ਦਿੰਦਾ ਹੈ।

ਗਰਭ-ਰੋਕੂ ਵਿਧੀਆਂ ਨੇ, ਇਸਤਰੀ-ਪੁਰਸ਼ ਸਬੰਧਾਂ ਵਿਚ ਲਾਪ੍ਰਵਾਹੀ ਲੈ ਆਂਦੀ ਹੈ।

ਮਨੁੱਖ ਨੂੰ ਇਤਿਹਾਸ ਸਿਆਣਾ, ਕਵਿਤਾ ਰੰਗੀਲਾ, ਗਣਿਤ ਸੂਖਮ, ਫ਼ਿਲਾਸਫ਼ੀ ਗੰਭੀਰ, ਪਿਆਰ ਸਹਿਯੋਗੀ ਅਤੇ ਧਰਮ ਨਿਮਰ ਬਣਾ ਦਿੰਦਾ ਹੈ।

ਕਿਸੇ ਦੀ ਬੇਇਜ਼ਤੀ ਕਰਕੇ, ਉਸ ਤੋਂ ਚੰਗੀ ਕਾਰਗੁਜ਼ਾਰੀ ਦੀ ਆਸ ਨਹੀਂ ਕਰਨੀ ਚਾਹੀਦੀ।

ਰਿਸ਼ਤੇਦਾਰਾਂ ਦੀ, ਹਮਦਰਦੀ ਖੁੰਢੀ ਅਤੇ ਨਫ਼ਰਤ ਬੜੀ ਤਿੱਖੀ ਹੁੰਦੀ ਹੈ।

ਕਿਸੇ ਨੂੰ ਅਕ੍ਰਿਤਘਣ ਕਹਿਣ ਵਿਚ ਉਸ ਦੇ ਸਾਰੇ ਔਗੁਣ ਆ ਜਾਂਦੇ ਹਨ।

ਪਹਿਲਾਂ ਵਿਆਹ ਨਾਲ ਧੀ ਪਰਾਈ ਹੁੰਦੀ ਸੀ, ਹੁਣ ਪੁੱਤਰ ਵੀ ਹੋ ਜਾਂਦਾ ਹੈ।

ਪਰੰਪਰਾਗਤ ਸਮਾਜ ਵਿਚ ਇਸਤਰੀ-ਪੁਰਸ਼ ਦੇ ਵਿਆਹ ਤੋਂ ਬਾਹਰੇ ਕਿਸੇ ਪ੍ਰਕਾਰ ਦੇ ਸਬੰਧਾਂ ਨੂੰ ਪ੍ਰਵਾਨਗੀ ਨਹੀਂ ਮਿਲਦੀ।

ਹਉਮੈ ਤੋਂ ਪਾਰ, ਆਨੰਦ ਹੀ ਆਨੰਦ ਹੈ।

ਖ਼ੁਸ਼ੀ ਵਾਲੇ ਦਿਨਾਂ ਵਿਚ, ਵਧਾਈਆਂ ਦੇਣ ਵਾਲੇ ਆਰਾਮ ਨਹੀਂ ਕਰਨ ਦੇਣਗੇ।

ਜਦੋਂ ਕਾਰਾਂ ਨਹੀਂ ਸਨ ਹੁੰਦੀਆਂ, ਉਦੋਂ ਬੰਦਾ ਮਰਨ ਤਕ ਜਿਊਂਦਾ ਸੀ, ਹੁਣ ਕਾਰ ਥੱਲੇ ਆਉਣ ਤਕ ਜਿਊਂਦਾ ਹੈ।

ਮਰ ਗਿਆਂ 'ਤੇ ਨਿੰਦਾ ਦਾ ਕੋਈ ਅਸਰ ਨਹੀਂ ਹੁੰਦਾ; ਨਿੰਦਾ ਦਾ ਉਦੇਸ਼, ਜਿਊਂਦਿਆਂ ਨੂੰ ਮਾਰਨਾ ਹੁੰਦਾ ਹੈ।

ਜੇ ਚੀਜ਼ਾਂ ਬਹੁਤ ਸਸਤੀਆਂ ਮਿਲ ਰਹੀਆਂ ਹੋਣ ਤਾਂ ਬੱਚਤ ਦੇ ਨਾਂ ਹੇਠ ਲੋਕ, ਲੋੜ ਨਾਲੋਂ ਵਧੇਰੇ ਖਰੀਦ ਕੇ, ਫ਼ਜ਼ੂਲ-ਖਰਚੀ ਕਰਨ ਲਗ ਪੈਂਦੇ ਹਨ।

ਭਾਵੇਂ ਕਿਤਾਬਾਂ ਕੁਝ ਹੋਰ ਦਸਦੀਆਂ ਹਨ ਅਤੇ ਜ਼ਿੰਦਗੀ ਕੁਝ ਹੋਰ ਕਹਿੰਦੀ ਹੈ, ਫਿਰ ਵੀ ਦੋਹਾਂ ਤੋਂ ਜਾਣਨ-ਸੁਣਨ ਦੀ ਲੋੜ ਪੈਂਦੀ ਰਹਿੰਦੀ ਹੈ।

ਜਦੋਂ ਦੂਜਿਆਂ ਨੂੰ ਕੁਝ ਖਰੀਦਦੇ ਵੇਖਿਆ ਜਾਵੇ ਤਾਂ ਈਰਖਾ ਕਾਰਨ, ਆਪ ਲੋੜ ਹੋਵੇ ਨਾ ਹੋਵੇ, ਖਰੀਦਣ ਦਾ ਖ਼ਬਤ ਜਾਗ ਪੈਂਦਾ ਹੈ।

ਵਿਚਾਰ ਭਾਵੇਂ ਨਿਰਪੱਖ ਹੀ ਹੋਣ ਪਰ ਉਨ੍ਹਾਂ ਦੀ ਪੇਸ਼ਕਾਰੀ ਪੱਖਪਾਤ ਨਾਲ ਕੀਤੀ ਜਾਂਦੀ ਹੈ।

ਜਿਸ ਨੂੰ ਪਰਮਾਤਮਾ ਨੇ ਆਪ ਮੂਰਖ ਬਣਾਇਆ ਹੋਵੇ, ਉਸ ਨੂੰ ਕੋਈ ਵੀ ਮਨੁੱਖ ਸਿਆਣਾ ਨਹੀਂ ਬਣਾ ਸਕਦਾ।

ਕਮਜ਼ੋਰ ਬਰਾਬਰੀ ਮੰਗਦੇ ਹਨ, ਤਕੜੇ ਸੁਤੰਤਰਤਾ ਚਾਹੁੰਦੇ ਹਨ।

ਦੇਸ਼ਭਗਤੀ ਕਿਸੇ ਹੋਰ ਦੇਸ਼ 'ਤੇ ਹਮਲਾ ਜਾਂ ਉਸ ਦੀ ਨਿੰਦਾ ਕਰਨ ਦਾ ਇਕ ਬਹਾਨਾ ਹੁੰਦੀ ਹੈ।

ਸੱਚ ਬੋਲ ਕੇ ਰਾਜਨੀਤੀ ਤਾਂ ਬਿਲਕੁਲ ਨਹੀਂ ਚਲਦੀ, ਧਰਮ ਵੀ ਨਹੀਂ ਚਲਦਾ।

ਅੰਧ-ਵਿਸ਼ਵਾਸ ਕਮਜ਼ੋਰ ਦਿਮਾਗਾਂ ਦਾ ਵਿਗਿਆਨ ਹੁੰਦੇ ਹਨ।

ਜਿਤਨੀ ਕੋਈ ਸਭਿਅਤਾ ਪੁਰਾਣੀ ਹੁੰਦੀ ਹੈ, ਉਸ ਦੀ ਲੋਕਾਈ ਦੀ ਮਾਨਸਿਕਤਾ ਉਤੇ, ਬੰਧਨ ਉਤਨੇ ਹੀ ਵਧੇਰੇ ਕਠੋਰ ਹੁੰਦੇ ਹਨ।

ਅਜੇ ਤਕ ਤਲਾਕ ਦਾ ਮੁਕੱਦਮਾ ਲੜਨ ਵਾਲੇ ਨੂੰ, ਕਿਸੇ ਨੇ ਸ਼ਾਬਾਸ਼ ਨਹੀਂ ਦਿੱਤੀ।

ਕਿਸੇ ਵੀ ਗੱਲ ਬਾਰੇ ਚਿੰਤਾ ਕਰਦਿਆਂ, ਅਸੀਂ ਆਪਣੇ ਆਪ ਨੂੰ ਦੂਜਿਆਂ ਨਾਲੋਂ ਵੱਖਰਾ ਅਤੇ ਵਿਸ਼ੇਸ਼ ਸਮਝਦੇ ਹਾਂ।

ਹਰ ਪ੍ਰਕਾਰ ਦੀ ਤਬਦੀਲੀ ਆਉਂਦੀ ਵੀ ਸਮੇਂ ਨਾਲ ਹੈ ਅਤੇ ਇਹ ਮਾਪੀ ਵੀ ਸਮੇਂ ਨਾਲ ਜਾਂਦੀ ਹੈ।

ਜਿਹੜਾ ਗਿਆਨ ਸਾਨੂੰ ਬਦਲਦਾ ਨਹੀਂ, ਉਹ ਗਿਆਨ ਨਹੀਂ ਹੁੰਦਾ, ਗਿਆਨ ਦਾ ਭੁਲੇਖਾ ਹੁੰਦਾ ਹੈ।

ਕੋਈ ਚੰਗਾ ਕੰਮ ਕਰਦਿਆਂ, ਦੁਖੀ ਨਹੀਂ ਹੋਇਆ ਜਾ ਸਕਦਾ।

ਜਿਹੜੇ ਚਲਦੇ ਹਨ, ਉਹੀ ਪਹੁੰਚਦੇ ਹਨ ਅਤੇ ਉਹ ਪਹੁੰਚ ਕੇ ਵੀ ਰੁਕਦੇ ਨਹੀਂ।

ਜੀਵਨ ਦੀਆਂ ਭੁੱਖਾਂ, ਸਾਨੂੰ ਲੜਨਾ ਸਿਖਾਉਂਦੀਆਂ ਹਨ ਅਤੇ ਜੀਵਨ ਦੇ ਸੁੱਖ, ਸਾਨੂੰ ਸਮਝੌਤਾ ਕਰਨਾ ਸਿਖਾਉਂਦੇ ਹਨ।

ਸੱਚਾ ਅਮੀਰ ਕਦੇ ਵਿਹਲਾ ਨਹੀਂ ਹੁੰਦਾ ਅਤੇ ਵਿਹਲਾ, ਕਦੇ ਅਮੀਰ ਨਹੀਂ ਬਣਦਾ।

ਜਾਇਦਾਦ ਉਸਾਰਨ ਦਾ ਸਭ ਤੋਂ ਸੌਖਾ ਢੰਗ, ਵਿਰਸੇ ਵਿਚ ਜਾਇਦਾਦ ਪ੍ਰਾਪਤ ਕਰਨਾ ਹੁੰਦਾ ਹੈ।

ਕਿਸੇ ਦੇਸ਼ ਦੇ ਲੋਕਤੰਤਰ ਦੀ ਮਜ਼ਬੂਤੀ, ਇਸ ਗੱਲ ਤੋਂ ਪਰਖੀ ਜਾਂਦੀ ਹੈ ਕਿ ਉਥੇ ਹਕੂਮਤ ਕਿਤਨੀ ਸੌਖ ਨਾਲ ਬਦਲਦੀ ਹੈ।

ਅਪੰਗ ਵਿਅਕਤੀ ਨੂੰ ਵਧੇਰੇ ਲਾਇਕ ਬਣਨਾ ਪੈਂਦਾ ਹੈ, ਕਿਉਂਕਿ ਲੋਕ ਉਸ ਦੇ ਨਾਲਾਇਕ ਹੋਣ ਨੂੰ ਉਸ ਦੇ ਅਪੰਗ ਹੋਣ ਨਾਲ ਜੋੜਦੇ ਹਨ।

ਵਿਦਿਆਰਥੀ, ਆਪਣੇ ਅਧਿਆਪਕਾਂ ਦੇ ਭਾਂਤ-ਭਾਂਤ ਦੇ ਹਸਾਉਣੇ ਨਾਂ ਰੱਖ ਕੇ, ਆਪਣੇ ਜਮਾਤੀਆਂ ਨਾਲ ਆਪਣੀ ਗੱਲਬਾਤ ਵਿਚ ਰੌਣਕ ਭਰਦੇ ਹਨ।

ਜਿਸ ਨੂੰ ਇਤਿਹਾਸ ਦੀ ਸੋਝੀ ਨਹੀਂ, ਉਹ ਸ਼ਾਹ ਜਹਾਨ ਨੂੰ ਰਾਜ-ਮਿਸਤਰੀ ਹੀ ਕਹੇਗਾ।

ਧਰਮ ਵਿਚ, ਹਕੂਮਤ ਪ੍ਰੇਮ ਦੀ ਹੁੰਦੀ ਹੈ।

ਜੇ ਫ਼ਸਾਦ ਹੋ ਜਾਣ ਤਾਂ ਇਹ ਦੋਹਾਂ ਧਿਰਾਂ ਦੇ ਥੱਕਣ ਤਕ ਜਾਰੀ ਰਹਿੰਦੇ ਹਨ।

ਪਰਮਾਤਮਾ ਵਿਚ ਵਿਸ਼ਵਾਸ ਤੋਂ ਬਿਨਾਂ ਕੋਈ ਸੰਗੀਤਕਾਰ, ਸੰਗੀਤ ਦੀਆਂ ਰੂਹਾਨੀ ਸਿਖਰਾਂ ਨਹੀਂ ਛੂਹ ਸਕਦਾ।

ਕਾਰ ਦੀ ਹਾਲਤ ਜਿਤਨੀ ਵਧੇਰੇ ਖਸਤਾ ਹੁੰਦੀ ਹੈ, ਉਤਨਾ ਹੀ ਉਸ ਦਾ ਡਰਾਈਵਰ ਵਧੇਰੇ ਫੁਰਤੀਲਾ ਹੁੰਦਾ ਹੈ।

ਅਸੀਂ ਉਹੀ ਕੁਝ ਸਮਝਦੇ ਹਾਂ, ਜੋ ਅੱਧਾ ਅਸੀਂ ਪਹਿਲਾਂ ਹੀ ਸਮਝਿਆ ਹੁੰਦਾ ਹੈ।

ਇਸ ਸੰਸਾਰ ਵਿਚ, ਹਰ ਕਿਸੇ ਦਾ ਕੋਈ ਨਾ ਕੋਈ ਮਹੱਤਵਪੂਰਨ ਕੰਮ ਰੁਕਿਆ-ਅੜਿਆ ਹੋਇਆ ਹੈ।

ਸਫ਼ਰ ਦੌਰਾਨ, ਜਿਹੜੀ ਚੀਜ਼ ਅਸੀਂ ਆਪ ਨਹੀਂ ਚੁੱਕ ਸਕਦੇ, ਮੰਨੋ ਭਾਵੇਂ ਨਾ, ਉਹ ਹੁੰਦੀ ਫ਼ਜ਼ੂਲ ਹੈ।

ਪਿਆਰ ਦੇ ਮੁੱਢਲੇ ਦਿਨਾਂ ਵਿਚ, ਪ੍ਰੇਮੀ ਨੂੰ ਇਹ ਡਰ ਲਗਿਆ ਰਹਿੰਦਾ ਹੈ ਕਿ ਕਿਧਰੇ ਪ੍ਰੇਮਿਕਾ ਉਸ ਦਾ ਹਾਲ ਹੀ ਨਾ ਪੁੱਛ ਲਵੇ।

ਹਰੇਕ ਪਤੀ-ਪਤਨੀ ਇਕ-ਦੂਜੇ ਪ੍ਰਤੀ ਵੱਖਰੀ-ਵੱਖਰੀ ਰਫ਼ਤਾਰ 'ਤੇ ਲਾਪ੍ਰਵਾਹ ਹੁੰਦੇ ਹਨ।

ਪਹਿਲੀ ਜਨਵਰੀ, ਸਾਰੇ ਸੰਸਾਰ ਦਾ ਜਨਮ ਦਿਨ ਹੁੰਦੀ ਹੈ।

ਇਕੋ ਵੇਲੇ ਗਰੀਬ ਹੋਣਾ ਅਤੇ ਆਜ਼ਾਦ ਹੋਣਾ ਸੰਭਵ ਨਹੀਂ ਹੁੰਦਾ।

ਸੈਰ ਕਰਨ ਦੇ, ਕੁੱਤੇ ਦੇ ਕੱਟਣ ਤੋਂ ਇਲਾਵਾ, ਲਾਭ ਹੀ ਲਾਭ ਹਨ।

ਕਈ ਚਿਹਰੇ ਅਜਿਹੇ ਹੁੰਦੇ ਹਨ, ਜਿਹੜੇ ਮੁੜ-ਮੁੜ ਵੇਖ ਕੇ ਵੀ ਯਾਦ ਰਖਣ ਨੂੰ ਮਨ ਨਹੀਂ ਕਰਦਾ।

ਕਵੀ ਸਭ ਕੁਝ ਬਰਦਾਸ਼ਤ ਕਰ ਲੈਂਦਾ ਹੈ ਪਰ ਆਪਣੀ ਕਵਿਤਾ ਦੇ ਕੱਢੇ ਜਾ ਰਹੇ ਗਲਤ ਅਰਥ ਬਰਦਾਸ਼ਤ ਨਹੀਂ ਕਰ ਸਕਦਾ।

ਜਿਨ੍ਹਾਂ ਵਿਚ ਕੁਝ ਮੂਲਵਾਨ ਜਾਣਨ ਦੀ ਇੱਛਾ ਹੁੰਦੀ ਹੈ, ਉਹ ਪੁਸਤਕਾਂ ਪੜ੍ਹਦੇ ਹਨ, ਬਾਕੀ ਸਾਰੇ ਟੈਲੀਵਿਜ਼ਨ ਹੀ ਵੇਖਦੇ ਹਨ।

ਜਿਹੜੇ ਕਤਲ ਕਰਦੇ ਹਨ, ਉਨ੍ਹਾਂ ਨੂੰ ਲੋੜ ਆਤਮਘਾਤ ਕਰਨ ਦੀ ਹੁੰਦੀ ਹੈ।

ਸੈਰ ਕਰਨ ਵਿਚ ਕਿਸੇ ਨਾਲ ਮੁਕਾਬਲਾ ਨਹੀਂ ਹੁੰਦਾ, ਸੋ ਹਰ ਕਿਸੇ ਨੂੰ ਅੱਵਲ ਆਉਣ ਦਾ ਅਹਿਸਾਸ ਹੁੰਦਾ ਹੈ।

ਜਿਸ ਮਸਲੇ ਨੂੰ ਬੱਚਾ ਨਾਜ਼ਕ ਸਮਝਦਾ ਹੈ, ਉਹ ਮਸਲਾ ਉਹ ਆਪਣੀ ਮਾਂ ਨਾਲ ਨਹੀਂ, ਦਾਦੀ-ਨਾਨੀ ਨਾਲ ਵਿਚਾਰਦਾ ਹੈ।

ਕਿਸੇ ਪਿਆਰੇ ਦੇ ਮਰਨ ਦੀ ਖ਼ਬਰ ਮਿਲਣ 'ਤੇ, ਸਾਨੂੰ ਉਸ ਨਾਲ ਅੰਤਲੀ ਮੁਲਾਕਾਤ ਯਾਦ ਆਉਂਦੀ ਹੈ।

ਕਿਸੇ ਦਾ ਵਿਰੋਧ ਕਰਕੇ, ਉਸ ਨੂੰ ਪ੍ਰਭਾਵਿਤ ਕਰਨਾ ਸੰਭਵ ਨਹੀਂ ਹੁੰਦਾ।

ਵਰਤਮਾਨ ਯੁਗ ਕਦੇ ਵੀ ਸੁਨਹਿਰੀ ਯੁਗ ਨਹੀਂ ਹੁੰਦਾ।

ਕਈ ਪਾਠਕ, ਪ੍ਰਸਿੱਧ ਲੇਖਕਾਂ ਦੀਆਂ ਪੁਸਤਕਾਂ ਪੜ੍ਹ ਕੇ, ਲੇਖਕਾਂ ਨਾਲੋਂ ਵੀ ਵਧੇਰੇ ਪ੍ਰਸਿੱਧ ਹੋਣਾ ਚਾਹੁੰਦੇ ਹਨ।

ਗਿਆਨ ਦੀ ਮਾਤ-ਭਾਸ਼ਾ, ਚੁੱਪ ਹੁੰਦੀ ਹੈ।

ਇਕੱਲਤਾ ਗਰੀਬੀ ਦੀ ਅਤੇ ਇਕਾਂਤ ਖੁਸ਼ਹਾਲੀ ਦੀ ਨਿਸ਼ਾਨੀ ਹੁੰਦਾ ਹੈ।

ਟੈਲੀਵਿਜ਼ਨ ਨੇ ਲਿਖਣ-ਪੜ੍ਹਨ ਦਾ ਪੱਧਰ ਨੀਵਾਂ ਕਰ ਦਿਤਾ ਹੈ।

ਜਿਹੜੇ ਵਪਾਰ ਵਿਚ ਵਾਧਾ ਅਤੇ ਵਿਕਾਸ ਨਹੀਂ ਵਾਪਰਦਾ, ਉਹ ਵਪਾਰ ਨਹੀਂ ਹੁੰਦਾ, ਦੁਕਾਨਦਾਰੀ ਹੀ ਹੁੰਦੀ ਹੈ।

ਕਲਾ ਸਾਡੇ ਵਿਹਲੇ ਵਕਤ ਨੂੰ ਮਾਣਨਯੋਗ ਬਣਾ ਦਿੰਦੀ ਹੈ।

ਭਾਰਤੀ ਬਜ਼ਾਰ, ਵਪਾਰਕ ਸਥਾਨਾਂ ਨਾਲੋਂ ਮੇਲੇ ਵਧੇਰੇ ਲਗਦੇ ਹਨ।

ਸਾਡੇ ਨਾਲ ਸਬੰਧਤ ਬਹੁਤੀਆਂ ਮਹੱਤਵਪੂਰਨ ਗੱਲਾਂ, ਅਕਸਰ ਸਾਡੀ ਗੈਰਹਾਜ਼ਰੀ ਵਿਚ ਵਾਪਰਦੀਆਂ ਹਨ।

ਪਿਆਰ ਦੇ ਸਬੰਧ ਵਿਚ, ਕਿਸੇ ਨੂੰ ਦਿਤੀ ਨਸੀਹਤ ਕੋਈ ਅਰਥ ਨਹੀਂ ਰੱਖਦੀ।

ਮਨੁੱਖ ਸਲਾਹ ਨਹੀਂ ਚਾਹੁੰਦਾ, ਆਪਣੇ ਫ਼ੈਸਲਿਆਂ ਦੀ ਪ੍ਰੋੜ੍ਹਤਾ ਚਾਹੁੰਦਾ ਹੈ।

ਸੁੰਦਰਤਾ ਜਲਦੀ ਮੁੱਕ ਜਾਂਦੀ ਹੈ, ਕੋਹਜਾਪਣ ਬੜਾ ਹੰਢਣਸਾਰ ਹੁੰਦਾ ਹੈ।

ਠੋਸੇ ਹੋਏ ਪਰਿਵਰਤਨ ਕਿਧਰੇ ਵੀ ਪ੍ਰਵਾਨ ਨਹੀਂ ਹੁੰਦੇ।

ਮਰਨ ਨਾਲ ਮਨੁੱਖ, ਬਹੁ-ਗਿਣਤੀ ਵਿਚ ਸ਼ਾਮਲ ਹੋ ਜਾਂਦਾ ਹੈ।

ਪ੍ਰਤਿਭਾਵਾਨ ਵਿਅਕਤੀਆਂ ਕੋਲ ਕੀਮਤੀ ਵਿਚਾਰ ਤਾਂ ਹੁੰਦੇ ਹਨ ਪਰ ਕਿਸੇ ਚੀਜ਼ ਦੀ ਕੀਮਤ ਤਾਰਨ ਲਈ ਪੈਸੇ ਨਹੀਂ ਹੁੰਦੇ।

ਜੇ ਸੋਚਣ ਦੀ ਆਦਤ ਪਾਓਗੇ ਤਾਂ ਸੋਚਣ ਲਈ ਅਣਗਿਣਤ ਸਮੱਸਿਆਵਾਂ ਲੱਭ ਪੈਣਗੀਆਂ।

ਚੰਗੇ ਪਕਵਾਨ ਖੁਆਉਣ ਵਾਲੇ ਨਾਲ, ਗੁੱਸੇ ਹੋਣਾ ਸੰਭਵ ਨਹੀਂ ਹੁੰਦਾ।

ਸ਼ਾਹੂਕਾਰ ਤੋਂ ਲਏ ਪੈਸੇ ਨਾਲ ਕਿਸਾਨ ਦਾ ਵਰਤਮਾਨ ਤਾਂ ਬਚ ਜਾਂਦਾ ਹੈ ਪਰ ਭਵਿੱਖ ਉੱਜੜ ਜਾਂਦਾ ਹੈ।

ਇਸਤਰੀ ਦੀ ਸਮਾਜ-ਸੁਧਾਰ ਵਿਚ ਨਹੀਂ, ਪੁਰਸ਼-ਸੁਧਾਰ ਅਤੇ ਪਤੀ-ਸੁਧਾਰ ਵਿਚ ਦਿਲਚਸਪੀ ਹੁੰਦੀ ਹੈ।

ਪਛਤਾਵਾ ਪ੍ਰਗਟਾਉਣ ਦਾ, ਹਰ ਕਿਸੇ ਦਾ ਢੰਗ ਵੱਖਰਾ ਹੁੰਦਾ ਹੈ।

ਵਿਆਕਰਣ ਦਾ ਉਦੇਸ਼ ਭਾਸ਼ਾ ਨੂੰ ਸੁਧਾਰਨਾ ਨਹੀਂ, ਸੋਚ ਅਤੇ ਪ੍ਰਗਟਾਵੇ ਨੂੰ ਸਪੱਸ਼ਟ ਕਰਨਾ ਹੁੰਦਾ ਹੈ।

ਗਰੀਬੀ ਉਹ ਅਵਸਥਾ ਹੁੰਦੀ ਹੈ, ਜਦੋਂ ਵਿਹਲ ਹੋਵੇ ਪਰ ਉਸ ਨੂੰ ਮਾਣਨ ਦੇ ਮਾਇਕ ਸਾਧਨ ਨਾ ਹੋਣ।

ਮਨੁੱਖ ਆਪਣੇ ਆਪ ਲਈ ਕੋਈ ਥਾਂ ਨਹੀਂ ਘੇਰਦਾ, ਥਾਂ ਉਸ ਨਾਲ ਸਬੰਧਤ ਫ਼ਜ਼ੂਲ ਚੀਜ਼ਾਂ ਘੇਰਦੀਆਂ ਹਨ।

ਮਹਾਨ ਸਾਹਿਤ, ਵਾਦਾਂ ਤੋਂ ਮੁਕਤ ਹੁੰਦਾ ਹੈ।

ਮਾਈਕਰੋਫੋਨ ਸੱਚ ਬੋਲਣ ਲਈ ਨਹੀਂ ਹੁੰਦਾ, ਇਸ ਨਾਲ ਜਾਂ ਅਧਿਕ ਪ੍ਰਸ਼ੰਸਾ ਕੀਤੀ ਜਾਂਦੀ ਹੈ ਜਾਂ ਭੰਡੀ।

ਮਹਾਨ ਕੌਮਾਂ, ਆਪਣੇ ਵਿਚਾਰਾਂ, ਕਾਰਨਾਮਿਆਂ ਅਤੇ ਆਪਣੀਆਂ ਕਲਾਵਾਂ ਕਰਕੇ ਜਾਣੀਆਂ ਜਾਂਦੀਆਂ ਹਨ।

ਜਿਸ ਦੇ ਅੰਦਰ ਨਫ਼ਰਤ ਹੋਵੇ, ਉਹ ਨਹੀਂ ਵੇਖਦਾ ਕਿ ਦੁਸ਼ਮਣ ਕਿਥੇ ਹੈ, ਉਹ ਆਪ ਹੀ ਸਭ ਦਾ ਦੁਸ਼ਮਣ ਬਣ ਜਾਂਦਾ ਹੈ।

ਇਸਤਰੀ-ਪੁਰਸ਼ ਦੋਹਾਂ ਦੀਆਂ ਅਨੇਕਾਂ ਲੋੜਾਂ ਅਜਿਹੀਆਂ ਹੁੰਦੀਆਂ ਹਨ, ਜਿਨ੍ਹਾਂ ਨੂੰ ਸੰਤੋਖਜਨਕ ਢੰਗ ਨਾਲ, ਦੂਜੀ ਧਿਰ ਹੀ ਪੂਰਿਆਂ ਕਰ ਸਕਦੀ ਹੈ, ਇਸ ਕਾਰਨ ਹੀ ਦੂਜੀ ਧਿਰ ਦਾ ਮਹੱਤਵ ਹੁੰਦਾ ਹੈ।

ਤਰੱਕੀ ਉਸ ਹਾਲਤ ਨੂੰ ਕਹਿੰਦੇ ਹਨ ਜਦੋਂ ਮੁਨਸ਼ੀ ਦਾ ਪੁੱਤਰ ਵਕੀਲ, ਕੰਪਾਊਂਡਰ ਦਾ ਪੁੱਤਰ ਡਾਕਟਰ, ਮਕੈਨਿਕ ਦਾ ਪੁੱਤਰ ਇੰਜੀਨੀਅਰ ਅਤੇ ਕਲੱਰਕ ਦਾ ਪੁੱਤਰ ਅਫ਼ਸਰ ਬਣੇ।

*****